శ్రీమద్వాల్మీకి రామాయణాంతర్గతమైన

సుందరకాండము

వ్యాఖ్యాత : శ్రీమాన్ తెన్మఠం రంగాచార్యుల వారు

పరిష్కర్త : శ్రీ వేదము వేంకటరాయశాస్త్రి గారు, ఎమ్.ఏ.,

ఈనాటి సరళ వ్యాఖ్యానకర్త : వోరుగంటి రామకృష్ణ ప్రసాద్

నవరత్న బుక్ హౌస్

28-22-20, రహిమాన్ వీధి, అరండల్‌పేట,

విజయవాడ - 520 002.

సుందరకాండము

వ్యాఖ్యాత :
శ్రీమాన్ తెన్మఠం రంగాచార్యుల వారు
పరిష్కర్త :
శ్రీ వేదము వేంకటరాయశాస్త్రి గారు, ఎమ్. ఏ.,
ఈనాటి సరళ వ్యాఖ్యానకర్త :
వొరుగంటి రామకృష్ణ ప్రసాద్

నవరత్న ప్రథమ ముద్రణ :
సెప్టెంబర్ : 2013

ముఖచిత్రం
బాపు

డి.టి.పి. :
శ్రీ శ్రీనివాస గ్రాఫిక్స్
Cell : 9440397989

వెల : **రూ. 250-00**

ముద్రణ :
శ్రీ చైతన్య ఆఫ్‌సెట్ ప్రింటర్స్,
విజయవాడ - 520 002.

ముందుమాట

నిజంగా ఈ దేశం అదృష్టమైనదనుకుంటా. అది నిజమే. అంతకు మించి- ఈ దేశంలో పుట్టడం మరింత అదృష్టం.

ఈ భారతీయ వారసత్వ సంపదకు నిలయమ్మైన జ్ఞానభాండాగారము నందుకొన తలచడం మరీ మరీ అదృష్టం.

జ్ఞానవిజ్ఞానాలతో, తరాలు తరించే సంస్కృతికి, సదా వారసులమై మెలగ గల్గటం "అదృష్టం" అంతకుమించి మాటలు లేవు. వుంటే అది "వాచక వ్యసనమవుతుంది.

నేనే వ్రాశిన ఒక "సుందరకాండ" వచనంలో, ఎన్నో అద్భుత స్తోత్రాలతో ప్రచురించబడింది. మళ్ళీ - "మా అన్నగారు - హనుమంతులువారు (చేతికి వచ్చి, వెళ్ళిపోయి, మళ్ళీ వచ్చి) మూల సుందరకాండకు, తాత్పర్యాన్ని సరళభాషలో వ్రాసే అదృష్టాన్ని కల్గించి, నన్ను "నా అన్న" అదృష్టవంతుడిని పునీతుని, "పావను"ని, పావనం చేసాడు.

ఇందుకు కృతజ్ఞత "రెండు చేతులు జోడించడం, శిరసు వంచడం" అంతే అర్పించ గల్గింది.

ఆ రకంగా నా పేరుతో, ఈ భూలోకంలో ప్రసిద్ధమవడానికి, సాహితీ లోకంలో ఒక ప్రాప్తంగా, నన్ను అభిమానించి, నా గ్రంథాలపై అత్యంత ప్రేమాదరాలు ప్రసరించే, వారందరికీ ఆనందదాయకంగా "ఇది"- శ్రీమత్ సుందరకాండము "వాఖ్యాన రూపంగా" అంది ఆనందింప చేస్తుంది.

ఇందుకు "దాసోహం కోసలేంద్రస్య" అని అన్నగారన్నట్లు -

నా చేతనే అన్నగారు, భగవంతుడుగా కేవలం పదిహేను నిమిషాలలో "తులసి" అనబడే తులసిదాసు విరచిత "హనుమాన్ చాలీసా" వ్రాయించాడు. అందులో - ఒకానొక సందర్భంలో నా "భాతృభక్తి" అన్నగారిపైన గల ప్రేమనిలా ప్రకటిస్తాను.

"సోదర" హనుమా నీ సమమెవరని ?!

భరతుని మించిన భాతృడనీవనె"

అని ఒకచోట-

"మరో కోరిక లేదోయి భాయి

ఏమరుక మము కావుము హోయి"

అన్నట్లు - ఆ "తారక" రాముని - భక్తుడు, శిష్యుడు ప్రాణం - సర్వస్వమైన, భక్తిలేని ఈ తమ్ముడు "అన్నా" అన్నందులకు, అనుక్షణం కరుణించే, కరుణకు చిహ్నమే-

నేను, నా గ్రంథాలు...

మరో విషయం చెప్పడం మరిచాను.

తులసీదాసు ఒక్క "హనుమాన్ చాలీసా"యే రచించాడు. మరి-

ఈ "రామకృష్ణ ప్రసాద్...

"శ్రీ గణేశ, హనుమాన్, వెంకటేశ్వర, అయ్యప్ప, భవాని, అన్నవర సత్యనారాయణ, రాఘవేంద్ర, సాయి, దత్త చాలీసాలను ఆ దేవదేవుడు వ్రాయించినట్లు తులసీ వరుసలోనే వ్రాసాడు.

"చాలీసా.... అంటే "భజన" పాట కాదు. 40 దోహాలు (ఆవృతాలతో) వుండేది. మండల దీక్షకు సమమైనది. కనుక పై చాలీసాలు చదువుకోండి. సర్వశుభాలు పొందండి.

వాఖ్యానం కాదు. ఏదో నాలుగు మాటలు పాటగా కూర్చి... అది చాలీసా అనడం, చాలీసాకాద్య కవియైన, "తులసీదాసుకు, ఆ పేరుకు అవమానక అవమానం కాదు మనం చెయ్యాల్సింది.

ఎవరు చెప్పినా, వినండి. ఎవరో ఏదో చెప్పారని నమ్మి "సంస్కృతీ-సాంప్రదాయాల నాశనానికి మాత్రం" నడుం కట్టకండి.

ఇదే వాల్మీకి మహర్షి మనకు "శ్రీమద్రామాయణాంతర్గత" "సుందర కాండము" ద్వారా తెలిపింది.

సర్వేజనాః స్సుఖినోభవన్తు!

లోకాన్ సమస్తాన్ స్సుఖినోభవన్తు

ఓం శాంతిః శాంతిః శాంతిః.

- స్వస్తి -

✿ ✿

పూర్వ కథ

రాముడు, తమ్ముడు లక్ష్మణునితో కలిసి, శబరి ఆతిథ్యమొంది, ఋశ్యమూకానికి బయలుదేరడం. వీరిని సుగ్రీవుడు కనుచూపు మేర నుండి చూడటం, ఆ వచ్చెడివాళ్ళు అన్నగారు పంపిన, తనను వధించ వచ్చేవారిగా తలవడం - ఇది కథా ప్రారంభానికి మూలం.

దాంతో హనుమకు తన భయం చెప్పి, వారి నుండి తప్పించమనడం. ఈ హనుమ మారువేషంతో రామలక్ష్మణులను కలవడం, అప్పుడే హనుమకు శ్రీరామునిపై భక్తి, గౌరవాలు ఏర్పడటం జరిగింది. విషయం తెలుసుకున్న ఆంజనేయుడు వారిరువురిని తీసుకొని, సుగ్రీవుని కలిసి, పరిస్థితి చెప్పి, పరిచయం చేసి, అగ్నిసాక్షిగా మైత్రి బంధం చేసి, ఒకరికొకరు సహాయపడేటట్లు చూడటం జరిగింది.

ఆ తర్వాత జరిగిన కథ - వాలి వధ, సుగ్రీవుని పట్టాభిషేకం, రాజ్యమత్తులో - రావణుని విషయం మరవడం, దీనికి లక్ష్మణుడు ధనుష్టంకారం చెయ్యడం, మత్తు వదిలిన సుగ్రీవుడు ఎక్కడెక్కడి వానర, భల్లూకవీరులను రప్పించడం, దిశా నిర్దేశం చెయ్యడం, దక్షిణ దిశకు, అంగదుని నేతృత్వంలో, జాంబవంతుని పెద్దరికంలో, హనుమాన్ వగైరా వీరులను పంపడం జరిగింది.

ఈ దక్షిణదిక్కుకు వెళ్ళినవారు దారి తెన్ను తెలియక, ఆకలితో అలమటిస్తు స్వయంప్రభని చేరడం, సేదతీర్చుకోవడం, మళ్ళీ తపస్విని సాయంతో, రామకార్యం తెలుసుకున్నాక, దక్షిణ సముద్రపు ఒడ్డుకు చేర్చడం జరిగిన విషయం.

ఇక్కడ నుండి అసలు కథ. కథ ప్రారంభమయింది.

అందరు గుమి కూడారు. ఎటు వెళ్ళడానికి దారి, వీలులేదు. ఎదురుగా పోటెత్తిన, మహా..."హా" దీర్ఘమంత, దీర్ఘసముద్రం, నూరు యోజనాలు దాని విస్తీర్ణం. దానిని దాటడం అసాధ్యం. ఈ ఆలోచనతో అందరు చతికిలబడి పోయారు. ముందర సముద్రం వెనుక - కాలహరణం. ఇక మరణం తప్ప వారికి శరణం కనబడటం లేదు.

ప్రతి ఒక్కరు, తలలు పట్టుకుని, అవతలివారి తలలు పట్టుకున్నట్లు తలంపులు ఆలోచిస్తున్నారు. అనేకన్న - మన భాషలో "బుర్ర పని చేయక, చతికిల బడ్డారు.

అందరిలోకి పెద్దవాడు, ఆలోచనాపరుడు, జాంబవంతుడొక్కడే. వీళ్ళందరిని చూసాడు. ఏం చెయ్యాలో ముందు పాలు పోలేదు. "అంగదా!" అన్నాడు. సమాధానం నీరసం. అతనే మాట్లాడకపోతే సమాధానం చెప్పేవారు సున్న. నాయకులనబడేవారి ముగ్గురిలో –

ఒకరు తను, మరొకడు యువరాజు, ఈ బృందానికి సారథి "అంగదుడు". ఇంకొకడు హనుమంతుడు. తను వయసు మళ్ళినవాడు. అంగదుడు యువరాజు. ఇప్పుడు మిగిలింది ఆంజనేయుడు. అందరికి అందనట్లు, ఎవరికి చెందనట్లుగా మూలగా కొండమీద విశ్రాంతి తీసుకుంటున్నాడు. అతడు సముద్రాన్నే చూస్తున్నాడో, లేక ... తెలియకుండా కూర్చుని వున్నాడు.

మెల్లగా అతని దగ్గరకు వెళ్ళిన జాంబవంతుడు "ఆంజనేయా!" అన్నాడు. హనుమంతుడు వులిక్కిపడి తాతవంటి జాంబవంతుని చూస్తూ "తాతా!" అన్నాడు.

ఏమిటిలాగ కూర్చున్నావు ? జాంబవంతుని ప్రశ్న.

"ఏం చెయ్యమంటావు ?" హనుమ సమాధానం.

"ఇలాగ కూర్చుంటే ఎలాగ ? లే. లేచి. రామకార్యానికి ఉద్యుక్తుడవు, కా! శ్రీరాముడు తన వుంగరాన్ని ఇచ్చింది నీకు కదా! అది మరచిపోయి, ఆదమరచినట్లిలాగ కూర్చుంటే ఎలాగ ?

జాంబవంతుని ప్రశ్నతో, ఆంజనేయుడు ఆలోచలో పడ్డాడు. "ఏం చెయ్యాలి ?" మళ్ళీ అదే ప్రశ్న అడిగాడు.

"హనుమా! లే" అన్నాడు. అతడు లేచి నిల్చున్నాడు. అది కాదయ్యా! నువ్వెవరివో, నీ శక్తి సామర్థ్యాలేమిటో రాముడు నీకు ఆ వుంగరమెందుకు ఇచ్చాడో... ఆలోచించుకుని విజృంభించు.. అంతేకాని, చాతకాని తాత (నా)వలె చతికిలబడి కూర్చుంటే ఎలాగ ?

జాంబవంతుని మాటలు అర్థం కాలేదు. ఏం చెయ్యాలో తోచడం లేదు. వీళ్ళిద్దరి సమావేశాన్ని దూరం నుండి చూసిన వానరవీరులు "కిచ, కిచ"మంటూ పరుగెత్తుకొచ్చారు.

అందరిలో ఆసక్తి ఉత్సుకత, ఉత్కంఠ. "ఏమయింది ?" ప్రశ్న మీద ప్రశ్న.

"ఏం. కాలేదు" అన్న జాంబవంతుడు హనుమను కార్యసాధకుని చేస్తున్నా"నని చెప్పాడు.

ఏమీ అర్థంకాని వాళ్ళు చూస్తున్నారు. ఈలోగా అంగదుడు వచ్చాడు.

"ఏం చేద్దాము ?" మళ్ళీ అదొక ప్రశ్న అయింది.

ఇక తాత్సరం చెయ్యడం సహించలేని జాంబవంతుడు "అంగదా! ఒక్క నిముషమాగు. ఈ ఆంజనేయుడు సామాన్యుడు కాడు" అంటూ అతని కథ చెప్పడం మొదలుపెట్టాడు.

అప్సరసలలో శిరోమాణిక్యం. "పుంజిక స్థల." శాపవశాత్తు ఆమె కింపురుష జాతియైన, ఈ వానరకులంలో జన్మించింది. కేసరిని పెండ్లి చేసుకుంది. చాలా కాలం సంతానం లేకపోతే, భర్త అనుమతితో, ఆ పతివ్రతా శిరోమణి, శివుని గూర్చి తపస్సు ప్రారంభించింది. కాలం గడుస్తుంది.

అనుకోని పరిస్థితులలో రుద్ర వీర్యాన్ని పార్వతి భరించలేక అగ్నిలో పడేస్తే, దానిని అగ్ని వాయువుకు ఇస్తాడు. దీనిని భరించలేని వాయువు ఎవరికిస్తే బాగుంటుందని తలుస్తూ తపస్సు చేసుకునే ఈ అంజని చేతిలో పండుగా పడేస్తాడు. అది ప్రసాదమమని తలచి ఆమె తినేస్తుంది. దాని ఫలమే, ఈ అంజనేయుడు.

ఇతనెంత అసాధ్యుడంటే-

పుట్టాడు. తల్లి ప్రక్కన బెట్టింది. పాలివ్వాలి. అందుకోసం లేచి వెళ్ళింది. అప్పటికే ఆకలి తట్టుకుని ఆపుకోలేని ఈ అంజనీపుత్రుడు, ఉదయించే సూర్యుని చూసి అదొక ఫలమని ఎంచి, ఆకాసానికెగిరాడు. ఇది సూర్యునికి అదురు పుట్టించింది. "ఇంద్రా" అన్నాడు. దేవతాధిపతిగా ఇంద్రుడు సూర్యుని రక్షణకు వజ్రాయుధంతో వచ్చాడు. ఆ వజ్రం ఇతని దవడ పగుల గొట్టింది, హనువు... అంటే.. దవడ... అది చిట్లింది. కాబట్టి "హనుమంతు"డయ్యాడు. వజ్రం దెబ్బకు ఇతడు కేవలం మూర్ఛపోయాడు. ఇది వాయువుకు ఆగ్రహం తెప్పించింది.

దాంతో తన వరప్రసాదిని తీసుకుని తన శక్తిని స్తంభింప చేసాడు. పుడుతూనే ప్రళయాన్ని సృష్టించిన ఘనుడీ "సామీరి". ఇంకేముంది ప్రళయం లేకుండా వచ్చిన విలయం సృష్టికి విఘాతమయింది. ఉచ్ఛ్వాస నిశ్వాసాలు లేకుండా, అందరూ అచేతనులయ్యారు.

వాయువు శాంతిస్తే కాలచక్రం కదులుతుంది. బ్రహ్మ విష్ణువులతో కలిసి దేవతలందరు వాయువును చేరి అతన్ని తన కర్తవ్యాన్ని నిర్వహించమని కోరారు. కాదన్నాడు. అందుకు వరంగా త్రిమూర్తులు, త్రిమాతలు, సర్వదేవతలు చిరంజీవిత్వాన్ని ప్రసాదించారు. తమ తమ అస్త్రశస్త్రాలకవధ్యుడని వరాలు గుప్పించారు. అంగదా, ఇదీ కథ. అందుకనే రాముడు తన ఉంగరాన్నితని కిచ్చాడు.

ఇతన్ని మనం మన దగ్గర పెట్టుకుని, ఎలాగ అంటే కార్యం సాగుతుందా ? ఆలోచించండన్నాడు. అంతే... అందరు కలిసారు. అతన్ని ఉత్సాహింప చేస్తున్నారు. అటువంటి శక్తి సంపన్నుడు, ఇలాగ అనుమానం అని మీకు.... రావచ్చును. అది చెబుతాను. వినండి.

అయ్యా! సర్వ దేవతల వరాలు పొందిన ఈ పిడుగు గడుగ్గాయి అయ్యాడు. ఇతని అల్లరికి తల్లిదండ్రులు నవ్వుకుంటారు కానీ, ఇతరులు కొన్నాళ్ళు “ముద్దు” అనుకుంటారు. ఆ తర్వాత ఇతన్ని “వద్దు” అనుకుంటారు. అదే జరిగింది.

రాను రాను ఈ అల్లరి పిడుగు, అల్లరి భరించలేని, మహర్షి సంఘాలు బెంబేలెత్తిపోయి, “నీ శక్తి నీవు మరువగాక!” అని శాపమిచ్చారు. ఇది తెలుసుకున్న కేసరి, అంజని మునులను ప్రాధేయపడ్డారు –

శాపానికి గల కారణం...

ఈ దుందుడుకు పిల్లవాడు, వాళ్ళ హోమద్రవ్యాలు, పూజాద్రవ్యాలు పాడు చేయడం, కూర్చుని తపస్సు చేసుకునేవారిని ఇష్టమొచ్చిన భంగిమలో నిలపడం చేస్తుంటే, తన వరప్రసాది కాబట్టి వాయువు, హనుమ ఆడింది ఆట పాడింది పాట” చేసాడు. రాను రాను దీనిని భరించలేని మునులు అతనికి శాపమిచ్చారు.

అంజని, కేసరిలు ప్రార్థించగానే, అత్యవసర సమయంలో, ఇతని శక్తిని ఇతనికి తెల్పిన వారి వల్ల, అతడు పూర్వపు శక్తులు, వరాలు పొందుతాడని వరమిచ్చారు.

అదీ నాయనా కథ. కనుక మనమందరం ఆంజనేయుని పొగిడి, అతని శక్తుల్ని మరల సంపాదించుకునేటట్లు చేద్దాం. రామ కార్యసాధనకు ప్రేరేపిద్దాం....! అన్నాడు. ఇది పూర్వ కథ.

దీనిని భగవత్కృపగా వోరుగంటి వంశజుడు శ్రీమతి సువర్చలాంబా, వేంకట సూర్యప్రసాదరావుల జేష్ఠపుత్రుడు, ఆంజనేయుని గోత్రీకుడైన కౌండిన్యస గోత్రీకుడు, పారంపర్య శ్రీ విద్యోపాసకుల వంశస్థుడు, షిర్డిసాయిని "శ్రీ" గురువులుగా తలంచి, 60 సం॥లుగా సాయినామం వింటూ, 40 సం॥గా సాయి నామం అంటూ, 20 సం॥గా, పూర్తిగా శ్రీ సాయి పథంలో మమేకమైన-

శతాధిక గ్రంథకర్త,

సహస్రాధిక సాయివ్రత నిర్వాహకులు, పలు షిర్డిసాయి ఆలయ ప్రతిష్ఠా ప్రారంభకులు, శ్రీ మణిద్వీప, భువనేశ్వరి యజ్ఞాల నిర్వాహకుడు,

పలు షిర్డిసాయి ఆలయాలలో ప్రతిష్ఠానంతరం, ప్రప్రథమ ఉపన్యాస మొసగిన ప్రవచనాచార్యుడు, భక్తజనుల కందించిన, అపురూప కథా సుధ "వాఖ్యానం" - శ్రీమత్ సుందర కాండము.

అందుకుని, పఠించి, ఆనందించండి.

తరతరాలకు మన వారసత్వ సంస్కృతీ సాంప్రదాయ సంపదను అందించి పరిరక్షించుకోండి.

పూర్తి భారతీయులై బ్రతకండి. "భార" తీయులు కాకండి. "భారతీ" యులవండి.

- అస్తు-

మీ

- వోరుగంటి రామకృష్ణ ప్రసాద్.

పారంపర్య పీఠాధ్యక్షులు,
విశ్వమానవతా గురుపీఠం

శ్రీ సాయి సువర్చలా సదన్
రామలింగేశ్వర పేట,
కుడిచేతి 6వ లైను
విజయవాడ - 520 003.
ఫోన్ : 0866-2532139
9393007648.
web site : www. voruganti ramakrishnaprasad.com
e-mail : vorugantiramakrishnaprasad@gmail.com

శ్రీః

స్మార్తాదీనాం సర్వేషాం శ్రీరామాయణపారాయణాదౌ కర్తవ్య

పూజా విధానమ్

ఆచమ్య, ప్రాణానాయమ్య, మమోపాత్త...శుభే శోభనే ముహూర్తే అస్యాం శుభతిథౌ శ్రీ సీతాలక్ష్మణభరతశత్రుఘ్న హనుమత్సమేత శ్రీరామచంద్ర దేవతా ప్రీత్యర్థం యావఛ్చక్తి ధ్యానావాహనాది షోడశోపచారపూజాం కరిష్యే. అదౌ నిర్విఘ్నేన పరిసామప్త్యర్థం గణాధిపతిపూజాం కరిష్యే. తదంగత్వేన కలశపూజాం కరిష్యే. కలశపూజాం గణపతిపూజాం (శుక్లాం బరధరం – ఇత్యాది) చ కృత్వా.

వైదేహీసహితం సురద్రుమతలే హైమే మహామండపే
మధ్యేపుష్పక మాసనే మణిమయే వీరాసనే సుస్థితం,
అగ్రే వాచయతి ప్రభంజనసుతే తత్త్వం మునిభ్యః పరం
వ్యాఖ్యాంతం భరతాదిభిః పరివృతం రామం భజే శ్యామలమ్॥

తత శ్రీమత్కోశోపరీ శ్రీరామధ్యానావాహనాది నైవేద్యాంత పూజా విధేయా, శ్రీ సీతారామచంద్ర దేవతాభ్యాం నమః

శ్రీమత్సున్దరకాణ్డ మహామంత్రానుష్ఠాన క్రమః

అస్య శ్రీ సుందరకాండ మహామంత్రస్య వాల్మీకి ఋషిః, ఆంజనేయో దేవతా, రామదూతాయ కవయ ఇతి బీజం, నమో వాతాత్మజాయ ఇతి శక్తిః, సముద్ర తారకాయ ఇతి కీలకం. సర్వానిష్టనివారణార్థే సర్వాభీష్టసిద్ధ్యర్థే సున్దరకాణ్డపారాయణే జపే వినియోగః. ఉదధిక్రమిణే తుభ్యం నమోరాక్షసమర్దినే అంగుష్ఠాభ్యాం నమః, ఛాయాగ్రహ వినాశాయ సురసా మారకాయ చ తర్జనీభ్యాం నమః, మైనాకదర్శినే తుభ్యం మైనాకగిరి మానినే మధ్యమాభ్యాం నమః, ఆకాశగామినే దేవమానినే సర్వదాయినే అనామికాభ్యాం నమః, వాయుపుత్రాయ ధీరాయ లజ్కాదర్పాపహారిణే కనిష్ఠికాభ్యాం నమః, అక్షహన్త్రే నమస్తుభ్యం పుర్ఛవహ్నిప్రదీపినే కరతలకర పృష్ఠాభ్యాం నమః, ఉదధి.... మర్దినే హృదయాయ నమః, ఛాయా.. కాయ చ శిరసే స్వాహా, మైనాక... మానినే శిఖాయై వౌషట్, ఆకాశ....యినే కవచాయ హుం, వాయు పుత్రాయ... హారిణే నేత్రత్రయాయ వౌషట్, అక్షహంత్రే...పినే అస్త్రాయ ఫట్, అష్ట మంత్రి సుతానాం చ గర్వభజ్గకృతే నమః, భూర్భువస్సువరో మితి దిగ్బన్ధః, ధ్యానం–

సర్వానిష్ట నివారకం శుభకరం పింగాక్ష మక్షాపహం
సీతాన్వేషణతత్పరం కపివరం కోటీన్దుసూర్యప్రభం।
లంకాద్వీపభియజ్కరం సకలదం సుగ్రీవసమ్మానినం
దేవేంద్రాది సమస్తదేవవినుతం కాకుత్థ్సదూతం భజే॥

బుద్ధి ర్బలం యశో ధైర్యం నిర్భయత్వ మరోగతా।
అజాడ్యం వాక్పటుత్వం చ హనూమ త్స్మరణాద్భవేత్॥

◆◆◆

శ్రీ వైష్ణవానాం

శ్రీమద్రామాయణ పఠనోపక్రమానుసంధేయక్రమః

ప్రథమతః 'శ్రీశైలేశే' (రామానుజే) త్యాది స్వస్వ సంప్రదాయ నిర్వాహకాచార్యానుసంధానం. తతః 'లక్ష్మీనాథే' త్యారభ్య 'ప్రణతోఽస్మి నిత్య' మిత్యంతం. అనంతరం. శ్రీశైల పూర్ణవిషయం 'పితామహస్యే' తి శ్లోకమారభ్య శ్రీభాష్యకార ప్రభృతిస్వాచార్యపర్యంతవిషయా స్సాంప్రదాయికశ్లోకా అనుసంధేయాః. యద్వా శ్రీధరాది స్వాచార్యపర్యంతాః ప్రతివ్యక్తి శ్లోకా అనుసంధేయాః

శ్రీశైలేశ దయాపాత్రం ధీ భక్త్యాది గుణార్ణవమ్।
యతీంద్రప్రవణం వన్దే రమ్యజామాతరం మునిమ్॥

లక్ష్మీనాథసమారంభాం నాథయామునమధ్యమాం।
అస్మదాచార్య పర్యన్తాం వందే గురుపరంపరామ్॥

యో నిత్య మచ్యుతపదాంజుబయుగ్మరుక్మి
వ్యామోహత స్తదితరాణి తృణాయమేనే।
అస్మద్గురోర్భగవతోఽస్య చయైకసింధో
రామానుజస్య చారణౌ శరణం ప్రపద్యే॥

మాతాపితా యువతయ స్తవయా విభూతి
స్సర్వం యదేన నియమేన మదన్వయానాం।
ఆద్యస్యసః కులపతే ర్వకుశాభిరామం
శ్రీమత్తరంఘ్రి యుగళం ప్రణమామి మూర్ధ్నా॥

భూతం సరశ్చ మహదాహ్వయ భట్టనాథ
శ్రీభక్తిసార కులశేఖర యోగివాహాన్।
భక్తాంఘ్రిరేణు పరకాల యతీంద్రమిశ్రాన్
శ్రీమత్పరాంకుశమునిం ప్రణతోఽస్తి నిత్యమ్॥

తతః –

కూజంతం రామ రామేతి మధురం మధురాక్షరం।
ఆరుహ్య కవితాశాఖాం వందే వాల్మీకికోకిలమ్॥

వాల్మీకే ర్మునిసింహస్య కవితావనచారిణః।
శృణ్వన్ రామకథానాదం కో న యాతి పరాంగతిమ్॥

యః పిబన్ సతతం రామ చరితామృతసాగరం।
అతృప్త స్తం మునిం వందే ప్రాచేతన మకల్మషమ్॥
గోష్పదీకృతవారాశిం మశకీకృరాక్షసం।
రామాయణమహామాలా రత్నం వందేఽనిలాత్మజమ్॥

అంజనానందనం వీరం జానకీశోకనాశనం।
కపీశమక్షహంతారం వందే లంకాభయంకరమ్॥

మనోజవం మారుతతుల్యవేగం। జితేంద్రియం బుద్ధిమతాం వరిష్ఠం,
వాతాత్మజం వానరయథముఖ్యం। శ్రీరామదూతం శిరసా నమామి॥

ఉల్లంఘ్య సింధోస్సలిలం సలీలం। యశ్శోకవహ్నిం జనకాత్మజాయా॥
ఆదాయ తేనైన దదాహ లంకాం। నమామి తం ప్రాంజలి రాంజనేయమ్॥

ఆంజనేయ మతిపాటలాననం। కాంచనాద్రి కమనీయ విగ్రహం।
పారిజాత తరుమూలవాసినం। భావయామి పవమాననందనమ్॥

యత్రయత్ర రఘునాథకీర్తనం। తత్రతత్రకృత మస్తకాంజలిం।
బాష్పవారిపరిపూర్ణలోచనం। మారుతిం నమత రాక్షసాంతకమ్॥

వేదవేద్యే పరేపుంసి జాతే దశరథాత్మజే।
వేదః ప్రాచేతసాదాసీ త్సాక్షాద్రామాయణాత్మనా॥

తదుపగత సమానసంధియోగం। సమమధురోపనతార్థ వాక్యబద్ధం।
రగువరచరితం మునిప్రణీతం। దశశిరసశ్చ వధం నిశామయధ్వమ్॥

శ్రీరాఘవం దశరథాత్మజ మప్రేమయం
సీతాపతిం రఘుకులాన్వయ రత్నదీపం।
ఆజానుబాహు మరవిందదళాయతాక్షం
రామం నిశాచరవినాశకరం నమామి॥

వైదేహీసహితం సురద్రుమతులే హైమే మహామండపే
మధ్యేపుష్పక మానే మణిమయే వీరాసనే సుస్థితం
అగ్రే వాచయతి ప్రభంజనసుతే తత్త్వం మునిభ్యః పరం
వ్యాఖ్యాంతం భరతాదిభిః పరివృతం రామం భజే శ్యామలం॥

తతో యథాశక్తి శ్రీకోశోపరి భగవదారాధనం కర్తవ్యమ్॥

◆◆◆

పారాయణ సమాపన క్రమః

ఏవమేత త్పురావృత్త మాఖ్యానం భద్రమస్తు నః।
ప్రవ్యాహరత విస్రబ్ధం బలం విష్ణోః ప్రవర్థతామ్॥

లాభ స్తేషాం జయ స్తేషాః కుత స్తేషాం పరాభవః।
యేషా మిందీవరశ్యామో హృదయే సురపతిష్ఠతః॥

కాలే వర్షతు పర్జన్యః పృథివీ సస్యశాలినీ।
దేశోయం క్షోభరహితో బ్రాహ్మణాస్సంతు నిర్భయాః॥

కావేరీ వర్ధతాం కాలే కాలే వర్షతువాసనః।
శ్రీరంగనాథో జయతు శ్రీరంగశ్రీశ్చ వర్థతామ్॥

స్వస్తిప్రజాభ్యః పరిపాలయంతాం
న్యాయ్యేన మార్గేణ మహీం మహీశాః।
గోబ్రాహ్మణేభ్య శ్శుభమస్తు నిత్యం
లోకా స్సమస్తా స్సుఖినో భవంతు॥

మంగళం కోసలేంద్రాయ మహనీయగుణాబ్ధయే।
చక్రవర్తి తనూజాయ సార్వభౌమాయ మంగళమ్॥

వేదవేదాంత వేద్యాయ మేఘశ్యామలమూర్తయే।
పుంసాం మోహనరూపాయ పుణ్యశ్లోకాయ మంగళమ్॥

విశ్వామిత్రాంతరంగాయ మిథిలానగరీపతేః
భాగ్యానాం పరిపాకాయ భవ్యరూపాయ మంగళమ్॥

పితృభక్తాయ సతతం భ్రాతృభిస్సహ సీతయా।
నందితాఖిలలోకాయ రామభద్రాయ మంగళమ్॥

త్యక్తసాకేతవాసాయ చిత్రకూటవిహారిణే।
సేవ్యాయ సర్వయమినాం ధీరదారాయ మంగళమ్॥

సౌమిత్రిణా చ జానక్యా చాపబాణాపిధారిణే।
సంసేవ్యాయ సదా భక్త్యా స్వామినే మమ మంగళమ్॥

దండకారణ్యవాస్యాయ ఖండితామరశత్రవే।
గృధ్రరాజాయ భక్తాయ ముక్తిదాయాస్తు మంగళమ్॥

సాదరం శబరీదత్తఫలమూలాభిలాషిణే।
సౌలభ్యపరిపూర్ణాయ సత్త్వోద్రిక్తాయ మంగళమ్॥

హనుమత్సమవేతాయ హరిశాభీష్టదాయినే।
వాలిప్రమథనాయాస్తు మహాధీరాయ మంగళమ్॥

శ్రీమతే రఘువీరాయ సేతూల్లంఘితసింధవే।
జితరాక్షసరాజాయ రణధీరాయ మంగళమ్॥

అసాద్య నగరీం దిద్యా మభిషిక్తాయ సీతయా।
రాజాధిరాజరాజాయ రామభద్రాయ మంగళమ్॥

మంగళాశాసనపరైర్మదాచార్యపురోగమైః
సర్వైశ్చ పూర్వైరాచార్యై స్సత్కృతాయాస్తు మంగళమ్॥

తతః సీతామహస్యేత్యారభ్య స్వాచార్యాంతాశ్శ్లోకా అనుసంధేయాః॥

◆◆◆

శ్రీ స్మార్తా మాధ్వాదీనాం శ్రీమద్రామయణ పఠనోపక్రమానుసంధేయ శ్లోకక్రమః

శుక్లాంబరధరం విష్ణుం శశివర్ణం చతుర్భుజం।
ప్రసన్నవదనం ధ్యాయే త్సర్వవిఘ్నోపశాంతయే॥

అగజాననపద్మార్కం। గజానన మహర్నిశం।
అనేకదంతం భక్తానాం। ఏకదంత ముపాస్మహే॥

వాగీశాద్యా స్సుమనస స్సర్వార్థానా ముపక్రమే।
యం సత్వా కృతకృత్యాస్స్యు స్తం నమామి గజాననమ్॥

తతః స్మార్తానాం శ్రీమచ్ఛంకరచార్యాదిగురుపరంపరాఽనుసంధేయా॥

నారాయణంపద్మభువనం ససిష్ఠం, శక్తించ తతుసత్ర పరాశరం చ
వ్యాసంశుకం గౌడపదంమహాన్తం, గోవింద యోగీంద్ర మథాస్యశిష్యం॥

శ్రీశంకరాచార్య మథాస్య పద్మపాదంచ హస్తామలకంచశిష్యం
తంతోటకం వార్తికకారమన్యాఽ అస్మద్గురూ౯ సంతతమాసతోఽస్మి॥

దోర్భిర్యుక్తా చతుర్భిస్స్ఫటికమణిమయీమక్షమాలం దధానా
హస్తే నై కేన పద్మం వితమసి చ శుకం పుస్తకం చాపరేణ।
భాసా కుందేందుశంఖస్ఫటికమణినిభా భాసమానాఽసమానా
సా మే వాగ్దేవతేయం నివసతు వదనే సర్వదా సుప్రసన్నా॥

కూజంతం రామరామేతి మధురం మధురాక్షరం।
అరుహ్య కవితాశాఖాం వందే వాల్మీకికోకిలమ్॥

వాల్మీకే ర్మునిసింమస్య కవితావనచారిణః।
శృణ్వ౯ రామకథానాదం కన యాతి పరాం గతిమ్॥

యః పిట౯ సతతం రామచరితామృతసాగరం।
అతృప్తస్తం మునిం వందే ప్రాచేతనమకల్మషమ్॥

గోష్పదీకృతవారాశిం మశకీకృతరాక్షసం।
రామాయణమహామాలా రత్నం వందేఽనిలాత్మజమ్॥

అంజనానందనం వీరం జానకీశోకనాశనం।
కపీశమక్షహంతారం వందే లంకాభయంకరమ్॥

ఉల్లంఘస్య సింధోస్సలిలం సలీలం। యశ్శోకవహ్నిం జ్కఆత్మ జాయాః,
ఆదాయ తేనైవ దదాహ లంకాం। నమామి తం ప్రాంజలి రాంజనేయమ్॥

ఆంజనేయమతిపాటలాననం। కాంచనాద్రికమనీయవిగ్రహం।
పారిజాతతరుమూలవాసినం। భావయామిపవమాననందనమ్॥

యత్ర యత్రకీ రఘునాథ ర్తనం తత్ర తత్ర కృతమస్తకాంజలిం।
బాష్ప వారి పరిపూర్ణలోచనం మారుతిం నమత రాక్షసాంతకమ్॥

మనోజవం మారుతతుల్యవేగం జితేంద్రియం బుద్ధిమతాం వరిష్ఠం।
వాతాత్మజం వానరయూథముఖ్యం శ్రీరామదూతం శిర సా నమామి॥

శ్రీ రామాయణ ప్రార్థన

యః కర్ణాంజలిసంపుటై రహరహ స్సమ్యక్పిబత్యాదరా
ద్వాల్మీకే ర్వదనారవిందగళితం రామాయణాఖ్యం మధు।
జన్మవ్యాధిజరానిపత్తిమరణై రత్యస్తపోపద్రవం
సంసారం స విహాయ గచ్ఛతి పుమా న్విష్ణో పదం శాశ్వతమ్॥

తదుపగత సమానసంధియోగం సమమధురోపనతార్థవాక్యబద్ధం।
రఘువరచరితం మునిప్రణీతం దశశిరసశ్చవధం నిశామయధ్వమ్॥

వాల్మీకిగిరి సంభూతా రామసాగరగామినీ,
పునాతి భువనం పుణ్యా రామాయణమహానదీ॥

శ్లోకసార సమాకీర్ణం వర్గకల్లోలసంకులం।
కాండగ్రాహమహామీనం వందే రామాయణార్ణవమ్॥

వేదవేద్యే సరే వుంది జాతే దశరథాత్మజే।
వేదః ప్రాచేతసాధాసీత్ సాక్షాద్రామాయణాత్మనా॥

◆◆◆

శ్రీరామ ధ్యానక్రమః

వైదేహీసహితం సురద్రుమతలే హైమే మహామండపే
మధ్యేపుష్పక మాసనే మణిమయే వీరాసనే సంస్థితం।
అగ్రే వాచయతి ప్రభంజనసుతే తత్త్వం మునిభ్యః పరం।
వ్యాఖ్యాంతం భరతాదిభిః పరివృతం రామం భజే శ్యామలమ్॥

వామే భూమిసుతా పురశ్చ హనుమా న్పశ్చాత్సుమిత్రాసురః
శత్రుఘ్నో భరతశ్చ పార్శ్వదళయో ర్వాయ్వాదికోణేషు చ।
సుగ్రీవశ్చ విభీషణశ్చ యువరాట్ తారాసుతో జాంబవా
న్మధ్యే నీలసరోజకోమలరుచం రామం భజే శ్యామలమ్॥

నమోఽస్తు రామాయ స లక్ష్మణాయ। దేవ్యై చ తస్యై జనకాత్మజాయై।
నమోఽస్తు రుద్రేంద్రయయానిలేభ్యో। నమోఽస్తు చంద్రార్కమరుద్గణేభ్యః॥

తతః శ్రీకోశోపరీ శ్రీరామావాహనాదినై వేద్యాంతపూజా విధేయా, పారాయణావసానే చ పునఃపూజా కర్తవ్యా.

◆◆◆

వేద వేద్యే పరే పుంపి జాతే దశరథాత్మజే
వేద ప్రాచేతసా దాసి త్సాక్షా ద్రామాయణాత్మనా.

ఆంజనేయ స్తోత్ర ప్రారంభః

శృణుదేవి ప్రవక్ష్యామి స్తోత్రం సర్వభయావహమ్
సర్వకామ ప్రదం నృణాం హనూమత్‌స్తోత్ర ముత్తమమ్॥ 1

తప్తకాంచన సఙ్కాశం నానారత్న విభూషితమ్
ఉద్యద్బాల్కా వదనం, త్రిణేత్రం కుండలోజ్జ్వలమ్. 2

మౌఞ్జీ కౌపీన సంయుక్తం హేమయజ్ఞోపవీతమ్
సింగళాక్షం మహాకాయం టఙ్కశైలేన్ద్ర ధారిణమ్. 3

శిఖానిక్షిప్త వాలాగ్రం మేరుశైలాగ్ర సంస్థితమ్
మూర్తిత్రయాత్మకం పీనం మహావీరం మహాహనుమ్. 4

హనూమంతం వాయుపుత్రం నమామి బ్రహ్మచారిణమ్
త్రిమూర్త్యాత్మక మాత్మస్థం జపాకుసుమ సన్నిభమ్. 5

నానాభూషణ సంయుక్త మాఞ్జనేయం నమామ్యహమ్
పఞ్చాక్షర స్థితం దేహం నీలనీరద సన్నిభం 6

పూజితం సర్వదేవైశ్చ రాక్షసా న్తం నమామ్యహం
అచలచ్యుతి సఙ్కాశం సర్వాలఙ్కార భూషితం. 7

షడక్షరస్థితం దేవం నమామి కపినాయకం।
తప్తస్వర్ణమయం దేవం హరిద్రాభం సురార్చితం 8

సున్దరం సాబ్జనయనం త్రిణేత్రం తం నమామ్యహం
అష్టాక్షరాధిపం దేవం హీరవర్ణ సముజ్జ్వలం. 9

నమామి జనతావన్ద్యం లఙ్కా ప్రాసాదభంజనం
అతసీపుష్ప సఙ్కాశం దశవర్ణాత్మకం విభుం. 10

జటాధరం చతుర్బాహుం నమమి కపినాయకం
ద్వాశక్షర మన్త్రస్య నాయకం కు స్తధారిణం. 11

అఙ్కుశఞ్చ దధానఞ్చ కపివీరం నమామ్యహం
త్రయోదశాక్షిరయుతం సీతాదుఃఖ నివారణం. 12

పీతవర్ణం లసత్కాయం భజే సుగ్రీవ మన్త్రిణం
మాలామన్త్రాత్మకందేవం చిత్రవర్ణం చతుర్భుజం. 13

పాశాఙ్కుశాభయకరం ధృతలఙ్కం నమామ్యహం
సురాసుర గణైస్సర్వై స్సంస్తుతం ప్రణమామ్యహం 14

ఏవం ధ్యాయే న్నరోనిత్యం సర్వపాపైః ప్రముచ్యతే
ప్రయాతి చిన్తితంకార్యం శీఘ్రమేవ నసంశయః. 15

అష్టమ్యాం నా చతుర్ధశ్యా మర్కవారే విశేషతః।
నన్ధ్యాపూజాం ప్రకుర్వీత ద్వాదశ్యాఞ్చ విశేషతః. 16

అర్కమూలేన కుర్వీత హనుమత్ప్రతిమాం సుధీః
పూజయేత్తత్ర విద్వాన్ యో రక్తవస్త్రేణ వేష్టయేత్. 17

బ్రాహ్మణా న్భోజయే త్పశ్చా త్తత్ప్రీత్యై సర్వకామదాం
యః కరోతి నరోభక్త్యా పూజాం హనుమత స్సుధీః॥ 18

న శ స్త్రభయమాప్నోతి భయంవా వ్యన్తరిక్షిజం. 19

అక్షాది రాక్షసహరం దశకణ్ఠదర్ప
నిర్మూలనం రఘువరాంఘ్రిసరోజభక్తం
సీతావిషహ్యా ఘనదుఃఖ నివారకం తం
వాయోస్సుతం గలిత భాను మహం నమామి. 20

మాం వశ్య వశ్య హనుమాన్ నిజ దృష్టిపాలైః
మాం రక్షరక్ష పరితో రిపుదుఃఖపుంజాత్
వశ్యాం కురు త్రిజగతీం వసుధాదిపానాం
మే దేహి దేహి మహతీం వసుధాం శ్రియంచ. 21

అపద్భ్యో రక్ష సర్వత్ర ఆంజనేయ నమోస్తుతే
బన్ధనం చేదయాజస్రం కపివీర నమోస్తుతే. 22

దుష్టరోగాన్ హన హన రామదూత నమోస్తుతే
ఉచ్చాటయ రిపూస్సర్వా న్మోహనం కురు భూభుజాం. 23

విద్వేషితో మారయత్వం త్రిమూర్త్యాత్మక సర్వదా
సఞ్జీవసర్వతోద్ధార మనోదుఃఖం నివారయ. 24

ఘోరా నుపద్రవా౯ సర్వా౯ నాశయాక్షసురాన్తక
ఏవం స్తుత్వా హనూమన్తం నర శ్రృద్ధాసమన్వితః॥ 25

పుత్ర పౌత్రాదిసహిత స్సర్వసౌఖ్య మవాప్నుయాత్.

ఇ త్యుమానంహితాయాం ఆంజనేయస్తోత్రం సమ్పూర్ణం.

◆◆◆

పారాయణ సమాపన సమయానుసంధేయక్రమః

స్వస్తిప్రజాభ్యః పరిపాలయంతాం
న్యాయ్యేన మార్గేణ మహీం మహీశాః।
గో బ్రాహ్మణేభ్యః శుభమస్తు నిత్యం
లోకా స్సమస్తా స్సుఖినో భవంతు॥

కాలే వర్షతు వర్జన్యః పృథివీ సస్యశాలినీ,
దేశోఽయం క్షోభరహితో బ్రాహ్మణాస్సంతు నిర్భయాః॥

అపుత్రాః పుత్రిణస్సంతు పుత్రిణస్సంతు పౌత్రిణః।
అధవా స్సధవా స్సంతు జీవంతు శరదాం శతమ్॥

చరితం రఘునాథస్య శతకోటి ప్రవిస్తరం।
ఏకైక మక్షరం ప్రోక్తం మహాపాతకనాశనమ్॥

శృణ్వన్రామాయణం భక్త్యా యః పాదం పదమేవ నా।
స యాతి బ్రహ్మణస్థానం బ్రహ్మణా పూజ్యతే సదా॥

రామాయ రామభద్రాయ రామచంద్రాయ వేధసే।
రఘునాథాయ నాథాయ సీతాయాఃపతయే నమః॥

యన్మంగళం సహస్రాక్షే సర్వదేవనమస్కృతే।
వృతనాశే నసుభవ త్తత్తే భవతు మంగళమ్॥

మంగళం కోసలేంద్రాయ మహనీయగుడా(బ్దయే)త్మనే।
చక్రవర్తి తనూజాయ సార్వభౌమాయ మంగళమ్॥

అమృతోత్పాదనే దైత్యాన్ ఘ్నతో వజ్రధరస్య యత్
అదితి ర్మంగళం ప్రాదాత్తత్తే భవతు మంగళమ్॥

త్రీ న్విక్రమాన్ ప్రక్రమతో విష్ణో రమితతేజసః
యదాసీ న్మంగళం రామ త్తే భవతు మంగళమ్॥

ఋతవ స్సాగరా ద్వీరా వేదా లోకా దిశశ్చ తే।
మంగళాని మహాబాహో దిశంతు తన సర్వదా॥

కాయేన వాచా మనసేంద్రియై ర్వా బుద్ధ్యాఽఽత్మనా వా ప్రకతేస్స్వభావాత్।
కరోమి యద్య త్సకలం పరస్మై నారాయణాయేతి సమర్పయామి॥

◆◆◆

శ్రీ గాయత్రీ రామాయణమ్

తపస్స్వాధ్యాయనిరతం తపస్వీ వాగ్విదాం పరం।
నారదం పరివప్రచ్ఛ వాల్మీకి ర్మునిపుంగమ్॥ 1

స హత్వా రాక్షసాౙ సర్వాౙ యజ్ఞఘ్నాౙ రఘునందనః।
ఋషిభిః పూజితస్సమ్యగ్యథేంద్రో విజయీ పురా॥ 2

విశ్వామిత్ర స్సధర్మాత్మా శ్రుత్వా జనకభాషితం।
వత్స రామ ధనుః పశ్య ఇతి రాఘవమబ్రవీత్॥ 3

తుష్టావాస్య తదా వంశం ప్రవిశ్య స నిశాంపతే।
శయనీయం నరేంద్రస్య తదాసాద్య వ్యతిష్ఠత॥ 4

వనవాసం హి సంఖ్యాయ వాసాం స్యాభరణాని చ।
భర్తార మనుగచ్ఛంత్యై సీతాయై శ్వశురో దదౌ॥ 5

రాజా సత్యం చ ధర్మశ్చ రాజా కులవతాం కులం।
రాజా మాతా సితా చైవ రాజా హితకరో నృణామ్॥ 6

నీరీక్ష్య స ముహూర్తం తు దదర్శ భరతో గురుం।
ఉటజే రామమాసీనం జటావల్కలధారిణమ్॥ 7

యది బుద్ధిః కృతా ద్రష్టు గమస్త్యం తం మహామునిం।
అద్యైవ గమనే బుద్ధిం రోచయస్వ మహాయశాః॥ 8

భరత స్యార్యపుత్రస్య శ్వశ్రూణాం మమ చ ప్రభో।
మృగరూపమిదం వ్యక్తం విస్మయం జపయిష్యతి॥ 9

గచ్ఛ శీఘ్ర మితో రామ సుగ్రీవం తం మహాబలం।
వయస్యం తం కురు క్షిప్ర మితో గత్వాఽద్యరాఘవ॥ 10

దేశకాలౌ ప్రతీక్షస్వ క్షమమాణః ప్రియాప్రియే।
సుఖదుఃఖసహః కాలే సుగ్రీవవశగో భవ॥ 11

నంద్యా స్తే తు తపస్సిద్ధా స్తపసా పీతకల్మషాః।
ప్రష్టవ్యా శ్చాపి సీతాయాః ప్రవృత్తిం వినయాన్వితైః॥ 12

న నిర్జిత్య పురీం శ్రేష్టాం లంకాం తా ు కామరూపిణీం।
విక్రమేణ మహాతేజా హనుమా౯ మారుతాత్మజః॥ 13

ధన్యా దేవాస్సగంధర్వా సిద్ధాశ్చ పరమర్షయః।
మమ పశ్యంతి యే నాథం రామం రాజీవలోచనమ్॥ 14

హితం మహార్థం మృదుపూర్వసంహితం వ్యతీతకాలాయతి సంప్రతిక్షమం।
నిశమ్య తద్వాక్య ముపస్థితజ్వరః ప్రసంగవా నుత్తరమేతదబ్రవీత్॥ 15
ధర్మాత్మా రక్షసాం శ్రేష్ఠ స్సంప్రాప్తోఽయం విభీషణః।
లంకైశ్వర్యం ధ్రువం శ్రీమా నయం ప్రాప్నో త్యకంటకమ్॥ 16

యో వజ్రపాతాశనిసనినపాతః న్న చుక్షుభే నాసి చచాల రాజా।
స రామబాణాభిహతో భృశార్తః శ్చచాల చాపం చ ముమోచ వీరః॥ 17

యస్య విక్రమమాసాధ్య రాక్షసా నిధనం గతాః।
తం మన్యే రాఘవం వీరం నారాయణ మనామయమ్॥ 18

న తే దదృశిరే రామం దహంత మరివాహినీం।
మోహితాః పరమాస్త్రేణ గాంధర్ణే మహాత్మనా॥ 19

ప్రణమ్య దేవతాభ్యశ్చ బ్రాహ్మణేభ్యశ్చ మైథిలీ।
బద్ధాంజలిపుటా చేద మునా చాగ్నిసమీపతః॥ 20

చలనా త్పర్వతేంద్రస్య గణా దేవాశ్చ కంపితాః।
చచాల పార్వతీ చాపి తదాశ్లిష్టా మహేశ్వరమ్॥ 21

దారాః పుత్రాః పురం రాష్ట్రం భోగాచ్ఛాదనభాజనం।
సర్వమే నా విభక్తం నో భవిష్యతి హరీశ్వరః॥ 22

యామేన రాత్రిం శత్రుఘ్నః పర్ణశాలాం సమానిశత్।
తామేన రాత్రిం సీతాసి ప్రసూతా దారకద్వయమ్॥ 23

ఇదం రామాయణం కృత్స్నం గాయత్రీబీజసంయుతం।
త్రిసంధ్యం యః పటే న్నిత్యం సర్వపాపైః ప్రముచ్యతే॥ 24

గాయత్రీరామాయణం సంపూర్ణమ్

◆◆◆

ఓం శ్రీర్జయతు
ఆపదామపహర్తారం దాతారం సర్వసంపదామ్
లోకాభిరామం శ్రీరామం భూయో భూయో నమామ్యహమ్॥
శ్రీ సీతా లక్ష్మణ భరత శత్రుఘ్న హనూమ త్సమేత
శ్రీ రామచన్ద్ర పరబ్రహ్మణే నమః

ఆన్ధ్ర తాత్పర్యం సహితే... వాల్మీకి ప్రోక్తే....

శ్రీమద్రామాయణే సున్దరకాణ్డే

ప్రథమ స్సర్గః

తతో రావణ నీతాయా స్సీతాయా శ్శత్రు కర్శనః।
ఇయేష పద మన్వేష్టుం చారణా చరితే పథి॥ 1

తా. శత్రువిజయుడు, మహాపరాక్రమవంతుడైన ఆంజనేయుడు, రావణుడెత్తుకు పోయిన సీతామాత జాడ తెలుసుకోవడానికిగాను జాంబవతాదులు చేసిన పొగడ్తకు పొంగిపోయి సిద్ధచారణాదులు సంచరించే దారిన బయలుదేర సిద్ధపడుతున్నాడు, అప్పుడు ఆంజనేయుడు.

దుష్కరం నిష్ప్రతిద్వన్ద్వం చికీర్ష న్కర్మ వానరః।
స ముదగ్ర శిరో గ్రీవో గవా మృతి రి వా బభౌ॥ 2

తా. దుస్తరమైనది, ప్రతిబంధకముకానిది, అసాధ్యమైన కార్యాన్ని చేయడానికి, రామదూతగా ఆంజనేయుడు లవణసముద్రాన్ని దాటనుత్సాహంతో శిరసు పైకెత్తి, మదించిన వృషభరాజంవలె ప్రకాశిస్తున్నాడు.

అథ వైడూర్య వర్ణేషు శాద్వలేషు మహాబలః।
ధీర స్సలిల కల్పేషు విచచార యథాసుఖమ్॥ 3

తా. వైడూర్య వర్ణం, తెలుపు, ఆకుపచ్చల, నీటిచారలు గల పచ్చిక నేలపై, తన ప్రయాణానికి కావలసిన పరిస్థితులను, చూసుకుంటున్నాడు.

ద్విజా న్విత్రాసయ న్ధీమా నురసా పాదపా న్హరన్।
మృగాంశ్చ సుబహూ న్నిఘ్నన్ ప్రవృద్ధ ఇవ కేసరీ॥ 4

తా. మృగరాజువలె మహాగంభీరముగా కదలు ఆ పవనపుత్రుని చూసిన పక్షులు కిలకిలారావముల మరచిన విచిత్ర అరుపులతో పైకెగిరిపోయాయి. ఆతని కదలికకు కొన్ని వృక్షాలు కూడా కదిలాయి.

నీల లోహిత మాఞ్జిష్ఠ పత్ర వర్ణై స్సితాసితైః।
స్వభావ విహితై శ్చిత్రై ర్ధాతుభి స్స మలఙ్కృతమ్॥ 5

కామరూపిభి రావిష్ట మభీక్ష్ణం సపరిచ్ఛదైః।
యక్ష కిన్నర గన్ధర్వై ర్దేవకల్పై శ్చ పన్నగైః॥ 6

స తస్య గిరివర్యస్య తలే నాగవరాయుతే।
తిష్ఠ న్క పివర స్తత్ర హ్రదే నాగ ఇవాబభౌ॥ 7

తా. నలుపు, ఎరుపు, ఇతర రంగులతో ప్రకాశించు మణిశిలాది ధాతువులు గల ఆ మహేంద్ర పర్వతముపైగల కామరూపులైన యక్ష, కిన్నెర, గంధర్వాదులు, దేవతా సమానులైన పన్నగములతో ఇష్టం వచ్చినట్లు సంచరించు స్వేచ్ఛా జీవులగు ఏనుగులతోను ఆంజనేయుడు మడుగు నందలి కపిరాజువలె ప్రకాశిస్తున్నాడు.

స సూర్యాయ మహేన్ద్రాయ పవనాయ స్వయమ్భువే।
భూతేభ్య శ్చాఞ్జలిం కృత్వా చకార గమనే మతిమ్॥ 8

తా. హనుమంతుడు, సూర్యుడు, ఇంద్రుడు, వాయుదేవుడు, బ్రహ్మాదులకు ఇతర దేవతాదులకు, రామశ్రేయోభిలాషులకు నమస్కరించి గగన మండలము చేరదలిచాడు.

అఞ్జలిం ప్రాఙ్ముఖః కుర్వన్ పవనా యాత్మయోనయే।
తతో౽భివవృధే గన్తుం దక్షిణో దక్షిణాం దిశమ్॥ 9

తా. ఆంజనేయుడు తూర్పుదిక్కుకు తిరిగాడు. వాయువరప్రసాది కనుక, ఆ పవనునికి నమస్కరించాడు. వెంటనే దక్షిణవైపుకు తిరిగాడు. సముద్ర లంఘనానికి వీలుగా తన శరీరాన్ని పెంచాడు. సీతాన్వేషణకు, ఆవలి ఒడ్డునగల రావణపాలిత లంకకు పోవ నిశ్చయుడయ్యాడు.

ప్లవఙ్గప్రవరై ర్దృష్టః ప్లవనే కృతనిశ్చయః।
వవృధే రామవృద్ధ్యర్థం సముద్రఇవ పర్వసు॥ 10

తా. మహావేగుడు, సూర్యకాంతిసముడు, భీకరకాయుడైన, ఆంజనేయుడు ఉత్సాహించు జాంబవతాదుల ఉత్సాహమునకు దీటుగా తన శరీరాన్ని పెంచాడు. అప్పుడా హనుమంతుడు పర్వసమయములలో ఉప్పొంగు సముద్రునివలె కనబడుతున్నాడు.

ని ప్రమాణ శరీర స్స≡ లిలజ్ఘయిషు రర్ణవమ్।
బాహుభ్యాం పీడయామాస చరణాభ్యాం చ పర్వతమ్॥ 11

తా. విపరీతముగా పెరిగిన హనుమ, తననా మహేంద్రపర్వతము మోయునో, లేదోనన్న అనుమానముతో, కాళ్ళతో, చేతులతో, దానిని తాటించాడు.

స చచా లాచల శ్చాపి ముహూర్తం కపిపీడితః।
తరూణాం పుష్పితాగ్రాణాం సర్వం పుష్పమశాత యత్॥ 12

తా. హనుమంతుని తాడనానికి, మహేంద్రగిరి అదిరింది. పర్వతం పైనున్న చెట్లు విదిలించినట్లు కదిలాయి. వాటికున్న పుష్పాలు ఎవరో గబగబ కోస్తున్నట్లు నేలపై జలజల రాలాయి.

తేన పాదసముక్తేన పుష్పౌఘేణ సుగన్ధినా।
సర్వత స్సం వృత శ్శైలో బభౌ పుష్పమయో యథా॥ 13

తా. క్షణకాలమే హనుమంతుడు ఆ కొండపై అటు ఇటు కదిలినా, అతని శక్తి తీవ్రతకు, రాలిన పువ్వులతో మహేంద్రగిరి "పుష్పగిరి"గా శోభిల్లసాగింది.

తేన చోత్తమ వీర్యేణ పీడ్యమాన స్స పర్వతః।
సలిలం సంప్రసుస్రావ మదం మత్త ఇవ ద్విపః॥ 14

తా. ఈ కదలికకే మహేంద్రగిరి చిట్లినట్లయి, మదగజము విడిచిన మదజలము వలె, దాని పగుళ్ళ నుండి నీళ్ళు కారసాగాయి.

పీడ్యమాన స్తు బలినా మహేన్ద్ర స్తేన పర్వతః।
రీతీ ర్నిర్వర్తయామాస కాఞ్చనాఞ్జనరాజతీః॥ 15

తా. హనుమంతుని కదలికలకు, లంక చేరు ప్రయత్నమునకు, మహేంద్రగిరి మొత్తం క్షణకాలం భూకంపమొచ్చినట్లు, గిరిని కంపింప చేసింది. దీంతో ఆ కొండల నుండి జారిపడుతున్న వెండి, బంగారు, నీలపురాళ్ళు రాపిడికి, ఆయా కాంతులతో అది విరాజిల్లసాగింది.

ముమోచ చ శిలా శ్శైలో విశాలా స్సమనశ్శిలాః।
మధ్యమే నార్చిషా జుష్టో ధూమరాజీ రివాஉనలః॥ 16

తా. మణి శిలాది గిరిక ధాతువుల రాళ్ళరాపిడికి, ఎవరో పుట్టించినట్లు అగ్ని పుట్టింది. హనుమంతుని బలపరాక్రమాలు అక్కడ బాగా కనుపిస్తున్నాయి. అతన్ని స్తుతించే అంగద, జాంబవాదులు మరింత ఉత్సాహంతో రెచ్చిపోయి, ఆంజనేయస్తుతిని చేస్తున్నారు.

గిరిణా పీడ్యమానేన పీడ్యమానాని సర్వతః।
గుహానిష్టాని భూతాని వినేదు ర్వికృతై స్స్వరైః॥ 17

తా. అచలము, చలమై నిప్పులు కక్కుతుంటే, ఆ విపరీత పరిణామానికి, ఆ కొండను ఆశ్రయించుకున్న భూతకోటులు సర్వం, అదిరిపడి హాహాకారములు చేస్తూ బయటికి వచ్చాయి.

స మహాసత్త్వ సన్నాద శ్శైలపీడా నిమిత్తజః।
పృథివీం పూరయామాస దిశ శ్చోపవనాని చ॥ 18

తా. మహేంద్రగిరిలో నుండే భూతకోటుల వికృత అరుపులకు, పరిసరాలు ప్రతిధ్వనిం చాయి. అందునున్న జీవజాతి మొత్తం భయపడిపోయింది.

శిరోభిః పృథుభి స్సర్పా వ్యక్తస్వస్తిక లక్షణైః।
వమన్తః పావకం గోరం దదంశు ర్దశనై శ్శిలాః॥ 19

తా. ఆ మహేంద్రగిరి నాక్రమించుకుని స్వస్తిక లక్షణాలతో మహాకాలకూటము విదిలించు సర్పాలు, ఈ హనుమ చేసే హడావుడికి తామేం చేస్తున్నామో తెలియనట్లు, తమను తాము కాటువేసుకున్నట్లు కంపించి, కనుపించిన కొండరాళ్ళను కాటు వేయడం ప్రారంభించాయి.

తాస్తదా స విషైర్దష్టాః కుపితైస్తై ర్మహాశిలాః।
జజ్వలుః పావకోదీప్తా బిభిదు శ్చ సహస్రధాః॥ 20

తా. కుపిత సర్పాలు వేసిన కాటుకు, కొన్నిరాళ్ళు మండాయి. ఎన్నోరాళ్ళు ఆ మహావిషజ్వాలలకు పగిలాయి. ఆ పగుళ్ళు నుండి రకరకాల ధాతువులు కారసాగాయి.

యాని చౌషధజాలాని తస్మిన్జాతాని పర్వతే।
విషఘ్నా న్యపి నాగానాం న శేకు శ్శమితుం విషమ్॥ 21

తా. ఆ గిరిపై విషము హరించు ఎన్నో ఓషధీమొక్కలున్నపటికి, ప్రస్తుత పరిస్థితిలో ఆ ఓషధులు నిరుపయోగమయ్యాయి.

భిద్యతేఽయం గిరి ర్భూతై రితి మత్వా తపస్వినః।
త్రస్తా విద్యాధరా స్తస్మా దుత్పేతుః స్త్రీగణై స్సహ॥ 22

పానభూమిగతం హిత్వా హైమ మాసవభాజనమ్।
పాత్రాణి చ మహార్హాణి కరకాం శ్చ హిరణ్మయాన్॥ 23

లేహ్యా నుచ్చావచాన్ భక్ష్యాన్ మాంసాని వివిధాని చ।
ఆర్షభాణి చ చర్మాణి ఖడ్గాం శ్చ నకనక త్సరూన్॥ 24

తా. ఇక మహేంద్రగిరిపై వారి వారి భార్యలతో నివాసమున్న విద్యాధరాదులు ఈ మహోత్పాతానికి కదిలిపోయారు. భయంతో ఏదో ప్రమాదం ముంచుకొచ్చిందని గిజగిజలాడిపోయారు. ఆ సమయంలో త్రాగుడు స్థితిలో వున్న వారల చేతిలోని బంగారుపాత్రలు, వెండి రత్నాలు పొదిగిన పాత్రలు, తాము తినడానికి తెచ్చుకున్న నంజుళ్ళు, పచ్చళ్ళు, రకరకాల తినుబండారాలు, మాంసములతో పాటు బంగారు పిడిగల కత్తులను, చర్మంతో చేసిన డాలులను, ఎలాగున్నవట్లా విడిచి, భయంతో వణికిపోతూ తెలియని ఆ ఉత్పాతం నుండి బయటపడటానికి గాను తమ తమ స్త్రీలతో, గిరి గర్భము నుండి గగనానికెగిరారు.

కృతకణ్ఠగుణాః క్షీబా రక్తమాల్యానులేపనాః।
రక్తాక్షాః పుష్కరాక్షా శ్చ గగనం ప్రతిపేది రే॥ 25

తా. ఆ విద్యాధరులు - వారి స్త్రీలు అందంగా అలంకరించుకుని, మెడలో పూలహారాలు, తలపై ఎర్రని పుష్పాలతో, శరీరమంతా ఎర్రచందనం పూసుకుని, మత్తు కళ్ళతో, చెదరిన వస్త్రాలు, జారిన మొలనూళ్ళతో తూలుతు, ఎర్రని కన్నులు మత్తునుండి బయటపడలేక, అరకన్నుల అటు ఇటు చూస్తూ "ఏమయింది ?" ఒకరినొకరు అడుగుకుంటున్నారు.

హార నూపుర కేయూర పారిహార్యధరాః స్త్రియః।
విస్మితా స్సస్మితా స్తస్థు రాకాశే రమణై స్సహ॥ 26

తా. మెడలో హారాలు, కాళ్ళ అందెలు, బాహాపురులు కంకణాలతో అటు ఇటు వూగుతు, తమ వాళ్ళను చూసి కొంటె నవ్వులు చిలికించే వారికి ఈ హడావుడి ఎగురుడేమిటో ఎవరికి అర్థం కాలేదు.

దర్శయన్తో మహావిద్యాం విద్యాధర మహర్షయః।
సహితా స్తస్థు రాకాశే వీక్షాం చక్రు శ్చ పర్వతమ్. 27

తా. మహావిద్యలు తెలిసిన మహర్షులైన విద్యాధరులు తమ తమ మంత్రశక్తుల నుపయోగిస్తూ మహేంద్రపర్వతం వైపు చూసారు.

శుశ్రువుశ్చ తదా శబ్ద మృషీణాం భావితాత్మనామ్।
చారణానాం చ సిద్ధానాం స్థితానాం విమలేఽమ్బరే। 28

ఏష పర్వత సజ్కాశో హనూమా న్మారుతాత్మజః।
తితీర్షతి మహావేగం సముద్రం మక రాలయమ్॥ 29

తా. ఆ సమయంలో, "అహో! మహాద్భుత బలసంపన్నుడైన ఆంజనేయుడు, శ్రీరామ కార్యార్థము, ఈ గిరి నుండి సముద్ర తరణానికి బయలుదేరు తున్నాడు. ఎంత సాహసమని, ఆకాశమునందు నిలచిన మహర్షులు, సిద్ధ చారణాదులు చెప్పుకోవడం ఈ విద్యాధరులు విన్నారు.

రామార్థం వానరార్థం చ చికీర్ష న్కర్మ దుష్కరమ్।
సముద్రస్య పరం పారం దు ష్ప్రాపం ప్రాప్తు మిచ్ఛతి॥ 30

ఇతి విద్యాధరా శ్శృత్వా వ చ స్తేషాం మహాత్మనామ్।
త మప్రమేయం దదృశుః పర్వతే వానరర్షభమ్॥ 31

తా. శ్రీరాముని కోసం, వానర ప్రభువు కోసం.... అంటూంటే, "తన కోసం కాదన్నమాట." ఇది విద్యాధరుల నోటినుండి వెలువడినమాట. మహాకష్ట సాధ్యమైన, సముద్రాన్ని దాటడమన్న కార్యాన్ని స్వీకరించాడు. ఈ మాటల్ని మహర్షుల నోట విన్న విద్యాధరులప్పుడు మహేంద్రగిరిపై మరో పర్వతంలాగ వున్న వ్యక్తిని చూసి, ఇతడే ఆంజనేయుడనుకున్నారు.

దుధువే చ స రోమాణి చకమ్పే చా చలో పమః।
ననాద సుమహో నాదం సుమహో నివ తో యదః॥ 32

తా. అప్పుడా హనుమంతుడు, ముందుకురకడానికి, సిద్ధపడుతూ శరీరాన్ని విదలించాడు. రోమాలు నిక్కపొడుచుకున్నాయి. మహా గంభీరనాదం చేసాడు.

అనుపూర్వేణ వృత్తం చ లాఙ్గూలం రోమభి శ్చితమ్।
ఉత్పతిష్య న్విచిక్షేప పక్షిరాజ ఇ వోరగమ్॥ 33

తా. గరుత్మంతుడు తన నోట చిక్కిన పాములను జారవిడిచినట్లు హనుమంతుడు ఓంకారమువలె చుట్టచుట్టుకున్న తోకను క్రిందకి జారవిడిచాడు.

తస్య లాఙ్గూల మావిద్ధ మాత్త వేగస్య పృష్ఠతః।
దదృశే గరుడేనేవ హ్రియమాణో మహోరగః॥ 34

తా. అప్పుడు మహావేగముతో ముందుకు సాగదలిచిన ఆంజనేయుని వాలము, గరుత్మంతుని నోట చిక్కిన పామువలె కనబడుతుంది.

బాహూ సంస్తమ్భయామాస మహాపరిఘసన్నిభౌ।
ససాద చ కపిః కట్యాం చరణౌ సఞ్చుకోచ చ॥ 35

తా. పరిఘల వలెనున్న తన బాహువులను బిగపెట్టి నడుమును నిటారుగా చేసి, కాళ్ళు ముడుచుకుని బలం పుంజుకుని మారుతి, సముద్రముపై ఎగురడానికి సంసిద్ధుడౌతున్నాడు.

సంహృత్య చ భుజౌ శ్రీమా౯ తథైవ చ శిరోధరామ్।
తేజ స్సత్త్వం తథా వీర్య మావివేశ స వీర్యవాన్॥ 36

తా. చేతులను, మెడను నిలబెట్టి, జవసత్వములను కూడగట్టుకుని, పైకి ఎగురడానికి కావలసిన స్థితిలో తన శక్తియుక్తులను సిద్ధపరచుకుంటున్నాడు.

మార్గ మాలోకయన్ దూరా దూర్ధ్వం ప్రణిహితేక్షణః।
రురోధ హృదయే ప్రాణా నాకాశ మవలోకయన్॥ 37

తా. వెళ్ళేదారిని చూడాలనుకున్నట్లూ పవనపుత్రుడు ఆకాశాన్నొకసారి చూస్తాడు. మార్గాన్ని నిర్ధారించుకున్నాడు. ఊపిరి బిగించాడు. పైకి ఎగురడంలో తన దృష్టిని నిలిపి, పైకెగుర ఉత్సాహిస్తున్నాడు.

పద్భ్యాం దృఢ మవస్థానం కృత్వా స కపికుఞ్జరః।
నికుఞ్చ్య కర్ణౌ హనుమా నుత్పతిష్య న్మహాబలః॥ 38
వానరాన్ వానరశ్రేష్ఠః ఇదంవచన మబ్రవీత్.

తా. మహాబలుడు సామీరిని చూస్తున్నారు. అంజనీపుత్రుని ప్రతి కదలిక, అచ్చటి వాతావరణము కొందరికి భయమైనా, ఈ వానరాదులందరికి మహానందంగా వుంది. "ఎగురు, ఎగురు" అన్నట్లు చూస్తున్నారు. రెండు కాళ్లను బలంగా తన్నిపెట్టి శరీరాన్ని తేలిక చేసి, గాలిలో తేలేటట్లు యోగశక్తి స్వరూపుడైన ఆ మహాయోగి మారుతి... చెవులు రిక్కించాడు. ఎగురు తున్నాడని అందరు అనుకుంటున్న సమయంలో...

యథా రాఘవనిర్ముక్త శ్శర శ్శ్వసన విక్రమః।
గచ్ఛేత్త ద్వద్గమిష్యామి లఙ్కాని రావణపాలితామ్॥ 39

తా. వానరవీరులందరిని చూస్తూ, ముఖ్యంగా అంగద జాంబవంతాదుల నుద్దేశించి "ధనుర్విముక్త,రామబాణమై నిరాటంకంగా ముందుకు సాగుతాను. రావణ పాలిత లంకను చేరుతాను.

నహి ద్రక్ష్యామి యది తాం లఙ్కాయాం జనకాత్మజామ్।
అనేనైవ హి వేగేన గమిష్యామి సురాలయమ్। 40

తా. అక్కడ ఆ జనకుని కూతురి జానకి కనబడలేదో, ఆ "సురాలయం" స్వర్గానికి వెడతాను. ఎందుకంటే ఈ రావణుడు త్రిభువన సార్వభౌముడు కదా: ఆమెను ఎక్కడుంచుతాడో, తానెక్కడ వుంటాడో తెలుసుకోవ డానికింతకంటే మార్గము లేదన్నట్లు హనుమంతుడు చెబుతున్నాడు.

యది వా త్రిదివే సీతాం న ద్రక్ష్యా మ్యకృతశ్రమః॥
బధ్వా రాక్షసరాజాన మానయిష్యామి రావణమ్। 41

తా. వానరవీరులతో సహా అంగద, జాంబవంతులు వింటున్నారు. అక్కడ గూడా సీత కనబడకపోతే "ఏం చేస్తావురా ?" అంటే ఆ లంకాపతిని బంధించి మరీ తీసుకు వస్తాను." అని వాళ్ళను భయపడవద్దని అభయమొసగేటట్టా అంజనీపుత్రుడు చెబుతున్నాడు.

సర్వథా కృతకార్యో హ మేష్యామి సహ సీతయా॥
ఆనయిష్యామి వా లఙ్కాం సముత్పాట్య స రావణామ్॥ 42

తా. ధైర్యంగా వుండండి. కార్యం సాధించుకుని వస్తాను. కుదరలేదా ? ఆ రావణుని లంకతో సహా పెకలించుకుని వస్తాను. "ఇది సత్య"మన్నట్లు చెప్పిన మారుతి, వారందరికి ప్రాణమూర్తి అయ్యాడు.

ఏవ ముక్త్వా తు హనుమా న్వానరా న్వానరోత్తమః॥ 43
ఉత్పపాతా థ వేగేన వేగవా న విచారయన్।
సువర్ణ మివ చా త్మానం మేనే స కపికుఞ్జరః॥ 44

తా. ఆ రకంగా వానర ప్రముఖులను, వీరులను ఉద్దేశించి పల్కిన పవన పుత్రుడు, ఇక తన కార్య సాధనకు కబుర్లు కట్టిపెట్టి ముందుకు సాగ ఉద్యమిస్తున్నాడు.

సముత్పతతి తస్మి స్తు వేగా త్తే నగరోహిణః।
సంహృత్య విటపాన్ సర్వా న్సముత్పేతు స్సమన్తతః॥ 45

తా. మహాబలవంతుడైన ఆ వాయుపుత్రుడు, మహావేగవంతుడైన గరుత్మంతుని తలచుకున్నాడు. తన కార్యసాధనకు సహకరించమని, మనసులోనే అర్థించాడు. ముందుకురికాడు.

స మత్తకోయష్టిమకాన్ పాదపా న్పుష్పశాలినః।
ఉద్వహ న్నూరువేగేన జామ విమలేఽమ్బరే॥ 46

తా. ఆ ఎగరడంలో, భూకంపం వచ్చినట్లు పర్వతం మొత్తం ఒక్క వుదుటున కదిలింది. ఓ క్షణంలో అయితే, ఆ గిరి కూడా హనుమంతుని అనుసరిస్తూందేమో ననిపించింది. ఇకపై దానిపైనున్న చెట్లయితే, నిరాధారం గానే కదిలి, ఎగిరాయి.

ఊరు వేగోద్ధతా వృక్షా ముహూర్తం కపి మన్వయుః।
ప్రస్థితం దీర్ఘ మధ్వానం స్వబన్ధు మివ బాన్ధవాః॥ 47

తా. ఊర్ధ్వముఖంగా, యోగమూర్తయిన ఆంజనేయుడు గగనవీధి కెగురుతున్నాడు. ఆతని తొడల వేగానికి, పువ్వులు, పక్షులతోనున్న చెట్లు, మహేంద్రగిరిని విడిచి, ఆంజనేయుని అనుసరించాయి.

త మూరువేగోన్మథితా స్సాలా శ్చా న్యే నగోత్తమాః।
అనుజగ్ము ర్హ నూమన్తం సైన్యా ఇ మహీపతిమ్॥ 48

ఆంజనేయుని తొడల వేగము. పవన పుత్రుడు కదా, ఆ మహావేగం, శబ్దం, రాపిడికి, ఆతనన్ననుసరించిన వృక్షాదులు, దూరప్రాంతానికి వెళ్ళే ఆప్తబంధువుల ననుసరిస్తున్నట్లు సాగుతున్నాయి.

సుపుష్పితాగ్రై ర్బహుభిః పాదపై రన్వితః కపిః।
హనుమా న్పర్వతాకారో బభూవాద్భుత దర్శనః॥ 49

తా. పుష్పములతో కూడిన వృక్షసముదాయం వెంబడిస్తున్న హనుమంతుడు, పూలపర్వతం వలె శోభిల్లుతున్నాడు.

ఆ వృక్షాల ఎగురుడు, గాలి తాకిడి, హనుమంతుని వేగము, చూసేవాళ్ళకు ఆశ్చర్యము కలిస్తే ఈ వృక్షసముదాయము అనుసరించడం, రాజునను సరించి పరివారము వలె వున్నాయి.

సారవన్తో౽థ య వృక్షా న్యమజ్జ న్లవణామ్భసి।
భయా దివ మహేన్ద్రస్య పర్వతా వరుణాలయే॥ 50

స నానాకుసుమైః కీర్ణః కపి స్సాఙ్కుర కోరకైః।
శుశుభ మేఘసఙ్కాశః ఖద్యోతై రివ పర్వతః॥ 51

తా. హనుమంతుడు ముందుకు సాగుతున్నాడు. మహావృక్షములు తమ కొమ్మలతో, విరిసిన పూలవనం వలె, పవనపుత్రుని గాలికి తాడుగా అనుసరిస్తున్నాయి. అతని వేగాన్ని అందుకోలేనట్లు, తీవ్ర వేగంతో సాగే అంజనీనందనుని, కొంతదూరం అనుసరించినా వృక్షములను చూస్తే ఇంద్ర భయంతో పూర్వం రెక్కల పర్వతాలు, సముద్రంలో కూలినట్లనిపించింది. ఎవరో త్రోసినట్లు దబ్బున సముద్రంలో పడిపోవడం, అందులోని జలచరాలు శరీరం గగుర్పొడిచేటట్లు చేసింది. అవి అంతెత్తు ఎగరడం జరిగింది.

విముక్తా స్తస్య వేగేన ముక్త్వా పుష్పాణి తే ద్రుమాః।
అవశీర్యన్త సలిలే నివృత్తా స్సుహృదో యథా॥ 52

తా. ఒక పెద్దమేఘంలా కనబడే అంజనేయుని, అతనినసరించి పూలచెట్లు రాల్చిన పూవులతో రాత్రిపూట మిణుగురుపురుగులచే కప్పబడిన పర్వతంలాగ ప్రకాశిస్తున్నాడు.

హనుమంతుని తీవ్రవేగానికాతనిననుసరించినా వృక్షరాజములు, కొంతదూరం ప్రయాణం చేసి, తమను విడిచి దూరదేశాలకు వెళ్ళే బంధువును కన్నీళ్ళతో సాగి, ఆగిపోయినట్లా వృక్షాలు, అలాగే దబ్బున సముద్రంలో పడిపోయాయి.

లఘుత్వే నోపపన్నం ద్విచిత్రం సాగరేऽపతత్।
ద్రుమాణాం వివిధం పుష్పం కపివాయుసమీరితమ్॥ 53

తా. ఎర్రటి, పచ్చటి, నల్లని, ఆ పుష్పాలు హనుమద్వేగానికి పరుగెత్తి సముద్రంలో పడటం చూసిన వారందరు లవణ సముద్రం, పుష్ప సముద్ర మయిందా.......! అన్నట్లు అవి చిత్రంగా చూసారు.

తారాశత మివా కాశం ప్రబభౌ న మహార్ణవః।
పుష్పౌఘే నానుబన్దేన నానావర్ణేన వానరః॥
బభౌ మేఘ ఇవా కాశే విద్యుద్గణవిభూషితః। 54

తా. చూసేవారికది సముద్రమన్న భ్రాంతికన్న, నక్షత్రయుక్త ఆకాశం దిగి వచ్చిందా ? అన్నట్లు ఆశ్చర్యపోయారు. ఇప్పుడాంజనేయుడు చిత్రవిచిత్రరంగుల పుష్పాలతో, మెరిసే మేఘంలా కనబడుతున్నాడు.

తస్య వేగసమాధూతైః పుష్పై స్తోయ మదృశ్యత।
తారాభి రభిరామాభి రుదితాభి రివా మ్బరమ్। 55

తా. పవనపుత్రుని వేగానికి పూలన్ని రాలి నీళ్ళలో పడిపోయాయి. అప్పుడా సముద్రం తారామండలమన్న భ్రాంతి గొల్పసాగింది.

తస్యా మ్బరగతౌ బాహూ దదృశాతే ప్రసారితౌ॥
పర్వతాగ్రా ద్వినిష్క్రాన్తౌ పఞ్చాస్యా వివ పన్నగౌ। 56

తా. చేతులను బారగా చాచి, పర్వతము నుండి ఎగురుతున్న పవనపుత్రుని చేస్తే, అయిదు తలల పాములు. రెండు ఆకాశాన్ని అమితవేగంతో తాకబోతున్నట్లు కనిపిస్తున్నాయి.

పిబ న్నివ బభౌ చాపి సోర్మిజాలం మహార్ణవమ్।
పిపాసు రివ చా కాశం దదృశే స మహాకపిః॥ 57

తా. సముద్రపు పైన ఎగిరే ఆ ఆంజనేయుని చూసినవారు, గగనవీధిలో సాగే సమయంలో "ఈ పవన పుత్రుడు పుట్టగానే సూర్యుని మ్రింగబోయిన ధీరుడు కదా! ఇప్పుడీ అనంతాకాశాన్ని నోట కరచుకోబోతాడేమో"నన్న అనుమానం చూసే వారిలో చెలరేగ సాగింది.

తస్య విద్యుత్ప్రభాకారే వాయుమార్గానుసారిణః॥
నయనే విప్రకాశేతే పర్వతస్థా వి వానరౌ। 58

తా. విద్యుల్లతలాగ తీవ్ర వేగంగా ముందుకుసాగాలనే హనుమ తీక్షణచూపులు, కొండనంటుకున్న కార్చిచ్చుల్లాగ వుంది.

పిఙ్గేపిఙ్గాక్షముఖ్యస్య బృహతీ పరిమణ్డలే॥
చక్షుషీ సమ్ప్రకాశేతే చన్ద్రసూర్యా వి వోదితౌ। 59

తా. ఆ వానరవీరుని పింగళవర్ణ నేత్రాలు ఎర్రగా వుండి ఉదయించే సూర్యచంద్రులను తలపుకు తెస్తున్నాయి. అరివీరుల గుండెలదరగొట్టేటట్లు ఆంజనేయుడు ఆ వినువీధిలో గరుడవేగంతో సాగుతున్నాడు.

ముఖం నాసిక యా తస్య తామ్రయా తామ్ర మాబభౌ॥
సన్ధ్యయా సమభిస్పృష్టం యథా త త్సూర్యమణ్డలమ్। 60

తా. ఎర్రని ముక్కుతో రాగి రంగులో వున్న ఆంజనేయుని ముఖం, సంధ్యా సమయంలో వుండే సూర్యకాంతివలె కనుపిస్తుంది.

లాఙ్గూలం చ సమావిద్ధం ప్లవమానస్య శోభతే॥
అమ్బరే వాయుపుత్రస్య శక్రధ్వజ ఇవోచ్ఛ్రితమ్॥ 61

తా. సముద్రాన్ని దాటే ప్రయాణానికి అనువుగా ఎత్తబడిన లాంగూలం ఇంద్రధ్వజమా అన్నట్లు కనబడుతుంది.

లాఙ్గూలచక్రేణ మహాన్ శుక్లదంష్ట్రో నిలాత్మజః॥
వ్యరోచత మహాప్రాజ్ఞః పరవేషీన భాస్కరః॥ 62

తా. తోకచక్రంలా గుండ్రంగా వుంది. దంతాలు తెల్లగా మెరుస్తున్నాయి. ఇప్పుడతడు చూడటానికి సూర్యుని చుట్టు ఏర్పడిన వలయం వలె వున్నాడు.

స్ఫిగ్దేశేనాభితామ్రేణ రరాజ స మహాకపిః॥
మహతా దారితే నేవ గిరి గైరిక ధాతునా। 63

తా. ప్రస్తుతమాతని ఆకారం చూడటానికి, గైరికాది ధాతువులతో నిండిన కొండవలె తేజోవంతముగా కనబడుతుంది.

తస్య వానరసింహస్య ప్లవమానస్య సాగరమ్।
కక్షా న్తరగతో వాయు ర్జీమూత ఇవ గర్జతి। 64

తా. తీవ్రవేగంతో సాగే హనుమంతుని బాహుమూలముల నుండి వచ్చే గాలి శబ్దము, మేఘాలు గర్జిస్తున్నట్లుంది.

ఖే యథా నిపత న్త్యుల్కా హ్యుత్తరాన్తా ద్వినిస్సృతా।
దృశ్యతే సానుబన్ధా చ తథా స కపికుఞ్జరః। 65

తా. హనుమంతుని అప్పటి ఆ వేగం చూస్తే ఉత్తరదిక్కు నుండి దక్షిణ దిక్కుకు సాగే పెద్ద తోకచుక్కవలె కనబడుతున్నాడు.

పతత్పతఙ్గసఙ్కాశో వ్యాయత శ్శుశుభే కపిః।
ప్రవృద్ధ ఇవ మాతఙ్గః కక్ష్యయా బధ్యమానయా। 66

తా. సూర్యకాంతి తేజోమయుడైన ఆ వానరేంద్రుని అప్పటి గమన రూపం గమనిస్తే, నడుముకు తాడు గట్టిన ఏనుగువలె కనబడుతున్నాడు.

ఉపరిష్టా చ్ఛరీరేణ ఛాయయా చావఘాడయా।
సాగరే మారుతావిష్టా నౌ రివా సీత్తదా కపిః॥ 67

తా. సముద్రాన్ని దాటే, ఆ వాయునందని రూపం, నీటిపైనబడి, గాలికి పోవుచున్న ఓడవలె కనబడసాగింది.

యం యం దేశం సముద్రస్య జగామ స మహాకపిః॥ 68
స స తస్యోరువేగేన సోన్మాద ఇవ లక్ష్యతే।

తా. ఆంజనేయుని ఆ అమితవేగములో సముద్రపు నీరు అల్లకల్లోలమవడం, అందలి జలజంతువులు ఎగిరెగిరిపడటం, నురుగలతో సముద్రం చేసే శబ్దం, ఏదో ఉత్పాతాన్ని సూచిస్తున్నట్లనిపిస్తుంది.

సాగర స్యోర్మిజాలానా మురసా శైలవర్ష్మణామ్॥ 69
అభిఘ్నం స్తు మహావేగః పప్లువే స మహాకపిః॥

తా. అలాగ తీవ్రవేగంతో పైకెగసిన అలలు హనుమంతుని రొమ్మును ఢీకొని, తెగిన గాలిపటంలా క్రిందపడటం, ప్రకృతిశోభ చూసేవారికి, నయనానంద కరంగా వుంది.

కపివాత శ్చ బలవాన్ మేఘవాత శ్చ నిస్సృతః॥ 70
సాగరం భీమనిర్ఘోషం కమ్పయామాస తు ర్భృశమ్॥

తా. వాయుపుత్రుని కదలికకు, మేఘాల రాపిడికి ఆకాశంలో వింతధ్వనులు పుట్టి కొందరికి విడ్డూరం, కొందరికి భయాన్ని కల్గిస్తున్నాయి.

వికర్ష న్నూర్మిజాలాని బృహన్తి లవణామ్భసి॥ 71
పుప్లువే కపిశార్దూలో వికిర న్నివ రోదసీ॥

తా. ఆంజనేయుడు ముందుకు వెడుతున్నాడు. సముద్రపుటలలు ఉవ్వెత్తున లేచి, హనుమను తాకి క్రిందపడుతూంటే, అప్పటికే ఎగిసి ఆకాశాన్ని కప్పబోయే అలల్ని, మారుతి తన రొమ్ముతో ఢీకొని, ఏది ఆకాశమో, ఏదీ భూమి సముద్రమో తెలియని అయోమయాన్ని కూర్చుతున్నట్లు కనబడ్డాడు.

మేరుమన్దరసఙ్కాశా నుద్గతాన్ స మహార్ణవే॥ 72
అతిక్రామ న్మహావేగ స్తరఙ్గా న్గణయ న్నివ॥

తస్య వేగసముద్ధూతం జలం సజలదం తదా॥ 73
అమ్బరస్థం విబభ్రాజ శారదాభ్ర మివాఽతతమ్॥

తా. ఎగిసి, ఉవ్వెత్తున ఎగిరే అలలను, ఆంజనేయుని చూసినవారలు, హనుమ-అలలను లెక్కపెడుతున్నట్లు కనబడ్డాడు. హనుమంతుని గమనవేగంతో ఆకాశం వరకు ఎగిసిన అలల తెల్లని నురుగు మేఘమండలము వరకు వ్యాపించి, శరత్కాల మేఘాలను జ్ఞప్తికి తెస్తున్నాయి.

తిమి నక్ర ఝషాః కూర్మా దృశ్యన్తే వివృతా స్తదా॥ 74
వస్త్రాపకర్షణే నేవ శరీరాణి శరీరిణామ్॥

తా. తీవ్రవేగంతో సాగే హనుమవేగానికి, సముద్రపుటలలు పైకెగిసి పడటంతో, వస్త్రాసహరణం చేస్తే శరీరంలోని అవయవాలన్నీ స్పష్టంగా కనుపించేటట్లు, సముద్రంలోని జలజంతువులన్నీ స్పష్టంగా కనబడసాగాయి.

ప్లవమానం సమీ క్ష్యాథ భుజఙ్గా స్సాగరాలయాః॥ 75
వ్యోమ్ని తం కపి శార్దూలం సుపర్ణ ఇతి మేనిరే।

తా. ఇక సముద్రంలోని భుజంగాలు ఆకాశంలో ఎగిరేది గరుత్మంతుడని భయపడి, ప్రాణరక్షణకు అల్లల్లాడుతున్నాయి.

దశ యోజన విస్తీర్ణా త్రింశ ద్యోజన మాయాతా॥ 76
ఛాయా వానరసింహస్య జలే చారు తరాభవత్।

శ్వేతాభ్రఘనరాజీవ వాయుపుత్రాను గామినీ॥ 77
తస్య సా శుశుభే ఛాయా వితతా లవణా మ్బుసి।

తా. ముప్పయి ఆమడల పొడవు, పది యామడల వెడల్పు గల రామదూత నీడ, సముద్రజలాల పైబడి - వింతగా ప్రకాశిస్తుంది. ఆ నీడ గగనమండలమున సంచరించే మేఘపంక్తులను తలపిస్తుంది.

శుశుభేస మహాతేజా మహాకాయో మహాకపిః॥ 78
వాయు మార్గే నిరాలమ్బే పక్షవా నివ పర్వతః।

తా. అప్పుడు హనుమంతుడు ఓ రెక్కల పర్వతం వలె ప్రకాశిస్తున్నాడు.

యేసా సౌ యాతి లలవాన్ వేగేన కపికుఞ్జరః॥ 79
తేన మార్గేణ సహసా ద్రోణీకృత ఇవార్ణవః।

తా. ఈ హనుమ మహావేగానికి, సముద్రజలం ఇంకిపోయి, ఏతాము (మోట)తో నీళ్ళు తోడే దొన్నెవలె కనుపించసాగింది.

అపాతే పక్షిసఙ్ఘానాం పక్షిరాజ ఇవ వ్రజన్॥ 80
హనుమాన్ మేఘజాలాని ప్రకర్షన్ మారుతో యథా।

తా. గరుడవేగంతో సాగే అంజనీపుత్రుడు మేఘములతో కప్పబడి, పక్షులతో కూడి సంచరించు గరుడుని వలె గగనవీథిలో, మేఘముల చెదరగొడుతూ ముందుకు సాగుతున్నాడు.

పాణ్డు రారుణ వర్ణాని నీల మాఞ్జిష్ఠకాని చ:॥ 81
కపినా కృష్యమాణాని మహాభ్రాణి చకాశరే।

ప్రవిశ న్నభ్రజాలాని నిష్పతంశ్చ పున: పున:॥ 82
ప్రచ్ఛన్న శ్చ ప్రకాశ శ్చ చన్ద్రమా ఇవ లక్ష్యతే।

తా. తెలుపు, నలుపు, ఎరుపు రంగుల మేఘములతో కలిసి ఆంజనేయుడు, తన ప్రయాణము కొనసాగిస్తూనే, మేఘమండలముతో ఆడుకొనుచున్నట్లు, ఒకసారి కనబడుచు మరొకసారి కనబడక మబ్బుల చాటున దాగిన చంద్రునివలె ముందుకు సాగుతున్నాడు.

ప్లవమానం తు తందృష్ట్వా ప్లవంగం త్వరితం తదా॥ 83
పవర్షు: పుష్ప వర్షాణి దేవ గన్ధర్వ దానవా:।

తా. హనుమ సాహసాన్ని అతని గమన వేగాన్ని గమనించిన, దేవ, గంథర్వ, దానవులు ఆశ్చర్యపోతు "భళీవీరా!" అనుచు పుష్పవర్షము కురిపించారు.

తతాప న హితం సూర్య: ప్లవన్తం వానరోత్తమమ్॥ 84

తా. రామకార్యార్థియై సాగు, ఆ దూతకు, తన శిష్యునకు తన వంశజుని (ప్రాణ) రక్షణకై ముందుకు సాగు హనుమకు, తన కిరణముల వేడి సోకకుండా, సూర్యుడు జాగ్రత్తపడి తన కాలగమనాన్ని కొనసాగిస్తున్నాడు.

సిసేవే చ తదా వాయూ రామకార్యార్థసిద్ధయే।
ఋషయస్తుష్టువు శ్చైనం ప్లవమానం విహాయసా॥ 85
జగుశ్చ దేవగన్ధర్వా: ప్రశంసన్తో మహౌజనమ్।

నాగా శ్చ తుష్టువు ర్యక్షా రక్షాంసి విబుధా: ఖగా:॥ 86
ప్రేక్ష్య సర్వే కపివరం సహసా విగత క్లమమ్।

తా. సాక్షాత్ శ్రీమన్నారాయణుడైన "శ్రీరామ" కార్యార్థమై సాగే తన వరప్రసాదికి, ఏ అడ్డు రాకుండా శీతల మొంద వీలుగా తన శక్తితో అలసట లేకుండా, ముందుకు పోవడానికి వాయువు సహకరిస్తున్నాడు. ఋషులు, దేవతలు, గంధర్వులు, రామదూత విజయానికి పలుమార్లు పొగుడుచు, అభినందనలు తెలిపారు. ఆతడు రామకార్యంలో విజయుడు కావాలని అభిలషించారు, దీవించారు.

యక్ష రక్షో నాగ, పక్షి గణాదులందరు శ్రీరామదూతకు విజయాన్ని కాంక్షిస్తూ "అహా! రామదూతా! రామకార్యదురంధరుడివైన నీకే సాధ్యమైన కార్యము తప్ప, ఇది ఇతరుల కసాధ్యమని ప్రస్తుతించారు.

తస్మిన్ ప్లవగశార్దూలే ప్లవమానే హనూమతి॥ 87
ఇక్ష్వాకు కుల మానార్థీ చిన్మయామాస సాగరః।

తా. ఆంజనేయుని రాకను గమనించిన సముద్రుడు ఇక్ష్వాకు వంశీయులైన సగరపుత్రులచే ఉద్ధరింపబడిన తాను, తన కృతజ్ఞతగా రామకార్య సేవామూర్తికి, సహకరించాలని తలచాడు. తన కృతజ్ఞతను చెప్పుకోవడానికిదే తగిన సమయమని తలిచాడు.

సాహాయ్యం వానరేంద్రస్య యది నాహం హనూమతః॥ 88
కరిష్యామి భవిష్యామి సర్వవాచ్యో వివక్షతామ్।

అహ మిక్ష్వాకునాథేన సగరేణ వివర్థితః॥ 89
ఇక్ష్వాకు సచివ శ్చాయం నావసీదతు మర్హతి।

తధా మయా విధాతవ్యం విశ్ర మేత యథా కపిః॥ 90
శేషం చ మయి విశ్రాన్త స్సుఖే నాతి పతిష్యతి।

తా. గతంలో తాను సాయం పొందడం తెలిసిన వారందరు, ఇప్పుడు నేను రామదూతకు కనుక సహకరించకపోతే కృతఘ్నుడనంటారని భయపడ్డాడు. సగరపుత్రులు లేకపోతే తనకు జీవితమే లేదని, వారివల్ల వుద్ధరింపబడి "సాగర"మైన నేను తప్పక, ఈ రామదూతకు విధిగా నా కృతజ్ఞతను చెప్పుకోవాలని కనీసం కాస్సేపు విశ్రాంతి తీసుకునే సావకాశాన్ని కల్పించాలని తలిచాడు.

ఇతి కృత్వా మతిం సాధ్వీం సముద్ర శ్ఛన్న మమ్భసి॥ 91
హిరణ్యానాభం మైనాక మువాచ గిరిస త్తమమ్।

తా. వెంటనే తనలో దాగివున్న మైనాకుని పిలిచాడు. మైనాకా! ఆ వచ్చేది రామదూత. నా శ్రేయోభిలాషులకు ఆప్తుడు. అతని గమన మాపడం కాదు. అంటూ తన వివరము చెప్పడం ప్రారంభించాడు.

త్వ మిహాసుర సఙ్ఘానాం పాతాళతల వాసినామ్॥ 92
దేవరాజ్ఞా గిరి(శ్రేష్ఠ పరిఘ స్సంనివేశిత:।

త్వ మేషాం జాతవీర్యాణాం పునరేవో త్పతిష్యతామ్॥ 93
పాతాళ స్యా(ప్రమేయస్య ద్వారమావృత్య తిష్ఠసి।

తిర్య గూర్ధ్వ మధ శ్చైవ శక్తి స్తే శైల వర్ధితుమ్॥ 94
తస్మా త్సంచోదయామి త్వా ముత్తిష్ఠ గిరిసత్తమ।

తా. ఓ మైనాకా! ఇది మనకిరువురికి అనువైన సమయం. నాకు ఇక్ష్వాకులు పూజనీయులు. వారి కరుణతో వృద్ధి పొందిన నేను, నాతో వున్న నీకు, నా బంధువులను, నీకు బాంధవులుగా తలచి, తప్పక, వారికి తగు విధాన సహకరించాలి.

మరో విషయం. మాటిమాటికి పాతాళవాసులు బయటికి వచ్చి, దేవతల కపకారము జరుగకుండా చూడమని, పాతాల ద్వారానికి అడ్డంగా వుండమని దేవేం(ద్రుడు నిన్ను శాసించాడు.

కనుక ఎట్లాగైన ఎగురగల నీవు రామదూతను ఆదరించి. మనమాతిధ్య మందిద్దాము లెమ్మ అని చెబుతున్నాడు. అందుకు మురిసిన మైనాకుడు 'సోదరా! నీవు చెప్పినట్లు రాముడు మనకిరువులకు అభిమానుడు. పూజనీయుడే తప్పక ఆయనకు ఆతిథ్యమిద్దాం" అంటాడు.

స ఏష కపి శార్దూల స్త్వా ముపర్యేతి వీర్యవాన్॥ 95

హనూమా (న్రామకార్యార్థం భీమకర్మాక మాప్లుత:।

అస్య సాహ్యం మయా కార్య మిక్ష్వాకు కులవర్తిన:॥ 96

మమ హీక్ష్వాకవ: పూజ్యా: పరం పూజ్యతమాస్తవ:।

కురు సాచివ్య మస్మాకం న న: కార్య మతి(క్రమేత్॥ 97

కర్తవ్య మకృతం కార్యం సతాం మన్యు ముదీరయేత్-

సలిలా దూర్ధ్వము త్తిష్ఠ తిష్ఠ త్వేష కపి స్త్వయి॥ 98

అస్మాక మతిథిశ్చైవ పూజ్యశ్చ ప్లవతాం వరః।
చామీకరమహానాభ దేవ గన్ధర్వ సేవిత॥ 99

హనుమాం స్త్వయి విశ్రాన్త స్తత శ్శేషం గమిష్యతి।

తా. నేను చేయతగినది తప్పక చేస్తానన్నాడు. అందుకు సంతోషించిన సాగరుడు, బంగరు శిఖరములతో తల తళ మెరిసే మైనాకా! ఇక్ష్వాకు కుల శ్రేష్ఠుడైన శ్రీరామ కార్యము మనకందరికి ఆచరణీయం. కనుక రామ కార్యార్థియై, ఆకాశ గమనముతో, నన్ను లంఘించు హనుమంతునికి సాయపడదాం. వెంటనే పైకిలే. సాదర స్వాగతమివ్వు. కాస్సేపు విశ్రాంతి తీసుకుంటే, ఈ సాగర తరుణము చాలా తేలికవుతుంది. అలసట తగ్గిన అతడు హాయిగా ముందుకు సాగుతాడన్నాడు. సత్పురుషులకు చేసే సాయము మనల్ని సదా కాపాడుతుంది. లే, లెమ్మని, సాగరుడు హెచ్చరించాడు.

కాకుత్ స్థ స్యా నృశంస్యంచ మైథిల్యాశ్చ నివాసనమ్॥ 100
శ్రమం చ ప్లవగేన్ద్రస్య సమీక్ష్యోత్థాతు మర్హసి॥

తా. మైనాకా! మనం నిజంగా అదృష్టవంతులము. సీతామాత పేరిట ఈ కార్యక్రమం జరుగుతుంది. ముందా తల్లికి వందన శతాలర్పిద్దాం. ఆలస్యం చెయ్యక, పైకి లే!

హిరణ్యానాభో మైనాకో నిశమ్య లవణామ్భసః॥ 101
ఉత్పపాత జలా త్తూర్ణం మహాద్రుమ లతా యుతః।

తా. హిరణ్యనాభుడైన మైనాకుడు, తన కాశ్రయమిచ్చి, ఇంద్రుని భయం నుండి రక్షించినవానికి, అడగక, అడగక సాయమడిగిన వానికి, తన తండ్రి వాయువు కరుణతో, ఇక్కడనున్న తనకు మేలు జరగడానికి, సంతోషపడుతూ మైనాకుడు సముద్రగర్భం నుండి పైకి లేచాడు.

హిరణ్య నాధోః మైనాకో...! అన్నట్లు, బంగారు శిఖరములతో, అల్లి బిల్లిగా వున్న లతలతో సముద్ర గర్భము నుండి తలపైకెత్తినట్లు పైకి వస్తున్నాడు. అతనికి ఆంజనేయునికి సహాయం చెయ్యాలనే కోరిక మనస్సులో బలంగా కల్గింది.

స సాగరజలం భిత్వా బభూవా భ్యుత్థిత స్తదా॥ 102
యథా జలధం భిత్వా దీప్తరశ్మి ర్దివాకరః॥

తా. సముద్రగర్భంలో, ఇంద్ర భయంతో, పాతాళ బిలానికి అడ్డంగా వున్న మైనాకుడు, ఇంతవరకు ముఖం దాచుకున్నట్లు లోలోపల వుండిపోయిన మైనాకుడు ఆంజనేయుని పేరుతో పైకి బయటికి వస్తున్నాడు.

స మహాత్మా ముహూర్తేన పర్వత స్సలిలావృతః॥ 103

దర్శయామాస శృఙ్గాణి సాగరేణ నియోజితః॥
శాతకుమ్భమయై శృఙ్గై స్స కిన్నర మహోరగైః॥ 104

అదిత్యోదయసఙ్కాశై రాలిఖద్భి రి వామ్బరమ్॥

తా. సముద్ర పరిరక్షకుడైన మైనాకుడు, సముద్రుని అవ్యక్తానందంతో యక్ష కిన్నెరాదులెందరికో విలాసమ్మై, బంగారుఛాయ కలిగి, ఆకాశన్నంటుచున్నట్లుండు, ఉదయకాలపు సూర్యుడెలాగ త్వరత్వరగా తన సంచారాన్ని ప్రారంభిస్తాడో, అలాగే మైనాకుడు పై, పైకి లేచి వస్తున్నాడు.

త స్త జామ్బూనదై శృఙ్గైః పర్వతస్య సముత్థితైః॥ 105
ఆకాశం శస్త్రసఙ్కాశ మభవ త్కా ఞ్చనప్రభమ్॥

తా. సూర్య ప్రకాశంతో బంగారు శిఖరాలతో ఆ ప్రాంతము అపుడు స్వర్ణమయమై నట్లు ప్రకాశించసాగింది.

జాతరూపమయై శృఙ్గై ర్భ్రాజమానై స్స్వయంప్రభైః॥ 106
ఆదిత్య శతసఙ్కాశ స్సోఽభవ గ్గిరిసత్తమః॥

త ముత్థిత మసంగేన హనూమా నగ్రతః స్థితమ్॥ 107
మధ్యే లవణతో యస్య విఘ్నోఽయ మితి నిశ్చితః॥

స త ముచ్ఛ్రిత మత్యర్థం మహావేగో మహాకపి॥ 108
ఉరసా పాతయామాస జీమూత మివ మారుతః॥

తా. బంగారు శిఖరాలు ప్రకాశిస్తుంటే, ఆ తళతళల మిలమిలలకు, నూర్గురు సూర్యులొక్కసారి ప్రకాశిస్తున్న కాంతులక్కడ వ్యాపించాయి. అలాగ పైపైకి

వచ్చే మైనాకుని తన కడ్డంగా వస్తున్నట్లు తలచిన ఆంజనేయుడు, ఇది దేవతలదో, రాక్షసులదో పన్నాగమై వుంటుందని తలిచాడు. వెంటనే మబ్బుల గుంపులను వాయువు చెదరగొట్టేటట్లు, ఆంజనేయుడు తన రొమ్ముతో మైనాకుని తాటించాడు. అది మైనాకుని "ఢీ" కొట్టినట్లయింది. అంతే లేచేవాడు ఒక్కసారి చతికిలబడినట్లు క్రిందకు జారాడు.

స తదా పాతిత స్తేన కపినా సర్వతోత్తమః॥ 109
బుద్ధ్వా తస్య కపే ర్వేగం బహర్ష చ ననన్ద చ।

తా. ఆ రకంగా ఆంజనేయుని చేత ఢీకొట్టబడి, ఆతని వేగానికి క్రిందపడ్డట్టు తూలిన మైనాకుడు నివ్వెరపోయాడు. "అబ్బా! అనుకున్నాడు. ఎంతో ఆనందం కల్గింది. ఇతడు తప్పక కార్యసాధకుడని తలిచాడు.

త మాకాశగతం వీర మాకాశే సముపస్థితః॥ 110
ప్రీతో హృష్టమనా వాక్య మబ్రవీ త్పర్వతః కపిమ్।

మానుషం ధారయన్రూప మాత్మన శ్శిఖరేస్థితః। 111
దుష్కరం కృతవా న్కర్మ త్వ మిదం వానరోత్తమ।
నిపత్య మమ శృఙ్గేషు విశ్రమశస్వ యథాసుఖమ్। 112

రాఘవస్య కులే జాతై రుదధిః పరివర్ధితః।
స త్వాం రామహితే యుక్తం ప్రత్యర్చయతి సాగరః॥ 113

కృ తేచ ప్రతికర్తవ్య మేష ధర్మ స్సనాతనః।
సో యం త త్ప్రతికార్యార్థీ త్వత్తస్సమ్మాన మర్హతి। 114

త్వ న్ని మిత్త మనేనాహం బహుమానా త్ప్రచోదితః।
తిష్ఠ త్వం కపిశార్దూల మయి విశ్రమ్య గమ్యతామ్॥ 115

యోజనానాం శతంచాని కపి రేష సమాప్లుతః।
తవ సానుషు విశ్రాన్త శ్శేషం ప్రక్రమతా మితి॥ 116

తా. వెంటనే మైనాకుడు ఆకాశంలో అమితవేగంతో సాగే ఆంజనేయుని పలుకరించాలని, మానవరూపం ధరించాడు. హనుమ ఎదుట నిలిచాడు.

"ఓ! రామదూతా! అంజనీపుత్రా! జయము శుభము. అత్యంత సాహసముతో సీతారాములను కలుప తలబెట్టిన నీకు మరల శుభమని ప్రశంసిస్తూ-"

ఓ మహావీరా! ఈ సముద్రుడు ఇక్ష్వాకు వంశస్థులచే కరుణింపబడినవాడు. మరి నేనో - ఈ సముద్రునిచే రక్షించబడినవాడిని. సగర వంశీయులచే సంరక్షించబడి "సాగరుడు" అని పేరు పొందిన, ఈ సముద్రుడు, ఆ వంశీయుడైన శ్రీరాముని కార్యానికి వెళ్ళు నీకు ఆతిధ్యమిచ్చి, తన కృతజ్ఞతను చాటుకోవాలని తలిచాడు. నన్ను నిన్ను కలువమని ఆతిధ్యమొసగమని ప్రేరేపించాడు. అతడు -

"సర్వ సమర్థుడివైన నీవు పైకి లే. ఆతడు నీ యందు కాస్సేపు విశ్రాంతి తీసుకుంటాడు. తదుపరి తన ప్రయాణం కొనసాగిస్తాడని చెప్పడంతో సాహసించి నేను నీ ఎదుట నిలపడ్డాను.

"కనుక హనుమద్వీరా! కాస్సేపు ఆగు నాపై విశ్రమించు. నూరు యోజనాల సుదీర్ఘ సముద్రాన్నొకేసారి దాటడం కష్టం. కాబట్టి నాపై విశ్రమించి, నీ అలసట తీర్చుకుని నా వద్దగల పండ్లు తిని, మరీ ముందుకు సాగు"మని రెండుచేతులు జోడించి అభ్యర్థించాడు.

తదిదం గన్ధవ త్స్వాదు కన్దమూల ఫలం బహు।
త దాస్వాద్య హరిశ్రేష్ఠ విశ్రాన్తోనుగమిష్యసి॥ 117

అస్మాక మపి సమ్బః కపిముఖ్య త్వయాఽ<u>స్తివై</u>।
ప్రఖ్యాత స్త్రీషు లోకేషు మహాగుణ పరిగ్రహః॥ 118

వేగ వన్తః ప్లవన్తోయే ప్లవగా మారుతాత్మజ।
తేషాం ముఖ్యతమం మన్యే త్వా మహం కపికుఞ్జర॥ 119

అతిథిః కిల పూజార్హః ప్రాకృతోఽపి విజానతా।
ధర్మం జిజ్ఞాసమానేన కిం పున స్త్వాదృశో మహాన్॥ 120

తా. నా శిఖరములందు ఎన్నో స్వాదుఫలాలు వున్నాయి. వాటిని తిను. విశ్రాంతి తీసుకో. ఆపై నీ ప్రయాణంగా ప్రశాంతంగా ప్రారంభించుము. అన్నవాడు,

క్షణమాగాడు. ఆంజనేయుడాతన్ని ఎగాదిగా చూసాడు. ఇతడు శత్రువు కాదన్నమాట. మిత్రుడు, మనవాడే ననుకున్నాడు.

మహాత్మా! నీవు సముద్రమును దాటతలచిన వానరవీరులలో శ్రేష్టుడవు. అందరిలోకి అగ్రగణ్యుడవైన నిన్ను కలవడం నా అదృష్టం.

ఇంటికి వచ్చినవారిని గుణగణాల నెంచక ఆదరించి, గౌరవించా లన్నది ఆర్షధర్మం. అటువంటిది, పరమపూజ్యుడవు నిస్స్వార్థుడవు. రామ కార్యార్థివై ఫలాపేక్ష రహితంగా సాగు, నిన్ను గౌరవించుట మా ఉభయుల విధి అని, రెండుచేతులు జోడించాడు.

త్వం హి దేవవరిష్ఠస్య మారుతస్య మహాత్మనః।
పుత్ర స్తస్యైవ వేగేన సదృశః కపికుఞ్జర॥ 121

పూజితే త్వయి ధర్మజ్ఞ పూజాం ప్రాప్నోతి మారుతః।
తస్మాత్త్వం పూజనీయో మే శృణు చాప్యత్ర కారణమ్॥ 122

తా. దేవతలలో ఉత్తముడు, ప్రాణ ముఖ్యుడైన వాయుదేవుని వరప్రసాదుడివి. అతని వేగం నీకు సంక్రమించినందువల్లనే సాగరమీద మొదలుపెట్టావు. కాబట్టి నా మిత్రుడు, శ్రేయోభిలాషి, ప్రాణప్రదుడైన ఆ పవనదేవుని కుమారుడివైన నిన్ను పూజించుట నా అదృష్టం. అంతకుమించి, అంటూ

పూర్వం కృతయుగే తాత పర్వతాః పక్షిణోఽభవన్।
తేఽభి జగ్ము ర్దిశ స్సర్వా గరుడా నిల వేగినః॥ 123

తత స్తేషు ప్రయాతేషు దేవసఙ్ఘా స్సహర్షిభిః।
భూతాని చ భయం జగ్ము స్తేషాం పతనశఙ్కయా॥ 124

తతః క్రుద్ధ స్సహస్రాక్షః పర్వతానాం శతక్రతుః।
పక్షాన్ చిచ్ఛేద వజ్రేణ తత్ర తత్ర సహస్రశః॥ 125

స మా ముపాగతః క్రుద్ధో వజ్ర ముద్యమ్య దేవరాట్।
తతోఽహం సహసా క్షిప్త శ్శ్వసనేన మహాత్మనా॥ 126

అస్మి న్లవణతోయే చ ప్రక్షిప్తః ప్లవగోత్తమ।
గుప్త పక్ష సమగ్ర శ్చ తవ పిత్రాఽభి రక్షితః॥ 127

తతో௨హం మావయామి త్వాం మన్మోహిమమ మారుతః।
త్వయా మే హ్యేష సమ్బన్ధః కపిముఖ్య మహాగునః॥ 128

అస్మి న్నేవం గతే కార్యే సాగరస్య మమైవ చ।
ప్రీతిం ప్రీతమనాః కర్తుం త్వ మర్హసి మహాకపే॥ 129

శ్రమం మోక్షయ పూజాం చ గృహాణ కపిసత్తమ।
ప్రీతిం చ బహుమన్యస్వ ప్రీతోస్మితవ దర్శనాత్॥ 130

తా. అప్పుడు మైనాకుడు, మహావీరా! ఇందులో, నీకు ఆతిధ్యమివ్వడంలో నాకు స్వార్థముంది. సముద్రుడు సగర కుమారులచే వృద్ధి చెయ్యబడి సాగరుడయ్యాడు. మరి నేనో.... ఇది కృతయుగం నాటి విషయం. ఆ రోజులలో మా పర్వతాలకు రెక్కలుండేవి. ఇష్టమొచ్చినట్లు ఎగిరేవాళ్ళం. ఎక్కడపడితే అక్కడ ఆగేవాళ్ళం. అది వూరో, ఏరో, అడివో మాకు తెలియదు. అలాగ ఇష్టారాజ్యంగా ప్రవర్తించు మిమ్మల్ని ఇంద్రుడు తన వజ్రంతో, మా రెక్కల్ని నరకడం ప్రారంభించాడు. ఆ సమయంలో - ప్రాణభయంతో, నీ తండ్రి వాయుదేవుని కరుణతో ఇలాగ ఎగిరివచ్చి, ఈ సముద్రంలో దాక్కున్నాను. కనుక, నీవు నాకు ఆత్మీయుడివే. నీకు ఆతిథ్యమివ్వాల్సిన బాధ్యత నాకుంది. కృతజ్ఞుడిని కాకపోయినా కృతఘ్నుడిని కాకూడదన్న సత్యంతో, నిన్ను ఆహ్వానిస్తున్నానంటాడు.

ఏవ ముక్తః కపిశ్రేష్ఠ స్తం నగోత్తమ మబ్రవీత్।
ప్రీతో௨స్మి కృత మాతిథ్యం మన్యు రేషో௨పనీయతామ్॥ 11

త్వర తే కార్యకాలో మే అహ శ్చా ప్యతివర్తతే।
ప్రతిజ్ఞా చ మయా దత్తా న స్థాతవ్య మిహా న్తరే॥ 132

తా. మైనాకుని మధురమైన మాటలకు సంతోషించిన వాయునందనుడు మైనాకుని పిలుపును విన్నాడు.

"హనుమద్వీరా ఆగుమాగుము. ఒకింత నా పై విశ్రమించుము. అని పిలచెను మైనాకుడు. సేదనొంద గిరి శిఖరమందున"

అందుకు ఎంతో సంతోషించిన ఆంజనేయుడు "ఓ! పర్వతశ్రేష్ఠా! ఉత్తములు పలికే విధంగానే మాట్లాడావు. చాలా సంతోషము. నీ ఆతిథ్యమును స్వీకరించేనట్లు తలంచుము. ఆప్తుల పిలుపు, శ్రేయోభిలాషుల ప్రేమను కాదనరాదు. నేను తొందరగా లంకను చేరాలి. సూర్యుడస్తాద్రిని చేరక మునుపే ఆ లంకలో అడుగుపెట్టాలి. ఇప్పటికే కాలాతీతమైనది కనుక, అతిథి మర్యాదులలను, విశ్రాంతులను మరచి, శ్రీరామ ధనుర్విముక్త బాణమై ముందుకు సాగాలే తప్ప విందులు, వినోదాలకు తావివ్వరాదు. ఇది నీకు తెలియని విషయం కాదు.

కార్యార్థులు - కార్యమునకు తప్ప ఇతరములకు ప్రాముఖ్య మివ్వరాదు. లంకను చేరేవరకు అవిశ్రాంత ప్రయాణం చేస్తానని ప్రతిజ్ఞ చేసాను. కనుక, నీ మిత్రునిగా నన్ను ప్రోత్సహించుమన్నాడు.

ఇత్యుక్త్వా పాణీనా శైల మాలభ్య హరిపుఙ్గవః।
జగా మాకాశ మావిశ్య వీర్యవాన్ ప్రహస న్నివ॥ 133

స పర్వత సముద్రాభ్యాం బహుమానా దవేక్షితః।
పూజిత శ్చోపపన్నాభి రాశీర్భి రనిలాత్మజః॥ 134

అథోర్ధ్వం దూర ముత్ప్లుత్య హిత్వా శైల మహార్ణవౌ।
పితుః పన్థాన మాస్థాయ జగామ విమలేఽమ్బరే॥ 135

భూయ శ్చోర్ధ్వ గతిం ప్రాప్య గిరిం త మవలోకయన్।
వాయుసూను ర్ని రాలమ్బే జగామ విమలేఽమ్బరే॥ 136

తా. హనుమ ఈ రకంగా చెప్పి తన మృదుహస్తంతో మైనాకుని స్పృశించాడు. ఓ మిత్రమా! నీ ఆతిథ్యమందింది. చాలా సంతోషించాను. కృతజ్ఞుడను. సీతారాములను కలిపాక, మరల మిమ్ము కలిసి మీ ఆతిథ్యం స్వీకరిస్తాను" అని సముద్రునికి, పర్వతునికి వందనం చేసాడు. అభినందనలనొసగాడు.

కృతజ్ఞతలు చెప్పాడు. శుభమన్నాడు. చూస్తుండగా తన శరీరాన్ని పెంచాడు. శ్రీరామ అని ఎలుగెత్తి పిలిచాడు. ఆకాశంలో తన సంచారాన్ని గతంకన్న గరుడ వేగంతో మొదలుపెట్టాడు.

త ద్వితీయం హనుమతో దృష్ట్వా కర్మ సుదుష్కరమ్।
ప్రశశంసు స్సురా స్సర్వే సిద్ధాశ్చ పరమర్షయః॥ 137

తా. ఈ జరిగేదంతా గగనవీధి నుండి చూస్తున్న సిద్ధులు, మహర్షాదులు "జయము, శుభము వానరేంద్ర!" అని హర్షపులకిత మనస్సులతో వాళ్ళ ఆశీస్సులను "రామ కార్యార్థియై సాగు హనుమకు పరమానందంతో ప్రసాదించారు.

ఎంతటి సాహసము ? ఎంతటి ధీరుడు ? క్షణమైనా విశ్రమించక కార్యసాధనలో ఎటువంటి ఆలస్యం చేయరాదనే సూక్తిని పునఃసూక్తిగా చెప్పి ముందుకుసాగే హనుమను ప్రశంసించకుండా, ఆ ముని సంఘాలు వుండలేకపోయారు.

దేవతా శ్చాభవ న్హృష్టా స్తత్ర స్థా స్తస్య కర్మణా।
కాఞ్చనస్య సునాభస్య సహస్రాక్ష శ్చ వాసవః॥ 138

ఉవాచ వచనం ధీమాన్ పరితోషా త్స గద్గదమ్।
సునాభం పర్వతశ్రేష్ఠం స్వయ మేవ శచీపతిః॥ 139

తా. మైనాకుడు, హనుమను గౌరవించాలనే సాగరుని సూచనకు గౌరవించి ఎదుటపడి, ఆతిథ్యమొందమని బయటివచ్చి అడిగిన ఈ సాహసానికి, అలాగే - ఈ సాహసానికి, మైనాకుని ఎడ హనుమ ప్రవర్తించిన తీరుకు దేవతలు కూడా ఆనందించారు. అప్పుడు శచీపతి, మైనాకుని చూసి "పర్వతరాజమా!" అని, అతనిని ప్రశంసించినట్లు ఏదో చెబుతున్నాడు.

"హిరణ్యనాభ! శైలేన్ద్ర, పరితుష్టోఽస్మి తే భృశమ్।
అభయం తే ప్రయచ్ఛామి తిష్ఠ సౌమ్య యథాసుఖమ్॥ 140

సాహ్యం కృతం తే సుమహద్విక్రా న్తస్య హనూమతః॥
క్రమతో యోజన శతం నిర్భయస్య భయే సతి॥ 141

రామ స్యైష హి దూత్యేన యాతి దాశరథే ర్హరిః।
సత్క్రియాం కుర్వతాతస్య తోషితోఽస్మి దృఢం త్వయా॥" 142

తా. మైనాకా! ధన్యుడవు. ఈనాడు నీవు చేసిన వుపకారానికి పరమ సంతుష్టుడి నయ్యాను. దీనికి ప్రత్యుపకారముగా నీకు నా నుండి ఏ విధమైన భయము

వుండదని, నీవు నిరాటంకంగా నీ ఇష్టం వచ్చినట్లు ధర్మబద్ధంగా ప్రవర్తించ వచ్చునని వరమిస్తున్నాను!'' అని దేవేంద్రుడు తన ఆనందాన్ని ప్రకటించుకున్నాడు.

తతః ప్రహర్ష మగమ ద్విపులం పర్వతోత్తమః।
దేవతానాం పతిం దృష్ట్వా పరితుష్టం శతక్రతుమ్॥ 143

తా. ఇంద్రుని వచనాలకు "కృతజ్ఞుడిని, దేవేంద్ర" అని సంతోషాన్ని మైనాకుడు ప్రకటించుకున్నాడు. రామకార్యార్థి - విషయమై కలిగిన ఆనందంలో పగలు, పట్టుదలలు విడిచి వారు పరమ మిత్రులయ్యారు.

స వై దత్తవర శ్శైలో బభూవావస్థిత స్తదా।
హనుమాం శ్చ ముహూర్తేన త్యతిచక్రామ సాగరమ్॥ 144

తతో దేవా స్స గన్ధర్వా స్సిద్ధా శ్చ పరమర్షయః।
అబ్రువన్ సూర్యశఙ్కాశాం సురసాం నాగమాతరమ్॥ 145

అయం వాతాత్మజ శ్శ్రీమాన్ ప్లవతే సాగరోపరి।
హనుమా న్నామ, తస్య త్వం ముహూర్తం విఘ్న మాచర॥ 146

రాక్షసం రూప మాస్థాయ సుఘోరం సర్వతోపమమ్।
దంష్ట్రాకరాళం పిఙ్గాక్షం వక్త్రం కృత్వా నభస్సమమ్॥ 147

బల మిచ్ఛామహే జ్ఞాతుం భూయ శ్చాన్య పరాక్రమమ్।
త్వాం విజేష్య త్యుపాయేన విషాదం వా గమిష్యతి॥ 148

తా. ఇంద్రుని అభయం, మైనాకునికి, కొండంత ధైర్యమిచ్చింది. ఆయన ముందు నిల్చునే సాహసాన్ని ప్రసాదించింది. ఈ గొడవతో తనకేమీ సంబంధం లేనట్లు, తన దారిని తాను హనుమ బయలుదేరాడు.

అందరి ఆనందం కొనసాగుతుంది.. హనుమంతుడు సాగే తీవ్ర వేగానికి, సముద్రుడు పట్టరాని ఆనందంతో పొంగిపోతున్నట్లు ఉవ్వెత్తున ఎగిసే అలలతో పరవళ్ళు తొక్కుతున్నాడు. ఇంతవరకు ఆంజనేయుని బలాన్ని గమనించిన దేవతాదులు, హనుమధ్ శక్తిని బుద్ధికుశలతను గమనించ తలిచారు.

దేవ, గంధర్వ, ఋషి గణాలు అచ్చటనే వున్న నాగమాత సురసను చేరారు. "అమ్మా! ఆంజనేయుడు పోటీలేనట్లు అతి దూకుడుగా ముందుకురుకుతున్నాడు. అది రామకార్యమన్న ఆత్ర మాతనికి వుండవచ్చును. చేరేది లంకా పట్టణానికి. అక్కడ రావణుని ఆజ్ఞ లేకుండా, దిక్పాలకులు ఒక్క అడుగు కూడా ఇటు అటు వెయ్యలేరు.

ఇక్కడ కావల్సింది బలం కాదు. తెలివి. దీనిని పరీక్షిస్తే ఆతడు రామదూతగా, సీతారాములను కలుపుతాడో లేక బలముందని విర్రవీగి అరాచకానికి కారణమౌతాడో తెలిసిపోతుంది. ఇందుకు నువ్వు పూనుకొమ్మని ఆ తల్లిని కోరారు. మహా భయంకరంగా తయారయి ఆతనిని నిగ్రహింపుము. ఆ తదుపరి జరిగే ఆతని ప్రయత్నము, కార్యసాధనా లక్ష్యాన్ని లక్షణాన్ని తెలుపుతుందన్నారు. హనుమంతుని బుద్ధికుశలతను తెలుసుకునేటందులకు, మా వద్ద ఇంతకు మించి మరో మార్గం లేదని ఆ తల్లికి చెప్పారు.

ఏవముక్తాతు సా దేవీ దై వతై రభిసత్కృతా।
సముద్ర మధ్యే సురసా బిభ్రతీ రాక్షసం వపుః॥ 149

వికృతం చ విరూపం చ సర్వస్య చ భయావహమ్।
ప్లవమానం హనూమన్త మావృత్యేద మువాచ హ॥ 150

మమ భక్షః ప్రదిష్ట స్త్ర మీశ్వరై ర్వానరర్ష భ।
అహం త్వాం భక్షి యిష్యామి ప్రవి శేదం మమాననమ్॥ 151

తా. దేవతల ప్రార్థనను నాగమాత "సురస" వింది. తలవూపింది. చూస్తుండగా లోకాలను భయపెట్టగలిగే మహాభయంకరమైన ఆకారాన్ని దాల్చింది. ఆ వికృతరూపం శత్రువులను గడగడ లాడించేటట్లుంది.

ఆ విధంగా తయారయిన సురస సముద్ర మధ్యమున హనుమద్గమనానికి అడ్డంగా పర్వతాకారుని మింగబోవు ఆకారంతో, అంతటి పెద్ద నోరు తెరచి "వానరా!" అరిచింది. అది అరుపు కాదు, పిడుగులపాటు శబ్దం.

"రా...!" అంది. ఆ పిలుపుతో సురసను చూసాడు. దిట్టమైనదే ననుకున్నాడు. ఇందాకటిది మిత్రత్వము. ఇప్పటిది విఘ్నకారక మనుకున్నాడు. ఆమెను నిశితంగా చూస్తున్నాడు.

"రా.... అంది!". "ఆగు" అన్నాడు ఆంజనేయుడు. దేవతలు నిన్ను నాకాహారంగా ఇచ్చారంది. తినడానికి నోరు ఇంకా పెద్దది చేస్తుంది. నోట్లో ప్రవేశించమంటుంది. చూసాడు.

ఏవ ముక్త స్సురసయా ప్రాఞ్జలి ర్వానరర్ష భః।
ప్రహృష్ట వదన శ్శ్రీమా నిదం వచన మబ్రవీత్॥ 152

రామో దాశరథి ర్నామ ప్రవిష్టో దణ్డకాననమ్।
లక్ష్మణేన సహ భ్రాత్రా వై దేహ్యా చా పి భార్యయా॥ 153

అన్యకార్యవిష క్తస్య బద్ధవైరస్య రాక్షసైః।
తస్య సీతా హృతా భార్యా రావణేన యశస్వినీ॥ 154

తస్యా స్సకాశం దూతోఽహం గమిష్యే రామశాసనాత్।
కర్తు మర్హసి రామస్య సాహ్యం విషయవాసిని॥ 155

అథ వా మైథిలీం దృష్ట్వా రామం చా క్లిష్టకారిణమ్।
ఆగమిష్యామి తే వక్త్రం సత్యం ప్రతిశృణోమి తే॥ 156

తా. పరిస్థితి గ్రహించాడు. తన ముందున్న కార్యసాధనకు, ఏ మాత్రం ఆలస్యం కాకుండా ముందుకు సాగాలని, బుద్ధినుపయోగించి, రెండు చేతులు జోడించాడు. "అమ్మా! ముందు నా మాట విను. నేను రామదూతను. సీతాన్వేషణకు బయలుదేరాను.

రాముడు దశరథ పుత్రుడు. బహు జనప్రియుడు లోకమర్యాద తెలిసినవాడు. ఆతని భార్యను మాయ చేయ రావణుడు మారీచుని కోరగా, మారీచుడు బంగారులేడియై సీతాదులను మోసగించాడు. రాముడు ఆ లేడికోసం వెంబడించ రామబాణానికి చచ్చినవాడు తన గొంతుకుని మార్చి "హా! సీతా! హా లక్ష్మణా!" రామునివలె అరిచాడు. ఈ సమయంలో దుర్మార్గుడైన రావణుడు మాయావిగా వచ్చి ఆమెనపహరించాడు.

ఇప్పుడు నేను రామదూతను, శ్రీరామపత్నిని వెదకడానికి బయలు దేరాను. అమ్మా! సీతాదేవిని చూసి రామకార్యము నెరవేర్చి నీకు ఆహారమవు తాను. నన్ను, నమ్ము"మన్నాడు.

ఏవ ముక్తా హనుమతా సురసా కామరూపిణీ।
అబ్రవీ న్నాతివర్తేత కశ్చి దేష వరో మమ॥ 157

తా. సురస బిగ్గరగా నవ్వి, కవ్విస్తున్నట్లు మంచి కథను చెప్పావు. వానరా, ఈ మాటలు వేయేల ? ఈనాడు దేవతలు నిన్ను నాకాహారముగా ఇచ్చారు. నా కంటబడినవాడు నన్ను తప్పుకుని వెళ్ళలేడు. రా! అని అతన్ని మింగడానికి నోరు విశాలంగా తెరిచింది.

*[తం ప్రయా న్తం సముద్వీక్ష్య సురసా వాక్య మబ్రవీత్।
బలం జిజ్ఞాసమానా వై నాగమాతా హనూమతః॥ 1

ప్రవిశ్య వదనం మేఽద్య గన్తవ్యం వానరోత్తమ।
వర ఏష పురాదత్తో మమ ధాత్రేతి సత్వరా॥ 2

వ్యాదాయ వక్త్రం విపులం స్థితా సా మారుతేః పురః।
ఏవ ముక్త స్సురసయా క్రుద్ధో వానరపుఙ్గవః॥ 3

అబ్రవీ త్కురు వై వక్త్రం యేన మాం విషహిష్యసే।
ఇత్యుక్త్వా సురసాం క్రుద్ధో దశయోజన మాయతః॥ 4

దశయోజనవిస్తారో బభూవ హనుమాం స్తదా।
తం దృష్ట్వా మేఘసఙ్కాశం దశయోజన మాయతమ్॥ 5

---

* హనుమంతుని శరీరము తొంబది యామడ నిడివి గలదిగ నుండెనని లంకా నివాసులకు దెలియును. ఇది అందరికి తెలిసిన కార్య భంగమగును -మఱియును హనుమంతుఁడు లంకకు ఎవ్వరికిఁ దెలియనటుల సాయంకాలమునఁ బ్రవేశించెదనని చెప్పబోయెడి కథను నిరోధించును. కావున "తం ప్రయాన్తం" అనునది మొదలుకొని "దశ యోజన మాయతమ్" అనుదాని వరకు నుండు నీ శ్లోకంబులు వాల్మీకి చెప్పినవి కావని యెఱుంగునది.

తా. సురస కాదంది. తనకాహారమవ్వాలని ఖండితంగా చెప్పింది. పైగా ఇది నాకు బ్రహ్మమిచ్చిన వరమంది. అప్పుడు ఆంజనేయుడు గడుగ్గాయిలాగ బ్రహ్మదేవుడు "నాకు వరమిచ్చాడు. నీకెవరి చేతిలోను మరణం లేదని మరి ఈ సంగతేమిటి ? ప్రార్థన పోయింది. ఇక ఆమె అంతు చూడాలనే దృక్పథానికి అతడు వచ్చేసాడు.

నా వరం నాదన్నట్లు చూసిందామె. అయితే నోరు తెరువమని, అసలే పర్వతాకారుడైన ఆంజనేయుడు, మరింత విక్రమించాడు. ఈమె నోరు తెరుస్తుంది. ఆయన తన ప్రతాపం చూపుతూ పెరిగిపోతున్నాడు. ఇదొక చిన్నపిల్లల ఆటలాగ వుంది. కాల విలంబనకు దారిలాగ కనబడుతుంది.

చకార సురసాచాస్యం వింశద్యోజన మాయతమ్।
హనుమాం స్తు తతః క్రుద్ధ స్త్రింశ ద్యోజన మాయతః॥ 6

చకార సురసా వక్త్రం చత్వారింశ త్తథో ఛ్ఛ్రితమ్।
బభూవ హనుమా న్వీరః పఞ్చాశ ద్యోజనోఛ్ఛ్రితః॥ 7

చకార సురసా వక్త్రం షష్టియోజన మాయతమ్।
తథైవ హనుమా న్వీర స్సప్తతీ యోజనో ఛ్ఛ్రితః॥ 8

చకార సురసా వక్త్ర మశీతీ యోజనాయతమ్।
హనుమా నచలప్రఖ్యో నవతీయోజనోఛ్ఛ్రితః॥ 9

చకార సురసా వక్త్రం శతయోజన మాయతమ్]

తా. చివరకు ఆంజనేయుడు తన శరీరాన్ని - పది ఆమడల పొడవు, అంతే వెడల్పుగా పెరిగాడు. అతన్ని తినాలి కాబట్టి ఆమె ఇరవై ఆమడలుగా తన నోరు తెరిచింది. 30, 40, 50, 60 పోయి చివరకు నూరామడలుగా తన నోటిని సురస పెంచింది. ఆంజనేయుడు ఆలోచించాడు.

త ద్దృష్ట్వా వ్యాదితం త్వాస్యం వాయుపుత్ర స్సుబుద్ధిమాన్।
(దీర్ఘజిహ్వం సురసయా సుఘోరం నరకోపమమ్॥)
సుసఙ్క్షి ప్యాత్మనః కాయం బభూవాఙ్గుష్ఠ మాత్రకః॥ 158

సోఽభి పత్యాశు తద్వక్త్రం నిష్పత్య చ మహాజవః।
అన్తరిక్షే స్థిత శ్శ్రీమా నిదం వచన మబ్రవీత్॥ 159

తా. "సురస" నోరు ఒక పెద్ద రహస్య బిలం వలె వుంది. ఆలోచిస్తున్న హనుమ, అటు ఇటు చూసి, చటుక్కున బొటనవేలంతగా తగ్గిపోయాడు. గబుక్కున ఆమె నోటిలోకి దూరాడు. ఇది వూహించని సురస నోరు మూసే

సమయానికి బయటికి వచ్చేసాడు. ఆకాశానికెగిరాడు. అంతా క్షణంలో జరిగింది. అంతే!

ప్రవిష్టోఽస్మి హిత తే వక్త్రం దాక్షాయణి నమోఽస్తుతే।
గమిష్యే యత్ర వైదేహీ సత్య శ్చాసీ ద్వర స్తవ॥ 160

తం దృష్ట్వా వదనాన్ముక్తం చన్ద్రం రాహు ముఖా దివ।
అబ్రవీ త్సురసాదేవీ స్వేన రూపేణ వానరమ్॥ 161

అర్థసిద్ధ్యై హరిశ్రేష్ఠ గచ్ఛ సౌమ్య యథాసుఖమ్।
సమానయస్వ వైదేహీం రాఘవేణ మహాత్మనా॥ 162

తా. ఆకాశానికెగిరాడు. సురసకు నమస్కరించాడు. 'అమ్మా! దక్షపుత్రీ! నమస్కారం. నీవు కోరినట్లే నీ నోట ప్రవేశించాను. బయటికి వచ్చాను. తినడం, తినకపోవడం. నీ పని. అది నా పనికాదు. శెలవు!'' అన్నాడు. ఆశ్చర్యపోయింది. "భళి'' అనుకుంది.

బ్రహ్మవరం సిద్ధింపచేసాను. అన్నాడు. రాహువు నోటినుండి వచ్చిన సూర్యుడిలాగ, తన నోటి నుండి బయటికి వచ్చిన ఆంజనేయుని చూసింది. "భళి. భళి. వీరా! నీవు తలపెట్టిన ఈ రామకార్యర్థసిద్ధి, నీ బుద్ధి తెలుసుకొనుటకు దేవతలు నా ద్వారా ఆడించిన నాటకమిది. విజయోస్తు పుత్రా. విజయోస్తు'' అని దీవించింది. సంతోషమని, ఆమెకు కృతజ్ఞతలు చెప్పి మరింత వేగంతో ముందుకు కదిలాడు.

త త్తృతీయం హనుమతో దృష్ట్వా కర్మ సుదుష్కరమ్।
సాధుసాధ్వితి భూతాని ప్రశశంసు స్తదా హరిమ్॥ 163

స సాగర మనాధృష్య మభ్యేత్య వరుణాలయమ్।
జగామాకాశ మావిశ్య వేగేన గరుడోపమః॥ 164

తా. మహావీరుడే అనుకున్న దేవతాదులు, ఇతర సిద్ధగణాలు, మహర్షి సంఘాలు, ఇప్పుడు హనుమ "బుద్ధిమంతుడు కూడా అని నిర్ధారించుకున్నారు. వాటినొక లీలలుగా ఒకరితో నొకరు చెప్పుకోవడం మొదలుపెట్టారు. ఇవన్నీ హనుమకు పట్టడం లేదు. తనను ధనుర్విముక్త రామబాణమనుకున్నాడు

కాబట్టి పావని దృష్టి, అంతా లంకపై వుంది. ఆ దిశగా అతను తను వేగం పెంచుకుని మరీ మనోవేగుడయ్యాడు. ఆ జితేంద్రియుడు.

సేవితే నారి ధారాభిః పతగైశ్చ నిషేవితే।
చరితే కైశికాచార్యై రైరావత నిషేవితే॥ 165

సింహ కుఞ్జర శార్దూల పత గోరగ వాహనైః।
విమానై స్సంపతద్భి శ్చ విమలై స్సమలజ్కృతే॥ 166

వజ్రాశని సమాఘాతైః పావకై రుపశోభితే।
కృత పుణ్యై ర్మహాభాగై స్స్వర్గజిద్భి రలజ్కృతే॥ 167

వహతా హవ్య మత్యర్థం సేవితే చిత్రభానునా।
గ్రహ నక్షత్ర చన్ద్రార్క తారాగణ విభూషితే॥ 168

మహర్షి గణ గన్ధర్వ నాగ యక్ష సమాకులే।
వివిక్తే విమలే విశ్వే విశ్వాసు నిషేవితే॥ 169

దేవరాజ గజాక్రాన్తే చన్ద్ర సూర్య పథే శివే।
వితానే జీవలోకస్య వితతే బ్రహ్మ నిర్మితే॥ 170

బహుశ స్సేవితే వీరై ర్విద్యాధర గణైర్వరైః।
జగామ వాయు మార్గేతు గరుత్మా నివ మారుతిః॥ 171

తా. వాతావరణం ప్రశాంతంగా వుంది. పక్షుల కిలకిలా రవములు, సంగీత గానాలు. తమ తమ వాహనాలపై సకల దిక్పాలకుల, దేవతల సంచారము, తేజస్సంపన్నులైన పుణ్యామూర్తుల స్వర్గ ప్రవేశము. అంతా సంబరంగా హడావుడిగా వుంది.

మహాపుణ్యాము చేసుకున్నవారు తారా మండలములో నక్షత్రములై ప్రకాశిస్తున్నారు. భూలోకము నుండి దివికి వచ్చు హవ్యమార్గంలో గ్రహ, నక్షత్ర, సూర్యచంద్రులు మార్గంలో, మహర్షులు, గంధర్వులు, నాగులు, యక్షులు తిరుగుచున్నారు. గంధర్వరాజు విశ్వావసుడు, సురరాజు ఇంద్రుడు తమ తమ ఆధిపత్యాలతో వెలుగుతున్న దివ్య మార్గమది.

అటువంటి విశాల గగనవీధిలో హనుమంతుడు, దేవ, గంధర్వాదుల వాహనాలు, ఇంద్ర ధనుస్సులను చూస్తూ, వాటి నుండి చిత్రంగా, తమాషాగా తప్పించుకుంటూ గరుడవేగంతో ముందుకు ముందుకు సాగుతున్నాడు.

ప్రదృశ్యమాన స్సర్వత్ర హనుమాన్ మారుతాత్మజః।
భే జేఽమ్బరం నిరాలమ్బం లమ్బపక్ష ఇవా ద్రిరాట్॥ 172

ప్లవమానం తు తం దృష్ట్వా సింహికా నామ రాక్షసీ।
మనసా చిన్తయామాస ప్రవృద్ధా కామరూపిణీ॥ 173

అద్య దీర్ఘస్య కాలస్య భవిష్యా మ్యహ మాశితా।
ఇదం హి మే మహత్సత్త్వం చిరస్య వశ మాగతమ్॥ 174

ఇతి సఞ్చిన్త్య మనసా ఛాయా మస్య సమాక్షిపత్।
ఛాయాయాం గృహ్యమాణాయాం చిన్తయామాస వానరః॥ 175

సమాక్షిప్తోఽస్మి సహసా పఙ్గూకృతపరాక్రమః।
ప్రతిలోమేన వాతేన మహానౌ రివ సాగరే॥ 176

తిర్య గూర్ధ్వ మధ శ్చైవ వీక్షమాన స్తతః కపిః।
దదర్శ సుమహ త్సత్త్వ ముత్థితం లవణామ్భసి॥ 177

తా. అంతటి ఆకాశంలో, మహావేగంతో సాగే హనుమంతుడు చూసేవారలకు రెక్కల పర్వతం వలె కనుపిస్తున్నాడు. అతనిని గగన వీధిలోని వారందరు విస్తుపోయి చూస్తూన్నారు. వారందరు ఇతడు తప్పక సీతారాములను కలుపగల సమర్థుడని తలిచారు. ఇటువంటి తరుణంలో సముద్ర ఉపరితలంపై పడ్డ పెద్ద, ఓడ వంటి నీడను చూసిన, సముద్రమందుడు ఛాయాగ్రాహిక, ఆతని ఆకారానికి తగ్గట్లు తన రూపాన్ని పెంచుకుంటుంది. ఇన్నాళ్ళకు ఇటువంటి పెద్ద ఆకారము ఆహారంగా దొరికిందని సంతోషిస్తూ, తన ఆకారాన్ని పెంచుకుంటుందది. సముద్రపు ఉపరితలంపై బడ్డ నీడను పట్టి లాగడం ప్రారంభించింది. అంతే! ఆంజనేయుని గమనమాగిపోయింది. ముందుకు సాగలేపోతున్నాడు. చిత్రంగా బంధింపబడినట్లయిపోయాడు. ఆ హఠాత్సంఘటనకు క్షణకాలం దిగ్భ్రమచెందిన హనుమంతుడు, దిక్కు

తోచనివాడై, తన గమనాన్ని ఆపగలవారెవరు ? అనుకుంటూ కిందికి చూసాడు.

ఏదో జలజంతువు. చాలా పెద్దగా వుంది. అప్పుడు సుగ్రీవుని మాటలు జ్ఞప్తికొచ్చాయి. ఇదే ఆ ఛాయగ్రాహిక అయి వుంటుం దనుకున్నాడు.

త ద్దృష్ట్వా చింతయామాస మారుతి ర్వికృతాననమ్।
కపి రాజేన కథితం సత్త్వ మద్భుత దర్శనమ్॥ 178

ఛాయా గ్రాహి మహావీర్యం త దిదం నా త్ర సంశయః।
స తాం బుద్ధ్వా ర్థ తత్త్వేన సింహికాం మతిమాన్ కపిః॥ 179

వ్యవర్ధత మహాకాయః ప్రావృషీవ వలాహకః।
తస్య సా కాయ ముద్వీక్ష్య వర్ధమానం మహాకపేః। 180

వక్త్రం ప్రసారమాయాస పాతాళాన్తర సన్నిభమ్।
ఘనరాజీవ గర్జన్తీ వానరం సమభిద్రవత్॥ 181

స దదర్శ తత స్తస్యా వివృతం సుమహన్ముఖమ్।
కాయమాత్రం చ మేధావీ మర్మాణి చ మహాకపిః॥ 182

స తస్యా వివృతే వక్త్రే వజ్ర సంహననః కపిః।
సఙ్క్షిప్య ముహు రాత్మానం నిష్పపాత మహాబలః॥ 183

తా. ఆంజనేయుడు కళ్ళు చిట్లించి అతి సూక్ష్మదృష్టితో, తీక్షణంగా చూసాడు. సుగ్రీవుడు చెప్పిన ఇది ఛాయాగ్రహిక. అందుకే ముందుకు కదలలేక పోతున్నాననుకున్న మారుతి, ఛాయాగ్రహికను మించిన విధంగా వర్షాకాలపు మేఘంలాగా పెరిగాడు.

ఇది గమనించిన సింహిక తాను, అంతకన్న పెద్దగా తన నోటిని తెరచి, హనుమ గమనాన్ని ఆపి ఆతన్ని కడుపార తినాలని ఒక పెద్ద కొండ బిలం వలె తన నోటిని తెరచి అరుపు ప్రారంభించింది.

దానినంతను గమనిస్తున్న పావని, దాని మర్మస్థానాలను తెలుసుకోవాలని తలచాడు. బుద్ధిమంతుడు, మహామంతుడు, ధీమంతుడైన మారుతి, మహాభీకరంగా వుండే దాని మర్మస్థానాలను పైనుండి స్పష్టంగా గమనించాడు. దానిని చావు దెబ్బ తీయుటకు తగిన విధంగా తన శరీరాన్ని కుచించుకున్నాడు.

తక్షణం దాని వదనంలో దూరి, తన వాడిగోళ్ళతో దాని మర్మ స్థానాలను చీల్చడానికి సిద్ధపడుతున్నాడు. క్రిందకు దిగాడు. సింహికను చేరాడు.

అస్యే తస్యా నిమజ్జన్తం దదృశు స్సిద్ధ చారణాః।
గ్రస్యమానం యథా చన్ద్రం పూర్ణం పర్వణి రాహుణా॥ 184

తత స్తస్యా నఖై స్తీక్ష్ణై ర్మర్మాణ్యుత్కృత్య వానరః।
ఉ త్పపా తాథ వేగేన మనస్సమ్పాత విక్రమః॥ 185

తాం తు దృష్ట్యా చ ధృత్యా చ దాక్షిణ్యేన నిపాత్య చ।
స కపి ప్రవరో వేగా ద్వవృధే పునరాత్మవాన్॥ 186

హృతహృ త్సా హనుమతా పపాత విధురాఽమ్భసి।
తాం హతాం వానరేణాశు పతితాం వీక్ష్య సింహికామ్॥ 187

తా. గగనమందలి సిద్ధచారణ సంఘాలు, ఈ వచ్చిన ఉపద్రవాన్ని పావని ఎలా ఎదుర్కొంటాడో తెలుసుకోదలచి, చిత్రంగా చూస్తున్నారు. అప్పుడు హనుమను, సింహిక నోటియందు రాహుగ్రస్తమైన చంద్రుని వలె చూసారు. జరగబోయే దానిని, రామదూత శక్తియుక్తుల గమనింప బొమ్మలవలె క్రిందకు చూస్తున్నారు. పవనపుత్రుడు ధీమంతుడు కాబట్టి, ముందు వెనుక చూడకుండా, అత్యంత సూక్ష్మరూపంలో దాని నోట ప్రవేశించాడు. తన సునిశిత బుద్ధినుపయోగించి, తన వాడి గోళ్ళతో దాని మర్మ స్థానములను చీల్చి ప్రాణాలు తీసాడు.

అది చచ్చాను బాబోయ్! అని అనుకునేలోగా యధావిధి గగన మండలాన్ని చేరాడు. చచ్చిన ఆ భీకర కాయ సింహిక, సముద్ర నీటి తలంపై తేలడం చూసి, గగనవీధిన నిల్చుని, ఈ సంఘటనను చూసే ప్రతి ఒక్కరు చంటి పిల్లలవలె కేరింతలు కొట్టారు. పరవశించి ప్రస్తుతించ బోతున్నారు. కానీ వారి ఆశ్చర్యానికి అవధులు లేకుండా పోయింది.

భూతా న్యాకాశ చారీణి తమూచుః ప్లవ గోత్తమమ్।
భీమ మద్య కృతం కర్మ మహ త్పత్వం తయా హతమ్॥ 188

సాధ యార్థ మభి ప్రేత మరిష్టం ప్లవతాం వర।
యస్య త్వేతాని చత్వారి వానరేన్ద్ర యథా తవ॥ 189

ధృతి ర్దృష్టి ర్మతి ర్దాక్ష్యం స్వకర్మసు న సీ దతి।
స తై స్సమ్భావితః పూజ్యః ప్రతిపన్న ప్రయోజనః॥ 190

తా. "భీమ మధ్యకృతం కర్మ మహత్సత్వం తయాహతం" ఓ మహావానరా! నీవు మహాద్భుతం చేసావు. మమ్ములనందరిని ఉద్ధరించావు. నీ సాహసం ప్రశంసించనివారు దురదృష్టవంతులు, పరమమూర్ఖులు. ఇక మాకు ఎంతో ధైర్యం వచ్చింది. నువ్వు తప్పక సీతారాములను కలుపుతావు. మా కడగండ్లను బాపుతావని అభినందించారు.

మరల ఆ సిద్ధ చారణాదులు "హనుమాన్ ధృతి, ర్దృష్టి ర్మతి, ర్దాక్ష్యం ఇవన్నీ నీ స్వంతం. అందుకనే నీవు విజయుడవయ్యావు. పై గుణములు ఎవరియందు వుంటాయో వారు తప్పక విజయము సాధిస్తారని నిన్ను చూసి, మాకు ఇప్పుడు అర్థమయింది.

జగా మాకాశ మావిశ్య పన్నగాశన వ త్కపిః।
ప్రాప్త భూయిష్ఠ పారస్తు సర్వతః ప్రతిలోకయన్॥ 191

యోజనానాం శతస్యాన్తే వన రాజిం దదర్శ సః।
దదర్శ చ పత న్నేవ వివిధ ద్రుమ భూషితమ్॥ 192

ద్వీపం శాఖామృగ శ్రేష్ఠో మలయోపవనాని చ।
సాగరిం సాగరానూపం సాగరానూప జాః ద్రుమాన్॥ 193

సాగరస్య చ పత్నీనాం ముఖాన్యపి విలోకయః।
స మహామేఘ సంకాశం సమీక్ష్యాత్మాన మాత్మవాః॥ 194

తా. సిద్ధచారణాదుల అభినందనలు, ప్రశంసలకు పరవశించని హనుమ, కనులతోనే వారికి తన అభివందనములను తెల్పి బయలుదేరాడు.

కృతార్థులడనిపించుకునేకన్న తన కార్యంలో కృతకృత్యుడు కావాలన్నది ఆంజనేయుని ఆశ, ఆసక్తి!

ఆ వేగంలో ఇంచుమించు నూరామడల సముద్రము దాటుచూ, కనుచూపు మేరలో కనుపించే వనాలను, వాటి సౌందర్యాలను గమని స్తున్నాడు. అక్కడినుండే ఆ లంకా ప్రాంతము, ఆ వనాలు, సౌందర్యము బహుచక్కగా చూస్తున్నాడు.

రమణీయ ఆ లంకా సౌందర్యానికి మురుస్తూనే ఆ లంక, ముందర గల చెట్లు, త్రికూట పర్వతం దాని పరిసరాలు, నదీ నదాలు దర్శిస్తున్నవాడు, మరుక్షణం "అవును. ఇంతటి మహాకాయంతో ముందుకు వెడితే యుద్ధము, బంధనం తప్ప లంకా సందర్శన మసాధ్యమని తలచినవాడై తన శరీరాన్ని గూర్చి, ఆలోచించడం మొదలుపెట్టాడు.

నిరున్ధన్త మి వాకాశం చకార మతిమాన్మతిమ్।
కాయ వృద్ధిం ప్రవేగం చ మమ దృష్ట్వైవ రాక్షసాః॥ 195

మయి కౌతూహలం కుర్యు రితి మేనే మహాకపిః।
తత శ్శరీరం సజ్క్షిప్య త న్మహీధరసన్నిభమ్॥ 196

పునః ప్రకృతి మాపేదే వీతమోహ ఇ వాత్మవాన్।
తద్రూప మతిపజ్క్షిప్య హనుమా ప్రకృతౌ స్థితః॥ 197

త్రీ౯ క్రమా నివ విక్రమ్య బలివీర్యహరో హరిః।
స చారు నానావిధరూపధారీ పరం సమాసాద్య సముద్రతీరమ్॥ 198

తా. అనుకున్న ప్రకారం, సూర్యాస్తమయ సమయానికి హనుమంతుడు లంకను చేరాడు. ఇక ఇక్కడ నుండి లంకా ప్రవేశం చెయ్యాలి. ఇంత పెద్ద శరీరంతో లంకలో అడుగు పెడితే, కార్యవిఘ్నం కాదు కదా. ప్రతి ఒక్కరు అడ్డుకునేవారు తప్ప, ఆదరించి శత్రువునెవ్వరు లోపలికి ఆహ్వానించరు. కనుక... అని తన యధారూపమును పొందాడు.

వామనుడు త్రివిక్రమావతారుడై, మూడులోకముల నావరించి, తిరిగి తన యధారూపమును పొందినట్లు హనుమ తన వీరవిక్రమరూపాన్ని ఉపసంహరించుకున్నాడు.

లంకలో అడుగుపెట్టాడు. శరీరమే కాదు బుద్ధిని కూడా వుపయోగించాలని తలచిన, పావని సమయానుకూలంగా తన శరీరాన్ని పెంచుతూ ఉపసంహరించుతూ, తను చేయవలసిన కార్యక్రమం గురించి ఆలోచన మొదలుపెట్టాడు.

ఆ ప్రకృతికి, వనసీమల సాంగత్యానికి మురిసి, కొబ్బరి, పోక, వగైరా వృక్షములతో కూడిన ప్రాంతమందలి సువేలాద్రిపై దిగాడు.

పరైరశక్యః ప్రతిపన్నరూప స్సమీక్ష తాత్మా సమవేక్షితార్థః।
తత స్స లమ్బస్య గిరే స్సమృద్ధే విచిత్రకూటే నిపపాతకూటే॥ 199
సపీత కోద్దాలకదాళిస్త్రేరే మహాద్రికూట ప్రతిమో మహాత్మా.

తతస్తు సంప్రాప్య సముద్రతీరం సమీక్ష్య లఙ్కాం గిరివర్యమూర్ధ్ని।
కపిస్తు తస్మి న్నిపపాత పర్వతే విధూయ రూపం వ్యథయన్ మృగద్విజాన్॥ 200

స సాగరం దానవ పన్నగాయుతం బలేన విక్రమ్య మహోర్మిమాలినమ్।
నిపత్య తీరే చ మహోదధే స్తదా దదర్శ లఙ్కా మమరావతీ మివ॥ 201

తా. అక్కడనుండి ఆంజనేయుడు, ముందు వెనుకలకు చూసాడు. ఇటు నూరామడల విస్తీర్ణ మహాసాగరం. అటుచూస్తే, అద్భుతమన్నట్లు వనసోయగాల, ప్రకృతి సౌందర్యం మూర్తీభవించినట్లుండే, లంకా పట్టణం. ఆశ్చర్యపోతూనే వానరోత్తముడైన అంజనీసుతుడు -

శరీరాన్నొక్కసారి విదిలించాడు. ఆ సవ్వడికి పరిసరాల గల మృగ సంతతులు, పక్షులు ఒక్కసారి బెదరి వులిక్కిపడ్డట్లయ్యాయి.

ఇంద్రుని అమరావతి వలె, ఎంతో సుందరమని చెప్పబడే అందమైన లంకను చూసి, ఆశ్చర్యపడ్డాడు. "అహో!" దాని గొప్పతనాన్ని ఆ క్షణానికి ప్రస్తుతించకుండ వుండలేకపోయాడు.

ఇది సుందరకాండలో వొరుగంటి వంశీయుడు, శ్రీమతి సువర్చలాంబ, శ్రీ వేంకట సూర్యప్రసాదరావుల జేష్ట తనూజుడు "వర" రామకృష్ణ ప్రసాద్ సరళ-సులభ శైలిలో భక్తజనులకందించిన ప్రథమ సర్గము - సమాప్తము.

సర్వం శ్రీ గురు - శ్రీ సీతారామ పరబ్రహ్మార్పణమస్తు.

అస్తూ.

✦✦✦

ద్వితీయ స్సర్గః

స సాగర మనాధృష్య మతిక్రమ్య మాహాబలః।
త్రికూటశిఖరే లఙ్కాం స్థితాం స్వస్థో దదర్శహ॥ 1

తతః పాదపముక్తేన పుష్పవర్షేణ వీర్యవాన్।
అభివృష్ట స్థ్సిత స్తత్ర బభౌ పుష్పమయో యథా॥ 2

యోజనానాం శతం శ్రీమాం స్తీర్త్వా ప్యుత్తమవిక్రమః।
అనిశ్శ్వసన్ కపి స్తత్ర న గ్లాని మధిగ చ్ఛతి॥ 3

శతా న్యహం యోజనానాం క్రమయేం సు బహూన్యపి।
కింపున స్సాగర స్యాన్తం సఙ్ఖ్యాతం శతయోజనమ్॥ 4

తా. మహా పరాక్రమవంతుడు, తేజశ్శాలి, ధీమంతుడైన వాయునందనుడు, శ్రీరామదూత, అనన్య సాధ్యమైన "సముద్ర తరణం" చేసాడు. త్రికూట శిఖరముపై నిల్చి లంకా నగరాన్ని దర్శించాడు.

అతని పాదాల పదఘట్టనల తాకిడికి, త్రికూట పర్వతమందలి వృక్షరాజములు "శుభమస్తూ, వీరా, "శుభ"మస్తు - అన్నట్లు, తమ వద్ద గల పుష్పాలన్నింటిని, ఆంజనేయునిపై క్రుమ్మరించాయి. ఆతని అభ్యున్నతిని కోరుతున్నట్లు దీవించాయి.

మహేంద్రగిరి నుండి బయలుదేరుతూంటే, అచ్చటి వృక్షములు "విజయోస్తు వీరా!" అని దీవించి పంపాయి. ఇక్కడికి రాగానే శుభమస్తూ వీరా!" అని హనుమనవి స్వాగతించాయి.

నూరామడలు దాటాడు. నీరసం లేదు. ఆయాసము లేదు. అమితోత్సాహంతో, కార్యసాధనా విజయకాంక్షతో వున్నా అంజనీపుత్రుడు, శ్రీరాముని కరుణ వుండాలే కానీ, ఈ సముద్రము ఒక గోష్పాద (ఆవుపాద) మనుకున్నాడు.

స తు వీర్యవతాం శ్రేష్ఠః ప్లవతా మపి చో త్తమః।
జగామ వేగవా న్లఙ్కాం లఙ్ఘయిత్వా మహోదధిమ్॥ 5

శాద్వలాని చ నీలాని గన్ధవన్తి వనాని చ।
గణ్డవన్తి చ మధ్యేన జగామ నగవన్తిచ॥ 6

శైలాంశ్చ తరుసఞ్ఛన్నాన్ వనరాజీ శ్చ పుష్పితాః।
అభిచక్రామ తేజస్వీ హనుమాన్ ప్లవగర్షభః॥ 7

స తస్మి న్న చలే తిష్ఠన్ వనా న్యుపవనాని చ।
స నగాగ్రే తాం లఙ్కాం దదర్శ పవనాత్మజః॥ 8

సరళాన్ కర్ణికారాంశ్చ ఖర్జూరాం శ్చ సుపుష్పితాన్।
ప్రియాళాన్ ముచుళిన్దాంశ్చ కుటజా౯ కేతకానపి॥ 9

ప్రియఙ్గూన్ గన్ధపూర్ణాంశ్చ నీపా న్సప్తచ్ఛదాం స్తథా।
ఆసనాన్ కోవిదారాం శ్చ కరవీరాంశ్చ పుష్పితాన్॥ 10

పుష్పభార నిబద్ధాంశ్చ తథా ముకుళితా నపి।
పాదపాన్ విహగాకీర్ణాన్ పవనాధూత మస్తకాన్॥ 11

హంసకారణ్డవా కీర్ణా వాపీః పద్మోత్పలాయుతాః।
ఆక్రీడాన్ వివిధ న్రమ్యాన్ వివిధాంశ్చ జలాశయాన్॥ 12

స న్తతాన్ వివిధై ర్వృక్షై స్సర్వర్తు ఫలపుష్పితైః।
ఉద్యానాని చ రమ్యాణి దదర్శ కపికుఞ్జరః॥ 13

తా. శ్రీరామ కరుణతో, ఆ రామదూత, అడ్డమొచ్చిన అడ్డంకులను దాటి అవలీలగా త్రికూట పర్వతంపై అడుగుపెట్టి, లంకను చూస్తూ చేయవలసిన పనిపై దృష్టి పెట్టాడు.

ఆ ప్రకృతి అందమును, పరిశీలనాదృష్టితో తప్ప, సౌందర్య దృష్టితో దర్శించక, పరిసరాలను తెలుసుకోవాలనే వుద్దేశంతో తన చూపులు నిలిపాడు.

అక్కడ హనుమంతుడు ఖర్జూర, కొబ్బరి, పోకచెట్ల నెన్నింటినో చూసాడు. సుగంధభరితమైన రకరకాల పూలమొక్కలను చూసాడు. పుష్పాలతో నిండి ఆహ్లాదాన్ని కలిగించు ఆ సుమ సౌరభాలను గ్రహిస్తున్నాడు. హంస, కారం డవాది పక్షిగణాలను దర్శిస్తున్నాడు. ఆ దృశ్యము ఆహ్లాదకరంగా వుంది.

సమాసాద్య చ లక్ష్మీవాన్ లఙ్కాం రావణ పాలితామ్।
పరిఘాభి స్స పద్మాభి స్సోత్పలాభి రలఙ్కృతామ్॥ 14

సీతాపహరణార్థేన రావణేన సురక్షితామ్।
సమన్తా ద్విచరద్భి శ్చ రాక్షసై రుగ్రధన్విభిః॥ 15

కాఞ్చనేనావృతాం రమ్యాం ప్రాకారేణ మహాపురీమ్।
గృహైశ్చ గ్రహసఙ్కాశై శ్శారదామ్బుద సన్నిభైః॥ 16

పాణ్డురాభిః ప్రతోళీభి రుచ్చాభిరభి సంవృతామ్।
అట్టాలక శతాకీర్ణాం పతాకాధ్వజమాలినీమ్॥ 17

తోరణైః కాఞ్చనై ర్దివ్యై ర్లతాపఙ్క్తి విచిత్రితైః।
దదర్శ లఙ్కాం హనుమాన్ దివి దేవపురీ మివ॥ 18

తా. "లక్ష్మీకళ" సంపూర్ణంగా అక్కడ సాక్షాత్కరించిందినట్లుంది. అందుకేనేమో, సీతను తెచ్చి, ఆమెను రక్షించుకొనుటకు, గట్టి గస్తీ ఏర్పాటు చేసాడు. సీతకు మనోల్లాసం కల్గించడానికి వీలుగా, లంకను సర్వాలంకార, సాకార లక్ష్మిగా రూపొందించుకుని వుంటాడు. అసలే అందగత్తె. అలంకారాలతో మరింత శోభిస్తుందన్నట్లుందా త్రిభువన సార్వభౌముడైన రావణపాలిత ఆ లంకా పట్టణం.

బంగారు ప్రాకారాలు, శరత్కాల తెల్లని కాంతుల ప్రసరించు గుహలు, సర్వతో భద్రంగా, సురక్షితంగా తీర్చిదిద్దిన వీధులు, వాటికిరుప్రక్కల నిర్మించిన ఏడంతస్థుల భవనాలు, సకలవిధ ఆయుధాలు, రక్షణ పరికరాలతో "పారాహుషార్" అనబడు సైనికులతో నిండిన కోట బురుజులు, ఎంతో హుందాగా, తన ప్రాభవం చూడమన్నట్లు నిల్చి వున్నాయి.

మత్స, మకర లతాకారములైన పతాకాలు, విశ్వకర్మ సృష్టికి నిలయంగా, సింహద్వారాల ముందు నిలిపిన రకరకాల శిల్పాలను తొంగి, తొంగి చూస్తున్నట్లు చిత్రీకరింపబడ్డాయి.

గిరిమూర్ధ్నిస్థితాం లఙ్కాం పాణ్డురై ర్భవనై శ్శుభైః।
దదర్శ స కపిశ్రేష్ఠః పుర మాకాశగం యథా॥ 19

పాలితాం రాక్షసేన్ద్రేణ నిర్మితాం విశ్వకర్మనా।
ప్లవమానా మివా కాశే దదర్శ హనుమాన్ పురీమ్॥ 20

తా. ఎత్తైన త్రికూట పర్వత శిఖరాగ్రమందుండే హనుమంతుడు, అన్నీ తిన్నగా చూస్తున్నాడు. ఆకాసాన్నంటిన, మహాద్భుత భవన శోభలు, చూసేవారల నుత్తేజపరుస్తున్నట్లున్నాయి. నిజంగా విశ్వకర్మ ధన్యుడు. ఇంతటి మహానగరం, ఆకాశాన్ని చుంబించే భవనాలతో, ఇది-భూతల సముద్రంపై నిర్మించినట్లు లేదు.

వప్ర ప్రాకార జఘనాం విపులామ్బు నవామ్బరామ్।
శతఘ్నీ శూల కేశాన్తా మట్టాలక వసంతకామ్॥ 21

మనసేవ కృతాం లఙ్కాం నిర్మితాం విశ్వకర్మణా।
ద్వార ముత్తర మాసాద్య చిన్తయామాస వానరః॥ 22

తా. అందాల నడుమును తలపించే సోయగాలు, క్రొత్త చీరలను తలపించు, అగడ్తలయందలి నీటిధారలు, శిరోజాల కొనలవలె నిల్పిన ఫిరంగులు, శూలములు వగైరా ఆయుధాలు, చెవి కమ్మలవలెనున్న కోటలు బురుజులను తన అమేయ ప్రతిభా సంపత్తులతో నిర్మించిన, ఆ దివ్య "లంకా నగరభూమిని"ని తీర్చిన విధాన్ని హనుమ, పరవశించి చూస్తున్నాడు.

అలాగ చూస్తూ, చూస్తూ - ఈ రామదూత, ఒక వీరవర్యునిగా కాక, చూడాలనే తపన తలంపులతో ఆసక్తిగా చూస్తూ ఆ పట్టణ ఉత్తర ద్వారాన్ని చేరాడు. ఇవి సర్వతోభద్రము, సురక్షితము. తపశ్శీలురే అడుగు పెట్ట భయపడే అద్భుత లంక. విశ్వకర్మ సృష్టి విలాసానికి మచ్చుతునక.

కైలాస శిఖర ప్రఖ్యా మాలిఖన్తీ మివామ్బరమ్।
డీయమానా మివాకాశ ముచ్ఛ్రితై ర్భవనోత్తమైః॥ 23

సమ్పూర్ణా రాక్షసైర్ఘోరై ర్నాగై ర్భోగవతీ మివ।
అచిన్త్యాం సుకృతాం స్పష్టాం కుబేరా ధ్యుషితాం పురా॥ 24

దంష్ట్రిభి ర్బహుభి శ్శూరై శ్శూలపట్టిస పాణిభిః।
రక్షితాం రాక్షసైర్ఘోరై ర్గుహా మాశీ విషైరివ॥ 25

తస్యా శ్చ మహతీం గుప్తిం సాగరం చ నిరీక్ష్య సః।
రావణం చ రిపుం ఘోరం చిన్తయామాస వానరః॥ 26

తా. కైలాస శిఖరమువలె అత్యున్నతము, ధగద్ధగాయమానమై, ఒకప్పుడు కుబేరాదులకు నిలయమై సురక్షితమై అలరారిన, ఈ నగరము, అరివీర భయంకరము. అన్యులు అడుగుపెట్టలేని "చక్రబంధ" స్వరూపం. ఆ నగరాన్ని, దాని నిర్మాణాన్ని విశ్వకర్మ పనితనాన్ని రావణ బలిమిని - సీతామాత కోసం వాయునందనుడు చూడ సిద్ధమౌతున్నాడు.

ఆగత్యా పీ హ హరయో భవిష్యన్తి నిరర్థకాః।
నహి యుద్ధేన వై లఙ్కా శక్యా జేతుం సురై రపి॥ 27

ఇమాం తు విషమాం దుర్గాం లఙ్కాం రావణపాలితామ్।
ప్రాప్యాది స మహాబాహుః కిం కరిష్యతి రాఘవః॥ 28

అవకాశో న సా న్త్వస్య రాక్షసే ష్వభి గమ్యతే।
న దానస్య నభేదస్య నైవ యుద్ధస్య దృశ్యతే॥ 29

చతుర్ణా మేవ హీ గతి ర్వానరాణాం మహాత్మనామ్।
వాలిపుత్రస్య నీలస్య మమ రాజ్ఞ శ్చ ధీమతః॥ 30

తా. "ఇది అభేద్యమే" ఆంజనేయుడనుకుంటున్నాడు. సముద్రాన్ని దాటడమే అసాధ్యము. పోనీ తిప్పలు పడి, ఇక్కడికి వస్తే, దేవతలకే అసాధ్యమైన ఈ లంకా నగర ప్రవేశం, వూహకందని విషయం.

ఇది దాటడం... ఆలోచనకే రావడం లేదు. త్రిభువన పాలకుడైనా పరమ దుర్మార్గునిగా ప్రఖ్యాతి గాంచిన, రావణ నగర ప్రవేశం, అనూహ్యమే! మా అందరిలో ఏ ఒక్కరో ఇద్దరో అదే నీల, అంగద, సుగ్రీవులు తప్ప, అందరికీ చేరరానిదీ లంకా పట్టణం.

రాక్షసాదులను ప్రలోభపెట్టి ఈ లంకలో అడుగుపెట్టడం, విజయాన్ని వూహించడం ఆలోచించదగ్గదే. వాళ్ళే రత్నాలు, బంగారంతో తులతూగుతుంటే, సర్వసుఖాలు, శుభాలు - ఇక్కడే లభిస్తూంటే, వీరిని మభ్యపెట్టడం, మాయ చేయడం, జరుగని పని - అన్నీ నిట్టూర్పులే. అసాధ్యమను ఆలోచనలే!

వీరితో యుద్ధం - వీరలను జయించడం. వున్న సీతమ్మను కనుగొని తెచ్చుకోవడం... ఎలాగ ? ఎలాగా ? తనలో పుట్టిన ఇటువంటి

గుబులు ప్రశ్నలతో ఆలోచించి, ఆలోచించి, కర్తవ్యమర్థం కాక - సాధ్యాసాధ్యాలను వూహించుకుంటున్నాడు.

యావజ్జానామి వై దేహీం యది జీవతి వా నవా।
తత్రైవ చిన్తయిష్యామి దృష్ట్వా తాం జనకాత్మజామ్॥ 31

తత స్స చిన్తయామాస ముహూర్తం కపికుఞ్జరః।
గిరిశృఙ్గే స్థిత స్తస్మిన్ రామస్యాభ్యుదయే రతః॥ 32

అనేన రూపేణ మయా న శక్యా రక్షసాం పురీ।
ప్రవేష్టుం రాక్షసైర్గుప్తా క్రూరై ర్బలసమన్వితైః॥ 33

ఉగ్రౌజసో మహావీర్యా బలవ న్త శ్చ రాక్షసాః।
వఞ్చనీయా మయా సర్వే జానకీం పరిమార్గతా॥ 34

లక్ష్యాలక్ష్యేణ రూపేణ రాత్రౌ లఙ్కాపురీ మయా।
ప్రవేష్టుం ప్రాప్తకాలం మే కృత్యం సాధయితుం మహత్॥ 35

తా. "హనుమా! సీతను చూపే ధీరుడివీవే" అన్న రాముని మాటలు, ఆతని చెవిలో ప్రతిధ్వనిస్తుంటే, ఆ పర్వతమందుండే, కాగల కార్యం గురించి ఆలోచిస్తున్నాడు.

"రామునికి శుభం కలుగాలనే ఆలోచన, హనుమ నరనరాలలో నిండి వుండటంతో తీవ్రంగా ఆలోచిస్తున్నాడు.

ఇలాగ ఈ నగరంలో అడుగుపెట్టడమసాధ్యం. అడుగుపెట్టక అమ్మ సీతమ్మను కనుగొనడం కష్టం. ఈ రాక్షసులు మహాక్రూరులు. ఆ సంగతిని వాలి ప్రభువే నిరూపించుకున్నాడు. వంచించి సీతమ్మను తెచ్చాడంటే, రావణుడెంత హీనుడో... అర్థమౌతుంది.

ఈ ఆకారం లంకా నగర ప్రవేశానికి పనికి రాదు ఏదో రకంగా, ఎవరికంట బడకుండా - లంకలో ధైర్యం చేసి అడుగుపెట్టాలి. అమ్మను చూడాలి. ఆ తల్లిని కలిసాక, మిగిలిన విషయాలు, వ్యవహారాలు.

పగటిపూటకంటే రాత్రిపూట ఎంతవారు రాత్రించరులైనా, రహస్య శోధనానికిదే సరియైన సమయమని పావని తలిచాడు. ఇంతకుమించి మరోమార్గం లేదని తలచిన హనుమ అందుకు సంసిద్ధుడౌతున్నాడు.

తాం పురీం తాదృశీం దృష్ట్వా దురాధర్షాం సురాసురైః।
హనుమాం శ్చిన్తయామాసః వినిశ్చిత్య ముహుర్ముహుః॥ 36

కేనోపాయేన పశ్యేయం మైథిలీం జనకాత్మజమ్।
అదృష్టో రాక్షసేన్ద్రేణ రావణేన దురాత్మనా॥ 37

న విన శ్యేత్కథం కార్యం రామస్య విదితాత్మనః।
ఏకా మేకశ్చ పశ్యేయం రహితే జనకాత్మజామ్॥ 38

భూతా శ్చార్థా వివద్యన్తే దేశ కాల విరోధితాః।
విక్లబం దూత మాసాద్య తమ స్సూర్యోదయే యథా॥ 39

అర్థానర్థాన్తరే బుద్ధి ర్నిశ్చితాపి న శోభతే।
ఘాతయన్తి హి కార్యాణి దూతాః వణ్డితమానినః॥ 40

న వినశ్యేత్కథం కార్యం వైక్లబ్యం న కథం భవేత్।
లఙ్ఘనంచ సముద్రస్య కథం ను న వృథా భవేత్॥ 41

మయి దృష్టేతు రక్షోభి రామస్య విదితాత్మనః।
భవే ద్వ్యర్థ మిదం కార్యం రావణా నర్థమిచ్ఛతః॥ 42

న హి శక్యం క్వచిత్ స్థాతు మవిజ్ఞాతేన రాక్షసైః।
అపి రాక్షపరూపేణ కిము తాన్యేన కేనచిత్॥ 43

వాయురప్యత్ర న జ్ఞాత శ్చ రే దితి మతిర్మమ।
న హ్యస్త్యవిదితం కించి ద్రాక్షసానాం బలీయసామ్॥ 44

ఇహాహం యది తిష్ఠామి స్వేన రూపేణ సంవృతః।
వినాశ మపి యాస్యామి భర్తు రర్థ శ్చ హీయతే॥ 45

త దహం స్వేన రూపేణ రజన్యాం హ్రస్వతాం గతః।
లఙ్కా మధిపతిష్యామి రాఘవస్యార్థ సిద్ధయే॥ 46

రావణస్య పురీం రాత్రౌ ప్రవిశ్య సుదురాసదామ్।
విచిన్వన్ భవనం సర్వం ద్రక్ష్యామి జనకాత్మజామ్॥ 47

తా. "తాంపురీం తాదృశీదృష్ట్వా....!" అంటాడు వాల్మీకి మునిచంద్రుడు. లంకా నగరం దర్శించాలనే కాంక్ష దుస్తరం, దుర్లభమని, సురాసురులకే సాధ్య మవని నగరాన్ని, దర్శించాలని తలంచడం, తగదని క్షణం కాలం ఆలోచించా డంటాడు. అంతటి దుస్తరమైన కార్యాన్ని సాధించాలనే పట్టుదలతో...

పరమ దుర్మార్గుడైన రావణుని కంటబడకుండా ఏ ఉపాయంతో ఏ రూపంలో నగరం ప్రవేశించాలి, అమ్మను చూడాలి ? ఇంతదూరం వచ్చి, జనకుని కుమార్తెను చూడకుండా తిరిగి వెళ్ళడం మహాదోషం. ఇంతవరకు ఏదో సాధించాను, సాధించగలననుకున్నాను. ఇప్పుడు సీతమ్మను చూడటంలో అసలైన శక్తియుక్తులు దాగి వున్నాయి. కటకటా..!" అనుకున్నాడు.

సరియైన దూతలు/మంత్రులు కనుక లేకపోతే కార్యం చెడుతుంది. యజమానులకు తలవంపులు కూడా వస్తాయి. నేనేదో కార్యసాధకుడని రాముడు తలిచాడు. నా వలన వానర లోకానికే అపకీర్తి సంభవించేటట్లుంది.

నేను తెలివితక్కువగా ప్రవర్తించి రాక్షసులకు చిక్కితే రామకార్యం మొత్తం చెడిపోతుంది. సముద్రం దాటడమొక కథగా నిలిచిపోతుంది. ఇలా రకరకాల ఆలోచనలు చేసిన, హనుమ ఏదో రూపంగా, ఆఖరికి రాక్షసరూపమైనా సరే ధరించి లంకలో అడుగుపెట్టి, లక్ష్యము నెరవేర్చు కోవాలనుకుంటాడు.

దిక్పాలకులకే ఈ రావణుడంటే భయం. అతడు త్రిలోకవిజేత కదా! ఆతని మాటను తప్పక వాళ్ళు మన్నించి తీరాలి. ఇదే కాలగతి అంటే... ఇలా ఆలోచిస్తున్నవాడు. "ఈ రూపంలో లంకలోని వారెవరు చూసినా నన్ను శిక్షిస్తారు. సుగ్రీవుని యంత్రాంగము, వానర భల్లూకాది వీరుల మంత్రాంగము మొత్తం చెడిపోకుండా కాస్సేపు సూర్యాస్తమయం కోసం ఆగుతాను. ఆ తదుపరి మారురూపంతో లంకలో అడుగు పెడతానని" నిరంతరం సాగే ఆలోచనలకు కాస్సేపు అడ్డుకట్ట వేసాడు.

ఇతి సఞ్చి న్త్య హనుమాన్ సూర్యస్యాస్తమయం కపిః।
ఆచకాఙ్క్షే తదా వీరో వైదేహ్యా దర్శనోత్సుకః॥ 48

సూర్యే చాస్తంగతే రాత్రౌ దేహం సఙ్క్షిప్య మారుతిః।
పృషదంశకమాత్రస్సన్ బభూవాద్భుత దర్శనః॥ 49

తా. సూర్యాస్తమయ మయింది. చీకట్లు ముసురుకుంటున్నాయి. ఈ అసుర సంధ్యవేళ తన ఆకారాన్ని ఎంతో పెద్ద భారీకాయాన్ని, మామూలుకు, అక్కడ నుండి చిన్న పిల్లిపిల్లలాగ తగ్గించుకున్నాడు. తనకు తానే ఆశ్చర్య పడునట్లు, తన అతి చిన్నని దేహమును చూసుకుని ముందుకు అడుగు వేసాడు.

ప్రదోషకాలే హనుమాం స్తూర్ణముత్ప్లుత్య వీర్యవాన్।
ప్రవివేశ పురీం రమ్యాం సువిభక్తమహాపథామ్॥ 50

ప్రాసాదమాలావితతాం స్తమ్భైః కాఞ్చన రాజతైః।
శాతకుమ్భమయై ర్జాలై ర్గన్ధర్వ నగరోపమామ్॥ 51

సప్త భౌమాష్టభౌమై శ్చ సందదర్శ మహాపురీమ్।
తలై స్స్ఫాటిక సఙ్కీర్ణైః కార్తస్వర విభూషితైః॥ 52

వైదూర్య మణి చిత్రైశ్చ ముక్తాజాల విభూషితైః।
తలై శ్శుశుభి రేతాని భవనా న్యత్ర రక్షసామ్॥ 53

కాఞ్చనాని చ చిత్రాణి తోరణాని చ రక్షసామ్।
లఙ్కా ముద్యోతయామాసు స్సర్వత స్సమలఙ్కృతామ్॥ 54

తా. ప్రదోష సమయం లంకా ప్రవేశానికి తగినదిగా తలచి, రాక్షసాదులు గుర్తించ లేరన్న ధైర్యంతో ఆంజనేయుడు అడుగువేస్తున్నాడు. పాదాలు కదులు తున్నాయి. పరిసరాల్ని కళ్ళు చూస్తున్నాయి.

అంతా బంగారం మయం. రత్నాలు, మణులు, బంగారపు ముద్దలతో, అత్యంత విలువైన భవనాలలో ఎన్నో సదుపాయాలు, మరెన్నో అలంకరణలతో, ఏ ఒక్కరు చూడాలని తప్ప, దేహేంద్రియములు కదుప లేనట్లుందా నగరం. దాని అందం - ఆ నగర స్థితి.

బంగారపు తోరణాలు, వైఢూర్యాలు పొదిగి, ముత్యాలసరాలతో అలంకరించబడిన ఆ కిటికీలను చూస్తే ఆ బహిర్ద్వారములను శోభలను చూస్తే లంకా నగరం వైభవం వర్ణించడం బ్రహ్మాశక్యం కూడా కాదు.

అచిన్త్యా మద్భుతాకారాం దృష్ట్వా లఙ్కాం మహాకపిః।
ఆసీ ద్విషణ్ణో హృష్ట శ్చ। వైదేహ్యా దర్శనోత్సుకః॥ 55

స పాణ్డురోద్విద్ధ విమానమాలినీం మహార్హజామ్బూనద జాలతోరణామ్।
యశస్వినీం రావణబాహు పాలితాం క్షపాచరై ర్భీమబలై స్సమావృతామ్॥ 56

చన్ద్రోపి సాచివ్య మివాస్య కుర్వం స్తారాగణై ర్మధ్యగతో విరాజన్।
జ్యోత్స్నా వితానేన వితత్య లోక ముత్తిష్ఠతే నైక సహస్రరశ్మిః॥ 57

శఙ్ఖప్రభం క్షీరమృణాళవర్ణ ముద్గచ్ఛమానం వ్యవభాసమానమ్।
దదర్శ చన్ద్రం స హరిప్రవీరః పోప్లూయమానం సరసీవ హంసమ్॥ 58

తా. అడుగడుగున అధిక కావలి, అప్రమత్తులైన ఆయుధపాణుల కళ్ళుగప్పి ముందుకు వెళ్ళగలనా ? అలాగ వెళ్ళడం అతి సాహసం కాదు కదా! మరల సందేహం, ఆ తదుపరి అనుమానం.

మెల్లిగా చంద్రోదయమౌతుంది. హమ్మయ్య అనుకున్నాడు. ఈ చీకటి కోణంలో నక్కి నక్కి మెల్లిగా కార్యం సానుకూలం చేసుకోవచ్చని తలిచాడు. చంద్రోదయం కొంత ఆశ. కార్య సాఫల్యమౌతుందనే ధైర్యం. నిర్భయం ఆవరించసాగింది.

"శఙ్ఖప్రభం, క్షీరమృణాళవర్ణ....!" అన్నట్లు శంఖము, పాలు, తామర తూడువలె, ఆకాసంలో చంద్రుడు నిర్మలమైన కాంతితో, చెరువునందు విహరించు హంసవలె, కదులుతుంటే, అమితానందభరితుడైన - ఆంజనేయుని మనసు చల్లబడింది.

కనులు ఆనందంతో మెరిసాయి.

ఇక కార్యం - సానుకూలమేనంటూ, మెల్లిగా - కదిలాడు.

ఇది వొరుగంటి వంశజనిత, శ్రీమతి సువర్చలాంబా, వెంకట సూర్యప్రసాదరావుల జేష్ఠ తనూజుడు "వరరామకృష్ణప్రసాద్ - భక్తజనుల కందించిన, తేటతెలుగు వ్యాఖ్యాన శ్రీమత్ సుందరకాండలోని, రెండవ సర్గ సమాప్తం.

- స్వస్తి-

- అస్తు -

✦✦✦

తృతీయ స్సర్గః

స లమ్బ శిఖరే లమ్బే లమ్బతోయద సన్నిభే।
సత్వ మాస్థాయ మేథావీ హనుమా న్మారుతాత్మజః॥ 1

నిశి లఙ్కాం మహాసత్వో వివేశ కపికుఞ్జరః।
రమ్యకానన తోయాభ్యాం పురీం రావణపాలితామ్॥ 2

తా. మేధావియైన హనుమంతుడు, మహామతిమంతుడు, పరిసరాలను గమనిస్తూ, వ్రేలాడు శిఖరములు వ్రేలాడు మేఘముల వలెనున్న త్రికూట పర్వత శిఖరముల నుండి, యావత్తు లంకను దర్శిస్తూ ఇక ఇక్కడనుండి కదలదలచి, అడుగు ముందుకు వేసాడు.

శారదామ్బుధర ప్రఖ్యై ర్భవనై రుపశోభితామ్।
సాగరోపమ నిర్ఘోషాం సాగరానిలసేవితామ్॥ 3

సుపుష్టబలసఙ్ఘుష్టాం యథైవ విటపావతీమ్।
చారుతోరణ నిర్యూహాం పాణ్డుర ద్వారతోరణామ్॥ 4

భుజగాచరితాం గుప్తాం శుభాం భోగవతీ మివ।
తాం స విద్యుద్ఘనాకీర్ణాం జ్యోతిర్మార్గ నిషేవితామ్॥ 5

మన్దమారుత సంచారాం యథేన్ద్రస్యామరావతీమ్।
శాతకుమ్భేన మహతా ప్రాకారేణాభిసంవృతామ్॥ 6

కిఙ్కిణీజాల ఘోషాభిః పతాకాభి రలఙ్కృతామ్।
ఆసాద్య సహసా హృష్టః ప్రాకార మభిపేదివాన్॥ 7

తా. అందలి గృహాలు శరత్కాల మేఘాలను తలపింప చేస్తున్నాయి. ఇక అక్కడి రణగొణధ్వనులు సముద్ర ఘోషను తలపింప చేస్తున్నాయి. అందమైన వనాలు, జలాశయాలతో మహాద్భుతంగా, చూడముచ్చటగా వుందా లంకానగరం.

ఆ నగరం ఒకానొక సమయంలో రావణ సోదరుడైన కుబేరుని అలకాపురివలెను, ఇంకొన్ని సమయాలలో, పర రాజ్యమైన భోగవతి నగరము వలెను ప్రకాశిస్తుంది. ఇంకొన్ని సమయాలలో విద్యుల్లతలవంటి మెరుపులతో అమరావతి వలె కన్పడుతుంది. ఆ త్రిలోక విశ్వ విజేతకు సాటిరాగలదన్నట్లు లంకా పట్టణం ప్రకాశిస్తుంది.

పెద్ద పెద్ద బంగరు ప్రాకారాలు, గాలికి అల్లల్లాడే చిరుగంటల గలగల ధ్వనులు, పతాకాలతో అలంకరింపబడిన, ఆ నగరాన్ని చూసి, ఇక ఏ మాత్రం ఆలస్యం చేయకుండా, నగరంలో అడుగుపెట్టాలని హనుమ ఆతృత పడుతున్నాడు.

విస్మయానిష్ట హృదయః పురీ మాలోక్య సర్వతః।
జామ్బూనదమయై ద్వారై ర్వైదూర్యకృత వేదికైః॥ 8

వజ్రస్ఫటిక ముక్తాభి ర్మణీ కుట్టిమ భూషితైః।
తప్తహాటక నిర్యూహై రాజతామలపాణ్డురైః॥ 9

వైదూర్య కృతసోపానై స్స్ఫాటికాన్తర పాంసుభిః।
చారుసఞ్జవనోపేతైః ఖ మివోత్పతితై శ్శుభైః॥ 10

క్రౌఞ్చ బర్హిణ సఙ్ఘుష్టై రాజహంస నిషేవితైః।
తూర్యాభరణనిర్ఘోషై స్సర్వతః ప్రతినాదితామ్॥ 11

వస్వౌకసారా ప్రతిమాంతాం వీక్ష్య నగరీం తతః।
ఖ మివోత్పతితుం కామాం జహర్ష హనుమాన్ కపిః॥ 12

తా. బంగారు, వైడూర్యాలు గల ద్వారాలు, రత్నాలు, ముత్యాలతో నిర్మింపబడిన మెట్లు, విహారస్థలాలు, ద్వారముల యందలి గూళ్ళు వాటిలోనున్న రకరకాల పక్షులను, సంగీత, నృత్య వాయిద్య ఘోషలను, ఆభరణాల చప్పుళ్ళను సకల లోకాలలోని సంపద, అందాలు ఇక్కడే కలవన్నట్లు చేసిన విశ్వకర్మ సృష్టికి హనుమ విస్మయుడయ్యాడు. వందనమర్పించాడు.

తాం సమీక్ష్య పురీం రమ్యాం రాక్షసాధిపతే శ్శుభామ్।
అనుత్తమా మృద్ధియుతాం చిన్తయామాస వీర్యవాన్॥ 13

నేయ మన్యేన నగరీ శక్యా ధర్షయితుం బలాత్।
రక్షితా రావణబలై రుద్యతాయుధధారిభిః॥ 14

కుముదాఙ్గదయోర్వాపి సుషేణస్య మహాకపేః।
ప్రసిద్ధేయం భవేద్భూమి ర్మైన్దద్వివిదయోరపి॥ 15

వివస్వత స్తనూజస్య హరే శ్చ కుశ పర్వణః।
ఋక్షస్య కేతుమాలస్య మమ చైవ గతి ర్భవేత్॥ 16

తా. లంకా పట్టణము అందలి భద్రత, రావణుని జాగ్రత్త. సర్వం ఆశ్చర్య పరుస్తుంటే, అందుకే ఇది దేవాసురులకు గూడ చొరబడ శక్యము కానిదను కున్నాడు. ఇందు ప్రవేశించడం... మళ్ళీ అనుమానం.

ఏ అంగద, జాంబవత, మైంద, ద్వివిదాది వానరశ్రేష్ఠులో తప్ప, ఇతర వానరసేన ఇక్కడ అడుగుపెట్టలేదు. సుగ్రీవుడు, కుశపర్వుడు, కేతుమాల, ఋక్షడు, వచ్చాను కాబట్టి నేను, ఇక్కడికి రాగలము. వీరలతో పోరాడగలము. ఇతరుల కసాధ్యమన్నట్లు తలుస్తున్నాడు.

స మీక్ష్య తు మహాబాహూ రాఘవస్య పరాక్రమమ్।
లక్ష్మణస్య చ విక్రాన్త మభవ త్ప్రీతిమాన్ కపిః॥ 17

తా. పరిస్థితులను సమీక్షించుకుంటున్న పావని, మేమే ఈ లంకను జయించ గలమన్న ఆశ కల్గినప్పుడు అప్రతిహతమై వరలు ఎదురులేని రామలక్ష్మణుల పరాక్రమం ముందు ఈ లంక ఏ పాటిదనుకున్నాడు ? ముల్లోకములను జయించకల్గిన ఆ మహావీరులకీ లంక తృణప్రాయంగా తలచాడు. దాంతో ఉత్సాహం బయలుదేరింది.

తాం రత్నవసనోపేతాం గోష్ఠాగారావతంసకామ్।
యన్త్రాగార స్తనీ మృద్ధాం ప్రమదా మివ మాషితామ్॥ 18

తాం నష్టతిమిరాం దీప్తై ర్భాస్వరై శ్చ మహాగృహైః।
నగరీం రాక్షసేన్ద్రస్య దదర్శ స మహాకపిః॥ 19

తా. ఆ రామదూత హృదయంలో లంకానగరభామిని రూపం, మేలు చీరలకు సమానమైన రత్నాల రాశులు, కర్ణాభూషణాలను, గోశాలలు, ఇతర పశు గృహాలు, కుచములను యంత్రాగారములతో సర్వశోభాయమానంగా కనుపించింది.

పగటి వెల్గులను ప్రతిబింబింప చేసి దేదీప్యమానంగా ప్రకాశించు దీపాలు, ఎక్కడికక్కడ రత్నమాణిక్యాల అలంకారంగా, ఇంతటి అందగత్తెను మరెక్కడా (త్రిభువనాలలో) చూడలేమన్నట్లు ఆ లంకా సుందరి విరాజిల్లుతుంది.

అథ సా హరిశార్దూలం ప్రవిశ న్తం మహాబలమ్।
నగరీ స్వేనరూపేణ దదర్శ పవనాత్మజమ్॥ 20

సా తం హరివరం దృష్ట్వా లఙ్కా రావణపాలితా।
స్వయ మేవోత్థితా తత్ర వికృతానన దర్శనా॥ 21

పురస్తా త్కపివర్యస్య వాయుసూనో రతిష్ఠత।
ముఞ్చమానా మహానాద మబ్రవీ త్పవనాత్మజమ్॥ 22

తా. ఇంకా ఆ నగరం చూడాలనే ఉత్సాహం, ఆ వానరోత్తముని హృదయంలో పుట్టింది. అంతే అడుగు ముందుకు వేసాడు. ఓ భయంకరాకార మాతనిని ఆపింది. ఆడదే - ఆడతనం కనబడటం లేదు. ఆకారంలో కోమలత్వం, మాటలలో మృదుత్వం లేదు. అది జంతువో, మనిషోనన్నట్లు చిత్రంగా అరచింది.

ఆ అరుపుకు అదిరిపడ్డట్లు ఆ పిల్ల కోతి హనుమ, కళ్ళు చిత్రంగా పెట్టి, విచిత్రంగా అటు ఇటు త్రిప్పుతూ - ఎంతో అమాయకంగా కనుపించాడు.

కస్త్వం కేనచ కార్యేణ ఇహ ప్రాప్తో వనాలయ।
కథయ స్వే హా య త్తత్త్వం యూప త్ప్రాణాధర న్తితే॥ 23

న శక్యం ఖ ల్వియం లఙ్కా ప్రవేష్టుం వానర త్వయా।
రక్షితా రావణ బల రభి గుప్తా సమ న్తతః॥ 24

తా. అప్పుడా భయంకరరూపం "ఏయ్ కోతి, నీవ్వెవరివి ? ఇక్కడికెలా వచ్చావు ? ఇక్కడికి రావడానికి నీకెన్ని గుండెలు ? చొరరాని ఈ లంకలో ప్రమాదవశాత్తు అడుగుపెట్టావా, కావాలని చొరపడుతున్నావా ?

రావణ రక్షితయైన, దుర్భేద్యమీ నగరం. దీనిని ప్రవేశించుట అసాధ్యం.'' అని ఆ ఆకారం హనుమ నడ్డగించింది.

అథ తా మబ్రవీ ద్వీరో హనుమా నగ్రతః స్థితామ్।
కథయిష్యామి తే తత్త్వం యన్మాం త్వం పరిపృచ్ఛసి॥ 25

కా త్వం విరూపనయనా పురద్వారేఽ వ తిష్ఠసీ।
కిమర్థం చాపి మాం రుద్ధ్వా నిర్భర్త్సయసీ దారుణా॥ 26

తా. మహావీరుడైన హనుమంతుడు, మామూలు కోతివలె వినయవిధేయతలతో ఆమెను చూచి "నేను కోతినే. తప్పక నా గురించి చెబుతాను. ఇంతకీ నువ్వెవరివని ? అడిగాడు. నువ్వెవరివో చెప్పకుండా నా గురించి అడగడం. నన్ను బెదరించడం తప్పు కదూ. అయినా ఇలాగ అడ్డంగా నిలబడ్డావు. అలాగ ప్రక్కకు వెళ్ళి మాట్లాడుకుందాం రా!'' అన్నట్లు చూసాడు.

హనుమ ద్వచనం శ్రుత్వా లఙ్కా సా కామరూపిణీ।
ఉవాచ వచనం క్రుద్ధా పరుషం పవనాత్మజమ్॥ 27

తా. ఆ మాటలకు ఆ రాక్షసి కుపితురాలయింది. ఏమిటీ, నన్నే ప్రశ్నిస్తున్నావా ? ఎంత గుండె ధైర్యం ?'' కోపంతో వూగిపోతుంది.

అహం రాక్షసరాజ్య రావణస్య మహాత్మనః।
ఆజ్ఞాప్రతీక్షా దుర్ధర్షా రక్షామి నగరీ మిమామ్॥ 28

నశక్యా మామవజ్ఞాయ ప్రవేష్టుం నగరీ త్వయా।
అద్య ప్రాణైః పరిత్యక్త స్స్వప్యస్యసే నిహతోమయా॥ 29

అహం హీ నగరీ లఙ్కా స్వయమేవ ప్లవఙ్గమ।
సర్వతః పరిరక్ష్యామి హేతత్తే కథితం మయా॥ 30

తా. ఈ మాత్రం కోపం "నాకూ వుంది'' అనే ఆంజనేయుని చూస్తూ "ఏయ్! వానరా! నేనెవరినా ? నేనెవరినో తెలియకుండా ఇక్కడికి వచ్చావా ? అసలు నువ్వు, కావాలని వచ్చావా ? దారి తప్పి వచ్చావా ? ఇంతటి సముద్రాన్నీది ఇక్కడకు రావడమంటే సామాన్యమైన విషయం కాదు.

అదిసరే నా పేరు లంకిణి. నా స్వరూపమే ఈ లంక. నా ఆజ్ఞ లేనిదే ఎవ్వరు లోపలకు అడుగు పెట్టలేరు. రావణుని ఆజ్ఞననుసరించి, ఇది కావలి కాస్తున్నాను. నన్ను కాదని... అని ఆగిన ఆ లంకారూపిణి "ఇంతకీ నీకథేమిటన్నట్లు ఆగింది. అబద్ధం చెప్పావో... నా చేతిలో నీ పని సరి... నీకు చావు తప్పదు! అంది." హనుమను చూస్తుంది.

లఙ్కాయావచనం శ్రుత్వా హనుమాన్ మారుతాత్మజః।
యత్నవాన్ స హరిశ్రేష్ఠః స్థిత శ్శైల ఇహాపరః॥ 31

స తాం స్త్రీ రూప వికృతాం దృష్ట్వా వానరపుఙ్గవః।
అబభాషేఽథ మేథావీ సత్వవాన్ ప్లవగర్షభః॥ 32

తా. దాని మాటలకు కుపితుడైన హనుమ, కోపం అందరికి వుంటుంది. సహజం. దానిని వుపయోగించాలా, వద్దా ? అనే బుద్ధి మనది. అన్నవాడు తను సంబాళించుకుని, దీనిని దాటనిదే లోపలికి వెళ్ళలేము కాబట్టి ఆ మహావీరుడు దీనినొక పట్టుపట్టాలని తలచాడు. అందుకు -

ద్రక్ష్యామి నగరీం లఙ్కాం సాట్టప్రాకారతోరణామ్।
ఇత్యర్థ మిహ సంప్రాప్తః పరం కౌతూహలం హి మే॥ 33

వనా న్యుపవనా నీహ లఙ్కాయాః కాననానిచ।
సర్వతో గృహముఖ్యాని ద్రష్టు మాగమనం హి మే॥ 34

తస్య త ద్వచనం శ్రుత్వా లఙ్కా సాకామరూపిణీ।
భూయ ఏవ పున ర్వాక్యం బభాషే పరుసాక్షరమ్॥ 35

మా మనిర్జిత్య దుర్బుద్ధే రాక్షసేశ్వర పాలితామ్।
నశక్య మద్య తే ద్రష్టుం పురీయం వానరాధమ॥ 36

తా. ఇదేదో - మహా అందంగా వుందని విన్నాను. చూడాలని వచ్చాను. లోపలికి వెళ్ళే నాకు, నీవు అడ్డం తగిలావు. అంతే. అంతకంటే ప్రత్యేకమైన కథలేదన్నాడు. ఇది చాలా అందంగా వుంటుందిట కదా! చూస్తే బాగుంటుందిట కదా! అంటున్నాడు, అడుగు కదుపుతున్నాడు.

ఆ మాటలతో కృద్ధురాలైన లంకిణి "వానరా! పొగకు. ఈ మహానగరానికి అధిదేవతనైన నన్ను కాదని ముందుకు వెళ్ళడం, ఈ లంకను చూడటం జరిగే పనేనా ? కలలో కూడా సాధ్యం కాదు...

అయినా నీకంత ఉత్సాహంగా వుండి, ఈ నగర శోభలను చూడదలిచితే, నీ బల పరాక్రమాలను ప్రకటించి, నన్ను జయించి, మరీ లోపలికి వెళ్ళవచ్చును. ఎంతో కఠినంగా, అసాధ్యమన్నట్లున్నాయామె మాటలు.

తత స్స కపిశార్దూల స్తా మువాచ నిశాచరీమ్।
దృష్ట్వా పురీ మిమాం భద్రే పున ర్యాస్యే యథాగతమ్। 37

తా. ఓ లంకీ! ఈ నగరం అందాలను చూడాలన్నదే నా వుద్దేశం తప్ప మరొక ఆలోచన లేదు. కనుక నన్ను లోపలకు పోనిమ్ము. ఇలా వెళ్ళి అలా వచ్చేస్తాను. నీవు మంచిదానివి కదూ! అప్పుడు కోపం పనికిరాదని, ఎంతో శాంతంగా హనుమంతుడడుగుతున్నాడు. మహాపండితుడు బుద్ధిమంతుడైన హనుమను చూసి లంకిణి రెచ్చిపోయింది.

తతః కృత్వా మహానాదం సా వై లఙ్కా భయావహమ్।
త లేన వానరశ్రేష్ఠం తాడయామాస వేగితా॥ 38

తత స్స కపిశార్దూలో లఙ్కాయా తాడితో భృశమ్।
ననాద సు మహానాదం వీర్యవాన్ పవనాత్మజః॥ 39

తత స్సంవర్తయామాస వామహస్తస్య సోఽఙ్గుళీః।
ముష్టినాఽభిజఘా నైనా హనుమాన్ క్రోధమూర్ఛితః॥ 40

తా. "ఏమిటీ. ఇలాగ వెళ్ళి, అలాగ వస్తావా, నేను బ్రతికుండగానే ?" అంటూ ఆ రాక్షసి, తన ప్రతాప మా వానరశ్రేష్టునిపై చూపాలని, గట్టిగా అరచి, అతని పైకి బలంగా తన చెయ్యి విసిరింది. నిజానికా దెబ్బకు సామాన్యులైతే సొమ్మసిల్లిపోయేవారు. ఆంజనేయుడు దానిని లక్ష్యపెట్టలేదు సరికదా. అనవసరంగా చెయ్యి చేసుకుని పీకలమీదకు తెచ్చుకుందనుకున్నాడు.

ఆంజనేయునికి కోపం వచ్చింది. ఆడది చంపకూడదను రామ సూక్తికి, ధర్మానికి చిహ్నంగా, ఒక్క ఎగురు ఎగిరాడు. తన చేతినొకసారి అలాగ విదిలించాడు.

స్త్రీచేతి మన్యమానేన నాతి క్రోధ స్స్వయం కృతః।
సా తు తేన ప్రహారేణ విహ్వలాఙ్గీ నిశాచరీ।
సపాత సహసా భూమౌ వికృతాననదర్శనా॥ 41

తత స్తు హనుమాన్ ప్రాజ్ఞ స్తాం దృష్ట్వా వినిపాతితామ్।
కృపాం చకార తేజస్వీ మన్యమానః స్త్రియం తు తామ్॥ 42

తతో వైభృశసంవిగ్నా లఙ్కా సా గద్గదాక్షరమ్।
ఉవాచా గర్వితం వాక్యం హనుమన్తం ప్లవఙ్గమమ్॥ 43

ప్రసీద సుమహాబాహో త్రాయస్వ హరిసత్తమ।
సమయే సౌమ్య తిష్ఠన్తి సత్వవన్తో మహాబలాః॥ 44

అహం తు నగరీ లఙ్కా స్వయమేవ ప్లవంగమ।
నిర్జితాఽహం త్వయా వీర విక్రమేణ మహాబల॥ 45

తా. ఆ దెబ్బకు, కళ్ళు బైర్లు క్రమ్మి క్రిందపడింది. "నన్ను... నేను... అనుకుంటుంది తప్ప, పరిస్థితికి దానికర్ధం కావడం లేదు. అది వుపేక్షించిన దెబ్బ. దానికే అవయవాలు చచ్చుబడి, చాపచుట్టలాగ క్రిందపడిపోయింది.

ఇంకో దెబ్బకొడతాడేమోనన్న భయం, కొట్టలేదు. "ఆడది కదా అని, పరస్త్రీలను తల్లులుగా చూసే "రామ" దూత వుపేక్షించాడు. అప్పుడా రాక్షసి భయభక్తులను ప్రదర్శిస్తూ, తనను చంపక విడిచిపెట్టిన ఆ మహావీరునికి నమస్కరించింది.

"ప్రసీద మహాబాహూ...!" అంది. "రక్షించవయ్యా నాయనా! నీ ఆ ఒక్క దెబ్బకే అంగసంధులు సడిలాయి. బ్రహ్మాండాలు కనుపించాయి. చావు తప్పింది. నీవు నిజంగా మహావీరుడవే. ఈ లంకలో నిన్నెవ్వరు ఎదిరించే ధీమంతులు లేరు. నన్ను కరుణించు. మళ్ళీ ప్రార్థించింది.

ఇదం తు తథ్యం శృణు వై బ్రువన్త్యా మే హరీశ్వర।
స్వయంభువా పురా దత్తం వరదానం యథా మమ॥ 46

యదా త్వా వానర కశ్చి ద్విక్రమా ద్వశమానయేత్।
తదా త్వయా హి విజ్ఞేయం రక్షసాం భయ మాగతమ్॥ 47

తా. మళ్ళీ ఆమె "ఓ! మహావీరా నీకు శుభము. విజయము. ఇప్పుడు నాకు జ్ఞాపకమొస్తుంది. ఒకసారి మనవాడు (రావణుడు) నందికేశ్వరాదులను పరిహసిస్తుంటే కుపితులైన వాళ్ళు, "నీ లంక నాశనమౌతుంది. మంటలలో నాశనమవుతుందని శపించారు. అప్పుడు నేను బ్రహ్మగార్ని సందర్శించి "దేవా!" అన్నాను. అప్పుడాయన ప్రస్తుతానికి భయం లేకుండా చేస్తానని, నాకో రెండు వరాల నిచ్చారు. అవి -1) వానరుడొకడు వచ్చి నిన్ను జయిస్తాడు. 2) అప్పుడు ఈ లంక మంటల్లో మాడిపోతుందన్నాడు.

అప్పుడే "బ్రహ్మ" నిన్ను వానరుడు పీడించిన మరుక్షణం, లంకా నాశనానికి నాంది. రాక్ష వినాశనం జరుగుతుంది. ఇది అనివార్యమని-" అన్నారు. నిన్ను చూస్తే ఇప్పుడు నాకు బ్రహ్మవాక్యం జ్ఞప్తికొస్తుందంది.

స హి మే సమయ స్సౌమ్య ప్రాప్తోద్య తవ దర్శనాత్।
స్వయంభు విహిత స్సత్యో న తస్యాస్తి వ్యతిక్రమః॥ 48

సీతా నిమిత్తం రాజ్ఞస్తు రావణస్య దురాత్మనః।
రక్షసాం చైవ సర్వేషాం వినాశ స్సముపాగతః॥ 49

తా. ఇప్పుడు, ఇప్పుడు... నిన్ను చూస్తే అప్పటి బ్రహ్మవాక్యం జ్ఞప్తికొచ్చింది. ఇక నాకు విముక్తి దొరికింది. ఇక త్రిలోక విజేతయైన, మహాపాపాత్ముడైన ఆ బ్రహ్మ వంశస్థుడు, రావణునికి పోగాలము దాపురించింది.

సీతాపహరణం చేసిన పాపాన, రావణునితోపాటు అతని బలిమికి భయపడి అతనికి, చేదోడుగా నిల్చిన వారందరు కూడా తమ, తమ కుటుంబాలతో నశిస్తారు. ఇది రావణుని పాపం. వారికి శాపం.

అతని మూలమున, లంకా నాశనం, సర్వ రాక్షస నాశనం జరుగుతుంది. ఇది బ్రహ్మ వాక్యమని, మెల్లగా లేచింది.

తత్ప్రవిశ్య హరిశ్రేష్ఠ పురీం రావణపాలితామ్।
విధత్స్వ సర్వకార్యాణి యాని యానీహ వాఞ్ఛసి॥ 50

ప్రవిశ్య శాపోపహతాం హరీశ్వర

శ్శుభాంపురీం రాక్షసముఖ్యపాలితామ్।

యదృచ్ఛయా త్వం జనకాత్మజాం సతీం

విమార్గ సర్వత్రగతోయథాసుఖమ్.

తా. నీవు వచ్చిన కార్యము వేరయినా, ఓ మహావీరా! లోపలికి వెళ్ళు. నీ ఇష్టం వచ్చినట్లు ప్రవర్తించు. నీవు చూడవలసినవన్ని హాయిగా చూడు. స్వేచ్ఛగా విహరించు. ఇక నీకు అడ్డు లేదన్నట్లు, ఆమె తలవంచింది.

"ప్రవిశ్య శాపోపహరీశ్వరా...!" అంటూ, ఓ వాయు కుమారా! నందీశ్వరాదుల శాపం. కాలభుజంగమువలె కాటు వెయ్యక తప్పదు. నా అదృష్టం బాగుండి ఈ వినాశాన్ని నా కళ్ళతో చూసే దురదృష్టం తొలగింది. వెళ్ళు, నిరాటంకంగా నీ కార్యం పూర్తిచేసుకో.

ఆ జనకుని కూతురు, రామపత్నీ ఇక్కడే వుంది. వానరవీరా! వచ్చిన పని సాధించుకుని వెళ్ళు. శుభం" అంది.

ఇది శ్రీ వోరుగంటి వంశజనిత, శ్రీమతి సువర్చలాంబ, శ్రీ వెంకట సూర్య ప్రసాదరావుల జేష్ఠపుత్రుడు, సరళ తెలుగు భాషలో భక్తజనుల కందిస్తున్న శ్రీ వాల్మీకి విరచిత శ్రీమద్రామయణాంతర్గత సుందరకాండ లోని తృతీయ సర్గ సమాప్తం.

- స్వస్తి-

- అస్తూ -

✦✦✦

చతుర్థ స్సర్గః

స నిర్జిత్య పురీం శ్రేష్ఠాం లఙ్కాం తాం కామరూపిణీమ్।
విక్రమేణ మహాతేజా హనుమాన్ కపిసత్తమః॥ 1

అద్వారేణ మహాబాహుః ప్రాకార మభిపుప్లువే।
ప్రవిశ్య నగరీం లఙ్కాం కపిరాజహితంకరః॥ 2

చక్రేఽథ నాదం సవ్యం చ శత్రూణాం న తు మూర్ధని।
ప్రవిష్ట స్సత్వ సమ్పన్నో నిశాయాం మారుతాత్మజః॥ 3

స మహాపథ మాస్థాయ ముక్తాపుష్పవిరాజితమ్।
తత స్తు తాం పురీం లఙ్కాం రమ్యా మభియయౌకపిః॥ 4

తా. ఆ రకంగా కామరూపిణియైన లంకిణిని జయించిన హనుమంతుడు, ఆనంద పరవశుడై సుగ్రీవాదులు సంతోషిస్తారని, తనకు "కార్యజయము" తప్పక లభిస్తుందని శ్రీరామ కరుణను పొందగలననే ఆనందంతో ముందరి ద్వారాన్ని విడిచి గోడ దూకి లంకలో ప్రవేశించ సిద్ధమౌతున్నాడు.

హనుమంతుడు శాస్త్రవాది, బుద్ధిమంతుడు. మహాపండితుడు. కనుక శత్రువు ఇంట శుభములు పలికే కుడికాలు వుంచకూడదని తలిచాడు. ఎడమపాదం పెట్టాడు. మహాబలశాలియైన మారుతి, "ముక్తా పుష్ప విరాజితం" అని ముత్యాల తోరణాలు, పూలమాలికలు తోరణాలుగా కట్టిన పెద్ద వీధిలో, రమ్యమైన ఆ లంకా శోభలను చూడ మొదలుపెట్టాడు.

హసితోత్కృష్టనినదై స్తూర్యఘోష పురస్సరైః
వజ్రాఙ్కుశ వికాశైశ్చ వజ్రజాల విభూషితైః॥ 5

తా. ఆకాశాన్నంటు వజ్రరత్న ఖచితముల శోభలతో ఐరావతమువలె తెల్లగ నుండు మేఘాలవలె, ఈ ప్రాంతం ఆకాశమను భ్రాంతిని గొల్పుతుంది. నృత్య గీతా వాయిద్యాల హోరు, ఆనందాట్టహాసాలు ప్రతి ఒక్కరిని పలుకరిస్తున్నట్లు వినిపించే ఆ లంకానగరమందడుగు పెట్టాడు.

గృహమేఘైః పురీ రమ్యా బభానే ద్యౌ రి వామ్బుదైః।
ప్రజజ్వాల తదా లఙ్కా రక్షోగణ గృహైశ్శుభైః॥ 6

సితాభ్ర సదృశై శ్చిత్రైః పద్మస్వస్తిక సంస్థితైః।
వర్ధమానగృహై శ్చాసి సర్వత స్సువిభూషితా॥ 7

తాం చిత్రమాల్యాభరణాం కపిరాజహితంకరః।
రాఘవార్థం చరన్ శ్రీమాన్ దదర్శచ ననన్ద చ॥ 8

తా. తెల్లని మేఘాలవలె, పద్మ-స్వస్తి-వర్ధమాన మనుపేర్లు గల గృహాలతో, అత్యంత సుందరంగా విరాజిల్లే ఆ గృహాల సముదాయము, ఒకదానికి మరొక దానికి సంబంధంలేనట్లున్న దాని నిర్మాణశైలిని, నలుప్రక్కల చూసిన ఆ వాయునందనుడు తప్పక శ్రీరామ కార్యము సిద్ధిస్తుందనే ధైర్యాన్ని పొందుతున్నాడు.

భవనా ద్భవనం గచ్ఛన్ దదర్శ పవనాత్మజః।
వివిధాకృతి రూపాణి భవనాని తత స్తతః॥ 9

శుశ్రావ మధురం గీతం త్రి స్థాన స్వర భూషితమ్।
స్త్రీణాం మద సమృద్ధానాం దివి చాప్సరసా మివ॥ 10

శుశ్రావ కాఞ్చీనినదం నూపురాణాం చ నిస్స్వనమ్।
సోపాన నినదాంశ్చైవ భవనేషు మహాత్మనామ్॥ 11

తా. ఈ అతి సూక్ష్మ దేహుడైన ఆంజనేయుడు ఒక్కొక్క భవనంలోకి ప్రవేశిస్తున్నాడు. నిశితంగా చూస్తున్నాడు. దేని ప్రత్యేకతా దానిదేనన్నట్లున్న భవనాలలో అప్సరసలను మించిన దేవతా కన్యలను పోలిన అందగత్తెల చక్కని శ్రావ్యగానాన్ని, మెట్లమీద నడిచే స్త్రీల అందియల సవ్వళను వింటున్నాడు. భుజబల దర్పాలను తలచుకుంటూ, జబ్బలు చరచుకునే రాక్షసవీరులను, వారి అతిశయానికి తగ్గట్లు జరిపే సింహనాదాలను విన్నాడు. ఆ అరుపుల ఆర్భాటం అర్థంకాక క్షణకాలమలాగే నిలిచాడు.

ఆస్ఫోటిత నినదాం శ్చ క్ష్వేళితాం శ్చ తత స్తతః।
శుశ్రావ జపతాం తత్ర మన్త్రాన్ రక్షోగృహేషు వై॥ 12

స్వాధ్యాయ నిరతాం శ్చైవ యాతుధానా న్దదర్శ సః।
రావణ స్తవసంయుక్తాన్ గర్జతో రాక్షసా నపి॥ 13

రాజమార్గం స మావృత్య స్థితం రక్షోబలం మహత్।
దదర్శ మధ్యమే గుల్మే రావణస్య చరాన్ బహూన్॥ 14

తా. మరో ప్రక్కన వేదమంత్రాల సుశ్వర గానం, రావణ స్తోత్రాలు, తపస్స్వాధ్యాయ నిరతుల నైమిత్తికాలు, రాజమార్గంలో సైనికుల పహారా, అప్రమత్తత, జనసంచారం, సందడి చూసాడు. మరో ప్రక్క తన వునికి బయట పడకుండా ఇతరుల గూర్చి తెలుసుకోవాలని తలిచే వేగులవాండ్రను కూడా హనుమ గమనించాడు. ఈ హడావుడిలో తననెవరు గమనించకుండా జాగ్రత్త పడుతున్నాడు.

దీక్షితాన్ జటిలాన్ ముణ్డాన్ గోఽజినామ్బర ధారిణః।
దర్భ ముష్టి ప్రహరణా నగ్నికుణ్డాయుధాం స్తథా॥ 15

కూటముద్గర పాణీంశ్చ దణ్డాయుధ ధరానపి।
ఏకాక్షా నేకకర్ణాంశ్చ లమ్బోదర పయోధరాన్॥ 16

కరాళాన్ భుగ్నవక్త్రాం శ్చ వికటాన్ వామనాం స్తథా।
ధన్వినః ఖడ్గిన శ్చైవ శతఘ్నీ ముసలాయుధాన్॥ 17

పరిఘోత్తమ హస్తాం శ్చ విచిత్రకవచోజ్జ్వలాన్।
నాతి స్థూలాన్ నాతి కృశాన్ నాతిదీర్ఘాతి హ్రస్వకాన్॥ 18

నాతి గౌరాన్ నాతి కృష్ణాన్ నాతి కుబ్జాన్ న వామనాన్।
విరూపాన్ బహురూపాం శ్చ సురూపాం శ్చ సువర్చసః॥ 19

తా. ఈ సంచారంలో హనుమ, "యజ్ఞదీక్షితులను జటాధరులను, ముండన మూర్తులను, శిష్టాచారులను, గోచర్మధారులను, దర్భలను ధరించి, రావణ శ్రేయము, లంక సౌభాగ్యము గురించి అగ్నిహోత్రాదులను సలుపు వారిని చూసాడు. అలాగే వివిధ రకాలాయుధాలను ధరించినవారిని, అందగాళ్ళను, కురూపులను, పతాకాలు పట్టుకున్నవారిని, పొట్టివారిని, పొడుగువారిని, పొడుగు, లావు, సన్నము, మరుగుజ్జులు, వ్రేలాడుచున్న స్తనాలు,

బానపొట్టలు కలవారిని, ఒక కన్ను, చెవి, కాలు వున్నవారిని, వికారులను, భయంకరులను చిత్రంగా చూస్తూ కదులుతున్నాడు.

ధ్వజిన: పతాకిన శ్చైవ దదర్శ వివిధాయుధాన్।
శక్తి వృక్షాయుధాం శ్చైవ పట్టిపాశని ధారిణః॥ 20

క్షేపణీ పాశ హస్తాం శ్చ దదర్శ న మహాకపిః।
స్రగ్విణస్త్వను లిప్తాం శ్చ వరాభరణభూషితాన్॥ 21

నానావేషసమాయుక్తా≡ యథా స్వైరగతాన్ బహూన్।
తీక్ష్ణ శూలధరాం శ్చైవ వజ్రిణ శ్చ మహాబలాన్॥ 22

తా. శక్తి (శూలము వంటిది), వృక్షాలు, పట్టిసాలు, క్షిపణులు, పాశాలు, శూలము, వజ్రము... ఇలాగ రకరకాల ఆయుధాలను ధరించినవారిని, పుష్పమాలలు ధరించి, చందనాదులు పూసుకుని, అమూల్యాభరణములను ధరించి, చిత్రవిచిత్ర దుస్తులతో అట్టహాసంగా నడిచేవారిని చూసాడు. దారి తెలిస్తే తిరిగి రావడం, తేలికనో లేక సీత గురించి వివరం తెలుస్తుందనో, మొత్తానికి హనుమంతుడు ఆ లంకను కలయచూస్తున్నాడు.

శత సహస్ర మవ్యగ్ర మారక్షం మధ్యమం కపిః।
రక్షోధిపతి నిర్దిష్టం దదర్శా న్తఃపురాగ్రతః॥ 23

స తదా తద్గృహం దృష్ట్వా మహాహాటక తోరణమ్।
రాక్షసేంద్రస్య విఖ్యాత మద్రిమూర్ధ్ని ప్రతిష్ఠితమ్॥ 24

పుణ్డరీకావతంసాభి: పరిఘాభి రలఙ్కృతమ్।
ప్రాకారావృత మత్యన్తం దదర్శ స మహాకపిః॥ 25

తా. లక్షల సైన్యము గల కాపలాతో, సర్వతో భద్రంగా వున్న రావణస్త్రీల భవంతులను చూసాడు. ఆ కలయచూడటం మంచిది. వారి సంస్కృతి, సాంప్రదాయాలు, ఆచారాలు, అంతకుమించి, ఆ లంక, ఆ సైనికా పహారా, వారి సైనిక సంపద, ఆయుధ వివరాలు... ఎన్నో తెలుసుకోవచ్చని, పావని, చిన్న అతి చిన్న కోతివలె అవసరమైతే వారి కాళ్ళ మధ్య దాక్కుని, ప్రక్కకు వుడాయించగల రూపంతో తన వీక్షణాన్ని కొనసాగిస్తున్నాడు.

త్రివిష్టపనిభం దివ్యం దివ్యనాద వినాదితమ్।
వాజిహేషిత నఙ్ఘుష్టం నాదితం భూషణైస్తథా॥ 26

రథై ర్యానైర్విమానైశ్చ తథా హయగజై శ్శుభైః।
వారణై శ్చ చతుర్దన్తై శ్శ్వేతాభ్ర విచయోపమైః॥ 27

భూషితం రుచిర ద్వారం మత్తైశ్చ మృగపక్షిభిః।
రక్షిభిస్సుమహావీర్యై ర్యాతుధానై స్సహస్రశః॥ 28

తా. అక్కడనుండి హనుమ తను కలయచూడడంలో ఎన్నో గుర్రాలను, రెండు దంతాల ఏనుగులను, నాలుగు దంతాల తెల్లని ఏనుగులను, వాటి ఘీంకారాన్ని కొన్ని మాటలు, నగల చప్పుడు, రకరకాల ధ్వనులను, ఇతర నాద ఘోషలను, రథములు, విమానాలు, మదించిన మృగాలు, వాటి ఘోషలు, శుక శారికాది పక్షి కూతలు, అప్రమత్త రాక్షసుల కావలి అధికంగా వుండే గృహాన్ని చూసాడు.

అది రావణ గృహంగా తలిచాడు. అందులో అడుగు పెట్టదలిచాడు.

రాక్షసాధిపతేర్గుప్త మావిశేశ మహాకపిః।
స హేమజామ్బూనద చక్రవాళం మహార్హ ముక్తామణి భూషితాన్తమ్॥
పరార్థ్య కాలాగరు చన్దనాక్తం స రావణా న్తఃపుర మావివేశ॥

తా. బంగారు ప్రాకారాలతో, ముత్యాలు పొదిగి, వజ్రవైఢూర్య మరకత మాణిక్యాదులను చెక్కి, కృష్ణాగరు, చందన సువాసనలతో మత్తిల్లచేయు ధూపవాసనలతో, హృదయాలను పరవశింపచేయు, తన ప్రియ స్త్రీలతో నివశించు, రావణావాసంలో ప్రవేశించాడు. అక్కడితో హనుమ - సీత తనకు దొరికినట్లు క్షణకాలము సంతోషించాడు.

✦

ఇది శ్రీ వొరుగంటి వంశజనిత, శ్రీమతి సువర్చలాంబా, వెంకట సూర్య ప్రసాదరావుల జేష్ఠ తనూజుడు "వర"రామకృష్ణప్రసాద్ - భక్తజనుల కందించిన, తేటతెలుగు వ్యాఖ్యాన శ్రీమత్ సుందరకాండలోని, నాల్గవ సర్గ సమాప్తం.

- స్వస్తి-

- అస్తు -

✦✦✦

పంచమ స్సర్గః

ఆంజనేయుడు, చంద్రోదయంతో తన లంకా సందర్శనం ప్రారంభించాడు. ఆ ప్రారంభం, ప్రారంభం అర్థరాత్రి కతడు, రావణుడున్న ప్రాంతానికి వచ్చాడు. అప్పుడు-

తత స్స మధ్యం గత మంశుమ న్తం జ్యోత్స్నా వితానం మహదుద్వమ న్తమ్।
దదర్శ ధీమాన్ దివి భానుమ న్తం గోష్ఠేవృషం మత్త మివ భ్రమ న్తమ్॥ 1

లోకస్య పాపాని వినాశయ న్తం మహోదధిం చాపి సమేధయ న్తమ్।
భూతాని సర్వాణి విరాజయ న్తం దదర్శ శీతాంశు మథాభియా న్తమ్॥ 2

తా. నిండు వెన్నెల పిండారబోసినట్లుంది. తారాచంద్రుని ప్రకాశం ఆహ్లాదకరంగా వుంది. గోశాలలో ప్రవేశించి, కలయ తిరుగుతున్న మహావృషభంలాగ, ఆంజనేయుడు కనబడుతున్నాడు.

లోకంలోని దుఃఖాన్ని పోగొట్టి, అందరికి ఆనందాన్ని కలుగ చేసేవాడు, తన కిరణ కాంతితో సముద్రాన్ని ఉప్పొంగపరచువాడు, మృగ జాతులన్నింటికి ఆనందాన్ని ప్రసాదించువాడు, చంద్రునిగా నట్ట నడి ఆకాశంలో చల్లగా, హాయిగా ప్రకాశిస్తున్నాడు.

యా భాతి లక్ష్మీ ర్భువి మన్దరస్థా తథా ప్రదోషేషుచ నాగరస్థా।
తథైవ తోయేషు చ పుష్కరస్థా రరాజ సా చారు నిశాకరస్థా॥ 3

హంసో యథా రాజతపఞ్జరస్థ స్సింహో యథా మన్దరకన్దరస్థః।
వీరో యథా గర్వితకుఞ్జరస్థ శ్చన్ద్రోఽపి బభ్రాజ తథామ్బరస్థః॥ 4

స్థితః కకుద్మా నివ తీక్ష్ణశృఙ్గో మహాచల శ్శ్వేత ఇవోచ్చశృఙ్గః।
హస్తీ న జామ్బూనదబద్ధ శృఙ్గో రరాజ చన్ద్రః పరిపూర్ణ శృఙ్గః॥ 5

తా. మందర పర్వతమందు ప్రకాశించువాడు, ప్రదోష సమయంలో సముద్రము నుప్పొంగించువాడు, పద్మముల నిలచి వెల్గువాడు, అంతటి సుందరుడైన చంద్రుని హనుమంతుడు, ఆనందంగా చూసాడు.

గగనవీధిలో ప్రకాశించు, ఆ చంద్రుడు, వెండి పంజరంలో వుంచిన హంసవలె శోభిస్తున్నాడు. మందర పర్వత గుహలలో తన దర్పాన్ని

ప్రకటించు సింహము వలెను, మదగజరాజుపై కూర్చున్న వీర పురుషునివలె ప్రకాశించే చంద్రుడు -

షోడశ కళాప్రపూర్ణుడు, వాడి కొమ్ములు గల మదించిన తెల్లని వృషభము వలె, ఎత్తైన శిఖరములు గల తెల్లని పర్వతము వలెను, బంగారు పొన్నులు వేసిన ఏనుగువలె, ఆకాశము నందు సుధాకరుడై ప్రకాశిస్తున్నాడు.

వినష్ట శీతామ్బు తుషార పఙ్కో మహాగ్రహ గ్రాహ వినష్ట పఙ్కః।
ప్రకాశ లక్ష్మ్యాశ్రయనిర్మలాఙ్కో రరాజ చన్ద్రో భగవాన్ శశాఙ్కః॥ 6

శిలాతలం ప్రాప్య యథా మృగేన్ద్రో మహారణం ప్రాప్య యథా గజేన్ద్రః।
రాజ్యం సమాసాద్య యథా నరేన్ద్ర స్తథా ప్రకాశో విరరాజ చన్ద్రః॥ 7

ప్రకాశ చంద్రోదయ నష్టదోషః ప్రవృద్ధ రక్షః పిశితాశదోషః।
రామాభిరామేరిత చిత్తదోషః స్వర్గప్రకాశో భగవాన్ ప్రదోషః॥ 8

తా. అమృత కిరణుడైన చంద్రుడు స్వతహాగా ప్రకాశవంతుడు కాడు. సూర్యకిరణ ప్రభావము వల చంద్రుడు సుధాకరుడు, శీతాంశుడయ్యాడు. సూర్యకిరణ ప్రకాశ ప్రభావంతో వెలుగొందే ఆ శశాంకుడు, తన చుట్టు గల గ్రహాలను కూడా తన ప్రభావంతో ప్రకాశింప చేస్తున్నాడు. పర్వత ప్రాంతాలలో సంచరించు మృగరాజువలె చంద్రుడు ప్రకాశిస్తున్నాడు. అడవిలోని మత్త గజరాజు వలే, ప్రశాంతముగా రాజ్యమేలు రాజు వలె, శీతాంశుడు, గగనవీధిలో వెల్గుచున్నాడు.

చంద్రకాంతి భూతలమంతా పరచుకొనడంతో, చీకట్లు నశిస్తాయి. పిశాచ రాక్షసాదులు తమ మాంసభక్షణా కార్యక్రమానికి, కాముకులైన స్త్రీలు, తమ తమ కోపాలను వదిలిపెట్టి, ప్రేమతో ఒకరినొకరు కలవడానికి ఆతృత పడుతున్నారు. ఇటువంటి సమయంలోని (చంద్ర) ప్రదోష సమయం, ఆనందాలకు మూలమై, ఆ స్వర్గాన్ని తలపులకు తెస్తుంది.

తంత్రీస్వనాః కర్ణ సుఖాః ప్రవృత్తాః స్స్వపన్తి నార్యః పతిభి స్సు వృత్తాః।
న క్తంచరా శ్చా పి తథా ప్రవృత్తా విహర్తు మత్యద్భుత రౌద్రవృత్తాః॥ 9

మత్తప్రమత్తాని సమాకులాని రథాశ్వ భద్రాసన సఙ్కులాని।
వీరశ్రియా చాపి సమాకులాని దదర్శ ధీమాన్ స కపిః కులాని॥ 10

పరస్పరం చాథిక మాక్షిపన్తి భుజాం శ్చ సీసా నథివిక్షిపన్తి।
మత్త్రపలాపా నథినిక్షిపన్తి మత్తాని చా న్యోన్య మథిక్షిపన్తి॥ 11

రక్షాంసి వక్షాంసి చ విక్షిపన్తి గాత్రాణి కాన్తాసు చ విక్షిపన్తి।
రూపాణి చిత్రాణి చ విక్షిపన్తి దృఢాని చాపాని చ విక్షిపన్తి॥ 12

తా. మరొకప్రక్క వీణానాదం. ఇతర వాయిద్యాల సుఘోషలు కర్ణప్రియాలై, మానసోల్లాసం కల్గిస్తున్నాయి. సతులు, తమ పతులతోడను, రాత్రించరులు (భూతగణాలు) తమ భావాలకనుగుణంగా తమ కరాళ నృత్యంతోను, ఈ చంద్రకాంతిలో ఆనందమొందుతున్నారు.

మత్తుపదార్థాల సేవనంతో మత్తుగా కొందరు, వళ్ళు తెలియక ఇంకొందరు రకరకాల పనులలో మున్గినవారు, మైకంలో మాట్లాడేవారు, పరాక్రమవంతులను, రథ గజ తురగ, సింహాసనాదులను కూడా ఆంజనేయుడు చూస్తాడు.

పరిహాసాలు చేసుకునేవారు, భుజాలపై చేతులు వేసుకుని ఇష్టమొచ్చినట్లు ఆట్లాడువారు, వీరాలాపములు, బీరాలాపములు, త్రాగుడు మైకం తలకెక్కి వదరెడి వారు, స్త్రీల వక్షోజాలపై బడి దొర్లువారు, పాటలు-ప్రేలాపాలు, చిత్రవిచిత్ర రూపాలు, బలమైన విల్లులు మోయించే వాళ్ళను చూసాడు. రావణుడిచ్చిన స్వాతంత్రానికి హనుమంతుడాశ్చర్యపోయాడు.

దదర్శ కాన్తాశ్చ సమాలభ్య న్త స్తథాపరాస్తత్ర పున స్స్వప న్త్య।
సురూపవక్త్రాశ్చ తథా హస న్త్యః క్రుద్ధాః పరా శ్చాపి వినిశ్శ్వస న్త్యః॥ 13

మహాగజై శ్చాపి తథా దదద్భి స్సుపూజితై శ్చా పి తథా సుసద్భిః।
రరాజ వీరై శ్చ వినిశ్శ్వసద్భిః హ్రదో భుజంగై రివ నిశ్శ్వసద్భిః॥ 14

తా. సరససల్లాపములాడు వారిని, నిద్రించువారిని, అందమైన సుందరులను, కోపిష్ఠులను, మాటి మాటికి నిట్టూర్పులు విడుచువారిని, హనుమ చూసాడు.

మదించి ఘీకారం చేసే ఏనుగులను, పెద్దలను (తల్లిదండ్రులను) పూజించువారిని, తమ భుజాల దీట తీరగా, యుద్ధమునకెవరులేరని నీరసపడే రాక్షస వీరులను, పాములవలె బుస కొట్టుచున్న వీరాధివీరులను ఆంజనేయుడు గమనించాడు.

బుద్ధి ప్రధానాన్ రుచి రాభిధానా౯ సంశ్రద్దధానాన్ జగతః ప్రధానా౯।
నానావిధానాన్ రుచిరాభిధానా౯ దదర్శ తస్యాం పురి యాతుధానా౯॥ 15

ననన్ద దృష్ట్వా స చ తాన్ సురూపాన్ నానాగుణా నాత్మగుణానురూపాన్।
విద్యోతమానాన్ సతతదానురూపాన్ దదర్శ కాంశ్చిచ్చ పున ర్విరూపాన్॥ 16

తతో వరార్హా స్సు విశుద్ధభావా స్తేషాం స్త్రియ స్తత్ర మహానుభావాః।
ప్రియేషు పానేషు చ సక్తభావాః దదర్శ తారా ఇవ సుప్రభావాః॥ 17

తా. బుద్ధిమంతులు, ధర్మపరులు, ప్రముఖులు చిత్రవిచిత్రంగా వున్నవారిని, హనుమ చక్కగా చూసాడు.

అందగత్తెలు, తమ గుణాలకు అనుగుణంగా ప్రవర్తించే రకరకాల గుణవంతులను, కురూపులను కూడా చూసాడు. అందమైన వస్త్రాలు, చందన పూతలు, వాటి అందాలనినుమడింప చేసే సుందరాంగులను, పతివ్రతామ తల్లులను, మద్యాపానాభిలాషులను, నక్షత్రయుక్తచంద్ర లోకంగా చూసాడు.

శ్రియా జ్వలన్తీ స్త్రపయోపగూఢా నిశీథకాలే రమణోపగూఢాః।
దదర్శకాశ్చి త్ప్రమదోపగూఢా యథావిహఙ్గాః కుసుమోపగూఢాః॥ 18

అన్యాః పునర్హర్మ్యతలోపవిష్టా స్తత్ర ప్రియాంకేషు సుఖోపవిష్టాః।
భర్తుః ప్రియా ధర్మపరానివిష్టా దదర్శ ధీమాన్ మదనాభివిష్టాః॥ 19

తా. చూడముచ్చటైన వారిని, చూడాలనిపించేవారిని సిగ్గులు మొగ్గలు కురుపించే వారిని, అర్ధరాత్రయినా భర్తలతో కలువాలని తలచి, ఆనందమొందువారిని పువ్వులలో దాగిన ఆడపక్షులను చూసాడు.

విలాసంగా తిరిగేవారిని, భర్తల తొడలపై కూర్చుని వయ్యారాలు పోయేవారిని, ప్రియులకోసం తపించువారిని, కామ పీడితులనెందరినో మారుతి దర్శించాడు.

అప్రావృతాః కాఞ్చనరాజివర్ణాః కాశ్చి త్పరార్ధ్యా స్తపనీయవర్ణాః।
పున శ్చ కాశ్చి చ్ఛశలక్ష్మవర్ణాః కాన్తప్రహీణా రుచిరాఙ్గవర్ణాః॥ 20

తతః ప్రియాన్ ప్రాప్య మనోభిరామా స్సుప్రీతియుక్తాః ప్ర సమీక్ష్య రామాః।
గృహేషు హృష్టాః పరమాభిరామా హరిప్రవీర స్స దదర్శరామాః॥ 21

తా. నిద్రమత్తులో, వలువలు జారినవారిని, బంగారం వంటి శరీరాకృతి గలవారిని, పూజించదగిన స్త్రీలను విరహంతో, తెల్లబోయిన ముఖాలవారిని, భర్తలకై అనురాగంతో వుసూరుమనేవారిని, వున్నవారిని, ఇండ్లలోనే ప్రియులతో సుఖించువారిని... ఎందరినో, ఎన్నోరకాల దర్శించాడు.

చన్ద్రప్రకాశాశ్చహి వక్త్రమాలా వక్రాక్షి పక్ష్మాశ్చ సునేత్రమాలాః।
విభూషణానాం చ దదర్శమాలా శ్శతహ్రదానామివ చారుమాలాః॥ 22

తా. చంద్రకాంతితో మెరిసేవారిని, సొగసైన కన్నుల అందగత్తెలను, చూపులతోనే కవ్వించువారిని మెరిసే నగలతో, కురిపే ప్రేమ రాణులను సీతాన్వేషణా పథంలో భాగంగా, శ్రీరామపత్నిని దర్శించాలను ఉద్దేశంతో, రాముడు చెప్పిన ఆనవాళ్ళను గుర్తుచేసుకుంటూ, ఆమెకోసం వెదకుతూ, వీళ్ళనందర్నీ చూడాల్సి వచ్చింది. చూసాడు.

నత్వేవ సీతాం పరమాభిజాతాం నథిస్థితే రాజకులే ప్రజాతామ్।
లతాం ప్రఫుల్లా మివ సాధుజాతాం దదర్శ తన్వీం మనసాభిజాతామ్॥ 23

తా. "సీతను చూడాలి" అని బయలుదేరిన ఆంజనేయుడు అందర్నీ చూస్తున్నాడు. జనకుని కుమార్తెగా పూజనీయురాలైన సీత కనబడలేదు. ఆ మృదుశీలి, శరీరి దర్శనం కాలేదు. ఆ సీతను చూడాలనే కాంక్ష పెరుగుతుంది కాని, ఆ అయోనిజ మాత్రం హనుమకు దర్శనమివ్వలేదు.

సనాతనే వర్త్మని సన్నివిష్టాం రామేక్షనాన్తాం మదనాభివిష్టామ్।
భర్తుర్మన శ్శ్రీఘ దనుప్రవిష్టాం స్త్రీభ్యో వరాభ్యశ్చ సదా విశిష్టామ్॥ 24

ఉష్ణార్దితాం నానుసృతాస్రకణ్ఠీం పురా వరార్హోత్తమ నిష్క కణ్ఠీమ్।
సుజాతపక్ష్మా మభిరక్త కణ్ఠీం వనేప్రవృత్తామివ నీలకణీమ్॥ 25

అవ్యక్తరేఖా మివ చన్ద్రరేఖాం సాంసుప్రదిగ్ధా మివ హేమరేఖామ్।
క్షతప్రరూఢా మివ బాణరేఖాం వాయుప్రభిన్నా మివ మేఘరేఖామ్॥ 26

సీతా మపశ్య న్మనుజేశ్వరస్య రామస్య పత్నీం వదతాం వరస్య।
బభూవ దుఃఖాభిహత శ్చిరస్య। ప్లవఙ్గమో మన్ద ఇవాచిరస్య॥ 27

తా. సనాతన ధర్మ సాంప్రదాయ నిలయమైన రామపత్ని, తన ప్రభువు యొక్క దర్శన మెప్పుడు కలుగుతుందా ? అని ఆలోచనలతో కాలం గడుపుతుందే తప్ప, ఈ రాక్షసుల దర్పానికి, రావణుని భోగాలకు ఆశపడదు.

రాముడే విధంగా సీతను గూర్చి చింతిస్తున్నాడో అలాగే ఈమె కూడా శ్రీరాముని కోసం చింతిస్తూ వుంటుంది. రాముని సన్నిధిలో అలంకార భూషితయైన సీత ఇక్కడ దుమ్ము ధూళి కొట్టుకుని, మబ్బులలో దాగిన చంద్రుని వలె, సదా దుఃఖ మూర్తియై వుంటుంది. ఆమె సుఖ స్వరూపిణి కాదు. భోగలాలసురాలు అసలే కాదనుకున్నాడు.

మహానుభావుడైన రాముని భార్యకై వెదకుతూంటే, అందరు, ఏదో రకంగా ఆనందానికి తహతహలాడేవారే తప్ప, భర్తకోసం తపించువారు. దుమ్ము కొట్టుకుపోయి, దుఃఖంతో నున్నవారు కనబడటం లేదని ఆంజనేయుడు, వాపోయాడు.

✿

ఇది వొరుగంటి వంశజుడు, శ్రీమతి సువర్చలాంబా, వేంకట సూర్యప్రసాదరావుల జేష్ఠ తనూజుడు "వర రామకృష్ణప్రసాద్ - భక్తజనుల కందించిన, సరళ - సులభ - తేటతెలుగులో అక్షరాలు వచ్చినవారు సైతం, లక్షణంగా చదువుకొనడానికి వీలుగా అందించిన, శ్రీమత్ సుందరకాండలోని, అయిదవ సర్గ - "సమాప్తము".

- స్వస్తి-

- అస్తు -

✦✦✦

షష్ఠ స్సర్గః

సనికామం విమానేషు విషణ్ణః కామరూప ధృత్।
విచచార పున ర్లఙ్కాం లాఘవేన సమన్వితః॥ 1

ఆససాదా థ లక్ష్మీవాన్ రాక్షసేన్ద్ర నివేశనమ్।
ప్రాకారేణా ర్కవర్ణేన భాస్వరేణాభిసంవృతమ్॥ 2

రక్షితం రాక్షసై ర్ఘోరై స్సింహై రివ మహ ద్వనమ్।
సమీక్షమాణో భవనం చకాశే కపికుఞ్జరః॥ 3

తా. ఎన్నో చూసిన హనుమ, ఎన్ని చూసినా, ఎందర్ని చూసినా, సీత జాడ తెలియక క్షణకాలం నిరాశపడ్డాడు. మళ్ళీ మళ్ళీ వెదకి చూద్దామని ధైర్యం పొందాడు. మరల సీతను వెదకడానికి మొదలుపెట్టాడు.

ఇక్కడ మళ్ళీ చూద్దామన్నట్లు మారుతి, రావణుని భద్రగృహాన్ని ప్రవేశించాడు. అది సూర్యకాంతి ప్రసరించు ప్రాకారాలతో, "అక్కడ సాక్షాత్తు లక్ష్మీదేవి, శాశ్వతంగా నిలచి, వెల్గుతుంది". అన్నట్లుందీ భవనం, పరిసరాలు.

రాక్షసులు కోటగోడలా వుండి, తీవ్రంగా పహారా కాస్తున్నా రావణ భవంతిలోకి, ఆ అతిసూక్ష్మరూపుడైన పావని, నిర్భయంగా ప్రవేశించాడు. అందలి బంగారు కాంతులు, హనుమపై పడి ప్రకాశిస్తుంటే అతడు, "బంగారు" పావని, అయ్యాడు.

రూప్య కోపహితై శ్చిత్రై స్తోరణైర్హేమ భూషితైః।
విచిత్రాభి శ్చ కక్ష్యాభి ర్ద్వారైశ్చ రుచిరై ర్వృతమ్॥ 4

గజాస్థితై ర్మహామాత్రై శ్శూరైశ్చ విగతశ్రమైః।
ఉపస్థిత మసంహార్యై ర్హయై స్స్యన్దన యాయిభిః॥ 5

సింహవ్యాఘ్ర తనుత్రాణై ర్దాన్త కాఞ్చన రాజతైః।
ఘోషవద్భి ర్విచిత్రైశ్చ సదావిచరితం రథైః॥ 6

బహురత్న సమాకీర్ణం పరార్ధ్యాసన భాజనమ్।
మహారథసమావాసం మహారథమహాసనమ్॥ 7

దృశ్యైశ్చ పరమోదారై స్తైస్తైశ్చ మృగపక్షిభిః।
వివిధై ర్బహు సాహస్రైః పరిపూర్ణం సమ న్తతః॥ 8

వినీతై రన్తపాలైశ్చ రక్షోభి శ్చ సురక్షితమ్।
ముఖ్యాభి శ్చ వరస్త్రీభిః పరిపూర్ణం సమ న్తతః॥ 9

ముదితప్రమదారత్నం రాక్షసేన్ద్ర నివేశనమ్।
వరాభరణ సంహ్రాదై స్సముద్ర స్వన నిస్స్వనమ్॥ 10

తద్రాజగుణసమ్పన్నం ముఖ్యై శ్చాగరుచన్దనైః।
మహాజనై స్సమాకీర్ణం సింహైరివ మహ ద్వనమ్॥ 11

భేరీమృదఙ్గాభిరుతం శఙ్ఖఘోష నినాదితమ్।
నిత్యార్చితం✷ పర్వహుతం పూజితం రాక్షసై స్సదా॥ 12

✷ సర్వయుతమ్ - అను పాఠమునందు ఉత్సవముతోఁ గూడిన అని యర్థము.

సముద్ర మివ గమ్భీరం సముద్ర మివ నిస్స్వనమ్।
మహాత్మనో మహ ద్వేశ్మ మహారత్న పరిచ్ఛదమ్॥ 13

తా. వెండి కిటికీలు, తలుపులు, బంగారం, రత్నాలతో సుందరంగా ఏర్పరచిన వీధి వాకిళ్ళు, వాటి సోయగాలు, మత్తగజంబులనెక్కి వీథులలో వీరవిహారం చేసే రాజోద్యోగులు, అవిశ్రాంతంగా పోరుసలుపుగల వీరాధివీరులు, ఇతరులచే ఎటువంటి స్థితిలోను పట్టుబడని రథాశ్వంబులు, పులి- సింహముల చర్మాల అందంగా అలంకరించబడిన బంగారు, వెండి దంతపు రథాలు.

మహారథులుపయోగించుకొను ఆసనాలు, మహారథి సమూహాలు, పెంపుడు నెమళ్ళు వగైరా నానావిధ పక్షిజాతులు, పశుపక్ష్యాది జంతువులు, అనుక్షణం విచ్చుకత్తుల కాపలా కాసే సైనికులు, ఉత్తమ స్త్రీలతో, ఇటు ప్రకృతి పరవశత్వము, అటు సౌందర్యము కలబోసినట్లుందా ప్రాంతం.

అది రాక్షసేంద్రుని నివాసంగా, అనంత సంపదలకు నిలయంగా, "అందము తన సొత్తు" అని తృప్తిగా అలంకరించుకుని ఆడిపాడే స్త్రీ రత్నములు, వారి ఆభరణముల గలగల ధ్వనులతో, చిరు సవళ్ళతో వుత్తేజం కలిగించేటట్లుంది.

మంచిగంధ వాసనలు, ఛత్రచామరాది రాజ లాంఛనాలతో, మహాజన మధ్యంలోనున్న సింహములతో కూడిన మహారణ్యాం వలెనుంది.

భేరీ మృదంగనాదాలు, శంఖధ్వనులు నిత్యార్చనాదులలో పర్వ దినాల రాక్షసుల పూజలనందుకంటున్న ఆ భవనం చూడటానికి మహాసముద్రం వలెను, సాగర గంభీర ఘోషలతోను, రత్నాలు తాపి, అంగుళం అంగుళం అత్యంతానంద శోభలతో, విరాజిల్లే, లంకాధినేత, త్రిలోకాధినేత రావణుని భవనాన్ని, కపికులేంద్రుడు, శ్రీరామభక్తుడు, రామదూత హనుమ సందర్శించాడు.

మహారత్న సమాకీర్ణ దదర్శ స మహాకపిః।
విరాజమానం వపుషా గజాశ్వరథ సఙ్కులమ్॥ 14

లఙ్కాభరణ మిత్యేవ సోఽమన్యత మహాకపిః।
చచార హనుమాం స్తత్ర రావణస్య సమీపతః॥ 15

తా. ఇటువంటి మందిరము మరొక్కటి లేదు కనుక, ఇదే రావణ మందిరమను కున్నాడు. ఆ ప్రాంతంచేరిన హనుమ సీతాన్వేషణకు నడుం కట్టాడు.

గృహా ద్గృహం రాక్షసానా ముద్యానాని చ వానరః।
వీక్షమాణో హ్యసంత్రస్తః ప్రాసాదాం శ్చ చచార సః॥ 16

అవప్లుత్య మహావేగః ప్రహస్తస్య నివేశనమ్।
తతోన్య త్పుప్లువే వేశ్మ మహాపార్శ్వస్య వీర్యవాన్॥ 17

అథ మేఘ ప్రతీకాశం కుమ్భకర్ణ నివేశనమ్।
విభీషణస్య చ తదా పుప్లువే స మహాకపిః॥ 18

మహోదరస్య చ గృహం విరూపాక్షస్య చైవ హి।
విద్యుజ్జిహ్వస్య భవనం విద్యున్మాలే స్తథైవ చ॥ 19

వజ్రదంష్ట్ర స్య చ తథా పుప్లువే స మహాకపిః।
శుకస్య చ మహాతేజా స్సారణస్య చ ధీమతః॥ 20

తా. ఆ ప్రక్కన పలుభవనాలున్నాయి. అందులో కొన్ని రావణుని సోదరులవి, ముఖ్య అధినేతలవి, రావణుని ఆజ్ఞాపాలిత ప్రముఖులవి, సేనానులవి. అన్నీ చూస్తున్నాడు. నిర్భయముగా ఆ ప్రాంతాలలో సంచరిస్తున్నాడు.

మహావేగు, సంచారియైన హనుమ "ప్రహస్త, మహాపార్శ్వుడు, కుంభకర్ణుడు, విభీషణుల ఇండ్లను చూసాడు. వెదికాడు.

మహోదరుడు, విరూపాక్షుడు, విద్యుజ్జిహ్వుడు, విద్యున్మాలి, వంజ్రదంష్ట్రుల భవనాలను చూసాడు. సీత కనబడలేదు. అక్కడనుండి, ముఖ్యచారులైన శుకుడు, సారణుల గృహాలను, రావణుని పెద్ద కుమారుడు, ఇంద్రుని జయించి "ఇంద్రజిత్" అని పేరు పొందిన మేఘనాథుని మందిరాన్ని చూసాడు.

తథా చే న్ద్రజితో వేశ్మ జగామ హరియూథపః।
జమ్బుమాలే స్సుమాలే శ్చ జగామ హరిసత్తమః॥ 21

రశ్మికేతో శ్చ భవనం సూర్య శత్రో స్తథైవ చ।
వజ్రకాయస్య చ తథా పుప్లువే స మహాకపిః॥ 22

ధూమ్రక్షస్య చ సమ్పాతే ర్భవనం మారుతాత్మజః।
విద్యుద్రూపస్య భీమస్య ఘనస్య విఘనస్యచ॥ 23

శుకనాసస్య వక్రస్య శఠస్య వికటస్య చ।
బ్రహ్మకర్ణస్య దంష్ట్రస్య రోమశస్య చ రక్షసః॥ 24

యుద్ధోన్మత్తస్య మత్తస్య ధ్వజగ్రీవస్య నాదినః।
విద్యుజ్జి హ్వేన్ద్ర జిహ్వానాం తథా హస్తిముఖస్య చ॥ 25

కరాళస్య పిశాచస్య శోణితాక్షస్య చైవ హి।
క్రమమాణః క్రమేణైవ హనుమా న్మారుతాత్మజః॥ 26

తేషు తేషు మహార్హేషు భవనేషు మహాయశాః।
తేషామృద్ధిమతామృద్ధిం దదర్శ స మహాకపిః॥ 27

తా. జంబుమాలి, సుమాలి, రశ్మికేతు, సూర్యకేతు, వజ్రకాయుడను రాక్షసవీరుల భవనాలను, ధూమ్రాక్ష, సంపాతి, విద్యుద్రూప, భీమ, ఘన, విఘన, శుకనాసుని, వక్రుని, శకుని, వికటుని, హ్రస్వకర్ణుని, దంష్ట్రుని, రోమశుని గృహాలను చూసాడు.

యుద్ధోన్మత్త, మదోన్మత్త, ధ్వజగ్రీవుడు, విద్యుజిహ్వా, ఇంద్రజిహ్వా, హస్తిముఖుడు, కరాళుని, శోణితాక్షుని, గృహాలను, వరుస వెంబడి చూస్తూ వారి భవనాలను, వాటి శోభలను కనులారా గాంచాడు. అన్ని భవనాలను చూసిన హనుమంతుడు, అసలు చూడవలసిన రాక్షస భవనాల కాపలా గల రావణ మందిరాన్ని దర్శించ లోపల ఆసక్తిగా అడుగుపెట్టాడు.

సర్వేషాం స మతిక్రమ్య భవనాని సమ న్తతః।
అససాదాథ లక్ష్మీవా౯ రాక్షసేన్ద్ర నివేశనమ్॥ 28

రావణ స్యోపశాయిన్యో దదర్శ హరిసత్తమః।
విచర౯ హరిశార్దూలో రాక్షసీ ర్వికృ తేక్షణాః॥ 29

శూల ముద్గర హస్తా శ్చ శక్తితోమర ధారిణీః।
దదర్శ వివిధా న్గుల్మాం స్తస్య రక్షఃపతే ర్గృహే॥ 30

తా. శూల, ముద్గర, శక్తి, తోమరాలను నానాయుధములతో, సదా అప్రమత్తంగా వుంటూ, రావణుని పరిసరాలలో, ఆ గృహరక్షకులుగా వున్న విరుద్ధ స్త్రీ మూర్తులను చూసాడు. వాళ్ళ శక్తులను వూహించుకున్నాడు.

రాక్షసాం శ్చ మహాకాయాన్ నానాప్రహరణోద్యతా౯।
రక్తా౯ శ్వేతాన్సితాం శ్చైవ హరీం శ్చాన్ మహాజవాన్॥ 31

కులీనాన్ రూపసమ్పన్నా న్గజాన్పరగజారుజాన్।
నిష్ఠితా న్గజశిక్షాయా మైరావత సమా న్యుధి॥ 32

నిహన్తౄ న్పర సైన్యానాం గృహేతస్మిన్ దదర్శ సః।
క్షరతశ్చ యథామేఘాన్ స్రవత శ్చ యథాగిరీన్॥ 33

తా. మహాబలులు, దీర్ఘకాయులు, పలు ఆయుధాలను ప్రయోగించడంలో సుశిక్షితులైన వారిని హనుమ చూసాడు. శ్రేష్ఠ అశ్వరత్నాలు, ఐరావతంవలె గొప్పవైన గజసమూహములను చూసాడు. వూ... అంటే చాలు... వాటి వాటి శక్తులను భక్తితో ప్రదర్శించగల, అశ్వ, గజ, ఆయుధపాణులను, ఆకాశంలోని మేఘాలవలె దట్టంగా వున్నవన్నింటిని దర్శించాడు.

బంగారునగలు, కవచాలతో అప్రమత్తంగా వున్న వేలాది రక్షకులను చూసాడు. సూర్య లేత కిరణాల ప్రకాశించే బంగారు జాలరుల కప్పుకుని, ఆడంబరంగా అటుఇటు తిరిగే వారినెందరినో ఆ రావణుని నివాసంలో చూసాడు.

మేఘ స్తనితనిర్ఘోషా న్దుర్ధర్షాన్ సమరే పరైః।
సహస్రం వాహినీ స్తత్ర జామ్బూనద పరిష్కృతాః॥ 34

హేమజాల పరిచ్ఛన్నా స్తరుణాదిత్యసన్నిభాః।
దదర్శ రాక్షసేన్ద్రస్య రావణస్య నివేశనే॥ 35

శిబికా వివిధాకారా స్స కపి ర్మారుతాత్మజః।
లతాగృహాణి చిత్రాణి చిత్రశాలాగృహాణి చ॥ 36

క్రీడాగృహాణి చాన్యాని దారుపర్వతకానపి।
కామస్య గృహకం రమ్యం దివాగృహక మేవచ।
దదర్శ రాక్షసేన్ద్రస్య రావణస్య నివేశనే॥ 37

తా. చిత్ర విచిత్రంగా నిర్మింపబడిన పొదరిళ్ళు లతాగృహాలను, చిత్రశాలలను, క్రీడాగృహాలను, కొయ్యతో, చిన్న చిన్న పర్వతాలతో నిర్మింపబడిన క్రీడా సరస్సులను ప్రియులను రంజింపచేయు ఆనంద మందిరాలను, పగటిపూట ఆనందంగా విహరించు, ఉల్లాస విలాస గృహాలను పవన పుత్రుడు దర్శించాడు.

స మన్దరగిరిప్రఖ్యం మయూర స్థాన సఙ్కులమ్।
ధ్వజయష్టిభి రాకీర్ణం దదర్శ భవనోత్తమమ్॥ 38

అనేక రత్న సజ్కీర్ణం నిధిజాలం సమ న్తతః।
ధీర నిష్ఠిత కర్మాన్తం గృహం భూతపతే రివ॥ 39

తా. చూడటానికి మందర పర్వతంవలె వున్న రావణ గృహమందు, నెమళ్ళు వగైరా పెంపుడు జంతువులకోసం నిర్మించిన గృహాలను చూసాడు. ధ్వజ పతాకాలను, రత్ననిధులను, అనుష్ఠానపరులను చూసాడు. తనతోపాటు ఎందరో చేసిన తపో ఫలితం, రావణునికీ అదృష్టం సంప్రాప్తింప చేసిందని ఆ సీతాన్వేషి తలిచాడు.

అందుకే ఈ భవనం అపర కైలాసమువలె వుందని హనుమ మురిసాడు.

అర్చిర్భి శ్చా పి రత్నానాం తేజసా రావణస్య చ।
విరరాజా థ త ద్వేశ్మ రశ్మిమా నివ రశ్మిభిః॥ 40

జామ్బూనద మయాన్యేన శయనా న్యాసనాని చ।
భాజనాని చ ముఖ్యాని దదర్శ హరియూథపః॥ 41

తా. రావణుని వీర విక్రమానికి దీటుగా, రత్నకాంతులు సూర్యకాంతుల తేజస్సు కలిసి, ఆ రావణ గృహము, మహాసుందరంగా ప్రకాశిస్తుంది. బంగారు జలతారులు, పాన్పులు, కుర్చీలు ముఖ్యమైన భోజనపాత్రలు సర్వము, విశ్వకర్మ, విస్మయకరంగా (ఆశ్చర్యపోయేటట్లు) రూపొందించిన వాటిని పావని చూసాడు.

మధ్వాసన కృతక్లేదం మణిభాజన సజ్కులమ్।
మనోరమ మసమ్బాధం కుబేరభవనం యథా॥ 42

నూపురాణాంచ ఘోషేణ కాఞ్చీనాం నినదేవచ।
మృదజ్గ తలఘోషైశ్చ ఘోషనద్భిర్వినాదితమ్॥ 43

ప్రాసాద సజ్ఘాతయుతం స్త్రీరత్న శతసజ్కులమ్।
సువ్యూఢకక్ష్యం హనుమా న్ప్రవివేశ మహాగృహమ్॥ 44

తా. సర్వ సంపదలకు నిలయుడైన కుబేరుని భవనము వలె వుందది. తేనెలు, మద్యముతో నేల తడిసి వుంది. మాణిక్య పాత్రలు చిందరవందరగా వున్నాయి. అందెల చప్పుళ్ళు, మొలనూళ్ళ శబ్దాలు, మృదంగఘోషలతో ఆ భవనము ప్రతిధ్వనిస్తుంది. మేడల మధ్యన, అసంఖ్యాక స్త్రీ జన శిరోభూషణంగా విశాలమైన, ముంగిళ్ళు, వాకిళ్ళుతో ఆ మహాగృహము. అలకాపురిగా ప్రకాశిస్తు అత్యంతాసక్తిదాయంగా, చూడవీలుగా వున్న ఆ దివ్య, రమ్య భవనాన్ని హనుమంతుడు, చూసాడు.

✿

ఇది వోరుగంటి వంశజనిత, శ్రీమతి సువర్చలాంబా, వెంకట సూర్యప్రసాదరావుల జేష్ఠ తనూజుడు "వర రామకృష్ణప్రసాద్ - భక్తజనుల కందించిన, తేటతెలుగు వ్యాఖ్యాన శ్రీమత్ సుందరకాండలోని, షష్టమ సర్గ సమాప్తం.

- స్వస్తి-

- అస్తూ -

✦✦✦

సప్తమ స్సర్గః

స వేశ్మజాలం బలవాన్ దదర్శ వ్యాస క్తవైడూర్య సువర్ణజాలమ్।
యథా మహ త్ప్రావృష్టి మేఘజాలం విద్యు త్పినద్ధం సవిహఙ్గజాలమ్॥ 1

తా. వర్షాకాలమందు మెరుపులతో మేఘమండలము (ఆకాశము) ప్రకాశించి నట్లున్న, అందమైన భవనాలనెన్నింటినో, హనుమ సందర్శించాడు.

నివేశనానాం వివిధా శ్చ శాలాః ప్రధాన శఙ్ఖాయుధచాప శాలాః।
మనోహరా శ్చాపి పునర్విశాలాః దదర్శ వేశ్మాదిషు చన్ద్రశాలాః॥ 2

గృహాణి నానా వసు రాజితాని దేవాసురై శ్చాపి సు పూజితాని।
సర్వైశ్చ దోషైః పరివర్జితాని కపి ర్దదర్శ స్వబలార్జితాని॥ 3

తా. ఆ నివేశన ప్రదేశాలలో వుంచిన శంఖము, బాణము, ఇతరాయుధములను, చూడటానికి ఎంతో సుందరంగా వున్న ఇండ్లను చూసాడు. విశ్వకర్మ - విశుద్ధ శాస్త్రజ్ఞానముతో నిర్మించిన ఆ లంకానగర నిర్మాణము వల్లనే, రావణుడు త్రిలోక విజేత అయ్యాడు. దేవాసురులాతనిని పూజిస్తున్నా రనుకున్నాడు.

తాని ప్రయత్నాభిసమాహితాని మయేన సాక్షాదివ నిర్మితాని।
మహీతలే సర్వగుణోత్తరాణి దదర్శ లఙ్కాధిపతే ర్గృహాణి॥ 4

తా. ఎంతో ప్రయత్నించి, అన్నిటికన్న మిన్నగా వుందా అని తలచే దేవశిల్పి విశ్వకర్మ, మయుని శిల్ప కళానైపుణ్యాన్ని వెక్కిరిస్తున్నట్లు, దీనిని నిర్మించి నట్లుంది.

తతో దదర్శ చ్ఛిత్ర మేఘరూపం మనోహరం కాఞ్చన చారురూపమ్।
రక్షోఽధిప స్యాత్మబలానురూపం గృహోత్తమం హ్యప్రతిరూప రూపమ్॥ 5

మహీతలే స్వర్గ మివ ప్రకీర్ణం శ్రియా జ్వలన్తం బహు రత్నకీర్ణమ్।
నానా తరూణాం కుసుమావకీర్ణం గిరే రివాగ్రం రజసావకీర్ణమ్॥ 6

నారీప్రవేశైరివ దీప్యమానం తటిద్భి రమ్భోదవ దర్చ్యమానమ్।
హంసప్రవేశై ర్దివి వాహ్యమానం శ్రియాయుతం ఖే సుకృతాం విమానమ్॥ 7

యథా నగాగ్రం బహు ధాతుచిత్రం యథా నభ శ్చ గ్రహచన్ద్రచిత్రమ్।
దదర్శ యుక్తీకృత మేఘచిత్రం విమానరత్నం బహురత్న చిత్రమ్॥ 8

తా. ఆ రకంగా ఒక్కొక్క యింటినే చూస్తున్న హనుమ ఆ మందిరాల మధ్యనున్న అపురూప పుష్పక విమానాన్ని చూసాడు. ఆ వెంటనే దానిని చూడాలని లోపల కడుగుపెట్టాడు. చూసాడు, చూస్తున్నాడు. అందరు గొప్పగా చెప్పుకునే స్వర్గమిక్కడ "సాకారమయిందా ?" అన్నట్లుందా పుష్పక విమానం. సృష్టికి, ప్రకృతికి ప్రతిరూపంగా, విశ్వకర్మ నిజంగా తన చాతుర్యాన్నంతటిని వినియోగించి నిర్మించినట్లుంది.

ఫలవృక్షాలు, ఉత్తమకాంతలు, కనుపించారు. యజ్ఞయాగాది కర్మల వలన లభించిన పుణ్యకర్మఫలాన్ని పుణ్యాత్ములనే హంసలు వాహనంగా మోయుచున్నట్లుందీ పుష్పకం. చంద్రుడు, నక్షత్రాలు, మేఘాలు, సూర్యచంద్రకాంతులు, బంగరు వర్ణ శోభలు - అబ్బ! ఎంతో అద్భుతంగా వున్నాయి.

మహీ కృతా పర్వత రాజి పూర్ణా శైలాః కృతా వృక్ష వితానపూర్ణాః।
వృక్షాః కృతాః పుష్పవితానపూర్ణాః పుష్పం కృతం కేసర పత్రపూర్ణమ్॥ 9

కృతాని వేశ్మాని చ పాణ్డురాణి తథా సుపుష్పా ణ్యపి పుష్క రాణి।
పునశ్చ పద్మాని స కేసరాణి ధన్యాని చిత్రాణి తథా వనాని॥ 10

పుష్పాహ్వయం నామ విరాజమానం రత్న ప్రభాభి శ్చ వివర్ధమానమ్।
వేశ్మోత్తమానా మపి చోచ్చమానం మహాకపి స్తత్ర మహావిమానమ్॥ 11

తా. అందులో - పర్వతాలున్నాయి. ఫలాలతో నిండిన చెట్లు, పూలమొక్కలు, తామర కలువలు కల్గిన కోనేళ్ళు, చాలా సహజంగా, అందంగా, చిత్రంగా మలచబడ్డాయి. ఆశ్చర్యం తన వంతుగా అంజనీపుత్రుడు దానిని చూసాడు.

కృతశ్చ వైడూర్యమయా విహఙ్గాః రూప్యప్రవాళైశ్చ తథా విహఙ్గాః।
చిత్రాశ్చ నానావసుభి ర్భుజఙ్గాః జాత్యానురూపా స్తురగా శ్శుభాఙ్గాః॥ 12

ప్రవాళ జామ్బూనద పుష్పపక్షాః సలీల మావర్జిత జిహ్మ పక్షాః।
కామస్య సాక్షా దివ భాన్తి పక్షాః కృతా విహఙ్గా స్సుముఖా స్సుపక్షాః॥ 13

నియుజ్యమానా స్తు గజా స్సుహస్తా స్స కేసరా శ్చోత్పల పత్రహస్తాః।
బభూవ దేవీ చ కృతా సుహస్తా లక్ష్మీస్తథా పద్మిని పద్మహస్తా॥ 14

తా. గజములు పూజించు గజలక్ష్మిని చూసాడు. ప్రవాళ, వైడూర్య మణిమయ రత్న శోభితమైన, గుర్రాలు, ఏనుగులు, చూపరులనిట్లే ఆకర్షించగల్గిన వెండితో చేయబడ్డ వివిధ ఆహ్లాదకర దృశ్యాలను చూసాడు. నిజానికది ఆనంద ధామం. అయినా పవనపుత్రునికి ఎంతో సంతోషం కల్గించే - అది - ఆ పుష్పకం చూడ చిత్రమనిపించిందే తప్ప మనోల్లాస కారకంగా లేదు.

ఇతీవ తద్గృహ మభిగమ్య శోభనం సవిస్మయో నగ మివ చారుశోభనమ్।
పున శ్చ త త్పర మసుగన్ధి సున్దరం హిమాత్యయే నగ మివ చారుకన్దరమ్॥ 15

తా. ఇంతటి అందమైన పుష్పకాన్ని కల్గిన, ఆ రావణమందిర, అందాలనైతే చూస్తున్నాడు కానీ రావణుడు కనబడలేదు. అతను కనుపిస్తే, జనకసుతను చూస్తే, హనుమకు ఆనందం అంతవరకు - ఈ చూడటం, వట్టి చూడటమే తప్ప ఇందులో ఏ మాత్రం ఆనందం కలగదు.

తతస్స తాం కపి రభిపత్య పూజితాం చరన్ పురీం దశముఖబాహు పాలితామ్।
అదృశ్యతాం జనకసుతాం సుపూజితాం సుదుఃఖితః పతిగుణవేగనిర్జితామ్॥ 16

తా. ఇన్ని చూసాను. ఎంతోపట్టి, పట్టి కలయ చూసాను. రాముడు చెప్పిన సుగుణాలఖని కనబడలేదు. ఆమెను చూడాలన్న ఆశే తప్ప - చూసానన్న... ఆనందమెప్పుడోనని కొంత విచారమొందాడు.

తత స్తదా బహువిధ భావితాత్మనః కృతాత్మనో జనకసుతాం సువర్త్మనః।
అపశ్యతోఽ భవ దతి దుఃఖితం మన స్సుచక్షుషః ప్రవిచరతో మహాత్మనః॥ 17

తా. ఎంతో శ్రద్ధగా, భక్తితో, పరిస్థితి చెడకుండా రాజనీతిజ్ఞునివలె ప్రవర్తించాను. శ్రీరామ కార్యం విఘాతమొందరాదని, ఎంతో శాంతమూర్తి నయ్యాను.

అయినా రామపత్ని కనబడలేదు. జనకసుత జాడ తెలియడం లేదని హనుమ దీర్ఘ నిట్టూర్పు విడిచాడు.

అయినా ప్రయత్నిద్దాం...! ఇది ఆశ.

✿

ఇది వొరుగంటి వంశజనిత, శ్రీమతి సువర్చలాంబా, వెంకట సూర్యప్రసాదరావుల జేష్ఠ తనూజుడు "వర రామకృష్ణప్రసాద్ - భక్తజనుల కందించిన, తేటతెలుగు వ్యాఖ్యాన శ్రీమత్ సుందరకాండలోని, సప్తమ సర్గ సమాప్తం.

- స్వస్తి-

- అస్తూ -

✦✦✦

అష్టమ స్సర్గః

న తస్య మధ్యే భవనస్య సంస్థితం మహ ద్విమానం మణివజ్ర చిత్రితమ్।
ప్రత ప్త జామ్బూనదజాల కృత్రిమం దదర్శ వీరః పవనాత్మజః కపి। 1

తా. ఆ భవన నడుమ గల అందమైన పుష్పకాన్ని చూసాడు. దాని అంద చందాలను నిర్మాణ కౌశల్యానికి, విశ్వకర్మను పలువిధాల ప్రశంసించాడు.

త దప్రమేయాప్రతికార కృత్రిమం కృతం స్వయం సాధ్వితి విశ్వకర్మణా।
దివంగతం వాయుపథ ప్రతిష్ఠితం వ్యరాజ తాదిత్యపథస్య లక్ష్మవత్॥ 2

తా. ఇంతటి అద్భుతమైన పుష్పక విమానం, సంకల్పం మాత్రంచే, ఏ విధమైన మరలు, అరమరలు లేక, స్వయంగా సాగగల శక్తి సమన్వితమైన, ఆ పుష్పక విమానం, గది మధ్యలో - ఎత్తుగా - విహరించడానికి వీలుగా, సూర్య గమన మార్గంలో సాగుదానిగా, నిర్మించిన, శోభామయగృహం వంటి పుష్పకాన్ని సీత కోసం చూసాడు.

న తత్ర కించి న్నకృతం ప్రయత్నతో న తత్ర కించి న్నమహార్హ రత్నవత్।
న తే విశేషా నియతా స్సురేష్వపి న తత్ర కించి న్నమహా విశేషవత్॥ 3

తా. ఇంతటి విమానం మరొకటిలేదని చెప్పడానికి వీలైన సాహసకార్య - సంపూర్ణానంద స్వరూప దివ్య విమానం విశ్వకర్మ నిర్మించిన తీరు ప్రశంసనీయం. దేవతల విమానాలేమీ దీనికి సాటిరావన్నట్లు దీనిని విశ్వకర్మ నిర్మించాడు.

తప స్సమాధాన పరాక్ర మార్జితం మన స్సమాధాన విచార చారిణమ్।
అనేక సంస్థాన విశేష నిర్మితం తత స్తత స్తుల్య విశేష దర్శనమ్॥ 4

మన స్సమాధాయతు శీఘ్ర గామినం దురావరం మారుత తుల్యగామినమ్।
మహాత్మనాం పుణ్యకృతాం మహర్ధినాం యశస్వినా మగ్ర్యముదా మివాలయమ్॥ 5

విశేష మాలమ్బ్య విశేష సంస్థితం విచిత్రకూటం బహుకూట మణ్డితమ్।
మనోభిరామం శరదిన్దు నిర్మలం విచిత్రకూటం శిఖరం గిరే ర్యథా॥ 6

నహన్తియం కుణ్డల శోభితాననాః మహాశనా వ్యోమచరా నిశాచరాః।
వివృత్త విధ్వస్త విశాల లోచనాః మహాజనా భూతగణా స్సహస్రశః॥ 7

వస న్త పుష్పోత్కర చారు దర్శనం వస న్త మాసాదపి కా న్త దర్శనమ్।
న పుష్పకం తత్ర విమానముత్తమం దదర్శ త ద్వానరవీరసత్తమః॥ 8

తా. సంకల్పం మాత్రంతో సాగే ఈ నిర్మాణ సృష్టి విశ్వకర్మ స్వంతం. ఎంతటి మేధాశక్తిని వుపయోగించాడో, ఎంత మహత్తరంగా నిర్మించాడో ఆ పరమేశ్వరునికే తెలియాలి. అమరావతి వలె అత్యంత శోభలతో, వాస్తు నిర్మాణ శైలి సంపూర్ణంగా సిద్ధించుకున్నట్లది రూపొందించబడింది.

మహాకాయము, కర్ణాభరణాలు, విశాల భుజములు, బలదర్ప సమానులై, సర్వశక్తివంతులైన రాక్షసవీరుల ప్రతిమలు మోస్తున్నట్లుంది. వారి అందాలు చూడవలసినవివే. ఆనందించదగ్గవే. దేవాలయ గోపురాలలో నిర్మించిన సకల శిల్పాలు, భూతాకారాలు, చిత్రవిచిత్ర బొమ్మలు అన్ని - దీనికి వున్నాయి.

వసంత ఋతువులను మరపింప చేసే వృక్షజాతులు, ఫలపుష్పాదుల నిర్మితమైన ఆ దివ్య పుష్పకాన్ని దర్శించాడు. రావణుని కలిమికి, విశ్వకర్మ సృష్టికి, వందనాలర్పించాడు.

✿

ఇది వొరుగంటి వంశజనిత, శ్రీమతి సువర్చలాంబా, వెంకట సూర్యప్రసాదరావుల జేష్ఠ తనూజుడు "వర రామకృష్ణప్రసాద్ - భక్తజనుల కందించిన, తేటతెలుగు వ్యాఖ్యాన శ్రీమత్ సుందరకాండలోని, అష్టమ సర్గ సమాప్తం.

- స్వస్తి-

- అస్తు -

✦✦✦

నవమ స్సర్గః

తస్యాలయవరిష్ఠస్య మధ్యే విపుల మాయతమ్।
దదర్శ భవనశ్రేష్ఠం హనుమాన్ మారుతాత్మజః॥ 1

తా. ఆ భవనాల మధ్య శిరోరత్నంగా భాసిల్లే భవనాన్నొక దానిని హనుమంతుడు చూసాడు. అందులో - మధ్యగా మహోత్కృష్టమై, సర్వాలంకార శోభితమై విరజిల్లు పుష్పకాన్ని అనవసరమే అయినా, శ్రీరామదూత, అందలి సోయగాల్ని కళాభిరుచిని, కాతాళీయంగా సీత కోసం చూసాడు.

అర్ధ యోజన విస్తీర్ణ మాయతం యోజనం హి తత్।
భవనం రాక్షసేన్ద్రస్య బహుప్రాసాద సఙ్కులమ్॥ 2

మార్గమాణ స్తు వై దేహీం సీతా మాయతలోచనామ్।
సర్వతః పరిచక్రామ హనుమా పరిసూదనః॥ 3

తా. బహు అంతస్థుల మధ్య విరాజిల్లు అర్ధయోజనం వెడల్పు, ఒక యోజనం పొడవు గల రావణ నివాసాన్ని హనుమంతుడు చూసాడు. శత్రుమర్దకుడైన ఆ కపిశ్రేష్ఠుడు, తన అన్వేషణా కార్యక్రమంలో భాగంగా, రావణ సోదరులైన కుంభకర్ణ, విభీషణాదుల భవనాల్ని చూసాడు. ఎక్కడా సీతను గాంచక నిరుత్సాహంతో వెనుదిరిగాడు.

ఉత్తమం రాక్షసావాసం హనుమా నవలోకయన్।
ఆససాదాథ లక్ష్మీవాన్ రాక్షసేన్ద్ర నివేశనమ్॥ 4

చతుర్విషాణైర్ద్విరదై స్త్రి విషాణై స్తథైవచ।
పరిక్షిప్త మసమ్బాధం రక్ష్యమాణముదాయుధైః॥ 5

రాక్షసీభి శ్చ పత్నీభీ రావణస్య నివేశనమ్।
ఆహృతాభి శ్చ విక్రమ్య రాజకన్యాభి రావృతమ్॥ 6

త న్నక్ర మకరాకీర్ణం తిమిఙ్గిల ఝషాకులమ్।
వాయువేగసమాధూతం పన్నగై రివ సాగరమ్॥ 7

తా. అప్పుడు కపీశ్వరుడు రావణుని, శ్రేష్ఠ నిజవాసాన్ని ఉత్కంఠతో చేరాడు. ఎన్ని చూసినా, తనకు కార్యసాఫల్యం కావడం లేదు. రామపత్ని కనబడటం లేదు. ఆ అన్వేషణలో, ఇక పూర్తిగా రావణ నివాసాన్ని చూడదలిచాడు. అందులో అడుగుపెట్టాడు.

విచ్చుకత్తులు పహారా, మూడుదంతాలు, నాల్గుదంతాలు కల ఏనుగులను, కావలివాంద్రను, రాక్షస స్త్రీలను, రావణ భార్యలను, బలాత్కారముగా తెచ్చుకున్న, త్రిభువనాలలోని అందగత్తెలను, అతను తెచ్చినవారిని, తనకై వచ్చినవారిని కపిశ్రేష్ఠుడు అక్కడ చూసాడు.

సరదాకని పెంచుకున్న రకరకాల చేపలను, మొసళ్ళు, తిమింగాలతోనూ పుష్పక విమానం మధ్యగల ఆ రావణ భవనము మహాసముద్రం వలె కనిపిస్తుంది.

యా హి వైశ్రవణే లక్ష్మీ ర్యాచేన్ద్రే హరివాహనే।
సా రావణ గృహే సర్వా నిత్యమేవానపాయినీ॥ 8

యా చ రాజ్ఞః కుబేరస్య యమస్యవరుణస్యచ।
తా దృశీ తద్విశిష్టానా బుద్ధీ రక్షోగృహే ష్విహ॥ 9

తస్య హర్మ్యస్య మధ్యస్థం వేశ్మ చాన్య త్సునిర్మితమ్।
బహునిర్యూహ సఙ్కీర్ణం దదర్శ పవనాత్మజః॥ 10

బ్రహ్మణోర్థేకృతం దివ్యం దివి య ద్విశ్వకర్మణా।
విమానం పుష్పకం నామ సర్వ రత్న విభూషితమ్॥ 11

పరేణ తపసా లేభే యత్కు బేరః పితామహాత్।
కుబేర మోజసా జిత్వా లేభే త ద్రాక్షసేశ్వరః॥ 12

తా. ఇంద్రాది, దిక్పాలకుల సిరిసంపదలొక ప్రక్కన, రావణ కుంభకర్ణా, విభీషణ, ఇంద్రజిత్తుల సౌభాగ్యము మరొక చోట వుంచితే, రావణుని కలిమి అఖండ లక్ష్మీ నివాసమే. ఇక పుష్పక విషయానికొస్తే, విశ్వకర్మ దీనిని తన అత్యద్భుత నిర్మాణ కౌశలంతో నిర్మించి, సృష్టికర్తకే బహుమానంగా ఇచ్చాడు. చతుర్ముఖుడు సంతోషించాడు. బ్రహ్మగారు, తపముతో తనను మెప్పించిన

కుబేరునికి, వారసత్వ సంపదగా ప్రసాదించాడు. వీర విక్రముడు, త్రిభువన నేతగా, శివ-బ్రహ్మల కరుణతో ఘనుడైన దశకంఠుడు, సవతి సోదరుడైన కుబేరుని ఓడించి, అలకాపురిని జయించి, ఈ పుష్పకాన్ని తన బలిమితో సంపాదించుకున్నాడు.

దానిని, కపిశ్రేష్ఠుడు, రామదూతయైన హనుమ ఆ పుష్పకాన్ని అంగుళం, అంగుళం పరిశీలించి, ఆత్మానందపరుడయ్యాడు. కానీ సీత కనబడలేదు.

ఈహామృగ సమాయుక్తైః కార్తస్వర హిరణ్మయైః।
సుకృతై రాచితం స్తమ్భైః ప్రదీప్తమివ చ శ్రియా॥ 13

మేరుమందర సఙ్కాశై రుల్లిఖద్భి రివామ్బరమ్।
కూటాగారై శ్శుభాకారై స్సర్వత స్సమలఙ్కృతమ్॥ 14

జ్వలనార్క ప్రతీకాశం సుకృతం విశ్వకర్మణా।
హేమసోపాన సంయుక్తం చారుప్రవర వేదికమ్॥ 15

జాలవాతాయనై ర్యుక్తం కాఞ్చనైః స్ఫాటికైరపి।
ఇన్ద్రనీల మహానీల మణి ప్రవర వేదికమ్॥ 16

విద్రుమణ విచిత్రేణ మణిభి శ్చ మహాధనైః।
ని స్తులాభి శ్చ ముక్తాభి స్తలేనాభి విరాజితమ్॥ 17

చందనేన చ ర క్తేన తపనీయ విభేన చ।
సుపుణ్యా గన్ధినా యుక్త మాదిత్య తరుణోపమమ్॥ 18

కూటాగారై ర్వ రాకారై ర్వివిధై స్సమలఙ్కృతమ్।
విమానం పుష్పకం దివ్య మారురోహ మహాకపిః॥ 19

తా. ఆ పుష్పకం అత్యంత శిల్ప చాతుర్యంతో కూడి వుంది. రకరకాల జంతువుల రూపాలు బంగారు, వెండితో స్తంభాలతో కలిపి మరీ తొలచబడ్డాయి. మేరు, మందర పర్వతాలను పోలిన విశాలమైన చావిళ్ళతో అగ్ని, సూర్యుల

వలె ఎర్రగా తెల్లగా ప్రకాశిస్తున్నాయి. కొన్నిచోట్ల పగడాలు, ఎర్రచందన సువాసనలు, బంగారపు మెట్లు, అందమైన వేదికలతో, ఆహ్లాదకరమైన వాతావరణాన్ని సూచిస్తుంది.

ఎచ్చట చూసిన పగడాలు, రత్నాలు, మణులు రాశులు పోసినట్లు, నేలమీద పరచినట్లు కనబడుతున్నాయి. రకరకాల స్తంభాలతో ఆ పుష్పకం చెప్పలేని సౌందర్యశోభలతో విలసిల్లుతుంది.

తత్రస్థ స్స తదా గన్ధం పాన భక్ష్యాన్నసమ్భవమ్।
దివ్యం సమ్మూర్ఛితం జిఘ్ర ద్రూపవ న్త మివానిలమ్॥ 20

స గన్ధ స్తం మహాసత్వం బంధు ర్బన్దు మివోత్తమమ్।
ఇత మిహీ త్యునాచే న తత్ర యత్ర స రావణః॥ 21

తా. అటు ఇటు చూస్తున్నాడు. అప్పుడా పావనికి మధుర సువాసనలు, వివిధ రకాల భక్ష్యాల, పానీయాల ఘుమఘుమల రుచులు తెలిపే వాసనలు నోరూరిస్తున్నాయి. అడుగువేసే కొద్దీ అద్భుత పరిమళాలు, ఆ వాసనలు తాకి, అమాయకులు, సామాన్యులు అలాగే సొమ్మసిల్లిపోతారు. అంతటి సువాసనలు, తమ స్వంత బంధువులను పిలిచినట్లు, ఆంజనేయుని నాహ్వా నిస్తుందన్నట్లుందా ? అని, కపిశ్రేష్టుడు, ఆ ప్రాంతాన్ని కలయ చూస్తున్నాడు.

తత స్తాం ప్రస్థిత శ్శాలాం దదర్శ మహతీం శుభామ్।
రావణస్య మనః కాన్తా కాన్తా మివ పరస్త్రియమ్॥ 22

మణి సోపాన వికృతాం హేమజాల విభూషితామ్।
స్ఫాటికై రావృతతలాం దన్తాన్తరిత రూపికామ్॥ 23

ముక్తాభి శ్చ ప్రవాళైశ్చ రూప్య చామీకరైరపి।
విభూషితాం మణి స్తమ్భై స్సు బహు స్తమ్భ భూషితామ్॥ 24

సమైరృజుభి రత్యుచ్చై స్సమన్తాత్సు విభూషితైః।
స్తమ్భై పక్షై రివా త్యుచ్చై ర్దివం సంప్రస్థితా మివ॥ 25

మహాత్యా కుథయాస్త్రీర్ణాం పృథివీ లక్షణాఙ్కయా।
పృథివీమివవిస్తీర్ణాం స రాష్ట్ర గృహమాలినీమ్॥ 26

నాదితాం మత్తవిహగై ర్దివ్యన్ధాధివాసీతామ్।
పరార్థ్యాస్తరణోపేతాం రక్షోధిప నిషేవితామ్॥ 27

ధూమ్రా మగరుధూపేన విమలాం హంసపాణ్డురామ్।
చిత్రాం పుష్పోపహారేణ కల్మాషీ మివ సుప్రభామ్॥ 28

మనస్సంహ్లాదజననీం వర్ణ స్యా పి ప్రసాదినీమ్।
తాం శోకనాశినీం దివ్యాం శ్రియస్సంజననీ మివ॥ 29

తా. సీతను వెదకే భాగంలో భాగంగా, ఈ రావణుని గృహ మధ్యమందలి పుష్పక విమానాన్ని చూసాడు. రావణుడు ప్రీతితో, తన గెలుపు చిహ్నంగా కుబేరుని (అన్నగారిని) ఓడించి తన పట్టణానికి తెచ్చుకున్న స్ఫటిక రాళ్ళతో నేలను, బంగరు కిటికీలు రత్నాల తాపడాలు, పెద్ద, చిన్న స్తంభాలు, వాటికి రెక్కలు ఎన్నో హంగులున్నాయి. అంటే, ఎగురడానికి సిద్ధంగా వున్నట్లు, విశ్వకర్మ దానిని రూపొందించాడు. సృష్టిలోని ప్రతీదీ, ఇక్కడ, చిత్రవిచిత్ర మణులతో ప్రతిసృష్టి చేయబడింది. బ్రహ్మకే ఆశ్చర్యము కల్గించే ఆ అద్భుత శిల్పకళా చతురితను, పావని చూపాడు.

ఇంతటి దివ్య పుష్పక విమానం దర్శనం, ఎంతటి దుఃఖాన్న యినా, పోగొడుతుందన్నది పరమసత్యంగా పావని గ్రహించాడు.

ఇన్ద్రియా ణీంద్రియార్థైస్తు పఞ్చపఞ్చభి రుత్తమై।
తర్పయామాస మాతేవ తదా రావణ పాలితా॥ 30

తా. ఇంద్రియాలన్నింటికి, ఆ రావణ మందిరమొక మనోల్లాస కేంద్రంగా వుంది. కళ్ళు, ముక్కు, చెవులు, నాలుక, చర్మము, దీనితో మనసు....అది పొందిన ఆనందము, అవ్యక్తము. ఆ ధూప సువాసనలు, ఉద్రేకమే కాదు, ఆరోగ్యాన్ని కూడా ఇస్తాయన్నది, ఇక్కడ, హనుమంతునికి అర్థమయింది. తల్లికంటే పిల్లలనెవరు బాగా చూసుకోరు, కాబట్టి, దీనిని "తల్లి"గా తలంచాడు.

స్వర్గోఽయం దేవలోకోఽయ మిన్ద్రస్యేయం పురీ భవేత్।
సిద్ధి ర్వేయం పరా హి స్యా ది త్యమన్యత మారుతిః॥ 31

తా. ఇది గతంలో సర్వదేవతా నిలయంగా వుండి వుండవచ్చును. అందుకే ఇన్ని వసతులతో ఇంత అద్భుతంగా వుందనుకున్నాడు. అది ఏదో ఒకరి కోసం నిర్మించినట్లుంది.

ప్రధ్యాయత ఇనావశ్య త్ప్రదీప్తా స్తత్ర కాఞ్చనా౯।
ధూర్తానివ మహాధూర్తై ర్దేవనేన పరాజితాన్॥ 32

తా. అన్ని స్తంభాలు బంగారు, రత్నాలు నిలయమే. ఆ గోడలకు చిత్ర విచిత్ర బొమ్మలే. వాటిని చూస్తేనే అవి చూసే వారిని కవ్విస్తున్నట్లున్నాయి. పెద్ద బొమ్మలు, చిన్న బంగారు బొమ్మ లందులో వున్నాయి. అవి జూదమాడు తున్నట్లు, చిన్నవి ఓడిపోతే పెద్దది ఆనందంతో ఎగిరి గంతులేస్తున్నట్లు అంటే... సంతోషంగా వున్నట్లు కనిపిస్తున్నాయి.

దీపానాంచ ప్రకాశేన తేజసా రావణస్య చ।
అర్చిర్భి ర్భూషణానాం చ ప్రదీప్తే త్యభ్యమన్యత॥ 33

తా. ఆ భవనమంతా రంగురంగుల కాంతుల మయం. ఆ కాంతి శరీర ఆభరణాలు, రత్నఖచిత నిర్మాణాలు రెట్టింపు చేస్తూ, వెలిగే దీపాలు... పగటి వెలుగును వెన్నెల పిండారబోసినట్లు చల్లటి, శీతల వాయువుల మధురిమను, ప్రశాంతతను ప్రసాదిస్తున్నట్లుంది.

తతోఽ వశ్య త్కుథాసీనం నానావర్ణామ్బరస్రవజమ్।
సహస్రం వరనారీణాం నానావేష విభూషితమ్॥ 34

పరివృత్తేఽర్ధరాత్రే తు పాననిద్రావశంగతమ్।
క్రీడిత్వోపరతం రాత్రౌ సుష్వాప బలవత్తరా॥ 35

తా. "తత్" అంటూ వాల్మీకి మహర్షి రామాయణ మొత్తాన్ని, అలాగే ప్రారంభించాడు. సర్వ మంత్రాలకు మూలమైన గాయత్రిని, తనకవనానికి (మంత్ర పూరిత గీతాలుగా) మూలం చేసుకున్నాడు. ఇది ఒక విశేషణం.

ఆ రకంగా అక్కడ హనుమంతుడు అనేకమంది అందమైన ఉత్తమకుల స్త్రీలను, అట్టహాసంగా అలంకరించుకుని, తమ భర్తలతో కలిసి, అలసి, సొలసి, నిద్రిస్తున్న వారినెందరినో విధిలేక చూసాడు.

త త్ప్రసుప్తం విరురుచే నిశ్శబ్దా న్తరభూషణమ్।
నిశ్శబ్ద హంసభ్రమరం యథా పద్మవనం మహత్॥ 36

తాసాం సంవృత దన్తాని మీలితాక్షాణి మారుతిః।
అపశ్య త్పద్మగన్ధీని వదనాని సుయోషితామ్॥ 37

ప్రబుద్ధానీవ పద్మాని తాసాం భూత్వా క్షపాక్షయే।
పున స్సంవృత పత్రాణి రాత్రా వివ బభు స్తదా॥ 38

ఇమాని ముఖపద్మాని నియతం మత్తషట్పదాః।
అమ్బుజానీవ ఫుల్లాని ప్రార్థయన్తి పునః పునః॥ 39

ఇతి చా మన్యత శ్రీమా నుపపత్త్యా మహాకపిః।
మేనే హి గుణత స్తాని సమాని సలిలోద్భవైః॥ 40

తా. గాఢనిద్రలో, ఆభరణములు లేక, వారి ముఖాలు హంసలు, తుమ్మెదలు లేని వుద్యానవనంలాగ వున్నాయి. వారినుండి తామరపూవు పుప్పొడి సువాసనలు వస్తుంటే, అనుకోకుండా ఆ సువాసనలను పీల్చాడు.

అక్కడున్న ఆ స్త్రీల ముఖములు పగటియందు వికసించి, రాత్రి భాగంలో ముడుచుకునిపోయే పద్మాలవలె వున్నాయి. పద్మినీ జాతి స్త్రీల ముఖాల నుండి పద్మగంధము వంటి వాసనలు వెదజల్లుతూంటే, ఈ వాసనకు తుమ్మెదలు తప్పక పరుగెత్తుకొస్తాయని తలిచాడు.

సా తస్య శుశుభే శాలా తాభిః స్త్రీభి ర్విరాజితా।
శారదీవ ప్రసన్నా ద్యౌ స్తారాభి రభిశోభితా॥ 41

స చ తాభిః పరివృత శ్శుశుభే రాక్షసాధిపః।
యథా హ్యుడుపతి శ్శ్రీమాం స్తారాభి రభిసంవృతః॥ 42

యా శ్చ్యవన్తేఽమ్బరా త్తారాః పుణ్యశేష సమా వృతాః।
ఇమా స్తా స్సఙ్గతాః కృత్స్నా ఇతి మేనే హర స్తదా॥ 43

తారాణా మివ సువ్యక్తం మహతీనాం శుభా ర్చిషామ్।
ప్రభా వర్ణ ప్రసాదాశ్చ విరేజు స్తత్ర యోషితామ్॥ 44

వ్యావృత్త గురు పీవ ప్ర క్ర్వకీర్ణ వరభూషణాః।
పాన వ్యామామ కాలేషు నిద్రాపహృత చేతనః॥ 45

తా. ఉత్తమ స్త్రీలతో ఆ రావణ భవన ప్రాంతం శరత్కాల చంద్రికా, తారా తోరణం వలె వుంది. చంద్రుని వలె రావణుడు, అచ్ఛమైన నక్షత్రాలవలె చుట్టు వున్న స్త్రీలు ప్రకాశిస్తున్నారు. భూలోకంలో పుణ్యం చేసుకున్న వాళ్ళు, నక్షత్ర రూపమొంది ఆకాశంలో ప్రకాశిస్తారని, తమ పుణ్యం కొద్దిగా తగ్గిపోగానే మరల భూలోకంలో జన్మిస్తారన్నది శాస్త్రవచనం. ఆ విధంగా పుణ్యక్షీణ మొందిన ఉత్తమ స్త్రీలు, ఈ రకంగా రావణసేవలో తరిస్తున్నారని తలిచాడు.

చిందర వందరగా ఆభరణములు, పువ్వులు, అలసి నిద్రపోయి నట్లున్న స్త్రీలను, తారా తోరణంగా హనుమ తలిచాడు.

వ్యావృత్తతిలకాః కాశ్చి, త్కాశ్చి దుద్భ్రాన్తనూపురాః।
పార్శ్వే గళితహారా శ్చ, కాశ్చి త్పరమయోషితః॥ 46

ముక్తాహారావృతా శ్చాన్యాః కాశ్చి ద్విస్రస్త వాసనః।
వ్యావిద్ధరశనా దామాః కిశోర్య ఇవ వాహితాః॥ 47

సుకుణ్డలధరా శ్చ న్యా విచ్ఛిన్న మృదిత స్రజః।
గజేన్ద్రమృదితాః ఫుల్లా లతా ఇవ మహావనే॥ 48

చన్ద్రాంశుకిరణాభా శ్చ హారాః కాసాంచి దుత్కటాః।
హంసా ఇవ బభు స్సుప్తాః స్తనమధ్యేషు యోషితామ్॥ 49

అపరాసాం చ వైడూర్యాః కాదమ్బా ఇవ పక్షిణః।
హేమసూత్రాణి చా న్యాసాం చక్రవాకాఇవా భవ౯॥ 50

తా. కొందరి ముఖాల కుంకుమ చెదిరింది. అందెలు జారి, ముత్యాల హారాలు తెగి, అందరు చిందర వందరగా పడి, ఆనంద సముద్రంలో మునిగినట్లు కనిపించారు. ముత్యాల హారాలు తెగి, క్రింద చిందర వందరగా పడిన ముత్యాలను చూసాడు. తొలగిన బట్టలు, జారిపోయిన ఆభరణాలుతో, వళ్ళు తెలియనట్లు, అలసినవాళ్ళు క్రిందపడి దొర్లుతున్నారు.

చెదరిన పూవులు, నలిగిన బట్టలు, తెగిన పూలు, పూలదండలతో ఆ స్త్రీలు, పుష్ప పందిరివలె కనబడుతున్నారు. కొందరి హృదయమున

గల ముత్యాల దండలు చంద్ర కిరణాలను తలపిస్తూ ఆ ఉచ్ఛ్వాసా నిశ్వాసలకు హంసలు కదులుతున్నట్లుంది.

కొందరి మెడలోని వైఢూర్యమణులు, చిత్రంగా ప్రక్కకు తప్పుకున్న హంసలుగాను, మరికొందరి కంఠాభరణములు చక్రవాకములుగాను తలపించడం, హనుమ దూరంనుండే గమనించాడు.

హంసకారణ్డ వాకీర్ణా శ్చక్రవాకోప శోభితాః।
ఆపా ఇవ తా రేజు ర్జఘనైః పులినైరివ॥ 51

◆కిఙ్కిణీ జాలసంకోశా స్తా హైమ విపులామ్బుజాః।
భావగ్రాహా యశ స్తీరా స్సుప్తా పద్య ఇవా బభుః॥ 52

(◆కిఙ్కిణీ జాలసత్కోశాః - అనుపాఠమునకు కింకిణీజాలము లనెడి శ్రేష్ఠ ముకుళములు గల అని యర్థము.)

మృదు ష్వంగేషు కాసాంచి త్కుచాగ్రేషు చ సంస్థితాః।
బభూవు ◆ర్భూషణా నీవ శుభా భూషణరాజయః॥ 53

(◆భ్రమరాణీవ - అను పాఠమునందు జారపురుషులవలె అని యర్థము - లింగవ్యత్యాస మార్షము. వి. భ్రమరః కాముకే భృంగ ఇతి దర్పః.)

అంశుకాన్తా శ్చ కాసాం చి న్ముఖమారుతి కమ్పితాః।
ఉపర్యుపరి వక్త్రాణాం వ్యాధూయన్తే పునః పుః॥ 54

తా. హంస, కారండ, చక్రవాక, శోభిత నదులవలె ఆ స్త్రీలు ధరించిన వివిధా భరణములు భ్రమ కల్గిస్తున్నాయి.

మొగ్గలను పోలిన గజ్జలు, విశాల పద్మముల వలె ఆభరణములు, మొసళ్ళవలె శృంగార చేష్టలతో ఒకరిపైనొకరుపడి అలసిన వారి శరీర కాంతితో, నదులవలె వారు నిశ్చలంగా కనుపిస్తున్నారు.

ఒకరి వంటిమీదా సరయిన బట్టలు లేవు. వుండవలసినచోట ఆభరణాలు లేవు. అన్ని చెదరి అటు ఇటు పడి వున్నాయి. అయితే శరీరం మీద కొన్ని కొన్ని ప్రాంతాలలో వారు ధరించిన ఆభరణాల గుర్తులు స్పష్టంగా కనుపిస్తున్నాయి.

అలాగే తొలగిన చీర కొంగులు ముఖాలపై పడి, వారి నిట్టూర్పులకు, ఉచ్ఛ్వాసా నిశ్వాసాలకు చిత్రంగా కదలసాగాయి.

తాః పతాకా ఇవోద్ధూతాః పత్నీనాం రుచిరప్రభాః।
నానావర్ణ సువర్ణానాం వక్రమూలేషు రేజిరే॥ 55

వవల్గు శ్చా త్ర కాసాంచి త్కుణ్డలాని శుభార్చిషామ్।
ముఖమారుత సంసర్గా న్మన్దంమన్దం సుయోషితామ్॥ 56

శర్క రాసన గన్ధై శ్చ ప్రకృత్యా సురభి స్సుఖః।
తాసాం వదననిశ్వాస స్సిషేవే రావణం తదా॥ 57

రావణానన శఙ్కా శ్చ కాశ్చి ద్రావణయోషితః।
ముఖాని స్మ సపత్నీనా ముపాజిఘ్రు న్పునః పునః॥ 58

అత్యర్థ సక్తమనసో రావణే తా వరస్త్రియః।
అస్వతన్త్ర స్సపత్నీనాం ప్రియ మేవా చరం స్తదా॥ 59

తా. స్త్రీల ఉచ్ఛ్వాసనిశ్వాసాలకు ఎగిరే ఆ పమిట కొంగులు రకరకాల రంగుల పతాకాలను గుర్తు తెస్తున్నాయి. కొందరి ఆభరణాలు వాళ్ళ నిశ్వాసంతో చిత్రంగా కదులుతున్నాయి.

చందనం దిద్దుకుని, శర్కరాసవము చేకొని తృప్తిగా త్రాగినవారి వదనాలు సంతోషంగా, ప్రశాంతంగా వున్నాయి. సుగంధ ద్రవ్యాలు చేర్చబడిన ఆ మత్తు పానీయములు. సువాసనలనే వెదజల్లుతున్నాయి. ఆ వాసనలు ప్రక్కనే వున్న రావణునికి కూడా వ్యాపించి, ఆనందాన్ని కల్గిస్తున్నా యనుకొనవచ్చును. అలాగ అలిసి పడుకున్నవారు, తమ ప్రక్కన వున్నది తమ ప్రియుడే ననుకుని, ఎవరిమట్టుకు వారు గట్టిగా కౌగలించుకుంటున్నారు. ముద్దులు పంచుకుంటున్నారు.

బాహూ నుపనిధాయా న్యాః పారిహార్య విభూషితాన్।
అంశుకాని చ రమ్యాణి ప్రమదా స్తత్ర శిశ్యిరే॥ 60

తా. భుజములే దిండుగా కొందరు, దొరికిన బట్టలపై ఇంకొందరు నిద్రలు పోతున్నారు.

అన్యా వక్షసి చాన్యస్యా స్తస్యాః కాశ్చి త్పున ర్భుజమ్।
అపరా త్వఙ్క మన్యస్యా స్తస్యాశ్చా వ్యపరా భుజౌ॥ 61

ఊరుపార్శ్వకటీపృష్ఠ మన్యోన్యన్య సమాశ్రితాః।
పరస్పర నివిష్టాఙ్గ్యో మదస్నేహ వశానుగాః॥ 62

తా. నిద్ర సుఖమెరుగదన్న దానికి సత్యంగా ఆ స్త్రీలు ఎలాగ వీలయితే అలాగ భుజాలు, రొమ్ము, తొడలు, దొరికినవి దొరికినట్లు పట్టుకుని అలాగే సోలిపోయారు. అలసిన శరీరాల ఆనందంలో తామేం చేస్తున్నారో తెలియని స్థితిలో వారున్నారు.

అన్యోన్య భుజసూత్రేణ స్త్రీమాలాగ్రథితా హి సా।
మా లేవ గ్రథితా సూత్రే శుశుభే మత్త షట్పదా॥ 63

లతానాం మాధవే మాసి ఫుల్లానాం వాయుసేవనాత్।
అన్యోన్యమాలా గ్రథితం సంసక్త కుసుమోచ్చయమ్॥ 64

వ్యతివేష్టితసుస్కన్ధ మన్యోన్యభ్రమరాకులమ్।
ఆసీ ద్వన మివోద్ధూతం స్త్రీవనం రావణస్య తత్॥ 65

తా. చేతులమీద పడుకున్నవారి నల్లని తలవెంట్రుకలు, తుమ్మెదలు, వారి అందచందాల పుప్పొడిని సేకరించడానికి వచ్చినట్లున్నాయి.

ఇరువురు - ఒకరికొకరు ఎదురుగా పడుకుని వేడివేడి నిట్టూర్పులతో, భుజాలు, పూల, సుగంధ వాసనలు, ఎవరిమట్టుకు వారు పీల్చడానికి వీలుగా కౌగలించుకుని పడుకున్నారు. రావణుని అంతః పురమను వనంలో, వికసించిన పువ్వులు విలాసంగా, ఝుంకారం చేస్తూ తిరిగే భ్రమరాలవలె - వాళ్ళు చూసేవారికి నేత్రానందం కల్గిస్తున్నారు. (నిజానికి అక్కడ చూసేవారు లేరన్న సంగతి మరెవ్వరికి తెలియదు).

ఉచితేష్వపి సువ్యక్తం న తాసాం యోషితాం తదా।
వివేక శ్శక్య ఆధాతుం భూషణాఙ్గామ్బర స్రజామ్॥ 66

తా. స్త్రీలు, ఒకరిపై మరొకరు పడుకుని ఆ పడుకున్న తమ తోటి స్త్రీ అని తెలియక కాళ్ళు చేతులు తగులుకుంటూ చిత్రంగా పడుకున్నారు.

రావణే సుఖిసంవిష్టే తాః స్త్రియో వివిధ ప్రభాః।
జ్వల న్తః కాఞ్చనా దీపాః ప్రైక్షన్తా నిమిషా ఇవ॥ 67

తా. రావణునితో సుఖమొందిన ఆ స్త్రీలు, రకరకాల కాంతులతో ప్రకాశిస్తూ రావణుని నిశ్చలంగా వారిని చూడనివ్వక, రాత్రుళ్ళు, అందులో గాఢనిద్రలో రెప్పార్పక చూడటానికి వీలుగా ఓ కుప్పపోసిన అందంలాగ వున్నారు.

రాజర్షి పిత్ర్య దైత్యానాం గన్ధర్వాణాం చ యోషితః।
రాక్షసానాం చ యాః కన్యా స్తస్య కామవశం గతాః॥ 68

యుద్ధకామేన తా స్సర్వా రావణేన హృతాః స్త్రియః।
సమదా మదనే నైవ మోహితాః కాశ్చి దజ్ఞనాః॥ 69

న తత్ర కాచిత్ప్రమదా ప్రసహ్య। వీరోపపన్నేన గుణేన లబ్ధా।
నచాన్య కామాపి నచాన్య పూర్వా। వినావరార్హాం జనకాత్మజాం తామ్॥ 70

నచా కులీనా న చ హీనరూపా। నా దక్షిణా నా నుపచారయుక్తా॥
భార్యాభవత్తస్య నహీన సత్వా। నచాపికాన్త స్య న కామనీయా॥ 71

తా. ప్రపంచంలోని ఎందరో కన్యలను రావణుడు తన బలిమితో తీసుకువస్తే, ఎందరో స్త్రీలు కోరి వలచి, రావణునికై, రావణ సన్నిధానంలో నిలిచారు. గాఢమైనాతని కౌగిలిలో సుఖించాలని వుర్రూతలూగుతూ మరీ వచ్చారు. బలవంతుడైన రావణుడు, తన బల దర్పములను ప్రసాదించుకొనవీలుగా, కొందరు దేవకన్యలను, రాజకన్యలను బలవంతంగా తెచ్చాడు. "రావణ" అంటేనే భయపడేవారు చేతులు జోడించారు. తమ తల్లిదండ్రుల ప్రతాపం తెలిసిన ఆ స్త్రీలు, రావణునికి బలిమికి అంకితమైపోయారు.

అందరు అతనిని ఆరాధించి, ప్రక్కన చేరినవారే తప్ప బలసత్వాల బలిమికి భయపడినవారు కాదు. ఒక్క సీతాదేవిని తప్ప, ఇతరుల నెవ్వరిని రావణుడు బలవంతంగా తీసుకురాలేదు.

రావణుడు తెచ్చిన వారందరు "నచకులీనా... అంటున్నాడు. వాల్మీకి మహాశయులు. ఉత్తమ కుల స్త్రీలు, అందగత్తెలు, భర్తలను సేవించుకొను లక్షణములు గలవారు, భార్యలను గౌరవింప చేసుకొనువారు, కోర్కెలను భర్త ద్వారా పొందగల చతురులు.

బభూవ బుద్ధి స్తు హరీశ్వరస్య। య దీదృశీ రాఘవ ధర్మపత్నీ।
ఇమా యథా రాక్షసరాజ భార్యా। స్సుజ.ఆత మన్యేతిహి సాధుబుద్దే:॥ 72

తా. సర్వం గ్రహిస్తున్న కపిశ్రేష్ఠుడు "ఇమాయథా రాక్షసరాజా..." అనుకొన్నాడు. ఈమె కనుక, రామునికి ముందే, స్వయంవరంలో రావణుని కనుక వరించినట్లయితే, ఇతని జాతకమే మారిపోయి వుండేదనుకున్నాడు.

ప్రస్తుత పరిస్థితిలో, ఇది హనుమకు కల్గిన ఆలోచన. సీత ఉత్తమత్వానికి నిదర్శనం. కానీ ఆంజనేయుడు వంటివాడు, ఇటువంటి ఆలోచన చేయదగునా ? అంటే, స్వయంవర సమయంలో, ఎందరో వచ్చారు. అప్పుడందరిలో ఈ రావణుడు తన ఆధిక్యత నిలబెట్టుకుంటే నేడీ దుస్థితి లభించేది కాదన్నదొక భావన.

విశేషార్థములు :

1. రావణాసురుడు సీతాదేవిని రామునకు సమర్పించెనేని రావణునికి మేలు కలుగును.

2. రావణుఁడు సీతను గొనివచ్చినట్లు సుగ్రీవుఁడును ఈ రావణుని భార్యల గొనిపోయెనేని సుగ్రీవునిది మంచి సామర్థ్యము.

3. రావణుండు ఎల్ల రాజకన్యల గొనితెచ్చి తనకు భార్యలుగ పరిగ్రహించినట్లు సీతాదేవినికూడ పరిగ్రహించెనేని వీడు బాగుపడునా ? "మమ ద యుతతరా హృతా వనాంతా ద్రజనిచరేణ తదావిమథ్య సా। కథయ మమ రిపుంతరదద్య వైప్ల పగవతే యమసాధనం నయామి" అని శ్రీరాములవారు సుగ్రీవునిజూచి, "ఓ కపిశ్రేష్ఠా। నా ప్రియతమురాలు సీత నీ యడవినడును నొక్క రక్కసుం డపహరించుకొని పాఱిపోయెను. నీ వా క్రూరుని వెదకి తెలిపితివేని వానినిప్పుడే యమసన్నిధికి బంపెద"నని చెప్పియుండుటవలన, ఇక వీడు బాగుపడఁడు.

పునశ్చ సోఽ చిన్తయ దార్తరూపో। ధ్రువం విశిష్టాగుణతో హి సీతా।
అథాయ మస్యాం కృతవా న్మహాత్మా। లఙ్కేశ్వరః కష్ట మనార్య కర్మ॥ 73

తా. బ్రహ్మ వంశస్థుడు, శివభక్తుడు, ఉత్తమ కుల గుణ సంపదకల్గి, ఇలాగ సీతను అపహరించి తేవడం వీని ప్రాణానికి "గండము", వురితాడు అయింది. లేకపోతే - సీతాపహరణమనే నింద పడకపోయినా, ఈ చెడ్డపని చెయ్యకపోయినా అతడు త్రిలోక విజేతే! దేవతల కారాధ్యుడేనని", తనకు తాను హనుమంతుడు సమాధానం చెప్పుకున్నాడు.

✿

ఇది వోరుగంటి వంశజనిత, శ్రీమతి సువర్చలాంబా, వెంకట సూర్యప్రసాదరావుల జేష్ఠ తనూజుడు "వర రామకృష్ణప్రసాద్ - భక్తజనుల కందించిన, తేటతెలుగు వ్యాఖ్యాన శ్రీమత్ సుందరకాండలోని, నవమ సర్గ సమాప్తం.

- స్వస్తి-

- అస్తూ -

✦✦✦

దశమ స్సర్గః

తత్ర దివ్యోపమం ముఖ్యం స్ఫాటికం రత్నభూషితమ్।
అవేక్షమాణో హనుమాన్ దదర్శ శయనాసనమ్॥ 1

దాన్త కాఞ్చన చిత్రాంగై ర్వైడూర్యైశ్చ వరాసనైః।
మహార్హా స్తరణోపేతై రుపపన్నం మహాధనైః॥ 2

తా. అప్పుడు - అక్కడ హనుమంతుని కళ్ళు చిత్రంగా మిలమిల మెరిసాయి. దేవేంద్ర వైభవాన్ని మించిన అందాల, అపరంజి (బంగారు) మంచాన్ని చూసాడు. ఆ శయ్యాతల్పము - ముట్టుకుంటేనే మాసిపోతుందన్నట్లుండే దానిపై త్రిభువన విజేత, నిత్యశివార్చకుడు, బ్రహ్మ వంశస్థుడు - తపోమూర్తి అయిన రావణుడు, కులాసాగా, మహావిలాసంగా పడుకున్నాడు.

తస్య చైకతమే దేశేసోఽ గ్ర్యమాలావిభూషితమ్।
దదర్శ పాణ్డురం ఛత్రం తారాధిపతి సన్నిభమ్॥ 3

తా. ఆ మంచంపై రకరకాల పుష్పాలతో అలంకరించబడిన తెల్లని "వెల్ల" గొడుగును చూసాడు. అది ఆతని సార్వభౌమత్వానికి నిదర్శనంగా నిలచి వుంది.

జాతరూప పరిక్షిప్తం చిత్రభాను సమప్రభమ్।
అశోకమాలా వితతం దదర్శ పరమాసనమ్॥ 4

వాల వ్యజన హస్తాభి ర్వీజ్యమానం సమ న్తతః।
గన్ధైశ్చ వివిధై ర్జుష్టం వర ధూపేన ధూపితమ్॥ 5

పరమా స్తరణా స్తీర్ణమావికాజిన సంవృతమ్।
దామభి ర్వర మాల్యానాం సమస్తా దుపశోభితమ్॥ 6

తా. బంగారంతో నిర్మించిన మంచం, దానికి సూర్యప్రకాశం తోడయినట్లు, దీపకాంతులు, అశోక పుష్పమాలికలు, అలంకారాలు, అగరుధూపాలు, సుగంధ వాసనలు, ఆ ప్రాంతాన్ని అలసట తీర్చి, ఉద్రేకాన్ని, ఉత్సాహాన్ని, ఆనందాన్ని కల్గు చేస్తున్నాయి. మెత్తని పరుపులు, దానికి తగ్గ తలగడలు, రావణ కలిమికి తగ్గట్లుందా భాగ్యము, సౌభాగ్యము.

తస్మి న్జీమూత సఙ్కాశం ప్రదీప్తోత్తమ కుణ్డలమ్।
లోహితాక్షం మహాబాహుం ◆మహారజత వాసనమ్॥ 7
(◆ మహారజన వాసనమ్-అను పాఠమున కుసుంబావన్నెగల వస్త్రముతో గూడినవా(డు అని.)

లోహితే నానులిప్తాఙ్గం చన్దనేన సుగన్ధినా।
సన్ధ్యారక్త మివా కా శే తోయదం నతటిద్గణమ్॥ 8

వృతమాభరణై ర్దివ్యై స్సురూపం కామరూపిణమ్।
సవృక్ష వన గుల్మాఢ్యం ప్రసుప్తమివ మన్దరమ్॥ 9

క్రీడిత్వోపరతం రాత్రౌ వరాభరణ భూషితమ్।
ప్రియం రాక్షసకన్యానాం రాక్షసానాం సుఖావహమ్॥ 10

తా. ఆ మంచంమీద, నల్లని కారుమబ్బు వంటి దేహముతో/మినుములు రాశిగా పోసినట్లుందా శరీరము, సురాపానంతో మత్తెక్కిన ఎర్రని కళ్ళతో, విశాల వక్షస్థము, పొడుగాటి చేతులతో, బంగారు పట్టువస్త్రములు ధరించి, రక్తచందనాన్ని పూసుకున్న రావణుడు, సంధ్యా సమయందలి మేఘము వలె కనబడుతున్నాడు. పర్వత దేహంతో, అభిమానులకు, ఆశ్రితులకు పరమాప్తుడైన రావణుడు ప్రశాంతంగా నిద్రిస్తున్నాడు.

పీత్వా ప్యుపరతం చాపి దదర్శ స మహాకపిః।
భాస్వరే శయనే వీరం ప్రసుప్తం రాక్షసాధిపమ్॥ 11

నిశ్శ్వసన్తం యథా నాగం రావణం వానరర్ష భః।
అసాద్య పరమోద్విగ్న స్సోపాసర్ప త్సుభీతవత్॥ 12

తా. ఆ రాక్షసాధినేత మదించిన ఏనుగువలె వున్నాడు. బుసలుకొట్టే నిట్టూర్పులు సాగుతున్నాయి. ఉచ్ఛ్వాస నిశ్వాసాలకు ఆ మందిరం, కదలాడుతున్నట్లుంది. దగ్గరగా వెళ్ళి చూద్దామనుకున్న పావని "వీడు పాపి." వీడి చెంతకు వెళ్ళరాదని తీర్మానించుకున్నవాడు దగ్గరకు వెళ్ళక, వెనక్కి తగ్గాడు.

అథా రోహణ మాసాద్య వేదికా న్తర మాశ్రితః।
సుప్తం రాక్షసశార్దూలం ప్రేక్షతేస్మ మహాకపిః॥ 13

కుశుభే రాక్షసేన్ద్రస్య స్వపత శ్శయనోత్తమమ్।
గన్ధహస్తిని సంవిష్టే యథా ప్రస్రవణం మహత్॥ 14

తా. ఉచ్ఛ్వాసాల నిశ్వాసలతో, బుసలుకొట్టే పాములవలె వున్న రావణుని చూసాడు. అతని గది మొత్తం ఆతని నిట్టూర్పులతో వేడెక్కింది. ఆ ప్రాంతమంతా పరిమళాలతో నిండి, ఆతని గది నుండి సుగంధ వాయువులు అల్లంత దూరం, గాలితోపాటు సాగుతున్నాయి.

కాఞ్చనాఙ్గదనద్ధౌ చ దదర్శ స మహాత్మనః।
విక్షిప్తౌ రాక్షసేన్ద్రస్య భుజౌ విన్ద్రధ్వజోపమౌ॥ 15

ఐరావత విషాణాగ్రై రాపీడన కృతవ్రణౌ।
వజ్రోల్లిఖిత పీనాంసౌ విష్ణుచక్ర పరిక్షతౌ॥ 16

పీనౌ సమసుజాతాంసౌ సఙ్గతౌ బలసంయుతౌ।
సులక్షణ సుఖాఙ్గుష్ఠౌ స్వఙ్గుళీయక లక్షితౌ॥ 17

సఙ్గత పరిఘూకారౌ వృత్తౌ కరికరోపమౌ।
విక్షిప్తౌశయనే శుభ్రే పఞ్చశీర్షావివోరగౌ॥ 18

శశ క్షతజ కల్పేన సుశీతేన సుగన్ధినా।
చన్దనేన పరార్థ్యేన స్వనులప్తౌ స్వలఙ్కృతౌ॥ 19

ఉత్తమస్త్రీ విమృదితౌ గన్ధోత్తమ నిషేవితౌ।
యక్ష పన్నగ గన్ధర్వ దేవ దానవ రావిణౌ॥ 20

దదర్శ స కపిస్తత్ర బాహూశయన సంస్థితౌ।
మన్దరస్యాన్తరే సుప్తౌ మహాహీ రుషితావివ॥ 21

తా. చేతులు చాచుకుని, దిలాసాగా పడుకున్న రావణుడి శరీరాన్ని, హనుమ చూసాడు. నవరత్న ఖచిత దివ్యాభరణములతోపాటు ఐరావత చక్రాయుధ వజ్రాయుధ తాకిడికి తగిలిన గుర్తులను కూడా చూసాడు. అయిదు వ్రేళులు, దానికున్న బంగారపు వుంగరాలతో పంచశిరముల కుపిత భుజంగమువలె కనబడుతున్నాయి.

తనను కామించి ప్రేమించిన సుందరీమణుల, అధిక చుంబన (ముద్దులాడిన పెదవులు) గుర్తులు కల్గి, అలసినట్లు, ఆ రావణబ్రహ్మ ఆదమరచి నిద్రిస్తున్నాడు. ఆ రక్తచందన లేపనా భుజాలతో ఎంతటి వారినైనా, ఇట్టే ఓడించగల బాహువులతో, మహాబలశాలిగా వున్న రావణుని చూసాడు.

తాభ్యాం స పరిపూర్ణాభ్యాం భుజాభ్యాం రాక్షసేశ్వరః।
శుశుభేఽచల సంకాశ శృఙ్గాభ్యా మివ మన్దరః॥ 22

తా. సకలాంగములు, వాటి శుభచిహ్నాలను గమనించిన హనుమ, ఈ రావణుడు శత్రువిద్రావణుడే ననుకున్నాడు.

చూత పున్నాగ సురభి ర్వకుళోత్తమ సంయుతః।
మృష్టాన్న రస సంయుక్తః పానగన్ధ పురస్సరః॥ 23

తస్య రాక్షససింహస్య నిశ్చక్రామ మహాముఖాత్।
శయానస్య వితశ్శ్వాసః పూరయన్నివ తద్గృహమ్॥ 24

తా. ఆ నిశ్వాసము - ఎంతో పరిమళ భరితమై ఆ వాతావరణాన్ని సుగంధ వాయువులలో ముంచెత్తుతుంది.

ముక్తామణి విచిత్రేణ కాఞ్చనేన విరాజితమ్
ముకుటే నాపవృత్తేన కుణ్డలోజ్జ్వలి తాననమ్॥ 25

రక్తచన్దనదిగ్ధేన తథా హారేణ శోభినా।
పీనాయతవిశాలేన వక్షసాభివిరాజితమ్॥ 26

పాణ్డరే ణాపవిద్ధే క్షౌమేవ క్షత జేక్షణమ్।
మహార్హేణ సుసంవీతం పీతే నోత్తమవాససా॥ 27

మాషరాశి ప్రతీకాశం నిశ్శ్వసన్తం భుజఙ్గవత్।
గాఙ్గే మహతి తోయాన్తే ప్రసుప్తమివ కుఞ్జరమ్॥ 28

చతుర్భిః కాఞ్చనై ర్దీపై ర్దీప్యమానం చతుర్దిశమ్।
ప్రకాశీకృతసర్వాఙ్గం మేఘం విద్యుద్గణైరివ॥ 29

పాదమూలగతా శ్చాపి దదర్శ సుమహాత్మనః।
పత్నీ స్స ప్రియభార్యస్య తస్య దక్షఃపతే ర్గృహే॥ 30

తా. చెవులకు కర్ణాభరణములు, విశాల వక్షంపై రక్తచందనంపూత, వివిధ రత్నాభరణాలు, తెల్లని పట్టుకండువా, పచ్చని పట్టుపంచె, ఎర్రటికళ్ళు, మినుములు రాశివంటి దేహముతో, రావణుడు ఆ గృహ మధ్యగల మంచంపై, గంగాజలాల మధ్యలో కేరింతలు కొట్టు మదగజమువలె వున్నాడు. నాల్గుప్రక్కల దీపాల కాంతులు, ఆతని కాళ్ళ ప్రక్కన ప్రియురాండ్రు, అతని రాజసాన్ని చక్కగా చూపుతున్నాయి.

శశి ప్రకాశవదనా శ్చారుకుణ్డల భూషితాః।
అమ్లానమాల్యాభరణా దదర్శ హరియూథపః॥ 31

తా. చంద్రకాంతితో ప్రకాశించు, అందమైన సుందరాంగులను చూసాడు. వారిని దేవకన్యలుగా తలిచాడు.

వృత్తవాదిత్రకుశలా రాక్షసేన్ద్ర భుజాఙ్కగాః।
వరాభరణ ధారిణ్యో నిషణ్ణా దదృశే హరిః॥ 32

వజ్రవైదూర్యగర్భాణి శ్రవణాం తేషు యోషితామ్।
దదర్శ తాపనీయాని కుణ్డలా న్యఙ్గదాని చ॥ 33

తాసాం చన్ద్రప మై ర్వక్త్రైశ్శుభై ర్లలిత కుణ్డలైః
విరరాజ విమానం త న్నభ స్తారాగణై రివ॥ 34

మదవ్యాయామ ఖిన్నాస్తా రాక్షసేంద్రస్య యోషితః।
తేషు తేష్వవకాశేషు ప్రసుప్తా స్తనుమధ్యమాః॥ 35

తా. రావణుని చుట్టూ లతలా పెనవేసుకున్న సౌందర్యమూర్తులను, అలసిన ఆడవారినెందరినో మారుతి చూసాడు.

బంగారుకమ్మలు, భుజకీర్తులు, ఇతర కర్ణాభరణములనెన్నింటినో చూసాడు. వీరందరిచేత చుట్టబడిన రావణుని మంచము, తారామణులచే ప్రకాశించు, ఆకాశము వలె వుంది.

అందరిలో అలసట, అందులో తృప్తి-ఏదో మధురానందము, ఆ ముఖాల కనుపిస్తుంది.

అజ్గహారై స్తథైవా న్యా కోమలై ర్నృత్తశాలినీ।
విన్యస్త శుభసర్వాజ్గీ ప్రసుప్తా వరవర్ణినీ॥ 36

కా చిద్వీణాం పరిష్వజ్య ప్రసుప్తా సంప్రకాశతే।
మహానదీ ప్రకీర్ణేవ నళినీ పోత మాశ్రితా॥ 37

అన్యా కక్షగతే నైవ మడ్డుకే నాసితేక్షణా।
ప్రసుప్తా భామినీ భాతి బాలపుత్రే వ వత్సలా॥ 38

పటహం చారు సర్వాజ్గీ పీడ్య శేతే శుభస్తనీ।
చిరస్య రమణం లబ్ధ్వా పరిష్వజ్యేన భామినీ॥ 39

కాచిద్వంశం పరిష్వజ్య సుప్తా కమలలోచనా।
రహః ప్రియతమం గృహ్య సకామేవ చ కామినీ॥ 40

తా. రావణుని చూసి వుప్పొంగి, తన నర్పించుకున్న స్త్రీ, ఇంకా ఆ పగత నిద్రలో నృత్యభంగిమలను చూపుతోంది.

వాయించే వీణను అలాగే పట్టుకుని అలసి నిద్రలోకి జారిన ఒక యువతి, నదీ ప్రవాహమునకు కొట్టుకొచ్చి, తామరతూడును తగుల్కొని వున్న తీగవలె ప్రకాశిస్తుంది.

మడూకమను పట్టుకుని (కౌగలించుకుని) ఒక యువతి, భేరీ మృదంగాన్ని పట్టుకుని ఒకతె, వేణువును కౌగలించుకుని, ఒక యువతి విరహంతో కృంగిపోతూ, ప్రియ(భర్త) గాఢాలింగానికై తహతహలాడుతున్న, విధంగా ఆ యా వాయిద్యాలను పట్టుకుని మరీ నిద్రిస్తున్నారు.

వివశ్చీం పరిగృహ్యా న్యా నియతా వృత్తశాలినీ।
నిద్రావశ మనుప్రాప్తా సహకాన్తేన భామినీ॥ 41

అన్యా కనకసజ్కాశై ర్మృదు పీనై ర్మనోరమైః।
మృదజ్గం పరిపీడ్యా ంగైః ప్రసుప్తా మత్తలోచనా॥ 42

భుజపార్శ్వా న్తరస్థేన కక్షగేవ కృశోదరీ।
పణవేన సహానిన్ద్యా సుప్తా మదకృతశ్రమా॥ 43

డిణ్డిమం పరిగృహ్యా న్యా తథై వాస క్తడిణ్డిమా।
ప్రసుప్తా తరుణం వత్స ముపగూహ్యేవ భామినీ॥ 44

కాచి దాడమ్బరం నారీ భుజసంయోగ పీడితమ్।
కృత్వా కమలపత్రాక్షీ ప్రసుప్తా మదమోహితా॥ 45

కలశీ మనవిధ్యా న్యా ప్రసుప్తా భాతి భామినీ।
వస న్తే పుష్పశబళా మాలేవ పరిమార్జితా॥ 46

తా. నాట్యాభ్యాసము కల్గిన ఒకామె, వీణను పట్టుకుని, ప్రక్కనవున్నది ప్రియుడేనని మురిసిబోతుంది.

మద్దెల వాయిస్తూ సోలిపోయిన ఆ మదనాంగి చేతులు, ఇంకా ఆ మృదంగంపైనే నర్తిస్తున్నాయి. మరియొకతె, ప్రియా సమాగమం కోరుతున్నట్లు పరవశయై, చంకలో తను పొందే ఆనందానికి చిహ్నంగా మద్దెల పెట్టుకుని, నిద్రిస్తుంది. "డిండిమం" అను మరొక వాయిద్యాన్ని తన భర్తగానే తలచి కౌగలించుకుని మరొక్కతి మురిసి నిద్రబోతుంది. ఇంకొకత్తి మరొక డిండిమమును బిడ్డగా తలచి ప్రక్కన పెట్టుకుంది.

కౌగలించుకోవాలనే బలీయమైనకోరిక గల ఒకామె "ఆడం" బరమను భేరిని పట్టుకుని, ఏదో సుఖము పొందుతున్నట్లు పరవశత్వంతో పొంగిపోతుంది. మరొకతె రావణునికి కావలసినప్పుడు జలమునిచ్చే పరిమళ పాత్రను పట్టుకుని, నిద్రమత్తుతో, ఆ జలము తనపై ఒలుక, వసంతకాల ఎండకూ ఎండే పూలహారంపై నీళ్ళు చల్లినట్లు తడిసి, అలాగే నిద్రిస్తుంది.

పాణిభ్యాంచ కుచౌ కాచి త్సువర్ణ కలశోపమౌ।
ఉపగూ హ్యాబలా సుప్తా నిద్రాబలపరాజితా॥ 47

అన్యా కమలపత్రాక్షీ పూర్ణేన్దు సదృశాసనా।
అన్యామాలిఙ్గ్య సుశ్రోణీం ప్రసుప్తా మదవిహ్వాలా॥ 48

ఆతోద్యాని విచిత్రాణి పరిష్వజ్య పరస్త్రియః।
నిపీడ్య చ కుచై స్సుప్తాః కామిన్యః కాముకా నివ॥ 49

తాపా మేకా న్తవిన్యస్తే శయానాం శయనే శుభే।
దదర్శ రూపసంపన్నా మపరాం స కపిః స్త్రియమ్॥ 50

ముక్తామణి సమాయుక్తై ర్భూషణై స్సువిభూషితామ్।
విభూషయన్తీ మివ త త్స్వశ్రియా భవనోత్తమమ్॥ 51

తా. ఇంకొకత్తె - భర్త ఏదో చేస్తాడనేమోనని, తన కుచములను గట్టిగా కప్పుకుని నిద్రిస్తూంటే -

మరొకత్తె - పురుష సౌఖ్యము కోరుతున్నట్లు సూచిస్తూ - ప్రక్కన వున్న మరో యువతిని గాఢంగా కౌగలించుకుని, మగత నిద్రలో అటు ఇటు కదులుతుంది.

ఇంకొందరు స్త్రీలు - తాము వాయించిన మృదంగ, వీణ, పిల్లనగ్రోవి, భేరీ... మొదలైన వాయిద్యాలను, తమనాదరించదలచి వచ్చిన పురుషులవలెనే భావిస్తూ గుండెలకత్తుకుని పరవశిస్తున్నారు.

వీగందరికి విరుద్ధంగా, రావణుని మంచానికి దగ్గర్లో వేసి వున్న మరొక శయ్యపై - అందానికే అందంగా, అలంకారభూషితయై, పరమ ప్రశాంతంగా నిద్రిస్తూంది. ఆమే, రావణుని పట్టపురాణి మండోదరి.

అంతా కలయచూస్తూ ఈమెను చూసిన ఆంజనేయుడు, ఈమె దర్శనంతో కొంత పులకించాడు.

గౌరీం కనకవర్ణాభా మిష్టా మన్తఃపురేశ్వరీమ్।
కపి ర్మన్దోదరీం తత్ర శయానాం చారురూపిణీమ్॥ 52

స తాందృష్ట్వా మమాబాహు ర్భూషితాం మారుతాత్మజః।
తర్కయామాస సీ తేతి రూపయౌవన సమ్పదా।
హర్షేణ మహతా యుక్తో ననన్ద హరి యూథపః॥ 53

తా. బంగారుఛాయ, అంగాంగాల ఆభరణాలతో అతిలోకసుందరిగానున్న ఆమెను చూసాడు. "ఆహా! ఈ అందాలరాశి, కనకభూషితాంగి, తప్పక జనకసుత, సీతాదేవియై, వుండవచ్చును. నిజమని" చూస్తూనే ఒక నిర్ణయానికి వచ్చేసాడు.

అంతే ఆనందం, హనుమ నరనరాలలో ప్రాకింది. పులకించాడు. పరవశించాడు.

అస్ఫోటయామాస చుచుమ్బ పుచ్ఛం।
ననన్ద చిక్రీడ జగౌ జగామ।
స్తమ్భా నరోహ న్నిపపాత భూమౌ।
నిదర్శయన్ స్వాం ప్రకృతిం కపీనామ్॥ 54

తా. అప్పుడల్లంత దూరంలో వుండి చూస్తున్న అంజనీపుత్రుడు, ఆమెను సీతాదేవిగా తలచాడు. ఆమేననుకున్నాడు. ఇంతవరకు బాగుంది. చాలా పెద్దమనిషి, నీతిజ్ఞునిగా ప్రవర్తించిన మహా మతిమంతుడు బుద్ధిమంతునిగా తలచిన హనుమ-

తన (కోతి) చాంచల్యాన్ని ప్రకటించుకున్నాడు. గబుక్కున ఎగిరాడు. కుప్పిగంతులు వేసాడు. తోకను ముద్దుపెట్టుకున్నాడు. పళ్ళికిలించాడు. అటు ఇటు తిరిగాడు, గెంతాడు.

తన స్వజాతి లక్షణమైన కోతిచేష్టల నెన్నింటినో ప్రదర్శించాడు.

✿

ఇది వోరుగంటి వంశజనిత, శ్రీమతి సువర్చలాంబా, వెంకట
సూర్యప్రసాదరావుల జ్యేష్ఠ తనూజుడు "వర రామకృష్ణప్రసాద్ -
భక్తజనుల కందించిన, తేటతెలుగు వ్యాఖ్యాన శ్రీమత్
సుందరకాండలోని, పదవ సర్గ సమాప్తం.

- స్వస్తి-

- అస్తూ -

✦✦✦

ఏకాదశ స్సర్గః

అవధూయ చ తాం బుద్ధిం బభూవావస్థిత స్తదా।
జగామ చాపరాం చిన్తాం సీతాం ప్రతి మహాకపిః॥ 1

తా. మండోదరిని కొద్దిసేపు సీతాదేవిగా తలంచిన కపివీరుడు ఆంజనేయుడు, ఆమె సీతాదేవి అయి వుంటుందా ? నా ఆలోచన పొరపాటు కాదు కదా! అనుకున్నాడు పునరాలోచనలో పడ్డాడు.

న రామేణ వియుక్తా సా స్వప్తు మర్హతి భామినీ।
న భోక్తుం నా ప్యలంక ర్తుం న పాన ముపసేవితుమ్॥ 2

నా న్యం నర ముపస్థాతుం సురాణా మపి చేశ్వరమ్।
న హి రామసమః కశ్చి ద్విద్యతే త్రిద శేష్వ పి॥ 3

అన్యే య మితి నిశ్చిత్యపాన భూమౌ చచార సః।
క్రీడితే నాపరాః క్లాన్తా గీతేన చ తథాఽపరాః॥ 4

తా. రాముడిని విడిచి సీత ఏ భయమూ, ఇతరాలోచనలు లేక ఇంత నిశ్చింతగా రావణుని ప్రక్కన (మరో మంచమైనా) పడుకుంటుందా ? మరి ఈమెను చూస్తే - సర్వాలంకార భూషిత. ముఖంలో ఏ విధమైన కలవరం కళంకం కనబడటం లేదు.

రాముడితో సమానమైన వ్యక్తి ఎన్ని లోకాలు వెదకినా కనబడడు. రాముడు రాముడే. అటువంటివాని భార్య, ఇంత నిర్భయంగా....... అనుకుని, ఆమె సీతకాదని ధ్రువీకరించుకున్న హనుమ అక్కడ నుండి బయలుదేరాడు.

నృత్తేన చాపరాః క్లాన్తా పానవిప్రహతా స్తథా।
మురజేషు మృదఙ్గేషు పీఠికాసు చ సంస్థితాః॥ 5

తథాస్తరణ ముఖ్యేషు సంవిష్టా శ్చాపరాఃస్త్రియః।
అఙ్గనానం సహస్రేణ భూషి తేన విభూషణైః॥ 6

రూపసల్లాప శీ లేన యుక్త గీతార్థ భాషిణా।
దేశ కాలాభి యుక్తేన యుక్త వాక్యాభి ధాయినా॥ 7

తా. ఇక అక్కడ చూడటమనవసరమనిపించిన పావని ప్రక్కనున్న మరో ప్రాంతానికి తరలివెళ్ళాడు. అది పాన భూమి. ఇక్కడ సీత ఎక్కడ వుందన్న విషయం తప్పక తెలుస్తుంది. త్రాగుబోతులు, ఆ త్రాగిన మత్తులో నోటిని అదుపులో పెట్టుకోరు. అడుక్కవాడు, అచ్చటి పరిస్థితి గమనించాడు.

తాగేవారు, తందనాలాడేవారు, పాటులు పాడేవారు, అలసిన వారినీ చూసాడు. మద్దెల, ఇతర వాయిద్యములు, పీటలు, రత్నకంబళ్ళుపై పడి వున్న స్త్రీలను చూసాడు. అక్కడందరు విలాసవతులుగానే కనుపించారు తప్ప, విచారవతులు ఎక్కడా కనబడలేదు.

అందర్నీ కలయచూసిన మారుతి అలసిపోయినట్లున్న అతనిని, ఆతని ప్రక్కనగల స్త్రీలను మళ్ళీ మళ్ళీ చూసాడు.

రతాభిరతసంసుప్తం దదర్శ హరియూథపః।
తాసాం మధ్యే మహాబాహు శ్శుశుభే రాక్షసేశ్వరః॥ 8

గోష్ఠే మహతి ముఖ్యానాం గవాం మధ్యే యథా వృషః।
స రాక్షసేన్ద్ర శ్శుశుభే తాభిః పరివృత స్స్వయమ్॥ 9

కరేణుభి ర్యథా రణ్యే పరికీర్ణో మహోద్విపః।
సర్వకామై రుపేతాం చ పానభూమిం మహాత్మనః॥ 10

తా. అచట రావణేశ్వరుడు, ఆవులమంద మధ్యన్న గల మహావృషభంలాగ గజ సమూహం మధ్య వెలుగొందే మత్తగజంలాగ ఆ అందమైన స్త్రీలమధ్యన ప్రకాశిస్తున్నాడు. సీత కనబడలేదు. ఇక్కడ లేకపోతే... ఎవరికేది ఇష్టమోనన్నట్లున్న ఇంకొన్ని పానగృహములు కూడా చూసాడు.

దదర్శ హరిశార్దూల స్తస్య రక్షఃపతే ర్గృహే।
మృగాణాం మహిషాణాం చ వరాహాణాం చ భాగశః॥ 11

తత్ర న్యస్తాని మాంసాని పానభూమౌ దదర్శ సః।
రౌక్మేషు చ విశాలేషు భాజనే ష్వర్ధభక్షితాన్॥ 12

దదర్శ హరిశార్దూలో మయూరాన్ కుక్కుటాం స్తథా।
వరాహ వార్ధ్రాణసకాన్ దధి సౌవర్చలా యుతాన్॥ 13

శల్యా స్మృగ మయూరాం శ్చ హనుమాన న్వవైక్షత।
క్రకరా న్వి విధా న్సిద్ధాం శ్చకోరా నర్ధభక్షితాన్॥ 14

మహిషా నేకశల్యాంశ్చ భాగాం శ్చ కృతనిష్ఠితాన్।
లేహ్యా నుచ్చావచాన్ పేయాన్ భోజ్యాని వివిధాని చ॥ 15

తా. ఆ పానశాలలో, లేళ్ళు, దున్నలు, అడవిపందుల మాంసపుముద్దలను చూసాడు. సగం భక్షించి విడిచిన కోడి, నెమళ్ళ మాంసమున్న పాత్రలను గూడా చూసాడు.

ఆ అంజనీపుత్రుడు పెరుగు, సౌవర్చ (సైంధవ)లవణం కల్పి వండిన పంది, ఖడ్గమృగం, అడవిపంది, లేడి, నెమలి, కొంగ, వెన్నెలపులుగు, ఎనుబోతు, ఒక ముల్లు గల చేపల్ని, మేకల మాంసాల్ని, నానావిధ నంజుళ్ళను, రకరకాల పానీయాలను అక్కడ చూసాడు.

ఈ భుజించవలసిన మాంసాలు, భక్ష, భోజ్యాలు ఎటు చూస్తే అటు - ఇటు అన్నట్లు కనుపిస్తున్నాయి.

తథామ్ల లవణో త్తంసై ర్వివిధై రాగ షాడబైః।
హార నూపుర కేయూరై రపవిద్ధై ర్మహాధనైః॥ 16

పాన భాజనవిక్షిప్తైః ఫలై శ్చ వివిధై రపి।
కృత పుష్పోపహారా భూ రధికం పుష్యతి శ్రియమ్॥ 17

తత్ర తత్ర చ విన్యస్తై స్సుశ్లిష్టై శయనా సనైః।
పానభూమి ర్వినా వహ్నిం ప్రదీప్తేవోప లక్ష్యతే॥ 18

బహుప్రకారై ర్వివిధై ర్వర సంస్కార సంస్కృతైః।
మాంసైః కుశల సంయుక్తైః పానభూమిగతైః పృథక్॥ 19

దివ్యాః ప్రసన్నా వివిధ స్సురాః కృత సురా అపి।
శర్కరాసవ మాధ్వీక పుష్పాసవ ఫలాసవాః॥ 20

వాసచూర్ణైశ్చ వివిధై ర్ద్రష్టా స్తై స్తైః పృథక్పృథక్।
స న్తతా శుశుభే భూమి ర్మాల్యైశ్చ బహు సంస్థితైః॥ 21

హిరణ్మయైశ్చ వివిధై ర్భాజనై స్స్ఫాటికై రపి।
జామ్బూనదమయై శ్చాన్యైః కరకైరభిసంవృతా॥ 22

తా. ఉప్పుకారాలతో వండిన పదార్థాలు, తీపి పదార్థాలు, పానీయాలు, ఆసవాలు (మత్తు పదార్థాలు) ఎన్నింటినో, అన్నీ చూసాడు. అక్కడ చేతులకు కాళ్ళకు వుండే కడియాలు, గజ్జెలు, పట్టీలు, భుజకీర్తుల నెన్నింటినో చూసాడు. ఇక్కడ, అవి... ఏమో... అనుకున్నాడు.

రుచికర పదార్థాలను పౌరమూర్తులకు వండి వడ్డించే వాళ్ళు, ఇంకా అక్కడున్న బంగారు మంచాల కాంతిని గమనిస్తే అదొక నిప్పుల కొలిమిలాగ కనుపిస్తుంది.

వారుణీ జాతిమద్యాలు, నారికేళ మద్యాలు, పూదేనె, చక్కెరల పండ్ల రసాలు, ఇతర పానీయాలు, ఎన్నో సంసిద్ధముగా, పానప్రియుల కానంద దాయకంగా కనబడుతున్నయి. అన్నింటిని హనుమ చూస్తున్నాడు.

సీతాన్వేషణలో ఇది భాగమా... అంటే నగరంలో అడుగుపెట్టేవాడు, నలుదిక్కుల కలయచూడాలి. అచ్చటి పరిస్థితి గూడా తెలుసుకోవాలన్నట్లు, తన పరిశోధన గావిస్తున్నాడు.

రాజతేషు కుంభేషు జాంబూనద మయేషుచ।
పానశ్రేష్ఠం తదా భూరి కపి స్తత్ర దదర్శ సః॥ 23

సోఽపశ్య చ్ఛాతకుంభాని శీధో ర్మణిమయానిచ।
రాజతాని చ పూర్ణాని భాజనాని మహాకపిః॥ 24

క్వచి దర్ధావ శేషాణి క్వ చి త్పీతాని సర్వశః।
క్వచి న్నై వప్రపీతాని పానాని స దదర్శహ॥ 25

క్వచి ద్భక్ష్యాం శ్చ వివిధాన్ క్వచి త్పానాని భాగశః।
క్వచి దన్నావ శేషాణి పశ్యన్వై విచచార హ॥ 26

క్వచి త్ప్రభిన్నైః కరకైః క్వచి దాలోళితైర్ఘటైః।
క్వచి త్సంపృక్తమాల్యాని జలాని చ ఫలాని చ॥ 27

శయనా న్యత్ర నారీణాం శుభ్రాణి బహుధా పునః।
పరస్పరం సమాశ్లిష్య కాశ్చి త్సుప్తా వరాఙ్గనాః॥ 28

కాశ్చి చ్చ వస్త్ర మన్యస్యా స్స్వపన్త్యాః పరిధాయచ।
ఆహృత్య చాబలా స్సుప్తా నిద్రాబలపరాజితా॥ 29

తాసా ముచ్ఛ్వాసవాతేన వస్త్రం మాల్యం చ గాత్రజమ్।
నా త్యర్థం స్పన్దతే చిత్రం ప్రాప్య మన్ద మివానిలమ్॥ 30

తా. వెండి, బంగారు పాత్రలను ఆ మద్య(పాన)శాలలో చూసాడు. అంటే వీరిది ఖరీదైన విలాసవంతమైన జీవితంగా తలిచాడు. కనుక వీరిని, ప్రలోభ పెట్టడం కుదరదనుకున్నాడు.

సగం సగం త్రాగి విడచిన పాత్రలను, పూర్తిగా మద్యం త్రాగిన పాత్రలను, నిండుగా ఎవరుముట్టని మద్యపాత్రలను చూసాడు. ఈ చూడటంలో హనుమ, నిండుకుండలు, సగం వున్న కుంభాలు, సువాసనల కోసం, పూలు కల్పిన నీటి పాత్రలను, రకరకాల పండ్లను శుభ్రని వస్త్రాలు, అలంకారాలతోనున్న అందచందాల భామినులను, ఆదమరచి నిద్రిస్తున్న వారిని, ప్రక్కవారి చీర(కొంగు)లను లాక్కుని కప్పుకునేవారలనెందరినో "పావని" చూసాడు.

వారి వదనాలపై నుండి వచ్చే ఆ సుగంధ పరిమళాలు, ఆ పరిసరాలను ఆనందపరుస్తున్నాయి. సామాన్యులను మత్తెక్కిస్తాయి.

చన్దనస్య చ శీతస్య శీధో ర్మధురసస్య చ।
వివిధస్య చ మాల్యస్య ధూపస్య వివిధస్య చ॥ 31

బహుధా మారుతి స్తత్ర గన్ధం వివిధ ముద్వహన్।
రసానాం చన్దనానాం చ ధూపానాం చైవ మూర్ఛితః॥ 32

ప్రవవౌ సురభి ర్గన్ధో విమానే పుష్పకేతదా।
శ్యామావదాతా స్తత్రా న్యాః కాశ్చిత్కృష్ణా వరాఙ్గనాః॥ 33

కాశ్చి త్కాఞ్చనవర్ణాఙ్గ్యః ప్రమదా రాక్షసాలయే।
తాసాం నిద్రావశత్వా చ్చ మదనేన విమూర్ఛితమ్॥ 34

పద్మినీనాం ప్రసుప్తానాం రూప మాసీ ద్యథై వ హి।
ఏవం సర్వ మశేషేణ రావణా న్తఃపురం కపిః॥ 35

దదర్శ సుమహాతేజా న దదర్శ చ జానకీమ్।
నిరీక్షణమాణ శ్చ తదా తాః స్త్రియ స్స మహాకపిః।
జగామ మహతీం చిన్తాం ధర్మ సాధ్వస శఙ్కితః॥ 36

పరదారావరోధస్య ప్రసుప్తస్య నిరీక్షణమ్।
ఇదం ఖలు మమాత్యర్థం ధర్మలోపం కరిష్యతి॥ 37

న హి మే పరదారాణాం దృష్టి ర్విషయ వర్తినీ।
అయం చాత్ర మయా దృష్టః పరదార పరిగ్రహః॥ 38

తా. ఇచ్చట వీరి సుగంధ వాయువులు, అలాగ.. అలాగ... పుష్పకం వరకు వ్యాపిస్తున్నాయి. ఆ రావణాంతఃపురంలో నల్లనివారు, తెల్లని వర్ణం గల వారెందరో వున్నారు. నిద్రలో కూడా వాళ్ళు - తమ సంభోగేచ్ఛతో అలసినట్లు, పెదవులపై తృప్తి, ఎగిరిపడే వక్షస్థలంతో చూడటానికెంతో అందంగా వున్నారు.

ఇలాగ హనుమంతుడు, సీతకోసం అందర్నీ చూస్తున్నాడే తప్ప - ఈ - ఇందరిలో ఆ సీత కనబడలేదు. ఎందరున్నా... ఆమె ఆధిక్యత ఆమెదే నన్నట్లు హనుమ ఆమెకోసం వెదకనిచోటు లేదన్నట్లు కలయ చూస్తున్నాడు.

అప్పుడా అంజనీపుత్రుడు ఆలోచనలో పడ్డాడు. ఇంతవరకు సీతకై వెదకిన అతని ఆత్రం స్థానంలో ఆలోచన మొదలుపెట్టింది. "పరస్త్రీలను చూడటం పాపం" అయినా ఆ మాతృమూర్తులను చూసాను. ఇదే ప్రథమం. ఇంతకుమునుపీ రకంగా ఎక్కడ చూడలేదు. రామపత్ని సీతాదేవి కోసం, ఆ జనక సుతకోసం వీరినందర్నీ చూడాల్సి వచ్చింది. ఇంతమందిని చూసినా నాలో ఏ విధమైన వికారం కలుగలేదు. కనుక నేను పరిశుద్ధుడను. పరకాంతల దర్శనాభిలాష నాలో లేదు. దీనివలన నాకు తప్పు లేదు.

నన్నా భగవంతుడు తప్పక క్షమిస్తాడనుకున్నాడు. మరల సీతకోసం అన్వేషణ మొదలుపెట్టాడు. అయినా - ఆతని మనసు -

తస్య ప్రాదురభూ చ్చిన్తా పున రన్యా మనస్వినః।
నిశ్చితైకాన్త చిత్తస్య కార్య నిశ్చయ దర్శనీ॥ 39

కామం దృష్టా మయా సర్వా విశ్వస్తా రావణ స్త్రియః।
న హి మే మనసః కించి ద్వైకృత్య ముపపద్యతే॥ 40

మనో హి హేతు స్స ర్వేషా మిన్ద్రియాణాం ప్రవర్తనే।
శుభా శుభాస్వవస్థాసు తచ్చ మే సువ్యవస్థితమ్॥ 41

నా న్యత్ర హి మయా శక్యా వైదేహీ పరిమార్గితుమ్।
స్త్రియో హి స్త్రీషు దృశ్యన్తే సదా సంపరిమార్గణే॥ 42

యస్య సత్వస్య యా యోని స్తస్యాం త త్పరిమార్గ్యతే।
న శక్యా ప్రమదా నష్టా మృగీషు పరిమార్గితుమ్॥ 43

త దిదం మార్గితం తాన చ్ఛుద్ధేన మనసా మయా।
రావణా న్తఃపురం సర్వం దృశ్యతే న చ జానకీ॥ 44

తా. ఈ పరస్త్రీలను ఏ దోషబుద్ధితో నేను చూడలేదు కాబట్టి, నాకే పాపము అంటదు. ఆడవాళ్ళలో ఆడవాళ్ళుంటారు తప్ప, మగవాళ్ళు తిరిగే ప్రాంతాలలో వుండరు. కావాలని సీతను తీసుకు వచ్చినవాడు, ప్రలోభ పరచడానికి, తన భార్యల, ప్రియుల మధ్య వుంచుతాడే కాని, అడవులలో వుంచడు. చెరసాలలో వుంచడు.

కనుక నా అన్వేషణాదృష్టి తప్పు కాదని రావణాంతఃపురంలోని స్త్రీ వర్గాన్ని చూడటం దోషం కాదని నిర్ణయించుకున్నాడు.

దేవ గన్ధర్వ కన్యా శ్చ నాగకన్యా శ్చ వీర్యవాన్।
అవేక్షమాణో హనుమాన్ నైవాపశ్యత జానకీమ్॥ 45

తా మపశ్యన్ కపిస్తత్ర పశ్యం శ్చా న్యా పరస్త్రీయః।
అపక్రమ్య తదా వీరః ప్రధ్యాతు ముపచక్రమే॥ 46

స భూయస్తు పరం శ్రీమాన్ మారుతి ర్యత్న మాస్థితః।
ఆ పానభూమి ముత్సృజ్య త ద్విచేతుం ప్రచక్ర మే॥ 47

తా. ఈ వెదకడంలో ఎందరో దేవకన్యలు, గంధర్వ, నాగకన్యలు కనుపించారు కాని, నేను వెదికే సీత కనబడలేదు. అందుకే ఇక్కడ వెదకడం తప్పుకాదని, మరల తన సాహసాన్ని హనుమ సమర్థించుకున్నాడు.

హనుమంతుడు కాస్త నిరుత్సాహపడ్డాడు. ఉండవలసిన చోటున ఆమె లేదు. మరెక్కడ వుంది ? ఇంకెక్కడ వెదకాలి. ఈమె జాడ ఎక్కడ దొరుకుతుంది. ఇలాగ... ఎన్నో శంకలు, అనుమానాలు, ఆలోచనలు!

ఉక్కిరి బిక్కిరౌతున్నాడు హనుమ.

ఇంకెక్కడైనా వెదకాలని, ఆ ప్రాంతం విడిచి పెట్టాడు. ఎక్కడ వెదకాలి. కిం కర్తవ్యం....?!

✿

ఇది వొరుగంటి వంశజనిత, శ్రీమతి సువర్చలాంబా, వెంకట
సూర్యప్రసాదరావుల జేష్ఠ తనూజుడు "వర రామకృష్ణప్రసాద్ -
భక్తజనుల కందించిన, తేటతెలుగు వ్యాఖ్యాన శ్రీమత్
సుందరకాండలోని, ఏకాదశ సర్గ సమాప్తం.

- స్వస్తి-

- అస్తూ -

✦✦✦

ద్వాదశ స్సర్గః

స తస్య మధ్యే భవనస్య మారుతి ర్ల తాగృహాం శ్చిత్రగృహాన్ నిశాగృహాన్।
జగామ సీతాం ప్రతి దర్శనోత్సుకో నచైవ తాం పశ్యతి చారుదర్శనామ్॥ 1

స చిన్తయామాస తతో మహాకపిః ప్రియా మపశ్యన్ రఘునన్దనస్య తామ్।
ధ్రువం హి సీతా మ్రియతే యథా న మే విచిన్వతో దర్శన మేతి మైథిలీ॥ 2

సా రాక్షసానాం ప్రవరేణ జానకీ స్వశీల సంరక్షణ తత్పరా సతీ।
అనేన నూనం ప్రతిదుష్టకర్మణా హతాభవే దార్యపథే పరేస్థితా॥ 3

తా. "జగామ సీతాం ప్రతి దర్శనోత్సుకో, న చైవతాం పశ్యతి చారు దర్శనమ్!" ఆ అర్ధరాత్రిపూట, చిన్న కోతివలె రూపునొంది, నగరము, రావణ భవనము అంగుళం అంగుళం వెదికాడు కానీ, ఎక్కడా జనకసుత జాడ కనబడలేదు.

మరి - సీత ఏమయినట్లు ? రావణుని చూసి భయపడి చనిపోయిందా లేక వీడెక్కడైనా దాచి పెట్టాడా ? లేక ఆలోచనలు సాగుతున్నాయి.

రాక్షసుల ధాటికి తట్టుకోలేక, సౌశీల్యవతియైన సీత, ఆత్మ(శీల) రక్షణామార్గంలో వుండి, తనను కాదన్నందులకు, ఆ దుష్టకర్ముడు బాధించాడా ? లేక ఎక్కడైనా దాచాడా ? లేక మధ్యే మార్గంలో సముద్రంలో భయంతో జారిపడిపోయిందా ?

అవన్నీ భయంకారాలోచనలే!

అయినా పరిస్థితిని బట్టి, ఇలాగ ఆలోచించక తప్పదు. ఎక్కడా లేక ఏమవుతుందా మైథిలి ?

విరూపరూపా వికృతా వివర్చసో మహాననా దీర్ఘవిరూపదర్శనాః।
సమీక్ష్య సా రాక్షసరాజయోషితో భయా ద్వివష్టా జనకేశ్వరాత్మజా॥ 4

సీతా మదృష్ట్వా హ్యనవాప్య పౌరుషం విహృత్య కాలం సహవానరై శ్చిరమ్।
నమేఽస్తి సుగ్రీవ సమీపగా గతి స్సుతీక్ష్ణదండో బలవాం శ్చ వానరః॥ 5

తా. వికృతాకారులైన రాక్షస స్త్రీలు పెట్టిన హింసలకు, ఒడిగట్టిన దారుణాలకు భయపడి కొడిగట్టిన దీపంవలె జానకి, ఏమైనా అకృత్యము జరుపుకొనలేదు కదా! అనుకున్నవాడు ఆ వెనువెంటనే నా ఈ ఆలోచనలు తప్పు" అనుకున్నాడు.

కావాలని తెచ్చినవాడీమెను చావనిస్తాడా ? ఏమో...! ఆశ, నిరాశల మధ్య హనుమ నలిగిపోతున్నాడు.

వానరరాజు సుగ్రీవుని ఆజ్ఞ మీరరానిది. ఆయన పెట్టిన గడువు... ఎప్పుడో దాటిపోయింది. అయితే సీత కనుక కనబడితే, ఈ ఆనందంలో తమ గడువు తీరిపోయిందని, సుగ్రీవుడు శిక్షించడు. రామానందంతో ఆయన కరుణతో అందరం బ్రతికి బట్టగడతాము.

ఇప్పుడే విధంగా తిరిగి వెళ్ళాలి ? అవతలి సముద్రపుటొడ్డున నా కొరకే తమ ప్రాణాలు నిలుపుకుని వున్నవారికేమి చెప్పాలి ? నా పరాక్రమం, సముద్ర తరుణం, అంతా వృథా! ఇవి గొప్పలు చెప్పుకునేటందుకే తప్ప, కార్యసాఫల్యానికి పనికి రాదని ఇప్పుడు తెలిసింది. తలచుకుని, తలచుకుని, హనుమంతుడు విచారమొంది, తన కృషి నిష్ఫలమైందని బాధపడుతున్నాడు.

దృష్ట మ న్తఃపురం సర్వం దృష్టా రావణ యోషితః।
న సీతా దృశ్యతే సాధ్వీ వృథా జాతో మమశ్రమః॥ 6

కిం ను మాం వానరా స్సర్వే గతం వక్ష్యన్తి సజ్గతాః।
గత్వా తత్ర త్వయా వీర కిం కృతం తద్వదస్వ నః॥ 7

అదృష్టా కిం ప్రవక్ష్యామి తా మహం జనకాత్మజామ్।
ధ్రువం ప్రాయ ముపైష్యన్తి కాలస్య వ్యతివర్తనే। 8

కింవా వక్ష్యతి వృద్ధ శ్చ జామ్బవా నజ్గద శ్చ సః।
గతం పారం సముద్రస్య వానరా శ్చ సమాగతాః॥ 9

అనిర్వేదశ్శ్రియో మూల మనిర్వేదః పరంసుఖమ్।
అనిర్వేదోహి సతతం సర్వార్థేషు ప్రవర్తకః॥ 10

కరోతి సఫలం జన్తోః కర్మ య త్తత్కరోతి సః।
తస్మాదనిర్వేదకృతం యత్నం చేష్టే హ ముత్తమమ్॥ 11

భూయ స్తాన ద్విచేష్యామి దేశా న్రావణపాలితాన్।
అపానశాలా విచితాస్తథా పుష్పగృహాణిచ॥ 12

చిత్రశాలాశ్చ విచితా భూయః క్రీడాగృహాణిచ।
నిష్కుటాన్తర రథ్యాశ్చ విమానాని చ సర్వశః॥ 13

ఇతి సంచి న్త్య భూయోపి విచేతు ముపచక్ర మే।
భూమీగృహాం శ్చైత్యగృహాన్ గృహాతి గృహకానపి॥ 14

తా. స్త్రీల మధ్య వుంటుందని రావణాంతఃపురం మొత్తం వెదికాను. ఇంకెక్కడ చూడను. వట్టి చేతులతో తిరిగివెడితే, నా మాటలు ప్రగల్భాలౌతాయే తప్ప - ఎక్కడా సానుకూల స్పందనం - అభిమానం కనబడదు.

"వచ్చాడు. లేదా వస్తు"న్నాడని ఎగిరే వానర భల్లూక ప్రముఖులకీ ముఖం ఏ విధంగా చూపాలి. నన్నేదో గొప్పగా పొగిడిన వారందరు "మేమే నయమనుకుంటే... ఎందుకీ పరాక్రమం... ఏడవనా ? అనుకుంటున్నాడు.

మరల ఆలోచనలు...

ఎందుకీ తొందరపాటు... చూడవలసిన లంక ఇంకా వుండి వుంటుంది. వెదుకుదాం. నిరాశ. ఆశను నిర్వీర్యం చేస్తుంది. పరాక్రమం లోను, వెదకడంలోను లోటు లేదు. ఇప్పుడే జాగ్రత్తగా ఆలోచించాలి. కార్య సాధకులు తొందరపడకూడదు" తనను తాను సంబాళించుకుంటున్నాడు.

నాది దురాశ కాదు, నిరాశ కాకూడదు. ఆశయే బద్ధతే.. లోకే... అన్నారు నాదీ అదే పరిస్థితి. అనుకున్నవాడు, కొంత తేరుకుని మరల అన్వేషణం ప్రారంభించాడు.

ఉత్పత న్నిష్పతం శ్చాపి తిష్ఠ న్గచ్ఛ న్పునః పునః।
అపావృణ్యం శ్చ ద్వారాణి కావాటా న్యవఘాటయ౯॥ 15

ప్రవిశ న్నిష్పతం శ్చాపి ప్రపత న్నుత్పత న్నపి।
సర్వ మప్యవకాశం స విచచార మహాకపిః॥ 16

తా. పైకెక్కుతున్నాడు. చుట్టు చూస్తున్నాడు. క్రిందకు దిగాడు. జాగ్రత్తగా చూస్తున్నాడు. ఇతరుల కపి కోతి చేష్టలేమో కానీ, అతనికి మాత్రం - అన్వేషణ. "సీతాన్వేషణా" కార్యక్రమం భాగం.

ఎలాగ వీలయితే అలాగ, ఇల్లు వాకిళ్ళు తలుపు సందుల నుండి, తెరచిన వాకిళ్ళ నుండి చూస్తున్నాడు. నేలమాళిగలు, ఇతర రహస్య ప్రదేశాలు కనుపించినవన్నీ చూస్తున్నాడు.

చతురజ్గుళమాత్రోపి నా వకాశ స్స విద్యతే।
రావణా న్తఃపురే తస్మిన్ యం కపి ర్నజగామ నః॥ 17

ప్రాకారా న్తరరథ్యా శ్చ వేదికా శ్చైత్యసంశ్రయాః।
దీర్ఘికాః పుష్కరిణ్యా శ్చ సర్వం తే నావలోకితమ్॥ 18

తా. అందమైన స్త్రీలు, రావణు ప్రియురాండ్ర... అనే ప్రతిగృహాన్ని దర్శిస్తున్నాడు. ఎక్కడో అక్కడ సానునయంగా ఆమెను బంధించి వుంటాడని తలచిన ఆ సాహసి, తన అన్వేషణను కొనసాగిస్తున్నాడు. ఇప్పుడు - ఏది చూడాలి ? ఎక్కడ చూడాలి ? అన్న ప్రశ్నను విడిచి, అన్నిటా చూస్తున్నాడు.

రాక్షస్యో వివిధాకారా విరూపా వికృతా స్తథా।
దృష్టా హనుమతా తత్ర నతు సా జనకాత్మజా॥ 19

రూపేణా ప్రతిమా లోకే వరా విద్యాధరస్త్రియః।
దృష్టా హనుమతా తత్ర న తు రాఘవనన్దినీ॥ 20

నాగకన్యా వరారోహాః పూర్ణ చన్ద్ర నిభాననాః।
దృష్టా హనుమతా తత్ర నతు సీతా సుమధ్యమా॥ 21

ప్రమథ్య రాక్షసేన్ద్రేణ దేవ కన్యా బలాద్ధృతాః।
దృష్టా హనుమతా తత్ర న సా జనకనన్దినీ। 22

తా. ఎందరినో చూస్తున్నాడు. అక్కడెందరో స్త్రీలు. ఆ స్త్రీలందరు సౌశీల్యవతులుగ వున్నారు. అందర్నీ చూస్తు - ఆశను పెంచుకుంటూ అడుగు వేస్తున్నాడు.

అక్కడ, ఆ రావణాంతపురమందు విద్యాధర స్త్రీలను, నాగ కన్యలను, దేవకన్యలను రకరకాల నాయకిలను... ఎందరినో చూస్తున్నాడు. ఎక్కడ చూసినా రావణుని, కలిమి-బలిమి - ప్రస్ఫుటంగా కనబడుతుంది. ఇంతమందిలో సకల శుభలక్షణ, సౌశీల్యవతి పునీతయైన జనకసుత, రామపత్ని - కనబడలేదు.

సోఽ పశ్యంస్తాం మహాబాహుఃపశ్యం శ్చా న్యా వరస్త్రియః।
విషసార ముహుర్ధీమాన్ హనుమా న్మారుతాత్మజః॥ 23

ఉద్యోగం వానరేన్ద్రాణాం ప్లవనం సాగరస్య చ।
వ్యర్థం వీక్ష్యానిలసుత శ్చిన్తాం పున రుపాగమత్॥ 24

అవతీర్య విమానా చ్చ హనుమా న్మారుతాత్మజః।
చిన్తా ముపజగామాథ శోకోపహతచేతనః॥ 25

తా. ఈ వెదకులాటలో కనుపించినవారే కనుపించారు. చూసిన వారినే చూస్తున్నాడు తప్ప - ఆతని ఆశ ఫలిస్తున్నట్లు నిరాశ తొలగిపోతున్నట్లు, రామపత్నిని అంజనీసుతుడు, చూడలేకపోయాడు.

సీత కనబడలేదు. ఆమె కనబడుతుందని, కొండంత ఆశతో, గొప్పగా, దర్పంగా వచ్చిన హనుమ నీరసించిపోయాడు. ఇక విచారమే గతా ? లేక విచారణలో ఆమె దొరుకుతుందా ? - ఇది పావని విలాపానికి కారణం -

✿

ఇది వొరుగంటి వంశజనిత, శ్రీమతి సువర్చలాంబా, వెంకట సూర్యప్రసాదరావుల జేష్ఠ తనూజుడు "వర రామకృష్ణప్రసాద్ - భక్తజనుల కందించిన, తేటతెలుగు వ్యాఖ్యాన శ్రీమత్ సుందరకాండలోని, ద్వాదశ సర్గ సమాప్తం.

- స్వస్తి-

- అస్తు -

✦✦✦

త్రయోదశ స్సర్గః

విమానాత్తు సుసఙ్క్రమ్య ప్రాకారం హరియూథపః।
హనుమాన్ వేగవా నాసీ ద్యథా విద్యుద్ఘనాన్తరే॥ 1

తా. పుష్పకందిగి - కోట మీదికి వచ్చాడు. అక్కడనుండి చూస్తే లంక, అందులో తను చూడనివి కనబడతాయన్నది, హనుమంతుని వూహ.

సంపరిక్రమ్య హనుమాన్ రావణస్య నివేశనాత్।
అదృష్ట్వా జానకీం సీతా మబ్రవీ ద్వచనం కపిః॥ 2

భూయిష్ఠం లోళితా లఙ్కా రామస్య చరతా ప్రియమ్।
న హి పశ్యామి వై దేహీం సీతాం సర్వాఙ్గశోభనామ్॥ 3

పల్వలాని తటాకాని సరాంసీ సరిత స్తథా।
నద్యోఽ నూపవనాన్తా శ్చ దుర్గాశ్చ ధరణీధరాః॥ 4

లోళితా వసుధా సర్వా న తు పశ్యామి జానకీమ్।
ఇహ సమ్పాతినా సీతా రావణస్య నివేశ నే॥ 5

అఖ్యాతా గృధ్రరాజేన న చ పశ్యామి తా మహమ్।
కి న్ను సీతా థ వైదేహి మైథిలీ జనకాత్మజాః॥ 6

తా. కోటబురుజు ఎక్కాడు. మొత్తం నగరాన్ని దీక్షగా నిశితంగా చూసాడు. సీత వంటి ఇల్లాలిని చూడలేకపోయాడు.

రాములవారి కోరిక మేరకు వచ్చిన నేను "శ్రీ రామాభీష్టం" తీర్చలేక పోయానేనని బాధపడ్డాడు. ఎక్కడ చూసావు ? అని ఎవరైనా అడిగితే "ఎక్కడా చూడలేదనకుండా ? ఎక్కడ చూడలేదు ? అన్నిటా చూసానన్న భావానికనుగుణంగా, కొండలు, గుట్టలు, చిన్నా పెద్ద నదులు, చెరువులు, కొలనులు... ఒక్కటేమిటి చూడవలసినవన్నీ చూసాడు.

అయినా సీత కనబడలేదు.

మరి సంపాతి. తన దీర్ఘదృష్టితో, సీత, ఈ రావణ లంకలో వుందన్నాడు. అది అబద్ధమా ? అప్పుడు చూసినప్పటికి, ఇప్పటికీ, ఏదైనా

తేడా వచ్చిందా ? ఆమె మకాం మార్చబడిందా... లేక... అన్నీ ఆలోచనలు, అనుమానాలే!

ఈ సీత, ఈ వైదేహి, మైథిలి, రామపత్ని, జనకసుత... రావణుని యందు అనురాగమొంది... ఆ పైన అనుకోలేకపోయాడు. ఆలోచించలేక పోయాడు.

ఉపతిష్ఠేత వివశా రావణం దుష్టచారిణమ్।
క్షిప్ర ముత్పతతో మన్యే సీతా మాదాయ రక్షసః॥ 7

బిభ్యతో రామబాణానా మన్తరా పతితా భవేత్।
అథవా హ్రియమాణాయాః పథి సిద్ధ నిషేవితే॥ 8

మన్యే పతిత మార్యాయా హృదయం ప్రేక్ష్య సాగరమ్।
రావణ స్యోరువేగేన భుజాభ్యాం పీడితేన చ॥ 9

తయా మన్యే విశాలాక్ష్యా త్యక్తం జీవిత మార్యయా।
ఉపర్యుపరి వా నూనం సాగరం క్రమత స్తదా॥ 10

వివేష్టమానా పతితా సముద్రే జనకాత్మజా।
అహో క్షుద్రేణ వా నేన రక్షన్తీ శీల మాత్మనః॥ 11

తా. సీతను ఎత్తుకుపోయిన రావణుడు, బ్రహ్మ వంశస్థుడు మాన్యుడు కావచ్చును. కానీ "పరదారాపహరణ"మను బుద్ధి పుట్టింది. ఇతరుల భార్యల నెత్తుకుని తెచ్చుకోవాలనే దుర్బుద్ధి వంశ నాశనకరం. వాడు ఇప్పుడు ఆలోచనలో పడి సీతనప్పగించడు. శ్రీరామ శరాఘాతం (బాణపు దెబ్బను) రుచి చూడాలి కదా! వంశ నాశనం చేసుకోవాలి కదా!

మరిప్పుడు నా ప్రయత్నమంతా వ్యర్థమేనా ? లేక, రావణుని - ఈ - దుష్ట ప్రయత్నానికి కోపించి, ఈ అపార సముద్రాన్ని దాటుతూ భయపడుతు సీత, ఈ సముద్రంలో దూకలేదు కదా! పరపురుషుని స్పర్శ ఎరుగని ఆ తల్లి - రావణుని ప్రయత్నానికి కోపించి, తానుగా సముద్రంలో దూకలేదు కదా! లేక - భయకంపితయై, రావణుని చూస్తూ బిగుసుకు పోయిన, ఆమె, జారి క్రిందపడలేదు కదా! ఏమో...

అయినా, ఇక్కడెవరున్నారెమెకు. రావణుని దుష్టపన్నాగము, బంధనకు, అతనితోపాటు ఇక్కడి రాక్షస స్త్రీలు - పీడించి, బెదరించి, ప్రాణాలు తియ్యలేదు కదా! వీరికి భయపడి తానుగా ప్రాణాలు తీసుకోలేదు కదా! లేక కోపమొచ్చి, రావణుడామెను తినేసాడా ? రాక్షసబుద్ధి కదూ! పగ - ప్రతీకారాలు అలాగే వుంటాయనుకుంటున్నాడు.

అబన్ధు ర్భక్షితా సీతా రావణేన తపస్వినీ।
అథవా రాక్షసేంద్రస్య పత్నీభి రసితేక్షణా॥ 12

అదుష్టా దుష్టభావాభి ర్భక్షితా సా భవిష్యతి।
సమ్పూర్ణ చన్ద్ర ప్రతిమం పద్మపత్ర నిభేక్షణమ్॥ 13

రామస్య ధ్యాయతీ వక్త్రం పఞ్చత్వం కృపణం గతా।
హా రామ లక్ష్మణే త్యేనం హాయోధ్యే చేతి మైథిలీ॥ 14

విలప్య బహు వైదేహీ న్యస్తదేహా భవిష్యతి।
అథవా నిహితామన్యే రావణస్య నివేశనే॥ 15

తా. లేక - రావణుని ప్రయత్నము తెలిసిన ఆతని ప్రియురాండ్రు, ఇతర భార్యలు - ఈమె వల్ల తమ సంసారం, సుఖభోగాలు నశిస్తాయని తలచి, రహస్యంగా - వారీమెను చంపేసి, తినివెయ్యలేదు కదా!

అలాగ జరిగితే రావణుడూరుకుంటాడా ?

సీత, రాముని తలచుకుంటూ, కృంగి కృశించి, ఆత్మార్పణం చేసుకోలేదు కదా! లేక రహస్య ప్రదేశంలో పంజరంబులో బంధించిన చిలకవలె సీతాదేవి విలవిలలాడటం లేదు కదా! అన్నీ ఆలోచనలు, అనుమానాలు, పరిష్కారమెరుగని గూడు కట్టుకున్న సమస్యలై హనుమను వుక్కిరి బిక్కిరి చేస్తున్నాయి.

నూనం లాలప్యతే సీతా పఞ్జరస్థే వ శారికా।
జనకస్య సుతా సీతా రామపత్నీ సుమధ్యమా॥ 16

కథ ముత్పల పత్రాక్షీ రావణస్య వశం వ్రజేత్।
వినష్టా వా ప్రణష్టా వా మృతా వా జనకాత్మజా॥ 17

రామస్య ప్రియ భార్యస్య ననివేదయితుం క్షమమ్।
నివేద్యమానే దోషస్స్యా ద్దోషస్స్యా దనివేదనే॥ 18

కథం ను ఖలు కర్తవ్యం విషమం ప్రతిభాతిమే।
అస్మి న్నేవం గతే కార్యే ప్రాప్తకాలం క్షమం చ కిమ్॥ 19

తా. రాజర్షి జనకుని కుమార్తె, శ్రీరామపత్ని, సర్వలక్షణ శోభిత సీత-రావణునికి లొంగడం కల్ల. ఆ మాట అనుకోవడం కూడా పాపం. కానీ, ఏమనుకోవాలి ? ఎక్కడ వుంది ? వుందా, లేదా... జటిల సమస్యకు జోరీగుల వంటి ఆలోచనలు. పరిష్కారం కనబడని పరమ రహస్యం.

ఇప్పుడేం చెయ్యాలి ? ఎలాగ, మిగిలిన కార్యక్రమాన్ని నిర్వహించాలి ? వుసూరుమని చతికిలబడినట్లయింది, హనుమంతుని స్థితి.

ఇక్కడితను ఇట్లా వుంటే... అక్కడ అవతలి ఒడ్డున వానర - భల్లూక వీరులు, కిష్కింధలో వున్న రామలక్ష్మణులు, సుగ్రీవాదులు........ ఈ తలంపు రాగానే తల్లడిల్లిపోతున్నాడు. పరిష్కారం కోసం తపిస్తున్నాడు.

భవేదితి మతం భూయో హనుమా న్ప్రవిచారయత్।
యది సీతా మదృష్ట్వా హం వానరేన్ద్రపురీ మితః॥ 20

గమిష్యామి తతః కోమే పురుషార్థో భవిష్యతి।
మమేదం లఙ్ఘనం వ్యర్థం సాగరస్య భవిభ్యతి॥ 21

ప్రవేశ శ్చైవ లఙ్కాయా రాక్షసానాం చ దర్శనమ్।
కిం మాం వక్ష్యతి సుగ్రీవో హరయో వా సమాగతాః॥ 22

కిష్కిన్ధాం మనుప్రాప్తం తౌ వా దశరథాత్మజౌ।
గత్వా తు యది కాకుత్థ్సం వక్ష్యామి పరమప్రియమ్॥ 23

న దృష్టే తి మయా సీతా తత స్త్యక్ష్యతి జీవితమ్।
పరుషం దారుణం క్రూరం తీక్ష్ణ మిన్ద్రియతాపనమ్॥ 24

తా. ఇప్పుడు నేను ఇక్కడనుండి బయటపడి, ఆవలి ఒడ్డును చేరి వాళ్ళను వూరడించగలనా ? అందరం కలిసి, కిష్కింధకు వెళ్ళగలమా ? ఇన్నాళ్ళు గడిచి, గడువు ముగిసి, సుగ్రీవునికి ఎదురుపడటం... అమ్మో! ఎంత ప్రాణాంతకము ?!

ఇక్కడ జరిగినదంతా నా సాహసంగా చెప్పినా ఇది వ్యర్థ ప్రసంగమే తప్ప - అర్థవంతము కాదు, హర్షణీయం కాదు.

సీత లేని రాముడు... అమ్మో!, చూడలేనని కృంగిపోతున్నాడు.

సీతా నిమిత్తం దుర్వాక్యం శ్రుత్వా స న భవిష్యతి।
తం తు కృచ్ఛ్ర గతం దృష్ట్వా పఞ్చత్వగత మానసమ్॥ 25

భృశానురక్తో మేధావీ న భవిష్యతి లక్ష్మణః।
వినష్టౌ భ్రాతరౌ శ్రుత్వా భరతో ఉ పి మరిష్యతి॥ 26

భరతం చ మృతం దృష్ట్వా శత్రుఘ్నో న భవిష్యతి।
పుత్రా స్మృతా న్సమీక్ష్యా థ న భవిష్యన్తి మాతరః॥ 27

తా. అన్నరాముని కన్నీటికే కరగిపోయే తమ్ముడు లక్ష్మణుడు, అన్న రాముడేదైనా అఘాయిత్యం చేస్తే తట్టుకోగలడా ? ప్రాణాలతో వుండగలడా ? ఈ వార్త విన్న భరతుడు, అతనితో శతృఘ్నుడు, వారితో వాళ్ళ తల్లులు, సుమంత్రాదులు, ముఖ్యంగా పౌరులు. అమ్మో, ఇంతమంది చేసే అఘాయిత్యానికి నేను బాధ్యుడిని కావాలా ? అమ్మో...!" అని వణికి పోతున్నాడు. భయంతో కృంగిపోతున్నాడు.

కౌసల్యా చ సుమిత్రాచ కై కేయీచ న సంశయః।
కృతజ్ఞ స్సత్యసన్ధ శ్చ సుగ్రీవః ప్లవగాధిపః॥ 28

రామం తథాగతం దృష్ట్వా తత స్త్యక్షతి జీవితమ్।
దుర్మనా వ్యథితా దీనా నిరానన్దా తపస్వినీ॥ 29

పీడితా భర్తృశోకేన రుమా త్యక్ష్యతి జీవితమ్।
వాలిజేన తు దుఃఖేన పీడితా శోకకర్శితా॥ 30

పఞ్చత్వం చ గతే రాజ్ఞి తారా పి న భవిష్యతి।
మాతా పిత్రో ర్వినాశేన సుగ్రీవ వ్యసనేన చ॥ 31

కుమారోఽప్యఙ్గదః కస్మా ద్ధారయిష్యతి జీవితమ్।
భర్తృజేన తు దుఃఖేన హ్యభిభూతా వనౌకసః॥ 32

శిరాం స్యభిహనిష్యన్తి తలై ర్ముష్టిభి రేవచ।
సాన్త్వే నానుప్రదానేన మానేన చ యశస్వినా॥ 33

లాలితాః కపిరాజేన ప్రాణాం స్త్యక్షన్తి వానరాః।
న వనేషు న శైలేషు న నిరోధేషు వా పునః॥ 34

క్రీడా మనుభవిష్యన్తి సమేత్య కపికుఞ్జరాః।
స పుత్ర దారా స్సామాత్యా భర్తృ వ్యసన పీడితాః॥ 35

శైలాగ్రేభ్యః పతిష్యన్తి సమేత్య విషమేషుచ।
విషముద్బన్ధనంవాపి ప్రవేశం జ్వలనస్య వా॥ 36

ఉపవాస మథో శస్త్రం ప్రచరిష్యన్తి వానరాః।
ఘోర మారోదనం మన్యే గతే మయి భవిష్యతి॥ 37
ఇక్ష్వాకు కుల నాశశ్చ నాశశ్చై వ వనౌకసామ్।
సోఽహం నైవగమిష్యామి కిష్కిన్ధాం నగరీమితః॥ 38

తా. తనను పట్టాభిషిక్తుని చేసి, రాజ్యసుఖములు, పత్నీ సుఖములు ప్రసాదించిన రాముడు మరణిస్తే, సుగ్రీవుడు, అతని భార్యలు, ముఖ్యుడైన అంగదుడు, ఇతర వానర ప్రముఖులు మరణిస్తారు. మిగిలినవారు చెట్లు, పుట్టలు పట్టి, కృశించిపోతారు. దీంతో వానర సామ్రాజ్యమే నాశనమైపోతుంది.

ఇంత దారుణానికి నేనా కారకుడిని ?! వీల్లేదు. అలాగ జరగడానికి వీల్లేదు. ఇక్కడనుండి వెడితే కదా, వాళ్ళందరు మరణించడం. ఇక్కడే, ఏదో విధంగా బ్రతుకు గడిపితే, ఎవ్వరు చావరు. అవతలి ఒడ్డున గల అంగద - జాంబవంతాదులు, ఇంకా వస్తాడని ఎదురు చూస్తుంటారు. ఇదే మంచిది.

ఇక్కడ ఇలాగే వుండిపోతే చాలా మంచిది. సీత కనబడితే వెళ్ళవచ్చును. కాదంటే ఇక్కడే వుండిపోవడానికి మించిన మరోదారి లేదు. అని స్థిర నిశ్చయానికి వచ్చినట్లు, అక్కడే వుండ సిద్ధపడ్డాడు. అంతకుమించి హనుమకు మరో గత్యంతరం కనబడలేదు.

న చ శక్ష్యా మహం ద్రష్టుం సుగ్రీవం మైథిలీం వినా।
మ య్యగచ్ఛతి చేహస్థే ధర్మాత్మానౌ మహారథౌ॥ 39

ఆశయా తా ధరిష్యేతే వానరా శ్చ మనస్వినః।
హస్తాదానో ముఖాదానో నియతో వృక్షమూలికః॥ 40

వానప్రస్థో భవిష్యామి హ్యదృష్ట్వా జనకాత్మజామ్।
సాగరానూపజే దేశే బహు మూల ఫలోదకే॥ 41

చితాంకృత్వా ప్రవేక్ష్యామి సమిద్ధ మరణీసుతమ్।
ఉపవిష్టస్యవా సమ్య గ్లిజ్గినీం సాధయిష్యతః॥ 42

శరిరం భక్షయిష్యన్తి వాయసా శ్వాపదాని చ।
ఇదం మహర్షిభి ర్దృష్టం నిర్యాణ మితి మే మతిః॥ 43

సమ్య గాపః ప్రవేక్ష్యామి న చే త్పశ్యామ జానకీమ్।
సుజాత మూలా సుభగా కీర్తిమాలా యశస్వినీ॥ 44

ప్రభగ్నా చిరరాత్రీయం మమ సీతా మపశ్యత।
తాపసో వా భవిష్యామి నియతో వృక్షమూలికః॥ 45

నేతః ప్రతిగమిష్యామి తా మదృష్ట్వాఽసితేక్షణామ్।
యదీ తః ప్రతిగచ్ఛామి సీతా మవధిగమ్యతామ్॥ 46

అజ్గద స్సహ త స్సర్వై ర్వానరై ర్న భవిష్యతి।
వినాశే బహవో దోషా జీవ న్భద్రాణి పశ్యతి॥ 47

తస్మా త్ప్రాణా ధరిష్యామి ధ్రువో జీవిత సజ్గమః।
ఏవం బహువిధం దుఃఖం మనసా ధారయ న్ముహుః॥ 48

తా. నేను కిష్కింధకు పోను. నేను వెడితే... జరిగే వినాశనాన్ని నివారించడాని కింతకంటె మరో మంచి మార్గం లేదనుకున్నాడు.

ఇక్కడే వుంటే - నేను వస్తానని, నా రాక కోసం సముద్రపు ఆవలి ఒడ్డువారు, కిష్కింధలోని రామలక్ష్మణ సుగ్రీవాదులు, నందిగ్రామంలోని భరతశత్రుఘ్నులు, అయోధ్యలోని రాజమాతలు, హితులు, పురహితులు, మిత్రులు, శ్రేయోభిలాషులు, ఎందరో బ్రతికిబట్ట గడతారు. అందుకని...

ఇక్కడే ఎక్కడో వుండి, కందమూలాదులను తింటూ వానప్రస్థుని వలె కాలం గడుపుతాను. భరించలేకపోతే నిప్పుల్లో దూకుతాను. కాకుంటే నిరాహారినై కృంగి, కృశించి మరణిస్తాను. నీటిలో పడో, మరొక విధంగానో ఆత్మ త్యాగం చేసుకుంటాను. ఇది తప్పు కాదు. అంతే తప్ప వూరికే సముద్రం దాటను. అంగదాదులను చూడను. వాళ్ళను చావనివ్వ ననుకున్నాడు.

ఇలాగ - రకారకాల ఆలోచనలు. స్థిమితం లేని మనస్సు. స్థిరం లేని బుద్ధి. నిలకడలేని పట్టుదల. హనుమను కృంగదీస్తున్నాయి.

నాథ్యగచ్ఛ త్తదా పారం శోకస్య కపికుఞ్జరః।
రావణం వా వధిష్యామి దశగ్రీవం మహాబలమ్॥ 49

కామ మస్తు హృతా సీతా ప్రత్యాచీర్ణం భవిష్యతి।
అథ వైనం స ముత్క్షిప్య ఉపర్యుపరి సాగరమ్॥ 50

రామయోపహరిష్యామి పశుం పశుపతే రివ।
ఇతి చిన్తాం సమాపన్న స్సీతా మనధిగమ్య తామ్॥ 51

తా. మహాబలుడైతే కావచ్చును. కానీ, సీత దొరకకపోతే కసిదీర వాడిని చంపుతాను. కాదో...యజ్ఞ పశువుగా వీడిని బంధించి రాముని ఎదుట నిలబెడతాను. ఆ మాటన్నవాడు క్షణమాగి ముందు సీతా సమాచారం దొరకాలి. అప్పుడేం చేసినా... ఫర్వాలేదు. ఏదైనా ఆలోచించి చెయ్యాలి. ఇదొక నిర్ణయం.

ధ్యానశోక పరీతాత్మా చి న్తయామాస వానరః।
యావ త్సీతాం హి పశ్యామి రామపత్నీం యశస్వినీమ్॥ 52

తావ దేతాం పురీం లఙ్కాం విచినోమి పునః పునః।
సమ్పాతి వచనా చ్చాపి రామం యద్యా నయా మ్యహమ్॥ 53

అపశ్యన్ రాఘవో భార్యాం నిర్దహేత్సర్వ వానరాన్।
ఇహై వ నియతాహారో వత్స్యామి నియతేన్ద్రియః॥ 54

న మత్కృతే వినశ్యేయు స్సర్వే తే నర వానరాః।
అశోకవనికా చేయం దృశ్యతే యా మహాద్రుమా॥ 55

ఇమా మధిగమిష్యామి న హీయం విచితా మయా।
వసూ౯ రుద్రాం స్తథాదిత్యా నశ్వినౌ మరుతోఽపి చ॥ 56

నమస్కృత్వా గమిష్యామి రక్షసాం శోకవర్ధనః।
జిత్వాతు రాక్షసా౯ సర్వా నిక్ష్వాకుకుల నన్దినీమ్॥ 57

సంప్రదాస్యామి రామాయ యథా సిద్ధిం తపస్వినే।
స ముహూర్త మివ ధ్యాత్వా చిన్తా విగ్రథి తేన్ద్రియః॥ 58

ఉదతిష్ఠన్మహాతేజా హనుమాన్మారుతాత్మజః।
నమోస్తు రామాయ స లక్ష్మణాయ దేవ్యై చ తస్యై జనకాత్మజాయై।
నమోస్తు రుద్రేన్ద్ర యమా నిలేభ్యో నమోస్తు చన్ద్రార్క మరుద్గణేభ్యః॥ 59

తా. ఈ లంకలో కాక రావణుడు సీతను మరెక్కడ దాస్తాడు.ఈ లంకను విడిచిపెట్టను. మూలమూలలా వెదకుతాను. సంపాతి చెప్పిందని, రాముని ఇక్కడకు తీసుకువస్తే, ఆమె కనబడకపోతే అసలే కృద్ధుడై వున్న రాముడు, రాక్షసుల మాట దేవుడెరుగు. ఈ నగర వీరులందర్నీ ఒకే ఒక్క బాణంతో కూల్చుతాడు.

అదే నేను - నిగ్రహంతో రామనామం చేసుకుంటూ సీతాన్వేషణలో మున్గిపోతే, మిగిలినవారైనా ఏదో రకంగా బ్రతికి బట్టకడతారు కనుక నేనిక్కడ వుండటమే మంచిదని, హనుమ తలుస్తున్నాడు. అయితే... అనుకున్నాడు. కళ్ళు మిల మిల మెరిసాయి. ఇది చూడలేదనుకున్నాడు. ఇంత నిర్వేదానికి కారణం - రామలక్ష్మణులను స్మరించుకోకపోవడమని, తన తప్పును తెలుసుకున్నాడు.

సీతమ్మను చూపమని వసు, రుద్ర, ఆదిత్యాది దేవతలను ప్రార్థిస్తాను. ముఖ్యంగా శ్రీరామ సోదరులను, మా రాజు సుగ్రీవుని స్మరించుకుంటాను. సీత దొరకుతుంది. అప్పుడా రామపత్నిని, ప్రభువుకు సమర్పించి కృతజ్ఞుడననిపించుకుంటాను. కొంచెముసేపు చింతించినా, మొత్తానికి సమాధానం దొరికిందని, సంబరపడ్డాడు. వెంటనే -

న తేభ్య స్తు నమస్కృత్య సుగ్రీవాయ చ మారుతిః।
దిశ స్సర్వా స్సమాలోక్య హ్యశోకవనకాం ప్రతి॥ 60

న గత్వా మనసా పూర్వ మశోకవనికాం శుభామ్॥
ఉత్తరం చిన్తయామాస వానరో మారుతాత్మజః॥ 61

తా. "**నమోస్తు రామయ, సలక్ష్మణాయ దైవ్యైచతస్యై జనకాత్మజాయైః**
నమోస్తు రుదేంద్ర యమాని లేభ్యోం నమోస్తు చంద్రార్క మరుద్గణేభ్యః॥
అని లక్ష్మణునితో గూడిన రాముడిని, జనకసుత సీతకు రుద్ర, యమ అనిల, సూర్యచంద్ర, మరుద్గణాలకన్నింటికి నమస్కరించాడు. కార్య సాధనకు సహకరించమని ప్రార్థించాడు. మా అందరి ప్రాణాలు నిలుపమని కోరాడు.

అందరికి నమస్కరించిన హనుమ, వానర సామ్రాజ్యాధిపతిగా సుగ్రీవునకు నమస్కరించాడు. మీ అందరి ఆశీస్సులతో, ఈ వనంలో అడుగుపెడుతున్నాను. కరుణించమని అర్థించాడు.

ధ్రువం తు రక్షో బహులా భవిష్యతి వనాకులా।
అశోకవనికా చిన్త్యా సర్వసంస్కార సంస్కృతా॥ 62

రక్షిణ శ్చా త్ర విహితా నూనం రక్షన్తి పాదపాః।
భగవా నపి సర్వాత్మా నాతిక్షోభం ప్రవాతి వై॥ 63

సంక్షిప్తోఽయం మయాత్మా చ రామార్థే రావణస్య హి।
సిద్ధిం మే సంవిధాస్యన్తి దేవా స్సర్షిగణా స్త్విహ॥ 64

బ్రహ్మా స్వయంభూ ర్భగవాన్ దేవా శ్చైవ దిశన్తు మే।
సిద్ధి మగ్ని శ్చ వాయు శ్చ పురుహూత శ్చ వజ్రభృత్॥ 65

వరుణః పాశహస్త శ్చ సోమా దిత్యా తథైవ చ।
అశ్వినౌ చ మహాత్మానౌ మరుత శ్శర్వ ఏవ చ॥ 66

తా. ఈ వనం చాలా భద్రంగా వుంది. ఎందరో వన పాలకులున్నారు. వాతావరణం కూడా ఆహ్లాదకరంగా వున్నట్టుంది. కనుక ఆ రామపత్ని ఇక్కడే వుండి వుంటుందనుకున్నాడు.

సీతాన్వేషణకు వచ్చిన వాడిని కనుక నేను చారుడను. రావణుని కంటపడకుండా వుండి అతి చిన్న దేహంతో ఈ వనంలో అడుగు పెడతాను. కార్యసాధనకు ప్రయత్నిస్తాను. దేవతలు, మహర్షులు, పుణ్యులు, దివ్యులు నన్ను కరుణించి, కటాక్షింతురు గాక. రామకార్యము సఫలము చేయుదురు గాక!" అని మళ్ళీ వినయాంజలి ఘటించాడు. ప్రార్థించాడు. బ్రహ్మ...

స్వయంభూ... భగవాన్... కాబట్టి శ్రీరామ కార్యార్థమై వచ్చిన నాకు, తన వంశజుడని రావణుని ప్రేమించక, విశ్వకల్యాణమూర్తిగా లోకరక్షణకు నడుము కట్టిన రామకార్యానికి - సర్వదేవతలు సహకరించెదరు గాక!" అని అశోకవనంలో అడుగుపెట్టేముందు మళ్ళీ మళ్ళీ ప్రార్థించాడు.

సిద్ధిం సర్వాణి భూతాని భూతానాం చైవ యః ప్రభుః।
దాస్యన్తి మమ యే చాన్యే హ్యదృష్టాః పథి గోచరాః॥ 67

త దున్నసం పాణ్డు దన్త మవ్రణం శుచిస్మితం పద్మ పలాశలోచనమ్।
ద్రక్ష్యేతదార్యా వదనం కదాన్వహం ప్రసన్న తారాధిప తుల్యదర్శనమ్॥ 68

క్షుద్రేణ పాపేన నృశంస కర్మణా సుదారుణాలజ్కృత వేష ధారిణా।
బలాభిభూతా హ్యబలా తపస్వినీ కథం ను దృష్టిపథేద్యసాభవేత్॥ 69

తా. ప్రతి ఒక్కరిని ప్రార్థించాడు. అందరి సహాయమర్థించాడు. రామకార్యము చెడకుండుగాక అని కోరాడు. అంజలి ఘటించాడు. వినయమూర్తియై ఆ క్షణంలో ప్రకాశించాడు. శ్రీరాముడు చెప్పిన - సీత గుర్తులను ఆమె గుర్తుపట్టడానికి వీలుగా, హనుమ గుర్తు చేసుకుంటున్నాడు. ఆమెనెప్పుడు చూస్తానో... అని, హనుమంతుడాతృత పడుతున్నాడు.

క్షుద్రుడు, పాపకర్మల ప్రసిద్ధుడు. ముఖ్యంగా పరాయివాళ్ళ భార్యలపై ఆసక్తితో ఎత్తుకు రాగల పరమదుర్మార్గుడు, రావణుని - దుష్ట కార్యానికి చింతిల్లుతూ, నిస్సహాయియై, దీనస్థితిలో వున్న రామపత్నిని చూచు అదృష్టాన్ని ప్రసాదించమని, దేవతలను మరొక్కసారి ప్రార్థించాడు.

ఆమెను చూడటానికై ఆశ పడుతున్నాడు.

✿

ఇది వోరుగంటి వంశజనిత, శ్రీమతి సువర్చలాంబా, వెంకట సూర్యప్రసాదరావుల జేష్ఠ తనూజుడు "వర రామకృష్ణప్రసాద్ - భక్తజనుల కందించిన, తేటతెలుగు వ్యాఖ్యాన శ్రీమత్ సుందరకాండలోని, త్రయోదశసర్గ సమాప్తం.

- స్వస్తి-

- అస్తు -

✦✦✦

చతుర్దశ స్సర్గః

స ముహూర్త మివ ధ్యాత్వా మనసా చా ధిగమ్య తామ్।

అవప్లుతో మహాతేజాః ప్రాకారం తస్య వేశ్మనః॥ 1

తా. క్షణకాలమాలోచించి, సత్వర నిర్ణయిం తీసుకున్నట్లు, రావణ ప్రాసాదము నుండి అశోకవన ప్రాకారానికి ఎగిరాడు.

స తు సంహృష్ట సర్వాఙ్గం ప్రాకారస్థో మహాకపిః।

పుష్పితాగ్రా న్వసన్తాదౌ దదర్శ వివిధా న్ద్రుమాన్॥ 2

సాలా నశోకా న్భవ్యాంశ్చ చమ్పకాం శ్చ సుపుష్పితాన్।

ఉద్దాలకా న్నాగవృక్షాం శ్చూతా న్కపిముఖా నపి॥ 3

తా. హనుమంతుడు అశోకవన ప్రాకారంపై కూర్చున్నాడు. ఆ వనాన్ని చూస్తున్నాడు. ఎంతటి దుఃఖమతులైన, ఇక్కడ అడుగుపెడితే సంతోషించాల్సిందే. ఇక్కడా ఏడుస్తుంటే ఆమె రామపత్ని సీతే ననుకున్నాడు. ఎన్నో వృక్షాలు. మరెన్నో పూలతీగలు...

వరుసగా చూస్తున్నాడు ఆహ్లాదమొందిన మనస్సుతో - ఆ వనమును, అందలి వసంత శోభలను దర్శిస్తున్నాడు.

అ థామ్రవణ సఞ్చన్నాం లతాశతసమావృతామ్।

జ్యాముక్త ఇవ నారాచః పుప్లువే వృక్షవాటికామ్॥ 4

తా. అలాగ... ఒక్కొక్కటే చూస్తు, వన మధ్యమున గల అశోకవన ప్రాంతానికి వెళ్ళాడు. ఇక్కడనుండి ఆ వనం దర్శించ వచ్చునన్నది, ఆంజనేయుని, ఆలోచన!

స ప్రవిశ్య విచిత్రాం తాం విహగై రభినాదితామ్।

రాజతైః కాఞ్చనై శ్చైవ పాదపై స్సర్వతో వృతామ్॥ 5

విహగై ర్మృగసంఘై శ్చ విచిత్రాం చిత్ర కాననామ్।

ఉదితాదిత్యసఙ్కా శం దదర్శ హనుమా న్కపిః॥ 6

వృతాం నానావిధై ర్వృక్షైః పుష్పోపగ ఫలోపగైః।

కోకిలై ర్భృఙ్గరాజై శ్చ మత్తైర్నిత్యనిషేవితామ్॥ 7

ప్రహృష్టమనుజే కాలే మృగపక్షి సమాకులే।
మత్త బర్హిణ సఙ్ఘుష్టాం నానా ద్విజ గుణాయుతామ్॥ 8

తా. ఆ విధంగా హనుమ, అశోకవన మధ్యమున గల వృక్షమునొక దానిని ఎక్కి, నలుప్రక్కల కలయ చూస్తున్నాడు. అక్కడ రకరకాల చెట్లు, పక్షులు, పుష్పములు, ఫలములు.... ఎన్నో వున్నాయి.

తుమ్మెదల ఝుంకారము వినసొంపుగా వుంది.

ఎర్రని మామిడిపండ్లు - లొట్టలేయిస్తున్నాయి. మనస్సంతా పొంగి పులకరించునట్లుంది. అందుకే దీనిని అశోకవనమన్నారు. ఇక్కడ వున్నవారికి శోకము రాదట.

మార్గమాణో వరారోహాం రాజపుత్రీ మనిన్దితామ్।
సుఖప్రసుప్తా న్విహగా న్బోధయామాస వానరః॥ 9

ఉత్పతద్భి ర్ద్విజగణైః పక్షై స్సాలా స్సమాహతాః।
అనేకవర్ణా వివిధా ముముచుః పుష్పవృష్టయః॥ 10

పుష్పావకీర్ణ శ్శుశుభే హనుమా న్మారుతాత్మజః।
అశోకవనికా మధ్యే యథా పుష్పమయో గిరిః॥ 11

తా. సీతాన్వేషణలో భాగంగా చెట్ల గుబురుల మీద నుండి దూకే హనుమ దూకుడికి, నిద్రిస్తున్న పక్షులు లేచి రోదనం చెయ్యడం, ఎగిరిపోవడం మరింత కలకలాన్ని సృష్టించింది. ఈ సందడిలో పుష్పాలెన్నో విదిలించినట్లు రాలి, ప్రకృతి అందాలనక్కడ ప్రతిబింబింప చేసాయి. ఆ పూలతో హనుమంతుని శరీరం పూర్తిగా కప్పబడింది. ఆంజనేయుడు, పూల బాలుడయ్యాడు. చూడముచ్చటగ వున్నాడు.

దిశ స్సర్వాః ప్రధాన న్తం వృక్ష షణ్డ గతం కపిమ్।
దృష్ట్వా సర్వాణి భూతాని వస న్త ఇతి మేనిరే॥ 12

వృక్షేభ్యః పతితైః పుష్పై రవకీర్ణా పృథగ్విధైః।
రరాజ వసుధా తత్ర ప్రమదేవ విభూషితా॥ 13

తరస్వినా తే తరవ స్తరసాభిప్రకమ్పితాః।
కుసుమాని విచిత్రాణి ససృజుః కపినా తదా॥ 14

తా. నలు దిక్కుల వెదుకుచు నలుప్రక్కల చూస్తున్నాడు. ఆ చూడటంలో హనుమ, కపీశ్వరుని వలె లేడు. పువ్వులను పరచుకున్న వసంతునివలె వున్నాడు. క్రింద రాలిన పూవులన్నీ ఆ అశోకవన ప్రాంతాన్ని సౌందర్యవతి ముడుచుకున్న శరీరంగా తలపిస్తుంది.

స్పష్టంగా ఆ ప్రాంతం కనబడ వీలుగా, ఆ కపిశేఖరుడు తనకడ్డం వచ్చే పూలను, కొమ్మలతో గబగబ రాల్చడం, చూసేవారికి, ఆ ప్రాంతానికి ఎంతో అందాన్ని కట్టిబెట్టింది.

నిర్ధూత పత్ర శిఖరా శ్శీర్ణ పుష్ప ఫలా ద్రుమాః।
నిక్షిప్త వస్త్రాభరణా ధూర్తా ఇవ పరాజితాః॥ 15

హనూమతా వేగవతా కమ్పితా స్తే నగోత్తమాః।
పుష్ప వర్ణ ఫలా న్యాశు ముముచుః పుష్పశాలినః॥ 16

నిహఙ్గ సఙ్ఘైర్హీనాస్తే స్కన్ధ మాత్రాశ్రయా ద్రుమాః।
బభూవు రగమా స్సర్వే మారుతేనేవ నిర్ధుతాః॥ 17

నిర్ధూతకేశీ యువతి ర్యథా మృదిత వర్ణకా।
నిష్పీత శుభ దన్తోష్ఠీ నఖైర్దన్తై శ్చ విక్షతా॥ 18

తథా లాఙ్గూల హస్తై శ్చ చరణాభ్యాం చ మర్దితా।
బభూ వాఽశోక వనికా ప్రభగ్న వర పాదపా॥ 19

తా. ఈ రాల్చడంలో పూలతోపాటు కొన్ని పండ్లు కూడా టపటపమని క్రింద పడ్డాయి. అప్పుడా చెట్లు జూదమాడి, అందులో కట్టుబట్టలు కూడా పోగొట్టుకున్న వారిలా కనబడ్డాయి. ఇంకొన్ని చెట్లు పూలతో పండ్లు గూడా రాల్చాయి.

ఈ హడావుడికి కొమ్మలు విరిగి, పక్షులు తమ రవాలతో చెట్లనుండి మరో ప్రాంతానికి ఎగిరిపోయాయి. సీతను చూడటమనే నెపంతో, ఆంజనేయుడు చేసిన హడావుడి, దొరికిందా కదా" అని ఓ అమాయక ఆడపిల్లను, అల్లరి చేసినట్లుంది.

మహాలతానాం దామాని వ్యథమత్తరసా కపిః।
యథా ప్రావృసి విన్ధ్యస్య మేఘజాలాని మారుతః॥ 20

స తత్ర మణ భూమీశ్చ రాజతీశ్చ మనోరమాః।
తథా కాఞ్చన భూమీశ్చ దదర్శ విచర న్కపిః॥ 21

వాపీశ్చ వివిధాకారాః పూర్ణాః పరమ వారిణా।
మహార్హై ర్మనిసోపానై రుపపన్నా స్తత స్తతః॥ 22

ముక్తా ప్రవాళ సికతాః స్ఫాటికాన్తర కుట్టిమాః।
కాఞ్చనైస్తరుభి శ్చిత్రై స్తీంజై రుప శోభితాః॥ 23

ఫుల్లపద్మోత్పల వనా శ్చక్రవాకోప కూజితాః।
నత్యూహ రుత నజ్ఘుష్టా హంస సారస నాదితాః॥ 24

దీర్ఘాభి ర్ద్రుమయుక్తాభి స్సదిద్భి శ్చ సమన్తతః।
అమృతోపమ తోయాభి శ్శివాభి రుపసంస్కృతాః॥ 25

లతా శతైరవతతా స్సన్తానకుసుమావృతాః।
నానాగుల్మా వృతఘనాః కరవీర కృతాన్తరాః॥ 26

తా. (వింధ్య పర్వత ప్రాంతాలలో) గాలి విస్తారంగా వీచి మేఘ సమూహాన్ని చిందర వందర చేసినట్లు, ఈ హనుమ, పూలతీగెలను తన కనుకూలంగా తెంపి వేసాడు.

విశ్వకర్మ తన విచిత్ర సృష్టికి నిదర్శనంగా, లంకలోని ప్రతి ప్రాంతాన్ని మహాద్భుతంగా తీర్చిదిద్దాడు. బంగారు, వెండి నేలలను, దిగుడు, ఎగుడు బావులను, పూర్తి జలసంపదను, వివిధ రకాల వృక్షాలను, పుష్పాలను చూడగానే మనోల్లాసం కల్గించునట్లుగా పరమాద్భుతంగా నిర్మించాడు.

నిత్య వసంతం, ఫలపుష్పాదులతో, బ్రహ్మసృష్టికే తలమాణిక్యంగా నిలచి వుందా విశ్వకర్మ సృష్టి.

తతోఽమ్బుధర సఙ్కాశం ప్రవృద్ధశిఖరం గిరిమ్।
విచిత్రకూటం కూటై శ్చ సర్వతః పరివారితమ్॥ 27

శిలాగృహై రవతతం నానావృక్షై స్సమావృతమ్।
దదర్శ హరిశార్దూలో రమ్యం జగతి పర్వతమ్॥ 28

దదర్శ చ నగా త్తస్మా న్నదీం నిపతితాం కపిః।
అఙ్కా దివ సముత్పత్య ప్రియస్య పతితాం ప్రియామ్॥ 29

జలే నిపతితాగ్రై శ్చ పాదపై రుప శోభితామ్।
వార్యమాణా మివ క్రుద్ధాం ప్రమదాం ప్రియ బన్ధుభిః॥ 30

పునరావృత్తతోయాం చ దదర్శ స మహాకపిః।
ప్రసన్నా మివ కాన్తస్య కాన్తాం పున రుపస్థితామ్॥ 31

తా. ఆ అశోకవనంలో అద్భుతమైన క్రీడా గిరి వుంది. దాని అందమే అందం. అక్కడ దొరికే ఆనందం, అక్కడికే స్వంతం. అనుభవనీయం తప్ప మరొక చోట కనలేము, పొందలేము. అంత గొప్పగా ఆ క్రీడా పర్వతం రూపొందించ బడింది. వినోద గృహాలు, వృక్షాలు... సంతోషమే సగంబలం సామెతను కాదని, పూర్ణానందము, ఆయుష్షు.. పూర్తిగా, అక్కడే లభిస్తూందన్నట్లు ఆ ప్రాంతం నిర్మించబడింది. అందులో ఓ నది. మహావేగంతో ప్రవహిస్తుంది. ప్రక్కనున్న చెట్లకొమ్మలు దానిమీదకు వంగి వున్నా... మధ్యలో పెద్ద పెద్ద రాళ్లు తగిలితే ఆ ప్రవాహం వెనక బడుతుంది. ఈ నది ప్రవాహం చూస్తుంటే, ప్రేమించిన భర్తపై, అలిగి పారిపోయే అలక దృశ్యం, ఆ తదుపరి ప్రియుని, ఓదార్పుతో వెనుదిరిగి, భర్తను కలిసినట్లుంది.

ఈ మొత్తంలో భార్యాభర్తలే అలక, వారి అనురాగ దృశ్యాలు, నిజమైన ప్రేమికుల దృష్టికి సాక్షాత్కరించేటట్లు ఆ క్రీడా పర్వతం తీర్చిదిద్దబడింది.

తస్యా దూరా త్స పద్మిన్యో నానాద్విజగణాయుతాః।
దదర్శ హరి శార్దూలో హనుమా న్మారుతాత్మజః॥ 32

కృత్రిమాం దీర్ఘికాం చాపి పూర్ణాం శీతేన వారిణా।
మణిప్రవరసోపానాం ముక్తా సికత శోభితామ్॥ 33

వివిధై ర్మృగసఙ్ఘై శ్చ విచిత్రాం చిత్ర కాననామ్।
ప్రాసాదై స్సుమహద్భి శ్చ నిర్మితై ర్విశ్వకర్మణా॥ 34

కాననైః కృత్రిమై శ్చాపి సర్వత స్సమలఙ్కృతామ్।
యే కే చి త్పాదపా స్తత్ర పుష్పోపగ ఫలోపగాః॥ 35

తా. ఆ నదికి ప్రక్కన తామరతూడులతో, పుష్పించిన పద్మలతలను చూసాడు. అందులోని మకరందాన్ని గ్రోలుటకు తుమ్మెదలు, నానావిధ పక్షులు వస్తూన్నట్లు - ఆనందకరమైన ఒక వింత ధ్వని, ప్రేక్షకులకు ప్రియులకానంద దాయకంగా వుంది. నదికి ప్రక్కనే చల్లని జలములు, దానికి మణులు తాపిన మెట్లు, ముత్యపు రజను ఇసుకతో కృత్రిమంగా, సహజమని భావించే ఒక దిగుడు బావిని చూసాడు.

దాని ప్రక్కనే కొన్ని ఫలవృక్షాలు. దానిచుట్టు బంగారు తిన్నెలు వన్నెలున్నాయి. కూర్చుండ వీలైన చిన్న చిన్న తిన్నెలు. పై భాగాన ఆ ప్రాంతమంతా దర్శించ వీలయిన దీపకాంతులు ప్రకాశిస్తున్నాయి. కూర్చొని ఆహ్లాదమొంద వీలైన ఆసనాలు వున్నాయి.

సచ్ఛత్రా స్వవితర్ద్రీ కా స్సర్వే సౌవర్ణ వేదికాః।
లతాప్రతానై ర్బహుభిః పర్ణైశ్చ బహుభి ర్వృతామ్॥ 36

కాఞ్చనీం శింశుపా మేకాం దదర్శ హనుమా న్కపిః।
వృతాం హేమమయీభిస్తు వేదికాభి స్సమ న్తతః॥ 37

సోఽపశ్య ద్భూమి భాగాం శ్చ గ ర్త్రప్రస్రవణాని చ।
సువర్ణ వృక్షా నపరాన్ దదర్శ శికిసన్నిభాన్॥ 38

తేషాం ద్రుమాణాం ప్రభయా మేరో రివా దివాకరః।
అమన్యత తదా వీరః కాఞ్చనోఽస్మీతి వానరః॥ 39

తాం కాఞ్చనై స్తరుగణై ర్మారుతేన చ వీజితామ్।
కిఙ్కిణీశత నిర్ఘోషాం దృష్ట్వా విస్మయ మాగమత్॥ 40

తా. ఆ పరిసర ప్రాంతములు, ఆహ్లాదకర వాతావరణాన్ని ఒక శింశుపా వృక్షాన్నుండి హనుమంతుడు చూసాడు. ఈ అశోకవనంలో గతంలో తాను చూడని ఎన్నో వింతలను, అగ్నితో సమానంగా ప్రకాశించు బంగారు చెట్లను కూడా చూసాడు.

మేరుపర్వత కాంతులతో సూర్యుడు, స్వర్ణ భాస్కరుడైనట్లు, ఈ ప్రాంతాల విహరణలో, తాను సూర్య సమానుడైనట్లు అంజనిపుత్రుడు తలిచాడు. ఈ శింశుపా వృక్షముల చుట్టు ఎన్నో బంగారు వృక్షాలున్నాయి.

అవి గాలికి అల్లల్లాడితే ఆహ్లాదం కల్గించు ఆ చెట్లకు కొన్ని గంటలు కట్టబడి వున్నాయి. కొమ్మలు కదలినప్పుడల్లా, ఆ చిరుగంటల సవ్వడి, చిరునవ్వులు చిందిస్తున్నట్లు గలగల లాడుతాయి.

ఇక్కడ ప్రకృతికి, బయటి ప్రకృతిలోను ప్రకృతికి ఎంతో విరుద్ధ ముంది. ఈ రావణుని చెంత అష్టదిక్పాలురు, నవగ్రహాలు, సూర్య చంద్రులే కాదు, ముప్పయి మూడు కోట్ల మంది దేవతలు తలవంచాల్సిందే.

స పుష్పితా గ్రాం రుచిరాం తరుణాఙ్కుర పల్లవామ్।
తామారుహ్యా మహాబాహు శ్శింశుపాం పర్ణ సంవృతామ్॥ 41

ఇతో ద్రక్ష్యామి వై దేహీం రామ దర్శనలాలసామ్।
ఇత శ్చేత శ్చ దుఃఖార్తాం సంపత న్తీం యదృచ్ఛయా॥ 42

అశోకవనికా చేయం దృఢం రమ్యా దురాత్మనః।
చమ్పకై శ్చన్దనై శ్చాపి వకులై శ్చ విభూషితా॥ 43

ఇయం చ నలినీ రమ్యా ద్విజసఙ్ఘ నిషేవితా।
ఇమాంసా రామమహిషీ నూన మేష్యతి జానకీ॥ 44

సారామా రామమహిషీ రాఘవస్య ప్రియా సతీ।
వనసఞ్చారకుశలా నూన మేష్యతి జానకీ॥ 45

అథవా మృగశాబాక్షీ వనస్యా స్య విచక్షణా।
వనమేష్యతి సా రే హ రామచిన్తాను కర్శితా॥ 46

రామ శోకాభిసంతప్తా సా దేవీ వామలోచనా।
వనవాసే రతా నిత్య మేష్యతే వనచారిణీ॥ 47

వనేచరాణాం సతతం నూనం స్పృహయతే పురా।
రామస్యదయితా భార్యా జనకస్య సుతా సతీ॥ 48

సన్ధ్యాకాల మనా శ్శ్యామా ధ్రువమేష్యతి జానకీ।
నదీం చేమాం శివజలాం సన్ధ్యార్థే వరవర్ణినీ॥ 49

తస్యా శ్చా ప్యనురూపే య మశోక వనికా శుభా।
శుభా యా పార్థి వేన్ద్రస్య పత్నీ రామస్య సమ్మతా॥ 50

యదిజీవతి సా దేవీ తారాధిపనిభాననా।
ఆగమిష్యతి నాఽవశ్య మిమాం శివజలాం నదీమ్॥ 51

తా. హనుమంతుడు శింశుపా వృక్షము నెక్కాడు. ఇక్కడనుండి రామపత్నిని చూస్తాను. ఆమె తప్పక కనబడుతుంది. సీతాదేవి ఎంతటి జనకరాజ కుమార్తైయెనా శ్రీరామునితో సహచర్యం చేసి ఆ వనాలకు వచ్చినందువలన, వనాలంటే ఆమెకు ఇష్టమై వుండాలి.

ఇక్కడెక్కడున్నా ఆమె తప్పక ఇక్కడికి వస్తుందని తలచాడు. రామ వియోగంతో బాధపడే ఆమె, ఇక్కడికి వచ్చి కొంతవూరట పొందుతుంది. ఉదయ సాయంసంధ్యలందు సూర్యునికి వందనం చేసే సాంప్రదాయం ఇటు తండ్రి నుండి వచ్చింది. అటు భర్త నుండి తాను సూర్య వంశజురాలైనందులకు తప్పక మైథిలి ఇక్కడకు వస్తుందని తలుస్తూ, మారుతి ఆ చెట్టునెక్కి అంతా కలయ చూస్తున్నాడు.

ఏవంతు మత్వా హనుమా న్మహాత్మా ప్రతీక్షమాణో మనుజేన్ద్ర పత్నీమ్।
అవేక్షమాణ శ్చ దదర్శ సర్వం సుపుష్పితే పర్ణఘనే నిలీనః॥ 52

తా. ఆ రకంగా తలచిన ఆంజనేయుడు, రామపత్ని కోసం పలు విధాల తలుస్తూ, శింశుపా వృక్ష ఆకుల మధ్య - ఎవరి కనబడకుండా దాక్కుని, జనకసుత కోసం ఎదురుచూస్తు అటు, ఇటు చూస్తున్నాడు.

✿

ఇది వొరుగంటి వంశజనిత, శ్రీమతి సువర్చలాంబా, వెంకట సూర్యప్రసాదరావుల జేష్ఠ తనూజుడు "వర రామకృష్ణప్రసాద్ - భక్తజనుల కందించిన, తేటతెలుగు వ్యాఖ్యాన శ్రీమత్ సుందరకాండలోని, చతుర్దశసర్గ సమాప్తం.

- స్వస్తి-

- అస్తు -

✦✦✦

పంచదశ స్సర్గః

స వీక్షమాణ స్త్రత్రస్థో మార్గమాణ శ్చ మైథిలీం।
అవేక్షమాణ శ్చ మహీం సర్వాం తా మన్వవైక్షత॥ 1

తా. శింశుపా వృక్షముపై ఎవరికీ కనబడకుండా, తనకు అందరు కనబడునట్లు నక్కి నిక్కి కూర్చున్న హనుమంతుడు సీతాదేవి కోసం నిక్కి రిక్కి చూస్తున్నాడు.

సన్తానక లతాభిశ్చ పాదపై రుపశోభితామ్।
దివ్యగన్ధరసోపేతాం సర్వత స్సమలఙ్కృతామ్॥ 2

తాం స నన్దన సంకాశాం మృగపక్షిభి రావృతామ్।
హర్మ్య ప్రాసాద సమ్బాధాం కోకిలాకుల నిస్స్వనామ్॥ 3

కాఞ్చనోత్పల పద్మాభి ర్వాపీభి రుపశోభితామ్।
బహ్మాసన కుథోపేతాం బహు భూమి గృహాయుతామ్॥ 4

సర్వర్తు కుసుమై రమ్యాం ఫలవద్భిశ్చ పాదపైః।
పుష్పితానా మశోకనాం శ్రియా సూర్యోదయ ప్రభామ్॥ 5

ప్రదీప్తా మివ తత్రస్థో మారుతి స్సముదైక్షత।
నిష్పరత శాఖాం విహగైః క్రియామాణా మివాసకృత్॥ 6

వినిష్పతద్భి శ్శతశ శ్చిత్రైః పుష్పావతంసకైః।
ఆమూల పుష్పనిచితై రశోకై శ్శోకనాశనైః॥ 7

పుష్పభారాతిభారై శ్చ స్పృశద్భి రివమేదినీమ్।
కర్ణికారైః కుసుమితైః కింశుకైశ్చ సుపుష్పితైః॥ 8

తా. ఆ వనాన్ని ఆసక్తిగా చూస్తున్నాడు. ఒకటి - అందులో చూడాల్సిన అందం వుంది. రెండు అక్కడ సీతాదేవి వుండాలి. అందుకే ఆ చూపులు. ఆసక్తిగా వెదకడం. అందలి విశేషాలు దర్శించడం.

దేవేంద్రుని నందనవనంవలె వుందిట. ఇక్కడ వారి వారి ఇష్టాల ననుసరించి వున్నట్లు - దేవాలయాలు, రాజగృహాలు, విడిది గృహాలు, జంతువులు, పక్షులు, అరుపులు - కేకలు - కసురుళ్ళు, కిలకిలలు, కిచకిచలు, వికవికలు, పకపకలు, నవ్వులు, ఆసనాలు, రత్నకంబళ్ళు, నవరత్నాల శోభలు...

ఆరు ఋతువులలో పుష్పించి, ఫలించు వృక్ష జాతులు - ఎన్నో.. అనే బదులు, అన్నీ వున్నాయి. ఆకుల మధ్యలో దూరి అంజనీపుత్రుడు, ఇన్నిటిని చూస్తున్నాడు. వనశోభలు చూడాలనే కోరిక లేకపోయినా, రామపత్ని కోసం, చూపులు నిగిడ్చి మరీ చూస్తున్నాడు. ఆ అశోకవనం ఎర్రని పుష్పముల కాంతితో అగ్నిశిఖ వలె ప్రకాశిస్తుంది.

స దేశః ప్రభయా తేషాం ప్రదీప్త ఇవ పర్వతః।
పున్నాగా స్సప్త వర్ణా శ్చ చమ్ప కోద్దాలకా స్తథా॥ 9

వివృద్ధమూలా బహవ శ్శోభ న్తేస్మ సుపుష్పితాః।
శాతకుమ్భనిభాః కేచి త్కేచి దగ్నిశిఖోపమాః॥ 10

నీలాఞ్జననిభాః కేచి త్తత్రాశోకా స్సహస్రశః।
నందనం వివిధోద్యానం చిత్రం చైత్రరథం యథా॥ 11

అతివృత్త మివాచి న్త్యం దివ్యం రమ్యం శ్రీయావృతమ్।
ద్వితీయ మివ చాకాశం పుష్ప జ్యోతిర్గణాయుతమ్॥ 12

పుష్పరత్న శతైశ్చిత్రం పఞ్చమం సాగరం యథా।
సర్వర్తు పుష్పై ర్నిచితం పాదపై ర్మధు గన్ధిభిః॥ 13

నానా నినాదై రుద్యానం రమ్యం మృగ గణై ర్ద్విజైః।
అనేక గన్ధ ప్రవహం పుణ్యగన్ధం మనోరమమ్॥ 14

తా. ఈ అశోక వనాన్ని చూస్తే... కుబేరుని చైత్ర రథం కూడా గుర్తుకొస్తుంది. ఈ వనం చైత్రవనం వలె చిత్రంగా, నందనోద్యానము వలె ఫల పుష్ప శోభితమై అందంగా - ఆ రెండు కల్సిన అతి సోయగాల, అద్భుత చతురిక వలె అందాలతో నిండి వుంది.

ఇచ్చట నక్షత్రాలను పోలిన పుష్పాలుండుట వల్న - ఆకాసము అని కూడా భ్రమపడే సావకాశం కనబడుతుంది. రత్నాలను బోలిన పుష్పాలతో "చతుస్సాగర పరీత భూవలయమునంతా... అనడానికి బదులు పంచసముద్ర సమేత... అంటే చాలా బాగుండేదనిపిస్తుంది.

అచ్చటి పరిమళాల వాసనలు, మరో గంధమాదన పర్వతమన్నా ఆశ్చర్యము కాదన్నట్లు అంతటా వ్యాప్తిచెంది ఆహ్లాదాన్ని కల్గిస్తున్నాయి.

శైలేన్ద్ర మివ గన్ధాఢ్యం ద్వితీయం గన్ధమాదనమ్।
అశోకవనికాయాం తు తస్యాం వానర పుఙ్గవః॥ 15

స దదర్శావిదూరస్థం చైత్య ప్రాసాద ముచ్ఛ్రితమ్।
మధ్యేస్తమ్భ సహస్రేణ స్థితం కైలాస పాణ్డురమ్॥ 16

ప్రవాళ కృత సోపానం తప్త కాఞ్చన వేదికమ్।
ముష్ణన్త మివ చక్షూంషి ద్యోతమాన మివ శ్రియా॥ 17

తా. దీని సమీపంలో ఒక మేడ. అందులో చైత్య ప్రాసాదము. కైలాసాన్ని మించిన తెలుపులో ప్రకాశిస్తూంది. దానికి ప్రవాళపు మెట్లు. అచ్చమైన పచ్చటి బంగారు వేదిక. బంగారు కాంతులతో ధగధగలాడుచు, పొడవుగా వున్న ఆ ప్రాంత భవనం, ఆకాశాన్ని తాకుతున్నట్లుంది.

విమలం ప్రాంశు భావత్వా దుల్లిఖన్త మివామ్బరమ్।
తతో మలిన సంవీతాం రాక్షసీభి స్సమావృతామ్॥ 18

ఉపవాస కృశాం దీనాం నిశ్వసన్తీం పునః పునః।
దదర్శ శుక్లపక్షాదౌ చన్ద్రరేఖా మివా మలామ్॥ 19

మన్ద ప్రఖ్యాయమానేన రూపేణ రుచిర ప్రభామ్।
పినద్ధాం ధూమ జాలేన శిఖామివ విభావసోః॥ 20

పీతేనైకేన సంవీతాం క్లిష్టే నోత్తమ వాససా।
స పఙ్కా మనలఙ్కా రాం విపద్మా మివ పద్మినీమ్॥ 21

వ్రీళితాం దుఃఖ స న్తప్తాం పరిమ్లానాం తపస్వినీమ్।
గ్రహేణాఙ్గార కేణేవ పీడితా మివ రోహిణీమ్॥ 22

అశ్రుపూర్ణ ముఖీం దీనాం కృశా మనశనేన చ।
శోకధ్యానపరాం దీనాం నిత్యం దుఃఖ పరాయణామ్॥ 23

ప్రియం జన మపశ్యన్తీం పశ్యన్తీం రాక్షసీ గణమ్।
స్వగణేన మృగీం హీనాం శ్వగణాభివృతా మివ॥ 24

నీలనాగాభయా వేణ్యా జఘనం గతయైకయా।
నీలయా నీరదాపాయే వనరాజ్యా మహీ మివ॥ 25

తా. ఆ చైత్య ప్రసాదం వంటి వెండికొండ దగ్గర ఎవ్వరో.... ఒక స్త్రీ ఆకారం కనుపించింది. మాసిన బట్టలతో రాక్షసుల మధ్య కూర్చుని వుంది. నిరాసక్తగా నిర్లిప్తతతో - ముఖములో ఎటువంటి మార్పులు కనబడకుండా చాలా పేలవంగా వుంది. తిండిలేక కాదు, తినక, కృంగి... కృశించినట్లుంది.

శుక్ల పక్ష చంద్రుని వలె, దీనంగా, కృశించి రాక్షస స్త్రీల మధ్య వున్నదంటే... ఆమె "సీతయే, జనకరాజ తనయే" అయి వుంటుందని హనుమంతుడు అనుకున్నాడు.

ధూళి దూసరముతో, మాసిన బట్టలతో కృశించిన దేహముతో వుందంటే, ఆమె నిజంగా రామపత్నే... ననుకున్నాడు. ఏడుస్తున్న ముఖం దీనంగా వున్న వదనం, అలంకార రహిత, అగ్ని సదృశంగా భాసిల్లే తేజ స్వరూపాన్ని చూసాడు. ఇప్పుడీమె నిజంగా సీతే! ఇదివరకటివలె తాను పొరపడలేదని, తనకు తాను సమాధానం చెప్పుకున్నాడు.

సుఖార్హాం దుఃఖ స న్తప్తాం వ్యసనానా మకోవిదామ్।
తాం సమీక్ష్య విశాలాక్షీ మధికం మలినాం కృశామ్॥ 26

తా. తాం... సమీక్ష్య విశాలక్షీ.... అని, పావని ఆ పరమ పవిత్ర సీతను చూసి, ఈమె తప్పక సీతయే...నని, అచ్చటి పరిస్థితిని బట్టి నిర్ణయించుకున్నాడు.

తర్కయామాస సీతేతి కారణై రుపపాదిభిః।
హ్రియామాణా తదా తేన రక్షసా కామరూపిణా॥ 27

యథా రూపా హి దృష్టా వై తథా రూపే య మఙ్గనా।
పూర్ణ చన్ద్రాననాం సుభ్రూం చారువృత్త పయోధరామ్॥ 28

కుర్వన్తీం ప్రభయా దేవీం సర్వావితిమిరా దిశః।
తాం నీలకేశీం బిమ్బోష్ఠీం సుమధ్యాం సుప్రతిష్ఠితామ్॥ 29

సీతాం పద్మ పలాశాక్షీం మన్మథస్య రతిం యథా।
ఇష్టాం సర్వస్య జగతః పూర్ణ చన్ద్ర ప్రభామివ॥ 30

భూమౌ సుతను మాసీనాం నియతా మివ తాపసీమ్।
నిశ్శ్వాస బహుళాం భీరుం భుజగేన్ద్రవధూ మివ॥ 31

శోకజాలేన మహతా వితతేన న రాజతీమ్।
సంసక్తాం ధూమ జాలేన శిఖా మివ విభావసోః॥ 32

తాం స్మృతీ మివ సన్దిగ్ధా మృద్ధిం నిపతితా మివ।
నిహతా మివ చ శ్రద్ధా మాశాం ప్రతిహతా మివ॥ 33

సోపసర్గాం యథా సిద్ధిం బుద్ధిం స కలుషామివ।
అభూతే నాపవాదేవ కీర్తిం నిపతితా మివ॥ 34

రామోపరోధ వ్యథితాం రక్షోహరణ కర్శితామ్।
అబలాం మృగశాబాక్షీం వీక్షమాణాం తత స్తతః॥ 35

బాష్పామ్బుపరిపూర్ణేన కృష్ణ వక్రాక్షి పక్ష్మణా।
వదనే నా ప్రసన్నేన నిశ్శ్వసన్తీం పునః పునః॥ 36

మలపఙ్కధరాం దీనాం మణ్డనార్హా మమణ్డితామ్।
ప్రభాం నక్షత్ర రాజస్య కాల మేఘై రివా వృతామ్॥ 37

తస్య సన్దిదిహే బుద్ధి ర్ముహు స్సీతాం నిరీక్ష్యతు।
ఆమ్నాయానా మయోగేన విద్యాం ప్రశిథిలా మివ॥ 38

తా. మారుతి, ఇప్పుడు మరల ఆలోచిస్తున్నాడు. రాముడు చెప్పిన సర్వలక్షణాలు ఈమె వద్ద వున్నాయి. పున్నమి చంద్రబింబం వంటి ముఖము, సొగసైన కళ్ళు, చక్కని శరీరాకృతి, నిరంతర దుఃఖముతో కృశించి, మాసిన వస్త్రము వలె నున్న దేహముతో ఎంతో అందంగా - తాపస స్త్రీ వలె దీనంగా కూర్చుంది.

భర్త వియోగంతో బాధపడే నాగకన్య, పొగతో ప్రజ్వరిల్లని అగ్నివలె నున్న అగ్నిహోత్రము, అర్థంకాని ధర్మశాస్త్రం, విశ్వాసము లేని భగవదారాధన, తీరని కోర్కెలు, విఘ్నస్వరూప కార్యము వలె, వక్రబుద్ధి, అపవాద కీర్తి వలె.... నిరంతర చింతలతో వున్నట్లుందామె.

దుఃఖేన బుబుధే సీతాం హనుమా ననలజ్కృతామ్।
సంస్కారేణ యథాహీనాం వాచ మర్థాన్తరం గతామ్॥ 39

తా. పొంగిపొరలే దుఃఖంతో, కృంగి కృశించే జనకసుత, రామపత్ని, అర్థాంతర వాక్య ప్రయోగం వలె వుంది. పరిస్థితులను చక్కబెట్టగలిగిన ధీమంతుడైన హనుమ, అచ్చటి పరిస్థితులను బట్టి ఆమెను సీతగా నిర్ణయించుకున్నాడు.

తాం సమీక్ష్య విశాలాక్షీం రాజపుత్రీ మనిన్ది తామ్।
తర్క యామాస సీతేతి కారణై రుపపాదిభిః॥ 40

వై దేహ్యా యాని చాజ్గేషు తదా రామోఽ న్వకీర్తయత్।
తా న్యాభరణజాలాని శాఖాశోభీ వ్యలక్షయత్॥ 41

సుకృతౌ కర్ణ వేష్టౌ చ శ్వదంష్ట్రౌ చ సుసంస్థితౌ।
మణి విద్రుమ చిత్రాణి హస్తే ష్వాభరణాని చ॥ 42

శ్యామాని చిరయుక్తత్వా త్తథా సంస్థానవన్తి చ।
తా న్యేవై తాని మన్యేఽ హం యాని రామోఽ న్వకీర్తయత్॥ 43

తా. తాసమీక్ష-విశాలాక్షీం... అని, ఆమెను అన్నివిధాల గుర్తించిన హనుమ ఆమెను రామపత్నిగానే తలిచాడు.

తాను ప్రయాణించే సమయంలో, సీతను గుర్తుపట్టడానికి వీలుగా, రాముడు ఎన్నో ఆనవాళ్ళు చెప్పాడు. ఆమెకు గల వివరాలను కూడా చెప్పాడు. ఈమెను జాగ్రత్తగా చూస్తే, రాముడు చెప్పిన ఆనవాళ్ళు, సీత ధరించిన నగల గుర్తులను బట్టి ఈమె "సీత" అని వూహించుకొనవచ్చును.

రాముడు చెప్పినట్లు ఆమె ధరించిన ఆభరణాలలో కొన్నింటిని తను కూర్చున్న చెట్టుకొమ్మకు కట్టింది. రాముడు దగ్గరలేని ఈ ఆభరణాలు తనకెందుకన్నట్లు... రాముడే తన అసలు సిసలైన ఆభరణ మన్నట్లుందా రామపత్ని.

తత్ర యా న్యవహీనాని తా న్యహం నోపలక్షయే।
యాన్యస్యా నావహీనాని తా నీమాని న సంశయః॥ 44

పీతం కనకపట్టాభం స్రస్తం త ద్వసనం శుభమ్।
ఉత్తరీయం నగాసక్తం తదా దృష్టం ప్లవఙ్గమైః॥ 45

భూషణాని చ ముఖ్యాని దృష్టాని ధరణీతలే।
అనయైవాపనిద్ధాని స్వనవన్తి మహాన్తిచ॥ 46

ఇదం చిరగృహీతత్వా ద్వసనం క్లిష్టవ త్తరమ్।
తథాఽపి నూనం తద్వర్ణం తథా శ్రీమద్యథేతరత్॥ 47

తా. ఇచ్చట కొన్ని నగలు వున్నాయి. అచ్చట ఋశ్యమూక పర్వతంపైన కొన్ని నగలు వున్నాయి. ఇవన్నీ కలిస్తే ఇవి సీతాదేవి నగలే. ఏ పీత వస్త్రంతో ఆ నగల మూటను కట్టిందో, అదే పీత వస్త్రం ఈమె ధరించి వుంది. ఆమె వలె ఈ పీత వస్త్రం మాసి, మసకబారిన దీపం వలె వుంది.

తాము చూపించిన నగలను చూస్తూ-మిగిలిన నగల వర్ణన రాముడు చేయగా, ఆ వర్ణన-ఇచ్చటి నగలకు ప్రస్తుత పరిస్థితికి సరిపోయింది.

ఇయం కనకవర్ణాఙ్గీ రామస్య మహిషీ ప్రియా।
ప్రణష్టాపి సతీయాఽస్య మనసో న ప్రణశ్యతి॥ 48

ఇయం సా యత్కృతే రామ శ్చతుర్భిః పరితప్యతే।
కారుణ్యేనా నృశంస్యేన శోకేన మదనేన చ॥ 49

స్త్రీ ప్రణష్టే తి కారుణ్యా దాశ్రితే త్యా నృశంస్యతః।
పత్నీ నష్టేతి శోకేన ప్రియేతి మదనేన చ॥ 50

అస్యా దేవ్యా యథారూప మఙ్గ ప్రత్యఙ్గ సౌష్ఠవమ్।
రామస్య చ యథారూపం తస్యే య మసితేక్షణా॥ 51

అస్యా దేవ్యా మన స్తస్మిం స్తస్య చాస్యాం ప్రతిష్ఠితమ్।
తేనేయం స చ ధర్మాత్మా ముహూర్త మపి జీవతి॥ 52

తా. ఈమె బంగారుతల్లి. రామునిపత్ని, ఇది నిజం. ఇందులో ఏ విధమైన అనుమానం లేదు. ఇంతటి సౌశీల్యవతి కాబట్టే, రాముడీమె కోసం పరితపిస్తున్నాడు. ఎంతటి పతివ్రత కాకపోతే, అడవులలో కష్టాలు పడతానని తెలిసి కూడా, పుట్టింటికి పోకుండా, అత్తవారింట రాజభోగాలననుభవించకుండా "సుర్యేవాను గతాఛాయ!" అని, తన పతిదేవుని వెంబడించింది. ఇటువంటి భార్య దొరికినవాడు నిజంగా అదృష్టవంతుడు. తన దురదృష్టం కొద్దీ - వంశ నాశనం కోరి, భయంకరమైన కార్చిచ్చును రావణుడు తనింట్లో పెట్టుకున్నాడు. ఇది తరతరాలను భస్మం చేస్తుందని ఆ మూర్ఖుడు గ్రహించి వుంటే, ఇంత పాపానికి ఒడిగట్టడు.

"కామాతురాణాం న భయం, న లజ్జ...!" అని పోగాలము దాపురించింది. బ్రహ్మ శివుడు ఇచ్చిన వరాల సామర్థ్యం తగ్గిపోయి, నంది ఇచ్చిన శాపాన్నునుభవించే రోజులు దగ్గరపడి, ఆ బ్రాహ్మణుడీ రకంగా చేసాడనుకున్నాడు.

శ్రీరాముడు తనను రక్షిస్తాడన్న ఒకే ఒక్క ఆశతో ఈమె బ్రతుకుతుంది. అది నిరాశేనని తలచిన క్షణంలో, ఈ జనకసుత జీవించడం కల్ల, ఆమె గాలికి పెట్టిన దీపమై, ఏ క్షణంలోనో అల్లల్లాడి, ఆరిపోయేది.

దుష్కరం కృతవాన్ రామో హీనో య దనయా ప్రభుః।
ధారయ త్యాత్మనో దేహం నశోకే నా వసీదతి॥ 53

దుష్కరం కురుతే రామో య ఇమాం మత్తకాశినీమ్।
సీతాం వినా మహాబాహు ర్ముహూర్త మపి జీవతి॥ 54

ఏవం సీతాం తదా దృష్ట్వా హృష్టః పవనసంభవః।
జగామ మనసా రామం ప్రశంస చ తం ప్రభుమ్॥ 55

తా. రాముడు బ్రహ్మర్షి వశిష్ఠుని శిష్యుడు, మరో బ్రహ్మర్షి విశ్వామిత్రుని అస్త్ర శిష్యుడు. అయినా ఆడదాని కోసం ఇలాగ బాధపడటం తగదనుకున్నాను. కానీ, ఇప్పుడు సీతను చూసాక, నా ఆలోచనే తప్పు అనుకుంటున్నానని, హనుమ తనని సరిదిద్దు కుంటున్నాడు.

రాముడు లేకుండా సీత, సీత లేకుండా రాముడు - ప్రకృతి - పురుషుని వలె అవిభాజ్యాలు. అందుకే ఎక్కడున్నా ఇరువురు తమ ప్రాణాలు నిలబెట్టుకుని, లోకానికి ఆదర్శ దంపతులయ్యారు. వీళ్ళు నిజంగా అదృష్ట-వంతులు. వీళ్ళను కలిపే అదృష్టం నాకు రావడం చాలా, చాలా అదృష్టమనుకున్నాడు.

"రా" రాముడైతే, "మ"కారం అగ్ని స్వరూప సీత. తన నాశనం, వంశ నాశనం కోసం రావణుడు తాపత్రయపడుతూ, వీరిని విడదీసా డనుకున్నాడు.

✿

ఇది వ్రోరుగంటి వంశజనిత, శ్రీమతి సువర్చలాంబా, వెంకట
సూర్యప్రసాదరావుల జేష్ఠ తనూజుడు "వర రామకృష్ణప్రసాద్ -
భక్తజనుల కందించిన, తేటతెలుగు వ్యాఖ్యాన శ్రీమత్
సుందరకాండలోని, పంచదశ సర్గ సమాప్తం.

- స్వస్తి-

- అస్తు -

✦✦✦

షోడశ స్సర్గః

ప్రశస్య తు ప్రశ స్తన్యాం సీతాం తాం హరిపుఙ్గవః।
గుణాభిరామం రామం చ పున శ్చిన్తాపరోఽభవత్॥ 1

తా. "గుణాభిరామం... రామంచ...." అని సీతారాములను, ఆంజనేయుడు, కొనియాడదగినవారిగా తలచి, మరీ ప్రశంసిస్తున్నాడు.

స ముహూర్త మివ ధ్యాత్వా బాష్పపర్యాకులేక్షణః।
సీతా మాశ్రిత్య తేజస్వీ హనుమా న్విలలాప హ॥ 2

మాన్యా గురువినీతస్య లక్ష్మణస్య గురుప్రియా।
యది సీతాఽపి దుఃఖార్తా కాలో హి దురతిక్రమః॥ 3

తా. చూస్తూండగా, హనుమ కళ్ళు నీళ్ళు వర్షించాయి. ఎంతటి వారికెంత కష్టము, బాధలు సంప్రాప్తించాయి. అంతటి స్థిరచిత్తుడు. గుండె చిక్కబెట్టుకోలేక, బావురుమనేసాడు. కాని బయటికి రానివ్వలేక, పరిస్థితి అనుమానంగా లేదు కనుక, నోరు గట్టిగ మూసుకుని ఏడుస్తున్నాడు.

"ఎంతటి వారినైనను కర్మ విడువదు. బాధలు విడువవు" అనడానికి, సీతారాములు, వారినే దైవంగా తలచే లక్ష్మణుడే నిదర్శనం. నిజానికి సీతారాములే చింతాక్రాంతులయ్యారు. సీతను విడిచి వచ్చినందులకు, ఆమే అదృశ్యమయినందులకు అంతటి రాముడు అసహనం పాలయ్యాడు. లక్ష్మణుడు అన్నమాట మీరానని బాధపడ్డాడే తప్ప, అతడు నిర్వికారుడు. నిర్గుణునివలెనే ప్రవర్తించాడు.

రామస్య వ్యవసాయజ్ఞా లక్ష్మణస్య చ ధీమతః।
నాత్యర్థం క్షుభ్యతే దేవీ గఙ్గేన జలదాగమే॥ 4

తుల్య శీల వయో వృత్తాం తుల్యాభిజన లక్షణామ్।
రాఘవోఽర్హతి వైదేహీం తం చేయ మసితేక్షణా॥ 5

తా. రామలక్ష్మణుల శక్తి సామర్థ్యాలు, సీతకు బాగా తెలుసు. అందుకే ఆమె ఎంతో ఆశతో ఎదురు చూస్తుంది. ఇన్ని మాసములు గడిచినా, ఆ రఘుకుల

సోదరులు రాలేదంటే... తన జాడ తెలియకనా లేక తననుపేక్షిస్తున్నారా ? ఆశ నిరాశల మధ్య, రామపత్ని ఊగిసలాడుతున్నట్లుంది.

వారి వారి శరీర లక్షణాలను బట్టి గమనిస్తే సీతారాములు ఆదర్శ వంతులు. ఒకరికొకరు తగ్గవారు. ఇద్దరిలో ఆశ వుంది. రాముని చేరాలనే ఆశయం సీతలోను, సీతను రక్షించాలనే ఆశయం, రామునిలోను వుంది. ఏర్చి కూర్చబడ్డ దాంపత్యం వారిది. ఒకరిని విడిచి మరొకరు క్షణం కూడా జీవించలేనివారు, ఇలాగ జీవిస్తున్నారంటే, వారి దాంపత్యం ప్రశస్తనీయం. విధి విపరీతం, బలీయం.

తాం దృష్ట్వా నవహేమాభాం లోకకాన్తా మివ శ్రియమ్।
జగామ మనసా రామం వచనం చేద మబ్రవీత్॥ 6

అస్యా హేతో ర్విశాలాక్ష్యా హతో వాలీ మహాబలః।
రావణ ప్రతిమో వీర్యే కబన్ధ శ్చ నిపాతితః॥ 7

విరాధశ్చ హత స్సంఖ్యే రాక్షసో భీమవిక్రమః।
వనే రామేణ విక్రమ్య మహేన్ద్రేణేవ శమ్బరః॥ 8

చతుర్దశ సహస్రాణి రక్షసాం భీమకర్మణామ్।
నిహతాని జనస్థానే శర రగ్నిశిఖోపమైః॥ 9

ఖర శ్చ నిహతస్సంఖ్యే త్రిశరాశ్చ నిపాతితః।
దూషణ శ్చ మహాతేజా రామేణ విదితాత్మనా॥ 10

ఐశ్వర్యం వానరాణాం చ దుర్లభం వాలిపాలితమ్।
అస్యా నిమిత్తే సుగ్రీవః ప్రాప్తవాన్ లోకసత్కృతమ్॥ 11

సాగరశ్చ మయా క్రాన్త శ్శ్రీమాన్ నద నదీపతిః।
అస్యా హేతో ర్విశాలాక్ష్యాః పురీ చేయం నిరీక్షితా॥ 12

యది రామ స్సముద్రాన్తాం మేదినీం పరివర్తయేత్।
అస్యాః కృతే జగచ్చాపి యుక్త మిత్యేవ మే మతిః॥ 13

తా. ఇలాగనుకుంటున్న హనుమ, రామపత్నిని చూసి, మనసు పరవశించి-నట్లిలాగ అనుకుంటున్నాడు. ఇందులో ఏమాత్రం అతిశయం లేదన్నది

పవనపుత్రుని భావన. అందుకే "రామా!" అని తన మనసులో సుప్రతిష్ఠుడైన రామునితో, ఆ వానరేశ్వరుడు మౌనంగా మాట్లాడుతున్నాడు. రామా! ఈమె కోసం నువ్వేం చేసినా తప్పు లేదు. భర్తవు. బాధ్యతగల వాడివి. నీ కర్మము నీదని నిన్ను విడువకుండా, నీ కోసం వచ్చిన ఈ తల్లి పరమ పునీత.

ఈ సీత వలన - వాలి వధ, సుగ్రీవునికి సామ్రాజ్యము - ఈ వానరసేన అన్వేషణ. ఇందులో భద్రంగా నేనిక్కడికి రావడం జరిగింది. వాలి మరణించకపోతే, సామ్రాజ్యము లభించకపోతే సీతాన్వేషణం జరిగేది కాదు. కాబట్టి రామా! నీ పత్ని అదృష్టవంతురాలు. లోక సంక్షేమ కారకురాలు.

రాజ్యం వా త్రిషు లోకేషు సీతా వా జనకాత్మజా।
త్రైలోక్యరాజ్యం సకలం సీతాయా నాప్నుయా త్కళామ్॥ 14

తా. ఆ విధంగా - తన మనోభావాన్ని హృదయాంతర్గతుడైన రామునికి విన్నవించుకున్న హనుమ "రామా! త్రిలోక సామ్రాజ్యం - అచ్చటి సిరిసంపదలు గూడా ఈ జనకసుత ముందు, దిగదుడుపు" అన్నాడు.

ఇయం సా ధర్మశీలస్య మైథిలస్య మహాత్మనః।
సుతా జనకరాజస్య సీతా భర్తృదృఢవ్రతా॥ 15

ఉత్థితా మేదినీం భిత్వా క్షేత్రే హలముఖక్షతే।
పద్మరేణునిభైః కీర్ణా శుభైః కేదారపాంసుభిః॥ 16

విక్రాన్త స్యార్య శీలస్య సంయుగే ష్వనివర్తినః।
స్నుషా దశరథస్యైషా జ్యేష్ఠా రాజ్ఞో యశస్వినీ॥ 17

ధర్మజ్ఞస్య కృతజ్ఞస్య రామస్య విదితాత్మనః।
ఇయం సా దయితా భార్యా రాక్షసీవశమాగతా॥ 18

సర్వా న్భోగా న్పరిత్యజ్య భర్తృస్నేహబలాత్కృతా।
అచిన్తయిత్వా దుఃఖాని ప్రవిష్టా నిర్జనం వనమ్॥ 19

సంతుష్టా ఫలమూలేన భర్తృశుశ్రూషణే రతా।
యా పరాం భజతేప్రీతిం వనేఽపి భవనే యథా॥ 20

సేయం కనకవర్ణాంగీ నిత్యం సుస్మిత భాషిణీ।
సహతే యాతనా మేతా మనర్థానా మభాగినీ॥ 21

తా. అయోనిజగా జన్మించిన ఆ తల్లే పరమపునీత, అగ్ని. అమెను వడిలో కట్టుకున్నవాడు, తప్పక సబాంధవంగా నాశనమౌతాడు. ఇది సత్యం. ఇటువంటి తల్లి రామపత్నిగా, దశరథుని కోడలుగా, ఇక్ష్వాకువంశ ప్రతిష్ఠకు కీర్తి పతాకగా నిలిచిందంటే, ఈమె ఎంత గొప్ప సుగుణవతో, అర్థమవుతుంది.

ఆ మృదుశీలి, చిరునవ్వులు చిందించు సుగుణవతి, సర్వభోగాలను త్యజించి "రామా! నీతో వచ్చిందంటే, ఆ తల్లి గొప్పతనం అర్థమవుతుంది. భర్త సేవే తన భాగ్యంగా తలచే ఆ ఇల్లాలు, అడవులలో పడిన ఇడుములు లేవు. కాని ఈ పరాయి పంచన వుండటమే, ఆమెకు బాధాకరంగా వుంది. ఇది ఈ పతివ్రతకు రావలసిన కష్టమా... సీతారాములను కలుపుకుని హనుమ ఒక ప్రక్క విచారము, మరొకప్రక్క వారి పుణ్యాశీలాలను తలచుకుని మరీ పొంగి పోతున్నాడు.

ఇమాం తు శీల సమ్పన్నాం ద్రష్టు మర్మతి రాఘవః।
రావణేన ప్రమథితాం ప్రపా మివ పిపాసితః॥ 22

అస్యా నూనం పున ర్లాభా ద్రాఘవః ప్రీతి మేష్యతి।
రాజా రాజ్య పరిభ్రష్టః పునః ప్రాప్యే వ మేదినీమ్॥ 23

కామభోగైః పరిత్యక్తా హీనా బన్ధుజనేన చ।
ధారయ త్యాత్మనో దేహం త త్సమాగమ కాఙ్క్షిణీ॥ 24

నై షా పశ్యతి రాక్షస్యో నేమాన్పుష్పఫలద్రుమాన్।
ఏకస్థ హృదయా నూనం రామ మేవానుపశ్యతి॥ 25

భర్తానామ పరం నార్యా భూషణం భూషణా దపి।
ఏషా తు రహితా తేన భూషణార్హా నశోభ తే॥ 26

దుష్కరం కురుతే రామో హీనో యదనయా ప్రభుః।
ధారయ త్యాత్మనో దేహం న దుఃఖే నావసీదతి॥ 27

ఇమా మసిత కేశాన్తాం శతపత్ర నిభేక్షణామ్।
సుఖార్హాం దుఃఖితాం దృష్ట్వా మమా పి వ్యథితం మనః॥ 28

తా. శ్రీరాముడు, సీతకై - విలపిస్తూ, రావణ చెర నుండి ఆమెను రక్షించాలని తపిస్తున్నాడు. సీతను రక్షించుట భర్తగా తన ధర్మంగా తలుస్తున్నాడు. అందరు వున్నా ఎవరూ లేనట్లు ఈ నిర్జన ప్రదేశంలో అనుక్షణం రాముని తలచుకుంటూ, ఆమె పడే వేదన వర్ణనాతీతం. దీనికి విరుగుడు రాముని రాక, రావణుని "ప్రాణంపోక." ఇప్పుడు ఇదే కర్తవ్యం. దీని కోసమే శ్రమించాలి. సాధించుకోవాలనుకుంటున్నాడా, పవనపుత్రుడు. శాంత చిత్తంతో ప్రశాంతతనొంద ప్రయత్నిస్తూ, భర్త లేని జీవితమే నిష్ఫల మనుకున్న ఇల్లాలు వలెనే సీత వుందని, ఆంజనేయుడామెను చూచి ప్రశంసించాడు.

రామునితో సుఖసంతోషాలను పొందుతూ మహారాణి వలె సర్వభోగాలననుభవించాల్సిన - ఓ మహారాణికిదా దుర్గతి ? అని ఎంతో బాధపడ్డాడు. ఈమెను చూస్తే, ఎప్పుడు చూడని నాకే ఇంత బాధగా వుంటే రాముడు, లక్ష్మణుడు, ఆమె ఇతర మరుదులు, పౌరులు చూస్తే తట్టుకోగలరా ? తల్లడిల్లిపోరా ? అని వ్యాకులత పడిపోతున్నాడు.

క్షితిక్షమా పుష్కరసన్నిభాక్షి యా రోఇతా రాఘవలక్ష్మణాభ్యామ్।
సా రాక్షసీభి ర్వికృతేక్షణాభి స్సంరక్ష్యతే సంప్రతి వృక్షమూలే॥ 29

హిమ హత నలినీవ నష్ట శోభా వ్యసన పరంపరయా నిపీడ్య మానా।
సహచర రహితేన చక్రవాకీ జనకసుతా కృపణాం దశాం ప్రపన్నా॥ 30

అస్యాహి పుష్పావనతాగ్రశాఖా శ్శోకం దృఢం వైజనయ న్త్యశోకాః।
హిమ వ్యపాయేన చ మన్దరశ్మి రభ్యుత్థితో నైకసహస్రరశ్మిః॥ 31

ఇ త్యేన మర్థం కపి రన్వవేక్ష్య సీతే య. మి త్యేవ నివిష్టబుద్ధిః।
సంశ్రిత్య తస్మి న్నిషసాద వృక్షే బలీ హరీణా మృషభ స్తరస్వీ॥ 32

తా. అంతటి పునీత, ఈ క్రూర, దుష్ట రాక్షస స్త్రీల మధ్య భయం భయంగా బ్రతుకుతున్నదంటే... అది తల్చుకోగానే, హనుమ మూగగా రోదిస్తున్నాడు.

గతంలో పన్నెండు సం॥లపాటు అయోధ్యలో రామునితో కలిసి సర్వసుఖాలు రాజభోగాలననుభవించిన ఈమె, ఈనాడు పతి వియోగంతో రాముని తలచుకుని విలపిస్తుంటే... ఎంతటి ఘోర దుస్థితి... అనుకున్నాడు.

ఇది అశోకవనం. ఇక్కడశోకముండదని వాదం. మరి, ఇక్కడ... సీత... శోకమూర్తివలె వుంది. తన పతిని తలచుకుంటూ తన దీన పరిస్థితికి కృంగిపోతూ, రామునికై ఎదురుచూపులు చూస్తూ... అందరికి ఆహ్లాదకరమైన వాతావరణంలో, తీరని దుఃఖం, తొలగని వేదనతో కృంగిపోతుంది.

మహాబలవంతుడు, బుద్ధిమంతుడు, అతి సాహసి, నవ వ్యాకరణ పండితుడు, వేదమూర్తియైన హనుమ, తన సహజ చాంచల్యాన్ని ప్రక్కనబెట్టి ఆమెను చూస్తూ ఆమెను రామపత్నిగానే తలచి... శింశుపా వృక్షమందు కూర్చుని వున్నాడు. రాత్రి నాల్గవ భాగంలో అశోకవనాన్ని ప్రవేశించిన మారుతి పరిస్థితినర్థం చేసుకుని, ఆ విధంగా నడవడానికి వీలుగా, అశోకవనంలోని శింశుపా పై వుండి - ఆలోచన చేస్తున్నాడు.

✿

ఇది వోరుగంటి వంశజనిత, శ్రీమతి సువర్చలాంబా, వెంకట
సూర్యప్రసాదరావుల జేష్ఠ తనూజుడు "వర" రామకృష్ణప్రసాద్ -
భక్తజనుల కందించిన, తేటతెలుగు వ్యాఖ్యాన శ్రీమత్
సుందరకాండలోని, షోడశ సర్గ సమాప్తం.

- స్వస్తి-

- అస్తూ -

✦✦✦

సప్తదశ స్సర్గః

తతః కుముదషణ్డాభో నిర్మలో నిర్మలం స్వయమ్।
ప్రజగామ నభ శ్చన్ద్రో హంసో నీల మివోదకమ్॥ 1

తా. సహజ తెల్లని కాంతిగల చంద్రుడు, ఆకాశంలో నిర్మల జలంలో వున్న హంస వలె శోభాయమానంగా వున్నాడు.

సాచివ్య మివ కుర్వన్ స ప్రభయా నిర్మల ప్రభః।
చన్ద్రమా రశ్మిభి శ్శీతై స్సిషే వే పవనాత్మజమ్॥ 2

తా. ఈ చంద్రకాంతితో హనుమంతుడు, సీతను గురించి ఆలోచిస్తున్నట్లు చంద్రుడు ఆమెను తెలుసుకోవడంలో సహాయపడుతున్నట్లుంది.

స దదర్శ తత స్సీతాం పూర్ణ చన్ద్రనిభావనామ్।
శోక భారై రివ వ్యస్తాం భారై ర్నావమివామ్బసి॥ 3

దిదృక్షమాణో వైదేహీం హనుమా న్మారుతాత్మజః।
స దదర్శా విదూరస్థా రాక్షసీ ర్ఘోరదర్శనాః॥ 4

తా. పూర్ణచంద్రునివలె వున్న ఆమె ముఖము నిండు శోకంతో, చెప్పలేని బాధతో వున్నట్లుంది. ఆమెను చూడాలనుకున్న హనుమ, ఆమెతోపాటు అక్కడగల రాక్షస స్త్రీలను కూడా బాగా చూసాడు.

ఏకాక్షీ మేకకర్ణాంచ కర్ణ ప్రావరణాం తథా।
అకర్ణాం శఙ్కు కర్ణాం చ మస్తకోచ్ఛ్వాస నాసికామ్॥ 5

అతికాయో త్తమఙ్గీం చ తను దీర్ఘ శిరోధరామ్।
ధ్వస్తకేశీం తథా కేశీం కేశ కమ్బళ ధారిణీమ్॥ 6

లమ్బకర్ణ లలాటాం చ లమ్బోదర పయోధరామ్।
లమ్బోష్ఠీం చుబుకోష్ఠీం చ లమ్బాస్యాం లమ్బజానుకామ్॥ 7

హ్రస్వాం దీర్ఘాం తథా కుబ్జాం వికటాం వామనాం తథా।
కరాళాం భుగ్నవక్త్రాం చ పిఙ్గాక్షీం వికృతాననామ్॥ 8

తా. ఆ రాక్షస స్త్రీలు, ఎంత చిత్రంగా వికృతంగా వున్నారో, హనుమంతుని మాటలలో తలుసుకుందాం.

ఏకాక్షి, ఏకకర్ణ, చెవులు లేనివారు, ముక్కులు లేనివారు, లంబకర్ణ, కర్ణశూన్య, లంబోష్ఠి, చుబుకోష్ఠి, హ్రస్వ, దీర్ఘ, కుబ్జలు, వికటులు, వామనులను మరెందరో వికృతులను హనుమ చూసాడు.

వికృతాః పిఙ్గళాః కాళీః క్రోధనాః కలహప్రియాః।
కాలాయన మహాశూల కూట ముద్గరధారిణీః॥ 9

వరాహ మృగశార్దూల మహిషాజ శివా ముఖీః।
గజోష్ట్రహయ పాదీశ్చ నిఖాత శిరసోఽ పరాః॥ 10

ఏకహస్తైక పాదాశ్చ ఖరకర్ణ్యశ్వ కర్ణికాః।
గొకర్ణీర్హస్తి కర్ణీశ్చ హరికర్ణీ స్తథా పరాః॥ 11

అనాసా అతినాసా శ్చ తిర్య జ్నా సా వినాసికాః।
గజసన్ని భనాసాశ్చ లలాటో చ్చ్యాసనాసికాః॥ 12

హస్తిపాదా మహాపాదా గోపాదాః పాదచూడికాః।
అతిమాత్ర శిరోగ్రీవా అతి మాత్ర కుచోదరీః॥ 13

అతిమాత్రాస్య నేత్రాశ్చ దీర్ఘజిహ్వానఖా స్తథా।

అజాముఖీ ర్హ స్తిముఖీ ర్గోముఖి స్సూకరీ ముఖిః॥ 14

హయోష్ట్ర ఖరవక్త్రాశ్చ రాక్షసీ ర్ఘోరదర్శనాః।
శూల ముద్గర హస్తా శ్చ క్రోధనాః కలహప్రియాః॥ 15

కరాళా ధూమ్రకేశీ శ్చ రాక్షసీ ర్వికృతాననాః।
పిబన్తీ స్సతతం పానం సదా మాంస సురా ప్రియాః॥ 16

మాంస శోణిత దిగ్ధాఙ్గీ ర్మాంస శోణిత భోజనాః।
తా దదర్శ కపి శ్రేష్ఠో రోమహర్షణ దర్శనాః॥ 17

తా. కరాళ దంష్ట్రులు, పింగాక్షులు, వికృత, పింగళా, కాళీ, క్రోధనా, కలహప్రియా, కాలాయన, మహశూల, ముద్గర, ఒకే చెయ్యి, ఒకే పాదం, ఆవు చెవులు, ఏనుగు చెవులు... చిత్ర విచిత్రంగా భయానకంగా, చూడ అసహ్యంగా వున్న వికృత రూపులందరు అక్కడ వున్నారు.

సీతను భయపెట్టి లొంగ తీసుకోవడానికి, రావణుడు, వీళ్ళనుపయో గిస్తున్నట్లు తలిచాడు. వీరిలో ప్రతి ఒక్కరు తమ తమ వికృతాకారాలతో, కృత్రిమ-కర్కశ, భయంకర మాటలు, చేష్టలతో, సీతకు ప్రాణభయం కల్గించి, రావణునిపై ప్రేమ కురిపింప ప్రయత్నిస్తున్నారు.

స్కన్ధవ న్త ముపాసీనాః పరివార్య వనస్పతిమ్।
తస్యాధస్తా చ తాం దేవీం రాజపుత్రీ మనిన్దితామ్॥ 18

లక్షయామాస లక్ష్మీవాన్ హనుమా న్జనకాత్మజామ్।
నిష్ప్రభాం శోకసంతప్తాం మలసఙ్కుల మూర్ధజామ్॥ 19

క్షీణపుణ్యాం చ్యుతాం భూమౌ తారాం నిపతితామివ।
చారిత్ర వ్యపదేశాఢ్యాం భర్తృ దర్శన దుర్గతామ్॥ 20

భూషణై రుత్తమైర్హీ నాం భర్తృవాత్సల్య భూషణామ్।
రాక్షసాధిప సంరుద్ధాం బన్ధుభి శ్చ వినాకృతామ్॥ 21

వియూథాం సింహ సంరుద్ధాం బద్ధాం గజవధూ మివ।
చన్ద్రరేఖాం పయోదాన్తే శారదాభ్రై రివావృతామ్॥ 22

తా. పరగృహంలో విధిలేక వుంటు, లోకోపవాద మొందక, పతి వియోగ భారముచే, రావణుని శపించగల పరమ పతివ్రతయై వుండి, తాను వుపేక్షించుతుందంటే, భర్తగా రామునకే విధమైన మచ్చ రాకూడదనే భావం తప్ప, రావణుని కేవలం తన పాతివ్రత్యంతో చంపగల శక్తి వుండి కూడా ఈ తల్లి వుపేక్షిస్తుంది.

ఆమె పాతివ్రత్యమామెకు కవచమయింది. అందుకే ఆమెను చూసి రావణుడు వదరుతున్నాడు. దగ్గరకు వచ్చి దయ చూడమని ప్రార్థిస్తున్నాడే తప్ప తొందరపడి చెయ్యి పట్టలేదు. చేటు కాలం తొందరగా, మృత్యువుతో కల్పి నెత్తికెక్కించుకోలేదు. ఆమె చూపులు, దయనీయ స్థితి హనుమను కృంగదీస్తున్నాయి.

క్లిష్టరూపా మనస్స్పర్శా దయుక్తా మివ పల్లకీమ్।
సీతాం భర్తృవశే యుక్తా మయుక్తాం రాక్షసీ వశే॥ 23

అశోకవనికా మధ్యే శోకసాగర మాప్లుతామ్।
తాభిః పరివృతాం తత్ర సగ్రహా మివ రోహిణీమ్॥ 24

దదర్శ హనుమా న్దేవీం లతామకుసుమా మివ।
సా మలేన చ దిగ్ధాఙ్గీ వపుషా చాప్యలఙ్కృతా॥ 25

మృణాళీ పంకదిగ్ధే వ విభాతి న విభాతి చ।
మలినేనతు వస్త్రేణ పరిక్లిష్టేన భామినీమ్॥ 26

సంవృతాం మృగ శాబాక్షీం దదర్శ హనుమా న్కపిః।
తాం దేవీం దీనవదనా మదీనాం భర్తృ తేజసా॥ 27

తా. సీత - రామపత్ని కనుక, రాక్షస స్త్రీల మాటల్ని పెడచెవిన పెట్టింది. వీరి నాశనం తప్పదనుకుంటుంది. ఒకరు చేసిన పాపం, ఆ వంశానికే మచ్చగా తయారవడం, వారందరి దురదృష్టంగా తలిచింది. పరగ్రహముల చేత చిక్కిన రోహిణి వలె సీత దుఃఖితమతి అయింది.

మాసినబట్టలతో వున్నా, స్నానాదులు, అలంకారాదులు లేకపోయినా, సహజ సౌందర్యం సౌశీల్యంతో, భర్తను తలచుకుంటూ కాలం గడుపుతుంది. "రామా!" అని ఆర్యపుత్రులను తలుచుకోగానే అనంతబల సంపన్నగా, రాముడు తన భార్యను తప్పక రక్షించుకుంటాడనే ధైర్యంతో కాలం గడుపుతుంది.

ఆమెలోని విశ్వాసానికి, ఆంజనేయుడు అంజలి ఘటించాడు.

రక్షితాం స్వేన శీలేన సీతా మసిత లోచనామ్।
తాం దృష్ట్వా హనుమా≡ సీతాం మృగశాబ నిభేక్షణామ్॥ 28

మృగకన్యా మివ త్రస్తాం వీక్షమాణాం సమ న్తతః।
దహన్తీ మివ నిశ్వాసై ర్వృక్షా న్పల్లవ ధారిణః॥ 29

సఙ్ఘాత మివ శోకానాం దుఃఖ స్యోర్మి మివో త్థితామ్।
తాం క్షామాం సువిభక్తాఙ్గీం వినాభరణ శోభినీమ్॥ 30

ప్రహర్ష మతులం లేభే మారుతిః ప్రేక్ష్య మైథిలీమ్।
హర్ష జాని చ సో ౹శ్రూణి తాం దృష్ట్వా మది రేక్షణామ్॥
ముమోచ హనుమాం స్తత్ర నమ శ్చక్రే చ రాఘవమ్।
నమస్కృత్వా స రామాయ లక్ష్మణాయ చ వీర్యవాన్॥ 31
సీతా దర్శన సంహృష్టో హనుమాన్ సంవృతో౾ భవత్।

తా. రామ కరుణ ఎలాగ ప్రసరిస్తుందో! ఆర్యపుత్రులనెలాగ కలుసుకుంటానో, ఇన్నాళ్ళెందుకు తాత్సర్యం చేసారో ?! పరాయి ఇంట వున్నానా లేక వారి తమ్ముని తూలనాడానా ? అర్థం కాక ఆమె బాధపడుతుంది.

ఎంత దుఃఖంలో వున్నా ధైర్యం కూడ ఆమెను ఆవరించి వున్నదని, ఆమెను చూస్తూనే మారుతి గ్రహించాడు. అందుకు ఆమెను మనసులోనే అభినందించాడు. ఆమెను చూస్తూనే తెలియకుండా కంటివెంట ఆనంద బాష్పాలు రాలాయి. ఇదంతా శ్రీరామ కరుణగాను, అందుకే ఆ తల్లిని చూడగలిగానని, వారికి నమస్కరించాడు.

రామపత్నిని చూడడంతో తను పడిన ఆయాసమంతా మరచి, హనుమంతుడు ఆనందధాముడయ్యాడు.

✿

ఇది వొరుగంటి వంశజనిత, శ్రీమతి సువర్చలాంబా, వెంకట
సూర్యప్రసాదరావుల జేష్ఠ తనూజుడు "వర" రామకృష్ణప్రసాద్ -
భక్తజనుల కందించిన, తేటతెలుగు వ్యాఖ్యాన శ్రీమత్
సుందరకాండలోని, సప్తదశ సర్గ సమాప్తం.

- స్వస్తి-
- అస్తూ -

✦✦✦

అష్టాదశ స్సర్గః

తథా విప్రేక్షమాణస్య వనం పుష్పిత పాదనమ్।

విచిన్వత శ్చ వై దేహీం కించి చ్ఛేసా నిశాఽభవత్॥ 1

తా. ప్రేక్షకునిగా అంతా చూస్తున్న హనుమంతుడు సీతను స్పష్టంగా చూసి, మరింత నిర్ధారించుకోవాలని తలిచాడు. చుట్టు వున్న కావలి రాక్షసస్త్రీలు, మాగన్ను నిద్రను కనిపెట్టి అటువైపు వెడదామనుకుంటున్నాడు.

షడజ్గ వేదవిదుషాం క్రతు ప్రవరయాజినామ్।

శుశ్రావ బ్రహ్మఘోషాం శ్చ విరాత్రే బ్రహ్మరక్షసామ్॥ 2

తా. అది రాత్రి ఆఖరి ఝాము. పేరుకు రాక్షసునిగా ప్రవర్తించినా వేదం చెప్పుకునేవాళ్ళు, చెప్పేవాళ్ళను చూసాడు. సుశ్వర వేదగానం అప్పుడు వింటున్నాడు. ఎంతయినా బ్రహ్మ వంశస్థుడు. ఆతని చెంత వేదం నిలబడుతుంది. ఈ పుణ్యమే ఆతనిని రక్షిస్తుందనుకున్నాడు.

అథ మజ్గళ వాదిత్ర శ్శబ్దై శ్శ్రోత్ర మనోహరైః।

ప్రాబుధ్యత మహాబాహు ర్దశగ్రీవో మహాబలః॥ 3

విబుధ్య తు యథాకాలం రాక్షసేన్ద్రః ప్రతాపవాన్।

స్రస్తమాల్యామ్బరధరో వైదేహీ మన్వచి న్తయత్॥ 4

భృశం నియుక్త స్తస్యాం చ మదనేన మదోత్కటః।

న స తం రాక్షసః కామం శశా కాత్మని గూహితుమ్॥ 5

తా. సుప్రభాత, రాగరంజిత వీణా వాయిద్యాలు మారుమ్రోగుతుండగా రావణుడు మేల్కొన్నాడు. ఆ నిద్రమత్తులో జారిన తన బట్టలను సరిచేసుకోకనే ఆ వేద పురుషునకు అయోనిజయైన సీత జ్ఞప్తికొచ్చింది. ఆ వెంటనే మదన తాపము నణచుకోలేని రావణుడు "సీతా!" అంటూ అశోకవనానికి బయలుదేరాడు.

స సర్వాభరణై ర్యుక్తో బిభ్ర చ్ఛ్రియ మనుత్తమామ్।

తాం నగైర్బహుభి ర్జుష్టాం సర్వపుష్పఫలోపగైః॥ 6

వృతాం పుష్కరిణీభి శ్చ నానా పుష్పోపశోభితామ్।
సదా మత్తై శ్చ విహగై ర్విచిత్రాం పరమాద్భుతామ్॥ 7

ఈహా మృగై శ్చ వివిధై ర్జుష్టాం దృష్టిమనోహరైః।
వీథీ స్సంప్రేక్షమాణ శ్చ మణికాఞ్చన తోరణాః॥ 8

నానామృగ గణాకీర్ణాం ఫలైః ప్రపతితై ర్వృతామ్।
అశోకవనికా మేవ ప్రావిశ త్సంతతద్రుమామ్॥ 9

తా. అతని ముందు వెనుక సేవకాగణం, బయలుదేరింది. నిత్యం వేదగానం, శివార్చనం చేయక లౌకిక విషయాలను పట్టించుకోని వాడికి, ఇప్పుడు "సీత" తప్ప మరొక మాట వినడం లేదు. ఇది, మోహమో, కర్మమో, కామమో... ఆ శివభక్తునికే తెలియాలి.

అఙ్గనాశతమాత్రం తు తం ప్రజన్త మనువ్రజత్।
మహేన్ద్ర మివ పౌలస్త్యం దేవగన్ధర్వయోషితః॥ 10

దీపికాః కాఞ్చనీః కాశ్చి జ్జగృహు స్తత్ర యోషితః।
వాలవ్యజనహస్తా శ్చ తాలవృన్తాని చా పరాః॥ 11

కాఞ్చనై రపి భృఙ్గారై ర్జహ్రు స్సలిల మగ్రతః।
మణ్డలాగ్రాన్ బ్రసీం చైవ గృహ్యాన్యాః పృష్ఠతో యయుః॥ 12

కాచి ద్రత్నమయీం స్థాలీం పూర్ణాం పానస్య భామినీ।
దక్షిణా దక్షిణే నైవ తథా జగ్రాహ పాణినా॥ 13

రాజహంసప్రతీకాశం ఛత్రం పూర్ణశశిప్రభమ్।
సౌవర్ణ దణ్డ మపరా గృహీత్వా పృష్ఠతో యయౌ॥ 14

తా. "సీతా!" వులిక్కిపాటుతో లేచి, అశోకవనానికి పరుగు తీసే రావణుని, సహస్ర నారీ జనం అనుసరిస్తుంటే, దేవేంద్రుని వెన్నంటి వచ్చే - దేవగంధర్వ స్త్రీల వలె వారందరు ప్రకాశిస్తున్నారు. రావణుని కిరుప్రక్కల వింజామరలు వీచువారు, దీపాలు చూపించే వారు, వెళ్ళేది తను బంధించిన సీతకోసమే అయినా, ఆ అట్టహాసం సాంప్రదాయం.

ప్రక్కనే కలశ జలాలతో కొందరు ఆయుధపాణులై కొందరు, ఎక్కడ ఆగితే ఆక్కడ కూర్చోవడానికి వీలుగా ప్రత్యేకాసనంతో కొందరు రావణుని అనుసరిస్తున్నారు.

ఇంకొక స్త్రీ రత్నఖచిత పాత్రలో మద్యము పోసి అందించడానికి సిద్ధంగా వుంది. మరియొక స్త్రీ బంగారు గొడుగును పట్టుకుని, ఆ రాక్షసరాజు ప్రక్కనే నడుస్తుంది.

నిద్రామదపరీతాక్ష్యో రావణస్యోత్తమాః స్త్రియః।
అనుజగ్ముః పతిం వీరం ఘనం విద్యుల్లతా ఇవ॥ 15

వ్యావిద్ధహార కేయూరా స్సమామృదితవర్ణకాః।
సమాగళితకేశాన్తా స్సస్వేదవదనా స్తథా॥ 16

ఘూర్ణన్త్యో మద శేషేణ నిద్రయా చ శుభాననాః।
స్వేదక్లిష్టాఙ్గకుసుమా స్సుమాల్యాకులమూఊర్ధజాః॥ 17

ప్రయా న్తం నైర్ఋతపతిం నార్యో మదిరలోచనాః।
బహుమానా చ్చ కామాచ్చ ప్రియా భార్యా స్తమన్వయుః॥ 18

తా. మేఘాన్ని మెరుపులు అనుసరిస్తున్నట్లు ప్రియురాండ్రు ఎర్రని కళ్ళతో, అతన్ని లతలా పెనవేసుకున్నట్లు, రాచుకుని, రాచుకుని నడుస్తున్నారు.

మెడలో ముత్యాలహారాలు చిందర వందరగా వుండ, భుజకీర్తులు కదల, కొప్పువూడ, ముఖమున చిరు చెమటల, నలిగిన పువ్వుల దండలు, స్త్రీలు కొందరు, రావణునికి తమంతట తాము వశమై వారు తమ ఎర్రటి కళ్ళతో తూలుతూ, అతనిపై పడుతూ అనుసరిస్తున్నారు.

స చ కామపరాధీనః పతి స్తాసాం మహాబలః।
సీతా సక్త మనా మన్దో మదాఞ్చిత గతి ర్బభౌ। 19

తతః కాఞ్చీనినాదం చ నూపురాణాం చ నిస్స్వనమ్।
శుశ్రావ పరమస్త్రీణాం స కపి ర్మారుతాత్మజః॥ 20

తం చాప్రతిమకర్మాణ మచిన్త్య బలపౌరుషమ్।
ద్వార దేశ మనుప్రాప్తం దదర్శ హనుమా న్కపిః॥ 21

దీపకాభి రనేకాభి స్సమన్తా దవభాసితమ్।
గన్ధ తైలావసిక్తాభి ర్ధ్రియమాణాభి రగ్రతః॥ 22

కామదర్పమదై ర్యుక్తం జిహ్మ తామ్రాయ తేక్షణమ్।
సమక్ష మివ కందర్ప మపవిద్ధశరాసనమ్॥ 23

మథితామృతఫేనాభ మరజో వస్త్ర ముత్తమమ్।
సలీల మనుకర్ష న్తం విముక్తం సక్త మజ్గదే॥ 24

తా. ప్రక్కన వుండి, తనపై పడే ప్రియురాండ్రను చూపి "వూ" అంటూ చిరునవ్వులు చిందిస్తున్నాడే తప్ప, రావణుని మనస్సు సీతపైనే లగ్నమయి వుంది.

ఆ నడకల వడ్డాణాలు, కాలి అందెలల చిరుగంటల సవ్వడి, హనుమ స్పష్టంగా వింటున్నాడు. ముందు పరిమళ ద్రవ్యముల దీపాలు, దారి చూపుతుంటే, మదవతులైన స్త్రీలు, అటు ఇటు తూలి వంకర టింకరగా నడుస్తూ రావణుని రాసుకుంటు, తమ ప్రేమ ఎవరి మట్టుకు వారు వ్యక్తం చేసుకుంటూ, మేలైన ఉత్తరీయాలు, క్రిందకు జీరాడుతుంటే, విలాసంగా నడిచే తమ ప్రభువును పరవశించి చూస్తూ వెంబడిస్తున్నారు.

ఈ మొత్తాన్ని హనుమ తీక్షణంగా చూసాడు. "అన్నీ బాగున్నాయి. వున్నదానితో సుఖించకుండా, సీతా కథనంతో ప్రాణం తీసుకున్నావు కదురా! రావణా" అనుకున్నాడు.

తం పత్ర విటపే లీనః పత్రపుష్పఘనావృతః।
సమీప మివ సంక్రాన్తం నిధ్యాతు ముపచక్రమే॥ 25

అవేక్షమాణస్తు తతో దదర్శ కపికుఞ్జరః।
రూపయౌవనసంపన్నా రావణస్య పరస్త్రియః॥ 26

తాభిః పరివృతో రాజా సురూపాభిర్మహాయశాః।
తన్మృగద్విజసంఘుష్టం ప్రవిష్టః ప్రమదావనమ్॥ 27

క్షీబో విచిత్రాభరణ శ్శఙ్కుకర్ణో మహాబలః।
తేన విశ్రవసఃపుత్ర స్సదృష్టో రాక్షసాధిపః॥ 28

వృతః పరమనారీభి స్తారాభి రివ చన్ద్రమాః।
తం దదర్శ మహాతేజా స్తేజోవ న్తం మహాకపిః॥ 29

రావణో౽యం మహాబాహు రితి సంచి న్త్య వానరః।
అవప్లుతో మహాతేజా హనుమా న్మారుతాత్మజః॥ 30

తా. శింశుపా వృక్షముపై ఆకుల మధ్య దాగి, తనెవరికి కనబడకుండా బాగుగా జాగ్రత్త పడ్డాడు. తను మాత్రం అన్నీ చూడగలుగుతున్నాడు. ఎంతమంది స్త్రీలు ? వీరంతా రావణ పరిచారికలా ? అయినా అందర్నీ చూస్తున్నాడు.

త్రిలోక విజేత, అఖండ ప్రతిభా సంపన్నుడు వేదాలకు సుశ్వర గానమిచ్చినవాడు, ఎంతో ఘనంగా కీర్తించబడవలసినవాడు, అన్యాయంగా ఈ సీత పేరిట, తన దురాచారాలతో ప్రాణం మీదకు తెచ్చుకున్నాడు.

తారాసందోహం మధ్య నిలచిన చంద్రునివలె, ఆ పౌలస్త్య వంశీయుడు, సర్వశక్తిమంతుడు, మహాభక్తుడు, తన తొందరపాటు ఆగడాలతో మసివాసిపోయాడు.

రావణుని, ఆతని భుజబలశక్తి చూస్తూనే హనుమ, ఈతని వ్యవహారం, వివరంగా గమనించాలని, చెట్లకొమ్మల మధ్య నుండి అతి జాగ్రత్తగా నిక్కి నిక్కి చూడటం ప్రారంభించాడు.

స తథా ప్యుగ్రతేజా స్స న్నిర్ధూత స్తస్య తేజసా।
పత్రగుహ్యాన్తరే సక్తో హనుమాన్ సంవృతో భవత్॥ 31

స తా మసిత కేశాన్తామ్ సుశ్రోణీం సంహత స్తనీమ్।
దిదృక్షు రసితాపాఙ్గా ముపావ ర్తత రావణః॥ 32

తా. అహోరూప, మహాబలం... తనకంటే ఎన్నిరెట్ల తేజస్సంపన్నుడో, ఈ రావణుడని హనుమ ఒప్పుకున్నట్లు, తనకు తాను సమాధానం చెప్పుకున్నాడు.

అలాగ హడావుడిగా వచ్చిన రావణుడు మిగిలినవారినెవరిని చూడకుండా, శింశుపా వృక్షం క్రింద తిన్నెపై చింతామూర్తియై కూర్చున్న సీత వద్దకు వచ్చాడు.

✿

ఇది వొరుగంటి వంశజనిత, శ్రీమతి సువర్చలాంబా, వెంకట సూర్యప్రసాదరావుల జేష్ఠ తనూజుడు "వర" రామకృష్ణప్రసాద్ - భక్తజనుల కందించిన, తేటతెలుగు వ్యాఖ్యాన శ్రీమత్ సుందరకాండలోని, అష్టాదశ సర్గ సమాప్తం.

- స్వస్తి -

- అస్తు -

✦✦✦

ఏకోనవింశ స్సర్గః

తస్మి న్నేవ తతః కాలే రాజపుత్రీ త్వనిన్ది తా।
రూపయౌవనసంపన్నం భూషణోత్తమ భూషితమ్॥ 1

తతో దృష్ట్వై న వై దేహీ రావణం రాక్షసాధిపమ్।
ప్రావేపత వరారోహా ప్రవాతే కదళీ యథా॥ 2

తా. జనక రాజకుమార్తె. ఆచారవంతురాలు. శీల ధర్మ సంపన్నురాలు. కాబట్టే సర్వాభరణభూషితుడై "సీతా" అంటూ తహతహలాడుతూ వచ్చే, ఆ మదన పీడితుడైన రావణుని అల్లంత దూరంలో చూసింది. వయస్సులో వున్న తనకు, ఆ కామపీడితుడు కోపంలో ఏం చేస్తాడోనని భయపడి, ఆకులాగ వణకసాగింది.

ఆచ్ఛా ద్యోదర మూరుభ్యాం బాహుభ్యాం చ పయోధరౌ।
ఉపవిష్టా విశాలాక్షీ రుదన్తీ వరవర్ణినీ॥ 3

దశగ్రీవస్తు వై దేహీం రక్షితాం రాక్షసీగణైః।
దదర్శ సీతాం దుఃఖార్తాం నావం సన్నా మివార్ణవే॥ 4

అసంవృతాయా మాసీనాం ధరణ్యాం సంశితవ్రతామ్।
ఛిన్నాం ప్రపతితాం భూమౌ శాఖామివ వనస్పతేః॥ 5

మలమణ్డన చిత్రాఙ్గీం మణ్డనారాహ మమణ్డితామ్।
మృణాళీ పఙ్కదిగ్ధే న విభాతి న విభాతి చ॥ 6

తా. రావణుడు దగ్గరకు వచ్చాడు. సీత తన శరీరంతో వక్షస్థలాన్ని, తొడలు, భుజములతో మూసుకుని ముడుచుకుని కూర్చుంది. అక్కడెందరో పరిచారికలున్నారు. వారంతా రావణుని విధేయులే. వారందరి ముందర సీత పెనుగాలికి వూగిసలాడే ఓడవలె వణికిపోతుంది. దుమ్ముధూళ్ళతో కప్పబడిన ఆమె అందం రావణుని ఇంకా మోహింప చేస్తుందంటే, ఆమె ఎంత అందగత్తో వూహించుకొనవచ్చును. రావణుని ఆరాటానికి కారణం తెలుసుకోవచ్చును.

సమీపం రాజసింహస్య రామస్య విదితాత్మనః।
సఙ్కల్పహయసంయుక్తై ర్యాన్తీ మివ మనోరథైః॥ 7

శుష్యన్తీం రుదతీ మేకాం ధ్యాన శోక పరాయణామ్।
దుఃఖస్యాన్త మపశ్యన్తీం రామాం రామ మనువ్రతామ్॥ 8

వేష్టమానాం తథాఽఽవిష్టాం పన్నగేన్ద్ర వధూమివ।
ధూప్యమానాం గ్రహేణేవ రోహిణీం ధూమ కేతునా॥ 9

వృత్తశీలకులే జాతా మాచారవతి ధార్మికే।
పున స్సంస్కార మాపన్నాం జాతా మివ చ దుష్కులే॥ 10

అభూతే నాపనాదేన కీర్తిం నిపతితా మివ।
అమ్నాయానా మయోగేన విద్యాం ప్రశిథిలా మివ॥ 11

సన్నా మివ మహాకీర్తిం శ్రద్ధా మివ విమానితామ్।
◆పూజామివ(ప్రజ్ఞామివ) పరిక్షీణా మాశాం ప్రతిహతా మివ॥ 12

ఆయతీ మివ విధ్వస్తా మాజ్ఞాం ప్రతిహతా మివ।
దీప్తా మివ దిశం కాలే పూజా మహహృతా మివ॥ 13

పద్మినీ మివ విధ్వస్తాం హతశూరాం చమూ మివ।
ప్రభా మివ తమో ధ్వస్తా ముపక్షీణా మివాపగామ్॥ 14

వేదీ మివ పరామృష్టాం శాన్తా మగ్నిశిఖా మివ।
పౌర్ణమాసీ మివ నిశాం రాహుగ్రస్తేన్దు మణ్డలామ్॥ 15

ఉత్కృష్టవర్ణకమలాం విత్రాసిత విహఙ్గమామ్।
హస్తి హస్త పరామృష్టా మాకులాం పద్మినీ మివ॥ 16

పతిశోకాతురాం శుష్కాం నదీం విస్రావితా మివ।
పరయా మృజయా హీనాం కృష్ణపక్షనిశామివ॥ 17

సుకుమారీం సుజాతాఙ్గీం రత్నగర్భ గృహోచితామ్।
తప్యమానా మివోష్ణేన మృణాళీ మచిరోద్ధృతామ్॥ 18

గృహీతా మాళితాం స్తమ్భే యూధ పేన వినా కృతామ్।
నిశ్శ్వసన్తీం సుదుఃఖార్తాం గజరాజ వధూ మివ॥ 19

ఏకయా దీర్ఘయా వేణ్యా శోభమానా మయత్నతః।
నీలయా నీరదాపాయే వనరాజ్యా మహీ మివ॥ 20

ఉపవాసేన శోకేన ధ్యానేన చ భయేన చ।
పరిక్షీణాం కృశాం దీనా మల్పాహారాం తపోధనామ్॥ 21

అయాచమానాం దుఃఖార్తాం ప్రాఞ్జలిం దేవతా మివ।
భావేన రఘుముఖ్యస్య దశగ్రీవ పరాభవమ్॥ 22

సమీక్షమాణాం రుదతీ మనిన్దితాం సుపక్ష్మ తామ్రాయతశుక్ల లోచనామ్।
అనువ్రతాం రామ మతీ న మైథిలీమ్ ప్రలోభయామాస వధాయ రావణః॥ 23

తా. రాముడు రావాలి. నన్ను ఓదార్చాలి. ఈ దుర్మార్గుని నాశనం చెయ్యాలి. రామసింహాన్ని అనుక్షణం తలచుకుంటూ, ఆతని రక్షణకోరే సీత, "కట్టె" ఈ రాక్షసస్త్రీల ముందర వుంది కాని, మనస్సు శ్రీరాముని చెంత, ఆర్య పుత్రుల నుండి అభయాన్ని కోరుతూ వుంది.

పురుషులకు ఉపనయనం, స్త్రీలకు వివాహము శాస్త్రబద్ధం. దీంతో వీరలు ధర్మానుగతులు, కర్మానుగతులై ప్రకాశిస్తారు. ఎంతటి గొప్ప వంశంలో పుట్టినా ఎంతటి గొప్ప వంశంలో మెట్టినా, జన్మకర్మమను భవించాల్సిందే. అదినాకైనా, రావణునికైనా సరే. తప్పదు.

అశోకవనంలో సీతాదేవి, ఆనందం మొత్తం అనుభవించడానికి సిద్ధంగా వున్న ఆర్యపుత్రులను చేపట్టి, అఖండకీర్తి ప్రతిష్ఠలనార్జించిన ఆ ఆ రామపత్ని ఇప్పుడు-ఇక్కడ, ఈ అశోకవనంలో దారుణంగా విలపిస్తూ, ఆమె ఎలాగ వుందో, హనుమంతుని మనస్సు, వాల్మీకి వ్యక్తం చేసిన విధంగా తెలుసుకుందాం.

బంగారుపళ్ళెమైనా గోడవాటు కావాలన్నట్లు, వుండవలసిన భర్త, అత్తవారిల్లు విడిచి ఎక్కడున్న సరే ఆ ఇల్లాలికి మర్యాద వుండదన్నది - శాస్త్ర వచనంగా మహర్షి ఒక ధర్మంగా, మనకు తెలియబరుస్తాడు. సీత అనుష్ఠింపబడని ఆచారము, చెల్లని ఆజ్ఞ. పనికిరాని కోర్కెలు, అల్పమైన

ధనలాభం, అసత్య లోకోపవాదం, మరచిన వేదవిద్య, గ్రహణం పట్టిన చంద్రకాన్తి... అనకూడదు కానీ, ఎంతటి మంచివారైనా కర్మ కాలగతికి, బాధలకు గురి అవుతారన్న, సత్య ప్రకటనకు నిదర్శనంగా ఈ రామపత్ని ఇక్కడ కనబడుతుంది.

అనుక్షణం - నిండిపోయిన కన్నీటిని వర్షించలేక అతి దీనయై "ఓ, కులదైవమా! నన్నాశీర్వదించుము. శ్రీరామచంద్రుని పంపుము. రావణుని వధించి, నన్ను శోధించక చేపట్టి, ప్రియమున ఏలుకొనునట్లు చూడుము.

ఈ దురదృష్ట వనిత "సీత" అంటే ఏడుపుగొట్టుది, దీన వదన, బాధిత రూపమని ఏ ఒక్కరు అనుకోని విధంగా నన్ను కరుణించుమని, ఒకప్రక్క కులదైవాన్ని, మరొకప్రక్క - తన ప్రాణ దైవమైన రాముని పదే పదే ప్రార్థిస్తున్నట్లు, అర్థిస్తున్నట్లు, ఆ సమయంలో హనుమకు, ఆ జనకసుత కనుపించింది. ఆమెను చూచి మోహితుడై వున్న రావణుడు, తన ప్రేమను, ఆమెపైగల కోర్కెను వ్యక్తపరుస్తున్నాడు. వినరాని ఆ మాటలను విగిలేక వైదేహి వినవలసి వస్తుంది.

ఆమెతోపాటు ఆంజనేయుడు వింటున్నాడు.

✿

ఇది పొరుగంటి వంశజనిత, శ్రీమతి సువర్చలాంబా, వెంకట సూర్యప్రసాదరావుల జేష్ఠ తనూజుడు "వర" రామకృష్ణప్రసాద్ - భక్తజనుల కందించిన, తేటతెలుగు వ్యాఖ్యాన శ్రీమత్ సుందరకాండలోని, ఏకోనవింశ సర్గ సమాప్తం.

- స్వస్తి-

- అస్తు -

✦✦✦

వింశ స్సర్గః

న తాం పతివ్రతాం దీనాం నిరానన్దాం తపస్వినీమ్।
సాకారైర్మధురై ర్వాక్యై ర్న్యదర్శయత రావణః॥ 1

తా. పతి సేవాపరురాలు, దీనవదన, అయోనిజయైన ఆ జనకసుతపై తనకు కోరిక గలదన్నట్లు రావణుడు ప్రవర్తిస్తున్నాడు.

మాం దృష్ట్వా నాగనాసోరు గూహమానా స్తనోదరమ్।
అదర్శన మివాత్మానం భయా న్నేతుం త్వ మిచ్ఛసి॥ 2

కామయే త్వాం విశాలాక్షి, బహుమన్యస్య మాం ప్రియే।
సర్వాఙ్గ గుణసంపన్నే, సర్వలోక మనోహరే॥ 3

నే హ కే చి న్మనుష్యా నా రాక్షసాః కామరూపిణః।
వ్యపసర్పతు తే సీతే భయం మత్త స్సముత్థితమ్॥ 4

తా. ఓ సుందరీ! ఎందుకలా నీ అందాలన్నీ దాచుకుంటావు. నేను నిన్ను ప్రేమించినవాడినే తప్ప ప్రాణాలు తీయువాడనుకాను. నీవు కావాలనుకునే వారి ఎడ, ఇలాగ ముడుచుకోవడం, నిన్ను నీవు దాచుకొనడానికి ప్రయత్నించడం సబబా ?

నీవు నిజంగా, "సీతా" చాలా అందగత్తెవు. శాస్త్రము తెలిపిన రీతిన సర్వశుభావయవములు గలదానవు. ఎందుకో నీ మీద మనసు పడ్డది. అందుకే తీసుకువచ్చాను. అందుకో...... ఈ చేతిని......కామవశుడై వదరుతున్నాడు.

"సీతా! ఇక్కడ నీ యిష్టము వచ్చినట్లు నీ వుండవచ్చును. నిన్నడ్డు వారెవరు లేరు. ఇక్కడికి మనుషులు రాలేరు. కామరూప రాక్షసులు నన్ను కాదని నిన్ను భయపెట్టరు. నేను... సరేసరి. నీ మీద వ్యామోహంతో వున్నవాడనే తప్ప నిన్ను బెదిరించి, అదిలించవలేను.

స్వధర్మో రక్షసాం భీరు సర్వథైవ న సంశయః।
గమనం వా పరస్త్రీణాం హరణం సంప్రమధ్య వా॥ 5

ఏవం చైతదకామాంతు న త్వాం ప్రస్ప్రక్ష్యామి మైథిలి।
కామం కామ శ్శరీరే మే యథాకామం ప్రవర్తతామ్॥ 6

దేవి నే హ భయం కార్యం మయి విశ్వసి హి ప్రియే।
ప్రణయస్వ చ తత్త్వేన మైవం భూ శ్శోకలాలసా॥ 7

ఏక వేణీ ధరాశయ్యా ధ్యానం మలిన మమ్బరమ్।
అస్థానే ప్యుపవాస శ్చ నైతా న్యౌపయికాని తే॥ 8

తా. నా ప్రవృత్తికి చిహ్నంగా, పరభార్యలను, అందమైన వారిని బలాత్కరించి తేవడం తప్పుకాదు. అలాగని నీపై అత్యాచారం చెయ్యను. వలచి వలపించు కున్నప్పుడే ఆనందం. కాదంటే ఆ సంయోగము అనుభవము అసహ్యాము. ఇరువురికి సుఖముండదు. సంతోషము కలుగదు.

ఎందుకీ విచారము ? జరిగిందేదో జరిగిపోయింది. ఇక దుఃఖాన్ని విడిచిపెట్టు. ఇక్కడికి వచ్చిన వాళ్ళు తిరిగి వెళ్ళడం కల్ల. కనుక నా మీద ఆశను పెంచుకో. నన్ను నీవాడిని చేసుకో. నీవు కోరిన సుఖములు కోరినట్లు పొందుము.

ఇది అశోకవనము. నీవు అలాగే వుండుట తగదు. చక్కగా స్నానం చెయ్యి. అలంకరణ చేసుకో. నీ అందంతో నన్ను మురిపించు. నన్ను.... సిగ్గుపడి తలవంచుకుని "నీవాడినిగా..... చేసుకో!" రావణుడు ప్రాధేయ పడుతున్నట్లు అడుగుతున్నాడు.

విచిత్రాణి చ మాల్యాని చన్దనా న్యగరూణి చ।
వివిధాని చ వాసాంసి దివ్యా న్యాభరణాని చ॥ 9

మహార్హాణి చ పానాని శయనా న్యాసనాని చ।
గీతం నృత్తం చ వాద్యం చ లభ మాం ప్రాప్య మైథిలి॥ 10

స్త్రీరత్న మసి మై నం భూః కురు గ్రాతేషు భూషణమ్।
మాం ప్రాప్య హి కథం ను స్యాస్త్వ మనర్హా సువిగ్రహే॥ 11

ఇదం తే చారు సంజాతం యౌవనం వ్యతివర్తతే।
య దతీతం పున ర్నైతి స్రోత శ్శీఘ్ర మపా మివ॥ 12

తా. "సీతా! సిగ్గుపడకు. నా మాట విను. నేను త్రిభువన సామ్రాట్టున్, అష్టదిక్పాలురు, దేవేంద్రాదులు, నవగ్రహాలు నా సేవకులు. నన్ను కాదని సూర్యుడుదయించడు. చంద్రుడస్తమించడు.

నీకు కావలసినదిస్తాను. త్రిభువన సౌఖ్యాలు నీ స్వంతమని తెలుసుకో. నన్ను సదా పూజించే ఈ సర్వదేవతానీకము నీకు పాదాక్రాంతు లౌతారంటే, ఈ లంకాపతి, అందలి భృత్యాతి భృత్యులు నీ అనుగ్రహము నకు పాత్రులు. గ్రహించుకో.

ఏవిటీ సన్యాసి బ్రతుకు ? ఎన్నాళ్ళీ విచారమూ! నీ దుఃఖాన్ని తొలగించువాడను నేనే. నీకు సుఖాలను ప్రసాదించువాడను నేనే. ఇక - ఈ వైరాగ్యాన్ని విడిచిపెట్టు మానవతీ! సర్వమంగళివై చరింపుము.

ఇదే సమయము. రోజు గడిస్తే ఆనందం దూరమవుతుంది. వయసు మీద పడుతుంది. నిన్నటిది నేటికి, నేటిది రేపటికి రాదు. వయస్సు, మనస్సు వున్నప్పుడే ఆనందం. అందులోని సంతోషం. అందుకో!

త్వాం కృత్వో పరతో మన్యే రూపకర్తా న విశ్వ సృట్।
న హి రూపోపమా త్వన్యా తవాస్తి శుభదర్శనే॥ 13

త్వాం సమాసాద్య వై దేహి రూప యౌవన శాలినీమ్।
కః పుమా నతివర్తేత సాక్షా దపి పితామహః॥ 14

య ద్య త్పశ్యామి తే గాత్రం శీతాంశుసదృశాననే।
తస్మిం స్తస్మి న్పృథుశ్రోణి చక్షుర్మమ నిబధ్యతే॥ 15

భవ మైథిలి భార్యా మే మోహ మేనం విసర్జయ।
బహ్వీనా ముత్తమస్త్రీణా మాహృతానా మిత స్తతః॥ 16

సర్వా సా మేవ భద్రం తే మమాగ్రమహిర్షీ భవ।
లోకేభ్యో యాని రత్నాని సంప్రమథ్యా హృతాని వై॥ 17

తాని మే భీరు సర్వాణి రాజ్యం చైత దహం చ తే।
విజిత్య పృథివీం సర్వాం నానా నగర మాలినీమ్॥ 18

తా. సీతా! నిన్ను పొగుడుతున్నానని పొంగిపోకు. నీవు అందగత్తెవే, కాదనను. నిన్ను సృష్టించి మతిమరపు నొంది, మా ముత్తాత, అందగత్తెలను సృష్టించడం మానివేసి వుంటాడు. నిన్ను చూసినవాడు నీకోసం తపిస్తాడే తప్ప, విడిచి వూహల్లో కలలు పొందుతూ కూర్చోడు. అంతెందుకు ? బ్రహ్మకైన పుట్టు రిమ్మ తెగులు "అన్న నానుడిక్కడ నిజమౌతుంది" అంటున్నాడు.

ఓ, చంద్రవదనా! నిన్ను చూసి కళ్ళు అవతలికి ఎవ్వడూ త్రిప్పుకోడు మైథిలీ. గతాన్ని మరచిపో. అదొక పీడకల. ఇప్పుడు నీవున్నది సత్యం. కనుక నిత్యం నాతో పొందగోరుము. అడవులలో ఆకులలములు తినే బ్రతుకు , నీ అదృష్టం కొద్దీ మృష్టాన్న భోజనాలు, వేలకొలది పరిచారకులు వూ.. అంటే, తలలు వంచుకుని పరిచర్యలు చెయ్యగల దేవతానీకము. లభించారు.అనుభవించు. అనుభవించక జీవితాన్ని అడవి గాచిన వెన్నెలను చెయ్యకు. ఇందులో బెదరింపు వుంది. బ్రతిమాలడం వుంది.

"లోకేభ్యోయాని రత్నాని... అంటారు. చూడు. అన్నీ నీకోసం.. నాతో కలిసి నువ్వనుభవించ సిద్ధముగా వున్నాయి. అందుకో, ఆనందించు... ఇందులో వెకిలితనం లేదు. నిజం చెబుతున్నట్లు మాట్లాడుతున్నాడు.

"విజిత్య పృథివీం... నానా నగరమాలినీం" అని, సీతా! నువ్వు వూ" అను. నీ తండ్రి జనకరాజేంద్రునకు నాలుగు సముద్రాల భూమిని జయించి కావాలంటే కానుకగా ఇస్తాను.

జనకాయ ప్రదాస్యామి తవ హేతో ర్విలాసిని।
నే హ పశ్యామి లోకేఽన్యం యో మే ప్రతిబలో భవేత్॥ 19

పశ్య మే సుమహ ద్వీర్య మప్రతిద్వన్ద్వ మాహవే।
అసకృ త్సంయుగే భగ్నా మయా విమృదితధ్వజాః॥ 20

అశక్తాః ప్రత్యనీకేషు స్థాతుం మమ సురాసురాః।
ఇచ్ఛయా క్రియతా మద్య ప్రతికర్మ తవో త్తమమ్॥ 21

సప్రభాణ్యవసజ్యన్తాం తవా జ్గే భూషణాని చ।
సాధు పశ్యామి తే రూపం సంయుక్తం ప్రతికర్మణా॥ 22

ప్రతికర్మాభిసంయుక్తా దాక్షిణ్యేన వరాననే।
భుజ్ఙ్భోగా న్యథాకామం పిబ భీరు రమస్వ చ॥ 23

యథేష్టం చ ప్రయచ్ఛ త్వం పృథివీం నా ధనాని చ।
లలస్వ మయి విస్రబ్ధా ధృష్ట మాజ్ఞాపయస్వచ॥ 24

తా. ఇంకొక్కటి ఆలోచించుకో. నాతో సమానమైన జగజ్జెట్టి, ఈ త్రిలోకాలలోను మరొక్కడు లేడు. కనుక నన్నెవరో జయిస్తారని ఆశ పడకు.

ఇక దేవాసురులు... నా ముందు బలాదూరు - “ఇంద్రా! అంటే చేతులు కట్టుకుని పరుగెత్తుకు వస్తాడు. ఇక దిక్పాలురు. అందరికి నేనేపతిని. గతిని. కనుక ఆలోచించుకో.

ఇలా వుండకు. నా వద్దనున్న అలంకరణా సిద్ధమూర్తులు. అసలే అందగత్తెవైన నీకు మరింత సొగసులు దిద్దుతారు. ఎదురులేని నాతో ఇంతవరకు ఉపేక్షించినందుకు చింతిస్తూ ఆనందం పొందు.

స్వర్గంలోని సుఖాలు - సంతోషాలు ఇక్కడ స్థిరంగా, సిద్ధంగా వున్నాయి. తిను, త్రాగు, సుఖించు. ఇక్కడున్నదేమైనా సరే, ఇమ్మని అడిగితే, ఆలోచించుక ఇస్తాను. అని కామమోహితునికి, జీవితమే వృథా” అన్నట్లు మాట్లాడుతున్నాడు.

మత్ప్రసాదా ల్లలన్త్యా శ్చ లలన్తాం బాన్ధవా స్తవ।
బుద్ధిం మా మనుపశ్య త్వం శ్రీయం భద్రే యశ శ్చ మే॥ 25

కిం కరిష్యసి రామేణ సుభగే చీరవాససా।
నిక్షిప్తవిజయో రామో గతశ్రీ ర్వనగోచరః॥ 26

ప్రతీ స్థండిలశాయీ చ శఙ్కే జీవతి వా న వా।
నహి వైదేహి రామ స్త్వాం ద్రష్టుం వా ప్యుపలప్స్యతే॥ 27

పురో బలాకై రసితైర్మేఘై ర్జ్యోత్స్నామివా వృతామ్।
నచాపి మమ హస్తా త్త్వాం ప్రాప్తు మర్హతి రాఘవః॥ 28

తా. ఈ దశకంఠుడు, శివునే తట్టిలేసినవాడు. భక్తవ శంకరుని ప్రియశిష్యుడు. నా కీర్తి ప్రతిష్ఠలను గుర్తించైనా సరే, నీవు నన్ను కరుణించాలి.

ఇక ఎందుకు నీకీ విచారము ? రాముని వలన భయం లేదు. ఆతడు శిక్షిస్తాడేమోనన్న ఆలోచన వీడుము. ఈపాటికి ఆకులలములు తింటూ, అడవులలో తిరిగే ఆ అన్నదమ్ములు, జీవితంపై రోసి, నిరాశా నిస్పృహలతో కృంగి, ఆదమరచి వుంటే, ఏ పులో, సింహమో తిని వుండవచ్చును. లేక వారుగా ఆత్మహత్య చేసుకుని వుండవచ్చును.

పొరపాటున వున్నా ఆ చాతకాని రాముడిక్కడకు రాలేడు. నా నుండి నిన్ను విడిపించుకోలేడు. కాబట్టి ఓ మైథిలీ! మనసుని దిటవు పరచుకో. భగవంతుడు ఒక వీరాధివీరుని, త్రిభువన పాలితుని నీకిచ్చారని తలచి, ఆతనితో - భర్తగా - అన్ని సుఖాలు పొందుము.

నిరాశవీడు. బ్రతుకు పంచుకో. జీవితాన్ని సరిదిద్దుకో. ఎదురు సమాధానం చెప్పేవారు లేరని రావణుడు అలాగ వదరుతున్నాడు.

హిరణ్యకశిపుః కీర్తి మిన్ద్రహస్తగతా మివ।
చారుస్మితే చారుదతి చారునేత్రే విలాసిని॥ 29

మనోహరసి మేభీరు సుపర్ణః పన్నగం యథా।
క్లిష్టకౌశేయవసనాం తన్వీ మప్యనలఙ్కృతామ్॥ 30

త్వాం దృష్ట్వా స్వేషు దారేషు రతిం నోపలభా మ్యహమ్।
అన్తఃపురనివాసిన్యః స్త్రియ స్సర్వగుణాన్వితాః॥ 31

యావన్త్యో మమ సర్వాసా మైశ్వర్యం కురు జానకి।
మమ హ్యసీత కేశాన్తే త్రైలోక్యప్రవరా స్స్త్రియః॥ 32

తా స్త్వాం పరిచరిష్యన్తి శ్రియ మప్సరసో యథా।
యాని వైశ్రవణే సుభ్రు రత్నాని చ ధనాని చ॥ 33

తాని లోకాం శ్చ సుశ్రోణి మాం చ భుజ్క్ష్వ యథాసుఖమ్।
న రామ స్తపసా దేవి న బలేన న విక్రమైః॥ 34

న ధనేన మయా తుల్య సేజసా యశసా పి వా।
పిబ విహర రమస్వ భుజ్క్ష్వ భోగా≡ ధననిచయం ప్రదిశామి మేదినీంచ।
మయి లల లలనే యథాసుఖం త్వం త్వయి చ సమేత్య లలన్తు బాన్ధవాస్తే॥ 35

తా. ఓ సుందర వదనా! ఎందుకు నన్నిలాగ వూరించి, వూరించి, ఉడికించి, ఉడికించి నీ కోసం పడి చచ్చేటట్లు చేస్తున్నావు. ఇక్కడ నుండి కదలలేను. నిన్ను పొందకుండా వుండలేను. ఎలాగ ?

నిన్నిలాగ చూసినాసరే, అదేవిటో.. తీరని మోహం... నన్ను వివశుడిని చేస్తుంది. అంతమంది సుందరాంగులు, నేను తెచ్చివవాళ్ళు నాకై వచ్చిన వాళ్ళు, నా భార్యలింతమంది వున్నా, నిన్ను మరువలేకున్నాను. మర్యాద కాదని వూరుకున్నానే తప్ప నిన్ను నా దానిని చేసుకోవడం క్షణాల పని" చెబుతున్నాను. నీకర్థమవుతుందో లేదో తెలియదు. నాతో కలిపి, ఈ సర్వాలంకాసేన, అంతఃపుర స్త్రీలు, నీ ఆజ్ఞానువర్తులు, నిన్ను చూస్తే సిరులు దాచుకున్న శ్రీ మహాలక్ష్మివలె వున్నావు. నా భార్యలు, అంతఃపుర కాంతలు, స్త్రీలు, నీ పాదదాసులు. ఆలోచించుకో!

నా వద్దనున్న అపార ధనం, సిరి సంపదలు - ఏ దేవతల చెంతా లేదు. అందరిలోకి ధనపతి కుబేరుడంటారు. వాడి సంపద నాచెంత మూల్గుతుంది. ఇక వేరు ఆలోచనలు చెయ్యక నన్ను వేరుగా చూడక, నన్ను కటాక్షింపుము.

ఇంకా..... నా రాముడని పొరబడితే, ఆతడు ఎందులోను నాతో సమానుడు కాదు. ఆ విషయం తెలియదేమోనని చెబుతున్నాను. ఇక ఆతనిని మరచిపో. రా... రమ్మ్మ... నన్ను కరుణించమని పదే పదే రావణుడు, ప్రాధేయపడుతున్నాడు. ఆమె శ్రీ చరణాల దాసుడనని సాగిలపడుతున్నాడు.

ఆనందంగా వుండు. ఆనందం పొందు. నీ కడ్డు లేదని చెప్పినమాట నిజం. సత్యం. మధుర పానీయాలు త్రాగు. అలంకారాదులు చేసుకో. పూల దండలు ముడుచుకో. ఎదురులేని విధంగా, ఆటపాటల - సయ్యాటల... నీ ఇష్టం - ఎలాగ వుండదలచుకుంటే అలాగ వుండుము. నీ కడ్డులేదు.

కుసుమిత తరుజాల సంతతాని భ్రమరయుతాని సముద్రతీరజాని।
కనక విమల హారభూషితాఙ్గీ విహర మయాసహ భీరు కాననాని॥ 36

తా. ఓ అబలా! ఆలోచించకు. ఇక్కడున్న చెట్లపై తుమ్మెదలు వ్రాలి, ఝుమ్మని ఝుంకారము చేయుచు, పువ్వులలోని మకరందాన్ని గ్రోలుతున్నట్లు-

ఓ జనకసుతా! నా వద్ద గల సర్వస్వము నీదని తలచి ఆనందానుభూతులను పొందుము. సుఖమంటే ఎలాగ వుంటుందో తెలుసుకో, ఇంతవరకు నీవు పొందినది జీవితం కాదు.

జీవితమంటే... నా దగ్గర వుంది. అనుభవించుమని ఆమెను ఆశ్వాశిస్తున్నాడు.

ఈ మొత్తం హనుమ-చెట్ల ఆకుల మధ్యనుండి వింటూనే వున్నాడు.

✿

ఇది వొరుగంటి వంశజనిత, శ్రీమతి సువర్చలాంబా, వెంకట సూర్యప్రసాదరావుల జేష్ఠ తనూజుడు "వర" రామకృష్ణప్రసాద్ - భక్తజనుల కందించిన, తేటతెలుగు వ్యాఖ్యాన శ్రీమత్ సుందరకాండలోని, వింశ సర్గ సమాప్తం.

- స్వస్తి-

- అస్తూ -

✦✦✦

ఏకవింశ స్సర్గః

తస్య తద్వచనం శ్రుత్వా సీతా రౌద్రస్య రక్షసః।
అర్తా దీనస్వరా దీనం ప్రత్యువాచ శనైర్వచః॥ 1

తా. రావణుని వదరు మాటలు విన్న సీతలో కోపం చెలరేగింది. అంతా విని, తన అంకపీఠం చేరుతుందనుకున్న రావణుని తీక్షణంగా చూసింది. అయినా ఆ దీన తన మనస్సును రావణుని ముందర, వుంచ ప్రయత్నిస్తుంది.

దుఃఖార్తా రుదతీ సీతీ వేపమానా తపస్వినీ।
చిన్తయన్తీ వరారోహా సతి మేవ పతివ్రతా॥ 2

తా. సీత హృదయం విలవిలలాడింది. రాముని తృణప్రాయంగా తలచి, రావణుడు వదరిన మాటకు సమాధానమివ్వాలని స్థిర సంకల్పమొందింది. అయితే, పరాయివానితో, సరాసరి మాట్లాడటం, ధర్మం కాదని తలచిన రామపత్ని, ప్రక్కనే వున్న ఒక గడ్డిపరకను తీసుకుని, దానిని చూస్తు మాట్లాడ సిద్ధ బడుతుంది.

తృణ మ న్తరత: కృత్వా ప్రత్యువాచ శుచిస్మితా।
నివర్తయ మనో మత్త స్స్వజనే క్రియతా మనః॥ 3
న మాం ప్రార్థయితుం యుక్తం త్వం సిద్ధి మివ పాపకృత్।
అకార్యం న మయాకార్య మేకపత్న్యా విగర్హితమ్॥ 4

కులం సంప్రాప్తయో పుణ&యం కులే మహతి జాతయా।
ఏవ ముక్త్వా తు వై దేహీ రావణం త్వం యసస్వినీ॥ 5

రాక్షసం పృష్ఠత: కృత్వా భూయో వచన మబ్రవీత్।
నా హ మౌపయికీ భార్యా ❖పరభార్యా సతీ తవ॥ 6

తా. ఎవరితో చెప్పవలసింది వాళ్ళకు చెప్పాలి తప్ప ఒకరికి చెప్పాల్సింది మరొకరికి చెప్పరాదు. స్త్రీలను మాతలుగా చూసే సాంప్రదాయం మనది. అటువంటి ఆర్యపుత్రుని భార్యను. పాపాత్మునికి మోక్షము రాదు. వింటున్నావా ? గడ్డిని చూస్తు దాంతో మాట్లాడుతుందామె.

జ్ఞానము, సదాచార సంపత్తికి మూల రూపమైన జనకసుతను, సర్వ ధర్మపరిరక్షణకు మూలకారకుడైన శ్రీరామ.. "పత్ని"ని నేను. ఇవన్నీ తెలిసి నాతో, అప్రియంగా మాట్లాడటం తగదు. అవునా ? ఇదంతా రావణుని "గడ్డి పరక"ను చేసి సీత చెబుతున్న మాటలు.

"గడ్డిపరకతో నీవు సమానమురా" అన్నట్లు ఆ మైథిలి, విముఖత ముఖంతో" పరభార్యను. పతివ్రతను, మహాపండితుడివి. ధర్మమూర్తివి. మతిమంతుడవని తలుస్తాను. తగని ఆలోచనలు చేసి, జీవితాన్ని తెగేటట్లు చేసుకోకు.

సాధు ధర్మ మవేక్షస్వ సాధు సాధువ్రతం చర।
యథా తవ తథా న్యేషాం దారా రక్ష్యా నిశాచర॥ 7

ఆత్మాన ముపమాం కృత్వా స్వేషు దారేషు రమ్యతామ్।
అతుష్టం స్వేషు దారేషు చపలం చలితేన్ద్రియమ్॥ 8

నయన్తి నికృతిప్రజ్ఞం పరదారాః పరాభవమ్।
ఇహ సన్తో న వా సన్తి సతోవా నా నువర్తసే॥ 9

తథా హీ విపరీతా తే బుద్ధి రాచారవర్జితా।
వచో మిథ్యాప్రణీతాత్మా పథ్య ముక్తం విచక్షణైః॥ 10

తా. నీ భార్యలపై ఎవరైనా కన్నువేస్తే సహించగలవా ? అటువంటి భర్తలేని సమయము చూసి దొంగతనముగా, మాయోపాయంతో, ఇక్కడికి తెచ్చిన నీవు వీరుడవే కాదు, త్రిభువన విజేతనని మిడిసిపడడం మహా మూర్ఖత్వం. వీరుల జీవితం వీరోచితమే కాని వైరులు వెక్కిరించినట్లుండరాదు. అర్థమవుతుందా ? ఇందులో హెచ్చరిక, జ్ఞానబోధ కలిసి వున్నాయి. ఉన్న భార్యలను ఉసూరుపెట్టి, ఇతరుల భార్యకై ప్రాకులాడటం, ప్రాణాంతకమే గాని, సుఖస్వరూపం కాదు.

మహాశివభక్తుడవు. వేద నిధివి. నీకిటువంటి బుద్ధులెలాగ సంప్రాప్తించాయి. పొరపాటున నీ బుద్ధి పెడదారిని పట్టిందనుకో నిన్ను అదిలించేవారు, కాదని చెప్పే వారెవరు ఈ లంకలో లేరా ? నీ భార్య మండోదరి, భర్తను రక్షించుకోలేదా ? ఇక నీ రాజ్యంలో బుద్ధిమంతులు, ధర్మమూర్తులే లేరా ? గట్టిగానే ప్రశ్నిస్తుంది.

అన్నీ తెలిసిన నీకు, సత్పురుషులు చెప్పిన పరదారాపహరణం పనికిరాదన్న విషయం మరిచావా ? లేక అధికారంతో ఏమైనా చెయ్యగలనని, ధర్మాలను త్రిప్పి వ్రాయగలనని తలుస్తున్నావా ?

రాక్షసానా మభావాయ త్వం వా న ప్రతిపద్యసే।
అకృతాత్మాన మాసాద్య రాజాన మనయే రతమ్॥ 11

సమృద్ధాని వినశ్యన్తి రాష్ట్రాణి నగరాణి చ।
తథేయం త్వాం సమాసాద్య లఙ్కా రత్నౌఘ సఙ్కులా॥ 12

అపరాధా త్తవై కన్య న చిరా ద్వినశిష్యతి।
స్వకృతై ర్హ న్యమానస్య రావణా దీర్ఘదర్శినః॥ 13

అభినన్దన్తి భూతాని వినాశే పాపకర్మణః।
ఏవం త్వాం పాపకర్మాణాం వక్ష్యన్తి నికృతా జనాః॥ 14

తా. రాజు తప్పుచేస్తే ఆ తప్పుకు, రాజు నశిస్తాడు. ప్రజలు భ్రష్టులౌతారు. ఈ భ్రష్టాచారానికి నీవే కారకుడౌతావా ? ఇది తగని బుద్ధి. ఎవరో చెప్పారని తొందరపడ్డావు కాని, సద్వంశస్థుడివైన నీవిలాగ ప్రవర్తించకూడదు. ఒక్కసారి ఆలోచించు.

చేసిన తప్పు భరించరానిదైతే, ఎదురుపడి సమాధానం చెప్పలేని వారు, వెనుక బాధ పడతారు. వాడు చచ్చిపోయాక ఎదుటపడి సంతోషిస్తారు.

దిష్ట్యైత ద్వ్యసనం ప్రాప్తో రౌద్ర ఇత్యేవ హర్షితాః।
శక్యా లోభయితుం నా హ మైశ్వర్యేణ ధనేనవా॥ 15

అనన్యా రాఘవే ణాహం భాస్కరేణ ప్రభా యథా।
ఉపధాయ భుజం తస్య లోకనాథస్య సంస్కృతమ్॥ 16

కథం నామోపధాస్యామి భుజ మన్యస్య కస్యచిత్।
అహ మౌపయికీ భార్యా తస్యై వ వసుధాపతేః॥ 17

వ్రతస్నాతస్య ధీరస్య విద్యేవ విదితాత్మనః।
సాధు రావణ రామేణ మాం సమానయ దుఃఖితామ్॥ 18

వనే నాశితయా నార్థం కరేణ్వేవ గజాధిపమ్।
మిత్ర మౌపయితం కర్తుం రామ స్థానం పరీప్సతా॥ 19

తా. సూర్యుడు లేనిదే కాంతి లేదు. కాంతి లేక సూర్యుడుండడు. అలాగే "సూర్యేవాను గతా ఛాయా" అన్నట్లు, ఈ జనకసుత, రాముని పత్నిగానే తప్ప ఇతరత్ర వూహించకూడదు. అది తప్పు. అవును. నీకు మారీచుడు, రామ గొప్పతనాన్ని చెప్పి వుంటాడే... అయినా మూర్ఖిస్తున్నావంటే... ఏముంది, వినాశకాలం దాపురించి వుంటుంది.

రాముడు శీలగుణ సంపన్నుడు. మూర్తీభవించిన మహా మానవతా వాది. ఆతని తత్వము నీకు తెలియక, ఇలాగ మృత్యువును నెత్తినెక్కించు కుంటున్నావు. బ్రహ్మాది దేవతలే శ్రీరామ "చరణ" రక్ష నభిలషించ "రావణా!" నిన్ను రక్షించువారు అయ్యో! అని ఓదార్చేవారు, ఆ తరువాత వుండరు. జాగ్రత్త. రాముడి భుజాన్ని తలదిండుగా చేసుకుని రామ సన్నిధానంలో కోరిన సంతోషమొందిన నేను నిన్ను చేరుతాననను కోవడం కల్ల గదూ ?!

చక్కగా అధ్యయనము చేసిన సూక్ష్మబుద్ధికి యోగాభ్యాసం, వేదవిద్యలు, కీర్తి ప్రతిష్ఠలనిస్తాయి. అటువంటి శీలసంపద గల్గిన రాముని విడిచిపెట్టి, ఇతరులనపేక్షిస్తానని ఎందుకనుకుంటున్నావు ? ఉపేక్షించడం రాముని నైజం. ఎంతవరకు.. అంటే... "ధర్మమతిక్రమించరానిదైనంత వరకు.. ఆ తర్వాత రామబాణం నుండి పద్నాలుగు లోకాలలోను నిన్ను రక్షించు వారెందరున్నారన్న సత్యం తెలుసుకో!

ఒక్క విషయం. రాముడు క్షమాగుణ సంపన్నుడు. నన్ను వెంటనే ఆతనికి అర్పించు. ఆ క్షమా హృదయుడు. నిన్ను క్షమించి కరుణిస్తాడు, నీ నాశనం, లంకా నాశనం వుండదు.

నీవు నీ భార్యలతో సుఖముగా రాజ్య-సుఖాలు పొందవలెనన్నా, బ్రతకాలని ఏ మాత్రం ఆసక్తి వున్నా, నా మాటవిని నన్ను శీఘ్రమే రాముని కర్పించు. కాదంటే, రాముడిక్కడకు రానక్కర్లేదు. అక్కడనుండి వేసిన బాణమే కార్చిచ్చుగా మిమ్మల్నందర్నీ భస్మీపటలం చేస్తుంది. ఇది నిజమంది.

వధం చావిచ్ఛతా ఘోరం త్వయా సౌ పురుషర్ష భః।
విదిత స్సహి ధర్మజ్ఞ శ్శరణాగత వత్సలః॥ 20

తేన మైత్రీ భవతు తే యది జీవితు మిచ్ఛసి।
ప్రసాదయస్వ త్వం చైనం శరణాగతవత్సలమ్॥ 21

మాం చాస్మై ప్రయతో భూత్వా నిర్యాపయితు మర్హసి।
ఏవం హి తే భ వే త్స్వ స్తి సంప్రదాయ రఘూత్తమే॥ 22

అన్యథా త్వం హి కుర్వాణో వధం ప్రాప్స్యసి రావణ।
వర్జ యే ద్వజ్ర ముత్సృష్టం వర్జయే ద న్తక శ్చిరమ్॥ 23

త్వద్విధం తు న సంక్రుద్ధో లోకనాథ స్స రాఘవః।
రామస్య ధనుష శ్శబ్దం శ్రోష్యసి త్వం మహాస్వనమ్॥ 24

శతక్రతువిసృష్టస్య నిర్ఘోష మశ నే రివ।
ఇహ శీఘ్రం సుపర్వాణో జ్వలితాస్యా ఇవోరగాః॥ 25

ఇషవో నిపతిష్యన్తి రామలక్ష్మణ లక్షణాః।
రక్షాంసి పరినిఘ్న న్తః పుర్యా మస్యాం సమ న్తతః॥ 26

అసంపాతం కరిష్యన్తి పత న్తః కఙ్క వాససః।
రాక్షసేన్ద్ర మహాసర్పాన్ స రామ గరుడో మహాన్॥ 27

తా. రాముడు న్యాయకోవిదుడు. నీతిమంతుడు. శరణాగత వత్సలుడు. కనుక రామునితో మైత్రిని చేసుకుని లంకా వినాశనాన్ని తప్పించుము.

నా మాట విను. ఇది నీ శ్రేయస్సు కోరి చెప్పే మాట. కోరి కోరి నా హిత వచనములను కాదని మృత్యువు నెత్తి కెక్కించుకోకు.

వజ్రాయుధము నిన్నెదిరించలేకపోవచ్చును. యముడు నిన్నడ్డక పోవచ్చును. కానీ రాఘవుడు కోపిస్తే - ఆ హర-బ్రహ్మలు కూడా నిన్ను రక్షించ ముందుకురారు.

శ్రీరామ ధనుష్టంకారము వినవలెనని తలచితివా ? కానీ, నీ మూర్ఖత్వం విడబోకుము. ఆ తర్వాత ధనుష్టంకారము, దానివెంబడే రామబాణము. నిన్ను దహిస్తుంటే, నిన్ను రక్షించువారు ఎవరు లేరు. నీవే, వివేకంతో నిన్ను, నీ కులాన్ని, లంకను రక్షించుకోవాలి.

రామలక్ష్మణులు బాణం విడిచారో, ఇక ఈ లంకలో నాశనం తప్ప చెప్పుకుందికి మరేం మిగలదు. రామబాణము లంకలో ప్రవేశించకుండా చూడు. గరుత్మంతుడు పాములను పసిగట్టి చంపినట్లు, శ్రీరామ సోదరుల బాణాలు, రాక్షసులను వెదకి, వెదకి మరీ చంపుతాయని తెలుసుకో!

ఉద్ధరిష్యతి వేగేన వైనతేయ ఇవోరగాన్।
అపనేష్యతి మాం భర్తా త్వత్త శ్శీఘ్ర మరిందమః॥ 28

అసురేభ్య శ్శ్రియం దీప్తాం విష్ణు స్త్రిభి రివ క్రమైః।
జనస్థానే హతస్థానే నిహతే రోసాం బలే॥ 29

అశక్తేన త్వయా రక్షః కృత మేత దసాధువై।
ఆశ్రమం తు తయో శ్శూన్యం ప్రవిశ్య నరసింహయోః॥ 30

గోచరం గతయో ర్భ్రాత్రో రపనీతా త్వయాధమ।
నహి గన్ధ ముపాఘ్రాయ రామలక్ష్మణయో స్త్వయా॥ 31

శక్యం సందర్శనే స్థాతుం శునా శార్దూలయో రివ।
తస్యతే విగ్రహే తాభ్యాం యుగగ్రహణ మస్థిరమ్॥ 32

వృత్రస్యే వేన్ద్రబాహుభ్యాం బాహో రేకస్య నిగ్రహః।
క్షిప్రం తవ స నాథో మే రామ స్సౌమిత్రిణా సహ॥ 33

తోయ మల్ప మివా దిత్యః ప్రాణా నాదాస్యతే శరైః।
గిరిం ◆కుబేరస్య గతోఽపధాయ వా సభాం గతో వా వరుణస్యరాజ్ఞః।
అసంశయం దాశరథే ర్న మోక్ష్యసే మహాద్రుమః కాలహతోఽశ నేరివ॥ 34

(◆పురీమ్, అనుపాఠమున, అలకాపట్టణమని యెఱుంగునది. 'కైలాస స్థాన మలకాపూర్విమానంతు పుష్పకమ్' అని యమరము.)

తా. శ్రీహరి వామనావతారమెత్తి, తన భక్తుడైనప్పటికి, బలి గర్వమణచి, పాతాళంలో బంధించి, తాను సేవకుడిగా కాపలా వున్నట్లు, రాముడు నిన్ను నీ రాజ్యాన్ని నిర్జించి, నన్ను రక్షించుకొని, తన ప్రాణప్రదంగా చూసుకుంటాడు.

జన స్థానంలో, నీవాళ్ళు 14 వేలమందిని, సర్వనాశనం చేసిన, రామునితో అనవసరంగా పెట్టుకున్నావు. ప్రాణం మీదికి తెచ్చుకున్నావు. ఆశ్రమంలో ఎవరు లేని సమయంలో మాయచేసి తెచ్చిన నీ వీరత్వమెంత గొప్పదో, చెప్పకనే తెలుస్తుంది. ఇటువంటి వారిని నిర్జించడం రామునికొక లెక్క కాదు. ఎదుటపడనంతవరకే నీ పరాక్రమం.

కుక్క రెండు పులులను చూస్తుంది. కాని దాని శరీర వాసన చూడ దగ్గరకు వెళ్ళలేదు. అలాగే నీవును పురుష సింహములైన శ్రీరామ సోదరుల కెదుట పడలేవు.

రాముడు విజయసింహము. వాని గర్జన వినబడనంతవరకే ఆగడాలు, నీ ప్రగల్భాలు. వృత్రాసురుని ఒక చేతిని ఇంద్రుడు ఖండించాడు. ఆ వెంటనే మరొకచేత్తో ఇంద్రునితో పోరాటం జరిపి, విజయమొందడం సాధ్యమా ? అంతే నీవు. చేసిన తప్పుకు శిక్ష బహిరంగమౌతుంది. ఆలోచించుకో.

సూర్యకాంతి తీవ్రతకు కొద్దిపాటి జలము ఇంకిపోతుంది. కానీ సూర్యుని వేడి నదీనదాల్ని ఇంకించడం కష్టమే. ఒంటరిదానిని చేసి తుంటరి పనిచేసి విజయమనుకోకు.

కుబేర, వరుణ, కైలాసాలలో ఎక్కడైనా దాక్కో. రామబాణం తన ధర్మం తాను నిర్వర్తిస్తుంది. నిన్ను చంపి తీరుతుందన్న విషయం మరచిపోకు... నువ్వు బ్రతికి బట్ట గట్టడమన్నది, శ్రీరామ శరణాగతిలోనే!" అని ముగించింది.

✿

ఇది వోరుగంటి వంశజనిత, శ్రీమతి సువర్చలాంబా, వెంకట
సూర్యప్రసాదరావుల జ్యేష్ఠ తనూజుడు "వర" రామకృష్ణప్రసాద్ -
భక్తజనుల కందించిన, తేటతెలుగు వ్యాఖ్యాన శ్రీమత్
సుందరకాండలోని, ఏకవింశ సర్గ సమాప్తం.

- స్వస్తి-

- అస్తు -

✦✦✦

ద్వావింశ స్సర్గః

సీతాయా వచనం శ్రుత్వా పరుషం రాక్షసాధిపః।
ప్రత్యువాచ తత స్సీతాం విప్రియం ప్రియదర్శనామ్॥ 1

తా. సీత మాటల్ని విన్న రావణుడు వుగ్రుడయ్యాడు. అక్కడ - తన రాజ్యంలో- అంతమంది సేవికలు, ప్రియురాండ్రు వుండగా - సీత పల్కిన ప్రతి ఒకమాట ములుకులా గుచ్చుకుంది. దానికి కుపితుడై-

యథాయథా సాన్త్వయితా వశ్యః స్త్రీణాం తథాతథా।
యథాయథా ప్రియం వక్తా పరిభూత స్తథాతథా॥ 2

సంనియచ్ఛతి మే క్రోధం త్వయి కామ స్సముత్థితః।
ద్రవతోఽమార్గ మాసాద్య హయా నివ సుసారథిః॥ 3

తా. నీ మీద ప్రేమతో నేను మాట్లాడిన ప్రతి ఒక్క పలుకును వెక్కిరిస్తున్నావు. ప్రియ వాక్యములు అప్రియ మౌతాయని, నీవంటి వారి వల్లనే లోకవిదితమౌతున్నాయి.

నీ మీదగల అపార ప్రేమతో శాంతమూర్తిగా ప్రవర్తిస్తున్నాను. అయినా నీవు వుపేక్షిస్తున్నావు. అదే నేను ఎదురు తిరిగితే, నిన్ను ఇక్కడ అడ్డువాడు... ఒక్కడులేడు. తెలుసుకో! ఇంతవరకు బ్రతిమాలిన రావణుని కంఠస్వరం కఠినమయింది.

వామః కామో మనుష్యాణాం యస్మి న్కిల నిబధ్యతే।
జనే తస్మిం స్త్వనుక్రోశ స్స్నేహ శ్చ కిల జాయతే॥ 4

ఏతస్మా త్కారణా న్న త్వాం ఘాతయామి వరాననే।
వధార్హా మవమానార్హాం మిథ్యా ప్రవ్రజితే రతామ్॥ 5

పరుషా ణీహ వాక్యాని యాని యాని బ్రవీషి మామ్।
తేషు తేషు వధో యుక్త స్తవ మైథిలి దారుణః॥ 6

ఏవ ముక్త్వాతు వై దేహీం రావణో రాక్షసాధిపః।
క్రోధసంరంభ సంయుక్త స్సీతా ముత్తర మబ్రవీత్॥ 7

తా. చూడు. ప్రేమతో ప్రణయం, ప్రణయంతో ప్రేమ. దీనవలన శాంతి, ప్రేమలే తప్ప కోపతాపాలకు తావుండవు. నా ప్రేమను బలహీనతగా చేసుకుని రెచ్చిపోతున్నావు. ఇదే మరొకరైతే ఈపాటికి మృత్యువులో లీనమయ్యేవారు. తొందరపడకు. పరిస్థితినర్థం చేసుకో.

నువ్వు తెలివిగల దానివనుకుంటున్నావు. గడ్డిపరకను చేసి మాట్లాడాననుకుంటున్నావు. ఆ గడ్డిపరకే నీకు - నీ భర్తకు ప్రాణాంతకము. మరణాంతకమై కూర్చుంది. చంపదలిచిన దానిని క్షమిస్తున్నానంటే, నీమీద నాకు గల ప్రేమను అర్థం చేసుకో.

ద్వౌ మాసౌ రక్షితవ్యౌ మే యోఽవధి స్తే మయాకృతః।
తత శ్శయన మారోహ మమ త్వం వరవర్ణిని॥ 8

ఊర్ధ్వం ద్వాభ్యాం తుమానాభ్యాం భర్తారం మా మనిచ్ఛతీమ్।
మమ త్వాం ప్రాత రాశార్థ మారభ న్తే మహానసే॥ 9
తాం తర్జ్యమానాం సంప్రేక్ష్య రాక్షసేన్ద్రేణ జానకీమ్।
దేవగన్ధర్వకన్యా స్తావిషేదు ర్వికృతేక్షణాః॥ 10

తా. సీతా! ముందు సం॥రం గడువిచ్చాను. అందులో ఇప్పుడు పదినెలలు గడిచాయి. ఇక మిగిలినది రెండు మాసాలు. ఈ సమయంలో నా చెంతకు వస్తే సంతోషిస్తాను. కాదో.. రెండునెలలు గడువు ముగిసిన తక్షణం, ఉదయపు ఆహారంగా నా పాకశాల నిపుణులు నిన్ను వండి వడ్డిస్తారు. తెలుసుకో!

ఇదంతా చూస్తున్న దేవ, గంధర్వ కన్యలు వారిరువురి మాటలకు ఎంతో బాధపడ్డారు. వున్నవాళ్ళని కాదని ఆమెకోసమెందుకీ హఠమని, వారు వాపోయారు.

ఓష్ఠప్రకారై రపరా వక్త్రనేత్రై స్తథాపరాః।
సీతా మాశ్వాసయామాసు సర్జితాం తేన రక్షసా॥ 11

తాభి రాశ్వాసితా సీతా రావణం రాక్షసాధిపమ్।
ఉవాచాత్మహితం వాక్యం వృత్తశౌణ్డీర్యగర్వితమ్॥ 12

నూనం న తే జనః కశ్చి ద స్తి ని(శ్రే)యసే స్థితః।
నివారయతి యో న త్వాం కర్మణోఽ స్మా ద్విగర్హితాత్॥ 13

మాం హి ధర్మాత్మనః పత్నీం శచీ మివ శచీపతేః।
త్వ దన్య స్త్రిషు లోకేషు ప్రార్థయే న్మనసాఽపి కః॥ 14

తా. అందులో కొందరు, సరాసరి ధైర్యంచేసి సీతకు చెప్పలేక, పెదవులు విరిచిన సంజ్ఞలతో ఆమెనోదార్చారు. ఇందులో కొందరు ముఖకవళికలు, కొందరు కళ్ళతో ఆమెకు ధైర్యాన్నిచ్చారు. దీంతో ధైర్యం పుంజుకున్న సీత-

రావణా! ఇక్కడెందరో నీకు ప్రియులున్నారు. అందరు నీ వాళ్ళనుకోకు. ఎందరో మా వాళ్ళు. కొందరే నీ వాళ్ళు. ధర్మానికి ధర్మం బాసటవుతుంది. ఇది తథ్యం. కనుక నా గురించికన్న ముందు, నీ బాగు చూసుకో!

శచీదేవిని కోరి నహుషుడు నాశనమైనట్లు, నీవు నన్ను కోరి వినాశనాన్ని తెచ్చుకుంటున్నావు. ఇది పద్ధతి కాదు.

రాక్షసాధమ రామస్య భార్యా మమితతేజసః।
ఉక్తవా నసి య త్పాపం క్వ గత స్తస్య మోక్షయసే॥ 15

యథా దృప్త శ్చ మాతఙ్గ శ్శశ శ్చ సహితా వనే।
తథా ద్విరదవ ద్రామ స్త్వం నీచశశవత్ స్మృతః॥ 16

స త్వ మిక్ష్వాకునాథం వై క్షిపన్నిహ న లజ్జసే।
చక్షుషో ర్విషయం తస్య న తావ దుపగచ్ఛసి॥ 17

ఇమే తే నయనే క్రూరే విరూపే కృష్ణపిఙ్గళే।
క్షితౌ న పతితే కస్మా న్మా మనార్య నిరీక్షతః॥ 18

తస్య ధర్మాత్మనః పత్నీం స్నుషాం దశరథస్యచ।
కథం న్యాహరతో మాం తే న జిహ్వా వ్యవశీర్యతే॥ 19

అసన్దేశా త్తు రామస్య తపస శ్చానుపాలనాత్।
న త్వాం కుర్మి దశగ్రీవ భస్మ భస్మార్హ తేజసా॥ 20

నాపహర్తు మహం శక్యా త్వయా రామస్య ధీమతః।
విధి స్తవ వధార్థాయ విహితో నా త్ర సంశయః॥ 21

శూరేణ ధనదభ్రాత్రా బలై స్సముదితేన చ।
అపోహ్య రామం కస్మార్థి దారచౌర్యం త్వయా కృతమ్॥ 22

తా. పాపం వినాశన హేతువు. నీవెంత బలవంతుడివైనా, పాపకార్యాలుచే బలహీనుడివి. క్షీణపుణ్యుడివయ్యావు కాబట్టి నీవధ తథ్యము.

కుందేలు ఏనుగును ఎదిరించలేదు. గమనంలో తేడా రావచ్చును. ఆకారంలో తేడా వుండును. కానీ చావుకు మాత్రం ముందు కుందేలు బలి అవుతుంది. నీవు అంతే!

నిజంగా నీవు నీతిమంతుడివైతే, ఇలాగ దొంగతనంగా, మాయోపాయంతో నన్ను తీసుకు రాలేవు. ధైర్యంగా రామునికెదురు పడాల్సింది. అప్పుడే రామబాణపు శక్తి తెలిసేది. పతివ్రతలను తూలనాడిన నీ నోరు, అసహ్యంగా తలిచే నీ కళ్ళు పేలిపోవదెందుకు ?

నా భర్తకు అప్రదిష్ట రాకుండా, ధర్మమార్గ నిరతినై చరించే నన్ను దూషించి, ధర్మపథాన్ని మూసుకుంటున్నావు. ఇందుకు నీ నాలుక వూడిపడాల్సిందే!

పతివ్రత, పతి ఆదేశం లేకుండా ఏ పని చెయ్యజాలదు. అందుకే నిన్నుపేక్షిస్తున్నాను తప్ప, నా కంటిమంటలకు కాలిపోయే నిన్ను దహించలేక కాదు. చేసే పని ఆలోచించి చెయ్యాలనే విజ్ఞత కూడా నీకు లేదు. ఎవరో చెప్పారని, పరాయివాని భార్యను ఎత్తుకు వచ్చిన నీ బ్రతుకు, నీ పరాక్రమము, ఎందుకు నేలబడి నశించడానికా ?!

వీరుడు కానివాడు బ్రతకడానికి చోరుడు అవుతాడు. మరీ నీవో! మహావీరుడను, త్రిలోక విజేతనని చెప్పుకుంటావే. ఆ త్రిలోక విజేత చెయ్యవలసిన పనేనా, ఇది!?

సీతాయా వచనం శ్రుత్వా రావణో రాక్షసాధిపః।
వివృత్య నయనే క్రూరే జానకీ మన్వవైక్షత॥ 23

నీలజీమూతసంకాశో మహాభుజ శిరోధరః।
సింహసత్వగతి శ్రీమాన్ దీప్తజిహ్వాగ్రలోచనః॥ 24

చలాగ్రమకుటప్రాంశు శ్చిత్రమాల్యానులేపనః।
రక్తమాల్యామ్బరధర స్తప్తాఙ్గద విభూషణః॥ 25

శ్రోణీసూత్రేణ మహతా మేచకేన సునంవృతః।
అమృతోత్పాద నద్ధేన భుజగే నే వ మన్దరః॥ 26

తాభ్యాం స పరిపూర్ణాభ్యాం భుజాభ్యాం రాక్షసేశ్వరః।
శుశుభే చలనం కాశ శృఙ్గాభ్యా మివ మన్దరః॥ 27

తరుణాదిత్యవర్ణాభ్యాం కుణ్డలాభ్యాం విభూషితః।
రక్తపల్లవపుష్పాభ్యా మశోకాభ్యా మివాచలః॥ 28

స కల్పవృక్షప్రతిమో వసన్త ఇవ మూర్తిమాన్।
శ్మశానచైత్యప్రతిమో భూషితో పి భయంకరః॥ 29

అవేక్షమాణో వైదేహీం కోపసంరక్తలోచనః।
ఉవాచ రావణ స్సీతాం భుజఙ్గ ఇవ నిశ్శ్వసన్॥ 30

అనయేనాభిసంపన్న మర్థహీన మనువ్రతే।
నాశయా మ్యహ మద్య త్వాం సూర్య స్సన్ధ్యా మివౌజసా॥ 31

తా. సీత ఒక్కొక్కమాట రావణుని గుండె పిండి చేస్తుంటే, కోపాన్నాపుకోలేక పోతున్నాడు. కారుమబ్బులాగ, మహాభుజాలతో, సింహబలము, గమనము కల రావణుడు, దేవాసుర భంజనుడు, దిక్పాలకుల కధినేత, గ్రహాధి పత్యముతో, సర్వులను శాసించగల సత్య సమర్థుడు కుపిత భుజంగ మయ్యాడు.

మధ్యాహ్న సూర్యునివలె నిప్పులు కురిపిస్తున్నాడు. నల్లత్రాచువలె బుసలు కొడుతూ - “అడవుల పడినవాడు, ఆలిని రక్షించుకోలేనివాడు, ఆ రాముడు నిన్ను రక్షిస్తాడా ? చూస్తాను. నిన్నెట్లా రక్షించుకుంటాడో, నా బలదర్పముల శక్తిని రుచి చూద్దువుగాని” అని - కుపితుడై అక్కడి రాక్షస స్త్రీలకు ఆదేశాలిస్తున్నాడు.

ఇత్యుక్త్వా మైథిలీం రాజా రావణ శ్శత్రురావణః।
సందిదేశ తత స్సర్వా రాక్షసీ ర్ఘోరదర్శనాః॥ 32

ఏకాక్షీ మేకకర్ణాం చ కర్ణప్రావరణాం తథా।
గోకర్ణీం హస్తికర్ణీం చ లమ్బకర్ణీ మకర్ణికామ్॥ 33

హస్తిపాద్యశ్వపాద్యాచ గోపాదీం పాదచూళికామ్।
ఏకాక్షీ మేకపాదీంచ పృథుపాదీ మపాదికామ్॥ 34

అతిమాత్రశిరో గ్రీవా మతిమాత్రకుచోదరీమ్।
అతిమాత్రాస్య నేత్రాంచ దీర్ఘజిహ్వా మజిహ్వికామ్॥ 35

అనాసికాం సింహముఖిం గోముఖిం సూకరీముఖిమ్।
యథా మద్వశగా సీతా క్షిప్రం భవతి జానకీ॥ 36

తథా కురుత రాక్షస్య స్సర్వాః క్షిప్రం సమేత్య చ।
ప్రతిలోమానులోమైశ్చ సామదానాది భేదనైః॥ 37

ఆవర్జయత వైదేహీం దణ్డ స్యోద్యమనేన చ।
ఇతి ప్రతి సమాదిశ్య రాక్షసేంద్రః పునః పునః॥ 38

కామమన్యు పరీతాత్మా జానకీం పర్యతర్జయత్।
ఉపగమ్య తతః క్షిప్రం రాక్షసీ ధాన్యమాలినీ॥ 39

పరిష్వజ్య దశగ్రీవ మిదం వచన మబ్రవీత్।
మయా క్రీడ మారాజ సీతయా కిం తవానయా॥ 40

వివర్ణయా కృపణయా మానుష్యా రాక్షసేశ్వర।
నూన మస్యా మహారాజ న దివ్యా న్భోగ సత్తమాన్॥ 41

విదధా త్యమర శ్రేష్ఠ స్తవ బాహుబలార్జితాన్।
అకామాం కామయానస్య శరీర ముపతప్యతే॥ 42

తా. ఏకాక్షి, ఏకకర్ణ, గోకర్ణ, హస్తికర్ణ, లంబకర్ణ, చెవులే లేనివారలు. ఎందరో వికృత భయంకరరూపులు, వికారులైనవార్ని -

ముక్కులు లేనివారిని, పొడుగాటి నాలుకల వారిని, ఏకాక్షి, వికారి, భయంకరీ, గోముఖం, పందిముఖం, సింహముఖం, ముక్కులు లేనివారలు అక్కడెందరో వుండగా, వారందర్ని చూసిన రావణుడు -

"దీనికి తగిన మాటలు చెప్పండి. నా ప్రక్కకు చేర్చండి. మీరు ఎలాగ ఒప్పిస్తారో నాకు తెలియదు. అది నా చెంతకు రావాలి. జాగ్రత్త" అని వాళ్ళను హెచ్చరించాడు.

చివరిగా సీతను బెదిరించాడు. వారలకు మళ్ళీ మళ్ళీ ఆజ్ఞలు జారీ చేసాడు. ఇదంతా చూస్తున్న "ధాన్యమాలిని" అను రావణ ప్రియురాలు, రావణుని చేరింది. అక్కడెవరో వున్నారని సిగ్గు కూడా లేకుండా బిగియార కౌగలించుకుంది. "ఎందుకు వీరా! నీకోసం చచ్చేవాళ్ళమెందరిమో వుంటే, ఇదెందుకు నీకు, సుఖమివ్వడం లేదు సరికదా, నిన్ననవసరంగా బాధ పెడుతుంది. ఇష్టంలేని దాని ప్రేమలో సుఖముండదు. సంతోషముండదు. నీకోసం నన్నర్పించుకోవడానికి, నీకానందం కల్గించడానికి నేనుండగా, మరొకరు నీకెందుకని లతలాగ పెనవేసుకుంది.

"చూడు" అని సీతను ఈసడించుకుంటూ రావణుడు వెళ్ళాడు.

ఇచ్ఛంతీం కామయానస్య ప్రీతిర్భవతి శోభనా।
ఏవ ముక్తస్తు రాక్షస్యా సముత్క్షిప్త స్తతో బలీ॥ 43

ప్రహస న్మేఘసం కాశో రాక్షస స్స న్న్యవర్తత।
ప్రస్థిత స్స దశగ్రీవః కమ్పయ న్నివ మేదినీమ్॥ 44

జ్వలద్భాస్కర వర్ణాభం ప్రవివేశ నివేశనమ్।
దేవగన్ధర్వకన్యా శ్చ నాగకన్యా శ్చ సర్వతః॥ 45

పరివార్య దశగ్రీవం వివిశు స్త ద్గృ హోత్తమమ్।
స మైథిలీం ధర్మపరా మవస్థితాం ప్రవేశమానాం పరిభర్త్స్య రావణః॥
విహాయ సీతాం మదనేన మోహిత స్స్వ మేవ వేశ్మ ప్రవివేశ భాస్వరమ్॥ 46

తా. ఆ ముద్దుల పెళ్ళాం, ముద్దులు గుడుస్తుంటే. అప్పటికి, సీత తెప్పించిన కోపంతో, కొంత తిరస్కార భారంతో, రావణుడు అక్కడ నుండి ధాన్యమాలినితో కలిసి వెళ్ళాడు.

ఎంత చెప్పినా వినని మూర్ఖురాలు సీత మదమణచాలని, రావణుడు కోపోద్రిక్తుడౌతున్నాడు.

దేవ, గంధర్వ, నాగకన్యలు కూడా రావణుని చుట్టుకుని, రాసుకుని, పూసుకుని, అతనితోడిదే తమ లోకమని బయలుదేరారు.

ధర్మపరురాలు, పతివ్రత రామపత్నిని అదిలించి, బెదిరించి, పబ్బము తీరక, మదనపీడితుడై, కన్నుల సీత, కనువిందుగా కదలుతుంటే, వేడి నిట్టూర్పులతో, తనను మరచి ఆమెకై తపిస్తున్నాడు.

✿

ఇది వొరుగంటి వంశజనిత, శ్రీమతి సువర్చలాంబా, వెంకట
సూర్యప్రసాదరావుల జేష్ఠ తనూజుడు "వర" రామకృష్ణప్రసాద్ -
భక్తజనుల కందించిన, తేటతెలుగు వ్యాఖ్యాన శ్రీమత్
సుందరకాండలోని, ద్వావింశ సర్గ సమాప్తం.

- స్వస్తి-
- అస్తూ -

✦✦✦

త్రయోవింశ స్సర్గః

ఇ త్యుక్త్వా మైథిలీం రాజా రావణ శ్శత్రురావణః।
సన్దిశ్య చ తత స్సర్వా రాక్షసీ ర్నిర్జగామ హ॥ 1

ని్ష్క్రాన్తే రాక్షసేన్ద్రేతు పున ర స్తఃపురం గతే।
రాక్షస్యో భీమరూపా స్తా స్సీతాం సమభిదుద్రువుః॥ 2

తా. రావణుడు, తన పరివారానికి తగు ఆజ్ఞలను జారీచేసి, సీతను తన చెంతకు చేర్చాలని హెచ్చరించి, మరీ తన దివ్యభవనానికి వెళ్ళాడు. రావణుడు కదలగానే, ఆతని ఆజ్ఞాపాలితులయ్యే రాక్షసస్త్రీలు, ఇక సమయం దొరికింది కదా! అని రెచ్చిపోవడానికి సిద్ధపడుతున్నారు.

తత స్సీతా ముపాగమ్య రాక్షస్యః క్రోధమూర్ఛితాః।
పరం పరుషయా వాచా వై దేహీ మిద మబ్రువన్॥ 3

పౌలస్త్యస్య వరిష్ఠస్య రావణస్య మహాత్మనః।
దశగ్రీవస్య భార్యా త్వం సీతే న బహు మన్యసే॥ 4

తా. సీతను కొరకొర చూస్తూ ఎవరి మట్టుకువారు పరుషవాక్కులతో ఆమెను రావణ దాసురాల్ని చేయగా, ముఖ కళవళికలు మారుస్తు "సీతా! రావణుడంటే ఎవరనుకున్నావు ? పులస్త్య బ్రహ్మ మనుమడు. మహా మతిమంతుడు పరమ శివభక్తుడు. పదితలల ఆ వీరశ్రేష్ఠునికి భార్య అవడం చాలా దుర్లభం. దొరికిన అవకాశాన్ని సద్వినియోగం చేసుకో. అతని శక్తి నీకు తెలియదు.

తత స్త్వేకజటా నామ రాక్షసీ వాక్య మబ్రవీత్।
ఆమన్త్ర్య క్రోధ తామ్రాక్షీ సీతాం కరతలోదరీమ్॥ 5

ప్రజాపతీనాం షణ్ణాం తు చతుర్థో యః ప్రజాపతిః।
మానసో బ్రహ్మణః పుత్రః పుల స్త్య ఇతి విశ్రుతః॥ 6

పుల స్త్యస్యతు తేజస్వీ మహర్షి ర్మానస స్సుతః।
నామ్నా స మిశ్రవా నామ ప్రజాపతిసమప్రభః॥ 7

తస్య పుత్రో విశాలాక్షి రావణ శ్శత్రురావణః।
తస్య త్వం రాక్షసేన్ద్రస్య భార్యా భవితు మర్హసి॥ 8

మయోక్తం చారు సర్వాఙ్గీ వాక్యం కిం నానుమన్యసే।
తతో హరిజటా నామ రాక్షసీ వాక్య మబ్రవీత్॥ 9

తా. ఇలాగ కాదేనంటూ ఏకజట అను రాక్షసి కళ్ళెర్రచేసి, అసలు నీకు చరిత్ర తెలుసా ? మరిచీ, అత్రి, అంగీరస, పులస్త్య, పులహులను వారు ప్రజాపతులు. వారిలోని పులస్త్యుడు బ్రహ్మ మానసపుత్రుడు, ఈయన పుత్రుడే మహాయశస్వి తేజస్వి విశ్రవసుడు.

అదిగో ఆ విశ్రవసుల వారి కుమారుడు వీరాధివీరుడైన దశకంఠుడు. లోకవిద్రావణుడై, శివునే ఎలుగెత్తి పిలిచినందులకు, ఈ మహాభక్తుని "రావణ" బిరుదం వచ్చింది. తెలుసా ?" అంటే -

అయిందా ? అన్నట్లు పిల్లికళ్ళ హరిజట, ఏకజటను ప్రక్కకు త్రోసి, సీతను చూసి తన కళ్ళు గిరగిర తిప్పుతూ గుడ్లిరిమింది.

వివ ర్త్య నయనే కోపా న్మార్జాల సదృ శేక్షణా।
యేన దేవాస్త్రయస్త్రింశ ద్దేవరాజ శ్చ నిర్జియః॥ 10

తస్య త్వం రాక్షసేన్ద్రస్య భార్యా భవితు మర్హసి।
తత స్తు ప్రఘసా నామ రాక్షసీ క్రోధ మూర్ఛితా॥ 11

భర్త్సయన్తీ తదా ఘోర మిదం వచనమబ్రవీత్।
వీర్యోత్సిక్తస్య శూరస్య సంగ్రామే ష్వనివర్తినః॥ 12

బలినో వీరయుక్తస్య భార్యాత్వం కిం న లప్స్యసే।
ప్రియాం బహుమతాం భార్యాం త్యక్త్వా రాజా మహాబలః॥ 13

సర్వాసాం చ మహాభాగాం త్వా ముపైష్యతి రావణః।
సమృద్ధం స్త్రీసహస్రేణ నానారత్నోపశోభితమ్॥ 14

తా. సీతా! నీకు దేవతలెంతమందో తెలుసా ? చెబుతున్నాను విను. ముప్పయి మూడు కోట్లమంది, వారికి రాజు దేవేంద్రుడు. అతన్ని, అతన్ని ఓడించిన

మహావీరుడు రావణుడు. అతనికి భార్యవయ్యే అదృష్టం దొరికితే ఏమిటి పెడసరం. మాట్లాడకుండా. వెళ్ళు. వెళ్ళి ఆ లోకేశ్వరునికి భార్యగా సుఖించమంది.

ఆ వెంటనే ప్రఘస, సీతను చేరి "ఒసేయ్! వింటున్నావా ? ప్రభువు మనసుపడ్డాడు కదా! అని ఉపేక్షిస్తున్నాము. లేకపోతే ఏనాడో నిన్ను విరుచుకు తినేసేవాళ్ళం. రావణుడిప్పుడు సర్వలోకాలకు ఏలిక. అతన్ని కాదని చావకు.

రావణుడు, ఆ రాముడు వలె పెళ్ళాం లేనివాడు కాడు. మహాపతివ్రత మండోదరితోపాటు అతన్ని కావాలనుకునేవారు ఆయన కోరి తెచ్చుకున్న వాళ్ళు ఎంతోమంది వున్నారు. ఇంతమంది వుండగా నిన్ను కోరుతున్నాడంటే, అన్ని నీకే ఇస్తానంటే... ఇంకా ఏమిటీ. బింకాలు, మొండితనం విడిచిపెట్టు. సుఖపడతావు. లేదా ఒక్కొక్క అవయవము బ్రతికుండగా మేమే విరుచుకు తింటాము.

అన్తఃపురం సముత్సృజ్య త్వా ముపైష్యతి రావణః।
అన్యా తు వికటా నామ రాక్షసీ వాక్య మబ్రవీత్॥ 15

అసకృ ద్దేవతా యుద్దే నాగగంధర్వదానవాః।
నిర్జి తా స్సమరేయేన సతే పార్శ్వ ముపాగతః॥ 16

తస్య సర్వసమృద్ధస్య రావణస్య మహాత్మనః।
కి మద్య రాక్షసేన్ద్రస్య భార్యాత్వం నేచ్ఛసేఽధమే॥ 17

తతస్తు దుర్ముఖి నామ రాక్షసీ వాక్య మబ్రవీత్।
యస్య సూర్యో న తపతి భీతో యస్య చ మారుతః॥ 18

న వాతి స్మాయతాపాఙ్గే కిం త్వం తస్య న తిష్ఠసి।
పుష్పవృష్టిం చ తరవో ముముచు ర్యస్యవై భయాత్॥ 19

శైలాశ్చ సుభ్రూపానీయం జలదాశ్చయదేచ్ఛతి।
తస్య నైరృతరాజస్య రాజరాజస్యభామిని॥ 20

కిం త్వం నకురుషే బుద్ధిం భార్యార్థే రావణస్య హి।
సాధుతే తత్వతో దేవి కథితం సాధు భామిని॥ 21

గృహాణ సుస్మితే వాక్య మన్యథా న భవిష్యసి।

తా. ఇదే అదనుగా "వికట" అనేది వచ్చింది. "నీ కసలు బుద్ధి వుందా. అంతటి వాడు వూ అంటే సై అని మీద కెక్కక, ఈ పెంకితనమేమిటి ? బ్రతికి బట్టగలననే ఆశ, నీ మొగుడు ఇక్కడికి వచ్చి రక్షిస్తాడనే పేరాశ మిగిలివుంటే, అది చంపేసుకో.

రావణుని కాదని ఇక్కడ అడుగుపెట్ట గలవారు లేరు. వింటున్నావా, ముందు పొగరు తగ్గించుకో. అంటూంటే - దుర్ముఖి ముందుకు వచ్చింది.

దీనికి రావణుడంటే ఇంకా అర్థం కాలేదు. "సూర్యా! అనగా, చెప్పండి. మీ ఆజ్ఞ" అని తలవంచుకుంటాడు. సృష్టిలోని ఏదీ, ఈయనకు ఎదురు తిరగదు. అటువంటి రావణునికి పాదాక్రాంతురాలవడంపోయి, పట్టుదల, బింకాలా ? ఎవరే నిన్ను రక్షిస్తారు ? అనవసరంగా చావుకొని తెచ్చుకోకు.

✿

ఇది వొరుగంటి వంశజనిత, శ్రీమతి సువర్చలాంబా, వెంకట
సూర్యప్రసాదరావుల జేష్ఠ తనూజుడు "వర" రామకృష్ణప్రసాద్ -
భక్తజనుల కందించిన, తేటతెలుగు వ్యాఖ్యాన శ్రీమత్
సుందరకాండలోని, త్రయోవింశ సర్గ సమాప్తం.

- స్వస్తి-
- అస్తు -

✦✦✦

చతుర్వింశ స్సర్గః

తత స్సీతా ముపాగమ్య రాక్షస్యో వికృతాననాః।

పరుషం పరుషా నార్య ఊచు స్తాం వాక్య మప్రియమ్॥ 1

తా. ఇలాగ ఒక్కొక్కరే, తమ వంకర టింకర వివాద ముఖాలతో ముందుకు వస్తున్నారు. వారి స్వబుద్ధితో ఇష్టమొచ్చినట్లు మాట్లాడుతున్నారు.

కిం త్వ మన్తఃపురే సీతే సర్వభూత మనోహరే।

మహార్హ శయనోపేతే న వాస మనుమన్యసే॥ 2

మానుషీ మానుషస్యై వ భార్యాత్వం బహుమన్యసే।

ప్రత్యాహర మనో రామా న్నత్వం జాతు భవిష్యసి॥ 3

త్రైలోక్య వసు భోక్తారం రావణం రాక్షసేశ్వరమ్।

భర్తార ముపసఙ్గమ్య విహారస్య యథా సుఖమ్॥ 4

తా. సీతా! అంటూ రావణుని సౌభాగ్యాన్ని వర్ణించి ఆమెను ప్రలోభపెట్టాలని తలుస్తున్నారు. "ప్రభువు తల్పం - ఆ శేషతల్పం వంటిదే. దానిమీద పడుకుని హాయిగా సుఖభోగాలననుభవించమంటే... ఎంతటి మూర్ఖురాలవే కాదనడానికి,

నీవు మనిషికి కాబట్టి. మనిషినే పెళ్ళి చేసుకున్నావు. అతనితోనే వుంటానంటావు. నీది వంకరబుద్ధి. అడవులలో విడిచి, ఆలి వుందో లేదో తెలుసుకోలేని వాడొక మొగాడు, వాడికోసం ఏడ్చే నువ్వొక పెళ్ళాం. ఛా. వూరుకో. లే. రకరకాల పై పూతల సుగంధ ద్రవ్యాల నీటితో స్నానం చెయ్యి. అద్భుతమైన అలంకారాలతో అందర్నీ తలదన్నే అద్భుత సౌందర్యం, నీ కోసం తపించే రావణుని తపస్సుకు సిద్ధివి, కా! లే!

ఒసేయ్, పిచ్చిదానా! మా ప్రభువు రావణుడెక్కడ నీ మతిమాలిన ఆ అడివి మనిషి రాముడెక్కడ ? వెళ్ళు. లే. లేచి నే చెప్పినట్లు చెయ్యి.

మానుషీ మానుషం తం తు రామ మిచ్ఛసి శోభనే।

రాజ్యా ద్భ్రష్ట మసిద్ధార్థం విక్లబం త్వ మనిన్ది తే॥ 5

రాక్షసీనాం వచ శ్రుత్వా సీతా పద్మనిభేక్షణా।
నేత్రాభ్యా మశ్రుపూర్ణాభ్యా మిదం వచన మబ్రవీత్॥ 6

యది దం లోకవిద్విష్టం ముదాహోరథ సజ్జితా:।
నైత న్మనసి వాక్యం మే కిల్బిషం ప్రతిభాతి స:॥ 7

న మానుషీ రాక్షసస్య భార్యా భవితు మర్హతి।
కామం ఖాదత మాం సర్వా న కరిష్యామి వో వచ:॥ 8

దీనోవా రాజ్య హీనో నా యో మే భర్తా స మే గురు:।
తం నిత్య మనురక్తాస్మి యథా సూర్యం సువర్చలా॥ 9

తా. ఇంతమంది చెబుతున్నా నువ్వు వినడం లేదంటే నిన్నేమనుకోవాలి. ఆ... వూరుకున్నానని మొండికెత్తకు. చావాలని వుందా ? సంతోషంగా వుండాలని వుందా ? సుఖపడవే పిచ్చిదానా! చచ్చాక పొందేదేముంది ?

అందరి మాటలను విన్న సీత గద్గదస్వరంతో కళ్ళనీళ్ళు కారుతుంటే "ఓ వనితలారా! మీరు మీ బుద్ధితో మాట్లాడారు. ఇవన్నీ మాకు సమ్మతం కాని, శాస్త్రధర్మాలొప్పని కారుకూతలు. వీటిని పతివ్రతల ముందర చెప్పరాదు.

"న మానుషి రాక్షసాభార్యా.... అన్నది నిజం. అందుకే నేను మీరు చెప్పినట్లు చెయ్యలేను. మీ ప్రభువు ననుసరించలేను. వివాహితను లేచి రమ్మనడం సంస్కృతీ కాదు. సాంప్రదాయం కాదు. బ్రహ్మ మనుమడన్నారే! ఆతని సాంప్రదాయమిదా ? మూర్ఖులారా! నేనేమైనా ఫర్వాలేదు. మీ మాటలు మాత్రం వినను. రండి. హాయిగా నన్ను తినేయండి. నేను సిద్ధంగా వున్నానంది.

నేను సూర్యవంశస్థురాలను. సూర్యుని, సువర్చల ఏ విధంగా అనుసరించి వుంటుందో, అలాగే నేనిల నా పతి దేవునితోనే వుంటాను. అతన్ని తప్ప మరొకరు నాకు భర్త కారు, కాలేరు. కన్నెత్తి చూడనంది.

యథా శచీ మహా భాగా శక్రంసముపతిష్ఠతి।
అరుంధతీ వశిష్ఠంచ రోహిణీ శశినం యథా॥ 10

లోపాముద్రా యథాగ స్త్యం సుకన్యా చ్యవనం యథా।
సావిత్రీ సత్యవంతం చ కపిలం శ్రీమతీ యథా॥ 11

సౌదానం మదయన్తీవ కేశినీ సగరం యథా।
నైషధం దమయన్తీవ భైమీ పతి మనువ్రతా॥ 12

తథాऽహ మిక్ష్వాకువరం రామం పతి మనువ్రతా।
సీతాయా వచనం శ్రుత్వా రాక్షస్యః క్రోధ మూర్ఛితా॥ 13

భర్త్సయన్తిస్మ పరుషైర్వాక్యై రావణ చోదితాః।
అవలీన స్స నిర్వాక్యో హనుమా న్శింశుపాద్రుమే॥ 14

సీతాం సంతర్జయంతీ స్తా రాక్షసీ రశ్శణో త్కృపిః।
తా మభిక్రమ్య సంక్రుద్ధా వేపమానాం సమ న్తతః॥ 15

భృశం సంలిలిహుర్దీప్తా ప్రలమ్బా న్దశనచ్ఛదాన్।
ఊచుశ్చ పరమక్రుద్ధాః ప్రగృహ్యా శు పరశ్వథాన్॥ 16

తా. శచీదేవి దేవేంద్రుని, అరుంధతి వశిష్టులను, రోహిణీ చంద్రుని, లోపాముద్ర-అగస్త్యుల వారిని, సుకన్య చ్యవనులను, సావిత్రి సత్యవంతులు శ్రీమతి - కపిలులు, సౌదాశ-మదయన్తి, కేశిని-సగరుడు, నలదమయంతుల వలె, ఇక్ష్వాకు సాంప్రదాయాన్ననుసరించి, ధన్యజీవితం గడుపుతానే తప్ప, ఇతర మార్గాలు తొక్కను.

వినశక్యం కాని సీత మాటలకు, చుట్టు వున్న రాక్షసస్త్రీలు రెచ్చిపోయి ఇష్టమొచ్చినట్లు మాట్లాడుతుంటే, రావణుడు రావడం దగ్గర నుండి, ఇంతవరకు జరిగిన సర్వస్వం దర్శించిన మారుతి, నోటమాట రాక విస్తుపోయి చూస్తున్నాడు.

అప్పుడా రాక్షసస్త్రీలు నోటితో వాగుతూ, చేతులలో తమ తమ ఆయుధాలతో "దౌర్భాగ్యురాలు". దీనికి "రావణపత్ని" అని అనిపించుకునే యోగ్యత లేదు. దీనిని చంపి, అని పళ్ళు పటపట కొరుకుతూ మీది మీదికి వస్తున్నారు.

నేమ మర్హతి భర్తారం రావణం రాక్షసాధిపమ్।
సా భర్త్స్యమానా భీమాభిరాక్షసీభి ర్వరాననా॥ 17

సా బాష్ప మపమార్జంతీ శింశుపాం తాం ముపాగమత్।
తత స్తాం శింశుపాం సీతా రాక్షసీభి స్సమావృతా॥ 18

అభిగమ్య విశాలాక్షీ తస్థౌ శోక పరిప్లుతా।
తాంకృశాం దీనవదనాం మలినామ్బరధారిణీమ్॥ 19

భర్త్సయాంచక్రిరే సీతాం రాక్షస్య స్తాం సమ న్తతః।
తత స్తాం వినతా నామ రాక్షసీ భీమదర్శనా। 20

అబ్రవీ త్కుపితాకారా కరాళా నిర్ణతోదరీ।
సీతే పర్యాప్త మేతావ ద్భర్తు స్స్నేహో నిదర్శితః॥ 21

తా. అంతా చూస్తున్న హనుమంతుడక్కడే వుండి అశక్తుడయ్యాడు. ఆ శింశుపా వృక్షంపై అలాగే కూర్చుని "అయ్యో! హతవిధి...!" అనుకుంటున్నాడు. సీత కూడా, ఇదొక దుష్కర్మగానే తలచింది. ఇందునుండి విముక్తి అర్థం కావడం లేదు. వారి మాటల్ని వినలేకపోతుంది. బలవంతంగా చావలేక పోతుంది.

నలుగురు నాలుగు ప్రక్కల నిల్చుని సీతను బెదిరించి, ఇబ్బంది పెడుతూంటే, అప్పుడు "తతస్తాం వినతా...!" అని "వినత" అనే స్త్రీ గుడ్లురుముచు, పళ్ళు పటపట కొరుకుచూ, ఎర్రటి కళ్ళతో ఇందర్ని కాదన్న సీతను చూసి "ఇంతకు నీవు వర్ణించిన భర్త ప్రేమ చాలును. ఇక నోరు మూసుకుని మేము చెప్పినట్లు చెయ్యి. అనవసరంగా పొగిడి పొగిడి, వున్న గోటు పోగొట్టుకోకు. ఇంకా నా మొగుడు, దేవుడు... అంటే నిన్నా దేవుని వద్దకు ఎముకల కుప్పగా పంపుతాం. జాగ్రత్త" అంది.

సర్వత్రాతికృతం భద్రే వ్యసనా యోపకల్పతే।
పరితుష్టా స్మి భద్ర తే మానుష స్తే కృతో విధిః॥ 22

మమాపి తు వచః పథ్యం బ్రువన్త్యాః కురు మైథిలి।
రావణంభజ భర్తారం భర్తారం సర్వరక్షసామ్॥ 23

విక్రాంతం రూపవంతం చ సురేశ మివ వాసవమ్।
దక్షిణం త్యాగశీలం చ సర్వస్య ప్రియదర్శనమ్॥ 24

మానుషం కృపణం రామం త్యక్త్వా రావణ మాశ్రయ।
దివ్యాజ్ఞరాగా వై దేహీ దివ్యాభరణభూషితా॥ 25

అద్య ప్రభృతి సర్వేషాం లోకానా మీశ్వరీ భవ।
అగ్నేస్స్వాహా యథా దేవీ శచీ వేన్ద్రస్య శోభనే॥ 26

కిం తే రామేణ వైదేహి కృపణేవ గతాయుషా।
ఏత దుక్తం చ మే వాక్యం యది త్వం న కరిష్యసి॥ 27

తా. "సీతా! ఇక ప్రేమలు చాలు. మీవి మీవే. మా వద్ద పనిచేయవు. మీ విషయంలో దీనిని మంచిగా తలుస్తారు. ఘనంగా చెప్పుకుంటారు. కాని మా విషయంలో తప్పు లేదు. దేవరాజును గెల్చి నిల్చిన ధీరోదాత్తుడు. త్రివిక్రముడు దశకంధరుడు. ఇతనిని చేపట్టి, ఓ జనకపట్టీ! సుఖించుము. రాముని మాట మరువుము.

అగ్నికి స్వాహాదేవి, ఇంద్రునికి శచిదేవి, ఇంకా ఎందుకు అనవసర కబుర్లు. వీరంతా రావణునికి తలవంచినవారే. వీరందర్ని ఆజ్ఞాపించె మహారాణిగా వుండుము.

అస్మి న్ముహూర్తే సర్వాస్త్వాం భక్ష యిష్యామహే వయమ్।
అన్యా తు వికటా నామ లమ్బమానపయోధరా॥ 28

అబ్రవీ త్కుపితా సీతాం ముష్టి ముద్యమ్య గర్జతీ।
బహూన్యప్రియరూపాణి వచనాని సుదుర్మతే॥ 29

అనుక్రోశా న్మృదుత్వా చ్చ సోఢాని తవ మైథిలి।
న చ నః కురుషే వాక్యం హితం కాలపురస్కృతమ్॥ 30

అనీతాఽసి సముద్రస్య పార మన్యైర్దురాసదమ్।
రావణా న్తఃపురం ఘోరం ప్రవిష్టా చాసి మైథిలి॥ 31

రావణస్య గృహే రుద్ధా మస్మాభిస్తు సురక్షితామ్।
న త్వాం శక్తః పరిత్రాతుమపి సాక్షా త్పురందరః॥ 32

కురుష్వ హితవాదిన్యా వచనం మమ మైథిలి।
అల మశ్రు ప్రపాతేన త్యజ శోక మనర్థకమ్॥ 33

భజ ప్రీతిం ప్రహర్షం చ త్యజైతాం నిత్యదైన్యతామ్।
సీతే రాక్షసరాజేన సహ క్రీడ యథాసుఖమ్॥ 34

తా. సీతలో చలనం లేదు. ఔననదు, కాదనదు. వికట వళ్ళు మండిపోతుంది. పళ్ళు కొరుకుతూ పిడికిలి బిగించి "నువ్వు పలికిన మాటల్ని విన్న ఏ మగాడు వూరుకోడు. అందమైనదానివి కదా "అని మా ప్రభువు క్షమించాడు."

"న చనః కురుషే వాక్య"మని మా హితవచనాలను కనుక వినకపోతే "ఓ సీతా!నిన్ను తెచ్చిన మా ప్రభువు సామర్థ్యము, తన్నెదిరించినవారి గతి తెలుసుకో. మా చెరలో వున్న నిన్ను ఎవ్వరు రక్షించలేరు. దేవతలకే అసాధ్యమైన దానిని ఆ నీచ-మానవుడు నిన్ను రక్షించునా ? ఎందుకే ఆ మిడిసిపాటు ? ! అని క్షణమాగి తమాయించుకుంది. మెల్లిగా -

"చూడు, సీతా! సర్వదేవతల ప్రభువైన ఆ దేవేంద్రుడు కూడా, మా ప్రభువును కాదని, నిన్ను రక్షించలేడు. నా మాటవిను. వూరికే ఏడుస్తు కూర్చుంటే, ఆ కూర్చోడానికి కూడా ఓపిక వుండదు. ఇలాగ మొండికేస్తే వూరుకుంటామని తలవకు. ఆ ఏడుపు మాను!" మళ్ళీ కొద్దిగా గద్దిస్తూ-

రావణుని ప్రేమించు. గౌరవించు. ఆతని చెంతన చేరు. సర్వసుఖాలు, ఎవరు పొందని విధంగా పొందు. ఆతని కాదని నువ్వు బ్రతుకలేవు. రామునితో కలవడం, సుఖాలు పొందడం "కల్ల" నిష్కర్షగా చెప్పేసింది.

జానాసి హి యథా భీరు స్త్రీణాం యౌవన మధ్రువమ్।
యావ న్న తే వ్యతిక్రామే త్తావ త్సుఖ మవాప్నుహి॥ 35

ఉద్యానాని చ రమ్యాణి పర్వతోపవనాని చ।
సహ రాక్షసరాజేన చర త్వం మదిరేక్షణే॥ 36

స్త్రీ సహస్రాణి తే సప్త వశే స్థాస్యన్తి సున్దరి।
రావణం భజ భర్తారం భర్తారం సర్వ రక్షసామ్॥ 37

ఉత్పాట్య వా తే హృదయం భక్షయిష్యామి మైథిలి।
యది మే వ్యాహృతం వాక్యం న యథావత్కరిష్యసి॥ 38

తత శ్చణ్డోదరీ నామ రాక్షసీ క్రోధమూర్ఛితా।
భ్రామయంతీ మహ చ్ఛూల మిదం వచన మబ్రవీత్॥ 39

ఇమాం హరిణ లోలాక్షీం త్రాసోత్కమ్పిపయోధరామ్।
రావణేన హృతాం దృష్ట్వా దౌహృదో మేమహా నభూత్॥ 40

తా. ఏడుస్తూ కూర్చుంటే కష్టాలు పోవు. సుఖాలు రావు. ధైర్యం పొంది. మేము చెప్పినట్లు వినుము. దీపముండగానే ఇల్లు చక్కపెట్టుకోవాలంటారు. అలాగే వయసు వుండగానే సుఖాలు. ఆ తర్వాతేముంది, అనుభవించడానికీ! అన్ని అయిపోయాక సీతా! వింటున్నావా ? చూసావా, ఈ అందమైన ప్రదేశం ఇందలి విశేషాలు. హాయిగా తిరుగు. నీ దానిగా ఆనందం పొందుము.

మా మాటల్ని కాదని మూర్ఖించావో. నిగనిగలాడే ఆ పొట్టను, ముందు నేనే చీల్చి తినేస్తాను. ఆ తర్వాత జరిగే దానితో నాకు పనిలేదు. ఈ లోగా "చండోదరి" అనే మరో రాక్షసి" మొదట్నుంచి చూస్తున్నాను. ఈ లేగి కన్నుల పిల్లను చూసినప్పుడే అనిపించింది.

యకృత్ ప్లీహ మథో త్పీడం హృదయం చ సబన్ధనమ్।
అన్త్రా ణ్యపి తథా శీర్షం ఖాదేయ మితి మే మతిః॥ 41

తత స్తుప్రఘసానామ రాక్షసీ వాక్య మబ్రవీత్।
కణ్ఠ మస్యా నృశంసాయాః పీడయామ కి మాస్యతే॥ 42

నివేద్యతాం తతో రాజ్ఞే మానుసీ సా మృతేతిహ।
నాత్ర కశ్చన సన్దేహః ఖాదతే తి స వక్ష్యతి॥ 43

తత స్త్వజాముఖినామ రాక్షసీ వాక్య మబ్రవీత్।
విశస్యే మాం తత స్సర్వా స్సమా న్కరుత పీలుకాన్॥ 44

విభజామ తత స్సర్వా వివాదో మే న రోచతే।
పేయ మానీయతాం క్షిప్రం లేహ్యా ముచ్చావచం బహు॥ 45

తత శ్శూర్పణఖా నామ రాక్షసీ వాక్య మబ్రవీత్।
అజాముఖ్యా యదుక్తం హి తదేవ మమ రోచతే॥ 46

సురా చా నీయతాం క్షిప్రం సర్వ శోక వినాశినీ।
మానుషం మాంస మాస్వాద్య నృత్యామోఽ థ నికుంభిలామ్॥ **47**

ఏవం సంభర్త్స్యమానా సా సీతా సురసుతోపమా।
రాక్షసీభి స్సు ఘోరాభి ర్ధైర్య ముత్సృజ్య రోదితి॥ **48**

తా. "ఈమె గుండె, ప్రేవులు, వక్షస్థలం ఆ వేడి వేడి రక్తము త్రాగాలని ఈమె మాంసము తినాలని భలే కోరికగా వుందని. "చండోదరి అనగా, ప్రఘస "సరిసరి. ఇది మొండిది. మన మాటలు వినదు. పీక పిసికి చంపేద్దాం. ప్రభువుకు చచ్చిపోయిందని చెబుతాం. అతడు సరే. తినెయ్యండి. అంటాడు. అప్పుడు అందరం సమానంగా, దీనిని తినేద్దాం. వాటాలలో గొడవ రాకూడదు. ఆ...!" అనేసింది.

దీంతో, అజాముఖి "నిజం-నువ్వు చెప్పినట్లు ఏ గొడవ రాకుండా, అందరం సమానంగా కలిసి పంచుకుందాం. అప్పుడు ఏ గొడవా రాదు. నిజం బయటపడదంది. దీనిని ఒట్టినే తింటే ఎట్లా ?! దీనికి కావలసిన నంజుళ్ళు, కల్లు సారాయి సిద్ధం చేసుకుందామంది.

ఆ తర్వాత శూర్పణఖ అందుకుని "అజాముఖి చెప్పింది, అక్షరాల నిజం. ఆమె చెప్పినట్లు చేద్దాం. ఆ తర్వాత నికుంభలాదేవి ఆలయం ముందు, సంతోషంగా నాట్యం చేద్దామంది.

అంతా వింది. దేవతామూర్తులకే మిన్న అయిన, సీత, ఆ మాటలన్ని వింటూ "భగవాన్" అని రాముని తలచుకుని, కన్నీరు కార్చింది.

✿

ఇది వొరుగంటి వంశజనిత, శ్రీమతి సువర్చలాంబా, వెంకట
సూర్యప్రసాదరావుల జేష్ఠ తనూజుడు "వర" రామకృష్ణప్రసాద్ -
భక్తజనుల కందించిన, తేటతెలుగు వ్యాఖ్యాన శ్రీమత్
సుందరకాండలోని, చతుర్వింశ సర్గ సమాప్తం.

- స్వస్తి-

- అస్తూ -

✦✦✦

పంచవింశ స్సర్గః

తథా తాసాం వదన్తీనాం పరుషం దారుణం బహు।
రాక్షసీనా మసౌమ్యానాం రురోద జనకాత్మజా॥ 1

తా. తథా వదాన్తీనాం పరుషం దారుణం బహు.. ఆ రకంగా రాక్షస స్త్రీలు కఠినంగా మాట్లాడుతుంటే సీత వినలేకపోయింది. విచారాన్ని విడిచిపెట్ట లేకపోయింది.

ఏవ ముక్తా తు వై దేహీ రాక్షసీభి ర్మనస్వినీ।
ఉవాచ పరమత్రస్తా బాష్పగద్గదయా గిరా॥ 2

న మానుషీ రాక్షసస్య భార్యా భవితు మర్హతి।
కామం ఖాదత మాం సర్వా న కరిష్యామి వో వచః॥ 3

సా రాక్షసీమధ్యగతా సీతా సురసుతోపమా।
న శర్మ లేభే దుఃఖార్తా రావణేన చ తర్జితా॥ 4

వేపతే స్మాధికం సీతా విశన్తీ వా జ్గ మాత్మనః।
వనే యూథపరిభ్రష్టా మృగీ కోకై రివా ర్దితా॥ 5

తా. ఆ రాక్షసస్త్రీలు, తామిష్టమొచ్చినట్లు మాట్లాడుతుంటే, ఆ వదరు కబుర్లు సీతనుక్కిరి బిక్కిరి చేస్తుంటే, శ్రీరామ సాన్నిధ్యంలో వున్నట్లే భావించింది తప్ప, వారి మాటలకు ధైర్యము వీడలేదు. వారికనుగుణంగా స్పందించలేదు.

మీ మాటలునీవి. నా భావము నాది. జరగనిది. అసాధ్యమంటారు. జరిగేది సాధ్యమంటారు. అసాధ్యాన్ని - సాధ్యం చెయ్యడం. తగదు కాబట్టి మీరందరు అనుకున్నట్లు హాయిగా భుజించెయ్యండి. ఈ రకంగా మరొకరికి మహోపకారం చేసిన తృప్తితో నా రాముడిని తలచుకొని మరీ ప్రాణత్యాగం చేస్తానంది. ఆ రాక్షస స్త్రీలు, వారి ప్రేలాపనలు, సీత దుఃఖము, ఆమె సమాధానము భర్త వియోగము. అన్ని దుర్భరాలే తప్ప, సమాధానంగల పరిష్కారం కాదు. తింటానంటే ఫర్వాలేదు. లేపుకు పోతానంటేనే ప్రాణాంతకమని సీత గాలికి అల్లలాడే ఆకులాగ వారి మాటలకు వణికి పోతుంది.

సా త్వశోకస్య విపులాం శాఖా మాలమ్బ్య పుష్పితామ్।
చిన్తయామాస శోకేన భర్తారం భగ్న మానసా॥ 6

సా స్నాపయన్తీ విపులౌ స్తనౌ నేత్ర జలస్రవైః।
చన్తయన్తీ న శోకస్య తదా న్త మధిగచ్ఛతి॥ 7

సా వేపమానా పతితా ప్రవా తే కదలీ యథా।
రాక్షసీనాం భయత్రస్తా వివర్ణ వదనా భవత్॥ 8

తస్యా స్సా దీర్ఘవిపులా వేపస్త్యా స్సీతయా తదా।
దదృశే కమ్పినీ వేణీ వ్యాళిన పరిసర్పతీ॥ 9

సా నిశ్వ్వసన్తీ దుఃఖార్తా శోకోపహత చేతనా।
ఆర్తా వ్యసృజ దశ్రూణి మైథిలీ విలలాప హ॥ 10

హా రామే తి దుఃఖార్తా హా పున ర్లక్ష్మణేతి చ।
హా శ్వశ్రు మమ కౌసల్యే హా సుమిత్రే తి భామినీ॥ 11

లోకప్రవాద స్సత్యోయం పణ్డితై స్సముదాహృతః।
అకాలే దుర్లభో మృత్యుః స్త్రియా వా పురుషస్య వా॥ 12

యత్రా హ మేవం క్రూరాభీ రాక్షసీభి రిహార్దితా।
జీవామి హీనా రామేణ ముహూర్త మపి దుఃఖితా॥ 13

తా. ఆంజనేయుడు పైనే వున్న అశోకవృక్ష కొమ్మనానుకుని వున్నాడు. సీత "ఆర్యాపుత్రా! ఏమిటీ పరిస్థితి ? భగవాన్! ఏమిటీ దారుణం ? తండ్రీ! ఏమి నా గతి ?" తలచుకుని, తలచుకుని ఏడుస్తుంది.

ఆమె కన్నీరుతో, వక్షద్వయము తడిసిపోయింది. ఆపుకోలేని వేదనతో తల్లడిల్లుతుంది. రాక్షస స్త్రీల మాటలు, మాటిమాటికి బెదరి స్తున్నట్లుంటే చెవుల్లో గింగురు తిరుగుతూంటే దుఃఖమాపుకోలేకపోతుంది. గాలికి అల్లలాడే అరటిచెట్టు వలె వుందా సీత.

ఆ సంస్కారహీనమైన నల్లటి జడ త్రాచుపామును తలపింప చెయ్యడం చూసిన రాక్షస స్త్రీలు ఇప్పుడే ఇలాగ వుంటే, సంస్కారముంటే...

అని ఆశ్చర్యపోయారు. మాటిమాటికి రాముని తలచుకుంటూ, ఆమె దుఃఖిస్తుంది. భర్తను, మరదిని, అత్తగారిని తలచుకుని, భగవాన్! ఈ బాధను భరించలేను. కనీసం చావునైనా ప్రసాదించమని కోరుకుంటుంది. రాముని విడిచి క్షణకాలమైన వుండలేని నేను, పదినెలలు గడిపానంటే నాది పాపిష్టి బ్రతుకా ? లేక నాకు చావు లేదా ? విపరీతంగా విలపిస్తుంది.

ఏషాల్పపుణ్యా కృపణా వినశిష్యా మ్యనాథవత్।
సముద్ర మధ్యే నౌః పూర్ణా వాయువేగై రివాహతా॥ 14

భర్తారం త మపశ్యన్తీ రాక్షసీ వశ మాగతా।
సీదామిఖలు శోకేన కూలం తోయ హతం యథా॥ 15

తం పద్మదళపత్రాక్షం సింహవిక్రాన్త గామినమ్।
ధన్యాః పశ్యన్తి మే నాథం కృతజ్ఞం ప్రియవాదినమ్॥ 16

సర్వథా తేన హీనాయా రామేణ విదితాత్మనా।
తీక్ష్ణం విష మిహ స్వాద్య దుర్లభం మమ జీవితమ్॥ 17

కీదృశం తు మయా పాపం పురా జన్మా న్తరే కృతమ్।
యేనే దం ప్రాప్యతే దుఃఖం మయా ఘోరం సుదారుణమ్॥ 18

జీవితం త్యక్తు మిచ్ఛామి శోకేన మహతావృతా।
రాక్షసీభి శ్చ రక్ష్యన్త్యా రామో నా సాద్యతే మయా॥ 19

ధి గస్తు ఖలు మానుష్యం ధిగస్తు పరవశ్యతామ్।
న శక్యం య త్పరిత్యక్తు మాత్మచ్ఛన్దేన జీవితమ్॥ 20

తా. భర్తతో సుఖజీవితము గడిపెడంత పుణ్యము చేసి వుండలేదేమో! అందుకే ఈ ఎడబాటు, బాధలు. ఈ రాక్షసస్త్రీల ప్రలాపనలు వింటూ ఆ పరమ దుర్మార్గుని దరిద్ర చూపులను చూస్తు ఇంత హీనంగా, ఏ ఇతర స్త్రీయైనా ఇలాగ రోదిస్తుందా ? బాధపడుతుందా ? నా కర్మబట్టి నేను ఈ విధంగా జీవిస్తున్నాను. చావురాని బ్రతుకు కూడా బ్రతుకేనా ?

రక్షణలేని జీవితం, ధర్మబద్ధ జీవితం కాని బ్రతుకు గూడా, ఒక బ్రతుకే! ఎందుకీ బ్రతుకు ? శ్రీరాముని సాన్నిధ్యము, వారి దర్శనమొందని

జీవితం జీవితమేనా ? రాముని భార్య అంటే... పదమూడేండ్లు అయోధ్యలో సుఖజీవితం, పదమూడేళ్ళు అరణ్యావాస - సమజీవితం - ఒక సం॥ము దారుణ దుఃఖమనీ అర్థమా ?" ఎడబాయని రాముడు, విడలేని దుఃఖము, సీతను కృంగదీస్తున్నాయి. పిరికితనం పొంగి పొరలుతుంది.

ఇక ఈ ప్రాణమాగిపోతే బాగుండును. రాముని తలచుకుంటూ హాయిగా ప్రాణం విడుస్తాను." అనుకుంది. అయినా దుఃఖమాగడం లేదు. తెగిపడని అలలవలె ఆమె ఆలోచనలు సాగుతున్నయి.

గత జన్మలో ఎంతో పాపం చేసి వుంటాను. అందుకే ఇప్పుడనుభవిస్తున్నాను. ఇకపై మనుష్యజన్మ, అందులో భర్తను వీడి బ్రతికే ఆడజన్మ అవసరం రాకూడదు. మానవ జన్మలో అన్నీ కష్టాలే. వీటిననుభవించే ఓపిక నాకు లేదు. భగవాన్! కరుణించు. ఆర్యపుత్రా రక్షించు!" అని దీనంగా విలపిస్తుంది. దీనిని హనుమంతుడు, పరిస్థితి తనది కానట్లు చూసి, తాను విచారిస్తున్నాడు.

✿

ఇది వొరుగంటి వంశజనిత, శ్రీమతి సువర్చలాంబా, వెంకట
సూర్యప్రసాదరావుల జేష్ఠ తనూజుడు "వర" రామకృష్ణప్రసాద్ -
భక్తజనుల కందించిన, తేటతెలుగు వ్యాఖ్యాన శ్రీమత్
సుందరకాండలోని, పంచవింశ సర్గ సమాప్తం.

- స్వస్తి-

- అస్తు -

✦✦✦

షడ్వింశ స్సర్గః

ప్రసక్తాశ్రుముఖి త్యేవం బ్రువన్తీ జనకాత్మజా।
అధోముఖముఖి బాలా విలప్తుముపచక్రమే॥ 1

తా. కంటివెంట నీళ్ళు ధారాపాతంగా కారుతున్నాయి. ఆ కన్నీరు తుడిచే నాథుడు ప్రక్కనలేక, సీత అబలగా, ఆసహాయిగా రోదిస్తుంది.

ఉన్మత్తే వ ప్రమత్తే వ భ్రా న్తచిత్తే వ శోచతీ।
ఉపావృత్తా కిశోరీవ వివేష్టన్తీ మహీతలే॥ 2

రాఘవస్య ప్రమత్తస్య రక్షసా కామరూపిణా।
రావణేన ప్రమథ్యాహ మానీతా క్రోశతీ బలాత్॥ 3

రాక్షసీవశ మాపన్నా భర్త్స్యమానా సుదారుణమ్।
చిన్తయన్తీ సుదుఃఖార్తా నా హం జీవితు ముత్సహే॥ 4

తా. రాముడు తన చెంతలేని సమయం చూసి, ఈ దుర్మార్గుడు నన్ను తెచ్చాడు. లేకుంటే వీడిపాటికి చచ్చేవాడు. లంకయినా సుఖంగా వుండేది. రాముడే కనుక, ప్రక్కన వుండి వుంటే... ఈ దీనాలాపములు, ఏడుపులుండేవికావు. ఇదంతా నా కర్మ. స్వయంగా చేసుకుంది.

న హి మే జీవితై రర్థో నై వా ర్థైర్నచ భూషణైః।
వసన్త్యా రాక్షసీ మధ్యే వినా రామం మహారథమ్॥ 5

అశ్మసార మిదం మాన మథవా వ్యజరామరమ్।
హృదయం మమ యే నేదం న దుఃఖే నా వశీర్యతే॥ 6

ధి జ్మా మనార్యా మసతీం యా హం తేన వినా కృతా।
ముహూర్త మపి రక్షామి జీవితం పాపజీవితా॥ 7

కా చ మే జీవితే శ్రద్ధా సుఖే వా తం ప్రియం వినా।
భర్తారం సాగరాన్తాయా వసుధాయాః ప్రియంవదమ్॥ 8

భిద్యతాం భక్ష్యతాం వా పి శరీరం విస్సృజా మ్యహమ్।
న చా ప్యహం చిరం దుఃఖం న హేయం ప్రియవర్జితా॥ 9

తా. ఎన్ని సుఖాలుంటేనేమి, ఎంత ధనముంటేనేమి భర్తలేని బ్రతుకు, బ్రతుకే కాదు. ఆ బండబారిన బ్రతుకు అందరికి అలుసు. అందుకే వీరందరు నన్ను ఆడిపోసుకుంటున్నారు. చంపక, చంపినట్లు సంతోషిస్తున్నారు. నన్ను ఏడిపిస్తున్నారు.

నిజమైన పతివ్రత భర్త వియోగాన్ని క్షణకాలం కూడా భరించలేదు. అటువంటిది నేను పదినెలలుగా బ్రతికి వున్నానంటే... నేను పతివ్రతను గానా ? రావణునికింకా చావు రాలేదా ? నా కర్మ పరిపక్వమవలేదా ? జనకపుత్రి దారుణంగా రోదిస్తుంది.

అందరివాడినని, అందరి క్షేమం కోరెడు నా రాముడు, నా క్షేమం కోరడం లేదా ? చెప్పినమాట వినకుండా వెంటవచ్చానని, పీడవలె నన్నీ విధంగా వదిలించుకున్నారా... ఏది ఏమైనా, ఆలోచనలనవసరం. ధైర్యంగా నిలబడతాను. వీరికీ శరీరం అప్పచెప్పి, నన్ను నేను విముక్తి చేసుకుంటాను. స్థిర నిశ్చయానికొచ్చింది.

చరణేనా పి సవ్యేన న స్పృ శేయం నిశాచరమ్।
రావణం కిం పున రహం కామయేయం విగర్హితమ్॥ 10

ప్రత్యాఖ్యాతం న జానాతి నా త్మానం నాత్మనః కులమ్।
యో నృశంస స్వభావేన మాంప్రార్థయితు మిచ్ఛతి॥ 11

ఛిన్నా భిన్నా విభక్తా వా దీప్తే వా గ్నౌ ప్రదీపితా।
రావణం నో పతిష్ఠేయం కిప్రలాపేన వ శ్చిరమ్॥ 12

ఖ్యాతః ప్రాజ్ఞః కృతజ్ఞ శ్చ సానుక్రోశ శ్చ రాఘవః।
సద్వృత్తో నిరనుక్రోశ శ్శఙ్కే మద్భాగ్యసంక్షయాత్॥ 13

రాక్షసానాం సహస్రాణి జనస్థానే చతుర్దశ।
యేనై కేన నిరస్తాని సమాం కిం నాభిపద్యతే॥ 14

నిరుద్ధా రావణే నా హ మల్పవీర్యేణ రక్షసా।
సమర్థః ఖలు మే భర్తా రావణం హన్తు మాహవే॥ 15

నిరాథో దణ్డకారణ్యే యేన రాక్షస పుజ్గవః।
రణే రామేణ నిహత స్స మాం కిం నాభిపద్యతే॥ 16

తా. కనీసం నా ఎడమకాలు పట్టుకొను అర్హతలేని రావణునికి నేను లొంగడం, అసంభవం. అది జరిగేపని కాదని ధైర్యము తెచ్చుకుంది. "ఓ! రాక్షస స్త్రీలలారా! రావణుడు మీకు ప్రభువు. ఆతని ఆజ్ఞ మీకు శిరోధార్యము. నా ప్రభువు రాముడు. ఆతని ఆజ్ఞ నాకు శిరోధార్యము. ముందు మీరు మీ బుద్ధినుపయోగించండి. ఎవరు ఎలాగ వుండాలో వేదం నిర్దేశించి కొన్ని ధర్మాలు తెలిపింది. ఆ ప్రకారం నడిచేదానను కాని, మీవలె క్షణక్షణానికి మనసు మార్చుకుని కోర్కెలు తీర్చుకునే బుద్ధి నాకు లేదు. కనుక, మాటలు కట్టిపెట్టినన్నేం చేసుకుంటారో చేసుకోండి. రాముడే నా ప్రాణము. ఆ తరువాత మీ ఇష్టమంది.

"రామం దశరథాత్మజం, ధర్మ స్వరూపం. కరుణాలవాలం..." అని... రకరకాలుగా లోకులు చెప్పుకుంటారు. మరి నా దురదృష్టమేమిటో, స్వామి తాత్సర్యం చేస్తున్నాడు. అంతమాత్రంచేత మీ ప్రభువు బ్రతికి బట్టగట్టడు. రామబాణాఘాతం తినాల్సిందే. ఆతని తలలు తెగిన శరీరం నేలమీద పొర్లాడవలసిందే. ఇది తథ్యమంది.

జనస్థానమందు ఖరదూషణాదులను, పధ్నాలుగువేలమంది రాక్షసులను, విరాధుని చంపిన వీరుడు నా రాముడు. ఆ రామసోదరులు, విషయం తెలిసి ఆగ్రహించనంతవరకే మీ ప్రభువు బ్రతుకు. నా ఉనికి తెలిసిన మరుక్షణం, రాముడు తన తమ్మునితో తప్పక వస్తాడు. రావణుని పేరిట ఈ లంకా నాశనం చేస్తాడు. ఇది తప్పదు. అయితే కొద్దిగా కాలం - ఆలస్యం. అది విధి లిఖితం.

కామం మధ్యే సముద్రస్య లజ్కేయం దుష్ప్ర ధర్షణా।
న తు రాఘవబాణానాం గతిరోధీ హ విద్యతే॥ 17

కిం తు త త్కారణం యేన రామో దృఢపరాక్రమః।
రక్షసాపహృతాం భార్యా మిష్టాం నా భ్యవపద్యతే॥ 18

ఇహ స్థాం మాం న జానీతే శఙ్కే లక్ష్మణపూర్వజః।
జానన్నపి హి తేజస్వీ ధర్షణం మర్షయిష్యతి॥ 19

హృతే తి యోఽధిగత్వా మాం రాఘవాయ నివేదయేత్।
గృధ్ర రాజోపి స రణే రావణేన నిపాతితః॥ 20

కృతం కర్మ మహత్తేన మాం తథా భ్యవపద్యతా।
తిష్ఠతా రావణద్వన్ద్వే వృద్ధేనాపి జటాయుషా॥ 21

యది మా మిహ జానీయా ద్వర్తమానాం స రాఘవః।
అద్య బాణై రభిక్రుద్ధః కుర్యా ల్లోక మరాక్షసమ్॥ 22

విధమే చ్చ పురీం లఙ్కాం శోషయే చ్చ మహోదధిమ్।
రావణస్య చ నీచస్య కీర్తిం నామ చ నాశయేత్॥ 23

తా. ఎవరైనా ఇక్కడికి రావడమసాధ్యం. కానీ రామబాణానికి కాదు. అది అమోఘం. ఇక్కడ వున్నానని తెలిసి వుండకపోవచ్చును. ఫలానాచోట వుందని తెలిస్తే రాముడు, తన బాణాన్ని లక్ష్యించి సంధించవచ్చును. ఎక్కడకని వుపయోగిస్తాడు ? ఏమని ఉపయోగిస్తాడు.

జటాయువు దెబ్బతిని మరణించకపోతే, నా విషయం స్వామికి తెలిసేది. విషయం తెలిసి రాముడు వుపేక్షించడు. సముద్రాన్నింకించగల సర్వ సమర్థునికి ఈ రావణుడొక లెక్కా ?!

తతో నిహతనాథానాం రాక్షసీనాం గృహేగృహే।
యథా హ మేవం రుదతీ తథా భూయో న సంశయః॥ 24

అన్విష్య రక్షసాం లఙ్కాం కుర్యా ద్రామ స్సలక్ష్మణః।
న హి తాభ్యాం రిపు ర్దృష్టో ముహూర్త మపి జీవతి। 25

చితా ధూమాకుల పథా గృధ్రమణ్డలసంకులా।
అచి రేణ తు లఙ్కే యం శ్మశానసదృశీ భవేత్॥ 26

అచిరేణైవ కాలేన ప్రాప్స్యామ్యేవ మనోరథమ్।
దుష్ప్రస్థానో య మాఖ్యాతి సర్వేషాం వో విపర్యయమ్॥ 27

యాదృశా నీహ దృశ్యన్తే లఙ్కాయా మశుభా ని వై।
అచిరేణ తు కాలేన భవిష్యతి హత ప్రభా॥ 28

నూనం లఙ్కా హతే పాపే రావణే రాక్షసాధమే।
శోషం యాస్యతి దుర్ధర్షా ప్రమదా విధవా యథా॥ 29

పుణ్యోత్సవసముత్థా చ నష్టభర్త్రీసరాక్షసీ।
భవిష్యతి పురీ లఙ్కా నష్టభర్త్రీ యథాఙ్గ నా॥ 30

తా. ఈనాటి నా విచారాన్ని మీరు చూసారు. రాముడు వచ్చాక, రామబాణా ఘాతముతో ఈ రాక్షసవీరుడు రావణుడు మరణించాక, వాని స్త్రీలందరికిదే గతి. అతనికి వత్తాసు పలికిన వారికీ ఇదే గతి. నా ఈ విచారము ఈనాడు మీకు ఆనందదాయక మవవచ్చును కానీ, ముందు ముందు రాబోవు రోజులలో మీరు పొందే విచారమనంతం.

ఇది తప్పదు. ఎవరికీ అపకారం చెయ్యని రామునికి, ఆతని పత్నికి సల్పిన పాపము కార్చిచ్చు. ఈ దావానలం రావణవంశమను లంకా వనాన్ని సమూలంగా దహిస్తుంది. ఆనాడు సీతను పెట్టిన బాధలకిది ఫలమని తలచి విచారింతురు గాక! జ్ఞానమొందెదరు గాక! ఫలమనుభవించెదరు గాక!

నూనం రాక్షసకన్యానాం రుదతీనాం గృహే గృహే।
శ్రోష్యామి న చిరా దేవ దుఃఖార్తానా మిహ ధ్వనిమ్॥ 31

సాన్ధకారా హత ద్యోతా హత రాక్షస పుఙ్గ వా।
భవిష్యతి పురీ లఙ్కా నిర్దగ్ధా రామసాయకైః॥ 32

యది నామ స శూరో మాం రామో రక్తాన్తలోచనః।
జానీయ ద్వర్త మానాం హి రావణస్య నివేశనే॥ 33

అనేన తు నృశంసేన రావణే నాధమే నమే।
సమయో య స్తు నిర్దిష్ట స్తస్య కాలోఽ యమాగతః॥ 34

అకార్యం యే న జానన్తి నైరృతాః పాపకారణః।
అధర్మాత్తు మహోత్పాతో భవిష్యతి హి సామ్ప్రతమ్॥ 35

నై తే ధర్మం విజానన్తి రాక్షసాః పిశితాశనాః।
ధ్రువం మాం ప్రాతరాశార్థే రాక్షసః కల్పయిష్యతి॥ 36

సా హం కథం కరిష్యామి తం వినా ప్రియదర్శనమ్।
రామం రక్తాన్త నయన మపశ్యన్తీ సుదుఃఖితా॥ 37

యది కశ్చిత్ప్రదాతా మే విషస్యాద్య భవే దిహ।
క్షిప్రం వైవస్వతం దేవం పశ్యేయం పతినా వినా॥ 38

తా. ప్రతి ఇంట రోదనలు వినబడును గాక. తప్పదు. నేనిక్కడ వున్నానని తెలిసిన మరుక్షణం తప్పక రాముడు తన తమ్మునితో కలిసి వస్తాడు. తన శరాఘాతంతో లంకను స్మశానం చేస్తాడు. సమయమెంతో దూరంలో లేదు. కళ్ళు చూస్తాయి. రోదనలు వింటాము. జరిగేది చూస్తాము. ఇది సత్యం.

రావణుడిచ్చిన కాలంలో రెండే రెండు మాసాలు వున్నాయి. చెడ్డ పనులు చేయడానికి వెనుకాడని రాక్షసుల బుద్ధి నాశనంతో నాకాపద సంభవించవచ్చును. కాని, ఈ పాపము కార్చిచ్చువలె వారిని కాల్చక మానదు.

పచ్చి మాంసము తినేవాళ్ళకు పాపభీతి వుంటుందని తలవను. అందుకనే వీళ్ళు రావణునికి తగిన సలహానివ్వ లేకపోతున్నారు. నన్ను చంపుతారుట. తింటారుట, సంతోషం.

కానీ నన్ను చంపుతారుట. ఎప్పుడు... ?! రామసౌందర్యం నన్ను మరపించ మురిసిన నేను, ఇప్పుడు వీడిని చూడాల్సి వచ్చింది. అలాగ వీల్లేదని తలచిన సీత "మీలో ఎవరైనా సరే. కాస్త దయ వుంచి నా పరిస్థితినర్థం చేసుకుని ఇంత విషమివ్వండి. ఈ శరీరాన్ని విడిచిపెడతాను. జన్మ ధన్యమవుతుంది.

నా జానా జ్జీవతీం రామ స్స మాం లక్ష్మణపూర్వజః।
జానంతౌ తౌ నకుర్యాతాం నోర్వ్యాం హి మమ మార్గణమ్॥ 39

నూనం మమైవ శోకేన స వీరో లక్ష్మణాగ్రజః।
దేవలోక మితో యాత స్త్యక్త్వా దేహం మహీతలే॥ 40

ధన్యా దేవా స్సగన్ధర్వా స్సిద్ధా శ్చ పరమర్షయః।
మమ పశ్యన్తి యే నాథం రామం రాజీవలోచనమ్॥ 41

అథవా న హి తస్యా ర్థో ధర్మకామస్య ధీమతః।
మయా రామస్య రాజర్షే ర్భార్యయా పరమాత్మనః॥ 42

దృశ్యమానే భవే ట్ప్రీతి స్సౌహృదం నాస్త్యపవ్యతః।
నాశయన్తి కృతఘ్నాస్తు న రామో నాశయిష్యతి॥ 43

కిన్ను మే న గుణాః కేచి త్కింవా భాగ్యక్షయో మమ।
యా హం సీదామి రామేణ హీనా ముఖ్యేన భామినీ॥ 44

తా. రామసోదరులకు నా విషయం తెలిసి వుండకపోవచ్చును. తెలిస్తే వుపేక్షించరు. భార్య మీద ప్రేమ లేకపోయినా, పరాయివాని చేతుల్లో వుందంటే ఏ భర్తా సహించడు. తప్పక రక్షించుకుంటాడు. ఆ తర్వాత జరిగేది, ఆ తర్వాత దాని గురించి ఆలోచన ఇప్పుడనవసరం.

అటువంటిది, ఎంతో ప్రేమాస్పదుడైన రాముడు లోకాభిరాముడు, ప్రేమాభిరాముడు, కౌసల్యారాముడు, దశరథరాముడు, "జానకీరాముని"గా చెప్పుకోబడ్డవాడు, ఈ జానకిని విడిచి సుఖంగా వుంటాడా ? వుండడు. వుండలేడు. వుండజాలడు. ఇది పరమసత్యం.

ఎదురుగా వుండేది ప్రేమకాదు, కోరిక. ఎక్కడో వుంటే చూడాలనుకునేది కోరిక, కాదు - ప్రేమ. ఈ విషయం సత్యంగా బాగా తెలిసివాడు శ్రీరాముడు. నన్నుపేక్షించడు. ఇదంతా నా దురదృష్టమని" సీత విలపిస్తుంది.

శ్రేయో మే జీవితా న్మర్తుం విహీనాయా మహాత్మనః।
రామా దక్లిష్టచారిత్రా చ్ఛూరా చ్ఛత్రునిబర్హణాత్॥ 45

అథవా న్యస్త శస్త్రౌతౌ వనే మూల ఫలాశినౌ।
భ్రాతరౌ హి నరశ్రేష్ఠౌ సంవృత్తౌ వనగోచరౌ॥ 46

అథవా రాక్షసేన్ద్రేణ రావణేన దురాత్మనా।
చద్మనా సాదితౌ శూరౌ భ్రాతరౌ రామలక్ష్మణౌ॥ 47

సా హ మేవం గతే కాలే మర్తు మిచ్ఛామి సర్వథా।
న చ మే విహితో మృత్యు రస్మిన్ దుఃఖేఽపి వర్తతి॥ 48

ధన్యాః ఖలు మహాత్మానో మునయ స్త్యక్త కిల్బిషాః।
జితాత్మానో మహాభాగా యేషాం న స్తః ప్రియా ప్రియే॥ 49

ప్రియా న్న సంభవే ద్దుఃఖ మప్రియా దధికం భయమ్।
తాభ్యాం హి యే వియుజ్యన్తే నమ స్తేషాం మహాత్మనామ్॥ 50

సా హ త్యక్తా ప్రియార్హేణ రామేణ విదితాత్మనా।
ప్రాణాం స్త్యక్ష్యామి పాపస్య రావణస్య గతా వశమ్॥ 51

తా. ఇన్నాళ్ళెలాగ వున్నాను. మళ్ళీ కలుస్తామనే ఆశ బ్రతికించిందా ? లేక ఆయువుండి బ్రతికితినా ? లేక పరమ దుర్మార్గుడైన ఈ రావణుడు, నావలె వారలను మోసంచేసి, ఆ రామసోదరులను చంపివేసెనా ? రాముడు లేక సీత బ్రతుకునా ? సీత లేక రాముడు బ్రతుకు లేనట్లు, ఆర్యపుత్రులు క్షేమంగా వుండి వుంటారు. నావలే బాధపడుతుంటారు. అందుకే నేను బ్రతికి వున్నాను. కాకుంటే ఈ పాటికి నేను మరణించి వుండేదాన్ని. ఇది సత్యం. ఇష్టాయిష్టములు, సుఖదుఃఖములు, శీతోష్ణములు, పాపపుణ్యాలు సర్వం కర్మబంధాలకు ప్రతిరూపం. ఇవన్నీ దేవతలకు లేవు కాని మానవులు తప్పక అనుభవించాలి. అందుకే ఈ జన్మ.

పాప పరిక్షయమైతేనే దేవసాన్నిధ్యం. సమత, మమతలు కల్గినవారు, జితేంద్రియులు మహర్షులు-ధన్యజీవులు. వారి భాగ్యమే భాగ్యము. మరి నేను... ఏడుస్తూ కూర్చున్నానే తప్ప, దుఃఖం తొలగే కార్యక్రమం చేపట్టలేదు.

వాంఛారహితులు, నిష్కాములు, నిర్వికారులైన మహాత్ములు నన్ను కరుణింతురు గాక! ధన్యజీవనమొసగెదరు గాక!

అన్నిట తానై - అన్నియు తానైన - రాముని విడిచి, ఈ సీత మనజాలదు. మనలేదు కూడా! శ్రీరాముడు లేని సీత, ఈ లోకంలో లేనట్లే, పురుష సింహమైన రాముని కాదని, "రామ-సీత" మరొకరిని కన్నెత్తి చూస్తుందా ? చూడదు. ఇది సత్యం." అని తనను - తాను సంబాళించుకుంది. ఇదే విషయాన్ని రాక్షస స్త్రీలకు వివరించి బాగా చెప్పింది.

✿

ఇది వొరుగంటి వంశజనిత, శ్రీమతి సువర్చలాంబా, వెంకట
సూర్యప్రసాదరావుల జేష్ఠ తనూజుడు "వర" రామకృష్ణప్రసాద్ -
భక్తజనుల కందించిన, తేటతెలుగు వ్యాఖ్యాన శ్రీమత్
సుందరకాండలోని, షడ్వింశ సర్గ సమాప్తం.

- స్వస్తి-

- అస్తూ -

✦✦✦

సప్తవింశ స్సర్గః

ఇత్యుక్తా స్సీతయా ఘోరా రాక్షస్యః క్రోధ మూర్ఛితాః।
కా శ్చి జ్జగ్ము స్త దాఖ్యాతుం రావణస్య తరస్వినః॥ 1

తా. అంతా ఓపిగ్గా విన్న రాక్షస స్త్రీలు, విన్నదంతా రావణునికి వివరించాలని కొందరు అతి వేగంతో తమ ప్రభువు సన్నిధికి పరుగెత్తారు. కొందరు సీతపై కోపమొందారు.

తత స్సీతా ముపాగ్యమ రాక్షస్యో ఘోరదర్శనాః।
పునః పరుష మేకార్థ మనర్థా ర్థ మథా బ్రువన్॥ 2

అద్యేదానీం తవా నార్యే సీతే పాప వినిశ్చయే।
రాక్షస్యో భక్షయిష్యన్తి మాంస మేత ద్యథా సుఖమ్॥ 3

సీతాం తాభిరనార్యాభి ర్దృష్ట్వా సంతర్జితాం తదా।
రాక్షసీ త్రిజటా వృద్ధా శయనా వాక్య మబ్రవీత్॥ 4

ఆత్మానం ఖాదతా నార్య న సీతాం భక్ష్యయిష్యథ।
జనకస్య సుతా మిష్టాం స్నుషాం దశరథస్య చ॥ 5

స్వప్నో హ్యద్య మయా దృష్టో దారుణో రోమహర్షణః॥
రాక్షసానా మభావాయ భర్తు రిస్యా జయాయ చ॥ 6

తా. తమ వాళ్ళు కొందరలాగ వెళ్ళగానే, మిగిలిన వారు తీవ్ర కోపంతో వూగిపోతూ-ఎంత చెప్పినా నీ బుద్ధి మారదు. నీకసలు బుద్ధి లేదేమో! వుంటే అది మారకపోదు! నీకు చావు ఖాయం. నీ మాంసం మేము తినడం ఖాయం. కావాలంటే నీ ఎముకల్ని మూటకట్టి నీ రాముని కి బహుమతిగా పంపిస్తామని రంకెలు వేయడం మొదలుపెట్టారు.

సరిగ్గా ఈ సమయంలో. ఇంతవరకు నిద్రిస్తున్న అందరికి పెద్దదైన త్రిజట ఆవులిస్తూ "ఆగండర్రా" అంటూ కళ్ళు తెరచింది. ఏమయిందని అందరు ఆమె ప్రక్కన చేరారు. అందరు తన దగ్గరకు రాగానే "తొందర

పడకండి. ఈమె పగను పునీత. మనం రాక్షసులమైనంత మాత్రంలో మనం చెడ్డవాళ్ళం కాకూడదు. చెడు బుద్ధి మనకుండరాదు.

ఈమె రాజర్షి జనకుని కుమార్తె. దశరథుని కోడలు. ఈమె పరమ పవిత్ర. ఈమెంటే, ఆ మామకు అమిత ప్రేమ, అభిమానం. ఇప్పుడు నాకొక కల వచ్చింది. అందుకే అలాగ అరిచాను. అంటూ లేచి సరిగ్గా కూర్చుని, ఆసక్తిగా వినేవారికి, తను కన్నకలను చెబుతూ, ఆమె "సు-భద్ర", ఆమెను మీరు తినలేరు. కావాలంటే, కాదనే నన్ను తినండి" అని తను పొందిన కలను చెబుతుంది.

ఏవ ముక్తా స్త్రిజటయా రాక్షస్యః క్రోధమూర్ఛితాః।
సర్వా ఏవా బ్రువన్ భీతా స్త్రిజటాం తా మిదం వచః॥ 7

కథయస్వ త్వయా దృష్ట స్స్వప్నోఽయం కీదృశో నిశి।
తాసాం శ్రుత్వా తు వచనం రాక్షసీనాం ముఖా చ్చ్యుతమ్॥ 8

ఉవాచ వచనం కాలే త్రిజటా స్వప్న సంశ్రితమ్।
గజద న్త మయీం దివ్యాం శిబికా మ న్తరిక్షగామ్॥ 9

యుక్తాం హంససహస్రేణ స్వయ మాస్థాయ రాఘవః।
శుక్ల మాల్యామ్బరధరో లక్ష్మణేన సహాగతః॥ 10

స్వప్నే చాద్య మయా దృష్టా సీతా శుక్లామ్బరావృతా।
సాగరేణ పరిక్షిప్తం శ్వేతం పర్వత మాస్థితా॥ 11

తా. అంతవరకు ఇష్టమొచ్చినట్లు మాట్లాడిన వారందరు త్రిజటను చేరారు. కలను చెప్పమని కోరారు. ఏంటా కల ? ఆపుకోలేక కొందరు, ఆగు చెబుతుందంటూ కొందరు, గడబిడ చేస్తుంటే... అందర్నీ ఆగమని -

గజదంత పల్లకిలో తమ్ముడు లక్ష్మణునితో కలిసి తెల్లని పూల దండలు, వస్త్రములు ధరించి, రాజహంసలు మోస్తుంటే, రాముడు వూరేగుతున్నాడు. క్షీరసముద్రము నుండి ఉద్భవించిన లక్ష్మీదేవిలాగ, ఈ సీత తన నాథుని కలుసుకొన వెడుతుంది. ఇది ఆమెకు శుభము. లంకకు అశుభము.

రామేణ సజ్గతా సీతా భాస్కరేణ ప్రభా యథా।
రాఘవశ్చ మయా దృష్ట శ్చతుర్దన్తం మహాగజమ్॥ 12

అరూఢ శ్శైలసజ్కాశం చచారసహలక్ష్మణః।
తత స్తౌ నరశార్దూలౌ దీప్యమానౌ స్వతేజసా॥ 13

శుక్ల మాల్యాంబర ధరౌ జానకీం పర్యుపస్థితౌ।
తత స్తస్య నగస్యాగ్రే హ్యాకాశ స్థస్య దన్తినః॥ 14

భర్త్రా పరిగృహీతస్య జానకీ స్కంథ మాశ్రితా।
భర్తు రజ్కా త్సముత్పత్య తతః కమల లోచనా॥ 15

తా. ఈ కలలోనే రాముడు నాలుగు దంతాల భద్ర గజంబుపై వూరేగడం చూసాను. లక్ష్మణుడు సీతకై వెదుకులాడుట చూసాను. ఇది వారికి శుభసూచకం.

రామలక్ష్మణులు తెల్లని శుభ్రవస్త్రములు, పూలమాలలు ధరించి, ఈ సీతాదేవిని రక్షించడం చూసాను. సీత రాముని తొడపై కూర్చోవడం, శ్వేత పర్వత శిఖాగ్రము నుండి లేచిన సూర్యచంద్రుల నందుకొనుచున్నట్లు కనబడటం, ఇది రామునికి శుభసూచకం.

చన్ద్ర సూర్యౌ మయా దృష్టౌ పాణినా పరిమార్జతీ।
తత స్తాభ్యాం కుమారాభ్యా మాస్థిత స్స గజోత్తమః॥ 16

సీతయా చ విశాలాక్ష్యా లజ్కా యా ఉపరి స్థితః।
పాణ్డురర్ష భ యుక్తేన రథేనాష్టయుజా స్వయమ్॥ 17

ఇ హోపయాతః కాకుత్ స్థ స్సీతయా సహభార్యయా।
లక్ష్మణేన సహభ్రాత్రా సీతయా సహ వీర్యవాన్॥ 18

ఆరుహ్యపుష్పకం దివ్యం విమానం సూర్య సన్నిభమ్।
ఉత్తరాం దిశ మాలోక్య జగామ పురుషోత్తమః॥ 19

ఏవం స్వప్నే మయా దృష్టో రామో విష్ణుపరాక్రమః।
లక్ష్మణేన సహ భ్రాత్రా సీతయా సహరాఘవః॥ 20

న హి రామో మహా తేజా శ్శక్యో జేతుం సురాసురైః।
రాక్షసై ర్వాపి చాన్యై ర్వా స్వర్గః పాపజనై రివ॥ 21

తా. శ్రీ సీతారామలక్ష్మణులతో కలిసి భద్రగజం, ఈ లంకా పట్టణ ఉపరితలంపై వుంది. శ్రీరాముడు, ఒకేసారి ఎనిమిది తెల్లని ఎద్దులు కట్టిన రథంపై సీతతో కలిపి ఎక్కి రావడం చూసాను. ఇంకోసారి వారందరు పుష్పక విమానంలో ఉత్తరదిక్కుకు వెళ్ళడం చూసాను.

ఇక - ఆ రాముని దేవతలెవ్వరూ ప్రతిఘటించలేరు. రాక్షసులే కాదు, మరెవ్వరూ నిర్జించి నిలువలేరు.

రావణ శ్చ మయాదృష్టః క్షితౌ తైల సముతితి।
రక్తవాసాః పిబన్మత్తః కరవీర కృతస్రజః॥ 22

విమానా త్పుష్పకా దద్య రావణః పతితో భువి।
కృష్యమాణః స్త్రియా దృష్టో ముణ్డః కృష్ణామ్బరః పునః॥ 23

రథేన ఖర యు క్తేన రక్త మాల్యాను లేపనః।
పిబం స్తైలం హస న్నృత్యన్ భ్రాన్త చిత్తాకులేంద్రియః॥ 24

గర్దభేన యయౌ శీఘ్రం దక్షిణాం దిశ మాస్థితః।
పున రేవ మయా దృష్టో రావణో రాక్షసేశ్వరః॥ 25

పతితోఽ వాక్ఛిరా భూమౌ గర్దభా ద్భయ మోహితః।
సహ సోత్థాయ సంభ్రాన్తో భయార్తో మదవిహ్వలః॥ 26

తా. ఇవి రామునికి విజయసూచకాలైతే - ఇక మన ప్రభువు, నూనె రాసుకుని, ఎర్రనిగుడ్డ, ఎర్రగన్నేరు దండలు ధరించి, కల్లు త్రాగినట్లు చూసాను. పుష్పక విమానం నుండి క్రిందపడటం చూసాను. ఆడది ఈడుస్తుంటే, నల్లని గుడ్డ కట్టుకుని, బోడి తలతో వుండటం చూసాను.

ఎర్రని పూలదండ, రక్తచందనంతో, నూనె త్రాగుతూ, గాడిదల రథమెక్కినట్లు, మరొకసారి దక్షిణదిక్కుకు పరుగెడుతున్నట్లు చూసాను.

మన ప్రభువు తలక్రిందులుగా క్రిందపడటం భయపడుతూ దడదడలాడటం చూసాను.

ఉన్మత్త ఇవ దిగ్వాసా దుర్వాక్యం ప్రలప న్నృపః।
దుర్గన్ధం దుస్సహం ఘోరం తిమిరం నరకోపమమ్॥ 27

మలపఙ్కం ప్రవిశ్యాశు మగ్న స్తత్ర సరావణః।
కణ్ఠే బద్ధ్వా దశగ్రీవం ప్రమాద రక్తవాసినీ॥ 28

కాళీ కర్దమ లిప్తాఙ్గీ దిశం యామ్యాం ప్రకర్షతి।
ఏవం తత్ర మయా దృష్టః కుమ్భకర్ణో నిశాచరః॥ 29

రావణస్య సుతా స్సర్వే దృష్టా స్తైల సమతి తాః।
వరాహేణ దశగ్రీవ శ్శింశుమారేణ చేంద్రజిత్॥ 30

ఉష్ట్రేణ కుమ్భకర్ణ శ్చ ప్రయాతో దక్షిణాం దిశమ్।
ఏక స్తత్ర మయా దృష్ట శ్శ్వేతచ్ఛత్రో విభీషణః॥ 31

శుక్ల మాల్యామ్బరధర శ్శుక్ల గన్ధానులేపనః।
శఙ్ఖ దున్దుభి నిర్ఘోషై ర్నృత్తగీతై రలఙ్కృతః॥ 32

తా. మన రావణుడు ఒంటిమీద బట్టల్లేక, పిచ్చిగా మాట్లాడుతూ, దుర్వాసన వచ్చే మలప్రాంతంలో చీకట్లో ప్రవేశించి, అందులో దిగబడినట్లు కల వచ్చింది.

నెత్తురు మడుగులో వుండగా, బురద పూసుకున్న, ఒక నల్లటి స్త్రీ మన ప్రభువు మెడకు ఉచ్చు బిగించి, దక్షిణ దిక్కుకు లాక్కుని పోవడం చూసాను. ఇంకో రాక్షసి కుంభకర్ణుని పీకకు ఉచ్చువేసి లాగడము చూసాను.

రావణ కుమారులందరు నూనె దేహాలతో కనుపించారు. రావణుడు అడవిపందిని, ఒంటిపైన ఇంద్రజిత్తు, కుంభకర్ణుదు, దక్షిణ దిక్కుకు వెడుతూంటే, ఒక్క విభీషణుడు మాత్రం తెల్లని గొడుగు ధరించి, ప్రశాంతంగా, అందంగా, హుందాగా వున్నాడు.

ఆరుహ్యా శైల సఙ్కాశం మేఘస్తనిత నిస్వనమ్।
చతుర్దన్తం గజం దివ్య మాస్తే తత్ర విభీషణః॥ 33

చతుర్భి స్సచివై స్సార్థం వైహాయస ముపస్థితః।
సమాజ శ్చ మయా దృష్టో గీతవాదిత్రనిస్వనః॥ 34

పిబతాం రక్త మాల్యానాం రక్షసాం రక్తవాసనామ్।
లఙ్కా చేయం పురీ రమ్యా స వాజి రథకుఞ్జరా॥ 35

సాగరే పతితా దృష్టాభగ్న గోపుర తోరణా।
లఙ్కా దృష్టా మయా స్వప్నే రావణే నాభిరక్షితా॥ 36

దగ్ధా రామస్య దూతేన వానరేణ తరస్వినా।
పీత్వా తైలం ప్రవృత్తా శ్చ ప్రహసన్త్యో మహాస్వనా॥ 37

లఙ్కాయాం భస్మరూక్షాయాం ప్రవిష్టా రాక్షసస్త్రియః।
కుమ్భకర్ణాదయ శ్చే మే సర్వే రాక్షస పుఙ్గవాః॥ 38

తా. తెల్లని పూలదండలు ధరించి, తెల్లని వస్త్రాలతో తెల్ల చందనం పూసుకుని, శంఖ భేరీ ధ్వనులు, నృత్యగీతాలు వీనులవిందొనర్చుతుంటే, నాలుగు దంతాల ఐరావతమను భద్రగజముపై విలాసంగా, నల్గురు మంత్రులతో కలిసి విభీషణుడు గగన వీధిన సంచరించడం త్రిజట చూసానంది - మళ్ళీ -

రాక్షసులనేకులు ఎర్రని వస్త్రాలను ధరించి, మద్యము త్రాగుతూ, తూలుతున్నట్లు, గుర్రాలు, రథాలు, ఏనుగులు పీనుగులుగా పడి వుండటం, పుర బహిర్ద్వారాలు, సముద్రములో కలిసినట్లును, రామదూతనంటూ ఒక వానరుడు వచ్చి, ఈ లంకను కాల్చడం, ఆ కలలో చూసానంది.

రక్తం నివసనం గృహ్య ప్రవిష్టా గోమయహ్రదే।
అపగచ్ఛత నశ్యధ్వం సీతా మాప స రాఘవః॥ 39

ఘాతయే త్పరమామర్షీ సర్వై స్సార్థం హి రాక్షసైః।
ప్రియాం బహుమతాం భార్యాం వనవాస మనువ్రతామ్॥ 40

భర్త్సితాం తర్జితాం వా పి నానుమంస్యతి రాఘవః।
తదలం క్రూరవాక్యైర్వ స్సాన్త్వ మేవాభిధీయతామ్॥ 41

అభియాచామ వై దేహీ మేత ద్ధి మమ రోచతే।
యస్యా మేవం విధ స్స్వప్నో దుఃఖితాయాం ప్రదృశ్యతే॥ 42

తా. రాక్షస స్త్రీలు నూనెను త్రాగుచు, నవ్వుచూ, ఎగురుచూ, ఏడుస్తూ - కాలిన లంకా బూడిదలో ప్రవేశించినట్లు, కుంభకర్ణునితో సహా ఎందరో రాక్షసులు, ఆవు పేడకుప్పలో కూరుకుపోయినట్లు చూసానంది.

ఆశ్చర్యం, భయంతో వింటున్నవారినందరిని చూసిన త్రిజట, దీని ఫలమేమిటంటే - "ఈ యమ్మకు శుభము. రాముడు తప్పక వస్తాడు. ఈమెను తీసుకు వెడతాడు. ఈమె పేరుతో లంకా, రాక్షస నాశనాలు తప్పవు. జాగ్రత్త. జాగ్రత్తగా వున్నా సరే. ఎక్కడికైనా పారిపోయి ప్రాణాలు రక్షించుకున్నా, మీ ఇష్టం. తన భార్యను బాధపెట్టిన వారిని, ఆ రాముడు తన తమ్మునితో కలిసి సబాంధవముగా నశింపచేస్తాడు.

ఈ పాపం మనలను కాల్చకమునుపే, ఈమెకు శరణాగతుల మౌదాము. మనము రక్షింపబడతాము. కాదంటే మీ ఇష్టం. చావో, బ్రతుకో... మీ చేతుల్లో వుంది. ఆలోచించుకోండి" హెచ్చరిస్తూ త్రిజట చెబుతుంది.

సా దుఃఖై ర్వివిధైర్ముక్తా ప్రియం ప్రాప్నో త్యనుత్తమమ్।
భర్త్సితా మపి యాచధ్వం రాక్షస్యః కిం వివక్షయా॥ 43

రాఘవా ద్ధి భయం ఘోరం రాక్షసానా ముపస్థితమ్।
ప్రణిపాతప్రసన్నా హి మైథిలీ జనకాత్మజా॥ 44

అల మేషా పరిత్రాతుం రాక్షస్యో మహతో భయాత్।
అపి చా స్యా విశాలాక్ష్యా న కిం చి దుపలక్షయే॥ 45

విరూప మపి చాంగేషు సుసూక్ష్మ మపి లక్షణమ్।
ఛాయా వైగుణ్యమాత్రం తు శంకే దుఃఖ ముపస్థితమ్॥ 46

అదుఃఖార్హా మిమాం దేవీం వైహాయస ముపస్థితామ్।
అర్థసిద్ధిం తు వైదేహ్యాః పశ్యా మ్యహ ముపస్థితామ్॥ 47

రాక్షసేన్ద్రవినాశం చ విజయం రాఘవస్య చ।
నిమిత్తభూత మేతత్తు శ్రోతు మస్యా మహ త్ప్రియమ్॥ 48

దృశ్యతే చ స్ఫురచ్చక్షుః పద్మపత్ర మి వాయతమ్।
ఈష చ్చ హృషితో వా స్యా దక్షిణాయా హ్యదక్షిణః॥ 49

అకస్మా దేవ వై దేహ్యా బాహు రేకః ప్రకమ్పతే।
క రేణుహస్త ప్రతి స్సవ్య శ్చోరు రనుత్తమః॥ 50

వేపమాన స్సూచయతి రాఘవం పురత స్థ్సితమ్।
పక్షీచ శాఖానిలయం ప్రవిష్టః
పునఃపున శ్చోత్తమ సాన్త్వవాదీ।
సుస్వాగతాం వాచ ముదీరయానః
పునఃపున శ్చోదయతీ హృష్టః॥ 51

తా. ఇప్పుడు మనకు భయము రాముని వలన తప్ప మన ప్రభువు రావణుని వలన కాదు. కనుక, వెనుక ముందాలోచించకుండా, శంకా భయములు వదలి సీతను శరణు వేడుదాం. ఈమె కరుణిస్తే మనం బ్రతికి బట్టకట్టినట్లే! మరొక విషయం.

ఇన్ని రోజులైనా, సీత సౌందర్య వన్నె తగ్గలేదు. మనం మొదట్లో చూసినప్పుడెలాగ వుందో, ఇప్పుడూ అలాగే వుంది. ఈమె దేవతా సమాన స్త్రీ. అందుకే ఈమె ఇలాగ వుంది. శరీర ఛాయలో కొద్దిగా మార్పు వుండవచ్చును కానీ ఇతర బలహీనతలీమెలో లేవు. గమనించారా ? గట్టిగా అరచినట్లు, తానే నాయకురాలిగా అరచి మరీ చెబుతుంది. ఈమెకు మనశ్శాంతి, అభీష్టసిద్ధి, రాజ్యానికి విజయము. రావణుని తప్పుకు సమూల నాశనం తప్పదనిపిస్తుంది. ముందుగా స్వప్నంకన్న - ఈ సీతను చూడండి.

శాస్త్రబద్ధంగా, ఈమెకు శుభమన్నట్లు ఎడమకన్ను భుజం అదురుతున్నాయి. ఇవి స్త్రీకి శుభలక్షణ సూచకాలు అతి త్వరలో ఈమె కానందమైన శుభ సమాచారమీమెకు లభిస్తుందని తెలుస్తుంది.

చూడండి. ఇదే సమయంలో ఈమె ఎడమ తొడకూడ అదురుతుందంటే, ఇది మనకు అదురుపాటే. అతి త్వరలో, రాముడు రావడం, కలలో జరిగినట్లు జరగడం తథ్యమనిపిస్తుంది.

ఇదేకాదు.

"పక్షీచ శాఖా నిలయం ప్రవిష్టః" అన్నట్లు ఏదో పక్షి శుభసూచకంగా అరిచింది. ఇదంతా ఈమెకు శుభమంటే, మనకు ప్రాణభయమని తెలుస్తుంది.

అప్పటి పరిస్థితులను ఒక్కొక్కటిగా వివరించి, మరీ త్రిజట చెబుతుంది. వింటున్న రాక్షసస్త్రీలు, ఏం చెయ్యాలో చెప్పమని త్రిజటనే, వాళ్ళు అడుగ సిద్ధపడుతున్నట్లుంది, అప్పటి వాతావరణం.

✿

ఇది వొరుగంటి వంశజనిత, శ్రీమతి సువర్చలాంబా, వెంకట సూర్యప్రసాదరావుల జేష్ఠ తనూజుడు "వర" రామకృష్ణప్రసాద్ - భక్తజనుల కందించిన, తేటతెలుగు వ్యాఖ్యాన శ్రీమత్ సుందరకాండలోని, సప్తవింశ సర్గ సమాప్తం.

- స్వస్తి-

- అస్తు -

✦✦✦

అష్టావింశ స్సర్గః

సా రాక్షసేన్ద్రస్య వచోనిశమ్య తద్రావణస్యా ప్రియ మప్రియార్తా।
సీతా వితత్రాన యథా వనా న్తే సింహాభిపన్నా గజరాజకన్యా॥ 1

తా. రావణుని అభిప్రాయమును చెప్పి, తనను చెదరగొట్టే స్త్రీల పరుషవాక్కులు వింటూ సింహము చెంత ఆడు ఏనుగువలె విలవిలలాడుతుంది.

సా రాక్షసీ మధ్యతాచ భీరు ర్వాగ్భిర్భృశం రావణతర్జితాచ।
కాంతారమధ్యే విజనే విసృష్టా బాలేవ కన్యా విలలాప సీతా॥ 2

సత్యం బ తేదం ప్రవదన్తి లోకే నా కాలమృత్యు ర్భవతీతి స న్తః॥
యత్రాహమేవం పరిభర్త్స్యమానా జీవామి కించి త్క్షణమప్యపుణ్యా॥ 3

సుఖాద్విహీనం బహుదుఃఖపూర్ణ మిదం తు నూనం హృదయం స్థిరంమే।
విశీర్య తే య న్న సహస్రథాఽ ద్య వజ్రాహతం శృఙ్గ మివాఽ చలస్య॥ 4

నైవాస్తి దోషో మమ నూన మత్ర వధ్యాహ మస్యాఽ ప్రియదర్శనస్య।
భావం నచాస్యాహ మనుప్రదాతు। మలంద్విజో మన్త్రమివాఽ ద్విజాయ॥ 5

తా. జానకి, కరువు కాటకాలను తట్టుకోలేక, అడవిలో వదిలిన పసిబిడ్డవలె వుంది. ఆయువున్నంత వరకు బ్రతకాలనే పెద్దల సూక్తికి నిదర్శనంగా నేనే వున్నాను. ఇన్ని మాటలు విని ఇంకా బ్రతికి వున్నానంటే... ఇది కాలగతా, నా కర్మగతా!" అని సీత దుఃఖిస్తుంది.

వజ్రాయుధ ధాటికి రెక్కల పర్వతాలు తునాతునాకలైనాయని విని వున్నాను. అది కళ్ళ చూడలేదు కానీ, వీరి మాటలకు నా మనస్సు మొద్దయిపోయింది.

రావణుని చేతిలో చావడము పాపమే, నా అంతట నేను చావడము పాపమే. ఆత్మహత్య దోషము. అపమృత్యు ఛాయలు దోషకారకాలే. అయితే ఆత్మ సంరక్షణార్థం చేసే పని ఆత్మహత్య కాదు, హత్యకాదు. అలాగ కాకపోతే ఈ రావణుడు నన్ను వదలడు. అతను, అతని పరివారము బలవంతముగానైనా నా మనసును మార్చి నన్ను పాపకూపంలో పడవేయ

గలరు. కనుక ఆత్మహత్య తప్పు కాదని తెల్పుకుంది.

నూనం మమాజ్ఞాన్యచిరాదనార్య శ్శస్త్రైశ్శితై శ్ఛేత్స్యతిరాక్షసేన్ద్రః।
తస్మి న్ననాగచ్ఛతి లోకనాథే। గర్భస్థజన్తో రివ శల్యకృన్తః॥ 6

దుఃఖం బతేదం మమదుఃఖితాయా మాసౌ చిరాయాధిగమిష్యతో ద్వౌ।
బద్ధస్య వధ్యస్య తథా నిశాన్తే। రాజాపరాధా దివ తస్కరస్య॥ 7

హా రామ హా లక్ష్మణ హా సుమిత్రే। హా రామమాత స్సహ మే జనన్యా।
ఏష్వావిపదాలమ్యహ మల్పభాగ్యా మహార్ణవే నౌ రివ మూఢవాతా॥ 8

తరస్వినౌ ధారయతా మృగస్య సత్త్వేన రూపం మనుజేన్ద్ర పుత్రౌ।
నూనం విశస్తౌ మమ కారణా త్తౌ సింహర్షభౌ ద్వా విన వైద్యుతేన॥ 9

తా. నా ప్రాణేశ్వరుడు, రావణుడిచ్చిన గడువులోపల రాకపోతే, నేను అతనికి లొంగలేదని, నన్ను ఖండఖండాలుగా తప్పక ఖండిస్తాడు.

ఉరిశిక్ష పడిన దొంగను తెల్లారి ఉరితీస్తారంటే, ఎంత భయపడి పోతాడో, అలాగే రెండు నెలల తర్వాత నిన్ను చంపుతానన్నా....... అదే భయంగా సీత మధనపడుతుంది. రామా, లక్ష్మణా, సుమిత్రా, కౌసల్యాదేవి! ఈ నా పరిస్థితి నుండి రక్షించువారు లేరా ? నన్ను గాలికి అల్లల్లాడే ఓడను చేసి దానిని నడిసముద్రంలో విడిచినట్లు నన్నీబాధల సముద్రంలో ముంచేస్తారా ?

ఎంత పొరపాటు చేసాను. బంగారులేడి, చిత్రము, విచిత్రమని తెలిసి చేసిన పొరపాటు నన్నీ స్థితికి తెచ్చింది.అయినా ఇది రాక్షసమాయని లక్ష్మణుడన్నాడు. విననందుకి దుర్భర స్థితి అని బాధను దిగమ్రింగుకొన ప్రయత్నిస్తుంది.

నూనం సకాలో మృగరూపధారీ మామల్పభాగ్యాం లులుభే తదానీమ్।
యత్రార్యపుత్త్రం వినసర్జమూఢా రామానుజం లక్ష్మణపూర్వజం చ॥ 11

హారామ సత్యవ్రతదీర్ఘ బాహో హా పూర్ణ చన్ద్రప్రతిమానవక్త్ర।
హా జీవలోకస్య హితః ప్రియశ్చ వధ్యా న్న మాం వేత్సి హి రాక్షసానామ్॥ 12

అనన్య దైవత్వ మియం క్షమాచ భూమౌచ శయ్యా నియమశ్చ ధర్మే।
పతివ్రతాత్వం విఫలం మమేదం కృతంకృతఘ్నే ష్వి మానుషాణామ్॥ 13

మోఘో హి ధర్మ శ్చరితో మయాఽ_యం తథైకపత్నీ త్వమిదం నిరర్థమ్।
యా త్వాం నపశ్యామి కృశా వివర్ణా హీనా త్వయా సజ్గమనే నిరాశా॥ 14

తా. తన్నిలాగ కష్టాల పాలు చెయ్యాలనే దుష్కర్మ మాయామృగం రూపం ధరించి, ఇక్కడకు తీసుకువచ్చి ఏడిపిస్తుంది. కాలమహిమ అనుకోనా ? కర్మమని ఏడవనా ?

ఆర్యపుత్రా! దయా సముద్రుడవు. కారుణ్యమూర్తీ! తప్పు చేసాను. శిక్ష అనుభవిస్తున్నాను. ఇకనైనా దయచూడండి. నన్ను కరుణించి కటాక్షించండి.'' మూగగ ప్రార్థిస్తుంది.

నా భర్తే నాకు దైవం. ఇది ఆర్య ధర్మం. పతివ్రతా ధర్మం. ధర్మం తప్పనిదాననై కూడా, రావణుని దుర్భాషలు, రక్కసుల పరుషవాక్యాలు విన్నాను. శ్రీరాముని తొడపై కూర్చుని సుభాషితములతో సంభాషించుకునే మేము ఇలాగ, నేను ఈ కటిక నేలపైనా నా ప్రభువు గండశిలలపైనా... ఏమిటీ దుస్థితి ? దుఃఖం తన సొత్తుగా విలపిస్తుంది.

రామా! నా తపము, ధర్మము నన్ను ఏడిపిస్తున్నాయంటే, ఎంతో కొంత పాపము చేసి వుంటాను. ఆ ధర్మము నన్నిలా ఏడిపిస్తుంది. నీ నుండి దూరం చేసింది. నా బ్రతుకింతేనా ? తిరిగి నా చింత తీరి నీ చెంత చేరి మధుర భాషణములతో బ్రతుకగలనా ?

పితృవాక్య పరిపాలకా దీక్షితుడివైన ఓ నా ప్రభూ! నా పొరపాటుతో నన్ను వీడి, నీ రాజ్యమునకు పోయి పట్టాభిషిక్తుడవై, మరల వివాహమొంది సుఖిస్తున్నావని తలంచనా ? నా జాడ తెలియక బాధపడుతున్నావని వూహించుకోనా ?! ఏమి ఈ కర్మ ?!

అహం తు రామ త్వయి జాతకామా చిరం వినాశాయ నిబద్ధభావా।
మోఘం చరిత్వాచ తపోవ్రతంచ త్యక్ష్యామి ధి గ్జీవిత మల్పభాగ్యా॥ 15

సా జీవితం క్షిప్ర మహం త్యజేయమ్ విషేణ శస్త్రేణ శితేన వాసి।
విషస్య దాతా నహి మేఽస్తి కశ్చి చ్ఛస్త్రస్య వా వేశ్మని రాక్షసస్య॥ 16

ఇతీవ దేవీ బహుధా విలప్య సర్వాత్మనా రామ మనుస్మర న్తీ।
ప్రవేపమానా పరిశుష్కవక్త్రా నగోత్తమం పుష్పిత మాససాద॥ 17

శోకాభితప్తా బహుధా విచిన్త్య సీతాఽథ వేణ్యుద్గ్రథనం గృహీత్వా।
ఉద్బధ్య వేణ్యుద్గ్రథేనేన శీఘ్రు మహంగమిష్యామి యమస్య మూలమ్॥ 18

తస్యాస్తు రామం ప్రవిచి న్తయన్త్యా
రామానుజం స్వంచకులం శుభాఙ్గ్యాః॥ 19

శోకా నిమిత్తాని తథా బహూని ధైర్యార్జి తాని ప్రవరాణి లోకే।
ప్రాదు ర్నిమిత్తాని తదా బభూవుః పురా పి సిద్ధా న్యుపలక్షితాని॥ 20

తా. సర్వకాల సర్వావస్థలయందు నిన్నే తలుచుచు, నేనీరకంగా బాధపడు తున్నానంటే, కాలమనాలో కర్మమనాలో ? వ్యర్థ జీవితమనాలో ? తెలియడం లేదు.

విషము తినో, కత్తితోనో చావాలనుకునే నన్ను ఎవరు చావనిస్తారు ? ఆయుధాలనెవరిస్తారు ? ఇలాగ పరిపరి విధాల ఆలోచించిన రామపత్ని చివరకో స్థిర నిశ్చయానికొచ్చినట్లు పుష్పించిన శింశుపా వృక్షము చేరింది.

మనస్థిమితము తగ్గి మాటల ఈటెలకు నొచ్చుకుని తన జడతోనే తాను ఆత్మహత్య చేసుకోవాలని తలచి, శింశుపావృక్ష కొమ్మను పట్టుకుంది.

సుకుమారి, సుందరి, మధురభాషిణియైన సీత ఆత్మహత్య ప్రయత్నము చేయబోతూంటే చిత్రంగా ఆమెకు కొన్ని శుభశకునములు కనుపించాయి. ఆశ్చర్యపోతూనే ఆమె తన ప్రయత్నానికి సిద్ధపడబోతుంది.

✿

ఇది వొరుగంటి వంశజనిత, శ్రీమతి సువర్చలాంబా, వెంకట
సూర్యప్రసాదరావుల జేష్ఠ తనూజుడు "వర" రామకృష్ణప్రసాద్ -
భక్తజనుల కందించిన, తేటతెలుగు వ్యాఖ్యాన శ్రీమత్
సుందరకాండలోని, అష్టావింశ సర్గ సమాప్తం.

- స్వస్తి -
- అస్తు -

✦✦✦

ఏకోనత్రింశ స్సర్గః

తథాగతాం తాం వ్యథితా మనన్దితాం వ్యపేతహర్షాం పరిదీనమానసామ్।
శుభాం నిమిత్తాని శుభాని భేజిరే నరం శ్రియా జుష్ట మివోపజీవినః॥ 1

తా. "తథాగతం తా వ్యథితా...!" అంటూ ఆ రకంగా గతించిన దానినెల్ల తలుచుకుంటూ, దుఃఖభారంతో వున్నామెకు, శుభమునొసగు శుభశకునములు పెద్దగా సుఖాన్నివ్వలేదు. గతమంతా దుఃఖ స్వరూపంగానే తోచిన జనకసుతకు, సుఖము-శుభముల ఆశ వున్నట్లు కనబడటం లేదు.

తస్యాశ్శుభం వామ మరాళ పక్ష్మ రాజీవృతం శుక్ల విశాలకృష్ణమ్।
ప్రాస్పన్దతైకం నయనం సుకేశ్యా మినాహతం పద్మమివాభితామ్రమ్॥ 2

భుజశ్చ చార్వాశ్చిత పీనవృత్తః పరార్థ్య కాలాగరుచన్దనార్హః।
అనుత్తమేనా ధ్యుషతః ప్రియేణ చిరేణ నామ స్సమవేప తాఽఽశు॥ 3

గజేన్ద్రహస్త ప్రతిమశ్చపీన స్తయోర్ద్వయో స్సంహతయో స్సుజాతః।
ప్రస్పన్దమానః పునరూరు రస్యా రామంపురస్తాత్ స్థితిమాచచక్షే॥ 4

శుభం పునర్హేమసమానవర్ణ మీషద్రజో ధ్వ స్తమివామలాక్ష్యాః।
వాన స్థితాయా శ్శిఖరాగ్రదత్యాః కించిత్పరిస్రంసత చారుగాత్ర్యాః॥ 5

తా. జీవిత మందాశ లేనట్లు చావ ప్రయత్నించే రామపత్నికి ఎడమకన్ను గట్టిగా అదిరింది. సీతకు అదిరిపడినట్లయింది. ఇది మొదటి శుభం - ఇదే సమయంలో ఆమె కన్నుతో పాటు ఎడమ భుజం గూడ అదిరింది. ఇది మరొక శుభ నిమిత్తం అనుకోకుండా ఆ సమయంలో రామ సంపర్కాను భూతి ఆమెకు కలిగింది. అలాగే ఎడమ తొడ అదిరింది. అది సీతా, తొందరపడకూ మన రాముడొస్తున్నాడని తెలిపినట్లనిపించింది.

సాముద్రిక శాస్త్రాన్ని బట్టి స్త్రీలకు ఇవన్నీ శుభసూచకములన్ని చెప్పే దివ్య నిమిత్తాలు. ఇదే సమయంలో ఆమె చీర కూడా కొంత క్రిందికి జారింది. ఇది భర్త సుఖాన్నీ - శుభాన్నీ ప్రసాదించే శుభ నిమిత్తమిది.

ఏతైర్నిమిత్తై రపరైశ్చ సుభ్రూ స్సంబోధితా ప్రాగపి సాధుసిద్ధైః।
వాతాతపక్లాన్త మివప్రణష్టం వర్షేణబీజం ప్రతిసంజహర్ష॥ 6

తస్యాః పున ర్బిమ్బ ఫలాధరోష్ఠం స్వక్షిభ్రుకేశాంత మరాళపక్ష్మ।
వక్త్రం బభాసే సితశుక్ల దంష్ట్రం రాహోర్ముఖాచ్ఛన్న ఇవప్రముక్తః॥ 7

సా వీతశోకా వ్యపనీతతన్ద్రీ శాన్తజ్వరా హర్ష వివృద్ధసత్వా।
అశోభతార్యా వదనేనశుక్లే శీతాంశునా రాత్రి రివోదితేన॥ 8

తా. పై శుభనిమిత్తాలతో సీత మనసు కొంత కుదుట పడింది. అతి త్వరలో రాముడు వస్తాడని తనను చేకొంటాడని తలచింది. భూమి చదునుచేసి మేలైన విత్తనము వేయగా, సరైన నీరు లేక మొలకరాని ఆ విత్తనం సకాల సమయ వర్షంతో మొలకనెత్తినట్లనిపించింది. ఆ రకంగా వూరట చెందింది.

శుభ నిమిత్తాలతో, వూరట చెందిన మనస్సుతో ముఖములో దైన్యము నశించింది. అసలే స్వయంప్రకాశురాలైన ఆమె వదనం తేట పడింది. కన్నులు తుడుచుకుని, గ్రహణానంతరము, రాహువు బంధము నుండి బయటపడిన చంద్రునివలె యధాప్రకాశంతో ఆమె ప్రకాశించింది.

అప్పుడామె వదనం శుక్లపక్ష పూర్ణచంద్రుని వలె వుంది.

✿

ఇది వొరుగంటి వంశజనిత, శ్రీమతి సువర్చలాంబా, వెంకట
సూర్యప్రసాదరావుల జేష్ఠ తనూజుడు "వర" రామకృష్ణప్రసాద్ -
భక్తజనుల కందించిన, తేటతెలుగు వ్యాఖ్యాన శ్రీమత్
సుందరకాండలోని, ఏకోనత్రింశ సర్గ సమాప్తం.

- స్వస్తి-

- అస్తు -

✦✦✦

త్రింశ స్సర్గః

హనుమా నపి ◆విక్రాన్త స్సర్వం శుశ్రావ తత్త్వతః।
సీతాయ స్త్రిజటాయా శ్చ రాక్షసీనాం చ తర్జనమ్॥ 1

(◆విశ్రాన్త : అను పాఠంబున విశ్రమించియున్న అని అర్థము.)

తా. ఆ రకంగా సర్వాన్ని దర్శిస్తున్న సమీర పుత్రుడు సామీరి, అన్నీ విన్నాడు. ఆమె తేరుకోవడాన్ని గమనించాడు. ముఖ్యంగా త్రిజట కలా వృత్తాంతాన్ని గ్రహించాడు. పరిస్థితిని సమూలంగా తెలుసుకుంటున్న పావని.

అవేక్షమాణ స్తాం దేవీం దేవతా మివ నన్దనే।
తతో బహువిధాం చిన్తాం చిన్తయామాస వానరః॥ 2

యాం కపీనాం సహస్రాణి సుబహూ న్యయుతాని చ।
దిక్షు సర్వాసు మార్గన్తే సేయ మాసాదితా మయా॥ 3

చారేణ తు సుయుక్తేన శత్రోశ్శక్తి మవేక్షతా।
గూఢేన చరతా తావ దవేక్షిత మిదం మయా॥ 4

తా. ఎందరో బెదరిస్తున్నా, ధైర్యం కోల్పోక, నందనవనంలో వున్న దేవతాస్త్రీ వలె ఆమె ప్రకాశించడాన్ని గమనించి, తాను ధైర్యం చెప్పుకున్నాడు.

సుగ్రీవాజ్ఞతో ఎందరో ఎన్ని దిక్కులకు వెళ్ళినా, నా అదృష్టంగా ఇక్కడికి వచ్చాను. రామపత్నిని చూసానని సంతృప్తిని పొందాడు. ఇది తన భాగ్యంగా తలిచాడు.

అదృష్టవశంగా రామదూతనని ఎవ్వరికి తెలియకుండా, జాగ్రత్తగా పరిస్థితిని గమనించగలిగాను. మారువేషం వలన ఇదంతా సాధ్యపడింది, అదే యధా స్వరూపమైతే, కథ అడ్డం తిరిగేది. ఆ గందరగోళంలో, ఏమయ్యేదో... ఏం జరిగేదో ?! అనుకున్నాడు.

రాక్షసానాం విశేష శ్చ పురీ చేయ మవేక్షితా।
రాక్షసాధిపతే రస్య ప్రభావో రావణస్య చ॥ 5

యుక్తం తస్యాప్రమేయస్య సర్వసత్వ దయావతః।
సమాశ్వాసయితుం భార్యాం పతిదర్శనకాంక్షిణీమ్॥ 6

అహ మాశ్వాసయా మ్యేనాం పూర్ణ చంద్రనిభాననామ్।
అదృష్టదుఃఖాం దుఃఖార్తాం దుఃఖ స్యాన్త మగచ్ఛతీమ్॥ 7

యద్యహ్యహమిమాం దేవీం శోకోపహత చేతనామ్।
అనాశ్వాస్య గమిష్యామి దోషవద్గమనం భవేత్॥ 8

తా. రాత్రి సంచారములో ఇక్కడి ఆనుపానులు, మంచిచెడులు, సగుణగణాలు సర్వం తెలుసుకోగలిగాను. ఇక ఆలస్యం చెయ్యను. సర్వభూత దయాపరుడు, స్నేహశీలి, ప్రియబాంధవుడైన శ్రీరామచంద్రుని దూతను నేను. "అమ్మా! నిన్ను చూడవచ్చానని" ఆ తల్లికి సర్వం విడమరచి చెబుతాను. రాముడు తప్పక వస్తాడని, రావణవధ చేస్తాడని, నిన్ను తీసుకు వెడతాడని, జరిగింది జరిగినట్లు, చూసింది చూసినట్లు వివరించి చెబుతాను.

ప్రస్తుతమీ తల్లికి ఓదార్పు కావాలి. ఆ ఆశ్వాసనంలో భయం పోగొట్టుకుని వచ్చే రామునికోసం ప్రసన్నభావంతో ఎదురుచూస్తుంది. ఇప్పుడే ఆమెకు ఊరట కలగాలి. అప్పుడే ఆమె ధైర్యమొందుతుంది. రామదూతగా ఇది నా కర్తవ్యం. పైగా ఈమెను కలిసి మాట్లాడటానికి వీలుగా తన ఆనవాలును కూడా ఇచ్చాడు. కనుక తాత్సర్యం చెయ్యరాదు. ఆమెను ఓదార్చుట యుక్తమని తలిచాడు.

గతే హి మయి తత్రేయం రాజపుత్రీ యశస్వినీ।
పరిత్రాణ మవిన్దన్తీ జానకీ జీవితం త్యజేత్॥ 9

మయా చ స మహా బాహుః పూర్ణ చన్ద్రనిభాననః।
సమాశ్వాసయితుం న్యాయ్యస్సీతా దర్శనలాలసః॥ 10

నిశాచరీణాం ప్రత్యక్ష మనర్హం చాపి భాషణమ్।
కథంను ఖలు కర్తవ్య మిదం కృచ్ఛ్రగతో హ్యహమ్॥ 11

అనేన రాత్రి శేషేణ యది నాశ్వాస్యతే మయా।
సర్వథా నాస్తి సన్దేహః పరిత్యక్ష్యతి జీవితమ్॥ 12

రాము శ్చ యది పృచ్ఛేన్మాం కిం మాం సీతాఽ బ్రవీ ద్వచః।
కి మహం తం ప్రతిబ్రూయా మసంభాష్య సుమధ్యమామ్॥ 13

తా. ఇప్పుడు కనుక నేను ఆలస్యం చేస్తే విధి వంచితవలె బాధపడే ఈమె తప్పక ప్రాణత్యాగానికి సిద్ధపడుతుంది. అది నాకు పాపమై చుట్టుకుంటుంది. ఇక్కడ సీత రాముని కోసం తపిస్తుంటే, అక్కడ రాముడు సీతవలె విచారగ్రస్తుడై సీత మాటకోసం తపిస్తున్నాడు. తొందరగా ఈమెను వూరడించి, అక్కడికి వెళ్ళి "చూసాను సీత"నంటే రాముడు, రావణుని వధించినంత సంతోషపడతాడు. సీత తన ప్రక్కనున్నంత ఆనందపడతాడు.

పరిస్థితులెప్పుడు అనుకూలంగా వుండవు. అనుకూలం చేసుకోవాలి. ఇప్పుడే ఈ రాక్షస స్త్రీలు మగతలో పడుతున్నప్పుడే ఈమెను ఓదార్చాలి. నా మాటలు వీరికర్థమైతే రావణునికి చెప్పేస్తారు. కథ అడ్డం తిరుగుతుంది. ఎలాగ ? వీళ్ళు లేకుండా... జరిగే పనికాదు. ఆలస్యం చేస్తే చరిత్ర మళ్ళీ పునరావృత్తమౌతుంది. ఇది ఆంజనేయుని మదిలోని ఆందోళన.

సీతా సందేశ రహితం మా మిత స్త్వరయా గతమ్।
నిర్దహే దపి కాకుత్స్థః క్రుద్ధ స్తీవ్రేణ చక్షుషా॥ 14

యది చో ద్యోజయిష్యామి భర్తారం రామ కారణాత్।
వ్యర్థ మాగమనం తస్య ససైన్యస్య భవిష్యతి॥ 15

అన్తరం త్వహ మాసాద్య రాక్షసీనా మిహ స్థితః।
శనై రాశ్వాసయిష్యామి సంతాపబహులా మిమామ్॥ 16

అహం హ్యతితను శ్చైవ వానర శ్చ విశేషతః।
వాచం చోదాహరిష్యామి మానుషీ మిహ సంస్కృతామ్॥ 17

యది వాచం ప్రదాస్యామి ద్విజాతి రివ సంస్కృతామ్
రావణం మన్యమానాం మాం సీతా భీతా భవిష్యతి॥ 18

తా. ఆమెతో ఏమీ మాట్లాడక "సీతను చూసా"నంటే, ఆమె ఏమందంటే... అడగలేదంటే అందరు కలిసి నవ్వుతారు. నా ప్రయాణమంతా నవ్వుల

పాలవుతుంది. ఇంత బుద్ధిలేనివాడు నీకెలాగ మంత్రి అయ్యాడంటే... అది సుగ్రీవునికి అపహాస్యం. నువ్వు..... అని బాణం తీస్తే నాపని ఖాళీ... బుర్ర గోక్కోసాగాడు.

ఈమెతో మాట్లాడక తొందరగా వెళ్ళి 'పదండి." అని బయలు దేరదీస్తే, ఈలోగా ఈమె ఏదైనా అఘాయిత్యం చేసుకుంటే, కథే వుండదు. పరిస్థితి మొదటికి, నా ప్రయాణం తిరుగు ప్రయాణ కధ అవుతుంది. కనుక ఇక్కడే ఈమెను కనిపెట్టి వుంటాను. సమయాన్ని బట్టి ఆమెను సమాధానపరుస్తా ననుకున్నాడు.

ఆమెతో మాట్లాడేప్పుడు, ఇలాగే సూక్ష్మ శరీరంతో వుంటాను. మానవులు (సాధారణ) మాట్లాడు భాషలోకి కాని, సంస్కృతంలో కాని మాట్లాడతాను. ఈ సంస్కృత భాషణం విని, పొరపాటున నన్ను మాయా రూపంలోనున్న రావణుడనుకోదు కదా. ఒకసారి మోసపొయ్యాక మరల మరొకర్ని నమ్మడం కష్టం. కనుక, ఈమెకు చిరపరిచితమైన భాషలో మాట్లాడుతానని నిర్ణయం చేసుకున్నాడు.

వానరస్య విశేషేణకథం స్యా దభిభాషణమ్।
అవశ్య మేన వక్తవ్యం మానుషం వాక్య మర్థవత్॥ 19

మయా సాంత్వయితుం శక్యా నాన్యథే య మనిన్దితా।
సే య మాలోక్య మే రూపం జానకీ భాషితం తథా॥ 20

రక్షోభి స్త్రాసితా పూర్వం భూయ స్త్రానం గమిష్యతి।
తతో జాతపరిత్రాసా శబ్దం కుర్యా స్మనస్వినీ॥ 21

జానమానా విశాలాక్షీ రావణం కామరూపిణమ్।
సీతయా చ కృతే శబ్దే సహసా రాక్షసీ గణః॥ 22

నానా ప్రహరణో ఘోర స్సమేయా ద న్తకోపమః।
తతో మాం సంపరిక్షిప్య సర్వతో వికృతాననాః॥ 23

తా. లోకానికి భిన్నంగా ప్రవర్తిస్తే అనుమానం రావడం సహజం. ప్రస్తుత పరిస్థితిలో జనకసుతకు కావల్సింది ధైర్యం కాని, నిరాశా నిస్పృహుల అధైర్యం కాదనుకున్నాడు. మానవులతో వారి భాషలోనే మాట్లాడటం శ్రేయస్కర మనుకున్నాడు.

ఇంతవరకు జరిగిన దానిని బట్టి చూస్తే నన్ను, నా ప్రవర్తన, మాటల తీరు మొత్తం ఆమెకు రావణ మాయగానే తోస్తుంది. పరిస్థితిని గందరగోళ పరుస్తుంది. అప్పుడు రాముడిచ్చిన ఉంగరాన్ని చూపి, ఆమె అనుమానం తీర్చాలి. నన్ను మాయావిగా తలచి సీత చేసే అరుపులకు అక్కడున్న కావలి స్త్రీలు, నన్ను వారు కూడా మాయావిగా తలచి, తలో ఆయుధంతో ఒక్కటివ్వబోతే, ఏం చెయ్యాలి ? ఏవిటో ఇదీ సానుకూలంగా కనబడటం లేదు. ఏం చెయ్యాలబ్బా!" తోచక హనుమ తికమక పడుతున్నాడు.

వధే చ గ్రహణే చైవ కుర్యు ర్యత్నం మహాబలమ్।
గృహ్య శాఖాః ప్రశాఖా శ్చ స్కంథాం శ్చోత్తమ శాఖినామ్॥ 24

దృష్ట్వా విపరిథావ న్తం భవేయు ర్భయశజ్కితాః।
మమ రూపం చ సంప్రేక్ష్య వనే విచరతో మహత్॥ 25

రాక్షస్యో భయవిత్రస్తా భవేయు ర్వికృతాననాః।
తతః కుర్యు స్సమాహ్వానం రాక్షస్యో రక్షసా నపి॥ 26

రాక్షసేన్ద్ర నియుక్తానాం రాక్షసేన్ద్ర నివేశనే।
తే శూలశక్తి నిస్త్రింశ వివిధాయుధపాణయః॥ 27

ఆప తేయు ర్విమర్దేఽస్మి న్వేగోనోద్విగ్నకారణాః।
సంరుద్ధ స్తైస్తు పరితో విధమన్ రక్షసాం బలమ్॥ 28

శక్నుయా న్నతు సంప్రాప్తుం పరం పారం మహోదధేః।
మాం వా గృహ్ణీయు రాప్లుత్య బహవ శ్శీఘ్రకారిణః॥ 29

తా. అప్పుడు వారికందక పరుగెత్తినా అసలు రూపం చూపితే, అదొక ప్రమాదం. ఈలోగా ఈ రాక్షసస్త్రీలు కొందరు, నా గురించి రావణుకి వర్తమానం పంపితే, అది మరొక గొడవకు కారణం. సీతను చూడకపోవడం, నా గురించి చెప్పకబోవడం, రామకథను తెలుపడమన్నది గగన కుసుమమవుతుంది.

ఈ హడావుడిలో వెనుతిరగాల్సి వస్తే వచ్చిన కార్యం నిజంగా కోతి కార్యమే అవుతుంది. "రామా! ఏమిటి నీ ఆశీర్వాదం. ఒకరి శుభమొకరికి తెలియకపోతే తిరిగి వచ్చేసరికి ఏదైనా జరిగితే "రామ, రామ, రామకార్యం చెడకుండుగాక!" అని చెవులు మూసుకుని రాముని స్మరించాడు.

స్యా దియం చాగృహీతార్థా మమ చ గ్రహణం భవేత్।
హింసాభిరుచయో హింస్యు రిమాం వా జనకాత్మజామ్॥ 30

విపన్నం స్యా త్తతః కార్యం రామసుగ్రీవయో రిదమ్।
ఉద్దేశ నష్టమార్గేఽస్మి న్రాక్షసైః పరివారితే॥ 31

సాగరేణ పరిక్షిప్తే గుప్తే వసతి జానకీ।
విశస్తే నా గృహీతే వా రక్షోభి ర్మయి సంయుగే॥ 32

నాన్యం పశ్యామి రామస్య సాహాయ్యం కార్యసాధనే।
విమృశం శ్చ న పశ్యామి యోహతే మయి వానరః॥ 33

శతయోజన విస్తీర్ణం లఙ్ఘ యేత మహోదధిమ్।
కామం హన్తుం సమర్థోస్మి సహస్రాణ్యపి రక్షసామ్॥ 34

న తు శక్ష్యామి సంప్రాప్తుం పరంపారం మహోదధేః।
అసత్యాని చ యుద్ధాని సంశయో మే న రోచతే॥ 35

కశ్చ నిస్సంశయం కార్యం కుర్యాత్ప్రాజ్ఞ స్ససంశయమ్।
ప్రాణత్యాగశ్చ వైదేహ్యా భవే దనభిభాషణే॥ 36

ఏష దోషా మహాన్ హి స్యా న్మమ సీతాభిభాషణే।
భూతాశ్చార్థా విపద్యంతే దేశకాల విరోధితాః॥ 37

తా. ఈలోగా, ఆ వచ్చిన వాడెవడు ? అని సీతను హింసించడం ప్రారంభిస్తే, ఆ హింసకు భయపడి ప్రాణాలు విడిస్తే.... మళ్ళీ మొదలు. ఇప్పుడేం చెయ్యాలి! ఎలాగ కార్యం సానుకూల పర్చాలి! ఇదొక విషమ పరిణామమై కూర్చుంది.

సీతను గూర్చి తెలుసుకోవడం కష్టం. దారి తెన్నూ లేని సముద్రుడు, ఆ తరువాత లంకలోని కంతలో అన్నట్లుంది సీత. ఇది తెలియడం, తెలుసుకోవడం సామాన్యులకు కష్టం. కనుక మరెవ్వరు చెప్పలేరు.

ఇక్కడ కార్యం చెడకూడదు. జాగ్రత్తగా అన్నీ సమీక్షించి, వీరిని భయపెట్టి వెళ్ళాలే తప్ప భయంతో వెళ్ళకూడదు.

రాక్షసపీడకు భయం లేదు. రాక్షస నాశనం చేస్తాను. ఆ తరువాత అలసి, సముద్రం దాటలేకపోతే, నా సాహసమంతా, వ్యర్థకథే అవుతుంది. గాధగా తెలుసుకోడానికి వీలుండదు. కనుక జాగ్రత్తగా వుండాలి.

ఇప్పుడు సీతను కలువక, రాముని కుశలము చెప్పక - నీకై - నీవలే పరితపిస్తున్నాడని చెప్పకపోతే, ఆమె బ్రతుకదు. నన్ను చూస్తే మోసగాడినని మాట్లాడదు. ఈ హడావుడిలో రాక్షసులు బంధిస్తే ఇక్కడే నా కథ ముగింపు చేస్తే, రాముడికి నా శ్రమ, సీతాకుశలం తెలియదు.

ఇటు నుయ్యి, అటు గొయ్యి. ఎటు చూసినా ప్రమాదమే తప్ప, ప్రమోదం కనబడటం లేదు. రామా! కిం కర్తవ్యం. ఇది హనుమంతుని భావన, భయం, ఆలోచన, సీత వలె ఒక రకంగా రోదన.

విక్లబం దూత మాసాద్య తమ స్సూర్యోదయే యథా।
అర్థా నర్థాన్తరే బుద్ధి ర్నిశ్చితాపి న శోభతే॥ 38

ఘాతయన్తి హి కార్యాణి దూతాః పండిత మానినః।
న విన శ్యేత్కథం కార్యం వైక్లబ్యం న కథం భవేత్॥ 39

లంఘనంచ సముద్రస్య కథం ను న వృథా భవేత్।
కథం ను ఖలు వాక్యంమే శృణుయాన్నో ద్విజేత వా॥ 40

ఇతి సంచి న్త్య హనుమాం శ్చకార మతిమాన్ మతిమ్।
రామ మక్లిష్ట కర్మాణం స్వబంధు మనుకీ ర్తయన్॥ 41

నైనా ముద్వేజయిష్యామి తద్బంధుగత మానసామ్।
ఇక్ష్వాకూణాం వరిష్ఠస్య రామస్య విదితాత్మనః॥ 42

శుభాని ధర్మయుక్తాని వచనాని సమర్పయన్।
శ్రావయిష్యామి సర్వాణి మధురాం ప్రబ్రువన్ గిరమ్॥ 43

శ్రద్ధాస్యతి యథా హీయం తథా సర్వం సమాదధే।
ఇతి స బహువిధం మహానుభావో జగతిపతేః ప్రమదా మవేక్షమాణః।
మధుర మవితథం జగాద వాక్యం
ద్రుమవిటపా న్తర మాస్థితో హనూమాన్॥ 44

తా. నేను సర్వసమర్థుడిననుకుంటే పరిస్థితి ఇలాగే వుంటుంది. అందరు మెచ్చుకున్నారు. బయలుదేరాను. చివరకు శ్రీరామ కరుణతో, రామపత్నిని చూసాను. బాగుంది. ఇక జరిగే కథ. నడపాల్సిన విధి, విధానం తెలియడం లేదు. అయినా ధైర్యం తెచ్చుకుని చెబుతాను. జరిగింది చెపుతానని, ముందు తనకు ధైర్యం చెప్పుకుని, అప్పుడు చెయ్యవలసిన కార్యం, ఎలాగ చెప్పాలోనన్న ఆలోచన హనుమ చేస్తున్నాడు.

ఆ కథనం... అక్లిష్ట కర్మడు రాముడు. భగవత్స్వరూపుడు. అతనికి అసాధ్యం లేదు. దేనినైనా సులభంగా చెయ్యగల ధీరోదాత్తుడు అతడు. సీతా ప్రియుడు. ఆమె మనోభిరాముడు, సీతారాముడు. సీత కూడా రామునివలె రామప్రియ - రామసీతగానే వుంది. కనుక... క్షణమాలోచించిన హనుమ - రామగానంతో వీళ్ళందర్నీ ఆకర్షిస్తానని, శపథం పూనినట్లు నిర్ణయం చేసుకున్నాడు. రామనామం అందరికి ఆనందదాయకమౌనో, కాదో, ఇప్పుడు చెప్పలేను కాని, రామ-సీతకు బ్రహ్మానందదాయకం.

ఇందులో రాముని వృత్తాంతం. ఆయన సీతకు చెప్పమన్న ప్రియ వచనాలు అన్నీ వస్తాయని తీర్మానించుకుని, రామకథా గానానికి నడుం కట్టాడు. గొంతు సవరించుకుంటున్నాడు.

ఆ విధంగా నిర్ణయించుకున్న హనుమ, యథా విధంగా ఆకుల నడుమ నుండి ఏదో రకంగా ముందు రామకథను అందిస్తే, ఆమె ఆనందిస్తే మనసు ఉల్లాసమొందితే, రామకథకు మైమరిచితే, మనసు చల్లబడితే, నా గానానికి అందరు పరవశిస్తే-తప్పక రామకార్యం సానుకూలమవుతుంది, ఆ విధంగా చేస్తానని, తీసుకున్న నిర్ణయంతో అంజలి ఘటించి, తన గానాన్ని, కథగా ప్రారంభించాడు.

✿

ఇది వోరుగంటి వంశజనిత, శ్రీమతి సువర్చలాంబా, వెంకట సూర్యప్రసాదరావుల జేష్ఠ తనూజుడు "వర" రామకృష్ణప్రసాద్ - భక్తజనుల కందించిన, తేటతెలుగు వ్యాఖ్యాన శ్రీమత్ సుందరకాండలోని, త్రింశ సర్గ సమాప్తం.

- స్వస్తి-

- అస్తు -

✦✦✦

ఏకత్రింశ స్సర్గః

ఏవం బహువిధాం చిన్తాం చింతయిత్వా మహాకపిః।
సంశ్రవే మధురం వాక్యం వై దేహ్యా వ్యాజహార హ॥ 1

తా. "ఏవం బహువిధా చిన్తాం..." అని, ఆ రకంగా ఆలోచించిన రామదూత, హనుమ, మెల్లిగా సీతకు అర్థమగునట్లు, వినసొంపైన ఒక మాటను చెప్పాడు. అది -

పరబ్రహ్మము నుండి జనించె చతుర్ముఖుండు సృష్టి చేయగా
మరీచి, కశ్యప, వివస్వంతులు మనువు, ఇక్ష్వాకుడు, వరుసగ పుట్టిరి.
ఇక్ష్వాకుడే తొలి అయోధ్యానేత ఆ వంశమున అంశుమంతుడు
దిలీపుడావల భగీరథుండు కకుత్స - రాఘువులు కాలక్రమమున
అంబరీష, నాభాగుల తదుపరి అజుడు జనించె, ఆ వంశంబున
అయోధ్య - ప్రభులుగా వారలు వెల్గిరి. ధర్మమూర్తులని పేరు బడసిరి.
రామకథా, శ్రీరామకథా రసమయ "సుందర" జీవకథా
సీతారాముల దివ్యకథా... రామకథా... శ్రీరామకథా...

అని ప్రారంభించాడు.

రాజా దశరథో నామ రథ కుఞ్జర వాజిమాన్।
పుణ్యశీలో మహాకీర్తి ర్బజురాసీ న్మహాయశాః॥ 2

రాజర్షీణాం గుణశ్రేష్ఠ స్తవసా చర్షిభి స్సమః।
చక్రవర్తి కులే జాతః పురందర సమో బలే॥ 3

అహింసా రతిరక్షుద్రో ఘృణీ సత్య పరాక్రమః।
ముఖ్య శ్చేక్ష్వాకు వంశస్య లక్ష్మీవాన్ లక్ష్మీవర్ధనః॥ 4

పార్థివ వ్యఞ్జనై ర్యుక్తః పృథుశ్రీః పార్థి వర్ష భః।
పృథివ్యాం చతురన్తాయాం విశ్రుత స్సుఖద స్సుఖీ॥ 5

తస్య పుత్రః పియో జ్యేష్ఠ స్తారాధిప నిభావనః।
రామోనామ విశేషజ్ఞ శ్శ్రేష్ఠ స్సర్వధనుష్మతామ్॥ 6

రక్షితా స్వస్యధర్మస్య స్వజనస్యచ రక్షితా।
రక్షితా జీవలోకస్య ధర్మస్యచ పరంతపః॥ 7

తస్య సత్యాభిసంధస్య వృద్ధస్య వచనా త్పితుః।
సభార్య స్సహచ భ్రాత్రా వీరః ప్రవ్రాజితో వనమ్॥ 8

తా. వున్నట్టుండి "రామకథా..!" అని వినిపించడంలో, సీత తత్తరపడింది. ఇది నిజమా అబద్ధమా ? కలా... లేక... ఆలోచనలో పడింది.

"అజకుమారుడు దశరథ భూపతి పుత్రుల కోరి యజ్ఞము చేయగ
సంతోషించిన అగ్నిహోత్రుడు ప్రసాదించిన దివ్య ప్రసాదము
నల్గురు పుత్రులనా రాజునకు కల్గి సంతసమొందిరి, అందరు!

వింటోంది రామకథ. రామజనన కథ. ఇది నిజమే. అబద్ధం కాదు. రామకథ, ఎవరు చెబుతున్నారు ? అటు ఇటు, పైకి క్రిందకు వింటూ చూసింది.

తేన తత్ర మహారణ్యే మృగయాం పరిధావతా।
రాక్షసా నిహతా శ్శూరా బహవః కామరూపిణః॥ 9

జనస్థానవధం శ్రుత్వా హతౌ చ ఖరదూషణౌ।
తత స్త్వమర్షాపహృతా జానకీ రావణే న తు॥ 10

వఞ్చయిత్వా వనే రామం మృగరూపేణ మాయయా।
స మార్గమాణ స్తాం దేవీం రామ స్సీతా మనన్దితామ్ 11

ఆససాద వనే మిత్రం సుగ్రీవం నామ వానరమ్।
తత స్స వాలినం హత్వా రామః పరపురంయః॥ 12

తా. అందరిలోకి రాముడంటేనే ప్రాణం దశరథునికి. అందరికి మరీ ఇష్టం. అటువంటి రామునికి యువరాజ పట్టాభిషేకం చెయ్యాలనుకుంటూన్న తరుణంలో దశరథుని ముద్దుల భార్యా, రామునికి ప్రియ మాతృమూర్తి కైకేయ, మంధర దుర్బోధతో, రాముని వనవాసానికి పంపాలని, తన కుమారుడు భరతునకు యువరాజ పట్టాభిషేకం చెయ్యాలని కోరింది.

అందుకు పితృవాక్య పరిపాలకునిగా రాముడు అడవికి బయలుదేరు తుంటే, భార్య సీత, రామునిపై గల ప్రేమతో అనుసరించబోతే, దశరథుని రెండో భార్య సుమిత్ర, తన కుమారుని అన్నకు తోడుగా వెళ్ళి కంటికి రెప్పగా "అన్నా వదినలను, కాపాడుకొమ్మని ఆదేశించింది.

"తత్ర మహారణ్యే మృగయాం పరిధావితాః" అని, ఆ అన్నదమ్ములు, సీతతో కలిసి, దుష్ట రాక్షస సంహారం చేసారు. మునిజనులను కాపాడారు. అయోధ్య ప్రభువు భరతుని దూతలుగా ఇది మా ధర్మమన్నారు. అన్యాయా న్నెదిరించారు.

ఆ సమయంలోనే రావణుని కూటమైన జనస్థానాన్ని సమూలంగా నాశనం చేసాడు. ఖరదూషణాదులను ఒక్క దెబ్బతో చంపాడు. అది విన్న రావణుడు అగ్గి గుగ్గిలమయ్యాడు. అహం దెబ్బతిన్న దశకంఠుడు మాయావియై, సీతకు బంగారులేడి ప్రలోభం పెట్టి, ఆమె నుండి రామలక్ష్మణులను దూరంచేసి, ఆ మోసగాడు, రాముడు చెంతలేని సమయంలో ఎత్తుకు వచ్చి, సీతను చింతలో ముంచాడు.

ఇదంతా తన కథే. వింటున్న సీత కొంత పులకించింది. మరికొంత సాలోచనగా చూసింది. ఇదెక్కడి నుండి వస్తుంది ? ఎవరు గానం చేస్తున్నారు. ఆలోచిస్తుంది. ఆనందంగా వింటుంది. ఇది ఆమె కథ. ఆమె రామకథ. రమ్యమైన రామకథ. రసమయ సుందర జీవకథ.

ప్రాయచ్ఛ త్కపిరాజ్యం త త్సుగ్రీవాయ మహాబలః।
సుగ్రీవేణాపి సందిష్టా హరయః కామరూపిణః॥ 13

దిక్షు సర్వాసు తాం దేవీం విచిన్వన్తి సహస్రశః।
అహం సంపాతి వచనా చ్ఛతయోజన మాయతమ్॥ 14

అస్యా హేతో ర్విశాలాక్ష్యా స్సాగరం వేగవాన్ ప్లుతః।
యథారూపాం యథావర్ణాం యథాలక్ష్మీం చ నిశ్చితామ్॥ 15

అశ్రౌషం రాఘవస్యాహం సే య మాసాదితా మయా।
విరరామైవ ముక్త్వా సౌ వాచం వానరపుఙ్గవః॥ 16

జానకీ చాపి త చ్ఛ్రుత్వా విస్మయం పరమం గతా।
తత స్సా వక్ర కేశాన్తా సుకేశీ కేశ సంవృతమ్॥ 17

తా. శ్రీరాముని కరుణతో, వానర సామ్రాజ్య మొందిన సుగ్రీవుడు, ఎక్కడెక్కడి వానర భల్లూక వీరులను భూమండలాన్ని చుట్టుముట్టే విధంగా నాలుగు దిక్కులకు పంపాడు. అందులో జాంబవంత, అంగదులతోపాటు, హనుమంతుడు దక్షిణ దిక్కుకు వచ్చాడు.

అలాగ వచ్చినవారలు, జటాయు సోదరుడైన సంపాతి వచనంతో, రామపత్ని, జనకసుత, "సీత" లంకలో వుందని తెలిసి, అందరి ప్రోద్బలం, ప్రోత్సాహంతో, హనుమ రామదూతగా లంకకు వచ్చాడు. అంతటా తిరిగి వేసారి, శ్రీరామకరుణ నభ్యర్థించి, అశోకవనంలో సీతను చూసాడు" అని-

రావణుడు రావడం, వాడి వదరు ప్రసంగం, తన పరివారానికి ఆజ్ఞలు జారీ చేయడం, ఇప్పుడు పదినెలలు గడిచాయి. ఇంకో రెండునెలలే గడువనడం, గడువులోగా తనను కలువకపోతే, గడువు ముగిసాక ఆమెను ఉదయపు ఫలహారంగా తీసుకోమనడం, త్రిజట స్వప్నం అంతా చెప్పాడు.

ఉన్నమ్య వదనం భీరు శ్శింశుపావృక్ష మైక్షత।
నిశమ్య సీతా వచనం కపే శ్చ దిశ శ్చ సర్వాః ప్రదిశ శ్చ వీక్ష్య।
స్వయం ప్రహర్షం పరమం జగామ సర్వాత్మనా రామ మనుస్మరన్తీ॥ 18

సా తిర్యగూర్ధ్వ చ తథా వ్యధస్తా న్నిరీక్షమాణా త మచిన్త్య బుద్ధిమ్।
దదర్శ పిఙ్గాధిపతే రమాత్యం వాతాత్మజం సూర్య మివోదయస్థమ్॥ 19

తా. అంతా విన్న సీత, నిజం విని ఆశ్చర్యపోయింది. ఎవరు ? ఎక్కడ ? ఈ కథ నీకెలా తెలుసు ? రామదూతనని అలాగ దాక్కొనడమెందులకు, అంతటా కలయచూస్తూ అడుగుతున్న సీతను, ఆకుల చాటునుండి హనుమ చూసాడు. "పిల్లకోతి" సీత తాను చూసి బయటకు అలాగే అనేసింది.

ఈ కోతి ఈ కథంతా చెప్పింది. ఇది నిజమా ? రావణమాయా ? ఆశ్చర్యపోతుంది. అనుమానం పడుతుంది. కథ నిజం. చెప్పింది నిజం. చెప్పినవాడు రామదూతా ? మాయా రావణుడా ?

విన్న సీతలో వివేకం జనించింది. రావణునికి ఇంతకథ చెప్పే సహనం లేదు. కనుక ఇతడు రామదూతే. ఇంత చిన్న పిల్లకోతి... ఇన్ని పనులు చేసాడా ? కథ నిజమే. ఇతను చెప్పింది, చేసింది అంతా నిజమా, మాయా ? ఇది ఆమె ఆలోచన. వాయు వరప్రసాదిని, ఈశ్వరాంశ సంభూతుడినన్నాడు, కాబట్టి నమ్మాలనుకుని, ఆతనిని ఆశగా చూసింది.

✿

ఇది వోరుగంటి వంశజనిత, శ్రీమతి సువర్చలాంబా, వెంకట
సూర్యప్రసాదరావుల జేష్ఠ తనూజుడు "వర" రామకృష్ణప్రసాద్ -
భక్తజనుల కందించిన, తేటతెలుగు వ్యాఖ్యాన శ్రీమత్
సుందరకాండలోని, ఏకత్రింశ సర్గ సమాప్తం.

- స్వస్తి-

- అస్తు -

✦✦✦

ద్వాత్రింశ స్సర్గః

తత శ్శాఖాంతరే లీనం దృష్ట్వా చలిత మానసా।
వేష్టి తార్జునవస్త్రం తం విద్యు త్సంఘాత పింగళమ్। 1

సా దదర్శ కపిం తత్ర ప్రశ్రితం ప్రియవాదినమ్।
ఫుల్లాశోకోత్క, రాభాసం తప్త చామీక రేక్షణమ్॥ 2

తా. ఆ రకంగా ఆలోచించి, తను కూర్చున్న శింశుపావృక్ష కొమ్మపై కూర్చుండి, ఆకుల మధ్య నుండి చూస్తున్న ఆంజనేయుని చూసిన సీత క్షణకాలం భయపడింది. ఎర్రటి ఆకారం, తేనె కన్నులు కనబడిన కోతిని, మొదట్లో అశుభసూచకంగా తలచింది. ఇది కల కాదు. నిద్ర లేదు. ప్రత్యక్షంగా స్పష్టంగా చూసాను.

చెప్పేది రామ కథ. ఆసక్తిగా కాదు, సత్యమే చెప్పాడు. తనకు తెలిసినంత స్పష్టంగా వుంది.

మైథిలీ చిన్తయామాస విస్మయం పరమం గతా।
అహో భీమ మిదం రూపం వానరస్య దురాసదమ్॥ 3

దుర్నిరీక్ష మితి జ్ఞాత్వా పున రేవ ముమోహ సా।
విలలాప భృశం సీతా కరుణం భయమోహితా॥ 4

రామ రామే తి దుఃఖార్తా లక్ష్మణేతి చ భామినీ।
రురోద మధురం సీతా మన్దం మన్ద స్వరా సతీ॥ 5

సా తం దృష్ట్వా హరిశ్రేష్ఠం వినీతవ దుపస్థితమ్।
మైథిలీ చిన్తయామాస స్వప్నోయ మితి భామినీ॥ 6

తా. మళ్ళీ ఒకసారి అతన్ని చూసింది. ఇతడు వానరుడే. ఇంత చిన్నపిల్లవాడుగా వున్నా ఎంత తేజోమూర్తి. కోతులకింత తేజస్సు వుండటమసాధ్యం. ఇతను నిజంగా దేవతాంశుడేననుకుంది. కారణమేమో కాని, హనుమనలాగ చూస్తూ ఆమె మూర్ఛపొందినట్లయింది.

క్షణకాలం తర్వాత తేరుకున్నామె, నేనున్న పరిస్థితిలో రామకథను, తెలిసింది, తెలియనిది సమూలంగా చెప్పాడంటే, సామాన్యులకు, మాయావులకు సాధ్యం కాదు. విన్నాను. ఇది కల కాదు. మరి... ?!

సా వీక్షమాణా పృథుభుగ్నవక్త్రం శాఖామృగేన్ద్రస్య యథోక్తకారమ్।
దదర్శ పిఙ్గాధిపతే రమాత్యం వాతాత్మజం బుద్ధిమతాం వరిష్ఠమ్। 7

సా తం సమీక్ష్యైవ భృశం విసంజ్ఞా గతాసు కల్పేవ బభూవ సీతా।
చిరేణ సంజ్ఞాం ప్రతిలభ్య భూయో విచింతయామాస విశాలనేత్రా॥ 8

స్వప్నేఽ మయాఽ యం వికృతో ద్య దృష్ట శ్శాఖామృగ శ్శాస్త్రగణై ర్నిషిద్ధః।
స్వస్త్యస్తు రామాయ సలక్ష్మణాయ తథా పితు ర్మే జనకస్య రాజ్ఞః॥ 9

స్వప్నోఽ పి నా యం న హి మేఽ స్తి నిద్రా శోకేన దుఃఖేన చ పీడితాయాః।
సుఖం హి మే నాస్తి యతోఽ స్మిహీనా తే నేన్దుపూర్ణ ప్రతిమాననేన॥ 10

రామేతి రామేతి సదైవ బుద్ధ్యా విచిన్త్య వాచా బ్రువతీ త మేవ।
తస్యానురూపాం చ కదాం తమర్థ మేవం ప్రపశ్యామ తథా శృణోమి॥ 11

అహం హి తస్యాద్య మనోభవేన సంపీడితా తద్గత సర్వభావా।
విచిన్తయన్తీ సతతం తమేవ తథైవ పశ్యామి తథా శృణోమి॥ 12

తా. సీత బుద్ధిగా వున్న ఆంజనేయుని చూసింది. హనుమంతుడు, శ్రీరామ-సుగ్రీవుల ఆజ్ఞానువర్తిగానే ప్రవర్తిస్తున్నాడు. ఆశ్చర్యం - ఆనందం కలగల్పుకుంది సీత, ఈ పావనిని చూస్తూ, దీనిని రాక్షస స్త్రీలు చూస్తున్నారేమోనని కలయచూసింది.

ఆ వానరము, దాని చూపులు, సీతకు భయాందోళనలు కల్గించాయి. క్షణం శాంతి, క్షణం భయం ఆందోళనగా వుందామె. “నిజంగా తాను చూసేది వానరుడినైతే, వానరదర్శనం అశుభమని బంధుజనులకు కీడని పెద్దలంటారు” అని పెద్దలమాట తలచుకుని, రామలక్ష్మణులకు, తన తండ్రి జనకునికి ఇతరులకే విధమైన ఆపద సంభవించరాదని భగవంతుని కోరుకుంది.

కలకాదు. నిజమైన అశుభం జరగదే. రాముని తలచుకుని బాధపడే నాకు నిద్రెట్లాగ వస్తుంది ? నిద్ర రానప్పుడు కల కూడా రాదు. కనుక ఇది నిజమే. మళ్ళీ తనకు తానే సమాధానం చెప్పుకుంది.

రామునిపైన సదా బుద్ధిని నిలిపి, ఆతడే సర్వస్వముగా తలచే నాకు రామకథా హృదయాంతర్గతం నుండి రమ్యంగా వెలువడి నన్నానంద పరుస్తుంది. ఎవరో చెబుతున్నారనుకోవడం చిత్త భ్రాంతి. నిజమైన భక్తులు

వారు చేసే ప్రతి కార్యక్రమంలోను దైవాన్ని దర్శిస్తారు. ఆనందముద్రల తేలియాడుతారు. ఆ భగవంతుడే తమ వెంటనుండి తమకు కార్యసాధనం చేసాడని, భక్తులు భగవత్కథలను లీలలు, లీలలుగా చెప్పుకుంటారు.

నా పరిస్థితీ ఇదేననుకుంటాను. మనస్సును కోతితో కలుస్తారు. అందుకు కోతి కనుపించింది. మిగిలినదంతా మనోభ్రాంతిగానే రామపత్ని తలంచింది.

మనోరథ స్స్యాదితి చిన్తయామి తథా పి బుద్ధ్యా చ వితర్కయామి।
కిం కారణం తస్య హి నాస్తిరూపం సువ్యక్తరూపశ్చ వదత్యయం మామ్॥ 13

నమోఽస్తు వాచస్పతయే స వజ్రిణే స్వయంభువే చైవ హుతాశనాయ।
అనేన చోక్తం యదిదం మమాగ్రతో వనౌకసా తచ్చ తథాస్తు నాన్యథా॥ 14

తా. నా వూహ తప్పు. నా మనస్సు కోతియై కథ చెప్పడం కూడా తప్పే. ఎందుకంటే కథా గానం వరకు మనస్సు, తనవరకు తాను ఆనందం పడవచ్చును. కాని అది సాకారమై నా ఎదుట నిలచి మాట్లాడుతుందా ? ఇది మాత్రము అబద్ధము. వానరుడు నిజము. రామకథ నిజమే. మరి... మళ్ళీ సందిగ్ధత. ఆ వెంటనే సీత -

నమోస్తు వాచస్పతయే, సవజ్రిణే...నని బృహస్పతిని, ఇంద్రుని, బ్రహ్మాదులను, అగ్నిని, తలచుకుని, వారికి మ్రొక్కింది. ఈతడు, ఈ వానరుడు అంజనీపుత్రుడు చెప్పినదెల్ల సత్యమై నిలచుగాక! అని కోరింది, వాళ్ళను ప్రార్థించింది.

✿

ఇది వొరుగంటి వంశజనిత, శ్రీమతి సువర్చలాంబా, వెంకట సూర్యప్రసాదరావుల జేష్ఠ తనూజుడు "వర" రామకృష్ణప్రసాద్ - భక్తజనుల కందించిన, తేటతెలుగు వ్యాఖ్యాన శ్రీమత్ సుందరకాండలోని, ద్వాత్రింశ సర్గ సమాప్తం.

- స్వస్తి-

- అస్తు -

✦✦✦

త్రయస్త్రింశ స్సర్గః

సోఽవతీర్య ద్రుమాత్తస్మా ద్విద్రుమ ప్రతిమాననః।
వినీతవేషః కృపణః ప్రణిపత్యోపసృత్య చ॥ 1

తా మబ్రవీ న్మహాతేజా హనుమా న్మారుతాత్మజః।
శిర స్యఞ్జలి మాధాయ సీతాం మధురయా గిరా॥ 2

తా. తామబ్రవీ, న్మహా తేజా హనుమాన్మారుతాత్మజా! శిరస్సఞ్జలి మాధాయ సీతాం.... అని రామపత్నికి శిరసు వంచి, నమస్కరించి, ఆమెతో సంభాషణ ప్రారంభించాడు.

ఎప్పుడైతే త్రిజట, ఆమెనే మనొద్దు అని చెప్పిందో, అప్పటి నుండి, ఆ రాక్షసీ పరిచారకులు ఆమెకు దూరంగా, భయం భయంగా నిలచారు. ఈ సమయాన్ని హనుమంతుడు సద్వినియోగం చేసుకున్నాడు.

కా ను పద్మపలాశాక్షి క్లిష్ట కౌశేయ వాసిని।
ద్రుమస్య శాఖా మాలమ్బ్య తిష్ఠసి త్వ మనిన్ది తే॥ 3

కిమర్థం తవ నేత్రాభ్యాం వారి స్రవతి శోకజమ్।
పుణ్డరీకపలాశాభ్యాం విప్రకీర్ణ మివోదకమ్॥ 4

సురాణా మసురాణాం వా నాగగన్ధర్వరక్షసామ్।
యక్షాణాం కిన్నరాణాం వా కా త్వం భవసి శోభనే॥ 5

కా త్వం భవసి రుద్రాణాం మరుతాం వా వరాననే।
వసూనాం వా వరారోహే దేవతా ప్రతిభాసిమే॥ 6

కి న్ను చన్ద్రమసా హీనా పతితా విబుధాలయాత్।
రోహిణీ జ్యోతిషాం శ్రేష్ఠా శ్రేష్ఠసర్వగుణాన్వితా॥ 7

కా త్వం భవసి కల్యాణి త్వ మనిన్దితలోచనే।
కోపా ద్వా యది వా మోహా ద్భర్తార మసితేక్షణే॥ 8

తా. "అమ్మా! నీవెవరు ? ఎందుకిలా విచారిస్తున్నావు ? కారణం తెలుసుకోవచ్చా ? వినయ విధేయతలు తన సొత్తుగా హనుమ అడుగుతున్నాడు. అతడే మళ్ళీ - మిమ్ము చూస్తే దేవాసుర నాగ గంధర్వ రక్షో యక్ష కిన్నెర కింపురుష జాతి వారివలె వున్నావే తప్ప, మానవ జాతి దానిలాగ కనబడటం లేదు. నిన్నుచూస్తే - "త్వంభవసి రుద్రాణాం, మరుతాం.... అనిపిస్తుంది. అంటే నా వుద్దేశంలో నీవు, ఏకాదశ రుద్రులు, సప్తమరుత్తులు, అష్ట వసువులకు సంబంధించిన దానవుగా, సాక్షాత్తు పరదేవతలాగ కనుపిస్తున్నావే తప్ప సామాన్యురాలివి కావని నా బుద్ధికి తోచుతుంది.

అకారణంగా చంద్రుని విడిచి వచ్చిన రోహిణివా, ఓ శుభచరిత్ర, నీవెవరు ? దయచేసి నా సందేహాన్ని, సందేహించక తీర్చమని అడిగాడు.

వసిష్ఠం కోపయిత్వా త్వం నా సి కల్యా ణ్యరున్ధతీ।
కో ను పుత్రః పితా భ్రాతా భర్తా వాతే సుమధ్యమే॥ 9

అస్మాల్లోకా దముం లోకం గతం త్వ మనుశోచసి।
రోదనా దతి నిశ్వాసా ద్భూమి సంస్పర్శనా దపి॥ 10

న త్వాం దేవీ మహం మన్యే రాజ్ఞ స్సంజ్ఞావధారణాత్।
వ్యఞ్జనాని చ తే యాని లక్షణాని చ లక్షయే॥ 11

మహిర్షీ భూమిపాలస్య రాజకన్యాసి మే మతా।
రావణేన జనస్థానా ద్బలా దపహృతా యది॥ 12

తా. పోనీ వశిష్ఠ పత్నియైన అరుంధతివా ? ఎందుకీ భువికి వచ్చి, ఇక్కడ వుండి దుఃఖిస్తున్నావు. అలాగ కాక కుమారుడు, తండ్రి, సహోదరుడు లేక ఇతర ఆప్తబంధువులెవరైనా మరణించారని తలచి బాధపడుతున్నావా ?

మొదట్లో నీవు దేవతాస్త్రీ వనుకునానను. కాని నిన్ను చూస్తే ఆ లక్షణములు కనబడటం లేదు. ఒక రాణికి వుండవలసిన లక్షణాలనిప్పుడు గమనిస్తున్నాను. అమ్మా! నీ శరీరమందు సాముద్రికశాస్త్రం ప్రకారం వుండవలసిన శుభలక్షణాలన్నీ వున్నాయి. కనుక నీవు చక్రవర్తికి భార్యవో, రాజపుత్రికవో అయి వుంటావు.

నిన్ను ఈ రావణుడు జనస్థానం నుండి తీసుకువచ్చాడా ? అప్పుడైతే నీవు, సీతవు మా రామపత్నివే అయి వుంటావు. అవునా, అమ్మా ?!'' ప్రార్థిస్తున్నట్లు హనుమ అడుగుతున్నాడు.

సీతా త్వమసి భద్రం తే త న్మమాచక్ష్వ పృచ్ఛతః।
యథా హి తవ వై దైన్యం రూపం చా ప్యతిమానుషమ్॥ 13

తపసా చా న్వితో వేష స్త్వం రామమహిషీ ధ్రువమ్।
సా తస్య వచనం శ్రుత్వా రామకీర్తన హర్షితా॥ 14

ఉవాచ వాక్యం వై దేహీ హనుమన్తం ద్రుమాశ్రితమ్।
పృథివ్యాం రాజసింహానాం ముఖ్యస్య విదితాత్మనః॥ 15

స్నుషా దశరథస్యాహం శత్రుసైన్య ప్రతాపినః।
దుహితా జనకస్యాహం వై దేహస్యమహాత్మనః॥ 16

సీతా చ నామ నామ్నాఽహం భార్యా రామస్య ధీమతః।
సమా ద్వాదశ తత్రాహం రాఘవస్య నివేశనే॥ 17

భుఞ్జానా మానుషాన్ భోగాన్ సర్వకామసమృద్ధినీ।
తత్ర త్రయోదశే వర్షే రాజ్యేనేక్ష్వాకునన్దనమ్॥ 18

అభిషేచయితుం రాజా సోపాధ్యాయః ప్రచక్రమే।
తస్మిన్ సంభ్రియమాణే తు రాఘవ స్యాభిషేచనే॥ 19

కైకేయీ నామ భర్తారం దేవీ వచనమబ్రవీత్।
న పిబేయం న ఖాదేయం ప్రత్యహం మమ భోజనమ్॥ 20

ఏషమే జీవిత స్యాన్తో రామో య ద్యభిషిచ్యతే।
యత్తదుక్తం త్వయా వాక్యం ప్రీత్యా నృపతిసత్తమ॥ 21

తచ్చే న్నవితథం కార్యం వనం గచ్ఛతు రాఘవః।
సరాజా సత్యవాగ్దేవ్యా వరదాన మనుస్మరన్॥ 22

ముమోహ వచనం శ్రుత్వా కైకేయ్యాః క్రూరమప్రియమ్।
తతస్తు స్థవిరో రాజా సత్యే ధర్మ వ్యవస్థితః॥ 23

తా. నిన్ను చూస్తే "అమ్మా! నీవు చెప్పకపోయినా నీ ముఖ లక్షణాలు, పాతివ్రత్య పద్ధతులను బట్టి నీవు తప్పక మా రామపత్నివే అయి వుంటావనిపిస్తుంది. నిజమే కదా, తల్లీ నన్ను వూరట పరచుము. నా వేదన తీర్చుము.

రామనామము, హనుమ మాటల్ని విన్న ఆమె శాంతమొందింది. ముఖం విప్పారింది. అప్పుడామె "హనుమా! నీవు చెప్పింది నిజం. నేను రాముని పత్నినే. దశరథుని కోడలను, జనక రాజర్షికి నాగేటిచాలులో దొరికిన సీతను.

అడవులకు రాకముందు, అయోధ్యలో పన్నెండో సం॥లు నిరంతర రాజభోగమొందాను. పదమూడవ సం॥లో మా మావగారు, మంత్రి పురోహితులను సంప్రదించి, ఆర్యపుత్రులకు యువరాజ పట్టాభిషేకం చేస్తానంటే, దశరథుని ప్రియభార్య, రామునికి ముద్దుల తల్లి కైక, అదేం దురదృష్టమో... రామునికి వనవాసాన్ని, తన కుమారునికి యువరాజ పట్టాభిషేకం చెయ్యమని కోరింది. కాదంటే చస్తానంది.

జ్యేష్ఠం యశస్వినం పుత్రం రుదన్రాజ్య మయాచత।
న పితుర్వచనం శ్రీమా నభిషేకా త్పరం ప్రియమ్॥ 24

మనసా పూర్వ మాసాద్య వాచా ప్రతిగృహీతవాన్।
దద్యాన్న ప్రతిగృహ్ణీయా న్న బ్రూయత్కించిదప్రియమ్॥ 25

అపి జీవితహేతో ర్వా రామ స్సత్యపరాక్రమః।
స విహాయోత్తరీయాణి మహార్హాణి మహాయశాః॥ 26

విసృజ్య మనసా రాజ్యం జనన్యై మాం సమాదిశత్।
సాహం తస్యాగ్రత స్తూర్ణం ప్రస్థితా వనచారిణీ॥ 27

నహి మే తేన హీనాయా వాస స్స్వర్గేఽపి రోచతే।
ప్రాగేవ తు మహాభాగ స్సౌమిత్రి ర్మిత్రనన్దనః॥ 28

తా. దాంతో, ఆర్యపుత్రులు పితృవాక్య పరిపాలకునిగా అడవులకు బయలు దేరారు. వారితో నేను, రెండో అత్తగారు సుమిత్రాదేవి ఆదేశంతో ఆమె కుమారుడు, నాకు పుత్ర సమానుడైన లక్ష్మణుడు అడవులకు బయలుదేరాం.

జరిగిన దానికి బాధపడిన మామగారు, స్వర్గస్థులయ్యారు. అన్నకు లేని రాజ్యము తనకనవసరమని తాను సేవకుడినే తప్ప రాజును కాలేనని, మా మరది, కైక పుత్రుడు భరతుడు, తల్లిని ఛీత్కరిస్తు ఆర్యపుత్రులను దర్శించి, కనీసం వారి పాదుకలనన్నా ఇమ్మన్నాడు.

దీంతో మేము మహారాజు ఆజ్ఞతో అరణ్యావాసానికి వచ్చాము. అరణ్యం వాసం చేస్తున్నామనే బాధ మాకు లేకుండా, లక్ష్మణుడు మాపై ఎంతో శ్రద్ధ వహించాడు. ఆర్యపుత్రులు సరేసరి. ఆ తర్వాత మేము దండకారణ్యంలో వుండగా, దుష్టుడైన రావణుడు. ప్రతికారజ్వాలతో, మారీచుని బంగారు మాయలేడిని చేసి, నన్ను ప్రలోభపెట్టి రామసోదరులను, నా నుండి దూరం చేసాడు.

సన్యాసిగా నన్ను మాయచేసి మరీ ఇక్కడకు తీసుకువచ్చాడు. తనను చేపట్టమని నిర్బంధిస్తున్నాడు. ఇక రెండు మాసములే గడువుంది. ఈలోగా ఆర్యపుత్రులు నన్ను చేపడితే బ్రతుకుతాను. కాదంటే గడువు తదుపరి వీళ్ళకు ఉదయపు పూట విందునౌతాను. "నిజమని నిజమును, సమస్తము జానకి చెప్పేసింది.

"హమ్మయ్య" అనుకున్నాడు, తృప్తిగా నిట్టూర్చాడు హనుమ.

✿

ఇది వోరుగంటి వంశజనిత, శ్రీమతి సువర్చలాంబా, వెంకట
సూర్యప్రసాదరావుల జేష్ఠ తనూజుడు "వర" రామకృష్ణప్రసాద్ -
భక్తజనుల కందించిన, తేటతెలుగు వ్యాఖ్యాన శ్రీమత్
సుందరకాండలోని, త్రయస్త్రింశ సర్గ సమాప్తం.

- స్వస్తి-

- అస్తూ -

✦✦✦

చతుస్త్రింశ స్సర్గః

తాస్యా స్త ద్వచనం శ్రుత్వా హనుమాన్ హరియూథపః।
దుఃఖాద్దుఃఖాభిభూతాయా స్సాన్త్వ ముత్తర మబ్రవీత్॥ 1

అహం రామస్య సన్దేశా ద్దేవి దూత స్తవాగతః।
వై దేహీ కుశలీ రామ స్త్వాం చ కౌశల మబ్రవీత్॥ 2

యో బ్రాహ్మ మస్త్రం వేదాం శ్చ వేద వేదవిదాంవరః।
స త్వాం దాశరథీ రామో దేవి కౌశల మబ్రవీత్॥ 3

లక్ష్మణ శ్చ మహాతేజా భర్తు స్తేఽనుచరః ప్రియః।
కృతవాన్ శోకసంతప్త శ్శిరసా తేఽభివాదనమ్॥ 4

సా తయోః కుశలం దేవీ నిశమ్య నరసింహయోః
ప్రీతిసంహృష్ట సర్వాఙ్గీ హనుమన్త మథాబ్రవీత్॥ 5

తా. రామపత్ని సీతాదేవి అతి దుఃఖంతో చెప్పిన మాటలను హనుమ విన్నాడు. చివరకు ఆమెతో సంభాషించ గలిగినందులకు సంతోషించాడు. ఇక ఆమెకు వూరట కల్గించాలని -

"అమ్మా! భయపడకండి. దుఃఖం విడనాడండి. దశరథ నందనులు, రామలక్ష్మణులు క్షేమంగా వున్నారు. నీ క్షేమమును తెలుసుకు రమ్మన మన్నారు. తనకు వూరట కల్గించమన్నారు. అందుకే వచ్చాను.

రాముడు వేదవిదుడు, సర్వశస్త్రాస్త్ర కోవిదుడు. నీ క్షేమం కోసం ఎదురుచూస్తున్నాడు. అన్నగారితోపాటు తమ్ముడు లక్ష్మణుడు కూడా, అత్యంత దీన హృదయంతో అనుక్షణం మీ సుఖం, రాక కోసమే తపిస్తున్నాడు." అని ఎంతో వినయంగా అంజనీసుతుడు చెప్పాడు.

నరశింహులైన (నరులలో సింహము వంటివాడు, శ్రేష్ఠుడని అర్థము) రామలక్ష్మణుల శుభవార్తను హనుమ ద్వారా విన్న సీత హృదయం పరవశించింది. శరీరం గగుర్పాటు పొందింది. ఆనందమూర్తియైన ఆమె-

కల్యాణీ బత గాతేయం లౌకికీ ప్రతిభాతి మా।
ఏతి జీవ న్త మానన్దో నరం వర్షశతా దపి॥ 6

తయా సమాగతే తస్మిన్ ప్రీతి రుత్పాదితాద్భుతా।
పరస్పరేణ చాలాపం విశస్తౌ తౌ ప్రచక్రతుః॥ 7

తస్యా స్తద్వచనం శ్రుత్వా హనుమాన్ హరియూథపః।
సీతాయ శ్శోకదీనాయా స్సమీప ముపచక్ర మే॥ 8

యథా యథా సమీపం న హనుమా నుపసర్పతి।
తథా తథా రావణం సా తం సీతా పరిశఙ్కతే॥ 9

అహో ధిగ్దుష్కృత మిదం కథితం హి య దస్య మే।
రూపా న్తర ముపాగమ్య స ఏవా యం హి రావణః॥ 10

తా. జీవితకాలము కష్టములతో బ్రతికినా, ఎప్పుడో ఒకప్పుడు ఆ జీవికి ఆనందం, సంతోషం కలుగక మానదన్నమాట నా ఎడ సార్థకమయింది. ఇక ఇలాగే మ్రగ్గి మ్రగ్గి చావాలా, అనుకునే నన్ను భగవంతుడు కరుణించాడు. తొందరపడి ప్రాణాలు తీసుకుంటే, ఈ హనుమను చూసేదాన్ని కాదు. ఈ శుభవార్త వినేదానిని కాదనుకుంది.

చద్దామనుకునే సమయంలో విన్న ఈ శుభవార్త ఆమెకాత్మానంద దాయకము, బ్రతుకును నిల్పినదయింది. ఆమె మాటలను విని కొద్ది ధైర్యవచనాలతో ఆమెను అనునయించాలని అడుగు ముందుకు వేసాడు.

అది సీతకు అనుమానమిచ్చింది. ఈ అడుగులు, ఆపదలు గతంలో ఎరిగినది కావున, మళ్ళీ అనుమానం వచ్చింది. ఇతడు నిజంగా రామదూత లేక ఆ మాయా రావణుడా ? అన్న భ్రాంతికి గురయింది.

రామకీర్తనం విన్న నాకు అనుమానం రాలేదు. అందుకే ఈతనితో మాట్లాడాను. ఈ పేరున అతను దగ్గరకు వస్తున్నాడు. ఇందులో ఏదైనా మోసం వుందా ? ఎంతయినా రాక్షసులు. ఆ నీచ, దుష్ట బుద్ధి ఎక్కడికి పోతుంది ? ఇంతలో ఎంత మార్పు అన్నట్లు వున్నట్టుండి సీత మళ్ళీ అనుమానాల పుట్టయింది.

తా మశోకస్య శాఖాం సా విముక్త్వా శోకకర్శితా।
తస్యా మేవానవద్యాఙ్గీ ధరణ్యాం సముపావిశత్॥ 11

హనుమా నపి దుఃఖార్తాం తాం దృష్ట్వా భయమోహితామ్।
అవన్ద మహాబాహు స్తత స్తాం జనకాత్మజామ్॥ 12

సా చైనం భయవిత్రస్తా భూయో నైవాభ్యుదైక్షత।
తం దృష్ట్వా వన్దమానం తు సీతా శశినిభానవా॥ 13

అబ్రవీ ద్దీర్ఘ ముచ్ఛ్వస్య వానరం మధురస్వరా।
మాయాం ప్రవిష్టో మాయావీ యది త్వం రావణస్స్వయమ్॥ 14

ఉత్పాదయసి మే భూయ స్సంతాపం తన్న శోభనమ్।
స్వ పరిత్యజ్య రూపం యః పరివ్రాజక రూపధృత్॥ 15

తా. అంతే మళ్ళీ విచారగ్రస్త అయింది. అలాగే నేలమీద చతికిలబడి పోయింది. పరిస్థితిని గమనించిన హనుమ "ఈ రామదూత వందనం స్వీకరించమని నిష్కల్మష హృదయంతో ప్రార్థించాడు. అయినా బెదురు తగ్గని ఆమె తల ఎత్తలేదు. ఆ వానరవీరుని చూడలేదు. కొద్దిసేపు ఆగి మెల్లిగా ఎందుకో నిన్ను చూస్తే నాకెందులకో భయంగా వుంది. మాయావియైన రావణుడే, ఈ రూపంలో నన్ను మోసం చెయ్యడానికి వచ్చాడనిపిస్తుంది. అతని బ్రతుకే మాయలు, మోసాలు కదా! ఇంతవరకు ఏడ్చిన దానిని కొంత వూరట చెందాను. దయచేసి నన్ను విడిచి వెళ్ళిపో!"

"అసలీ పరిస్థితిలో నాకెవరి పైన నమ్మకం లేదు. అడుగడుగునా మాయలు, మోసాలతో నన్ను బాధపెట్టేవారే! ఆనాడు అక్కడ వంచనచేసి తీసుకువచ్చి, ఇప్పుడు మరల మాయావీ, నీ మాటలతో నా మనసు దోచుకోవాలని చూస్తున్నావు.

జనస్థానే మయా దృష్ట స్త్వం స ఏ వాసి రావణః।
ఉపవాసకృశాం దీనాం కామరూప నిశాచర॥ 16

సంతాపయసి మాం భూయ స్సంతప్తాం త న్నశోభనమ్।
అథవా నైత దేవం హి య న్మయా పరిశఙ్కితమ్॥ 17

మనసో హి మమ ప్రీతి రుత్పన్నా తవ దర్శనాత్।
యది రామస్య దూత స్త్వ మాగతో భద్ర మ స్తు తే॥ 18

పృచ్ఛామి త్వాం హరిశ్రేష్ఠ ప్రియా రామకథా హి మే।
గుణా న్రామస్య కథయ ప్రియస్య మమ వానర॥ 19

చిత్తం హరసి మే సౌమ్య నదీకూలం యథా రయః।
అహో స్వప్నస్య సుఖతా యాహ మేవం చిరావృతా॥ 20

ప్రేషితం నామ పశ్యామి రాఘవేణ వనౌకసమ్।
స్వప్నేఽసి యద్యహం వీరం రాఘవం సహలక్ష్మణమ్॥ 21

పశ్యేయం నావసీదేయం స్వప్నోఽపి మమ మత్సరీ॥
నాహం స్వప్న మిమం మన్యే స్వప్నే దృష్ట్వా హి వానరమ్॥ 22

తా. కామరూపివివి కాదా. ఈ రూపంగా వచ్చి రామకథను చెబితే నమ్ముతానని, అప్పుడు నన్ను మోసం చెయ్యవచ్చనేది నీ కుట్ర, కుతంత్రం. ఇంక వీటిని భరించే ఓపిక నాకు లేదు. వెళ్ళిపో! మోకాళ్ళపై తలవుంచుకుని అంది. తదుపరి క్షణకాలమాగింది.

హనుమ రూపము, మాటల్లో మాయా మర్మం కనబడటం లేదు. కొంతసేపు ఆనందం, కొంతసేపు విచారం. ఏవిటీ పరిస్థితి ? ఎందుకో ఈ హనుమను చూడగా మనస్సుకు ప్రశాంతత, ఆనందం కల్గుతుందని తనకు తాను మనస్సుకు సర్ది చెప్పుకుంటుంది. అప్పుడు-

మొదట్లో నిన్ను చూసి భయపడ్డాను. ఆ తర్వాత నీ మాటల్తో సంతోషించాను. మళ్ళీ నీ ప్రవర్తన నాకు అనుమానమయింది. అందుకే ఇలాగ మాట్లాడాను. మాటలో మర్మం, మనసులో కుతంత్రం లేదని ఇప్పుడర్థమౌతుంది. తొందరపడ్డాను. పరిస్థితి నీకు తెలియనిది కాదని, మనసువిప్పి మళ్ళీ చెప్పింది.

నీవు రామదూతవన్నావు. "రామ" శబ్దము నాకు ప్రేమామృతం, ప్రాణం. అందుకే నువ్వు చెప్పింది విన్నాను. అయితే రామలక్ష్మణుల వివరాలు చెప్పు. అప్పుడు నిన్ను... నమ్ముతాను. ఎందుకంటే నా మనః పరిస్థితి అది." సందిగ్ధతను చెప్పేసింది.

రాముల వారి దగ్గర నుండి "రామ" దూతనని రావడం, రామకథను చెప్పడం కల అనుకున్నాను. కానీ అది కలకాదు నిజం. ఇప్పటి పరిస్థితిలో కలకు, జీవితానికి తేడా కనబడటం లేదనుకుంది. కలయినా, అది ఆనందదాయకమే. "రామ" అన్నమాట ఎలాగవిన్నా, ఎప్పుడు విన్నా అది సర్వబాధానివారణము. సుఖసంతోషదాయకం.

నిద్రపోతే కల. నిద్ర రాకపోతే. ఇక కల ఎక్కడినుండి వస్తుంది ? వాస్తవం చూస్తూ. జరిగేది వింటూ ఇటు చేసే రామదూతనను వానరుని, అటు ఆతని నుండి రామకథను విన్నా కూడా, ఇంకా భయమన్నా, కల అన్నా ఆలోచించాల్సిందే.

న శక్యో భ్యుదయః ప్రాప్తుం ప్రా ప్తశ్చా భ్యుదయో మమ।
కిన్ను స్యా చ్చిత్తమోహోయం భవే ద్వాతగతి స్త్వియమ్॥ 23

ఉన్మాదజోవికారో వా స్యా దియం మృగతృష్ణికా।
అథవా నాయ మున్మాదో మోహో ప్యున్మాదలక్షణః॥ 24

సంబుధ్యే చాహ మాత్మాన మిమం చాపి వనౌకసమ్।
ఇత్యేవం బహుధా సీతా సంప్రదార్య బలాబలమ్॥ 25

రక్షసాం కామరూపత్వాన్మేనేతం రాక్షసాధిపమ్।
ఏతాం బుద్ధిం తదా కృత్వా సీతా సా తనుమధ్యమా॥ 26

న ప్రతివ్యాజహారాథ వానరం జనకాత్మజా।
సీతాయా శ్చిన్తితం బుద్ధ్వా హనుమా న్మారుతాత్మజః॥ 27

శ్రోత్రానుకూలై ర్వచనై స్తదా తాం సంప్రహర్షయత్।
ఆదిత్య ఇవ తేజస్వీ లోక కాన్త శ్శశీ యథా॥ 28

రాజా సర్వస్య లోకస్య దేవో వైశ్రవణో యథా।
విక్రమేణోపపన్నశ్చ యథా విష్ణు ర్మహాయశాః॥ 29

సత్యవాదీ మధురవాగ్దేవో వాచస్పతిర్యథా।
రూపవాన్ సుభగ శ్శ్రీమాన్ కన్దర్ప ఇవ మూర్తిమాన్॥ 30

తా. నేనెందుకిలాగ తయారవుతున్నాను, భయం వల్ల భ్రాంతి వలనా ?! ఉపవాసాదుల వలన కృశించిన దీన లక్షణమా ? వుంది, లేదను, అవును, కాదను చిత్తభ్రమకు కారణమా ? మాయావులైన రాక్షసుల మధ్య నుండటమా ?

రామునిపై ఏర్పడిని భావము, ప్రేమాతిశయము ఉన్మాదస్థితిలో ఒక భాగమై నన్నీస్థితికి తెచ్చి వుంటుంది. అందులోని భాగమే ఈ వానరుడు, రామకథ. నిలకడలేని మనస్సు, చేసే ఆరడికి గురవుతున్న సీత నిజస్థితిని గుర్తించలేకపోతుంది. అంతా అయోమయంగా వుంది.

ఎదురుగా వున్నది కాదనెలాగ అంటాము ? నేను స్వస్థతలోనే వున్నాను. సర్వం దర్శిస్తున్నాను. అటువంటప్పుడు, ఈ మాయా మోహ చిత్తభ్రాంతులెలాగ కల్గుతాయి ?

ఈ చిత్త చాంచల్య ప్రభావంలోనే ఆంజనేయుని ప్రవర్తన సీతకు శంకా కారణమయింది. అదేపనిగా ఆలోచిస్తే వున్నది లేనట్లు, లేనిది వున్నట్లు తోపడం సబబేననిపిస్తుంది. ప్రస్తుతం సీత అలాగే వుంది. అందుకే-హనుమకు సమాధానమేమి ఇవ్వలేదు. ఏ వివరము అడగలేదు.

సర్వ సమర్థుడు మహాపండితుడైన పావని పరిస్థితినర్థం చేసుకుని ఆమె మనోవికారం పోగొట్టడానికి మరల రామకథను గానం చేసి, ఆమె నూరడించాడు.

స్థానక్రోధః ప్రహర్తా చ శ్రేష్ఠో లోకే మహారథః।
బాహుచ్ఛాయా మవష్టబ్ధో యస్య లోకో మహాత్మనః॥ 31

అపకృ ష్యాశ్రమపదా న్మృగరూపేణ రాఘవమ్।
శూన్యే యేనాపనీతాసి తస్య ద్రక్ష్యసి య త్ఫలమ్॥ 32

న చిరా ద్రావణం సఙ్ఖ్యే యో వధిష్యతి వీర్యవాన్।
రోషప్రముక్తై రిషుభి ర్జ్వలద్భిరివ పావకైః॥ 33

తేనా హం ప్రేషితో దూత స్త్వత్సకాశ మిహా గతః।
త్వద్వియోగేన దుఃఖార్త స్స త్వాం కౌశల మబ్రవీత్॥ 34

లక్ష్మణ శ్చ మహాతేజా స్సుమిత్రావన్దనర్ధనః।
అభివాద్య మహాబాహు స్స త్వాం కౌశల మబ్రవీత్॥ 35

రామస్య చ సఖా దేవి సుగ్రీవో నామ వానరః।
రాజా వానరముఖ్యానాం స త్వాం కౌశల మబ్రవీత్॥ 36

తా. ఆదిత్య ఇవతే జస్సీ... లోకాలను వెలుగునిచ్చే సూర్యకాంతి స్వరూపుడు మహారధికుడు, ధనుర్వేత్త, కృపాశీలి, సాధుసజ్జన ప్రేమమూర్తి, ఇట్టే చూపరుల మనసును దోచుకోగలవాడైన, శ్రీరాముడులేని సమయాన మాయావియైన రావణుడు మోసపుచ్చి నిన్నిక్కడికి తీసుకురాడం విన్నాడు కానీ వివరం తెలియక మౌనంగా వుండిపోయాడు.

అతి త్వరలో రాముడిక్కిడికి వస్తాడు. ఈ రావణుని వధించి నీ చెర విడిపిస్తాడు. ఈ దురాత్ముని తన తీవ్ర అగ్ని స్వరూప బాణములతో వధించ సిద్ధముగానున్నాడు. రామదూతను నన్ను నమ్ముము.

నీవలెనే అక్కడ సీతా వియోగముతో రాముడు బాధపడుతున్నాడు. ఆయన బాధను నీవు తప్ప ఇతరులెవ్వరు తీర్చలేరు. అతి త్వరలో మీాకానందం కల్గుతుంది. లక్ష్మణుడు తన భక్తిపూర్వక నమస్కారాలందించమని కోరాడు.

రామమిత్రుడైన వానరరాజు సుగ్రీవుడు నీ కుశలమడిగి, నీకు శుభమగుతుందని, తన వందనములర్పించమన్నాడు. ఇందరు నీ కోసం ఆరాటపడి, ఆలోచిస్తుంటే, ప్రాణాలు తీసుకుంటాననుకోవడం ఎందుకమ్మా!

నిత్యం స్మరతి రామ స్త్వాం ససుగ్రీవ స్సలక్ష్మణః।
దిష్ట్యా జీవసి వై దేహి రాక్షసీ వశమాగతా॥ 37

న చిరాద్ద్రక్ష్యసే రామం లక్ష్మణం చ మహాబలమ్।
మధ్యే వానరకోటీనాం సుగ్రీవం చా మితౌజసమ్॥ 38

అహం సుగ్రీవసచివో హనుమా న్నామ వానరః।
ప్రవిష్టో నగరీం లఙ్కాం లఙ్ఘయిత్వా మహోదధిమ్॥ 39

కృత్వా మూర్ధ్ని పదన్యాసం రావణస్య దురాత్మనః।
త్వాం ద్రష్టు ముపయాతో హం సమాశ్రిత్య పరాక్రమమ్॥ 40

నాహ మస్మి తథా దేవి యథా మా మవగచ్ఛసి।
విశఙ్కా త్యజ్యతా మేషా శ్రద్ధత్స్వ వదతో మమ॥ 41

తా. అమ్మా! అందరము నీ జాడ తెలియక దిగులుతో బాధపడ్డామే తప్ప నిన్నుపేక్షించి కాదు. మా అదృష్టం కొలది నీవు జీవించి వున్నావు. నిన్ను చూసాను. ఈ శుభవర్తమానం రామునికందిన మరుక్షణం సుగ్రీవుడు ఎక్కడెక్కడి వానర, భల్లూక సేనలను యుద్ధసన్నద్ధం చేయడం కాదు. చూస్తుండగా ఈ లంకను చుట్టుముట్టుతాడు.

ఓ జనకసుతా! సుగ్రీవుని మంత్రిని. రామునికి దూతను. నా పేరు హనుమంతుడు. నూరామడల సముద్రాన్ని, నీ దయతో ఈదాను. లంకిణిని ఓడించి శత్రువు తలపై ఎడం పాదం పెట్టినట్లు లంకలో అడుగు పెట్టాను. అంతా చూసాను. చివరికీ అశోకవనంలో నిన్ను దర్శించాను.

“అమ్మా! ఊరడిల్లు. ఇక వచ్చేది మంచిరోజులే. జరిగేది శుభమే, చింతించకు!” ఓదారుస్తు ప్రార్థిస్తున్నాడు.

✿

ఇది వోరుగంటి వంశజనిత, శ్రీమతి సువర్చలాంబా, వెంకట
సూర్యప్రసాదరావుల జేష్ఠ తనూజుడు “వర” రామకృష్ణప్రసాద్ -
భక్తజనుల కందించిన, తేటతెలుగు వ్యాఖ్యాన శ్రీమత్
సుందరకాండలోని, చతుస్త్రింశ సర్గ సమాప్తం.

- స్వస్తి-

- అస్తు -

✦✦✦

పంచత్రింశ స్సర్గః

తాం తు రామకథాం శ్రుత్వా వై దేహీ వానరర్షభాత్।
ఉవాచ వచనం సా న్త్వ మిదం మధురయా గిరా॥ 1

తా. రామకథను హనుమంతుని ద్వారా శ్రవణానందకరముగా విన్న సీత, ఆనంద పరవశురాలయింది. మహా సంతోషమొందిన ఆమె -

క్వ తే రామేణ సంసర్గః కథం జనాసి లక్ష్మణమ్।
వానరాణాం వరాణాం చ కథ మాసీ త్సమాగమః॥ 2

యాని రామస్వ లిఙ్గాని లక్ష్మణస్య చ వానర।
తాని భూయ స్సమాచక్ష్వ నమాం శోక స్సమావిశేత్॥ 3

కీదృశం తస్య సంస్థానం రూపం రామస్య కీదృశమ్।
కథమూరూ కథం బాహూ లక్ష్మణస్య చ శంస మే॥ 4

ఏవ ముక్త స్తు వైదేహ్యా హనుమా న్మారుతాత్మజః।
తతో రామం యథాత త్త్వ మాఖ్యాతు ముపచక్రమే॥ 5

తా. హనుమ! రామ సోదరులకు, నీకు సఖ్యమెలాగ కలిగింది. అసలు, వానరులకు, నరులకు పొత్తు సాధ్యమా ? ఇదేమి అనుమానమనక, విషయం తెలియబరచమని కోరింది.

రాముని దూతనంటున్నావు. నా స్వామి, లక్ష్మణుల ఆకార విశేషాలొకసారి చెప్పు. ఈ మనస్సు ఆనందమొందుతుంది. వారి సన్నిధిన నిలుస్తుందదంది. అడుగుతున్నాని కాదు, అది ఒక ఆనందం. వారి రూపలావణ్యాలను తలచుకుని, తపించే నేను తరిస్తాను.

అడిగే సీతాదేవికి అంజలి ఘటించాడు "అమ్మా! అడిగావు సంతోషం. ఎలా అడిగినా నీ మనోభీష్టం ప్రకారం, నీ సందేహం, సందోహం తప్పక తీరుస్తానని, రామలక్ష్మణుల, గుణ రూప వర్ణనాన్ని, పావని ప్రారంభించాడు.

జాన న్తీ బత దిష్ట్యా మాం నై దేహి పరిపృచ్ఛసి।
భర్తు: కమలపత్రాక్షి సంస్థానం లక్ష్మణస్య చ॥ 6

యాని రామస్య చిహ్నాని లక్ష్మణస్య చ యానివై।
లక్షితాని విశాలాక్షి వదత శ్శృణు తాని మే॥ 7

రామః కమలపత్రాక్ష స్సర్వసత్వమనోహరః।
రూపదాక్షిణ్యసంపన్నః ప్రసూతో జనకాత్మజే॥ 8

తేజా సాదిత్యసఙ్కాశః క్షమయా పృథివీసమః।
బృహస్పతి సమో బుద్ధ్యా యశసా వాసవోపమః॥ 9

రక్షితా జీవలోకస్య స్వజనస్యాభిరక్షితా।
రక్షితా స్వస్యవృత్తస్య ధర్మస్య చ పరంతపః॥ 10

రామో భామిని లోకస్య చాతుర్వర్ణ్యస్య రక్షితా।
మర్యాదానాం చ లోకస్య కర్తా కారయితా చ సః॥ 11

తా. అమ్మా! నీ మనస్సు గ్రహించాను. మాయాపొరలు, తెరలు, తెరలుగా క్రమ్మి, మనోస్వస్థతను చెడగొట్టాయి. దాంతో అంతా అనుమానమే. అందుకే నన్ను సందేహించావు. సత్యం గ్రహించినట్లు మళ్ళీ నన్ను గుర్తించి, నీ స్వామి, వాని తమ్ముల రూపురేఖల్ని చెప్పమన్నావు. ఇందులో రెండు విశేషాలున్నాయి.

ఒకటి సందేహం తీరడం. రెండు ఆనంద సందోహం. నీ పరిస్థితిలో ఎవరున్నా ఇలాగే ప్రవర్తిస్తారు. రామపత్నివి కాబట్టి రమ్యంగా అడిగావు.

రాముడు కమలములవంటి కన్నులు గలవాడు. మనోహరుడు. రూప లావణ్యాల అసమాన తేజో విరాజితుడు. సూర్యకాంతివాడు. భూమి యంతటి క్షమా హృదయుడు. బృహస్పతి వంటి బుద్ధిమంతుడు. ఇంద్రుని మించిన కీర్తిగలవాడు. సర్వలోకజీవులకు రక్షకుడు. తనవారిని మరువని వాడు. ధర్మస్వరూపుడు. ఆశ్రిత వత్సలుడు. ఆనందప్రదాత.

అర్చిష్మా నర్చితో త్యర్థం బ్రహ్మచర్యవ్రతే స్థితః।
సాధూనా ముపకారజ్ఞః ప్రచారజ్ఞ శ్చ కర్మణామ్॥ 12

రాజవిద్యావినీత శ్చ బ్రాహ్మణానా ముపాసితా।
శ్రుతవాన్ శీలసంపన్నో వినీతశ్చ పరంతపః॥ 13

యజుర్వేదవినీతశ్చ వేదవిద్భి స్సుపూజితః।
ధనుర్వేదే చ వేదేషు వేదాఙ్గేషు చ నిష్ఠితః॥ 14

విపులాంసో మహాబాహుః కమ్బుగ్రీవ శ్శుభాననః।
గూఢజత్రుస్సుతామ్రాక్షో రామో దేవీ జనైశ్శ్రుతః॥ 15

దున్దుభిస్వననిర్ఘోష స్స్నిగ్ధవర్ణః ప్రతాపవాన్।
సమస్సమవిభక్తాంగో వర్ణం శ్యాం సమాశ్రితః॥ 16

త్రిస్థిరస్త్రిప్రలమ్బశ్చ త్రిసమస్త్రిషుచోన్నతః।
త్రితామ్రస్త్రిషు చ స్నిగ్ధో గమ్భీరస్త్రిషునిత్యశః॥ 17

త్రివలీనాం స్త్ర్యవనత శ్చతుర్వ్యఙ్గ స్త్రిశీర్ష వాన్।
చతుష్కళ చతుర్లేఖ శ్చతుష్కిష్కు శ్చతుస్సమః॥ 18

చతుర్దశసమద్వన్ద్వ శ్చతుర్దంష్ట్ర శ్చతుర్గతిః।
మహోష్ఠ హను నాస శ్చ పఞ్చస్నిగ్ధోఽ ష్టవంశవాన్॥ 19

దశపద్మో దశబృహ త్త్రిభి ర్వ్యాప్తో ద్విశుక్లవాన్।
షడున్నతో నవతను స్త్రిభి ర్వ్యాప్నోతి రాఘవః॥ 20

సత్యధర్మపర శ్శ్రీమాన్ సంగ్రహానుగ్రహే రతః।
దేశ కాలవిభాగజ్ఞ స్సర్వలోక ప్రియంవదః॥ 21

భ్రాతా చ తస్య ద్వైమాత్ర స్సౌమిత్రి రపరాజితః।
అనురాగేణ రూపేణ గుణై శ్చైవ తథావిధః॥ 22

తా. అమ్మా! చాతుర్వర్ణముల వారికి ఆశ్రిత పాలకుడు. మర్యాదా రాముడు. లోక కారకుడు, కర్త - ఆతడేనమ్మా! సదాచారుడు, సనాతనాచార సంపన్నుడు. సాధు ప్రేమికుడు. సజ్జన రక్షకుడు. అందరినీ ఆదరించువాడు. శత్రువునైనా ప్రేమించువాడు.

రాజనీతి ఎరిగినవాడు, బ్రహ్మవిద్య పొందినవాడు. శీల సంపన్నుడు. పరుల నడ్డగించువాడు. పరమ పావనుడు, మృదుశీలి. యజుర్వేది. వేదముల, వేదపురుషులను పూజించువాడు. ధనుర్వేద నిష్ణాతుడు, అస్త్ర విద్యా గురువు. విశ్వామిత్రుల వారికి పరమ ప్రియుడు. విశాల భుజములు, చక్కని కంఠము, శుభ లక్షణుడు, కీర్తివంతుడు, ప్రతాపశీలి. అంతెందుకు తల్లీ - "చతుర్దశ, సమద్వన్ద్వ శ్చతుర్దంష్ట్ర... అని, సర్వావయవములు వుండవలసిన తీరులో, చూడముచ్చటగా వున్న నయనాభిరాముడు, ఆనంద ధాముడమ్మా నీరాముడు, మన ప్రభువు.

ఎంతని వర్ణించినా, తనివి తీరని ముఖవర్చస్సు, శరీరాకృతి, ఆనంద బంధువు, ఆ రాముడు. ఒకసారి చూసినవారు చేతులు మోడ్చి, వందనం చేయమను బుద్ధిని కల్గించు, మానస రాముడమ్మా, మన ప్రభువు.

"సత్యధర్ముడు, శ్రీమంతుడు, ఆర్జించిన ధనాన్ని ధర్మబద్ధముగా ప్రజలకందించువాడు. సర్వ ప్రాణహితుడు, సర్వప్రాణరక్షకుడమ్మా!

ఇన్ని సత్యాలకు నిదర్శనం - నీ దర్శనం పొంద అపేక్షించు వాడు, సుమిత్రా సుతుడు - లక్ష్మణుడమ్మా, అన్నిటా అన్నకు సరిజోడు.అభిమాని, ప్రియాభిలాషి - మృదుభాషి. ఇంకా చెప్పాలంటే -

శాస్త్రము తెల్పిన సర్వలక్షణశోభితుడు. అయితే, అన్నదమ్ము లిరువురిది ఒకే ఆకృతి, ఇందులో నల్లనివాడు, పద్మ నయనంబుల వాడు... రాముడు.

తా వుభౌ నరశార్దూలో త్వద్దర్శనసముత్సుకౌ।
విచిన్వన్తౌ మహీం కృత్స్నా మస్మాభి రభిసఙ్గతౌ॥ 23

త్వా మేవ మార్గమాణౌ తౌ విచరంతౌ వసుంధరామ్।
దదర్శతు ర్మృగపతిం పూర్వజే నావరోపితమ్॥ 24

ఋశ్యమూకస్య పృష్ఠే తు బహుపాదపసంకులే।
భ్రాతు ర్భయార్త మాసీనం సుగ్రీవం ప్రియదర్శనమ్॥ 25

వయం తు హరిరాజం తం సుగ్రీవం సత్యసంగరమ్।
పరిచర్యాస్మహే రాజ్యా త్పూర్వజే నావరోపితమ్॥ 26

తత స్తౌ చీనవసనౌ ధనుఃప్రవర పాణినౌ।
ఋశ్యమూకస్య శైలస్య రమ్యం దేశ ముపాగతౌ॥ 27

స తౌ దృష్ట్వా నరవ్యాఘ్రౌ ధన్వినౌ వానరర్షభః।
అవప్లుతో గిరే స్తస్య శిఖరం భయమోహితః॥ 28

తత స్స శిఖరే తస్మిన్ వానరేన్ద్రో వ్యవస్థితః।
తయో స్సమీపం మా మేవ ప్రేషయామాస సత్వరమ్॥ 29

తా వహం పురుషవ్యాఘ్రౌ సుగ్రీవవచనా త్ప్రభూ।
రూపలక్షణసంపన్నౌ కృతాంజలి రుపస్థితః॥ 30

తౌ పరిజ్ఞాతతత్త్వారౌ మయా ప్రీతిసమన్వితౌ।
పృష్ఠ మారోప్య తం దేశం ప్రాపితౌ పురుషర్షభౌ॥ 31

నివేదితౌ చ త త్త్వేన సుగ్రీవాయ మహాత్మనే।
తయో రన్యోన్యసల్లాపా ర్భృశం ప్రీతి రజాయత॥ 32

తత స్తౌ ప్రీతిసంపన్నౌ హరీశ్వర నరేశ్వరౌ।
పరస్పరకృతాశ్వాసౌ కథయా పూర్వవృత్తయా॥ 33

తత స్స సాన్త్వయామాస సుగ్రీవం లక్ష్మణాగ్రజః।
స్త్రీ హేతో ర్వాలినా భ్రాత్రా నిర స్త మురుతేజసా॥ 34

తత స్త్వన్నాశజం శోకం రామస్యాక్లిష్టకర్మణః।
లక్ష్మణోవానరేన్ద్రాయ సుగ్రీవాయ న్యవేదయత్॥ 35

స శ్రుత్వా వానరేన్ద్రస్తు లక్ష్మణే నేరితం వచః।
తదా సీ న్నిష్ప్రభోఽ త్యర్థం గ్రహగస్త ఇవాంశుమాన్॥ 36

తా. ఓ రామపత్నీ! నీ కోపం అన్నదమ్ములు ఇంచుమించు ఈ భూమండలాన్ని చుట్టినట్లే!నిన్ను వెదకుచు వారు ఋశ్యమూక పర్వత ప్రాంతానికి వచ్చారు. అన్న భయంతో హడిలిపోయే సుగ్రీవుడు వచ్చే వీళ్ళనుచూసాడు.

భయపడ్డాడు. అన్న పంపగా తనను చంపడానికి వచ్చిన వారలనుకున్నాడు. వెళ్ళి వివరాలు సేకరించి రమ్మని నన్ను పంపగా, ఆ రఘువీరులను తల్లీ! దర్శించాను.

అదే నా భక్తికి, వారి ఆదరణకు మొదటి సమావేశం. నేనే అగ్నిసాక్షిగా రవిసుతునికి, రవివంశజునికి మైత్రి కల్పించాను.

అప్పుడు సుగ్రీవుడు తన బాధను చెప్పుకున్నాడు. లక్ష్మణుడు జరిగిన మీ కథనాన్ని వినిపించాడు. ఇద్దరు ఒకరి బాధ మరొకరు తెలుసుకున్న తరువాత వారిరువురు మిత్రులమనుకున్నారు. ఆ వాగ్దానంలో భాగంగా రాముడు ఆనాటి వానరరాజు వాలిని వధించి, సుగ్రీవుని భార్య రుమను, వానర సామ్రాజ్యాన్ని మిత్రునకు అర్పించిన ఘనుడమ్మా నీ ప్రభువు!

తత స్త్వద్గాత్రశోభీని రక్షసా హ్రియమాణయా।
యా న్యాభరణజాలాని పాతితాని మహీతలే॥ 37

తాని సర్వాణి రామాయ ఆనీయ హరియూథపాః।
సంహృష్టా దర్శయామాసు ర్గంతి తు న విదు స్తవ॥ 38

తాని రామాయ దత్తాని మయై వోపహృతాని చ।
స్వనవ న్త్యవకీర్ణాని తస్మి న్విగతచేతసి॥ 39

తా న్యంకే దర్శనీయాని కృత్వా బహువిధం తవ।
తేన దేవప్రకాశేన దేవేన పరిదేవితమ్॥ 40

పశ్యతస్తాని రుదతస్తామ్యతశ్చ పునఃపునః।
ప్రాదీపయ న్దాశరథే స్తాని శోకహుతాశనమ్॥ 41

శయితం చ చిరం తేన దుఃఖార్తేన మహాత్మనా।
మయాఽపి వివిధై ర్వాక్యైః కృచ్ఛ్రాదుత్థాపితః పునః॥ 42

తాని దృష్ట్వా మహాబాహుర్దర్శయిత్వా ముహుర్ముహుః।
రాఘవ స్సహ సౌమిత్రి స్సుగ్రీవే స న్య వేదయత్॥ 43

స తవాదర్శనాదార్యే రాఘవః పరితప్యతే।
మహతా జ్వలతా నిత్య మగ్నినే వాగ్నిపర్వతః॥ 44

త్వత్కృతే త మనిద్రా చ శోకశ్చిన్తా చ రాఘవమ్।
తాపయన్తి మహాత్మాన మగ్న్యగార మివా గ్నయః॥ 45

తవాదర్శన శోకేన రాఘవః ప్రవిచాల్యతే।
మహతా భూమికంపేన మహానివ శిలోచ్ఛయః॥ 46

కాననాని సు రమ్యాణి నదీః ప్రస్రవణాని చ।
చర న్న రతి మాప్నోతి త్వా మపశ్య న్నృపాత్మజే॥ 47

స త్వాం మనుజశార్దూలః క్షిప్రం ప్రాప్స్యతి రాఘవః।
సమిత్ర బాన్ధవం హత్వా రావణం జనకాత్మజే॥ 48

సహితౌ రామసుగ్రీవా వుభా నకురుతాం తదా।
సమయం వాలినం హన్తుం తవ చా న్వేషణం తదా॥ 49

తా. మొదట్లో నీ కేకను విన్న సుగ్రీవుడు ఆనాడు ఆకాశమార్గాన పోతూ నీవు పడేసిన నగలమూటను తెచ్చి రామునికి చూపితే, ఆ నగలు నీవేనన్నాడు. ఆ రకంగా, రామ - సుగ్రీవుల మైత్రి పెరిగింది. నీ బదులు నీ నగలను చూసి అనుక్షణం బాధపడు ఆ రఘువీరుని ఓదార్చగల వారెవ్వరు ?

ఓ తల్లీ! నిన్ను చూడనందువలన ఆ రఘురాముడు పడే బాధ వర్ణనాతీతం. ఇప్పుడు నీ జాడ తెలిసింది. తప్పక ఆ రావణుడు పెట్టిన గడువు లోపల వస్తాడు. నిన్ను రక్షించుకుంటాడు.

సుగ్రీవుడు కృతజ్ఞుడే తప్ప, కృతఘ్నుడు కాడు. అందుకే కొంత ఆలస్యమైనా, తన వారినందర్ని రప్పించాడు. నాలుగు దిక్కులకు పంపాడు. అందులో దక్షిణ దిక్కుకు వచ్చినవాడిని నేను. అవతలి ఒడ్డున త్రివక్రమావతార సమయంలో ముమ్మారు ఆ దేవదేవునికి ప్రదక్షిణం చేసిన జాంబవంతుడు నీ శుభ వర్తమానం కోసం ఎదురు చూస్తున్నాడు.

యువరాజు అంగదుడు, నల నీల సుషేణాది మహావీరులు. ఎందరో తల్లీ! నీ శుభవార్త కోసం ఎదురుతెన్నులు చూస్తున్నారు. అమ్మా ఆలస్యం చేయను. త్వరలో నీ దేవుడు ఇక్కడికి వస్తాడు.

తత స్తాభ్యాం కుమారాభ్యాం వీరాభ్యాం స హరీశ్వరః।
కిష్కిందాం సముపాగమ్య వాలీ యుద్ధే నిపాతితః॥ 50

తతో నిహత్య తరసా రామో వాలిన మాహవే।
సర్వర్ష హరిసంఘానాం సుగ్రీవ మకరోత్పతిమ్॥ 51

రామసుగ్రీవయో రైక్యం దేవ్యేనం సమజాయత।
హనుమ న్తం చ మాం విద్ధి తయో ర్దూత మిహాగతమ్॥ 52

స్వరాజ్యం ప్రాప్య సుగ్రీవ స్సమానీయ హరీశ్వరాన్।
త్వదర్థం ప్రేషయామాస దిశో దశ మహాబలాన్॥ 53

ఆదిష్టా వానరేన్ద్రేణ సుగ్రీవేణ మహౌజసా।
అద్రిరాజప్రతీకాశా స్సర్వతః ప్రస్థితా మహీమ్॥ 54

తత స్తే మార్గమాణా వై సుగ్రీవవచనాతురాః।
చర న్తి వసుధాం కృత్స్నాం వయ మన్యే చ వానరాః॥ 55

అఙ్గదో నామ లక్ష్మీవాన్ వాలిసూను ర్మహాబలః।
ప్రస్థితః కపిశార్దూల స్త్రిభాగబలసంయుతః॥ 56

తేషాం నో విప్రణష్టానాం విన్ధ్యే పర్వతస త్తమే
భృంశ శోకపరీతానా మహోరాత్రిగణా గతాః॥ 57

తే వయం కార్యనైరాశ్యా త్కాలస్యాతిక్రమేణ చ।
భయా చ్చ కపిరాజస్య ప్రాణాం స్త్యక్తుం వ్యవస్థితాః॥ 58

విచిత్య వనదుర్గాణి గిరి ప్రస్రవణాని చ।
అనాసాద్య పదం దేవ్యాః ప్రాణాం స్త్యక్తుం సముద్యతాః॥ 59

దృష్ట్వా ప్రాయోపవిష్టాం శ్చ సర్వాన్ వానరపుఙ్గవాన్।
భృశం శోకార్ణవే మగ్నః పర్యదేవయ దఙ్గదః॥ 60

తా. అమ్మా! ఈ ప్రయాణంలో మేము ఎన్నో ఇబ్బందులను ఎదుర్కోవలసి వచ్చింది. అయితే ఇది రామకార్యం. సీతాన్వేషణం. కనుక ఎన్నో చిక్కులు వస్తున్నాయి. తొలగిపోతున్నాయి. ఆ రకంగా, అడ్డంకుల నెదుర్కొని వస్తున్న మాకు దక్షిణ సముద్రం స్వాగతమిచ్చింది. ఇంకెక్కడికి వెళ్ళాలి ? గడువు దాటిపోయింది. నీ శుభవార్తతో తిరిగి వెళ్లకపోతే అందరికి మరణమే శరణ్యం. విద్యుక్త ధర్మ నిర్వహణలో అంతటి చండశాసనుడు సుగ్రీవుడు.

ఇక చావే శరణ్యమని నిర్ణయించుకుని, తన జీవితం గురించి, తలచుకుని, తలచుకుని ఏడుస్తూంటే, కదలలేని పక్షి జటాయువు సోదరుడు సంపాతి, అంతవరకు వూరుకున్నవాడు, జటాయువు మరణవార్త చెవిన పడటంతో-

"ఎవడురా వాడు, నా సోదరుని చంపినవాడు. ఎవరురా మీర" ని ఖంగుమని కంఠస్వరంతో గర్జిస్తుంటే - అందరము ముందు హడిలిపోయాం.

తవ నాశం చ వై దేహి వాలిన శ్చ వధం తథా।
ప్రాయోపవేశ మస్మాకం మరణం చ జటాయుషః॥ 61

తేషాం న స్స్వామిసన్దేశా న్నిరాశానాం ముమూర్షతామ్।
కార్యహేతో రివాయాతశ్శకునిర్వీర్యవా న్మహాన్॥ 62

గృధ్రరాజస్య సోదర్య స్సంపాతిర్నామ గృధ్రరాట్।
శ్రుత్వాభ్రాతృవధం కోపా దిదం వచన మబ్రవీత్॥ 63

యవీయాన్కేన మే భ్రాతా హతః క్వ చ నిపాతితః।
ఏత దాఖ్యాతు మిచ్ఛామి భవద్భి ర్వానరోత్తమా॥ 64

అఙ్గదోఽ కథయ త్తస్య జనస్థానే మహద్వధమ్।
రక్షసా భీమరూపేణా త్వా ముద్దిశ్య యథాతథమ్॥ 65

జటాయుషో వధంశ్రుత్వా దుఃఖిత స్సోఽ రుణాత్మజః।
త్వాం శశంస వరారోమే వసన్తీం రావణాలయే॥ 66

తస్య త ద్వచనం శ్రుత్వా సంపాతేః ప్రీతివర్ధనమ్।
అఙ్గదప్రముఖా స్తూర్ణం తత స్సంప్రస్థితా వయమ్॥ 67

విన్ధ్యా దుత్థాయ సంప్రాప్తా స్సాగరస్యాన్త ముత్తరమ్।
ద్వద్దర్శనకృతోత్సాహా హృష్టా స్తుష్టాః ప్లవజ్గమాః॥ 68

అజ్గదప్రముఖా స్సర్వే వేలోపాన్త ముపస్థితాః।
చిన్తాం జగ్ముః పున ర్భీతా స్త్వద్దర్శనసముత్సుకాః॥ 69

అథా హం హరిసైన్యస్య నాదరం ప్రేక్ష్య సీదతః।
వ్యవధూయ భయం తీవ్రం యోజనానాం శతంప్లుతః॥ 70

లంకా చాపి మయా రాత్ర ప్రవిష్టా రాక్షసాకులా।
రావణ శ్చ మయా దృష్ట స్త్వం చ శోకపరిప్లుతా॥ 71

ఏత త్తే సర్వ మాఖ్యాతం యథావృత్త మనిన్దితే।
అభిభాషస్వ మాం దేవి దూతో దాశరథే రహమ్॥ 72

తా. సంపాతికి జరిగినదంతా చెప్పాం. అతన్ని మోసుకు వెళ్ళమన్నాడు. తమ్ముడికి ఉదక తర్పణమిచ్చాడు. ఆ తరువాత మా గాథనంతా వివరంగా చెప్పాము. అతనే నువ్విక్కడున్నట్లు చెప్పాడు. దాంతో బ్రతుకుపైన ఆశ.

అందరు సముద్రం ముందర నిల్చున్నాం. నూరామడల సముద్రం. దాటడమెలాగ ? అందరిలో నిరాశ పేరుకుంది. ఇంక ఇంతేసంగతులు, తిరిగి వెళ్ళి అక్కడ దిక్కుమాలిన చావు చచ్చేకన్నా, అందరిలో ఆశను పెంచుతూ, నిన్ను, రాముని తలచుకుంటూ ఆ సముద్రపు ఒడ్డునే ప్రాయోపవేశం చెయ్యాలని తలిచాము.

అందరిలోకి పెద్దాయన సమయస్ఫూర్తితో మళ్ళీ మాలో ఆశ కల్గించాడు. జాంబవంతుని ప్రేరణే సాగర తరణం, లంకా ప్రవేశం, నీ దర్శనం. ఇన్ని రకాలుగా మేము శ్రమించి, మా ప్రాణాలు పణంగా పెట్టి, ఇక్కడికి వచ్చింది "నిన్ను చూసాననే మాట చెప్పడానికి!" అది, రాముడు వింటే మేమందరము బ్రతికి బట్ట కట్టినట్లే. ఒకరి ప్రాణం కోసం కొన్ని లక్షల ప్రాణాలు ఎదురు చూస్తున్నాయి.

ఇప్పుడు నిన్ను చూసిన సంతోషం, నిన్ను, కొన్ని లక్షలమందిని బ్రతికిస్తుంది. ఆలుబిడ్డల్ని చూసుకుని వారితో కలిసి బ్రతికే అదృష్టాన్ని ప్రసాదిస్తుంది.

తం మాం రామకృతోద్యోగం త్వన్నిమిత్త మిహాగతమ్।
సుగ్రీవసచివం దేవి బుద్ధ్యస్వ పవనాత్మజమ్॥ 73

కుశలీ తవ కాకుత్ స్థ స్సర్వశస్త్రభృతాంవరః।
గురో రారాధనే యుక్తో లక్ష్మణ శ్చ సులక్షణః॥ 74

తస్య వీర్యవతో దేవి భర్తు స్తవ హితే రతః।
అహ మేక స్తు సంప్రాప్త స్సుగ్రీవవచనా దిహ॥ 75

మయేయమసహాయేన చరతా కామరూపిణా।
దక్షిణాదిగనుక్రాన్తా త్వన్మార్గవిచయైషిణా॥ 76

దిష్ట్యా హం హరిసైన్యానాం త్వన్నాశ మనుశోచతామ్।
అపనేష్యామి సంతాపం ◆తవా భిగమశంసనాత్॥ 77

(◆తవాధిగమశంసనాత్ = అను పాఠమున - దర్శన ప్రశంస వలననని యర్థము.)

దిష్ట్యా హి మమ న వ్యర్థం దేవి సాగరలఙ్ఘనమ్।
ప్రాప్స్యా మ్యహ మిదం దిష్ట్యా త్వద్దర్శనకృతం యశః॥ 78

రాఘవ శ్చ మహావీర్యః క్షిప్రం త్వా మభిపత్స్యతే।
సమిత్రబాన్ధవం హత్వా రావణం రాక్షసాధిపమ్॥ 79

మాల్యవాన్నామ వైదేహి గిరీణా ముత్తమో గిరిః।
తతో గచ్ఛతి గోకర్ణం పర్వతం కేసరీ హరిః॥ 80

స చ దేవర్షి భిర్దిష్టః పితా మమ మహాకపిః।
తీర్థే నదీపతేః పుణ్యే శమ్బసాదన ముద్ధరత్॥ 81

తస్యా హం హరిణః క్షేత్రే జాతో వాతేన మైథిలి।
హనుమా నితి విఖ్యాతో లోకే స్వే నైవ కర్మణా॥ 82

తా. ఇకనైనా తల్లీ! నన్ను నమ్ముము. దయచేసి నాతో మాట్లాడుము. ఇప్పుడు నేను అవతల మా వాళ్ళు పడ్డ శ్రమంతా మాసిపోయింది. ఇక నీతో మాట్లాడి, ఇంకోసారి లంకను, పగటిపూట చూసి, ఆవలి ఒడ్డున చేరడం, అందరం

కలిసి మెలసి, రామసోదరులు, సుగ్రీవాదులకు సర్వం వివరించి యుద్ధభేరి మ్రోగించడం మిగిలింది. ఇదంతా సత్యమన్నాడు. ఇంకా నీకు నమ్మకం కుదరాలంటే నా స్వీయచరిత్రను చెబుతాను విను.

మాల్యవంతమనే శ్రేష్ట పర్వతముంది. అచ్చటి నుండి కేసరియను వానర ప్రముఖుడు గోకర్ణ ప్రాంతానికి వెళ్ళాడు. అతడు నా తండ్రి. ఒకసారి నా తండ్రి, దేవర్షుల ఆదేశంతో "శంబసారు" డను రాక్షసుని చంపాడు. అటువంటి వీరుని భార్య అంజని. ఆమె నా తల్లి. పుత్రులు లేని ఆమె శివుని గూర్చి తపస్సు చేస్తూంటే...

ఆ తపస్సుకు మెచ్చినట్లు, ఒకనాడు వాయువు రుద్రవీర్యాన్ని, ఫలంగా నా తల్లికి ప్రసాదించాడు. ఆ పుణ్యఫలం, ఫలమే ఈ వాయువర ప్రసాదుడైన అంజనీపుత్రుడు, కేసరీ నందనుడు.

విశ్వాసార్థం తు వైదేహి భర్తు రుక్తా మయా గుణాః।
అచిరా ద్రాఘవో దేవి త్వా మితో నయితాఽనఘే॥ 83

ఏవం విశ్వాసితా సీతా హేతుభి శ్శోకకర్శితా।
ఉపపన్నై రభిజ్ఞానై ర్దూతం త మవగచ్ఛతి॥ 84

అతులం చ గతా హర్షం ప్రహర్షేణ చ జానకీ।
నేత్రాభ్యాం వక్రపక్ష్మాభ్యాం ముమోచాఽఽనన్దజం జలమ్॥ 85

చారు త ద్వదనం తస్యా స్తామ్రశుక్లాయ తేక్షణమ్।
అశోభత విశాలాక్ష్యా రాహుముక్త ఇవోడురాట్॥ 86

హనుమ్తనం కపిం వ్యక్తం మన్యతే నాన్యతే తి సా।
అథో వాచ హనూమాం స్తా ముత్తరం ప్రియదర్శనామ్॥ 87

ఏత త్తే సర్వ మాఖ్యాతం సమాశ్వసిహి మైథిలి।
కి కరోమి కథం నాతే రోచతే ప్రతియామ్యహమ్॥ 88

హతేఽసురే సంయతి శంబసాదనే కపిప్రవీరేణ మహర్షి చోదనాత్।
తతోస్మి వాయుప్రభవోహి మైథిలి ప్రభావత స్తత్ప్రతిమశ్చవానరః॥ 89

తా. సూర్యుని వద్ద, షట్ శాస్త్రాలు, వేద వేదాంగాలు చదివాను. సూర్యుడు నా గురువు. నా వంశజులని సేవించి, తరించమన్న గురువాదేశం ప్రకారమే ముందు సుగ్రీవుని భయం పారద్రోలడానికి ఆయనకు మంత్రినయ్యాను. ఆ తదుపరి సూర్య వంశజుడైన రామునికి, "రామబంటు" నయ్యాను.

ఇన్నీ విన్న సీత మనసు కొంత కుదుటపడింది. అతనిని రామబంటు గానే గుర్తించింది. రాముని గుణగణాలతో సంతోషమొందిన ఆమె కళ్ళు, ముఖం ఎంతో స్వచ్ఛంగా కమలమువలె వికసించి, ప్రకాశించాయి.

"అమ్మా! ఇక ఆలస్యం చెయ్యలేను. నేను చెప్పవలసింది చెప్పాను. ఇక నీ ఆనతి. దాని ప్రకారం మీ ఆజ్ఞను నిర్వహిస్తానని చెప్పాడు. గరుడ వేగుడను, వాయు వరప్రసాదుడను కనుక, బలసత్వ వేగాలలో శంకించ వలసిన పనిలేదు. నన్ను నమ్మము." మళ్ళీ మళ్ళీ విషయాన్ని అర్థవంతంగా ఆమెకు వివరిస్తున్నాడు.

ఆమె ఆందోళనను వుపశమింప చేస్తున్నాడు.

✿

ఇది వొరుగంటి వంశజనిత, శ్రీమతి సువర్చలాంబా, వెంకట సూర్యప్రసాదరావుల జేష్ఠ తనూజుడు "వర" రామకృష్ణప్రసాద్ - భక్తజనుల కందించిన, తేటతెలుగు వ్యాఖ్యాన శ్రీమత్ సుందరకాండలోని, పంచత్రింశ సర్గ సమాప్తం.

- స్వస్తి-

- అస్తూ -

✦✦✦

షట్త్రింశ స్సర్గః

భూయ ఏవ మహాతేజా హనుమా న్మారుతాత్మజః।
అబ్రవీ త్ప్రశ్రితం వాక్యం సీతాప్రత్యయకారణాత్॥ 1

తా. భూయ ఏవ మహాతేజా, హనుమాన్ మారుతాత్మజః'' - అయినా హనుమంతుడు, మారుతి, కేసరినందనుడు, అంజనీపుత్రుడు, సూర్య శిష్యుడు రుద్రాంశ సంభూతుడు, భయముతో కృంగిపోయిన, రామపత్నికి, రామబంటుగా నమ్మకం కుదర వీలుగా విషయ వివరణ చేసాడు.

వానరోఽహం మహాభాగే దూతో రామస్య ధీమతః।
రామనామాఙ్కితం చేదం పశ్య దే వ్యఙ్గులీయకమ్॥ 2

ప్రత్యయార్థం తవాఽఽనీతం తేన తేన దత్తం మహాత్మనా।
సమాశ్వసిహి భద్రం తే క్షీణదుఃఖఫలా హ్యసి॥ 3

గృహీత్వా ప్రేక్షమాణా సా భర్తుః కరవిభూషణమ్।
భర్తార మివ సంప్రాప్తా జానకీ ముదితాఽభవత్॥ 4

చారు త ద్వదనం తస్యా స్తామ్రశుక్లాయ తేక్షణమ్।
అశోభత విశాలాక్ష్యా రాహుముక్త ఇవోడురాట్॥ 5

తా. ఇంకా నీకు నమ్మకం కలగటానికని, రాముడు "హనుమ! నా సీతను చూడగానే నీపై నమ్మకం కలగడానికి వీలుగా, ఈ వుంగరాన్ని చూపమన్నాడు. అది భద్రంగా దాచుకున్న హనుమ "అమ్మా! ఇది రామముద్రిక. నీకు ఇమ్మన్న నీకే తెలిసిన ఆనవాలు", అని ఆ ఉంగరాన్ని ఆమెకు చూపాడు.

ఆ ఉంగరాన్నందుకున్న జానకి పలుమార్లు దానిని మరల మరల చూసి ధారాపాతంగా కన్నీటిని వర్షించింది. ఆర్ద్రమైన కళ్ళు చూసే కొద్దీ స్పష్టంగా ఆ వుంగరాన్ని చూడనివ్వకపోవడంతో, గద్గదస్వరంతో కనులు తుడుచుకుని, దానిని కళ్ళకద్దుకుంది. రాముని చూసినంత సంతోషం పొందింది.

తత స్సా హ్రీమతీ బాలా భర్తృసన్దేశహర్షితా।
పరితుష్టా ప్రియం కృత్వా ప్రశశంస మహాకపిమ్॥ 6

విక్రా న్త స్త్వం సమర్థ స్త్వం ప్రాజ్ఞ స్త్వం వానరోత్తమ।
యేనే దం రాక్షసపదం త్వయై కేన ప్రధర్షితమ్॥ 7

శతయోజనవిస్తీర్ణ స్సాగరో మకరాలయః।
విక్రమ శ్లాఘనీయేన క్రమతా గోష్పదీకృతః॥ 8

న హి త్వాం ప్రాకృతం మన్యే వానరం వానరర్షభ।
యస్య తే నాస్తి సంత్రాసో రావణా న్నాపి సంభ్రమః॥ 9

అర్హ సే చ కపిశ్రేష్ఠ మయా సమభిభాషితుమ్।
యద్యసి ప్రేషిత స్తేన రామేణ విదితాత్మనా॥ 10

ప్రేషయిష్యతి దుర్ధర్షో రామో న హ్యపరీక్షితమ్।
పరాక్రమ మవిజ్ఞాయ మత్సకాశం విశేషతః॥ 11

దిష్ట్యా చ కుశలీ రామో ధర్మాత్మా సత్యసఙ్గరః।
లక్ష్మణ శ్చ మహాతేజా స్సుమిత్రానన్దవర్ధనః॥ 12

కుశలీ యది కాకుత్స్థః కి◆న్ను సాగరమేఖలామ్।
మహీం దహతి కోపేన యుగాన్తాగ్ని రివో త్థితః॥ 13
(◆కి న సాగర మేఖలామ్ అని పాఠాంతరము.)

అథవా శక్తిమంతౌ తౌ సురాణా మపి నిగ్రహే।
మమై వ తు న దుఃఖానా మస్తి మన్యే విపర్యయః॥ 14

తా. "అమ్మా! ఇప్పటికైనా నమ్ముతావా ? నీ విచారాన్ని విడు. నన్ను నమ్ము." అని ఓదార్చాడు. సీతాదేవి మరల ఆ ఉంగరం చూసింది. రాముని చూసినంత సంతోషం పొందింది. పలుమార్లు చూసింది. కళ్ళు కద్దుకుంది. "రామా!" అని ఆ క్షణంలో శ్రీ రాముని పాదాలచెంత నిలిచింది.

"హనుమా! నిన్ను నమ్ముతున్నాను. నీ పరాక్రమాన్ని కొనియాడు తున్నాను. నిజంగా నీవు సర్వసమర్థుడివే. నీకు సాటి నీవే. కార్యసాధనకు, ముందు

నీ పేరు చెప్పాలి. నిన్ను తలచుకుని ముందుకడుగువేస్తే ఎంతటి కష్టమైనసరైనా, ఆ ప్రయత్నం చిటికలో సఫలమౌతుంది" సీతమ్మ కొనియాడుతుంది.

మకరాలయాన్ని (సముద్రాన్ని) సునాయాసంగా దాటిన ఓ సామీరీ! సార్ధకనామధేయుడివి. గోష్పాదముగా నూరు యోజనాల సముద్రాన్ని అవలీలగా దాటిన కపిశ్రేష్ఠుడవు.

పావనీ! నీవు నిజంగా పవనపుత్రుడవు. అందుకే అవలీలగా ఆ సాగరాన్ని దాటగలిగావు. నిర్భయంగా లంకను చేరావు. శ్రీరామచంద్రుని బంటుగా ఇక్కడికి వచ్చావు కనుకనే, నీవు నాతో మాట్లాడగలిగావు. ఎవరైనా కానీ, సామాన్యులను సాహస కార్యాలకు నియమించరు. నా ప్రభువు నిన్నందులకు పురికొల్పారంటే నీ శక్తి సామర్థ్యములు తెలిసే కదా!

సత్య, ప్రతాప, ధర్మమూర్తులు రామలక్ష్మణులు కుశలమే కదా! శ్రీరాముడు దయార్ద్ర హృదయుడే కాదు, నా గురించి ప్రళయాన్ని సృష్టించ సమర్థుడు కూడా! "మహీందహతి కోపేన.... అని, ఈ భూలోకాన్ని భస్మం చేయగల పరమపురుషుడెందులకు శాంతం వహించాడో, నేను లేననా ? నాపై ప్రేమ లేకనా ?

సురాసురులనైె దండించగల సమర్థుడు, నన్నెందుకు వుపేక్షించాడో, ఇంకా ఏడవాలని నా ముఖాన రాసి పెట్టిందేమో! ఆ స్థితిలోనున్న వారెలాగ మాట్లాడతారో, అలాగే మాట్లాడుతుందామె.

కచ్చి న్న వ్యథితో రామ కచ్చి న్న పరితప్యతే।
ఉత్తరాణి చ కార్యాణి కురుతే పురుషోత్తమః॥ 15

కచ్చి న్న దీప స్సంభ్రా న్తః కార్యేషు చ న ముహ్యతి।
కచ్చి త్పురుష కార్యాణి కురుతే నృపతే స్సుతః॥ 16

ద్వివిధం త్రివిధోపాయ ముపాయ మపి సేవతే।
విజిగీషు స్సుహృ త్కచ్చి న్మిత్రేషు చ పరంతపః॥ 17

కచ్చి న్మిత్రాణి లభతే మిత్రైశ్చా ప్యభిగమ్యతే।
కచ్చి త్కల్యాణమిత్రశ్చ మిత్రై శ్చాపి పురస్కృతః॥ 18

కచ్చి దాశాస్తి దేవానాం ప్రసాదం పార్థివాత్మజః।
కచ్చి త్పురుషకారం చ దైవం చ ప్రతిపద్యతే॥ 19

కచ్చి న్న విగతస్నేహః ప్రవాసా న్మయి రాఘవః।
కచ్చి న్మాం వ్యసనా దస్మా న్మోక్షయిష్యతి వానర॥ 20

సుఖానా ముచితో నిత్య మసుఖానా మనౌచితః।
దుఃఖ ముత్తర మాసాద్య కచ్చి ద్రామో న సీదతి॥ 21

కౌసల్యాయా స్తథా కచ్చి త్సుమిత్రాయా స్తథైవ చ।
అభీక్ష్ణం శ్రూయతే కచ్చి త్కుశలం భరతస్య చ॥ 22

మన్నిమిత్తేన మానార్హః కచ్చి చ్ఛోకేన రాఘవః।
కచ్చి న్నాన్యమనా రామః కచ్చి న్మాం తారయిష్యతి॥ 23

తా. హనుమా! ఆడదాన్ని! ఆదరణ లేనిదాన్ని. నా ప్రభువు నా కోసం ఏం చెయ్యబోతున్నారు ? విచారించడమేనా ? ఏదైనా ప్రయత్నములు చేయుచున్నారా ? చతుర్విధోపాయములు చేస్తున్నారా లేక కనబడని నేను పోయెనని ఉపేక్షిస్తున్నారా ? మిత్రుల సూచనలు తీసుకుంటూ, మైత్రీ సంపదను అర్థవంతంగా అందుకుంటున్నారా... ?

అడిగిందే అడిగినట్లు, చెప్పిందే చెప్పినట్లు పిచ్చిగా ప్రశ్నిస్తున్నామె పరిస్థితి నర్థం చేసుకున్న ఆ వీరవర్యుని, మరల మరల ఆమె రాముని గురించి, ఆమెను తీసుకువెళ్ళడం గురించి అడుగుతూనే వుంది. ఇది గమనిస్తే - బాల్యచేష్టల పిల్లలు మనకు గుర్తుకొస్తారు. ఆ విధంగా వుందామె పరిస్థితి.

రాముడికి నా మీద ప్రేమవుందా ? అని అడుగుతుంది. వుంటేనే కదా, ఆంజనేయుని దక్షిణదిక్కుకు పంపడం, ఆతను సాగరమీది లంకను చేరి ఈమెను పలుకరించడం... దీనినిబట్టి చూస్తే పరిస్థితి చెయ్యి దాటి ప్రాణావశిష్టులైన వారి పరిస్థితి ఎలాగ వుంటుందో, వాల్మీకి మహర్షి వివరంగా వివరించారు.

కచ్చి దక్షౌహిణీం భీమాం భరతో భ్రాతృవత్సల్యః।
ధ్వజినీం మన్త్రిభి ర్గుప్తాం ప్రేషయిష్యతి మత్కృతే॥ 24

వానరాధిపతి శ్శ్రీమా౯ సుగ్రీవః కచ్చి దేష్యతి।
మత్కృతే హరిభి ర్వీరై ర్వృతో దన్తనఖాయుధైః॥ 25

కచ్చి చ్చ లక్ష్మణ శ్శూర స్సుమిత్రానన్దవర్ధనః।
అస్త్రవిచ్ఛరజాలేన రాక్షసా న్విధమిష్యతి॥ 26

రౌద్రేణ క్చి దస్త్రేణ జ్వలతా నిహతం రణే।
ద్రక్ష్యా మ్యల్పేన కాలేన రావణం ససుహృజ్జనమ్॥ 27

కచ్చి న్న త ద్ధేమసమానవర్ణ తస్యాననం పద్మసమానగన్ధి।
మయా వినా శుష్యతి శోకదీపం జలక్షయే పద్మ మివాతపేవ॥ 28

ధర్మాపదేశా త్త్యజత శ్చరాజ్యం మాం చాప్యరణ్యం నయతః పదాతిమ్।
నా సీద్వ్యథా యస్య న భీ ర్నశోకః కచ్చి చ్చ ధైర్యం హృదయం కరోతి॥ 29

న చా స్య మాతా న పితా చ నాన్య స్స్నేహా ద్విశిష్టోస్తి మయా సమో వా।
తావ త్త్వహం దూత జిజీవిషేయం యావ త్ప్రవృత్తిం శృణుయాం ప్రియస్య॥ 30

తా. సీత పేరు పేరున అడుగుతుంది. భరతుని సౌశీల్యము, సుగ్రీవాదుల శక్తియుక్తులు, మైత్రీ ధర్మము, లక్ష్మణుని సోదర (సేవా) ప్రేమ... వరుసగా అడుగుతూ...

హనుమా! శ్రీరాముడు, ఈ రావణాది రాక్షసులను, పుత్రమిత్ర సబాంధవముగా నశింపచేయునా ? ఆ దృశ్యములు నేను చూచెదనా ? అన్న ఆశావాది, మరుక్షణం కృంగిపోయినట్లు...

కపీశ్వరా, రాముని వదనము నిత్య దరహాసంతో నిండి వుంటుందా ? ఇప్పుడు నేను దగ్గర లేనని ఎప్పుడు చింతలో మునిగి వుంటున్నారా ?

ఎంతో సున్నిత హృదయుడైన రాముడు, జరిగిన దానికి బాధపడుతూ, నా దీనస్థితికి జాలిపడుతూ ఎలాగ వుండగల్గుతున్నాడు ?

రాముని స్థితి నాకు తెలుసు. ఎన్ని ప్రేమలున్నా అన్ని ప్రేమలు అంతంతవే. తల్లిదండ్రి, సోదరులు, మిత్ర బంధువుల ప్రేమలు అన్నీ విలువైనవే! అన్నిట భార్య ప్రేమ అత్యున్నతము. ఇది తెలిసినవాడు,

ప్రేమాభిరాముడు, "రాముడు". ఎంతో కష్టబడి ఇక్కడికి వచ్చి నన్ను గానక, రామసోదరులు నిలిచెదరా! కావున వేగమె వెళ్ళు. వారలను తొందరగా తీసుకుని రమ్ము. అందరిని రక్షింపుము.

ఇతీ వ దేవీ వచనం మహార్థం తం వానరేన్ద్రం మధురార్థ ముక్త్వా।
శ్రోతుం పున స్తస్య వచోభిరామం రామార్థయుక్తం విరరామ రామా॥ 31

సీతాయా వచనం శ్రుత్వా మారుతి ర్భీమవిక్రమః।
శిర స్యఞ్జలి మాధాయ వాక్య ముత్తర మబ్రవీత్॥ 32

న త్వా మిమస్థాం జానీతే రామః కమలలోచనే।
తేన త్వాం నానయ త్యాశు శచీ మివ పురన్దరః॥ 33

శ్రుత్వై వ తు వచో మహ్యం క్షిప్ర మేష్యతి రాఘవః।
చమూం ప్రకర్ష న్మహతీం హర్యృక్షగణసఙ్కులామ్॥ 34

విష్టమ్భయిత్వా బాణౌఘై రక్షోభ్యం వరుణాలయమ్॥
కరిష్యతి పురీం లఙ్కాం కాకుత్స్థ శ్శాన్తరాక్షసామ్॥ 35

తత్ర య ద్యన్తరా మృత్యు ర్యది దేవా స్సహాసురాః।
స్థాస్యన్తి పథి రామస్య స తా నపి వధిష్యతి॥ 36

తవా దర్శనజే నార్యే శోకేన స పరిప్లుతః।
న శర్మ లభతే రామ స్సింహార్దిత ఇవ ద్విపః॥ 37

మలయేన చ విన్ధ్యేన మేరుణా మన్ద రేణ చ।
దర్దురేణ చ తే దేవి శపే మూలఫలేన చ॥ 38

యథా సునయనం వల్గు బిమ్బోష్ఠం చారుకుణ్డలమ్।
ముఖం ద్రక్ష్యసి రామస్య పూర్ణ చన్ద్ర మివోదితమ్॥ 39

క్షిప్రం ద్రక్ష్యసి వై దేహి రామం ప్రస్రవణే గిరౌ।
శతక్రతు మివాసీనం నాకపృష్ఠస్య మూర్ధని॥ 40

తా. అంతా వివరంగా చెప్పిందామె. జాగ్రత్తగా విన్నాడు, హనుమ. రెండు చేతులు జోడించాడు. వినయ విధేయతలను ప్రదర్శించాడు.

"అమ్మా! నీ మాటలన్నీ నిజము. నీమీద ప్రేమ నిజం. నీకై ప్రాణములు నిలిపింది నిజము. నీవు లేనిదే రాముడు లేడనుట నిజం. ధైర్యము పొందుము. అతి త్వరలో సమర్థులతో వస్తాడు. రావణాదులను శిక్షిస్తాడు. నిన్ను తప్పక చెర విడిపిస్తాడు. దగ్గరకు తీసుకుంటాడు. పిల్లకోతి, పెద్దమాటలేమిటనకు. ఇదంతా జరిగేదే! సత్యమే, నిజ"మన్నాడు.

ఇక్కడినుండి నేను వెళ్ళడమే ఆలస్యం. సర్వం సానుకూల మవుతుంది. దుర్గమము, అభేద్యము, శత్రువులు చొరరానిదను, లంకలో వారందరు అడుగుపెట్టుట నిజం. ఇక రాముని నిగ్రహించి, విరోధించి బ్రతికేవారు, పధ్నాలుగు లోకాలలోను ఎవరూ వుండరు. నీవు చెప్పిందే చెప్పినా అది నీ ప్రస్తుత పరిస్థితిని బట్టి చెప్పిందే తప్ప ఇందులో మరొక విధంగా తలంచవలసిన పని లేదు. నా మాటలు నమ్ము.

"మలయేచ విన్ధ్యేచ, మేరునా మన్థరేచ... అని మలయ, వింధ్య, మేరు, మందర పర్వతముల సాక్షిగా చెబుతున్నాను. నావి సత్యపుమాటలే తప్ప కల్లబొల్లి కబుర్లు కావు. తప్పక రాముడను "చంద్ర" మోమును దర్శించెదవు. సంతోషించెదవు. రాముడు వస్తాడు. నిన్ను రక్షిస్తాడు" ఖచ్చితంగా, ఖండితంగా హనుమ చెప్పాడు.

న మాంసం రాఘవో భుఙ్క్తే న చాపి మధు సేవతే।
వన్యం సువిహితం నిత్యం భక్త మశ్నాతి పఞ్చమమ్॥ 41

నైవ దంశా న్న మశకాః న కీటాః న సరీసృపాః।
రాఘవోఽపనయే ద్గాత్రా త్త్వద్గతేనా న్తరాత్మనా॥ 42

నిత్యం ధ్యానవరో రామో నిత్యం శోకపరాయణః।
నా న్య చ్చిన్తయతే కిఞ్చి త్సతు కామవశం గతః॥ 43

అనిద్ర స్సతతం రామ స్సుప్తోఽపి చ నరోత్తమః।
సీతే తి మధురాం వాణీం వ్యాహర న్ప్రతిబుధ్యతే॥ 44

దృష్ట్వా ఫలం వా పుష్పం వా యద్వాఽన్య త్సుమనోహరమ్।
బహుశో హా ప్రియే త్యేనం శ్వసం స్తా మభిభాషతే॥ 45

స దేవి నిత్యం పరితప్యమాన స్త్వా మేవ సీతే త్యభిభాషమాణః।
ధృతవ్రతో రాజసుతో మహాత్మా తవైవ లాభాయ కృత ప్రయత్నః॥ 46

సా రామసంకీర్తన వీతశోకా రామస్య శోకేన సమానశోకా।
శరన్ముఖే సామ్బుద శేషచన్ద్రా ని శేవ వై దేహసుతా బభూవ॥ 47

తా. కందమూలాదులను తింటూ, నిన్నే స్మరించుకొను రాముడు, ధర్మశీలుడు, సీతాప్రియుడమ్మా "నా" గురించి అని, నిన్ను గురించి తప్ప, తన గురించి ఆలోచించుకునే స్థితిలో ఆయునలేడమ్మా! ఆడపిల్లను అడవికి అర్పించామని, అనుక్షణం, శోకమూర్తియై దిగులు పడుతునే వున్నాడమ్మా!

ప్రకృతిలో నిన్ను పరవశించి చూస్తూ, తాను నిర్భాగ్యుడనన్నట్లు బాధపడుతున్నాడమ్మా! సీత ప్రశ్నలకు తగ్గట్లు హనుమ సమాధాన మిస్తున్నాడు.

స దేవి నిత్యం పరితప్యమాన
స్త్వామేవ సీతేత్యభి భాషణం.... అని,

అనుక్షణం నిన్నే తలచుకుంటూ, నీతో మాట్లాడుతున్నట్లు పరాకుగా వుంటాడమ్మా... అంటే, ఇందులోనే సీతారాముల మధ్యగల ప్రేమ అభివ్యక్తమవుతుంది. ఇది సీతారాముల ప్రేమకొక నిదర్శనం. మానవాళికి మహోదయం.

ఈ మాటలన్నింటిని కపివీరుని ద్వారా విన్న సీత దుఃఖము తొలగి, ప్రేమ పెరిగి, రామునెప్పుడెప్పుడు చూతునా ? అన్న విధంగా కనబడసాగింది.

✿

ఇది వొరుగంటి వంశజనిత, శ్రీమతి సువర్చలాంబా, వెంకట
సూర్యప్రసాదరావుల జేష్ఠ తనూజుడు "వర" రామకృష్ణప్రసాద్ -
భక్తజనుల కందించిన, తేటతెలుగు వ్యాఖ్యాన శ్రీమత్
సుందరకాండలోని, షట్త్రింశ సర్గ సమాప్తం.

- స్వస్తి-

- అస్తు -

✦✦✦

సప్తత్రింశ స్సర్గః

సీతా త ద్వచనం శ్రుత్వా పూర్ణచన్ద్రనిభాననా।
హనుమ న్త మువాచేదం ధర్మార్థసహితం వచః॥ 1

అమృతం విషసంసృష్టం త్వయా వానర భాషితమ్।
య చ్చ నా న్యమనా రామో యచ్చ శోకపరాయణః॥ 2

తా. ఆంజనేయా! నీ మాటలు, శ్రీరాముని గురించి చెప్పిన విషయాలు నన్ను సజీవురాలిని చేసాయి. శ్రీరాముడు నాకై తపిస్తున్నాడన్న మాట నన్ను ప్రాణాలతో నిలిపింది. కానీ, ఎప్పుడు నా గురించే చింతిస్తున్నాడన్న మాట నన్ను బాధపెట్టింది.

ఐశ్వర్యే వా సువిస్తీర్ణే వ్యసనే వా సుదారుణే।
రజ్జ్వే న పురుషం బద్ధ్వా కృతాన్తః పరికర్షతి॥ 3

విధి ర్నూన మసంహార్యః ప్రాణినాం ప్లవగోత్తమ।
సౌమిత్రిం మాం చ రామం చ వ్యసనైః పశ్య మోహితాన్॥ 4

శోకస్యాస్య కదా పారం రాఘవోఽధిగమిష్యతి।
ప్లవమానః పరిశ్రాంతో హతనౌ స్సాగరే యథా॥ 5

రాక్షసానాం వధం కృత్వా సూదయిత్వా చ రావణమ్।
లఙ్కా మున్మూలితాం కృత్వా కదా ద్రక్ష్యతి మాం పతిః॥ 6

స వాచ్య స్సంత్వర స్వేతి యావ దేవ న పూర్యతే।
అయం సంవత్సరః కాల స్తావ ద్ధి మమ జీవితమ్॥ 7

వ ర్తతే దశమో మాసో ద్వౌతు శేషౌ ప్లవఙ్గమ।
రావణేన నృశంసేన సమయో యః కృతో మమ॥ 8

విభీషణేన చ భ్రాత్రా మమ నిర్యాతనం ప్రతి।
అనునీతః ప్రయత్నేన న చ తత్కురుతే మతిమ్॥ 9

మమ ప్రతిప్రదానం హి రావణస్య న రోచతే।
రావణం మార్గతే సఙ్ఖ్యే మృత్యుః కాలవశంగతమ్॥ 10

తా. పూర్వ జన్మార్జిత పాప ఫలమనుకుంటాను. అందరము దుఃఖంలో మున్గిపోయాము. కర్మ పరిపక్వమైతే తప్ప శోక నాశనం కాదు. రాముడు సంతోషముగా వుంటే సీత తప్పక సంతోషంగా వుంటుంది. ఇది జీవాత్మ-పరమాత్మల - దివ్యానుభవం వంటిది.

ఆయన దుఃఖము పోవాలన్నా, నేను సుఖముగా వుండాలన్నా, ఈ రావణుడను క్రూరుడు నశించాలి. లోకం సుఖించాలి. అప్పుడే అందరికి సంతోషం. కేవలం రెండు మాసాలలోపున రాముడిక్కడికి రావాలి. రావణుని సంహరించాలి. అప్పుడే సీత, లేకపోతే "విగతజీవ" అవుతుందని స్పష్టంగా చెప్పాలి.

ఇక్కడ వున్నవారిలో ఒక్క విభీషణుడు మాత్రమే ధర్మాత్ముడు. ఆ ధర్మమూర్తి, నన్ను రామునికర్పించమని ఎన్నోసార్లు చెప్పాడు. అయినా రావణుడు వినలేదు. చేటు కాలం, ఏం చేస్తాం. కర్మమతిక్రమింపరానిది. ధర్మం విడువరానిది.

జ్యేష్ఠా కన్యా నలా నామ విభీషణసుతా కపే।
తయా మమేద మాఖ్యాతం మాత్రా ప్రహితయా స్వయమ్॥ 11

అసంశయం హరిశ్రేష్ఠ క్షిప్రం మాం ప్రాప్స్యతే పతిః।
అన్తరాత్మాహి మే శుద్ధ స్తస్మిం శ్చ బహవో గుణాః॥ 12

ఉత్సాహః పౌరుషం సత్త్వ మానృశంస్యం కృతజ్ఞతా।
విక్రమ శ్చ ప్రభావ శ్చ సన్తి వానర రాఘవే॥ 13

చతుర్దశ సహస్రాణి రాక్షసానాం జఘాన యః।
జనస్థానే వినా భ్రాత్రా శత్రుః క స్తస్య నోద్విజేత్॥ 14

న స శక్య స్తులయితుం వ్యసనైః పురుషర్షభః।
అహం తస్య ప్రభావజ్ఞా శక్రస్యేవ పులోమజా॥ 15

శరజాలాంశుమా ఞ్ఛూరః కపే రామదివాకరః।
శత్రురక్షోమయతోయ ముపశోషం నయిష్యతి॥ 16

ఇతి సంజల్పమానాం తాం రామార్థే శోకకర్శితామ్।
అశ్రు సంపూర్ణ యననా మువాచ వచనం కపిః॥ 17

శ్రుత్వైవ తు వచో మహ్యం క్షిప్ర మేష్యతి రాఘవః।
చమూం ప్రకర్ష న్మహతీం హర్యృక్షగణసఙ్కులామ్॥ 18

అథవా మోచయిష్యామి త్వా మద్యైవ వరాననే।
అస్మాద్దుఃఖా దువారోహ మమ పృష్ఠ మనిన్దితే॥ 19

త్వాం తు పృష్ఠగతాం కృత్వా నంతరిష్యామి సాగరమ్।
శక్తి రస్తి హి మే వోఢుం లఙ్కా మపి సరావణామ్॥ 20

అహం ప్రస్రవణస్థాయ రాఘవాయా ద్య మైథిలి।
ప్రాపయిష్యామి శక్రాయ హవ్యం హుత మివానలః॥ 21

తా. విభీషణుని పెద్ద కుమార్తె నల, తన తల్లి పంపగా వచ్చింది. నన్ను ఓదార్చింది. సత్యాన్ని తెలియబరచింది. హనుమా ఇప్పుడు నాకు ఎంతో ధైర్యం వచ్చింది. నీ మాటలు వుత్తేజితురాలను చేసాయి. ఎటువంటి స్థితిలోను తొందరపడక రామునితోపాటు మీ అందరి రాకకు ఎదురుచూస్తుంటాను.

ఒకే ఒక్కడై జనస్థానాన్ని నాశనం చేసిన ధీరుడు రాముడు. అతడు తన ప్రతాపం చూపి నన్ను చేకొంటాడు. అనగా -

అది నిజం. తప్పక రాముడు వస్తాడు. అంతవరకు వుపేక్షించ లేనంటే, ఈ పిల్లవాని వీపునెక్కు. నిన్ను సునాయాసంగా శ్రీరాముని సన్నిధికి చేరుస్తానంటాడు. ఆశ్చర్యపోతూ, చిత్రంగా హనుమను చూస్తుంది. తాను విన్నది నిజమా! అబద్ధమా ? అన్నది, తన చెవులను ప్రశ్నించాల్సిన పరిస్థితిలో జానకి వుంది.

అమ్మా! సందేహించక! సర్వదేవతల శక్తిని వరంగా పొందినవాడను. నీవు ఆనతిస్తే ఈ లంకను పెళ్ళగించి శ్రీరామ సన్నిధానంలో వుంచుతానన్నాడు. అగ్నిష్టోమాది క్రతుఫలాన్ని అగ్నిహోత్రుడు, స్వాహాదేవి రూపంలో ఇంద్రాదుల కర్పించినట్లు నిన్ను శ్రీరాముని చేతిలో వుంచుతానంటాడు.

ద్రక్ష్య వ్యద్యైవ వైదేహి రాఘవం సహలక్ష్మణమ్।
వ్యవసాయసమాయుక్తం విష్ణుం దైత్యవధే యథా॥ 22

త్వద్దర్శనకృతోత్సాహ మాశ్రమస్థం మహాబలమ్।
పురన్దర మివాసీనం నాక రాజస్య మూర్ధని॥ 23

పృష్ఠ మారోహ మే దేవి మా వికాఙ్క్షస్వ శోభనే।
యోగ మన్విచ్ఛ రావణ శశాఙ్కే నేవ రోహిణీ॥ 24

కథయ న్తీవ చన్ద్రేణ సూర్యేణ చ మహార్చిషా।
మత్పృష్ఠ మధిరుహ్య త్వం తరాకాశమహార్ణవౌ॥ 25

నహి మే సంప్రయాతస్య త్వా మితో నయతోఽఙ్గనే।
అనుగ న్తుం గతిం శక్తా స్సర్వే లఙ్కానివాసినః॥ 26

యథై వా హ మిహ ప్రా ప్త స్తథై వా హ మసంశయః।
యాస్యామి పశ్య వై దేహి త్వా ముద్యమ్య విహాయసమ్॥ 27

మైథిలీ తు హరిశ్రేష్ఠా చ్ఛ్రుత్వా వచన మద్భుతమ్।
హర్ష విస్మితసర్వాఙ్గీ హనుమ న్త మథా బ్రవీత్॥ 28

హనుమ న్దూర మధ్వానం కథం మాం వోఢు మిచ్ఛసి।
త దేవ ఖలు తే మన్యే కపిత్వం హరియూథప॥ 29

కథం వా ల్పశరీర స్త్వం మా మితో నేతు మిచ్ఛసి।
సకాశం మానవేన్ద్రస్య భర్తు ర్మే ప్లవగర్షభ॥ 30

సీతాయా వచనం శ్రుత్వా హనుమా న్మారుతాత్మజః।
చిన్తయామాస లక్ష్మీవా న్నవం పరిభవం కృతమ్॥ 31

తా. ఆలస్యముండదు. నీ రాముని తక్షణం చూడగల్గుతావు. రాముడు ప్రస్రవణమందు నీకై నిలచి వున్నాడు. వుపేక్షించకు తల్లి. ఈ బిడ్డమాట వినుము. వెంటనే ఆనందమొందుతావు. ఎందరినైనా చిత్తుచేసి, నీకే విధమైన ఆపద సంభవించకుండా, శ్రీరాముని చెంత వుంచగలను. నమ్ముము.

ఈ రాక్షసాధములు నన్ను నిగ్రహించలేరు, నిర్జించలేరు. నా ముందు నిలువలేరు. ఇది నా గొప్పతనం కాదు.

"దాసోహం కోసలేంద్రస్య... అన్నది సత్యమై సర్వ రక్షయై కార్యసాధనం చేస్తుంది.

విన్న సీత ఆనంద పరవశురాలయింది. ముఖం వెలిగింది. శరీరం జలదరించింది. ఆ సంతోషములో అవును. ఇంత చిన్ని వానరం... ఆశ్చర్య పోతూంటే మనోజవం, మారుతతుల్యవేగ"మన్న హనుమ ఆ తల్లి మనసును గ్రహించినట్లు -

"అమ్మా! నీకు చిన్నవాడినే, పిల్లవాడినే. లోకాలకు అరివీర భయంకరుడను. శత్రుమర్దనుడను. నన్ను త్రిలోకాలలోనే కాదు, పధ్నాలుగు లోకాలలోను నిలువరించ గలవారు లేరు. ఇది దేవతలందరు ఒకానొక సమయంలో నాకిచ్చిన వరం.

బ్రహ్మాస్త్రంతో కలిపి, ఏ అస్త్రము నన్నెదుర్కొనలేదు. ఇది గర్వము, అహంకారము కాదు. భవిష్యద్దర్శనం చేసిన దేవతా ప్రముఖులు, నాకు ప్రసాదించిన అదృష్టమైన వరం. ఆ ప్రభావంతో కొండల్ని పిండి చెయ్యగలను. నాశనం లేదనువారికి నాశన స్వరూపమై నశింపచెయ్యగల వాడను." అంతావిన్న - సీతామాత -

ఆశ్చర్యపోతూ "నన్నీ రాక్షసుల నుండి జలధిని దాటించి స్వామి సన్నిధిలో వుంచగలవా ?" అమాయకంగా అడిగింది.

న మే జానాతి సత్వం వా ప్రభావం వా సి తేక్షణా।
తస్మా త్పశ్యతు వై దేహీ య ద్రూపం మమ కామతః॥ 32

ఇతి సంచిన్త్య హనుమాం స్తదా ప్లవగసత్తమః।
దర్శయామాస వై దేహ్యా స్స్వరూప మరిమర్దనః॥ 33

స తస్మా త్పాదపా ద్ధీమా నా ప్లుత్య ప్లవగర్షభః।
తతో వర్ధితు మారేభే సీతాప్రత్యయకారణాత్॥ 34

మేరుమన్దరసఙ్కాశో బభౌ దీప్తానలప్రభః।
అగ్రతో వ్యవతస్థే చ సీతాయా వానరోత్తమః॥ 35

హరిః పర్వతసఙ్కాశ స్తామ్రవక్త్రో మహాబలః।
వజ్రదంష్ట్ర నఖో భీమో వై దేహీ మిద మబ్రవీత్॥ 36

స పర్వతవనోద్దేశాం సాట్టప్రాకారతోరణామ్।
లఙ్కా మిమాం సనాథాం వా నయితుం శక్తి రస్తి మే॥ 37

త దవస్థాప్యతాం బుద్ధి రలం దేవి వికాఙ్క్షయా।
విశోకం కురు వ దేహీ రాఘవం సహలక్ష్మణమ్॥ 38

తం దృష్ట్వా భీమసఙ్కాశ మువాచ జనకాత్మజా।
పద్మపత్రవిశాలాక్షీ మారుత స్యౌరసం సుతమ్॥ 39

తవ సత్త్వం బలం చైవ విజానామి మహాకపే।
వాయో రివ గతిం చాపి తేజ శ్చాగ్నేరివాద్భుతమ్॥ 40

ప్రాకృతోఽ న్యః కథం చేమాం భూమి గమాన్తు మర్హతి।
ఉదధే రప్రమేయస్య పారం వానరపుఙ్గవ॥ 41

తా. అన్నీ విన్న సీత ఆ రకంగా మాట్లాడటం, మహావీరునికి అవమానమని పించింది. ఆమె సీత కాబట్టి సరిపోయింది. అదే ఇతరులెవరైనా సరే, బంతిని విసరినట్లు ఒక్క విదల్చు విదిల్చితే, వెళ్ళి, రామబాణంకన్న వేగంగా లక్ష్యాన్ని చేరేది. వూపిరి పీల్చుకుంటున్నట్లు క్షణకాల మాగాడు.

ఇది ఆమె తప్పు కాదు. తనకు అవమానం కాదు. నిన్నటివరకు నా శక్తి నాకే తెలియదు. తాతవంటి జాంబవంతుడు కదా నన్ను మేల్కొల్పినట్లు ఉత్తేజితుడిని చేసాడు. అదే జరుగకపోతే నేనూ సీతమ్మ వంటి అమాయకుడినే ననుకున్నాడు.

అందుకనే సీతమ్మతల్లి నన్ను నమ్మలేకపోయింది. దీనికి ఆమెకు తగు సమాధానం చెప్పేకన్న, తన నిజ స్వరూపాన్ని చూపడం మంచిదని తలిచాడు. చెట్టు దిగాడు. "అమ్మా! నిన్ను నమ్మించవలసిన అవసరం లేకపోయినా, నీకు నమ్మకం కల్గడానికి మాత్రం నేను నా నిజరూపాన్ని చూపుతానన్నాడు."

"జయోత్పతి మహాబలో...!" అన్నాడు.

రాముని, వాయుదేవుని, తన తల్లిని, ఈశ్వరుని, బ్రహ్మాది దేవతలను తలచుకున్నాడు. ఆ పుప్పొంగిన ఆనందంతో, పున్నమినాడు ఉప్పొంగే సముద్రుడయ్యాడు. శరీరాన్ని అంతకంతకు పెంచుతున్నాడు. పెరిగి పోతున్నాడు.

ఆ దివ్యతేజోరూపము ప్రళయ భయంకరము. భక్తజనుల కానంద దాయకం. ఆ పెరగడంలో తారా మండలం హనుమకు మొలగజ్జెలయింది. క్షణం వరకు ఈ పిల్లకోతి... అనుకున్న సీత... ఇప్పుడు ఈ తేరి చూడరాని, సూర్యకోటి సమ తేజో రూపాన్ని చూసింది. భయసంభ్రమాలకు లోనయింది.

"హనుమా! మామూలుగా గంభీరంగా వుండే ఆమె కంఠస్వరం, ఆ సమయంలో ఎంతో పేలవంగా వుంది. మాటలు పెగిలిరాని గొంతుకతో బొమ్మల్లా చూస్తుంటే...

"అమ్మా! బయలుదేరు. నిన్ను రామబంటుగా, సుఖంగా, శ్రీరామ సన్నిధిలో వుంచుతాను. అన్నాడు. నిజంగా ఆ రుద్రవీర్య సంభూతుడు ప్రళయ కాల రుద్రుని వలెనే వున్నాడు.

"హనుమా! నిన్ను చూడగలిగాను. నీ శక్తి తెలుసుకోగలిగాను. సామాన్యులు చూడలేని నీ తోజోరూపాన్నుప సంహరించు. శాంతమొందు. నీ గమనము శక్తి సామర్థ్యాలు - ఇప్పుడు పూర్తిగా తెలుసుకున్నాను.

"దుర్గమ కార్యము జగతిన కలదే

సుగమము చేయ హనుమత్ప్రభువే..." అన్నది సత్యము.

జానామి గమనే శక్తిం నయనే చాపి తే మమ।
అవశ్యం సంప్రధా ర్యాశు కార్యసిద్ధి ర్మహాత్మనః॥ 42

అయుక్తం తు కపిశ్రేష్ఠ మమ గన్తుం త్వయా నఘ।
వాయువేగసవేగస్య వేగో మాం మోహయే త్తవ॥ 43

అహ మాకాశమాపన్నా హ్యుపర్యుపరి సాగరమ్।
ప్రపత్తేయం హి తే పృష్ఠా ద్భయా ద్వేగేన గచ్ఛతః॥ 44

పతితా సాగరే చా హం తిమినక్రఝషాకులే।
భవేయ మాశు వివశా యాదసా మన్న ముత్తమమ్॥ 45

న చ శక్ష్యే త్వయా సార్ధం గన్తుం శత్రువినాశన।
కళత్రవతి సన్దేహ స్త్వయ్యపి స్యా దసంశయః॥ 46

హ్రీయమాణాం తు మాం దృష్ట్వా రాక్షసా భీమవిక్రమాః।
అనుగచ్ఛేయు రాదిష్టా రావణేన దురాత్మనా॥ 47

తై స్త్వం పరివృతశ్శూరై శ్శూలముద్గరపాణిభిః।
భవే స్త్వం సంశయం ప్రాప్తో మయా వీర కళత్రవాన్॥ 48

సాయుధా బహవో వ్యోమ్ని రాక్షసాస్త్వం నిరాయుధః।
కథం శక్ష్యసి సంయాతుం మాం చైవ పరిరక్షితుమ్॥ 49

యుధ్యమానస్య రక్షోభి స్తవ తైః క్రూరకర్మభిః।
ప్రపతేయం హి తే పృష్ఠా ద్భయార్తా కపిసత్తమ॥ 50

అథ రక్షాంసి భీమాని మహాన్తి బలవన్తి చ।
కథంచి త్సాంపరాయే త్వాం జయేయుః కపిసత్తమ॥ 51

తా. “హనుమా! నిజంగా నీవు నీ వనంత శక్తివంతుడివి. నన్ను సురక్షితంగా తీసుకువెళ్లగలిగిన వాడివే. కాదనను. కానీ, అది ఆర్యపుత్రులకు మచ్చ. ఆలోచించు. నీ వాయువేగానికి నేను కళ్ళు తిరిగి క్రింద పడిపోతే, కథ అడ్డం తిరుగుతుంది. ఇది ఉచితమైన ఆలోచన కాదు.

ఇంతవరకు ప్రాణాలుగ్గ బెట్టుకుని వున్న నేను - నీ వేగానికి భయపడి కళ్ళు తిరిగి సముద్రంలో పడిపోతే, ఆ మకర తిమింగలాలు పంటికి నేనే మాత్రం సరిపడను. ఇందులో నీకు మనస్తాపం.

ఈ ప్రయాణంలో రాక్షసుల నెదుర్కోవాలి.

నీవు తప్పించుకోవడంలో, నాకేది జరిగినా నీవు భరించలేవు. ఒక్కొక్కసారి ప్రాణాంతకం కూడా కావచ్చును. కనుక ఆలోచించి నిర్ణయం తీసుకోవాలి. హడావుడి అడుగు ఇబ్బందికరం. నిదానంగా వేసే ప్రతి అడుగు పరమ సుఖం. సంతోషదాయకం. చెబుతుంది, తల్లి!

అథవా యుధ్యమానస్య పతేయం విముఖస్య తే।
పతితాం చ గృహీత్వా మాం నయేయుః పాపరాక్షసా॥ 52

మాం వా హరేయు స్త్వద్దస్తా ద్విశసేయు రథాపి వా।
అవ్యవస్థౌ హి దృ శ్యే తే యుద్దే జయాపరాజయా॥ 53

అహం వాపి విపద్యేయం రక్షోభి రభితర్జితా।
త్వ త్ర్పయత్నో హరిశ్రేష్ఠ భవే న్నిష్ఫల ఏవ తు॥ 54

కామం త్వమసి పర్యాప్తో నిహన్తుం సర్వరాక్షసా౯।
రాఘవస్య యశో హియే త్త్వయా శస్తైస్తు రాక్షసైః॥ 55

అథవాஉ உదాయ రక్షాంసి న్యసేయుస్సంవృతే హి మాం।
యత్రతే నాభిజానీయుర్హరయో నాపి రాఘవౌ॥ 56

ఆరంభ స్తు మదర్థోஉయం తత స్తవ నిరర్థకః।
త్వయా హి సహ రామస్య మహా నాగమనే గుణః॥ 57

మయి జీవితమాయత్తం రాఘవస్య మహాత్మనః।
భ్రాతౄణాం చ మహాబాహో తవ రాజకులస్య చ॥ 58

తౌనిరాశౌ మదర్థం తు శోకసంతాపకర్శితౌ।
సహ సర్వర్క్ష హరిభి స్త్యక్ష్యతః ప్రాణసంగ్రహమ్॥ 59

భర్తృభక్తిం పురస్కృత్య రామాదన్యస్య వానర।
న స్పృశామి శరీరం తు పుంసో వానరపుంగవ॥ 60

యదహం గాత్రసంస్పర్శం రావణస్య బలాద్గతా।
అనీశా కిం కరిష్యామి వినాథా వివశా సతీ॥ 61

తా. ఆలోచించు. అన్నీ తెలిసిన నీకు, పరమ పావన "పావని"కి చెప్పవలసిందేమీ లేదు. జయాపజయాలు కష్టసుఖాలు, సుఖదుఃఖాలు దారులు ఒక్కొక్కసారి ఆ దైవానికి కూడా తెలియవు. కాలాత్ముకుడైనా కాలానికి తలవంచాల్సిందే. కాలపురుషుడైనా కాలాన్ని రక్షించాల్సిందే!

అందుకు ఆర్యపుత్రులు వచ్చి వారందర్ని వధింపచేసి, నన్ను తీసుకు వెడితే, రఘువంశానికి, దశరథ పుత్రులకు గౌరవం. అలాగ కాకపోతే లోకం

ఏమంటుందో తెలుసా ? ... భార్యను రక్షించుకోవడం చాతకాని వాడంటే... హనుమా! ఈ మాట మనం వినగలమా ? విని, బ్రతుకగలమా ? చెప్పు. దీనివలన ఎన్ని ఆపదలు చుట్టుముడతాయో ఆలోచించు. కనుక -

శీఘ్రమే వెళ్ళు. రామునికీ వర్తమానం అందించు. ససైన్యంతో రండి. రావణుని శిక్షించండి. ఇది పరువుగల కార్యం. రామ ప్రతిష్ఠకు మచ్చలేని వైనం... సీత, హనుమను ఆలోచింప చేస్తుంది.

అలాగే పతివ్రతలు, వయసు వచ్చిన పుత్రునితో కూడా సన్నిహితంగా వుండరాదని, సరస సల్లాపాలు సాహసాలు చెయ్యరాదని ధర్మశాస్త్రం చెబుతుంది. సద్ధర్మమూర్తివి, శాస్త్రకోవిదుడివి. నీకు నేను చెప్పాలా ? అడుగుతున్నట్లే చెబుతుంది. ప్రశ్నిస్తునే, సమాధానమిస్తూ పవన పుత్రుని ఆలోచనలో పడేసింది.

“అమ్మా! రావణుడు... అంటావేమో! ఆ దుర్భర స్థితిలో దుర్మార్గుడు నన్ను చెరపట్టినట్లు తీసుకువెళ్ళాడే తప్ప, నాకై నేను తొందరపడలేదు. ఆతనిని తాకలేదు.

యది రామో దశగ్రీవ మిహ హత్వా సబాంధవం।
మా మితో గృహ్య గచ్ఛేత త త్తస్య సదృశం భవేత్॥ 62

శ్రుతా హి దృష్టాశ్చ మయా పరాక్రమా మహాత్మన స్తస్య రణావమర్దినః।
న దేవగన్ధర్వభుజంగ రాక్షసా భవంతి రామేణ సమా హి సంయుగే॥ 63

సమీక్ష్య తం సయంతి చిత్రకార్ముకం మహాబలం వాసవతుల్యవిక్రమం।
సలక్ష్మణం కో విషహేత రాఘవం హుతాశనం దీప్తమివాని లేరితమ్॥ 64

సలక్ష్మణం రాఘవ మాజిమర్దనం దిశాగజం మత్తమివ వ్యవస్థితం।
సహేతకో వానరముఖ్య సంయుగే యుగా న్తసూర్యప్రతిమం శరార్చిషమ్॥ 65

స మే హరిశ్రేష్ఠ సలక్ష్మణం పతిం సయూథపం క్షిప్ర మిహోపపాదయ।
చిరాయ రామం ప్రతి శోకకర్శితాం కురుష్వ మాం వానరముఖ్య హర్షితామ్॥ 66

తా. అంతవరకెందుకు... ఆ సీతమ్మ చెబుతుంది. నా పాతివ్రత్యంతో నేను, నీ బలపరాక్రమాలతో నీవు, ఈ రావణుని, లంకను నాశనము చేయ సమర్థులమే. అయినా ఉపేక్షిస్తున్నాం. ఎందుకంటే అది భర్తగా ఆర్య

పు(త్రులకు, రామబంటుగా నీకు మర్యాద కాదని, తెలిసే వూరుకున్నాము కాని, చేతకాక కాదు. చేవలేక కాదు.

రాముడు అసమాన బలశాలి. వీరవి(క్రములు శ(స్త్రాస్త్ర కోవిదులైన విశ్వామి(త్రుని శిష్యులు. రాక్షసవధకు విశ్వామి(త్రులే కారకులు. నూనూగు మీసాల సమయంలోనే తాటకాదులను సంహరించిన ఘనునికి ఇప్పుడు- ఈ రాక్షసాదులొక లెక్కా.

మహర్షి సంఘాలు, తపోమూర్తులు, దివ్యుల దేవతల ఆశీస్సులతో, తప్పక రాముడు, విజయుడు. ఇది పధ్నాలుగు లోకాలకు, ఆ (బహ్మకు, పర(బహ్మకు తెలిసిన విషయం.

సలక్ష్మణం రాఘవ మాజి మర్దనం... అన్నది అక్షర సత్యం. యుద్ధంలో నిలబడితే, నిలబెట్టి శ(త్రువులను ని(గహించగల, నిర్జించగల వీరులా, సోదరులు! ఇక నీ సంగతి సరేసరి. చెప్పనక్కర్లేదు. ఇంతమందికీ అ(ప్రదిష్ట తెస్తూ, మనం చేసే సాహసం... ఆలోచించు.

"అమ్మ! అసాధ్యురాలే. రామపత్ని కదా, అమ్మా భలే చక్కగా సమాధానమిస్తుంది. సమయస్ఫూర్తిని" (ప్రకటిస్తుందనుకున్నాడు.

చివరగా - నాయనా! అన్ని తెలిసినవాడివి. ఆడదాన్ని నా మాటలు, నా బుద్ధితో కాక.... జితేం(ద్రియం బుద్ధి మతావరిష్ట... మను నీవు ఆలోచించి, సత్వరమే ఒక నిర్ణయం తీసుకోమంది!

✿

ఇది వొరుగంటి వంశజనిత, శ్రీమతి సువర్చలాంబా, వెంకట
సూర్య(ప్రసాదరావుల జేష్ఠ తనూజుడు "వర" రామకృష్ణ(ప్రసాద్ -
భక్తజనుల కందించిన, తేటతెలుగు వ్యాఖ్యాన శ్రీమత్
సుందరకాండలోని, సప్త(త్రింశ సర్గ సమాప్తం.

- స్వస్తి-

- అస్తూ -

✦✦✦

అష్టత్రింశ స్సర్గః

తత స్స కపిశార్దూల స్తేన వాక్యేన హర్షితః।
సీతామువాచ తచ్ఛ్రుత్వా వాక్యం వాక్యవిశారదః॥ 1

యుక్తరూపం త్వయా దేవి భాషితం శుభదర్శనే।
సదృశం స్త్రీస్వభావస్య సాధ్వీనాం వినయస్య చ॥ 2

తా. సీత మాటలు ఆడదాని మాటలుగా కట్టివేయక, రాజనీతిజ్ఞుడైన జనకసుతగా తలచి - "అమ్మా! నీవు చెప్పిన మాటలు, నీవే చెప్పగలవి. రాజర్షి కూతురుగా, సద్ధర్మమూర్తి రామపత్నిగా - సమస్త ధర్మాలు తెలిసిన దానివిగా చక్కగా, చెప్పవలసిన విధంగా శాస్త్రబద్ధంగా చెప్పావు, సంతోషం.

స్త్రీత్వం న తు సమర్థం హి సాగరం వ్యతివర్తితుం।
మా మధిష్ఠాయ విస్తీర్ణం శతయోజనమాయతమ్॥ 3

ద్వితీయ కారణం యచ్చ బ్రవీషి వినయాన్వితే।
రామాదన్యస్య నార్హామి సంస్పర్శ మితి జానికి॥ 4

ఏత త్తే దేవి సదృశం పత్న్యాస్తస్య మహాత్మనః।
కా హ్యన్యా త్వా మృతే దేవి బ్రూయా ద్వచనమీదృశమ్॥ 5

శ్రోష్యతే చైవ కాకుత్ స్థ స్సర్వం నిరవ శేషతః।
చేష్టితం యత్త్వయా దేవి భాషితం మమ చాగ్రతః॥ 6

కారణై ర్బహుభి ర్దేవి రామప్రియచికీర్షయా।
స్నేహప్రస్కన్నమనసా మయైత త్సముదీరితమ్॥ 7

లంకాయా దుష్ప్రవేశత్వా ద్దుస్తర్త్వా న్మహోదధేః।
సామర్థ్యా దాత్మనశ్చైవ మయైత త్సముదీరితమ్॥ 8

ఇచ్ఛామి త్వాం సమానేతు మద్యైవ రఘుబంధునా।
గురుస్నే హేన భక్త్యా చ నాన్యథై తదుదాహృతమ్॥ 9

తా. సముద్రము దాటే సమయంలో ఎక్కువ పొడవుగా వుండి వేగంగా వెళ్ళే నా వేగం, "అమ్మా! నువ్వు తట్టుకోవడం కష్టమే. నీ బాధను చూడలేక రామ సన్నిధిని చేర్చాలన్నదే ఈ రామబంటు తాపత్రయం తప్ప వెనుక ముందు లాలోచింపలేదు.

ఇక వయస్సు వచ్చిన పిల్లవాడిని తల్లి కూడా ఓ మిత్రునిగా చూడాలనే వాక్యం, శాస్త్ర ప్రసాదితం. ఇది నిజంగా హర్షణీయమైన, ప్రశంసించదగ్గ వివరణ.

నిన్ను తప్పు పట్టు సావకాశమే లేదు. చెప్పాను కదా, తల్లీ! నా ఆరాటం కొద్ది నిన్ను రక్షించుకోవాలని శ్రీరాముని సన్నిధిని చేర్చాలనే ఆతృతే తప్ప మిగిలినదీ, రామదాసుడు ఆలోచించలేదు.

గతంలో సముద్ర లంఘనంలో వచ్చిన ఇబ్బందులిప్పుడు రావని, నిన్ను తీసుకు వెడతానన్నాను. ఇందు ప్రభుభక్తి, దైవభక్తి, మాతా పిత భక్తి తప్ప - ఇతరములు నా బుద్ధికి రాలేదు.

యది నోత్సహసే యాతుం మయా సార్ధమనిందితే।
అభిజ్ఞానం ప్రయచ్ఛ త్వం జానీయా ద్రాఘవో హి తత్॥ 10

ఏవముక్తా హనుమతా సీతా సురసుతోపమా।
ఉవాచ వచనం మందు బాష్పప్రగ్రథితాక్షరమ్॥ 11

ఇదం శ్రేష్ఠమభిజ్ఞానం బ్రూయా స్త్వం తు మమ ప్రియం।
శైలస్య చిత్రకూటస్య పాదే పూర్వోత్తరే పురా॥ 12

తాపసాశ్రమవాసిన్యాః ప్రాజ్యమూలఫలోదకే।
తస్మిన్ సిద్ధాశ్రమే దే శే మందాకిన్యా హ్యదూరతః॥ 13

తస్యోపవనషండేషు నానాపుష్పసుగంధిషు।
విహృత్య సలిలక్లిన్నా తవాంకే సముపావిశమ్॥ 14

తతో మాంస సమాయుక్తో వాయసః పర్యతుండయత్।
తమహం లోష్టముద్యమ్య వారయామి స్మ వాయసమ్॥ 15

దారయన్ స చ మాం కాక స్తత్రైవ పరిలీయతే।
న చా ప్యుపారమ న్మాంసా ద్భక్షార్థీ బలిభోజనః॥ 16

ఉత్కర్షన్త్యాం చ రశనాం క్రుద్ధాయాం మయి పక్షిణి।
స్రస్యమానే చ వసనే తతో దృష్ట్వా త్వయా హ్యహమ్॥ 17

త్వయాఽ పహసితా చాహం క్రుద్ధా సంలజ్జితా తదా।
భక్షగృధ్నేన కాకేన దారితా త్వా ముపాగతా॥ 18

ఆసీనస్య చ తే శ్రాంతా పునరుత్సంగమావిశం।
క్రుధ్యంతీ చ ప్రహృష్టేన త్వయాఽ హం పరిసాంత్వితా॥ 19

బాష్పపూర్ణముఖీ మందం చక్షుషీ పరిమార్జతీ।
లక్షితాఽ హం త్వయా నాథ వాయసేన ప్రకోపితా॥ 20

పరిశ్రమా త్ప్రసుప్తా చ రాఘవాఙ్కే ఽ ప్యహం చిరమ్।
పర్యాయేణ ప్రసుప్త శ్చ మమాఙ్కే భరతాగ్రజః॥ 21

తా. "సరే. నీ మాట ప్రకారమే ఇక్కడ క్షేమంగా, ప్రశాంతంగా వుండు. రాముని తీసుకుని తొందరగా వస్తాను. నిన్ను చూసాననడానికి, రామునికానందం కలుగడానికి ఏదైనా ఆనవాలు ఇమ్మ." అని అడిగాడు.

అప్పుడా తల్లి! కుమారా! చిత్రకూట పర్వత ప్రాంతంలో జరిగిన సంఘటనమిది. ఇది మా ఇరువురికీ తప్ప నిజం చెప్పాలంటే లక్ష్మణునికి కూడా తెలియదు. దానిని నీకు చెబుతున్నాను. మరచిపోని నా స్వామికి దానిని గుర్తుగా చెప్పుము.

అది చిత్రకూట పర్వత ప్రాంతంలో తిరుగుతున్న సమయం అలసిపోయి నీ వడిలో కూర్చున్నాను. అప్పుడొక కాకి వచ్చి ఎర్రగా - లేత అరుణ వర్ణంలో వున్న నా వక్ష భాగాన్ని ఆ కాకి మాంసపు ముద్దగా తలచి తినడానికి వచ్చి అది నన్ను పొడుస్తుంటే, బెడ్డతో దానిని కొట్టి తరిమాను. దాని గీరుకు రక్తం కారింది. దానిని తోలాలని చేసిన ప్రయత్నంలో వడ్డాణం జారి, చీర ముడి వూడిపోయింది.

అదిచూసి ఆర్యపుత్రా! నీవు నవ్వావు. నేను సిగ్గుతో తలవంచుకున్నాను. నా స్తన మధ్యంలో పడ్డ గీరుడు వల్ల రక్తం కారగా, కార్చిన కన్నీటిని తుడుచుకుంటూ జాలిగా నిన్ను చూసాను. అంతవరకు నా ప్రవర్తనను సరదాగా చూస్తున్న నీవు నా కంట వచ్చిన నీటికి కరగి పోయావు. కాకి చేసిన ఘాతుకానికి కోపమొందావు.

స తత్ర పున రేవా థ వాయస స్సముపాగమత్।
తత స్సుప్త ప్రబుద్ధాం మాం రామస్యాఙ్కా త్సముత్థితామ్॥ 22

వాయస స్సహసా ఉగమ్య విదదార స్తనా న్తరే।
పునః పున రథో త్పత్య విదదార స మాం భృశమ్॥ 23

తత స్సముత్థితో రామో ముక్తై శ్శోణితబిన్దుభిః॥
వాయసేన తత స్తేన బలవత్ క్లిశ్యమానయా॥ 24

స మయా బోధిత శ్శ్రీమాఀ సుఖసుప్తః పరంతపః।
స మాం దృష్ట్వా మహాబాహు ర్వితున్నాం స్తనయో స్తథా॥ 25

ఆశీవిష ఇవ క్రుద్ధ శ్శ్వనఀ వాక్యమభాషత।
కేన తే నాగనాసోరు విక్షతం వై స్తనా న్తరమ్॥ 26

కః క్రీడతి వరోషేణ పఞ్చ వక్త్రేణ భోగినా।
వీక్షమాణ స్తత స్తం వై వాయసం సముదైక్షత॥ 27

నఖైస్సరుధిరై స్తీక్ష్ణైర్మామే నాభిముఖం స్థితమ్।
పుత్త్రః కిల స శక్రస్య వాయసః పతతాం వరః॥ 28

ధరాన్తరగత శ్శీఘ్రం పవనస్య గతౌపమః।
తత స్తస్మి న్మహాబాహుః కోపసంవర్తితేక్షణః॥ 29

వాయసే కృతవాన్ క్రూరాం మతిం మతిమతాం వరః।
స దర్భం సం స్తరా ద్గృహ్య బ్రాహ్మేణాస్త్రేణయోజయత్॥ 30

స దీప్త ఇవ కాలాగ్ని ర్జ్వాలాభిముఖో ద్విజమ్।
స తం ప్రదీప్తం చిక్షేప దర్భం తం వాయసం ప్రతి॥ 31

తా. మొదట్లో నేను రాముని తొడపైన విశ్రమించాను. ఆ తదుపరి ఆర్యపుత్రులు నా తొడపై విశ్రమించారు. అప్పుడు మళ్ళీ వదలక, వాయసం మళ్ళీ నా వక్షభాగాన్ని పొడవాలని వచ్చింది. మగతగా కన్నుమూసే నేను ఆ వాయసం మాటి మాటికి వచ్చి పొడుస్తుండటంతో బాధతో దానిని తోలాను. కాని వెళ్ళినట్లే వెళ్ళి అది తిరిగి వచ్చి నన్నల్లరి చేయసాగింది.

దాని ముక్కు గీరుడుకు, రక్తం కారి ఆర్యపుత్రుల మీద పడింది. ఆ వెచ్చని నెత్తుటికి రాముడు కళ్ళు తెరిచాడు. నేను జరిగింది చెప్పాను. చెప్పింది విని, జరిగింది చూసిన ఆర్యపుత్రులు, ఆ కాకిని ఇంద్ర పుత్రునిగా తలచి ప్రక్కనే వున్న గడ్డిపరకను మంత్రించి వదిలారు.

అది దానిని వెంబడించింది. ఆఖరికి అన్ని లోకాలు తిరిగి, చివరకు రాముని శరణు వేడాడు. తన భార్యను గాయపరచిన వానిని కూడా శరణనగానే రక్షించగల శరణాగత వత్సలుడు, కరుణాసముద్రుడు, శ్రీరాముడు.

తత స్తం ఆయసం దర్భ స్సోఽమ్బరేఽనుజగామ హ।
అనుసృష్ట స్తదా కాకో జగామ వివిధాం గతిమ్॥ 32

లోకకామ ఇమం లోకం సర్వం వై విచచార హ।
స పిత్రా చ పరిత్యక్త స్సురై శ్చ స మహర్షిభిః॥ 33

త్రీ న్లోకా న్సంపరిక్రమ్య తమేవ శరణం గతః।
స తం నిపతితం భూమౌ శరణ్య శ్శరణాగతమ్॥ 34

వధార్హ మపి కాకుత్స్థః కృపయా పర్యపాలయత్।
న శర్మ లబ్ధ్వా లోకేషు త మేవ శరణం గతః॥ 35

పరిద్యూనం విషణ్ణం చ స త మాయాన్త మబ్రవీత్।
మోఘం కర్తుం న శక్యం తు బ్రాహ్మమస్త్రం తదుచ్యతామ్॥ 36

హీన స్తు దక్షిణాక్షి త్వ చ్ఛర ఇత్యథ సోల బ్రవీత్।
తత స్తస్యాక్షి కాకస్య హీన స్తి స్మ సదక్షిణమ్॥ 37

దత్వా సదక్షిణం నేత్రం ప్రాణేభ్యః పరిరక్షితః।
స రామాయ నమస్కృత్వా రాజ్ఞే దశరథాయ చ॥ 38

విసృష్ట స్తేన వీరేణ ప్రతిపేదే స్వ మాలయమ్।
మత్కృతే కాకమాత్రేతు బ్రహ్మాస్త్రం సముదీరితమ్॥ 39

కస్మా ద్యోమాం హరేత్త్వత్తః క్షమసే తం మహీపతే।
స కురుష్వ మహోత్సాహః కృపాం మయి నరర్షభ॥ 40

త్వయా నాథవతీ నాథ హ్యనాథేవ హి దృశ్యతే।
ఆనృశంస్యం పరోధర్మ స్త్వత్త ఏవ మయాశ్రుతః॥ 41

జానామిత్వాం మహావీర్యం మహోత్సాహం మహాబలమ్।
అపార పార మక్షోభ్యం గాంభీర్యా త్సాగరోపమమ్॥ 42

తా. బ్రహ్మగారు కాని, ఇంద్రుడు కాని, ఆతని రక్షింపలేకపోవడం దీనిని రాముడు తప్ప ఇతరులెవ్వరు ఉపసంహరించలేరనడంతో, రామునికి శరణాగతుడైన వానిని కరుణిస్తూ - ఇది ఉపసంహరించలేను. దీనికి నీ శరీరంలోని ఏదో అంగాన్ని సమర్పించి, నమస్కరించు. బ్రతికిపోతావన్నారు.

ఆ రకంగా ఆ ఇంద్ర పుత్రుడు తన కుడికంటిని పోగొట్టుకున్నాడు. తన ప్రాణాలు దక్కించుకున్నాడు. అంతటి దయామయుడు “దాశరథి” అని తమకే పరిమితమైన పరమ రహస్యాన్ని సీతామాత హనుమకు తెల్పి, మరచిపోలేని తన ప్రభువుకు గుర్తు చేయమంది.

కాకిపై బ్రహ్మాస్త్ర ప్రయోగం చేసి శిక్షించిన ఆ కౌసల్యానందను డీనాడు ఎందుకు, వుపేక్షిస్తున్నారో నాకర్థం కావటం లేదంటూ సీతమ్మ-

భర్తారం స సముద్రాయా ధరణ్యా వాసవోపమమ్।
ఏవ మస్త్రవిదాంశ్రేష్ఠ స్సత్యవా న్బలవా నపి॥ 43

కిమర్థ మస్త్రం రక్షస్సు న యోజయతి రాఘవః।
న నాగా నాపి గన్దర్వా నాసురా న మరుద్గణాః॥ 44

రామస్య సమరే వేగం శక్తాః ప్రతిసమాధితుమ్।
తస్య వీర్యవతః కశ్చి ద్యద్యస్తి మయి సంభ్రమః॥ 45

కిమర్థం న శరై స్తీక్ష్ణైః క్షయం నయతి రాక్షసాన్।
భ్రాతు రాదేశ మాదాయ లక్ష్మణో వా పరంతపః॥ 46

కస్య హేతో ర్న మాం వీరః పరిత్రాతి మహాబలః।
యది తౌపురషవ్యాఘ్రౌ వా య్వగ్ని సమతేజసౌ॥ 47

సురాణా మపి దుర్ధర్షౌ కిమర్థం మా ముపేక్షతః।
మమైవ దుష్కృతం కించి న్మహ దస్తి న సంశయః॥ 48

సమర్థా వపి తౌ యన్మాం నావేక్షే తే పరంతపౌ।
వై దేహ్యా వచనం శ్రుత్వా కరుణం సాశ్రు భాషితమ్॥ 49

తా. నా ప్రభువు సర్వశక్తిమంతుడు, చిన్నతనంలోనే రాక్షస సంహారం నిమిత్తం మహర్షి విశ్వామిత్రులవారు తమతో తీసుకువెళ్ళి తమ దివ్యాస్త్రాలను ప్రసాదించారు. అటువంటి విశ్వామిత్ర శిష్యులు, ఎందుకు వుపేక్ష చేస్తున్నారో తెలియదు.

ఒకే ఒక బాణంతో, మారీచుని దక్షిణ సముద్రంలో పడేసిన అస్త్రశక్తి సమన్వితుడైన ఆర్యపుత్రులు నిరీక్షిస్తున్నారా ? ఉపేక్షిస్తున్నారా ? దయామయుడైన రాముని ముందు దేవాసుర గంధర్వాదులెవరు నిలువలేరు. అటువంటిది -

నేను పోతే పోయాననుకుంటున్నారా ? లేక ఈ రావణుని ప్రతిఘటించలేక పోతున్నారా ? ఈ ఉపేక్షకు కారణము ? అన్నగారు కాకపోతే మహాస్త్ర కోవిదుడు, రామ సమానుడైన లక్ష్మణుడు, అన్నగారి అనుమతితో నన్ను రక్షించ రావచ్చును కదా! ఇందులో వున్న తిరకాసు. తెలియడం లేదు.

ఆ సోదరులు విల్లంబులు దాల్చి నిల్చిస్తే, ఆ ధనుష్టంకారానికి ఎదురు నిలబడే వారెవరు ? ఎందుకీ ఉపేక్ష నేనేదైనా తప్పు చేసానా ?

అవును. అన్నను కాదని తమ్ముడు ఒక అడుగు కూడా అటు ఇటు వేయరు. అంతటి సోదరభక్తి, ఆ లక్ష్మణునిది. మారుతి వింటున్నాడు.

ఆమె మాటలన్నీ నిజము. కాలం కలసి రాలేదు. కర్మమను భవించాలి. అది దైవ శాసనం. అందుకే ఈ ఉపేక్ష జరిగి వుంటుంది. సమయం సందర్భం కలిసి రావాలని మనపెద్దలు చెబులారు. దీనికి వారేం చేస్తారు ? మనసులో సర్దిచెప్పుకున్న మారుతి -

అథా బ్రవీ న్మహా తేజా హనుమా న్మారుతాత్మజః।
త్వ చ్ఛోక విముఖో రామో దేవి సత్యేన మే శపే॥ 50

రామే దుఃఖాభిపన్నే చ లక్ష్మణః పరితప్యతే।
కథంచి ద్భవతీ దృష్టా న కాలః పరిశోచితుమ్॥ 51

ఇమం ముహూర్తం దుఃఖానాం ద్రక్ష్య స్యన్త మనిన్దితే।
తా వుభౌ పురుష వ్యాఘ్రౌ రాజపుత్రౌ మహాబలౌ॥ 52

త్వద్దర్శన కృతోత్సాహౌ లఙ్కాం భస్మీకరిష్యతః।
హత్వా చ సమరే క్రూరం రావణం సహ బాన్ధవమ్॥ 53

రాఘవ స్త్వాం విశాలాక్షి నేష్యతి స్వాం పురీం ప్రతి।
బ్రూహి య ద్రాఘవో వాచ్యో లక్ష్మణశ్చ మహాబలః॥ 54

సుగ్రీవో వాపి తేజస్వీ హరయో పి సమాగతాః।
ఇత్యుక్తవతి తస్మిం శ్చ సీతా సురసుతోపమా॥ 55

తా. అమ్మా! నా మాట నమ్మెము. నేను చెప్పేది సత్యం. ఆ సోదరులు అనుక్షణం నీ గురించి, నువ్వెలాగ వున్నావు ? ఎక్కడ వున్నావు. ఎక్కడికి వెళ్ళాలి, ఎలాగ వెళ్ళాలి ? ఇవే ఆలోచనలు తప్ప, తమ గురించి, తాము శరీరధారులమని దానిని రక్షించుకోవాలనే విషయాన్ని విస్మరించినవారు ఇది నేను కళ్ళారా చూసిన విషయం. అయినదేదో అయింది. ఇప్పుడు కాలం కలిసి వచ్చింది. అతి త్వరలో నీవు, నీ ప్రభువును కలుస్తావు. వారిక్కడికి వస్తారు. రావణాది రాక్షసులను సంహరిస్తారు. ఇది సత్యం.

వాళ్ళ పాపానికి వాళ్ళే నాశనమౌతారు. రావణుని నాశనం, నీ అయోధ్యాపుర వాసం - సత్యం. వారికి చెప్పవలసినదేమైనా వుంటే చెప్పుము. ఏం చెప్పమంటావు ? అన, దుఃఖము పెల్లుబుకుతుంటే "హనుమా!" అంది.

ఉవాచ శోక సంతప్తా హనుమన్తం ప్లవంగమమ్।
కౌసల్యా లోకభర్తారం సుషువే యం మనస్వినీ॥ 56

తం మమార్థే సుఖం పృచ్ఛ శిరసా చా భివాదయ।
స్రజ శ్చ సర్వ రత్నాని ప్రియాయా శ్చ వరాఙ్గనాః॥ 57

ఐశ్వర్య ఞ్చ విశాలాయం పృథివ్యా మపి దుర్లభమ్।
పితరం మాతరం చైవ సంమాన్యాభిప్రసాద్య చ॥ 58

అనుప్రవ్రజితో రామం సుమిత్రా యేన సుప్రజాః।
అనుకూల్యేన ధర్మాత్మా త్యక్త్వా సుఖ మనుత్తమమ్॥ 59

అనుగచ్ఛతి కాకుత్ స్థం భ్రాతం పాలయ న్వనే।
సింహస్కన్ధో మహాబాహు ర్మనస్వీ ప్రియదర్శనః॥ 60

పితృవ ద్వర్త తే రామే మాతృవ న్మాం సమాచరన్।
హ్రియమాణాం తదా వీరో న తు మాం వేదలక్ష్మణః॥ 61

వృద్ధోపసేవీ లక్ష్మీవాన్ శక్తోన బహుభాషితా।
రాజ్ఞః పుత్రః ప్రియ శ్రేష్ఠ స్సదృశ శ్వశురస్య మే॥ 62

మమ ప్రియకరో నిత్యం భ్రాతా రామస్య లక్ష్మణః।
నియుక్తో ధురి యస్యాంతు తా ముద్వహతి వీర్యవాన్॥ 63

యం దృష్ట్వా రాఘవో నైవ వృత్త మార్య మనుస్మరేత్।
స మమార్థాయ కుశలం వక్తవ్యో వచనా న్మమ॥ 64

మృదు ర్నిత్యః శుచి ర్దక్షః ప్రియో రామస్య లక్ష్మణః।
యథా హి వానరశ్రేష్ఠ దుఃఖక్షయకరో భవేత్॥ 65

త్వ మస్మి న్కార్య నిర్యోగే ప్రమాణం హరసత్తమ।
రాఘవ స్త్వత్సమారంభా న్మయి యన్న వరో భవేత్॥ 66

తా. కౌసల్యాదేవి అదృష్టవంతురాలు. లోకరక్షణామూర్తిని పుత్రునిగా కనుకుంది. నాకాదృష్టము లేదు. వుంటే నా పిల్లవాడు నన్ను రక్షించేవాడు. రామునికి ప్రత్యేకంగా చెప్పవలసినదేమీ లేదు.

మీ తమ్మునితో సుఖముగా వున్నారా ? నీ పాదాలకు నా నమస్కారము. మీరు సుఖముగా వుంటే నాకదే చాలునని చెప్పు. వారు మనశ్శాంతితో వుంటే నావంటి వారెందరో బాగుపడతారు.

లక్ష్మణుడు నిజమైన ప్రాణసమానుడైన తమ్ముడు, అన్నగారి కోసం, అమ్మ ఆదేశంతో, భార్యను విడిచి వచ్చినవాడు. మా కోసం నిద్రాహారాలు మాని అనుక్షణం తపించే పరమభక్తుడు, శిష్యుడు, సోదరుడు... లక్ష్మణుడు.

అటువంటి తమ్ముడు లక్ష్మణుడు తోడుగా వుండి, సుఖముగా వుండమని చెప్పు. లక్ష్మణుని నన్ను మన్నించమని చెప్పు. ధర్మాత్ముడైన అతని విషయంలో నేను పడ్డ తొందరపాటుకు సరియైన ఫలమను భవించితినని చెప్పు.

అతడు దోషరహితుడు, అన్న వదినలను, తల్లిదండ్రులుగా సేవ చేసిన చాలా గొప్ప వ్యక్తి. రావణుడు నన్ను మోసం చేసే సమయంలో అతడు లేడు. అతడే కనుక నాకు రక్షకునిగా వుంటే ఈ దారుణం సంభవించి వుండేది కాదు.

లక్ష్మణుడు సర్వలక్షణ శుభ చరిత్రుడు. అన్నగారి ముందర, అతనికి తండ్రి. ఇతర ప్రేమలు బాంధవ్యాలను గమనించడు. అంతటి శుద్ధ చరిత్రుడు. అన్నీ తెలిపిన ఓ కపీశ్వరా! రామకార్యము సాధించుము. సీతారాములను కలుపుము! సర్వసమర్థుడవు. రాముడు నన్ను స్వయముగా తీసుకు వెళ్ళునట్లు చేయుము. ఇంతకుమించి నేనేమి చెప్పలేనందా, దుఃఖమూర్తి, సీత.

ఇదం బ్రూయా చ్చ మే నాథం శూరం రామం పునః పునః।
జీవితం ధారయిష్యామి మాసం దశరథాత్మజ॥ 67

ఊర్ధ్వం మాసా న్న జీవేయం సత్యే నాహం బ్రవీమితే।
రావణే నోపరుద్ధాం మాం నికృత్యా పాపకర్మణా।
త్రాతు మర్హసి వీర త్వం పాతాళా దివ కౌశకీమ్॥ 68

తతో వస్త్రగతం ముక్త్వా దివ్యం చూడామణిం శుభమ్।
ప్రదే యో రాఘవాయేతి సీతా హనుమతే దదౌ॥ 69

ప్రతిగృహ్య తతో వీరో మణిరత్న మనుత్తమమ్।
అఙ్గుళ్యా యోజయామాస న హ్యస్య ప్రాభవ ద్భుజః॥ 70

మణిరత్నం కపివరః ప్రతిగృహ్యాఽభివాద్య చ।
సీతాం ప్రదక్షిణం కృత్వా ప్రణతఃపార్శ్వత స్థితః॥ 71

హర్షేణ మహతా యుక్త స్సీతాదర్శనజేన సః।
హృదయేన గతో రామం శరీరేణ తు విష్ఠితః॥ 72

మణివర ముపగృహ్య తం మహార్హం జనకనృపాత్మజయా ధృతం ప్రభావాత్।
గిరి రివ పవనావధూతముక్త స్సుఖితమనాః ప్రతి సంక్రమ ప్రసేదే॥ 73

తా. ఏం చెప్పగలను ? చెప్పిందే చెబితే వినేవారికి విసుగు, బాధ. నా బాధ నాది. రెండు నెలలే గడువు. గడువులోగా నీవు రాకపోతే, సీత వుండదు. సీతారాములలో "సీత" లేకపోతే, అది ఆర్యపుత్రుల ఇష్టమని చెప్పుము.

రావణుని బారినుండి రక్షింపమను. పూర్వం ఇంద్రుడు దురదృష్ట వశాత్తు లక్ష్మిని కోల్పోతే పురుషోత్తముడైన శ్రీమన్నారాయణుడు, పాతాళము నుండి తెచ్చి, దేవతలను బుద్ధిగా సేవించుకోమన్నాడు. అలాగే రావణ గ్రహీతనైన రక్షించి, రాముని తన సన్నిధికి చేరుకొను మహత్తర కార్యక్రమానికి రామదూతా! శ్రీకారం చుట్టుము. నా ప్రాణాలను నిలుపుము.

అలాగన్న సీతాదేవి, తన కొంగున కట్టుకున్న చూడామణిని, రామార్థం.... ఆనవాలుగా ఇచ్చింది. దానిని జాగ్రత్తగా తన వేలికి తొడుకున్నాడు. సీతాదేవి చుట్టు ప్రదక్షిణం చేసి నిలిచాడు. చూడటాని కతడు సీతవలె, అశోకవనంలో వున్నాడు. కానీ -

ఆతని మనస్సు శ్రీరామ సన్నిధికి చేరింది. స్వయంగా వెళ్ళి జరిగినదంతా చెప్పి, శ్రీరాముని ఎంత త్వరగా ఇక్కడికి తీసుకు రావాలా ? అని హనుమ మనసు ఆత్రుతగా వుంది.

సీతను చూడటం, ఆమెతో మాట్లాడటం, ఆమెనుండీ ఆనవాలును పొందడం, నిన్న ఉదయం నుండి ఇప్పటివరకు పొందిన వేదన, అలసట మాటు మాయమయ్యాయి. ఇప్పుడు శ్రీరామ సన్నిధిలో వుండాలన్నది శ్రీరామదూత మానసం, తహతహ!

✿

ఇది వొరుగంటి వంశజనిత, శ్రీమతి సువర్చలాంబా, వెంకట సూర్యప్రసాదరావుల జేష్ఠ తనూజుడు "వర" రామకృష్ణప్రసాద్ - భక్తజనుల కందించిన, తేటతెలుగు వ్యాఖ్యాన శ్రీమత్ సుందరకాండలోని, అష్టత్రింశ సర్గ సమాప్తం.

- స్వస్తి-

- అస్తూ -

✦✦✦

ఏకోనచత్వారింశ స్సర్గః

మణిం దత్వా తత స్సీతా హనుమ న్త మథాఽ బ్రవీత్।
అభిజ్ఞాన మభిజ్ఞాత మేత ద్రామస్య త త్త్వతః॥ 1

తా. ఆనవాలు తీసుకున్నాడు. అమ్మకు నమస్కారం పెట్టాడు. అమ్మా! అతి త్వరలో కలుస్తానన్నాడు. ఆమె వద్ద శెలవు తీసుకున్నాడు. అప్పుడు సీత "హనుమా!" ఇది చూస్తే చాలు స్వామి సంతోషిస్తారంది.

మణిం తు దృష్ట్వా రామో వై త్రయాణాం సంస్మరిష్యతి।
వీరో జనన్యా మమ చ రాజ్ఞో దశరథస్య చ॥ 2

స భూయ స్త్వం సముత్సాహే చోదితో హరిసత్తమ।
అస్మిన్ కార్య సమారంభే ప్రచి న్తయ య దుత్తరమ్॥ 3

త్వ మస్మి న్కార్యనిర్యోగే ప్రమాణం హరి సత్తమ।
హనుమ న్యత్న మాస్థాయ దుఃఖ క్షయకరో భవ॥ 4

తస్య చిన్తయతో యత్నో దుఃఖక్షయ కరో భవేత్।
స తథే తి ప్రతిజ్ఞాయ మారుతి ర్భీమవిక్రమః॥ 5

తా. శ్రీరాముడు, దీనిని నా వివాహ కాలమందు నా తల్లిదండ్రుల నుండి తీసుకుని, దశరథ మహారాజుచే నాకిప్పించినందువలన, నన్ను, వారి పెద్దలను కూడా, ఇది స్మరింపచేయునంది.

నీవు చక్కగా ఆలోచిస్తున్నావు. కార్యసాధనకు తీవ్ర కృషి చేస్తున్నావు. అయినా నా మాటలను గూడా విను. తగు విధంగా స్వామికి, సమాధాన మిమ్ము. నీవల్లనే ఈ కార్యము సానుకూలమగును. నా దుఃఖము పోవును. కనుక నన్నీ దీనత్వం నుండి బయటపడవేయుము. ఆ తల్లి చెప్పిన మాటలను విన్నాడు.

శిరసు వంచి నమస్కరించాడు. తాను వెళ్ళ ననుజ్ఞ నర్థించాడు.

శిరసా వన్ద్య వైదేహీం గమనా యోపచక్రమే।
జ్ఞాత్వా సంప్రస్థితం దేవీ వానరం మారుతాత్మజమ్। 6

బాష్పగద్గదయా వాచా మైథిలీ వాక్య మబ్రవీత్।
కుశలం హనుమ న్బ్రూయా ససహితౌ రామలక్ష్మణౌ॥ 7

సుగ్రీవం చ సహామాత్యం వృద్ధాన్ సర్వాం శ్చ వానరాన్।
బ్రూయా స్త్వం వానరశ్రేష్ట కుశలం ధర్మసంహితమ్॥ 8

యథా స చ మహా బాహు ర్మాం తారయతి రాఘవః।
అస్మా దుఃఖాంబుసంరోధా త్త్వం సమాధాతు మర్హసి। 9

జీవన్తీం మాం యథా రామ స్సంభావయతి కీ ర్తిమాన్।
త త్తథా హనుమస్వాచ్యం వాచా ధర్మమవాప్నుహి॥ 10

నిత్య ముత్సాహయుక్తాశ్చ వాచ శ్శృత్వా త్వయేరితాః।
వర్ధిష్యతే దాశరథేః పౌరుషం మదవాప్తయే॥ 11

మత్సందేశయుతా వాచ స్త్వత్త శ్శృత్వై వ రాఘవః।
పరాక్రమవిధిం వీరో విధివ త్సంవిధాస్యతి॥ 12

తా. తల వూపింది. అడుగు కదుపుతున్నాడు. అప్పుడామె అందర్నీ పేరు పేరున అడిగానని చెప్పు! అశ్రుబిందువులు కారుతూంటే జీరబోయిన గొంతుకతో అంది.

మళ్ళీ చెబుతుందేమిటి ? అని అనుకోకు. ఆజానుబాహువు, అరవింద దళాయతాక్షుడైన రాముడు నన్ను కరుణించ చూడుము. ఏ దోషము లేని నన్ను నా ప్రభువు చేకొనునట్లు చూడు.

నా క్షేమవృత్తాంతము విన్న ప్రభువు, నన్ను కలియుటకు, కాపాడుటకు ఆత్రపడును. నన్ను రక్షిస్తాడు. ఇది నీ బాధ్యత... అంది.

సీతాయా వచనం శ్రుత్వా హనుమా న్మారుతాత్మజః।
శిర స్యంజలి మాధాయవాక్య ముత్తర మబ్రవీత్॥ 13

క్షిప్ర మేష్యతి కాకుత్స్థో హర్యక్షప్రవర ర్వృతః।
యస్తే యధి విజిత్యారీన్ శోకం వ్యసనయిష్యతి॥ 14

న హి పశ్యామి మ ర్త్యేషు నా సురేషు సురేషు వా।
య స్తస్య క్షిపతో బాణాన్ స్థాతు ముత్సహతే గ్రతః॥ 15

అప్యర్క మపి పర్జన్య మపి వైవస్వతం యమమ్।
స హి సోఢుం రణే శక్త స్తవ హేతో ర్విశేషతః॥ 16

స హి సాగరపర్యన్తాం మహీం శాసితు మీహతే।
త్వన్నిమిత్తో హి రామస్య జయో జనక నన్దిని॥ 17

తస్య తద్వచనం శ్రుత్వా సమ్యక్ సత్యం సుభాషితమ్।
జానకీ బహుమేనేఽథ వచనం చేదమబ్రవీత్॥ 18

తత స్తం ప్రస్థితం సీతా వీక్షమాణా పునః పునః।
భర్తృ స్నేహాన్వితం వాక్యం సౌహార్దా దనుమానయత్॥ 19

యది వా మన్యసే వీర వసై కాహ మరిన్దమ।
కస్మిం శ్చి త్సంవృతే దేశే విశ్రాంత శ్వో గమిష్యసి॥ 20

తా. "అలాగేనమ్మా" అన్నాడు. తప్పక మహా ధనుర్వేత్త - వసిష్ఠ - విశ్వామిత్ర శిష్యుడైన రాముడు, తప్పక నిన్ను బాధపట్టిన శత్రువులను చీల్చి చెండాడుతాడు. నిన్ను తప్పక రక్షించగలడు.

రామబాణ ప్రతాపానికి సురాసురులే నిలువలేరంటే, మానవులొక లెక్కా! రావణునికి భయపడి ఇంద్రాది దిక్పాలకులు, ఆతనికి తోడు వచ్చినా అధర్మవర్తనునికి తోడు వచ్చిన కారణాన వారందరు ఓడిపో వలసిందే. ఇది తథ్యము.

చతుస్సముద్ర యుక్త భూమండలాన్నేలవలసిన కౌసల్యా నందనుడు, సీతారాముడై, లోకాభిరాముడు, ప్రేమాభిరాముడు, ప్రజారాము డవుతాడు. హనుమ ఓదార్పుకు సంతోషించిన జానకి తన కష్టములు, దుఃఖము బాపగా వచ్చిన హనుమ ఓదార్పుకు మురిసి "హనుమా! అలసిపోయి వుంటావు. కొద్దిగా విశ్రాంతి తీసుకుని బయలుదేరు" ఇంతవరకు ఒక ఇల్లాలిగా ప్రవర్తించిన మైథిలి, ఇప్పుడు తల్లిగా మాట్లాడింది. తల్లిలాగే చెప్పింది.

మమ చే దల్పభాగ్యాయా స్సాన్నిధ్యా త్తవ వానర।
అస్య శోకస్య మహతో ముహూర్తం మోక్షణం భవేత్॥ 21

గతే హి హరిశార్దూల పున రాగమనాయ తు।
ప్రాణానా మపి సందేహో మమ స్యా న్నాత్ర సంశయః॥ 22

తవా దర్శనం శ్శోకో భూయో మాం పరితాపయేత్।
దుఃఖా ద్దుఃఖపరామృష్టాం దీపయ న్నివ వానర॥ 23

అయం చ వీర సందేహ స్తిష్ఠతీ వ మమా గ్రతః।
సుమహాం స్త్వత్సహాయేషు హర్యక్షేషు హరీశ్వర॥ 24

కథం ను ఖలు దుష్పారం తరిష్యన్తి మహోదధిమ్।
తాని హర్యక్ష సైన్యాని తౌ వానరవరాత్మజౌ॥ 25

త్రయాణా మేవ భూతానాం సాగరస్యా స్య లఙ్ఘనే ।
శక్తి స్స్యా ద్వైన తేయస్య తవ వా మారుతస్య వా॥ 26

త దస్మి న్కార్యనిర్యోగే వీరైవం దురతిక్రమే।
కిం పశ్యసి సమాధానం త్వం హి కార్యవిదాం వరః॥ 27

కామ మస్య త్వమేవైకః కార్యస్య పరిసాధనే।
పర్యాప్తః పరవీరఘ్న యశస్యస్తే బలోదయః॥ 28

బలై స్సమగ్రై ర్యది మాం రావణం జిత్య సంయుగే।
విజయీ స్వపురీం యాయా త్తత్తు మే స్యాద్యశస్కరమ్॥ 29

శరై స్తు సంకులాం కృత్వా లఙ్కాం పరబలార్దనః।
మాం నయే ద్యది కాకుత్స్థ స్త త్తస్య సదృశం భవేత్॥ 30

తా. నాకు కాస్త వూరట కల్గుతుంది. మనశ్శాంతి లభిస్తుంది. నా స్వామిని చూసిన సంతోషం, నీ మాటలలో నా మనస్సు నుపశమింప చేస్తుంది “అన్న సీత! హనుమా! వినుమా.... నేను వీరి మాటలకు, చేష్టలకు హడిలి చావకముందే నీవు రావలయును. కాలం మనది కాదు. కర్మమను భవించాల్సిందే. తప్పదు. మళ్ళీ మొదలు పెట్టింది అనుకోకు.

ఇంతవరకు జరిగింది వేరు. నీవు ఇక్కడ నుండి బయలుదేరిన ప్రతిక్షణం నా మనసు నీమీద, నా రాముని మీద నిలచి వుంటుంది. దిన దిన గండంగా బ్రతకాల్సి వస్తుంది. కనుక ఎంత తొందరగా వస్తే అంత మంచిది. వానర భల్లూక వీరులతో వస్తారంటున్నావు. సంతోషం.

వానర, భల్లూక వీరులు సముద్రము దాటెలాగ ఇక్కడికి వస్తారు ? ఇది సాధ్యమా ? నీవేదో వచ్చావు. నీవలె కొందరు రావచ్చును. రామలక్ష్మణులెట్లాగ వస్తారు.

కార్యశూరుడా! అన్నీ ఆలోచించుకుని, తొందరగా నీ నిర్ణయం తీసుకుని, నన్ను బ్రతికించవలెను. ఈ చెర విడిపించవలెను. ఎందుకింత ఆలోచన, నేను కార్యసాధనము చేయగలనంటావేమో...

త ద్యథా తస్య విక్రా న్త మనురూపం మహాత్మనః।
భవే దాహవశూరస్య తథా త్వ ముపపాదయ॥ 31

త దర్థో సహితం వాక్యం సహితం హేతుసంహితమ్।
నిశమ్య హనుమాన్ శేషం వాక్య ముత్తర మబ్రవీత్॥ 32

దేవ హర్యృక్ష సైన్యానా మీశ్వరః ప్లవతాం వరః।
సుగ్రీవ స్సత్త్వసమ్పన్న స్తవార్థే కృత నిశ్చయః॥ 33

స వానర సహస్రాణా కోటీభి రభిసంవృతః।
క్షిప్ర మేష్యతి వై దేహి రాక్షసానాం నిబర్హణః॥ 34

తస్య విక్రమసంపన్నా స్సత్త్వవన్తో మహాబలాః।
మన స్సంకల్పసంపాతా విదేశే హరయ స్థితాః॥ 35

యేషాం నో పరి నాధ స్తా న్న తిర్య క్సజ్జతే గతిః।
న చ కర్మసు సీదన్తి మహత్స్వమిత తేజసః॥ 36

అసకృ త్తైర్మహోత్సాహై స్ససాగరధరాధరా।
ప్రదక్షిణీ కృతా భూమి ర్వాయుమార్గానుసారిభిః॥ 37

మ ద్విశిష్టా శ్చ తుల్యా శ్చ స న్తి తత్ర వనౌకసః।
మత్తః ప్రత్యవీరః కశ్చి న్నాస్తి సుగ్రీవ సన్నిధౌ॥ 38

అహం తావ దిహ ప్రాప్తః కిం పునస్తే మహాబలాః।
న హి ప్రకృష్టాః ప్రేష్యన్తే ప్రేష్యన్తే హీతరే జనాః॥ 39

త దలం పరితాపేన దేవి శోకో వ్యపైతు తే।
ఏకోత్పాతేన తే లఙ్కా మేష్యన్తి హరియూథపాః॥ 40

తా. తప్పక నీవు చెయ్యగలవు. మహాశక్తివంతుడవు, మతిమంతుడివైన నీకు అసాధ్యం లేదు. మరింత కీర్తి వస్తుంది. దానివలన నాకు ఆనందము కలుగదు కదా! అదే రాముడు కనుక రావణాదులను నిర్జించి నన్ను చేపడితే, ఆర్యపుత్రులకు గౌరవం. గర్వకారణం. ఇక నీకు చెప్పవలసిన పని లేదు."

రామానుగ్రహం కల్గునట్లు, సీతా గౌరవం పెరుగునట్లు చూడుము. శ్రీరామ ఘాతానికి రాక్షస నాశనం జరిగితే లోకం హర్షిస్తుంది. ధర్మం నిలబడుతుంది. కనుక రాముని ప్రేరేపించి, రావణ సంహారము చేయించుము." అనడంతో ఆమె మనసును గ్రహించిన పావని, "అమ్మా!" అంటూ మరొక పరమ రహస్యాన్ని చెబుతున్నాడు.

అమ్మా! సుగ్రీవుడు అనేక ఋక్ష, వానర సేనలకు ప్రభువు. అతడు సూర్యపుత్రుడు. మహాబలుడు. ఆయన, తన అపారసేనతో కదిలి వస్తాడు. రావణాదులను వధించి నిన్ను శ్రీరాముడు తీసుకువెళ్లునట్లు చూస్తాడు.

"సుగ్రీవాజ్ఞ!" అనేదొక వజ్ర శాసనం. ఋక్ష వానరులలో, సుగ్రీవాజ్ఞను కాదని ఏ ఒక్కరు బ్రతుకలేరు. అంతటి సర్వశక్తిమంతుడా వానర ప్రభువు. కేవలం వానరులనుకోకమ్మా. ఇది మామూలు కోతిమూక కాదు. కింపురుష జాతిలో గల ప్రత్యేక వర్గం. దీనికి భూమ్యాకాశాలలో నిరాటంకంగా సంచరించగల శక్తి వుంది. అంతటి గొప్పవారీ ఋక్షవానర సమూహాలు.

వీరి శక్తి వర్ణనాతీతం. చెప్పాను కదూ తల్లీ! త్రివిక్రమావతారాన్ని ముమ్మారు చుట్టిన మహాయశస్వి జాంబవంతుడు మాకు మార్గదర్శకుడు. అందరిలోకి చిన్నవాడిని, సామాన్యుడిని నేనేనమ్మా!" అని పరమ రహస్యాన్ని, విశేషాసక్తితో వింటున్న సీతకు మెల్లిగా చెబుతాడు.

అమ్మా! అందరిలోకి చిన్నవాడినైన నేనే ఇలాగ నిన్ను చూడవస్తే ఆ దివ్యులు, ప్రముఖులు చేసే సాహసం చూసి తీరవలసిందేనమ్మా! నీకో విషయం చెప్పనా, తల్లీ! సాధారణంగా ఇటువంటి పనులకు యోధాను యోధులను పంపరు. సాహసం చేయగలిగే సామాన్యులనే పంపుతారన్న విషయం తప్పక తెలిసే వుంటుంది.

నేను వెళ్ళడం తరువాయి. ప్రతివారు యుద్ధోత్సాహంతో ఇక్కడికి ఎంత తొందరలో వీలయితే అంత తొందరలో వచ్చి నిలుస్తారు.

మమ పృష్ఠగతౌ తౌ చ చన్ద్రసూర్యా వినో దితౌ।
త్వత్సకాశం మహాసత్వౌ నృసింహౌ వాగమిష్యతః॥ 41

తౌ హి వీరౌ వరవరౌ సహితౌ రామలక్ష్మణౌ।
ఆగమ్య నగరీం లఙ్కాం నాయకై ర్విధమిష్యతః॥ 42

సగణం రావణం హత్వా రాఘవో రఘునన్దనః।
త్వా మాదాయ వరారోహే స్వపురం ప్రతియాస్యతి॥ 43

త దాశ్వసిహి భద్రం తే భవ త్వం కాలకాఙ్క్షిణీ।
న చిరా ద్ద్రక్షసే రామం ప్రజ్వలన్త మివా నలమ్॥ 44

నిహతే రాక్షసేన్ద్రే స్మి౯ నపుత్రామాత్యబాన్ధవే।
త్వం సమేష్యసి రామేణ శశాఙ్కే నేవ రోహిణీ॥ 45

క్షిప్రం త్వం దేవి శోకస్య పారం యాస్యసి మైథిలి।
రావణం చైవ రామేణ నిహతం ద్రక్ష్యసేఽ చిరాత్॥ 46

ఏవ మాశ్వాస్య వై దేహీం హనుమా న్మారుతాత్మజః।
గమనాయ మతిం కృత్వా వై దేహీం పున రబ్రవీత్॥ 47

తా. సూర్య-చంద్ర తేజోమూర్తులైన రామలక్ష్మణులు, నా భుజాలపై కూర్చుని ఇక్కడికి వస్తారు. నీకు భయం వద్దు. దిగులు అసలేవద్దు. రామసోదరులు లంకకు రావడం ఖాయం. లంకను ధ్వంసం చేయడము తథ్యం. దీనికి నీవు కూడా అనుక్షణం వారి విజయాన్ని కాంక్షిస్తు ప్రార్థనలు చెయ్యి.

"దుఃఖం - కార్యభంగానికి కారణమైతే, సంతోషం విజయానికి సూచకం. అన్నీ శుభశకునాలు లభిస్తున్న తరుణంలో, శ్రీరామ విజయాన్ని కాంక్షించి, ఆ భగవంతుని ప్రార్థించు. నీ శుభాకాంక్షలు మాకు దిగ్విజయ కారకాలు" అని ఓదార్చాడు.

త మరిఘ్నం కృతాత్మానం క్షిప్రం ద్రక్షసి రాఘవమ్।
లక్ష్మణం చ ధనుష్పాణిం లంకా ద్వార ముపస్థితమ్॥ 48

నఖదంష్ట్రాయుధా న్వీరా౯ సింహ శార్దూల విక్రమా౯।
వానరా న్వారణేన్ద్రాభా౯ క్షిప్రం ద్రక్ష్యసి సంగతా౯॥ 49

శైలాంబుదనికాశానాం లఙ్కా మలయసానుషు।
నర్దతాం కపిముఖ్యానా మార్యే యూథా న్యనేకశః॥ 50

స తు మర్మణి ఘోరేణ తాడితో మన్మనేషుణా।
న శర్మ లభతే రామ స్సింహార్దిత ఇవ ద్విపః॥ 51

మారుదో దేవి శోకేన మాభూత్తే మనసోఽప్రియమ్।
శచీ న పత్యా శక్రేణ భర్త్రా నాథవతీ హ్యసి॥ 52

రామా ద్విశిష్టః కో న్యోస్తి కశ్చ త్సౌమిత్రిణా సమః।
అగ్నిమారుతకల్పౌ తౌ భ్రాతరౌ తవ సంశ్రయా॥ 53

నాస్మిం శ్చిరం వత్స్యసి దేవి దేశే
రక్షోగణైరధ్యుషి తేఽతిరౌద్రే।
న తే చిరా దాగమనం ప్రియస్య
క్షమస్వ మత్సంగమకాలమాత్రమ్॥ 54

తా. రామలక్ష్మణులు, అపార వానర ఋక్షసైన్యం సుగ్రీవ, జాంబవత, అంగదాదులతో వచ్చిన విషయం నీకు మేమెవ్వరము చెప్పవలసిన పనిలేదు. ఈ లంకా పురవాసులే, వారి రాకను ఆశ్చర్యంగా చెప్పుకుంటారని, జానకిని, వూరడించాడు.

ఋక్ష-వానర వీరులకు ఈ లంక చాలదు. అయినా, నీ కోసం వస్తారు. ఏదో రకంగా చెట్లు పుట్టలను పట్టుకుని, "అమ్మా! నిన్ను రక్షించుకోవడానికి తాపత్రయపడతారు. విజయులై ఆనంద లోకాల విహరిస్తారు.

జరిగేది ప్రత్యేకంగా చెప్పవలసిన పనిలేదు. రావణునికి, రాక్షసులకు గుండెలదిరే ప్రతి ఒక్క విషయం నీవు వింటావు. అదెంతో దూరంలో లేదు. అగ్నివాయువుల వలె, ఆ సోదరులు విజృంభిస్తుంటే "అమ్మా! వారికి సమాధానం చెప్పే వారెవరమ్మా! ఎక్కడమ్మా, అటువంటి వీరులు!

హనుమంతుడు చెప్పే ప్రతి విషయానికి జానకి పొంగిపోయింది. రాముడు వచ్చినట్లు, హనుమ చెప్పినదంతా నిజమైనట్లే తలచింది. అమ్మా!... అన్నాడు.

శుభమందా తల్లి.

✿

ఇది వోరుగంటి వంశజనిత, శ్రీమతి సువర్చలాంబా, వెంకట
సూర్యప్రసాదరావుల జ్యేష్ఠ తనూజుడు "వర" రామకృష్ణప్రసాద్ -
భక్తజనుల కందించిన, తేటతెలుగు వ్యాఖ్యాన శ్రీమత్
సుందరకాండలోని, ఏకోనచత్వారింశ సర్గ సమాప్తం.

- స్వస్తి -

- అస్తూ -

✦✦✦

చత్వారింశ స్సర్గః

శ్రుత్వా తు వచనం తస్య వాయుసూనో ర్మహాత్మనః।
ఉవా చాత్మహితం వాక్యం సీతా సురసుతోపమా॥ 1

త్వాం దృష్ట్వా ప్రియవక్తారం సంప్రహృష్యామి వానర।
అర్ధసంజాతసస్యేవ వృష్టిం ప్రాప్య వసుంధరా॥ 2

తా. హనుమంతుని ధైర్యవచనాలకు, అతని సమర్థతకు సీత ధైర్యమొందింది. హనుమా... అంటూ నీ ప్రియవచనాలు అమృతమయమై, నన్ను దుఃఖం నుండి విముక్తిని కల్గించాయి.

సకాలంలో వృష్టి ప్రకరణం చేయకపోతే విత్తు మొలకెత్తదు. పంట పండుటమన్నది జరుగదు. ఆ విధంగా నాకు సంతోషాన్ని ప్రసాదించావు నన్ను ధైర్యవంతురాలిని చేసావని, అభినందించింది.

యథా తం పురుషవ్యాఘ్రా గాత్రై శ్శోకాభికర్శితైః।
సంస్పృశేయం సకామాహం తథా కురు దయాం మయి॥ 3

అభిజ్ఞానం చ రామస్య దద్యా హరిగణోత్తమ।
క్షిప్తామిషీకాం కాకస్య కోపా దేకాక్షి శాతనీమ్॥ 4

మనశ్శిలాయా స్తిలకో గండపార్శ్వే నివేశితః।
త్వయా ప్రణష్టే తిలకే తం కిల స్మర్తు మర్హసి॥ 5

స్వ వీర్యవా న్కథం సీతాం హృతాం న మనుమన్యసే।
వసన్తీం రక్షసాం మధ్యే మహేన్ద్రవరుణోపమః॥ 6

ఏష చూడామణి ర్దివ్యో మయా సుపరిరక్షితః।
ఏతం దృష్ట్వా ప్రహృష్యామి వ్యసనే త్వా మివానఘ॥ 7

ఏష నిర్యాతిత శ్శ్రీమా న్మయా తే వారిసంభవః।
అతః పరం న శక్ష్యామి జీవితుం శోకలాలసా॥ 8

తా. ఈ ఆనందంతో, అతి త్వరలో శ్రీరామదర్శనం చెయ్యాలని, వారితో కలిసి సంభాషించాలని మనసు ఉవ్విళ్ళూరుతుంది. కనుక, నాకా అదృష్టాన్ని వేగమే కల్గించు. అన్న సీత, "అది కాకి. అయినా నాకపకారం చేసిందని, గడ్డిపరకను బ్రహ్మాస్త్రం చేసిన ప్రభువు" నేను చెప్పినట్లు స్వామికి తెలుపుము.

"ఒకసారి నా నుదుట కుంకుమ, చిరుచెమటలు పట్టి, కరిగింది. అది సహించలేని నా ప్రభువు మణిశిలను బొట్టుపెట్టి "సుదతీ! స్త్రీలకు కుంకుమే శోభ" అన్న ఆ దయాత్ముని దర్శనం తొందరగా కల్గింపచెయ్యి.

నేను చెప్పిందంతా చెప్పు.

నీవు చూసిందంతా చెప్పు.

రామ-లక్ష్మణుల బలపరాక్రమాలను నేను ప్రశంసించిన తీరును, తెలియచెయ్యి. ఆ చూడామణిని చూపుము. నా ప్రేమను, నిరీక్షణను స్వామికి తెలియచేయుము.

శ్రీరామహస్తాల ప్రసాదించిన ఈ చూడామణిని చూస్తు ఇన్నాళ్ళు... ఎలాగో దుఃఖభారంతో గడిపాను. ఇక దీని వియోగంతో ఎన్నో రోజులు గడుపలేను. కావున తొందరగా ప్రభువుని తీసుకునిరా, నన్ను రక్షింపచెయ్యి.

అసహ్యాని చ దుఃఖాని వాచశ్చ హృదయచ్ఛిదః।
రాక్షసీనాం సుఘోరాణాం త్వత్కృతే మర్ష యా మ్యహమ్॥ 9

ధారయిష్యామి మాసం తు జీవితం శత్రుసూదన।
మాసా దూర్ధ్వం న జీవిష్యే త్వయా హీనా నృపాత్మజ॥ 10

ఘోరో రాక్షసరాజో యం దృష్టి శ్చ న సుఖా మయి।
త్వాం చ శ్రుత్వా విషజ్జన్తం న జీవేయ మహం క్షణమ్॥ 11

వై దేహ్యా వచనం శ్రుత్వా కరుణం చాశ్రు భాషితమ్।
అథా బ్రవీ న్మహాతేజా హనూమా న్మారుతాత్మజః॥ 12

త్వచ్ఛోకవిముఖో రామో దేవి సత్యేన తే శపే।
రామే దుఃఖాభిభూతే తు లక్ష్మణః పరితప్యతే॥ 13

కథం చి ద్భవతీ దృష్ట్వా న కాలః పరిశోచితుమ్।
ఇమం ముహూర్తం దుఃఖానా మన్తం ద్రక్ష్యసి భామిని॥ 14

తా వుభౌ పురుషవ్యాఘ్రౌ రాజపుత్త్రౌ వరిందమౌ।
త్వద్దర్శన కృతో త్సాహౌ లఙ్కాం భస్మీకరిష్యతః॥ 15

హత్వా తు సమరే క్రూరం రావణం సహ బాన్ధవమ్।
రాఘవౌ త్వాం విశాలాక్షి స్వాం పురీం ప్రాపయిష్యతః॥ 16

య త్తు రామో విజానీయా దభిజ్ఞాన మనిన్ది తే।
ప్రీతి సంజననం తస్య భూయ స్త్వం దాతు మర్హసి॥ 17

సా బ్రవీ ద్దత్త మే వేతి మయా భిజ్ఞాన ముత్తమమ్।
ఏత దేవ హి రామస్య దృష్ట్వా మత్కేశభూషణమ్॥ 18

శ్రద్ధేయం హనుమ న్వాక్యం తవ వీర భవిష్యతి।
స తం మణివరం గృహ్య శ్రీమా౯ ప్లవగసత్తమః॥ 19

తా. రాక్షస స్త్రీల మాటల్ని విన్నావు. ఎలాగ బ్రతకాలో చెప్పు. త్రిజట కలను విన్నావు. అదీ రామునికి తెలియచెయ్యి. వాళ్ళను తొందరగా తీసుకురా. రావణుడు, వాని పరివారము చూపులు, మాటలు నీకు బాగా తెలుసు. అన్ని చెప్పి, వున్నవాళ్ళనున్నట్లు తీసుకు, రా. అనగా, హనుమ,

"తప్పక నీ మనస్సును రాముని ముందు వుంచుతాను. ముందు నిన్ను చూసానని చెబుతాను. ఆ తర్వాత ఇక్కడి జరిగినదంతా వివరంగా చెప్పి, వాళ్ళను వేగిరపరచి మరీ తీసుకు వస్తాను. నా మాటనమ్ము తల్లి, నీ దుఃఖం చూసినవాడను. తప్పక నా ధర్మం నేను నెరవేరుస్తా"నన్నాడు.

ప్రణమ్య శిరసా దేవీం గమనా యోపచక్ర మే।
త ముత్పాతకృతోత్సాహ మవేక్ష్య హరిపుంగవమ్॥ 20

వర్ధమానం మహావేగ మువాచ జనకాత్మజా।
అశ్రుపూర్ణముఖీ దీనా బాష్పగద్గదయా గిరా॥ 21

హనుమ౯ సింహ సంకాశౌ భ్రాతరౌ రామలక్ష్మణౌ।
సుగ్రీవం చ సహామాత్యం సర్వా న్బ్రూయా హ్యనామయమ్॥ 22

యథా చ న మహాబాహు ర్మాం తారయతి రాఘవః।
అస్మా దుఃఖాంబు సంరోధా త్త్వం సమాధాతు మర్హసి॥ 23

ఇమం చ తీవ్రం మమ శోకవేగం రక్షోభి రేభిః పరిభర్త్సనంచ।
బ్రూయాస్తురామస్య గత స్సమీపం శివశ్చ తేఽ ధ్వాస్తు హరిప్రవీర॥ 24

సరాజపుత్ర్యా ప్రతివేదితార్థః కపిః కృతార్థః పరిహృష్ట చేతాః।
అల్పావ శేషం ప్రసమీక్ష్య కార్యం దిశం హ్యుదీచీం మనసా జగామ॥ 25

తా. మళ్ళీ మళ్ళీ మైథిలిని ఓదార్చాడు. రామలక్ష్మణులు తప్పక వస్తారన్నాడు. సబాంధవముగా రావణుడు లంకతో కలిపి నాశనమవుతాడన్నాడు. ఆమెను ఊరడించాడు. అమ్మా! రామునికి నీ పరిస్థితి తెలియడానికి వీలుగా ఇంకేమైనా ఆనవాలు నిస్తావా ? అని అడుగుతాడు. అప్పుడామె "చూడామణి కన్న ప్రియమైనది రామునికి మరొకటి లేదు. కనుక అది చాలును." అంది.

అందుకు సంతోషించి, ఆమెకు నమస్కరించి పావని కదిలాడు. తన శరీరాన్ని పెంచుతున్నాడు. తన వీర విక్రమాన్ని ప్రదర్శించ సిద్ధమౌతున్న తరుణంలో "అందరిని అడిగానని చెప్పమంది. ఇక మిగిలింది నీవు చేయగలిగింది నా దుఃఖము బాపడమే. నీకు విజయము, నాకు శుభము. అందరికి ఆనందము కలుగుగాక! అని అభిలషించింది.

సంతోషచిత్తుడైన ఆంజనేయుడు, కార్యసాధనా విజయ సంతోషంతో, ముందుకడుగు వేసాడు.

✿

ఇది వొరుగంటి వంశజనిత, శ్రీమతి సువర్చలాంబా, వెంకట
సూర్యప్రసాదరావుల జ్యేష్ఠ తనూజుడు "వర" రామకృష్ణప్రసాద్ -
భక్తజనుల కందించిన, తేటతెలుగు వ్యాఖ్యాన శ్రీమత్
సుందరకాండలోని, చత్వారింశ సర్గ సమాప్తం.

- స్వస్తి-

- అస్తు -

✦✦✦

ఏకచత్వారింశ స్సర్గః

స చ వాగ్భిః ప్రశస్తాభి ర్గమిష్య న్పూజిత స్తయా।
తస్మా ద్దేశా దపక్రమ్య చిన్తయామాస వానరః॥ 1

తా. జరిగిన దానికి, జనకసుత సంతోషానికి, తనను కార్యసాధకునిగా తలంచి, కార్యసిద్ధికి వెనువెంటనే ప్రయత్నములు చేయమన్నందులకు హనుమ, ఆనందించాడు. అక్కడనుండి కొంచెం దూరం వెళ్ళి చేయవలసిన కార్యక్రమం గురించి క్షణమాలోచనం చేసాడు.

అల్ప శేష మిదం కార్యం దృష్టేయ మసితేక్షణా।
త్రీ నుపాయా నతిక్రమ్య చతుర్థ ఇహ దృశ్యతే॥ 2

న సామ రక్షస్సు గుణాయ కల్పతే నా దాన మర్థోపచితషు యుజ్యతే।
న భేదసాధ్యా బలదర్పితా జనాః పరాక్రమస్త్వేన మమే హ రోచతే॥ 3

న చా స్య కార్యస్య పరాక్రమాదృతే వినిశ్చయః కశ్చి దిహోపపద్యతే।
హతప్రవీరాహి రణేహి రాక్షసాః కథంచి దీయు ర్యదిహాద్యమార్దవమ్॥ 4

కార్యే కర్మని నిర్దిష్టే యో బహూ న్యపి సాధయేత్।
పూర్వకార్యా విరోధేన స కార్యం క ర్తు మర్హతి॥ 5

న హ్యేక స్సాధకో హేతు స్స్వల్ప స్యా సీ హ కర్మణః।
యో హ్యర్థం బహుధా వేద సమర్థో ర్థసాధనే॥ 6

తా. మొదటిది సీతాదేవిని చూచుట. రెండవది రావణుని ఆనుపానులు తెలుసుకొనుట. అప్పుడే “దూత” అన్న పదానికి సార్థకత. కనుక, వీరినెదు ర్కుంటాననుకున్నాడు.

ఈ రాక్షసులకు సామ, దాన, భేదాలు పనికిరావు. దండోపాయమే శ్రేష్ఠము. కనుక రెచ్చిపోయి అల్లరి చేస్తే రావణసేన వస్తుంది. వీలయినంత వరకు నా శక్తిని తెలిపి, ఆ తదుపరి రావణశక్తిని తెలుసుకుంటానని నిశ్చయించుకున్నాడు.

ఈ రాక్షసుల నెదిరించి ఆగడం మొదలుపెట్ట తలిచాడు. అప్పుడే వాళ్ళు మీదికి వస్తారు. తన దెబ్బ రుచి చూపించవచ్చునుకున్నాడు. అప్పుడు వీరి బుద్ధి, మనసు, నా మీద వుంటాయి. కాబట్టి సీతకే విధమైన ఆపద రాదు.

కావున... యుద్ధానికి సిద్ధపడ్డాడు.

ఇహైవ తావ త్కృత నిశ్చయోహ్యహం యదివ్రజేయం ప్లవగేశ్వరాలయమ్।
పరాత్మ సంమర్ద విశేష తత్త్వ వి త్తతః కృతం స్యా న్మమ భర్తృశాసనమ్॥ 7

కథం ను ఖల్వద్య భవే త్సుభాగతం ప్రసహ్యయుద్ధం మమ రాక్షసైస్సహ।
తథై ఖల్వాత్మ బలం చ సారవ త్సమ్మానయే న్మాం చ రణే దశాననః॥ 8

తత స్సమాసాద్య రణే దశాననం సమంత్రివర్గం సబల ప్రయాయినమ్।
హృది స్థితం తస్యమతం బలంచ వై సుఖేనమత్వాహ మితః పునర్వ్రజే॥ 9

ఇద మస్య నృశంసస్య నందనోపమ ముత్తమమ్।
వనం న్నేత మనః కా న్తం నానా ద్రుమ లతా యుతం॥ 10

ఇదం విధ్వంసయిష్యామి శుష్కం వన మివా నలః।
అస్మి న్భగ్నే తతః కోపం కరిష్యతి దశాననః॥ 11

తతోమహ త్సాశ్వమహారథద్విపం బలం సమాదేక్ష్యతి రాక్షసాధిపః।
త్రిశూల కాలాయసపట్టిసాయుధం తతో మహద్యుద్ధ మిదం భవిష్యతి॥ 12

తా. ఇప్పుడు ఎదుటి బలం తెలుసుకోకుండా, కిష్కింధకు వెడితే, సుగ్రీవుడు వారి సైన్య వివరాలను అడిగితే తెలియదంటే, భలే దూతవని వెక్కిరిస్తే... హనుమకి మాత్రం ఇంగితజ్ఞానం లేదనుకుంటే, అప్పుడు అందరిలో నగుబాటు. కనుక బంటుగా తల్లి సమాచారమొందిన నేను దూతగా వీళ్ళ వివరాలు, తెలుసుకుంటాను.

ఇది ఉభయులకు మేలుగా వుంటుందని తలిచాడు. తన ఆగడాలతో ముందు రాక్షసులను చీకాకుపరచి, ఆ తర్వాత ఆ వచ్చిన వీరుల పీచమణచాలని నిశ్చయించాడు.

అప్పుడు రావణుని మంత్రులు, సేనాధిపతులు, వారి బలగాలు తెలుసుకోగల్గుతాను. దీనికి తగ్గ పథకం ఆలోచించగల్గుతామనుకున్నాడు.

అటు ఇటు చూసాడు. ఆ... ఈ వనం బాగుందనుకున్నాడు. దీనిని చిందర వందర చేస్తే.... కథ ప్రారంభమౌతుందని, అల్లరి ప్రారంభించాడు.

ఇది రావణునికి తెలుస్తుంది. ముందు తన పరివారం, ఆ తరువాత ఆతని సేనలు. కథ ప్రారంభం. యుద్ధమారంభం. రావణునికి బెదురు. మనకు హుషారనుకున్నాడు. సుందరవనంలో ప్రవేశించాడు. చెట్లను చిందర వందర చేస్తున్నాడు.

అహం తు త స్సంయతి చండవిక్రమై స్సమేత్య రక్షోభి రసహ్యవిక్రమః।
నిహత్య త ద్రావణచోదితం బలం సుఖం గమిష్యామి కపీశ్వరాలయమ్॥ 13

తతో మారుతవ త్క్రుద్ధో మారుతి ర్భీమవిక్రమః।
ఊరువేగేన మహతా ద్రుమాన్ క్షేప్తు మథా రత్॥ 14

తత స్తు హనుమా న్వీరో బభఞ్జ ప్రమదావనమ్।
మత్త ద్విజసమాఘుష్టం నానాద్రుమలతాయుతమ్॥ 15

త ద్వనం మథితై ర్వృక్షై ర్భిన్నై శ్చ సలిలాశయైః।
చూర్ణితైః పర్వతాగ్రై శ్చ బభూ వా ప్రియదర్శనమ్॥ 16

నానాశకుంతవిరుతైః ప్రభిన్నై స్సలిలాశయైః।
తామ్రైః కిసలయైః క్లాన్తైః క్లాన్తద్రుమలతాయుతమ్॥ 17

తా. ఇదే మంచి ఆలోచన. ఈ పేరుతో రావణుని చూడవచ్చును. నాలుగు మంచిమాటలు చెప్పవచ్చుననుకున్నాడు.

వాయువరప్రసాది కదా! సుడిగాలివలె ఆ చెట్లను వూగిస లాడిస్తున్నాడు. కొమ్మలు విరుస్తున్నాడు. పూలు త్రుంచుతున్నాడు. ఆగడం ప్రారంభించాడు.

చెరువుల గట్లు దెంపి, చెట్లను కూల్చి, పక్షి గూళ్ళు పడేసి, క్రీడా పర్వత శిఖరాల పొడి పొడి చేసాడు. అందంగా వుండే సుందరవనం చూస్తుండగా ధ్వంసమవుతూంటే, చూచేవారు గుండెలు బాదుకునే పరిస్థితి ఏర్పడింది.

న బభౌ త ద్వనం తత్ర దావానలహతం యథా।
వ్యాకులావరణా రేజుర్విహ్వలా ఇవ తా లతాః॥ 18

లతాగృహై శ్చిత్రగృహైశ్చ నాశితై ర్మ హోరగై ర్వ్యాళమృగైశ్చనిర్ధుతైః।
శిలాగృహై రున్మథితై స్తథాగృహైః ప్రణష్టరూపం తదభూ న్మహద్వనమ్॥ 19

సా విహ్వలా శోకలతాప్రతానా వనస్థలీ శోకలతా ప్రతానా।
జాతా దశాస్య ప్రమాదావనస్య కపే ర్బలా ద్ధి ప్రమదావనస్య॥ 20

స తస్య కృత్వార్థపతే ర్మహాకపి ర్మహ ద్వ్యళీకం మనసో మహాత్మనః।
యుయుత్సురేకో బహుభిర్మహాబలై శ్రీయాజ్వల౯ తోరణ మాస్థితః కపిః॥21

తా. ఈ హనుమ విజృంభణానికి చెట్లు కూలడం, పక్షులు గూళ్ళు పోయి, చెదరి బెదరి అరవడం, మృగసంతతులు భయపడటం... క్షణాలలో ఏర్పడిన ఉత్పాతం అర్థంకాని పరిస్థితికి దారి చెయ్యసాగింది.

ఈ తరుణంలో అక్కడ వుండే రాక్షసులు భయపడుతున్నారు. ఏం జరుగుతుందో తెలియని అయోమయానికి గురయ్యారు.

ఇది తెలుసుకుని ఎవరైనా వస్తే వారితో పోరాడటానికి, హనుమ సిద్ధంగా నిలబడి వున్నాడు.

✿

ఇది వొరుగంటి వంశజనిత, శ్రీమతి సువర్చలాంబా, వెంకట
సూర్యప్రసాదరావుల జేష్ఠ తనూజుడు "వర" రామకృష్ణప్రసాద్ -
భక్తజనుల కందించిన, తేటతెలుగు వ్యాఖ్యాన శ్రీమత్
సుందరకాండలోని, ఏకచత్వారింశ సర్గ సమాప్తం.

- స్వస్తి-

- అస్తు -

✦✦✦

ద్విచత్వారింశ స్సర్గః

తతః పక్షినినాదేన వృక్షభంగ స్వనేన చ।
బభూవు స్త్రాససంభ్రాన్తా స్సర్వే లఙ్కానివాసినః॥ 1

తా. పక్షుల భయారవములు, చెట్లు విరిగిపడిన చప్పుళ్ళకు, అకస్మాత్తుగా ఏర్పడిన ఉపద్రవానికి ఆ పరిసరాలలోని లంకావాసులు పరుగెత్తుకొచ్చారు.

విద్రుతా శ్చ భయత్రస్తా వినేదు ర్మృగ పక్షిణః।
రక్షసాం చ నిమిత్తాని క్రూరాణి ప్రతిపేదిరే॥ 2

తతో గతాయాం నిద్రాయాం రాక్షస్యో వికృతాననాః।
త ద్వనం దదృశు ర్భగ్నం తం చ వీరం మహాకపిమ్॥ 3

సతా దృష్ట్వా మహాబాహు ర్మహాసత్త్వో మహాబలః।
చకార సుమహ ద్రూపం రాక్షసీనాం భయావహమ్॥ 4

తా. మృగాల భయంకర అరుపులు, విరిగిపడిన లత, పుష్ప - ఫల - వృక్షాల తాకిడి, అందరిలో ఇదేదో దుశ్శకునంగా తలిచారు.

ఈ హడావుడికి లేచిన రాక్షసస్త్రీలు, ఈ వన ధ్వంసాన్ని, హనుమంతుని చూసారు. ఆ రకంగా చూస్తున్న వారిని, ఆంజనేయుడు, తన శరీరాన్ని మరింత పెంచి, వారికి భయ కారకుడయ్యాడు.

తత స్తం గిరిసంకాశ మతికాయం మహాబలమ్।
రాక్షస్యో వానరందృష్ట్వా పప్రచ్ఛు ర్జనకాత్మజమ్॥ 5

కోఽయం కస్య కుతో వాయం కిం నిమిత్త మిహా గతః।
కథం త్వయా సహానేన సంవాదః కృత ఇత్యుత॥ 6

ఆచక్ష్వ నో విశాలాక్షి మాభూత్తే్త సుభగే భయమ్।
సంవాద మసితాపాఙ్గే త్వయా కిం కృతవా నయమ్॥ 7

అథా బ్రవీత్తదా సాధ్వీ సీతా సర్వాఙ్గసున్దరీ।
రక్షసాం భీమారూపాణాం విజ్ఞానే మమ కా గతిః॥ 8

యూయ మేవాభిజానీత యోఽయం య ద్వా కరిష్యతి।
అహి రేవ మ్యహేః పాదాన్ విజానాతి న సంశయః॥ 9

అహ మప్యస్య భీతా స్మి నైనం జానామి కో న్వయమ్।
వేద్మి రాక్షస మే వైనం కామరూపిణ మాగతమ్॥ 10

తా. ఆ పర్వతాకారాన్ని చూసి భయపడిన రాక్షస స్త్రీలు, ఆతడెవరని సీత నడిగారు. ఆమె పెదవి విప్పకపోయేసరికి "అమ్మా! నువ్వెలాగైనా అదృష్టవంతురాలివే. మా పరిస్థితే అయోమయం. ఆతనెవరు, ఎందుకు వచ్చాడు ? "నీతో ఏం మాట్లాడాడు ?" బ్రతిమాలుతున్నట్లు అడుగుతున్నారు.

అందుకు సీత "చూడండి. మిమ్మల్ని నిలువరించి, పరీక్షించి తెలుసుకునే మాయామంత్రాలు నా వద్ద లేవు. మీరు మాయావులు. అతని గురించి మీకే తెలిసి వుంటుంది. నాకేమీ తెలియదు. ఇప్పుడు మీరంటూంటే... మీ ప్రభువే ఇలాగ వచ్చాడేమోనని, నాకనిపిస్తూంది. దయచేసి నన్ను విడిచిపెట్టండి" ప్రార్థిస్తున్నట్లు అంది.

వై దేహ్యా వచనం శ్రుత్వా రాక్షస్యో విద్రుతా దిశః।
స్థితాః కాశ్చి ద్గతాః కాశ్చి ద్రావణాయ నివేదితుమ్॥ 11

రావణస్య సమీపే తు రాక్షస్యో వికృతాననాః।
విరూపం వానరం భీమ మాఖ్యాతు ముపచక్రముః॥ 12

అశోకవనికామధ్యే రాజ≡ భీమవపుః కపిః।
సీతాయా కృతసంవాద స్తిష్ఠ త్యమితవిక్రమః॥ 13

న చ తం జానకీ సీతా హరిం హరిణలోచనా।
అస్మాభి ర్బహుధా పృష్టా నివేదయితు మిచ్ఛతి॥ 14

వాసవస్య భవే ద్దూతో దూతో వై శ్రవణస్య వా।
ప్రేషితో వాపి రామేణ సీతాన్వేషణ కాంక్షయా॥ 15

తేన త్వ ద్భుతరూపేణ యత్త త్తవ మనోహరమ్।
నానామృగగణాకీర్ణం ప్రమృష్టం ప్రమదావనమ్॥ 16

న తత్ర కశ్చి దుద్దేశో య స్తేన న వినాశితః।
యత్ర సా జానకీ సాతా స తేన న వినాశితః॥ 17

జానకీ రక్షణార్థం వా శ్రమా ద్వా నోపలభ్యతే।
అథవా కశ్శ్రమ స్తన్య సైవ తేనాభిరక్షితా॥ 18

చారుపల్లవపుష్పాఢ్యం యం సీతా స్వయ మాస్థితా।
ప్రవృద్ధ శ్శింశుపా వృక్ష స్స చ తేనాభి రక్షితః॥ 19

తస్యోగ్రరూప స్యోగ్ర త్వం దండ మాజ్ఞాతు మర్హసి।
సీతా సంభాషితా యేన త ద్వనం చ వినాశితమ్॥ 20

తా. సీత మాటలకు నలుగురు నాల్గు దిక్కులకు పరుగెత్తారు. కొందరు రావణునకీ వార్త చెప్పాలని గుండెలు బాదుకుంటూ వెళ్ళారు. రావణుని చేరినవారు ఎవరో కోతి. చాలా పెద్ద కోతి. మాటిమాటికి కొండలాగా పెరుగుతున్నాడు. వీడు ముందు సీతతో ఏదో మాట్లాడాడు. ఆ తరువాత, మీకభిమాన పాత్రమైన ఉద్యానవనాన్ని ధ్వంసం చేస్తున్నాడు.

అతడు మన రహస్యాలను తెలుసుకోవడానికి, ఇంద్రుడో, కుబేరుడో, లేక సీత కోసం రాముడు పంపిన దూతో అయి వుండాలి. వాడి ధాటికి పులులు, సింహాలు బెదరిపోతున్నాయి. అతడు అశోకం మొత్తాన్ని ధ్వంసం చేస్తున్నాడే తప్ప, సీత వున్న ప్రాంతానికింకా రాలేదు. అందులో ఏమైన రహస్యముందేమో, అర్థం కావడంలేదు. ప్రాణభయంతో చెబుతున్నారు వాళ్ళు.

ప్రస్తుతం వారి పరిస్థితి కాదంటే హనుమంతుడు చంపుతాడు. లేదంటే రావణుడు చంపుతాడు. అటువంటి భయంకర పరిస్థితిని వారెదుర్కొంటున్నారు.

ఆ వానరుడు, నీకిష్టమైన సీతతో మాట్లాడాడు. వనాన్ని ధ్వంసం చేసాడు కాబట్టి అతడు శిక్షార్హుడు, వాళ్ళు చెబుతున్నారు.

మనఃపరిగృహీతాం తాం తవ రక్షోగణేశ్వర।
క స్సీతా మభిభాషేతి యో న స్యా త్త్యక్తజీవితః॥ 21

రాక్షసీనాం వచ శ్రుత్వా రావణో రాక్షసేశ్వరః।
హుతాగ్ని రివ జజ్వాల కోపసంవర్తి తేక్షణః॥ 22

తస్య క్రుద్ధస్య నేత్రాభ్యాం ప్రాపత న్నస్రబిన్దనః।
దీప్తాభ్యా మివ దీపాభ్యాం నార్చిష స్స్నేహబిన్దనః॥ 23

ఆత్మన స్సదృశా ఞ్ఛూరా న్కిఙ్కరా న్నామ రాక్షసాన్।
న్యాదిదేశ మహాతేజా నిగ్రహార్థం హనూమతః॥ 24

తేషా మశీతిసాహస్రం కింకరాణాం తరస్వినామ్।
నిర్యయు ర్భవనా త్తస్మా త్కూటముద్గరపాణయః॥ 25

మహోదరా మహాదంష్ట్రా ఘోరరూపా మహాబలాః।
యుద్ధాభిమనస స్స ర్వే హనుమద్గ్రహణోన్ముఖాః॥ 26

తే కపీన్ద్రం సమాసాద్య తోరణస్థ మవస్థితమ్।
అభిసేతు ర్మహా వేగాః పతంగా ఇవ సావకమ్॥ 27

తే గదాభి ర్విచిత్రాభిః పరిఘైః కాఞ్చనాఙ్గదైః।
ఆజఘ్ను ర్వానర శ్రేష్ఠం శరై శ్చాదిత్యసన్నిభైః॥ 28

ముద్గరైః పట్టిసై శ్శూలైః ప్రాస తోమర శక్తిభిః।
పరివార్య హనూమన్తం సహసా తస్థు రగ్రతః॥ 29

హనుమా నపి తేజస్వీ శ్రీమా న్పర్వతసన్నిభః।
క్షితా నావిధ్య లాంగూలం ననాద చ మహాస్వనమ్॥ 30

స భూత్వా సుమహాకాయో హనూమా న్మారుతాత్మజః।
ధృష్ట మాస్ఫోటయామాస లఙ్కాం శబ్దేన పూరయన్॥ 31

తా. వాళ్ల మాటల్ని విన్న రావణుడు కళ్ళు చిట్లించి, వాడు... కోతి. సీతతో మాట్లాడాడు. వనం ధ్వంసం చేసాడు. ఇంకా అక్కడే వున్నాడా ? రావణుడడిగాడు.

ఆ వనంలో ఓ పర్వతంలాగ నిలబడి వున్నాడు. ఈ పాటికేం చేస్తుంటాడో ? వనమెంత పాడు చేసాడో ?

"ఊ...!" గద్దించినట్లు, హెచ్చరికగా వాళ్ళను చూసాడు...." వెళ్ళండి. వాడి పని చూడండి." తన దగ్గరున్న శౌర్యగుణ ప్రకాశితులైన వీరులను హెచ్చరించాడు. అంతే.

ఎనభైవేల కింకరులను రాక్షసులు, ఇంకా కొందరు వీరులు. ఆ కోతిని పట్టుకోవడానికి తమ తమ ఆయుధాలతో పరుగెత్తారు. హనుమంతుని మీద మిడతల దండువలె పడ్డారు. తమ తమ ఆయుధాలతో ఢీ కొన్నారు.

వాళ్ళు... వాళ్ళ ఆయుధాలను చూస్తునే హనుమ గట్టిగా అరిచాడు. తోక నేలకేసి కొట్టాడు. గాలి గుండె నిండుగా పీల్చి, ఊదినట్లు విడిచాడు. అరుపుకు కొందరు. తోక చప్పుడికి ఇంకొందరు, గట్టిగా పీల్చిన గాలికి, మరికొందరు, అదిరి, చెదిరి, ఎగిరి పడ్డారు. అప్పుడు అతను చేసిన సింహనాదానికి కొందరి చెవులు గళ్ళు పడ్డాయి. ఆ క్షణం నుండి అవి వినిపించడం మానేసాయి. ఏమయిందో, ఏమవుతుందో తెలియని పరిస్థితి.

తస్యాస్ఫోటితశబ్దేన మహతా సానునాదినా।
పేతుర్విహంగా గగనా దుచ్చై శ్చేద మఘోషయత్॥ 32

జయ త్యతిబలో రామో లక్ష్మణ శ్చ మహాబలః।
రాజా జయతి సుగ్రీవో రాఘవే ణాభిపాలితః॥ 33

దాసోఽహం కోసలేన్ద్రస్య రామస్యాక్లిష్టకర్మణః।
హనుమా ఞ్ఛత్రుసైన్యానాం నిహన్తా మారుతాత్మజః॥ 34

న రావణసహస్రం మే యుద్ధే ప్రతిబలం భవేత్।
శిలాభిస్తు ప్రహవతః పాదపై శ్చ సహస్రశః॥ 35

అర్దయిత్వా పురీం లంకా మభివాద్య చ మైథిలీమ్।
సమృద్ధార్థో గమిష్యామి మిషతాం సర్వరక్షసామ్॥ 36

తస్య సన్నాద శబ్దేన తేఽభవన్భయ శఙ్కితాః।
దదృశు శ్చ హనూమన్తం సన్ధ్యామేఘ మివో న్నతమ్॥ 37

స్వామిసందేశ నిశ్శంకా స్తతస్తే రాక్షసాః కపిమ్।
చిత్రైః ప్రహరణై ర్భీమై రభిపేతు స్తత స్తతః॥ 38

సతైఃపరివృత శ్శూరై స్సర్వత స్స మహాబలః।
ఆసనాऽదాయసం భీమం పరిఘం తోరణాశ్రితమ్॥ 39

సతం పరిఘ మాదాయ జఘాన రజనీచరాన్।
స పన్నగ మివా దాయ స్ఫుర న్తం వినతాసుతః॥ 40

తా. ఆ నాద శబ్దానికి ఎగిరేపక్షులు గిలగిల కొట్టుకుని క్రిందపడటం చూసి, ప్రాణాలరచేతిలో పెట్టుకు వణికిపోతున్నారు.

"జయత్యతి బలో రామో లక్ష్మణశ్చ మహాబలః"
రాజా జయతి సుగ్రీవో రాఘవేణాభిపాలితం" అన్నాడు.

రాముడికి జయము, లక్ష్మణునికి విజయము. రామునిచే రక్షింపబడిన వానరరాజు సుగ్రీవునికి జయమని నినాదం చేసినవాడు-

దాసోహం కోసలేన్ద్రస్య రామస్యా క్లిష్టకర్మణః
హనుమా శ్శత్రు సైన్యానాం, నిహంతా మారుతాత్మజః

వీడు హనుమంతుడు. శత్రునాశకుడు. కోసలేంద్రుడు. పరబ్రహ్మ సమానుడు, సాహసాలు చేయగలవాడైన రాముని దాసుడు. అన్న సత్య భీకర ప్రతిజ్ఞా వాక్కులకు ప్రతి ఒక్కరు బెదిరారు. అడుగు ముందుకు వెయ్యాలంటే గుటకలు మ్రింగుతున్నారు. నాకు ఆయుధాలవసరం లేదు. ఈ చెట్లు, రాళ్ళు చాలు. వీటితోనే ఎటువంటి వారినైనా, ఆఖరికి ఆ రావణునైనా హింసిస్తానంటాడు.

అతని మాటలు, రూపము, అరుపులు, దడ పుట్టిస్తూంటే, ఏం చెయ్యాలో తెలియని అయోమయంలో కొందరుపడితే, మరికొందరు అచేతనులయ్యారు. కాదంటే రావణుడు చంపుతాడనే భయంతో, "రావణ" అనుకోగానే ప్రాణాలకు తెగించి ఆయుధాలనుపయోగించారు.

వాళ్ళ ఆయుధాలు, హనుమంతుని పిడిగుద్దులు, ఇనుపదుడ్డు కర్ర, పాదతాడనం, వాలము నేలకొట్టడంతో.... రావణసేన. కకావికలయింది. వాళ్ళ చేతిలోని పరిఘను తీసుకుని వారినే వుతుకుతూ గగన సంచారం చేస్తుంటే, పామును పట్టి గగనవీధిలో తిరిగే గరుత్మంతుడు వారికి గుర్తుకొచ్చాడు.

విచచారా మ్బ రే వీరః పరిగృహ్య చ మారుతిః।
స హత్వా రాక్షసా న్వీరా న్కిఙ్కరా న్మారుతాత్మజః॥ 41

యుద్ధ కాఙ్క్షీ పున ర్వీర స్తోరణం సముపాశ్రితః।
తత స్తస్మాద్భయా న్ముక్తాః కతిచి త్తత్ర రాక్షసాః।
నిహతా న్కిఙ్కరా స్సర్వాన్ రావణాయ న్యవేదయ౯॥ 42

స రాక్షసానాం నిహతం మహద్బలం నిశమ్య రాజా పరివృత్తలోచనః।
సమాదిదేశాప్రతిమం పరాక్రమే ప్రహస్తపుత్రం సమరే సుదుర్జయమ్॥ 43

తా. ఆంజనేయుని ముందు అందరు సాగిలపడ్డారు. చచ్చినవారు పోగా మిగిలిన కొందరు, రావణుని చెంతకు పరుగెత్తి, జరుగుతున్నది చెప్పారు.

వారి నుండి కర్ణకఠోరమైన దుర్వార్తను విన్న రావణుడు, తన కింకరులు, ఒక కోతి ముందు తలవంచి, బెదరడం, చావడం విని కోపంతో వూగిసలాడాడు.

"ప్రహస్తా!" అన్నాడు.

ఆతడు వెంటనే, తన దండుతో, హనుమ పైకి బయలుదేరాడు.

✿

ఇది వొరుగంటి వంశజనిత, శ్రీమతి సువర్చలాంబా, వెంకట
సూర్యప్రసాదరావుల జేష్ఠ తనూజుడు "వర" రామకృష్ణప్రసాద్ -
భక్తజనుల కందించిన, తేటతెలుగు వ్యాఖ్యాన శ్రీమత్
సుందరకాండలోని, ద్విచత్వారింశ సర్గ సమాప్తం.

- స్వస్తి-

- అస్తు -

✦✦✦

త్రిచత్వారింశ స్సర్గః

తత స్స కింకరా న్హత్వా హనుమాన్ ధ్యాన మాస్థితః।
వనం భగ్నం మయా చైత్యప్రాసాదో న వినాశితః॥ 1

తస్మా త్ప్రాసాద మస్యేవం భీమం విధ్వంసయా మ్యహమ్।
ఇతి సంచి న్త్య మనసా హనుమా న్దర్శయ న్బలమ్॥ 2

చైత్య ప్రాసాద మాప్లుత్య మేరు శృజ్గ మివో న్నతమ్।
ఆరురోహ హరిశ్రేష్ఠో హనుమా న్మారుతాత్మజః॥ 3

తా. ఆ వచ్చినవాడు రావణుడు "ప్రహస్తా!" అనగానే, తగు సైన్యంతో బయలుదేరాడు. కొద్దిసేపు వారితో ఆటలాడిన హనుమకు, వేరెవ్వరు తనని అటకయించడానికి రాకపోతే ఆటవిడుపుగా తలిచాడు. అశోకవన ధ్వంసం జరిగింది. ఇప్పుడు రాక్షసుల దేవాలయాలను పడగొడితే పూర్తిగా వాతావరణం వేడెక్కుతుందని తలచి, ఆ దిశగా తన అల్లరిని ప్రారంభించాడు.

ఆరుహ్య గిరిసంకాశం ప్రాసాదం హరియూథపః।
బభౌ స సుమహాతేజాః ప్రతిసూర్య ఇవోదితః॥ 4

సంప్రధృష్య చ దుర్ధర్షం చైత్య ప్రాసాద ముత్తమమ్।
హనుమా న్ప్రజ్వలన్ లక్ష్మ్యా పారియాత్రోపమోఽభవత్॥ 5

తా. మహాతేజస్సంపన్నుడైన పావని, రాక్షస దేవాలయాల పడవేతలో భాగంగా చైత్య ప్రసాదమెక్కాడు. అక్కడ గల రక్షో దేవాలయాన్ని ధ్వంస మొనరించ మొదలుపెట్టాడు. ఆ సమయంలో హనుమ రెండో సూర్యుని వలె వెలుగొందుతున్నాడు.

అసలే పర్వతాకారుడు, చైత్ర ప్రాసాదాన్ని ఆక్రమించుకుని, పారియాత్రికుల పర్వతం వలె ప్రకాశిస్తున్నాడు.

స భూత్వా సుమహాకాయః ప్రభావా న్మారుతాత్మజః।
ధృష్ట మాస్ఫోటయామాస లజ్కాం శబ్దేన పూరయన్॥ 6

తస్యా స్ఫోటితశబ్దేన మహతా శ్రోత్రఘాతినా।
పేతు ర్విహంగమా స్తత్ర చైత్రపాలా శ్చ మోహితాః॥ 7

అస్త్ర విజ్జయతాం రామో లక్ష్మణ శ్చ మహాబలః।
రాజాజయతి సుగ్రీవో రాఘవేణాభిపాలితః॥ 8

దాసోఽహం కోసలేన్ద్రస్య రామస్యా క్లిష్టకర్మణః।
హనుమా ఇుత్రుసైన్యానాం నిహన్తా మారుతాత్మజః॥ 9

స రావణసహస్రం మే యుద్ధే ప్రతిబలం భవేత్।
శిలాభిస్తు ప్రహరతః పాదపైశ్చ సహస్రశః॥ 10

అర్దయిత్వా పురీం లంకాం మభివాద్య చ మైథిలీమ్।
సమృద్ధార్థో గమిష్యామి మిషతాం సర్వరక్షసామ్॥ 11

ఏవ ముక్త్వా విమానస్థ శ్చైత్యస్థాన్ హరియూధపః।
ననాద భీమనిర్హ్రాదో రక్షసాం జనయ న్భయమ్॥ 12

తా. ఆ పర్వతాకారంతో చేసిన సింహధ్వని లంకా నగరమంతా ప్రతిధ్వనించింది. ఆ ధ్వనికి పక్షులు రాలి క్రింద పడ్డాయి. చైత్యప్రసాద పాలకులు మూర్ఛ పొందారు. అబద్ధమెందుకన్నట్లు హనుమ మళ్ళీ మళ్ళీ చెబుతున్నాడు. దాసోహం కోసలేంద్రస్య... అన్నాడు. రాజా జయతి సుగ్రీవో... అన్నాడు. సరావణం సహస్రంమే యుద్ధే ప్రతిబలం భవేత్... అంటున్నాడు. అర్థయిత్వా... పురీలంకాం... అంటున్నాడు.

హనుమంతుని కేకలకు, చెప్పే మాటలు ఒక్కరు అవేవిటో, అర్థం చేసుకోలేకపోతున్నారు. కానీ అయోమయంలో తమకేదో ఉపద్రవ మొచ్చిందని గజగజ లాడిపోతున్నారు.

రామ సేవకుడను, సుగ్రీవునికి శుభం పలుకువాడను. రావణుల వెయ్యి మందయినా నా ముందు దిగదిడుపు అన్నవాడు, ఈ లంకను మర్దించి అమ్మ సీతమ్మకు నమస్కరించి ఇక్కడనుండి మరీ వెడతా

నన్నాడు. ఇంతవరకు సీత అంటే సామాన్య జీవిగా తలచినా ఇప్పుడు వారికి ఇదొక ప్రమాదకర సూచిక, హెచ్చరిక అయింది.

తేన శబ్దేన మహతా చైత్యపాలా శ్శతం యయుః।
గృహీత్వా వివిధా నస్త్రా న్ప్రాసా న్ఖడ్గా న్పరశ్వధాన్॥ 13

విసృజన్తో మహాకాయా మారుతిం పర్యవారయన్।
తే గదాభి ర్విచిత్రాభిః పరిఘైః కాఞ్చనాఙ్గదైః॥ 14

ఆజఘ్ను ర్వానరశ్రేష్ఠం బాణై శ్చాదిత్యసన్నిభైః।
ఆవర్త ఇవ గఙ్గాయా స్తోయస్య విపులో మహాన్॥ 15

పరిక్షిప్య హరిశ్రేష్ఠం స బభౌ రక్షసాం గణః।
తతో వాతాత్మజః క్రుద్ధో భీమరూపం సమాస్థితః॥ 16

ప్రాసాదస్య మహా న్తస్య స్తమ్భం హేమపరిష్కృతమ్।
ఉత్పాటయిత్వా వేగేన హనుమా న్పవనాత్మజః॥ 17

తత స్తం భ్రామయామాస శతధారం మహాబలః।
తత్ర చాగ్నిస్సమభవ త్ప్రాసాద శ్చా ప్యదహ్యత॥ 18

దహ్యమానం తతో దృష్ట్వా ప్రాసాదం హరియూథపః।
స రాక్షసశతం హత్వా వజ్రేణేన్ద్ర ఇవా సురాన్॥ 19

అన్తరిక్షే స్థితి శ్శ్రీమా నిదం వచన మబ్రవీత్।
మాదృశానాం సహస్రాణి విసృష్టాని మహాత్మనామ్॥ 20

బలినాం వాన రేన్ద్రాణాం సుగ్రీవ వశవ ర్తినామ్।
అటన్తి వసుధాం కృత్స్నాం వయ మన్యే చ వానరాః॥ 21

దశనాగబలాః కేచిత్ కేచి ద్దశ గుణోత్తరాః।
కేచి న్నాగసహస్రస్య బభూవు స్తుల్యవిక్రమాః॥ 22

తా. హనుమంతుని భయంకర గర్జనలకు చైత్ర ప్రాసాద కాపలాదారులు, కొందరు భయపడి పారిపోతే ఇంకొందరు తమ తమ ఆయుధాలతో ఆంజనేయుని ఎదుర్కొన్నారు.

వారు పరిఘ మొదలగు ఆయుధాలతోను, బంగారు కర్రలతోను, పదునైన బాణాలతోను హనుమంతుని కొట్టారు. వారందరి మధ్యలో హనుమ, గంగానదిలోని సుడిగల ప్రాంతంలోని నీటివలె గిర్రున తిరుగుతున్నాడు. వారందరి ప్రయత్నానికి కోపించిన హనుమ, ఆ దేవాలయ ధ్వజ స్తంభాన్ని విరిచి, గిరగిర త్రిప్పగా, దాని ధాటికి ఎదురు వచ్చినవారలాగే నేలబడ్డారు.

ఈ త్రిప్పటలో, ఈ స్తంభము మరొక స్తంభాన్ని ఒరుసుకుని, మహాగ్ని పుట్టింది. ఆ దేవాలయాన్ని కాల్చడం ప్రారంభించిది. ఆ స్తంభంతో ఎందరినో చావమోదిన హనుమంతుడు, "చావండి!" అంటు ఆకాసానికెగిరాడు. ఓరేయ్! వినండర్రా వినండి. మా వంటి అనేకమంది మహావీరులు సుగ్రీవాజ్ఞతో భూమండలమంతా సీత కోసం గాలిస్తున్నారు. అందులో దక్షిణ దిక్కుకు వచ్చిన మహావీరులలో నేకొకడిని, మాలో పదివేల ఏనుగులు, ఇరవై వేల ఏనుగులు, వెయ్యి ఏనుగుల బలమున్నవారు కూడా వున్నారు. వారందరు వచ్చారో, మీరందరు చచ్చారే! అన్నాడు.

సన్తి చౌఘబలాః కేచి త్కేచి ద్వాయుబలోపాః।
అప్రమేయబలా శ్చా న్యే తత్రాస న్హరియూథపాః॥ 23

ఈదృగ్విధై స్తు హరిభి ర్వృతో ద న్త నఖాయుధైః।
శతై శ్శతసహస్రై శ్చ కోటీభి రయుతై రపి।
ఆగమిష్యతి సుగ్రీవ స్సర్వేషాం వో నిషూదనః॥ 24

నే యమస్తి పురీ లఙ్కా న యూయం న చ రావణః।
యస్మా దిక్ష్వాకునాథేన బద్ధం వైరం మహాత్మనా॥ 25

తా. వాయువేగులు, గజబలులు కాల(ప్రవాహ)వేగులు ఎందరో, నలుప్రక్కలకు వెళ్ళిన వారిలో వున్నారు. వారందరు కాలాంతకులు. ప్రాణాంతకులు. వీరందరు లక్షలు, కోట్లు! దశసహస్ర కోటులు, శత సహస్ర కోట్లలో వున్నారు.

వీరందరితో, వానర, ఋక్షరాజు సుగ్రీవుడు నేత్రపర్వంగా మిమ్మల్నందర్ని నాశనం చెయ్యడానికిక్కడకు వస్తున్నాడు.

రావణునితోపాటు అందరికి మరణం సంసిద్ధంగా వుంది. ఇక్ష్వాకు నాధునితో పెట్టుకున్న వైరం - ఇలా తలంలో మీకుచోటు లేకుండా చేస్తుందని హెచ్చరించాడు.

✿

ఇది వోరుగంటి వంశజనిత, శ్రీమతి సువర్చలాంబా, వెంకట సూర్యప్రసాదరావుల జేష్ఠ తనూజుడు "వర" రామకృష్ణప్రసాద్ - భక్తజనుల కందించిన, తేటతెలుగు వ్యాఖ్యాన శ్రీమత్ సుందరకాండలోని, త్రిచత్వారింశ సర్గ సమాప్తం.

- స్వస్తి-

- అస్తు -

✦✦✦

చతుశ్చత్వారింశ స్సర్గః

సందిష్టో రాక్షసేన్ద్రేణ ప్రహస్తస్య సుతో బలీ।
జమ్బుమాలీ మహాదంష్ట్రో నిర్జగామ ధనుర్ధరః॥ 1

తా. ఆంజనేయుడు, వారందరిని హెచ్చరిస్తున్న సమయంలో ప్రహస్త పుత్రుడు జంబుమాలి విల్లంబులుచేత ధరించి ఘనంగా, అట్టహాసంగా వచ్చాడు.

రక్తమాల్యామ్బరధర స్స్రగ్వీ రుచిరకుణ్డలః।
మహా న్వివృత్తనయన శ్చణ్డ స్సమరదుర్జయః॥ 2

ధను శ్శక్రధనుఃప్రఖ్యం మహ ద్రుచిరసాయకమ్।
విష్ఫారయానో వేగేన వజ్రాశని సమస్వనమ్॥ 3

తస్య విష్ఫారఘోషేణ ధనుషో మహతా దిశః।
ప్రదిశ శ్చ నభ శ్చైవ సహసా సమపూర్యత॥ 4

రథేన ఖర యుక్తేన త మా గత ముదీక్ష్య సః।
హనుమా న్వేగసంపన్నో జహర్ష చ ననాద చ॥ 5

తా. జంబుమాలి ఎర్రని వస్త్రాలు, పూలదండలతో, బలిపశువుగా అట్టహాసంగా వచ్చాడు. వచ్చిన పిల్లవాడు అందగాడే, వస్తూనే ధనుష్టాంకారం చేసి, ఆంజనేయుని పైకి వచ్చాడు. ఆ ధనుష్టంకారము మామూలు వారికి "ఠం"కారమే. హనుమకు మాత్రం నిస్సాకారం.

ఉరుములు, మెరుపులుగా వుందా ధనుష్టంకారం. గాడిదల రథంపై వచ్చిన జంబుమాలి అట్టహాసం చూసి "పాపం పిల్ల" వాడనుకున్నాడు. తను భయంకరంగా అరిచాడు.

తం తోరణ విటఙ్కస్థం హనుమ న్తం మహాకపిమ్।
జమ్బుమాలీ మహాబాహు ర్వివ్యాధ నిశితై శ్శరైః॥ 6

అర్ధచన్ద్రేణ వదనే శిర స్యే కేన కర్ణినా।
బాహ్వో ర్వివ్యాధ నారాచై ర్దశభి స్తం కపీశ్వరమ్॥ 7

తస్య త చ్ఛుశుభే తామ్రం శరేణా భిహతం ముఖమ్।
శరదీ వామ్బుజం ఫుల్లం విద్ధం భాస్కర రశ్మినా॥ 8

త త్తస్య రక్త రక్తేన రఞ్జితం శుశుభే ముఖమ్।
యథా కాశే మహాపద్మం సిక్తం చన్దనబిన్దుభిః॥ 9

చుకోప బాణాభిహతో రాక్షసస్య మహాకపిః।
తతః పార్శ్వే౽తివిపులాం దదర్శ మహతీం శిలామ్॥ 10

తరసా తాం సముత్పాట్య చిక్షేప బలవ ద్బలీ।
తాం శరై ర్దశభిః క్రుద్ధ స్తాడయామాస రాక్షసః॥ 11

తా. వారిద్దరు అరుపులు వాతావరణంలో ప్రతిధ్వనిస్తున్నాయి. ఈ తరుణంలో పదునైన బాణాలను జంబుమాలి ఆంజనేయునిపైకి వదిలాడు. ముఖంపై అర్ధచంద్రాకార బాణాన్ని, మిగిలిన శరీరంపై పదిబాణాలను వేసాడు.

వాటికి హనుమ శరీరం నొచ్చి మోదుగు పువ్వులా అయింది. అసలే హనుమంతుని ఎర్రని ముఖం, జంబుమాలి బాణాఘాతానికి మరింత ఎర్రబడింది. కుర్రవాడి ప్రతాపాన్ని చూసిన హనుమ, ప్రక్కనే వున్న పెద్ద రాతిని తీసుకుని అతనిపైకి విసిరాడు. పది బాణాలతో జంబుమాలి దానిని నుగ్గు నుగ్గు చేసాడు.

విపన్నం కర్మ తద్దృష్ట్వా హనుమాం శ్చణ్డవిక్రమః।
సాలం విపుల ముత్పాట్య భ్రామయామాస వీర్యవాన్॥ 12

భ్రామయన్తం కపిం దృష్ట్వా సాలవృక్షం మహాబలమ్।
చిక్షేప సుబహూన్ బాణాన్ జమ్బుమాలీ మహాబలః॥ 13

సాలం చతుర్భి శ్చిచ్ఛేద వానరం పఞ్చభిర్భుజే।
ఉరస్యేకేన బాణేన దశభిస్తు స్తనా న్తరే॥ 14

స శరైః పూరితతనుః క్రోధేన మహతా వృతః।
త మేవ పరిఘం గృహ్య భ్రామయామాస వేగితః॥ 15

అతివేగో౽తివేగేన భ్రామయిత్వా బలోత్కటః।
పరిఘం పాతయామాస జంబుమాలే ర్మహోరసి॥ 16

తస్య చైవం శిరో నాస్తి న బాహూ నచ జానునీ।
న ధను ర్న రథో నాశ్వా స్తత్రా దృశ్యన్త నేషవః॥ 17

స హత స్తరసా తేన జంబుమాలీ మహాబలః।
సపాత నిహతో భూమౌ చూర్ణి తాఙ్గవిభూషణః॥ 18

జమ్బుమాలిం చ నిహతం కిఙ్కరాం శ్చ మహాబలాన్।
చుక్రోధ రావణ శ్శ్రుత్వా కోప సంరక్తలోచనః॥ 19

స రోష సంవర్తిత తామ్రలోచనః
ప్రహస్తపుత్రే నిహతే మహాబలే।
అమాత్య పుత్రా నతివీర్యవిక్రమా
న్సమాది దేశాశు నిశాచరేశ్వరః॥ 20

తా. దాంతో హనుమ ఒక పెద్ద చెట్టుపీకి అతనిపైకి విసిరాడు. జంబుమాలి - నాలుగు బాణాలతో వృక్షాన్ని అయిదు బాణములతో భుజాలు, రొమ్మున ఒక బాణం, గుండెల మధ్య పది బాణాలను వేసాడు. వళ్ళంతా బాణాలు గుచ్చుకుని, శరపంజరంలాగ ఆంజనేయుడు కనుపించాడు.

దీనికి మారుతి కోపించాడు. ఇక వుపేక్షించ దలచక, ఓ పెద్ద ఇనుప దూలాన్ని గిరగిర త్రిప్పి జంబుమాలి పైకి విసిరాడు. ఆ దెబ్బకు... "శిరోనాస్తి... నబాహూ...." అంటాడు వాల్మీకి. తల, భుజాలు లేవు. శరీర భాగాలు, ధనసు, గాడిదలు, అవి పూన్చిన రథం, వాటి వాటి ఆకారాలతో కనబడలేదు. ఆనవాలు లేని స్థితి. హనుమ పరిఘాయుధ దెబ్బకు అవయవాలు కాదు. ఆనవాలే కనబడకపోవడమక్కడొక వింతయింది. జంబుమాలి, హతుడయ్యాడని చెప్పుకోవాలి తప్ప. మరేది కనబడని దుస్థితి. ఈ వార్త రావణునికందింది.

ఈ వార్తవిన్న మరుక్షణం రావణుని కళ్ళు ఎర్రబడ్డాయి. ఒక్క ఉదుటున సింహాసనం నుండి లేచిన వాడయ్యాడు.

తన మంత్రిపుత్రులకు వెళ్ళండి. కసి దీర్చుకోండి. ఆ కోతిని హతమార్చండి. ఇది ఆదేశం.

ఆవేశంతో వారు బయలుదేరారు.

✿

ఇది వొరుగంటి వంశజనిత, శ్రీమతి సువర్చలాంబా, వెంకట
సూర్యప్రసాదరావుల జేష్ఠ తనూజుడు "వర" రామకృష్ణప్రసాద్ -
భక్తజనుల కందించిన, తేటతెలుగు వ్యాఖ్యాన శ్రీమత్
సుందరకాండలోని, చతుశ్చత్వారింశ సర్గ సమాప్తం.

- స్వస్తి-

- అస్తూ -

✦✦✦

పంచచత్వారింశ స్సర్గః

తత స్తే రాక్షసేన్ద్రేణ చోదితా మన్త్రిణ స్సుతాః।
నిర్యయు ర్భవనా త్తస్మా త్సప్త సప్తార్చివర్చసః॥ 1

తా. రావణాదేశంతో బయలుదేరిన మంత్రిపుత్రులు ఏడుగురు అగ్నివలె మండిపడుతూ ఆంజనేయుని చూసారు.

మహాబలపరీవారా ధనుష్మన్తో మహాబలాః।
కృతాస్త్రాస్త్ర విదాం శ్రేష్ఠాః పరస్పర జయైషిణః॥ 2

హేమజాల పరిక్షిప్తై ర్ధ్వజవద్భిః పతాకిభిః।
తోయదస్వన నిర్ఘోషై ర్వాజియుక్తై ర్మహారథైః॥ 3

తప్తకాఞ్చన చిత్రాణి చాపా న్యమిత విక్రమాః।
విస్ఫారయ న్త స్సంహృష్టా స్తటిత్వన్త ఇవామ్బుదాః॥ 4

జనన్యస్తు తత స్తేషాం వదిత్వా కిఙ్కరా న్హతాన్।
బభూవు శ్శోకసంభ్రాన్తా స్సబాన్ధవ సుహృజ్జనాః॥ 5

తా. ఆ ఏడుగురు తమ తమ పరివారాలతో, అస్త్రశస్త్రాలతో, రథాలతో మేఘధ్వని చేయుచు, హనుమంతుడు "నా వంతు" అని ఒకరంటే, "నా వంతు" అని మరొకరు అంటూ, తమ జయగీతికలు తామే పాడుకుంటు, ఉత్సాహపడుతుంటే -

వీరి తల్లులు మాత్రం, గతంలోని కింకరులకు పట్టిన దుర్గతి, జంబుమాలి ఘోర చావును విని, దుఃఖితులౌతున్నారు. అయినా వారు బయలుదేరారు.

తే పరస్పర సంఘర్షా త్త ప్తకాఞ్చన భూషణాః।
అభిపేతు ర్హనూమన్తం తోరణస్థ మవస్థితమ్॥ 6

సృజన్తో బాణవృష్టింతే రథగర్జిత నిస్వనాః।
వృష్టిమన్త ఇవామ్భోదా విచేరు ర్నైరృతామ్బుదాః॥ 7

అవకీర్ణస్తత స్తాభి ర్హనుమా న్ఛరవృష్టిభిః।
అభవ త్సంవృతాకార శ్శైలరా డివ వృష్టిభిః॥ 8

స శరా న్మోఘయామాస తేషా మాశుచరః కపిః।
రథవేగం చ వీరాణాం విచర న్విమలేఽమ్బరే॥ 9

సతైః క్రీడ న్ధనుష్మద్భి ర్వ్యోమ్ని వీరః ప్రకాశతే।
ధనుష్మద్భి ర్యథా మేఘై ర్మారుతః ప్రభు రమ్బరే॥ 10

తా. ఏడుగురు మంత్రిపుత్రులు ఏడి, ఏడంటూ వచ్చారు. బాణాలు వేస్తున్నారు. ఉరుములు, మెరుపుల గడబిడనక్కడ సృష్టిస్తున్నారు.

ఆ రాక్షసుల బాణాలతో, మేరు సమానధీరుడైన ఆ పర్వతాకారుని శరీరం, ఒక కొండవలె ప్రకాశిస్తున్నాడు తప్ప, అక్కడున్నదొ కపిశ్రేష్టుడని ఎవరికి తెలియదు.

వారి బాణాలు తనకు తగులకుండా చిత్రంగా తిరుగుతూ, వారిని వారి రథాలను ఉక్కిరి బిక్కిరి చేస్తుండటంతో, మంత్రి పుత్రుల వాహనం వ్యర్థమయి, నిరాశకు గురి అవుతున్నారు.

స కృత్వా నినదం ఘోరం త్రాసయం స్తాం మహాచమూమ్।
చకార హనుమా న్వేగం తేషు రక్షస్సు వీర్యవా న్॥ 11

తలేనా భ్యహన త్కాంశ్చి త్పాదైః కాంశ్చి త్పరంతపః।
ముష్టినా భ్యహన త్కాంశ్చి న్నఖైః కాంశ్చిద్వ్యదారయత్॥ 12

ప్రమమాథోరసా కాంశ్చి దూరుభ్యా మపరా న్కపిః।
కేచి త్తస్య నినాదేన తత్రైవ పతితా భువి॥ 13

తత స్తే ష్వవసన్నేషు భూమౌ నిపతితేషు చ।
తత్సైన్య మగమ త్సర్వం దిశో దశ భయార్దితమ్॥ 14

వినేదు ర్విస్వరం నాగా నిపేతు ర్భువి వాజినః।
భగ్న నీడ ధ్వజ చ్ఛత్రై ర్భూశ్చ కీర్ణాఽభవ ద్రథైః॥ 15

స కృత్వా నినదం ఘోరం త్రాసయం స్తాం మహాచమూమ్।
చకార హనుమాన్ వేగం తేషు రక్షస్సు వీర్యవాన్॥ 11

త లేనా భ్యహన త్కాంశ్చి త్పాదైః కాంశ్చి త్పరంతపః।
ముష్టి నా భ్యహన త్కాంశ్చి న్నఖైః కాంశ్చి ద్వ్యదారయత్॥ 12

ప్రమమాథోరసా కాంశ్చి దూరుభ్యా మపరా న్కపిః।
కేచి త్తస్య నినాదేన తత్రైవ పతితా భువి॥ 13

తత స్తే ష్వపన్నేషు భూమౌ వినతితేషు చ।
తత్సైన్య మగమ త్సర్వం దిశో దశ భయార్దితమ్॥ 14

వినేదు ర్వస్వరం నాగా నిపేతు ర్భువి వాజినః।
భగ్న నీడ ధ్వజ చ్ఛత్రైర్భూశ్చ కీర్ణాఽభవ ద్రథైః॥ 15

తా. ఆ విధంగా హనుమ ఆకాశంలో సంచరిస్తూ, వీరి బాణాలను వ్యర్థ పుచ్చుతూ, వాయువు, మేఘాలు, ఇంద్ర ధనస్సులతో ఆడుకుంటు న్నట్లున్నాడు.

సైన్యాలను అరచి భయపెడుతూ, చిందర వందర చేస్తు, మంత్రి కుమారులను తికమక పెడుతున్నాడు. అరచేతితో కొందరిని, పాదాలు, పిడిగుద్దులతో కొందరిని, గోళ్ళతో చీల్చి ఇంకొందరిని, ఝామ్ముతో మరికొందరిని, చిత్రహింసలు పెడుతున్నట్లు వాళ్ళను పీడిస్తున్నాడు.

కొందరు హనుమ అరుపులకే దడిసి చస్తున్నారు.

ఆ మర్దనానికి, మంత్రి పుత్రులేడుగురు, తమ పూర్వీకుల ముందు హనుమను మర్దించగా చచ్చినవారి చెంతకు చేరారు. వారి సైన్యం చెల్లాచెదురయింది. వీరి మరణవార్త కూడా, రావణుని కందింది.

స్రవతా రుధిరేణాథ స్రవన్త్యో దర్శితాః పథి।
వివిధై శ్చ స్వరై ర్లఙ్కా ననాద వికృతం తదా॥ 16

సతాః ప్రవృద్ధా న్వినిహత్య రాక్షసాన్
మహాబల శ్చణ్డ పరాక్రమః కపిః।
యుయుత్సు రన్యైః పునరేవ రాక్షసై
స్తమేవ వీరోఽభిజగామ తోరణమ్॥ 17

తా. ఏనుగుల ఘీంకారం, గుర్రాల ఘోషలు, రథఛత్రములు నేలకూలడం, చూచేవారి కళ్ళు తిరగడం ఇదీ అక్కడి పరిస్థితి. ఇక నదులలో చచ్చినవారి రక్తంతో నీళ్ళు ఎర్రగా మారిపోయాయి. జనులు భయపడుతున్నారు. పక్షులు విచిత్ర ధ్వనులతో అటు, ఇటు గిరగిర తిరుగుతున్నయి. చచ్చినవారు చావగా, వచ్చేవారి కోసం మహోత్సాహంగా రామబంటు ఎదురు చూస్తున్నాడు. ఇది అక్కడి రాక్షస స్త్రీలకు - గగుర్పాటు కల్గించింది.

✿

ఇది వైరుగంటి వంశజనిత, శ్రీమతి సువర్చలాంబా, వెంకట
సూర్యప్రసాదరావుల జేష్ఠ తనూజుడు "వర" రామకృష్ణప్రసాద్ -
భక్తజనుల కందించిన, తేటతెలుగు వ్యాఖ్యాన శ్రీమత్
సుందరకాండలోని, పంచ చత్వారింశ సర్గ సమాప్తం.

- స్వస్తి-

- అస్తు -

✦✦✦

షట్చత్వారింశ స్సర్గః

హతాన్ మన్త్రిమతాన్ బుద్ధ్వా వానరేణ మహాత్మనా।
రావణ స్సంవృతాకార శ్చకార మతి ముత్తమామ్॥ 1

తా. ఏవిటీ మంత్రి పుత్రులు మరణించారా ? ఆశ్చర్యపోదామనుకున్న దశకంఠుడు, అది తనకవమానకరమని తలిచాడు. అతడు, అదే... ఆ కోతి... సామాన్యమైనది కాదనిపించింది. తన దిగులు బయటపడకుండా-

స విరూపాక్ష యూపాక్షౌ దుర్ధరం చైవ రాక్షసమ్।
ప్రఘసం భాసకర్ణం చ పఞ్చ సేనాగ్రనాయకాన్॥ 2

సందిదేశ దశగ్రీవో వీరాన్ నయవిశారదాన్।
హనుమద్గ్రహణవ్యగ్రా న్వాయువేగసమాన్యుధి॥ 3

యాత సేనాగ్రగా స్సర్వే మహాబల పరిగ్రహాః।
సవాజిరథమాతంగా స్స కపి శ్శాస్యతా మితి॥ 4

యత్తై శ్చ ఖలు భావ్యం స్యా త్తమాసాద్యవనాలయమ్।
కర్మ చాపి సమాధేయం దేశ కాల విరోధినమ్॥ 5

న హ్యహం తం కపిం మన్యే కర్మణా ప్రతితర్కయన్।
సర్వథా త న్మహద్భూతం మహాబలపరిగ్రహమ్॥ 6

తా. క్షణమాలోచించినట్లు నటించి, విరూపాక్ష, యూపాక్ష, దుర్ధర, ప్రఘస, భాస, కర్ణుల వైపు చూసాడు. ఆ చూపులకు వారు లేచారు. "వూ" వెళ్ళి, ఆ కపి సంగతి తేల్చండన్నాడు.

ఒక్క కోతి కోసం... చతురంగ బలాలా ? అనుకున్నవాడు, మరుక్షణం వెర్రిగా నవ్వుకుని, "చూడండి, వెళ్ళండి. జాగ్రత్తగా వాడి పని పట్టండి. కోతి కోసమింత చెప్పాలా... అనకండి. అది కొంప కూల్చే కోతిలాగ కనబడుతుంది. పాము చిన్నదైనా కర్ర పెద్దగా, బలంగా వుండాలి. అందుకునే ముందస్తు హెచ్చరిక.

జరిగేది చూస్తే వాడు కోతిలా లేడు. చురకత్తిలాగ కనబడుతున్నాడు. మనల్ని ప్రతిఘటించలేని ఇంద్రాదుల తరఫున మాయావిగా మన పైకి వచ్చిన వీడు, వీడి శక్తి జాగ్రత్తగా పరిశీలించి, మరీ ప్రతిఘటించండి. జాగ్రత్తని హెచ్చరించి, వారిని వెళ్ళమన్నాడు.

భవే దింద్రేణ వా సృష్ట మస్మదర్థం తపోబలాత్।
స నాగయక్షగంధర్వా దేవాసురమహర్షయః॥ 7

యుష్మాభి స్సహితై స్సర్వై ర్మయా సహ వినిర్జితా।
త రవశ్యం విధాతవ్యం వ్యళీకం కించి దేవ సః॥ 8

త దేవ న్నా సందేహః ప్రసహ్య పరిగృహ్యతామ్।
నావమాన్యో భవద్భి శ్చ హరి ర్ధీరపరాక్రమః॥ 9

దృష్టా హి హరయః పూర్వం మయా విపులవిక్రమాః।
వాలి చ సహ సుగ్రీవో జాంబవాం శ్చ మహాబలః॥ 10

నీల స్సేనాపతిశ్చైవ యేచాన్యే ద్వివిదాదయః।
నైవం తేషాం గతి ర్భీమా న తేజో న పరాక్రమః॥ 11

న మతి ర్న బలోత్సాహౌ న రూప పరికల్పనమ్।
మమత్సత్త్వ మిదం జ్ఞేయం కపిరూపం వ్యవస్థితమ్॥ 12

తా. గతంలో మనం నాగ, గంధర్వ, యక్ష, దేవాసుర మహర్షులను జయించాం. ఆక్రోధం తగ్గనివారు తమ తమ శక్తులతో ఈ పెనుభూతం "కోతిని" సృష్టించి మనమీదకు పంపి వుంటారు. కనుక జాగ్రత్తగా వ్యవహరించి వానిని కట్టడి చెయ్యండి.

ప్రయత్నం మహ దాస్థాయ క్రియతా మస్య నిగ్రహః।
కామం లోకా స్త్రయ స్సేన్ద్రా స్ససురా సుర మానవాః॥ 13

భవతా మగ్రతః స్థాతుం న పర్యాప్తా రణాజిరే।
తథాపి తు న యజ్ఞేన జయ మాకాజ్ఞ తా రణే॥ 14

ఆత్మా రక్ష్యః ప్రయత్నేన యుద్ధసిద్ధిర్హి చఞ్చలా।
తే స్వామివచనం సర్వే ప్రతిగృహ్య మహౌజసః॥ 15

సముత్పేతు ర్మహావేగా హుతాశ సమ తేజసః।
రథై ర్మత్తైశ్చమాతంగై ర్వాజిభి శ్చ మహాజవైః॥ 16

శస్త్రై శ్చ వివిధైస్తీక్ష్ణై స్సర్వై శ్చోపచితా బలైః।
తత స్తం దదృశు ర్వీరా దీప్యమానం మహాకపిమ్॥ 17

రశ్మిమ న్త మివోద్యన్తం స్వతేజో రశ్మి మాలినమ్।
తోరణస్థం మహోత్సాహం మహాసత్వం మహాబలమ్॥ 18

మహామతిం మహావేగం మహాకాయం మహాబలమ్।
తం సమీక్ష్యైవ తే సర్వే దిక్షు సర్వా స్వవస్థితాః॥ 19

తై స్తైః ప్రహరణై ర్భీమై రభిపేతు స్తత స్తతః।
తస్య పఞ్చాయసా స్తీక్ష్ణా శ్శితాః పీతముఖా శ్శరాః॥ 20

శిర స్యుత్పలపత్రాభా దుర్ధరేణ నిపాతితాః।
సతైః పఞ్చభి రావిద్ధ శ్శరై శ్శిరసి వానరః।
ఉత్పపాత నద న్వ్యోమ్ని దిశో దశ వినాదయన్॥ 21

తా. గతానికి, వర్తమానానికి ఎంతో తేడా వుంది. ఆనాటి వయస్సు, ఆలోచనలు వేరు. ఈనాటి పరిస్థితులు వేరు. ఆనాడు మనం జయించినవారు అధికార మదాంధులు. ఇప్పుడో అదనుకోసం వేచి వున్నవారు, కనుక స్వామి చెప్పినదంతా విన్న ఆ అయిదుగురు సేనాధిపతులు అప్రమత్తులయ్యారు. తగిన పరివారం, ఆయుధ సంపత్తితో అశోకవనం చేరారు. హనుమంతుని చూసారు.

అప్పుడతడు ఉదయభానునివలె కనుపించాడు. ఆ పర్వతాకారుడు, వచ్చేవాళ్ళ కోసం యుద్ధం చేయడానికి, సిద్ధంగా వున్నట్లు కనుపించాడు. ఆయుధాలు లేవు. అయినా ఇందర్ని కూల్చాడంటే, రక్తం ప్రవహింప చేస్తున్నాడంటే ఆశ్చర్యపోయారు. తమ స్వామి ముందుచూపుకు జోహార్లర్పించారు.

తత స్తు దుర్ధరో వీర స్సరథ స్సజ్యకార్ముకః।
కిరన్ శరశతై స్తీక్ష్ణై రభిపేదే మహాబలః॥ 22

స కపి ర్వారయామాస తం వ్యోమ్ని శరవర్షిణమ్।
వృష్టిమన్తం పయోదాన్తే పయోద మివ మారుతః॥ 23

అర్ద్యమాన స్తత స్తేన దుర్ధరేణానిరాత్మజః।
చకార కదనం భూయో వ్యవర్ధత చ వేగవాన్॥ 24

సదూరం సహసోత్పత్య దుర్ధరస్య రథే హరిః।
నిపపాత మహావేగో విద్యుద్రాశి ర్గి రావిన॥ 25

తత స్స మథితాష్టాశ్వం రథం భగ్నాక్షకూబరమ్।
విహాయ న్యపత ద్భూమౌ దుర్ధర స్త్యక్తజీవితః॥ 26

తం విరూపాక్షాయుపాక్షౌ దృష్ట్వా నిపతితం భువి।
సఞ్జాతరోషౌ దుర్ధర్షా వుత్పేతతు రరిందమౌ॥ 27

స తాభ్యాం సహసోత్పత్య విష్ఠితో విమలేఽమ్బరే।
ముద్గరాభ్యాం మహాబాహు ర్వక్ష స్యభిహతః కపిః॥ 28

తయో ర్వేగవతో ర్వేగం వినిహత్య మహాబలః।
నివపాత పున ర్భూమౌ సువర్ణసమవిక్రమః॥ 29

స సాలవృక్ష మాసాద్య త ముత్పాట్య చ వానరః।
తా వుభౌ రాక్షసౌ వీరా జాన పవనాత్మజః॥ 30

తత స్తాం స్త్రీన్హ తాన్ జ్ఞాత్వా వానరేణ తరస్వినా।
అభిపేదే మహావేగః ప్రసహ్య ప్రఘసో హరిమ్॥ 31

భాసకర్ణ శ్చ సంక్రుద్ధ శ్శూల మాదాయ వీర్యవాన్।
ఏకతః కపిశార్దూలం యశస్విన మవస్థితమ్॥ 32

తా. దీనికి కుపితుడైన దుర్ధరుడు శరపరంపరగా బాణాలను విడుస్తు హనుమను ఢీకొన్నాడు. వాడి బాణాలన్ని తరిమికొట్టిన హనుమంతుడు, తన శరీరాన్ని

పెంచాడు. పైకెగిరి, ఆ రథం పైకి దూకాడు. హనుమంతుని వేగానికి, బలానికి, దుర్ధరుడు ఆతని రథం పిడుగుపడ్డట్లు నుగ్గు నుగ్గయై పోయారు.

ఆ వెంటనే విరూపాక్ష, యూపాక్షులు, దుర్ధరుని మరణానికి చింతించి మారుతి పైకి విజృంభించారు. పైకెగిరి తమ ముద్గరలతో హనుమ రొమ్ముపై బాదాడు. వారలనలాగే పైకి రానిచ్చిన హనుమ, చూస్తుండగా, నేలపైకి దిగాడు. పెద్ద వృక్షాన్ని తీసుకుని, వారిరువును చావబాదాడు. ఆయుధాలవసరం లేకుండానే, విరూపాక్ష, యూపాక్షులు, దుర్ధరుని అనుసరించారు.

ఇక ప్రఘసుడు తమాయించుకోలేక ఆవేశంతో హనుమంతుని ఢీకొన్నాడు. భాసకర్ణుడు మారుతిని తన శూలంతో ఎదుర్కున్నాడు.

పట్టిసేన శితాగ్రేణ ప్రఘసః ప్రత్యయోధయత్।
భాసకర్ణశ్చ శూలేన రాక్షసః కపిసత్తమమ్॥ 33

స తాభ్యాం విక్షతైర్గాత్రై రసృగ్దిగ్ధ తమూరుహః।
అభవ ద్వానరః క్రుద్ధో బాలసూర్యసమప్రభః॥ 34

సముత్పాట్య గిరే శ్శృఙ్గం సమృగవ్యాళ పాదపమ్।
జఘాన హనుమా న్వీరో రాక్షసౌ కపికుఞ్జరః॥ 35

తత స్తే ష్వవసన్నేషు సేనాపతిషు పఞ్చసు।
బలం త దవ శేషం చ నాశయామాస వానరః॥ 36

అశ్వైరశ్వాన్ గజైర్నాగాన్ యోధైర్యోధాన్ రథైరథాన్।
స కపి ర్నాశయామాస సహస్రాక్ష ఇవాసురాన్॥ 37

హతై ర్నాగై శ్చతురగై ర్భగ్నాక్షైశ్చ మహారథైః।
హతైశ్చ రాక్షసై ర్భూమి రుద్ధమార్గా సమ న్తతః॥ 38

తతః కపిస్తాన్ ధ్వజనీపతీన్ రణే
నిహత్యవీరా న్సబలా న్సవాహనాన్।
సమీక్ష్య వీరః పరిగృహ్య తోరణం
కృతక్షణః కాల ఇవ ప్రజాక్షయే॥ 39

తా. ప్రఘసుడు "పట్టిస"మను ఆయుధంతో, భాసకర్ణుడు తన శూలంతో బాధించారు. మారుతి శరీరమంతా రక్తమయమై, ఉదయకాల సూర్యుని వలె వున్నాడు.

కోపంతో రెచ్చిపోయిన పావని, మృగ, సర్పాది క్రూర జంతువులున్న ఒక కొండను పెకిలించి, ప్రఘస - భాసకర్ణులపై వేసాడు. అంతే! అమ్మో! అని అనకుండా, ఒకరి వెంబడి మరొకరు రావణుడు గొప్పగా చెప్పుకునే సేనాపతులు అయిదుగురు కాలగర్భంలో కలిసి పోయారు.

ఇక వారిసేనను భయపెడ్తు - గుర్రాలను గుర్రాలతో, ఏనుగులను ఏనుగులతో, బంటులను బంటులతో, రథాలను రథాలతో విరగ్గొట్టి, రావణుని నడ్డి విరిచాడు. అది ఆరితేరిన చదరంగ క్రీడ అయింది.

వచ్చిన వారందరు వచ్చినట్లే భూలోకాన్ని విడిచిపెట్టారు. తమ కర్మల కనుగుణమైన లోకాలకు బయలుదేరారు.

ఈ సంగతి రావణుని కందింది.

అతని గుండెలదిరాయి. తర్వాత... అనుకుంటున్నాడు.

మరిక్కడో... వచ్చే వాళ్ళెవరో, తనతో చచ్చేవారెంతమందోనని, హనుమ ఆశగా చూస్తున్నాడు.

✿

ఇది వోరుగంటి వంశజనిత, శ్రీమతి సువర్చలాంబా, వెంకట సూర్యప్రసాదరావుల జేష్ఠ తనూజుడు "వర" రామకృష్ణప్రసాద్ - భక్తజనుల కందించిన, తేటతెలుగు వ్యాఖ్యాన శ్రీమత్ సుందరకాండలోని, షట్చత్వారింశ సర్గ సమాప్తం.

- స్వస్తి-

- అస్తూ -

✦✦✦

సప్త చత్వారింశ స్సర్గః

సేనాపతీ న్పఞ్చ సతు ప్రమాపితాన్ హనూమతా సానుచరా న్స వాహనాన్।
సమీక్ష్య రాజా సమరోద్ధతోన్ముఖం కుమార మక్షం ప్రసమైక్షతాగ్రతః॥ 1

తా. అందరితో కలిసి, అయిదుగురు సేనానులు హతులయ్యారన్న విషయం విన్న రావణుడు కృద్ధుడయ్యాడు. తాను వెళ్ళడం తగదు కాదు కాబట్టి "అక్షా!" అని తన కుమారుని చూసాడు. హనుమంతుని ఎదుర్కోవాలని అక్ష కుమారునికి వుంది. అది గ్రహించినట్లు "జాగ్రత్త" అని యుద్ధానికి నడువ ఆదేశమొసగుతున్నట్లు చూసాడు.

స తస్య దృష్ట్యర్పణసంప్రచోదితః ప్రతాపవా న్కాఞ్చన చిత్రకార్ముకః।
సముత్పపాతాథ సద స్యుదీరితో ద్విజాతిముఖ్యైర్హవిషేవ పావకః॥ 2

తతో మహా న్బాల దివాకరప్రభం ప్రత ప్త జాంబూనదజాలసంతతమ్।
రథం సామాస్థాయ యయౌ స వీర్యవా న్మహాహరిం తం ప్రతి నైర్ఋతర్షభః॥ 3

తత స్తవ స్సంగ్రహసంచయార్జితం ప్రతప్త జాంబూనదజాల శోభితమ్।
పతాకినం రత్నవిభూషిత ధ్వజం మనోజవాష్టాశ్వవర స్సుయోజితమ్॥ 4

సురాసురాధృష్య మనంగచారిణం రవిప్రభం వ్యోమచరం సమాహితమ్।
సతూణ మష్టాసినిబద్ధ బన్ధురం యథాక్రమావేశిత శక్తి తో మరమ్॥ 5

విరాజమానం ప్రతిపూర్ణవస్తునా సహేమధామ్నా శశిసూర్య వర్చసా।
దివాకరాభం రథమాస్థిత స్తత స్సనిర్జగామామరతుల్య విక్రమః॥ 6

తా. రావణ పుత్రులలో చెప్పుకోగల మహావీరుడైన అక్షుడు తన దివ్య ధనస్సుతో, బ్రాహ్మణుల ఆజ్యధారల ఆశీస్సుల నందుకున్నాడు. వ్రేల్చే అగ్నివలె ప్రకాశిస్తూ సూర్యసమాన తేజంతో, హనుమ పైకి దాడి చేసాడు. మంచి తేజస్సుతో ప్రకాశిస్తూ, బంగారముతో నిర్మించి సూర్యచంద్రుల వలె నున్న శక్తితో మంచి ఆయుధాలతో, సూర్యసమాన రథంపై, హనుమ దగ్గరకు బయలుదేరాడు.

ఆ రథం సామాన్యమైనది కాదు. తపోశక్తితో నిర్మించుకుంది. బంగారు కిటికీలు, నవరత్న ఖచితమైన కోళ్ళు దానికున్న పతాకాలు, దానికి కట్టిన గుర్రాలు అన్నీ అపురూపాలే. ఆ రథవేగం కూడా అపురూపమే. నేల తాకకుండా మనోవేగంతో సాగే దివ్యరథమది. ఇంకా చెప్పాలంటే భూమ్యాకాశాలలో సమానంగా ప్రయాణించగల దివ్యరథమది.

సపూరయ౯ ఖం చ మహీం చ సాచలాం తురంగ మాతంగ మహారథస్వనైః।
బలై స్సమేతైస్సహి తోరణస్థితం సమర్థ మాసీన ముపాగమ త్కపిమ్॥ 7

సతం సమాసాద్య హరిం హరీక్షణో యుగా న్త కాలాగ్ని మివ ప్రజాక్షయే
అవస్థితం విస్మిత జాత సంభ్రమ స్సమైక్ష తాక్షో బహుమానచక్షుషా॥ 8

స తస్య వేగం చ కపే ర్మహాత్మనః పరాక్రమం చారిషు పార్థి వాత్మజః।
విచారయన్ స్వం చ బలం మహాబలో హిమక్షయే సూర్య ఇవాభివర్ధతే॥ 9

సజాతమన్యుః ప్రసమీక్ష్య విక్రమం స్థిరం స్థిత స్సంయతి దుర్నివారణమ్।
సమాహితాత్మా హనుమన్త మాహవే ప్రచోదయామాస శర స్త్రిభి శ్శితైః॥ 10

తతః కపిం తం ప్రసమీక్ష్య గర్వితం జితశ్రమం శత్రుపరాజయోర్జితమ్।
అవైక్షతాక్ష స్సముదీర్ణ మానస। స్సబాణపాణిః ప్రగృహీత కార్ముకః॥ 11

స హేమ నిష్కాంగద చారుకుండల స్సమానసాదాశు పరాక్రమః కపిమ్।
తయోర్బభూవాప్రతిమస్సమాగమ స్సురాసురాణా మపి సంభ్రమప్రదః॥ 12

తా. యుద్ధ కండూతితో వెళ్ళిన అక్ష కుమారుడు, అలసట తీర్చుకుంటున్నట్లు కూర్చున్న హనుమంతుని చూసాడు. అతని రథం, సేనా సమూహం, గజతురగాదులు కదులుతున్నాయి. ఏనుగుల ఘీంకారం, గుర్రాల సకిలింపులు, రథధ్వని - భూమ్యాకాశాలను దద్దరిల్ల చేస్తున్నట్లుంది.

అక్షునికి మాత్రం హనుమంతుడు, ప్రళయకాల ప్రభంజనుడైన కాలాగ్నిగా కనుపిస్తున్నాడు. మారుతిని చూస్తుంటే ఒక ప్రక్క ఆశ్చర్యంగా వుంది. ఇతన్ని ఎదిరించాలంటే భయంగా కూడా వుంది. ఇతనే ఇంతటి

ప్రతాపవంతుడైతే, ఈతనిని పంపినవాగు మరెంత బలసంపన్నులో ననుకున్నాడు. అప్పుడే నేనితన్ని ఎదుర్కొనగలనా, లేనా ? అన్న సందేహం కూడా, అక్ష కుమారునిలో కలిగింది.

ఇంతవరకు వచ్చి వెనకడుగు వేస్తే ఇది రావణుని పరాక్రమానికి మచ్చ. కనుక... అని, స్థిర నిశ్చయుడై మూడు మహా శరములను విడిచాడు. ఆ బాణాలతో రావణకుమారుడు హనుమంతుని యుద్ధానికి ఆహ్వానిస్తున్నాడు. అతని ఆకారము, వీరవిక్రమం అక్ష కుమారుని ఆకర్షించింది. భలే జోడి దొరికిందనుకున్నాడు. పావనిని కవ్విస్తున్నట్లు చూసాడు.

ఇతని ప్రతాపాన్ని హనుమంతుడు కూడా చూసాడు. ఆరంభ శూరత్వంగా కాక, నిజమైన శూరుని వలె ప్రవర్తించే అక్షుడు, మహావీరుడు- ఇది దేవాసురులకు భయ కారకమైంది. వీళ్ళ యుద్ధాన్ని చూడ వాళ్ళందరు గగన వీధిన రహస్యంగా నిలచి గమనిస్తున్నారు.

రరాసభూమి ర్నతతాప భానుమాన్ వవౌ నవాయుః ప్రచచాల చాచలః।
కపేః కుమారస్య చ వీక్ష్య సంయుగం ననాద చ ద్యౌ రుదధీశ్చ చక్షుభే॥ 13

తత స్స వీర స్సుముఖా న్పతత్రిణ స్సువర్ణ పుంఖాన్ సవిషానివోరగాన్।
సమాధి సంయోగ వి మోక్షతత్త్వ వి చ్ఛరానథత్రీ న్కపిమూర్ధ్న్యపాతయత్॥ 14

సతై శ్శరై ర్మూర్ధ్ని సమం నిపాతితైః క్షరన్వ్యస్ప గ్దిగ్ధ వికృత్తలోచనః।
నవోదితాదిత్యనిభ శ్శరాంశు మా స్వ్యరాజతాదిత్య ఇవాంశుమాలికః॥ 15

తత స్స పిఙ్గాధిపమన్త్రి సత్తమ స్సమీక్ష్య తం రాజవరాత్మజం రణే।
ఉదగ్ర చిత్రాయుధ చిత్రకార్ముకం జహర్ష చాపూర్యత చాహవోన్ముఖః॥ 16

స మంద రాగ్రస్థ ఇవాంశుమాలికో వివృద్ధకోపో బలవీర్య సంయుతః।
కుమారమక్షం సబలం సవాహనం దదాహ నేత్రాగ్ని మరీచిభిస్తదా॥ 17

తత స్స బాణాసనచిత్ర కార్ముక శ్శరప్రవర్షో యుధి రాక్షసాంబుదః।
శరా న్ముమోచాశు హరీశ్వరాచలే నలాహకో వృష్టిమివాచలోత్తమే॥ 18

తతః కపి స్తం రణచణ్డ విక్రమం వివృద్ధతేజో బలవీర్య సంయుతమ్।
కుమార మక్షం ప్రసమీక్ష్య సంయుగే ననాద హర్షా ద్ఘనతుల్య విక్రమః॥ 19

స బాలభావా ద్యుధి వీర్యదర్పితః ప్రవృద్ధమన్యుః క్షతజోప మేక్షణః।
సమాససాదాప్రతిమం కపిం రణే గో మహాకూపమివావృతం తృణైః॥ 20

స తేన బాణైః ప్రసభం నిపాతితై శ్చకార నాదం ఘన నాద నిస్వనః।
సముత్పపాతా శు నభ స్సమారుతి ర్భజోరువిక్షేపణ ఘోరదర్శనః॥ 21

తా. వీరిద్దరు చేతులు కలపడంతో భూమి భయపడింది. గ్రహగతులు, దిక్పాలకులు, పంచభూతాలు ఎవరిని ప్రస్తుతించాలో, ఎవరికి అండగా నిలవాలో అర్థంకాక అయోమయంలో పడ్డారు.

ధనుర్విద్యా శాస్త్రం ప్రకారం ఆ యుద్ధాన్ని ప్రారంభించారు. మూడు తీక్షణమైన బాణాలను, శత్రువు యొక్క శక్తి ముందుగానే తెలిసిన అక్షుడు, పావనిపై ప్రయోగించాడు. అవి మూడు కాలనాగుల వలె మారుతి నెత్తిమీద పడ్డాయి.

ఆ బాణశక్తికి ఏర్పడ్డ గాయముల నుండి వచ్చే రక్తం శరీరమంతా వ్యాపించడంతో; ఉదయసూర్యునివలె హనుమ ఎర్రగా వున్నాడు. అక్షుని వీరవిక్రమానికి సంతసించినట్లు, తాను తన శరీరాన్ని విపరీతంగా పెంచాడు. యుద్ధ సన్నద్ధుడయ్యాడు.

తన మీదకు వచ్చే అక్షుని, ఆతనిసేనను తీవ్ర దృష్టితో చూసాడు. దానినేమీ పట్టించుకోనట్లు అక్షుడు శరపరంపరగా, బాణాలను విడుస్తున్నాడు. ధారా వర్షంగా అవి, పర్వతాకారునిపై పడుతున్నాయి. అక్ష కుమారుని యుద్ధనీతికి, అస్త్రవిద్యాపాటవానికి ఆనందంతో గర్జించినట్లు, సింహనాదం చేసాడు.

అక్ష కుమారునికి తనంతటి మహావీరుడు లేడనే అతిశయమయింది. దాంతో హనుమంతుని నుండి వచ్చే ప్రమాదాన్ని కూడా ఆలోచించకుండా, ముందుకు ముందుకు, హనుమ వద్దకు వెళ్ళాడు. హనుమంతుడు తనమీద పడ్డ పుల్లలవలె అక్షకుమారుని బాణాలను శరీరాన్ని విదిలించి నేలపడ

చేసాడు. అది చూసిన వారందరూ అక్షకుమారుని అస్త్రాలన్ని వ్యర్థ మయ్యాయని తెలువక, హనుమంతుని శౌర్య ప్రతాపాలతో, శరములను పుల్లలుగా విదిలించినందులకు భయపడ్డారు. ఆశ్చర్యపోయారు కూడా!

సముత్పత్త స్తం సమభిద్రవద్బలీ స రాక్షసానాం ప్రవరః ప్రతాపవాన్।
రథీ రథిశ్రేష్ఠతమః కిర న్ఛరైః పయోధర శ్శైల మివాశ్మవృష్టిభిః॥ 22

న తాన్ శరాం స్తస్య హరిర్విమోక్షయం శ్చచార వీరః పథి వాయుసేవితే।
శరా న్తరే మారుతవ ద్వినిష్పత న్మనోజవస్సంయతి చణ్డవిక్రమః॥ 23

తమాత్త బాణాసన మాహవోన్ముఖం ఖయా స్తృణన్తం విశిఖైశ్శరోత్తమైః।
అవైక్షతాక్షం బహుమాన చక్షుషా జగామ చిన్తాంచ స మారుతాత్మజః॥ 24

తత శ్శరై ర్భిన్న భుజాన్తరః కపిః కుమారవీరేణ మహాత్మనా నదన్।
మహాభుజః కర్మ విశేషతత్త్వవి ద్విచిన్తయామాస రణే పరాక్రమమ్॥ 25

అబాలవ ద్బాలదివాకరప్రభః కరో త్యయం కర్మ మహన్మహాబలః।
న చాస్య సర్వాహవకర్మ శోభినః ప్రమాపణే మే మతి రత్రజాయతే॥ 26

అయం మహాత్మాచ మహాంశ్చ వీర్యత స్సమాహిత శ్చాతి సహశ్చసంయుగే।
అసంశయం కర్మ గుణోదయాదయం స నాగ యక్షై ర్మునిభిశ్చ పూజితః॥ 27

పరాక్రమోత్సాహ వివృద్ధమానస స్సమీక్షతే మాం ప్రముఖాగ్రతః స్థితః।
పరాక్రమో హ్యస్య మనాంసి కమ్పయే త్సురాసురాణా మపి శీఘ్ర గామినః॥ 28

తా. అక్షకుమారుని బాణాలు, హనుమపై కొండ పైన పడ్డ రాళ్ళను గుర్తు చేసాయి. మనోజవం, మారుత తుల్యవేగమను, హనుమ... అక్ష కుమారుని ఏ బాణం తన మీద పడకుండా చిత్రవిచిత్రగతుల తప్పుకుంటూంటే, యుద్ధం చెయ్యడానికి వచ్చినవారలు, చూసేవారయ్యారు.

ఆకాసంలో గిరగిర తిరిగే మారుతిపై అక్షుడు కురిపించే శర పరంపరకు ముచ్చట పడిన మారుతి ఇతన్ని గెలువడమెట్లాగ ? అనుకున్నాడు. ఆ సమయంలో చిత్రంగా అక్షుడు కొట్టిన దెబ్బ అంతటి పర్వతాకారుని "అబ్బ" అనిపించింది.

ఉదయభానుని వలె ప్రకాశిస్తు యుద్ధ చతురిత అస్త్రవిద్యా నైపుణ్యము గల అక్షుని, అందరివలె చంపాలంటే, మారుతికి మనస్క రించలేదు. సర్వత్ర ప్రశంసించదగ్గవాడు, సర్వుల ప్రశంశలకు పాత్రుడైన ఈ పిల్లవాడినెలా ఎదుర్కోవాలి ? ఇది ఆంజనేయుని మనసులో పుట్టిన ప్రశ్న. ఇతని పరాక్రమము, ధైర్యము, తేజస్సు, తెగువ, యుద్ధ చాతుర్యము దేవతలకు కూడా దడ పుట్టిస్తూందనుకున్నాడు.

న ఖల్వయం నాభిభవేదుపేక్షితః పరాక్రమో హ్యస్య రణే వివర్ధతే।
ప్రమాపణం త్వేవమమాద్య రోచతే నవర్ధ మానోఽగ్ని రుపేక్షితుం క్షమః॥ 29

ఇతి ప్రవేగంతు పరస్య తర్క యన్ స్వకర్మ యోగంచ విధాయ వీర్యవాన్।
చకార వేగం తు మహాబల స్తదా మతిం చ చక్రేఽస్య వధే మహాకపిః॥ 30

స తస్యతా నష్టహయో న్మహాజవాన్ సమాహితా న్భారసహా న్వివర్తనే।
జఘాన వీరః పథి వాయుసేవితే తలప్రహారైః పవనాత్మజః కపిః॥ 31

తత స్తలే నాభిహతో మహారథః సతస్య పిఙ్గాధిప మన్త్రి నిర్జితః।
ప్రభగ్న నీడః పరిముక్త కూబరః పపాత భూమౌ హతవాజి రంబరాత్॥ 32

స తం పరిత్యజ్య మహారథో రథం స కార్ముకః ఖడ్గధరః ఖ ముత్పతన్।
తపోభియోగా దృషి రుగ్రవీర్యవా న్విహాయ దేహం మరుతామివాలయమ్॥ 33

తతః కపి స్తం విచర స్త మమ్బ రే పతత్రి రాజానిల సిద్ధసేవితే।
సమేత్య తం మారుత తుల్య విక్రమః క్రమేణ జగ్రాహ సపాదయో ర్దృఢమ్॥ 34

స తం సమావిధ్య సహస్రశః కపి ర్మహోరగం గృహ్య ఇవాణ్డజేశ్వరః।
ముమోచ వేగా త్పితృతుల్య విక్రమో మహీతలే సంయతి వానరోత్తమః॥ 35

తా. ఇతని పరాక్రమము శృతి మించుతుంది. ఎంతసేపు అవతలివారిని నిగ్రహించాలనే బుద్ధి మంచిదే కాని, అవతలివారి అలసత్వాన్ని ఉపేక్షించ కూడదు. ప్రస్తుత పరిస్థితిలో యుద్ధం, యుద్ధంగానే చెయ్యాలి తప్ప,

ఇందులో స్వపర భేదాలు మమతానురాగాలు, పెద్ద చిన్న తేడాలు పనికి రావని పావని నిశ్చయించుకున్నాడు.

ముందు గుఱ్రాలు, ఆ తదుపరి రథాలు, ఆ తర్వాత, అక్ష కుమారుని శిక్షించాలని తలచాడు. అంతా తన అరచేత ప్రయోగంతో, గుఱ్రాలు, రథాన్ని చూర్ణం చేసాడు. అక్షుడు అదిరిపడ్డాడు. ధనుర్బాణాలు, కత్తిని తీసుకున్నాడు. ఆకాశానికెగిరాడు. అది చూడవలసిన చిత్రమైన యుద్ధ పరిస్థితి. అక్షుని ఆకాశ గమనం - ఒక మహా తపస్వి, శరీరాన్ని భూలోకాన్ని విడిచి ఆకాశగమనం చేస్తున్నట్లుంది.

ఆకాశంలోచిత్రవిచిత్రగతుల తిరుగుతూ హనుమను ఎదిరిస్తూంటే, సమయం చూసి మారుతి వాడి రెండు కాళ్ళను గట్టిగా పట్టి ఈడ్చాడు. వాడు క్రింద పడ్డాడు. ఆ వెంటనే హనుమ, జాలిని వదిలి, తన సహజయుద్ధ ప్రవృత్తితో, అక్షుని గిర గిర గిర తిప్పి, భూమి మీదకు విసిరాడు. ఆ పడటంలో శరీరావయాలన్ని అంగసంధులు సడిలి, ప్రాణాలు అనంత వాయువుల్లో కలిసిపోయాయి. ఇంతకుముందు హనుమంతుని ఎదిరించిన వారేగతిని పొందారో... ఆ గతినే, ఈతడు అనుసరించాడు.

స భగ్న బాహూరు కటీ శిరధరః క్షర న్నసృ జ్నిర్మథితాస్థిలోచనః।
స భగ్నసన్ధిః ప్రవికీర్ణ బన్ధనో హతః క్షితౌ వాయుసుతేన రాక్షసః॥ 36

మహాకపి ర్భూమితలే నిపీడ్య తం। చకార రక్షోధిపతే ర్మహద్భయమ్॥
మహర్షిభి శ్చక్రచరై ర్మహావ్రతై స్సమేత్యభూతైశ్చ స యక్ష పన్నగైః।
సురైశ్చ సేంద్రై ర్భృశ జాతవిస్మయై ర్హతే కుమారే స కపి ర్నిరీక్షితః॥ 37

నిహత్య తం వజ్రిసుతోపమప్రభం కుమార మక్షం క్షతజోపమేక్షణమ్।
త మేవ వీరోఽభిజగామ తోరణం కృతక్షణః కాల ఇవ ప్రజాక్షయే॥ 38

తా. ఈ అక్ష మరణంతో, ఈ పరాక్రమవంతుడైన కుమార మరణంతో, రావణుడు భయకంపితుడవడం ఖాయమని, హనుమంతుడు తలిచాడు.

క్రింద జరిగేది మొత్తం చూసే దేవతాదులందరు మహర్షి సిద్ధా ఋషి సంఘాలతో కలిసి అక్షకుమారుని మరణానికి ఆనందించారు. ఆంజనేయుని పరాక్రమాన్ని ప్రశంసించారు.

వీరుడైన అక్షుని, అతని పరాక్రమాన్ని ప్రశంసిస్తూనే చంపవలసి వచ్చినందులకు క్షణకాలం బాధపడినా, అది రావణుని పాపమని, అది వాడిని వినాశము చేయునని చెప్పడానికే, ధర్మం తప్పక హనుమ యుద్ధం చేసి, వాడిని చంపాడు.

ఈ ఘోరవార్త రావణుడు విన్నాడు.

"కుమారా!" అని ఘొల్లుమన్నాడు.

✿

ఇది వొరుగంటి వంశజనిత, శ్రీమతి సువర్చలాంబా, వెంకట సూర్యప్రసాదరావుల జేష్ఠ తనూజుడు "వర" రామకృష్ణప్రసాద్ - భక్తజనుల కందించిన, తేటతెలుగు వ్యాఖ్యాన శ్రీమత్ సుందరకాండలోని, సప్తచత్వారింశ సర్గ సమాప్తం.

- స్వస్తి-

- అస్తు -

✦✦✦

అష్టచత్వారింశ స్సర్గః

తత స్స రక్షోధిపతి ర్మహాత్మా హనూమ తాక్షే నిహతే కుమారే।
మనస్సమాధాయ తదేన్ద్రకల్పం సమాదిదే శేన్ద్రజితం సరోషమ్॥ 1

తా. కుమార మరణంతో, గుండె బ్రద్దలైన రావణుడు తమాయించుకున్నాడు. తనలోని భావాల నణచుకుంటూ, కృద్ధుడైన దశకంఠుడు, ఇంద్రజిత్తును హనుమంతునిపై యుద్ధానికి వెళ్ళమన్నాడు. తమ్ముని మరణానికి తగు ప్రతీకారం తీర్చుకోమని కోరాడు.

త్వ మస్త్రవి చ్ఛస్త్ర విదాం వరిష్ఠ స్సురాసురాణా మపిశోకదాతా।
సురేషు సేన్ద్రేషు చ దృష్టకర్మా పితామహారాధన సంచితాస్త్రః॥ 2

త వాస్త్రబల మాసాద్య సా సురా న మరుద్గణాః।
న శేకు స్సమరే స్థాతుం సురేశ్వర సమాశ్రితాః॥ 3

న కశ్చిత్త్రిషు లోకేషు సంయుగే న గతశ్రమః
భుజవీర్యాభి గుప్త శ్చ తపసా చాభిరక్షితః।
దేశకాల విభాగజ్ఞ స్త్వ మేవ మతిసత్తమః॥ 4

న తే స్త్వశక్యం సమరేషు కర్మణా న తే స్త్వకార్యం మతిపూర్వమన్త్రణే।
నసోస్తికశ్చి త్త్రిషు సంగ్రహేషువై నవేదయస్తే స్త్రబలం బలంచతే॥ 5

మమానురూపం తపసో బలంచ తే పరాక్రమ శ్చాస్త్రబలం చ సంయుగే।
న త్వాం సమానాద్య రణావమర్దే మన శ్శ్రమం గచ్ఛతి నిశ్చితార్థమ్॥ 6

నిహతాః కిఙ్కరా స్సర్వే జంబుమాలీ చ రాక్షసః॥ 7

అమాత్యపుత్రా వీరా శ్చ పఞ్చసేనాగ్రయాయినః।
బలాని సుసమృద్ధాని సాశ్వ నాగరథాని చ॥ 8

సహోదర స్తే దయితః కుమారోఽక్షశ్చ సూదితః।
న హి తేష్వేవ మే సారో యస్త్వ య్యరినిషూదన॥ 9

తా. కుమారా! అసమాన ప్రతాపవంతుడవు, సకల శస్త్రాస్త్ర కోవిదుడవు. వెళ్ళు. వెళ్ళి. నీ తమ్ముని మరణానికి కారకుడైన వానిని శిక్షింపుము. తండ్రిగా నిన్ను పొగడరాదు.

రాజుగా నీ శక్తి సామర్థ్యాలు నాకు తెలుసు. నీ యుద్ధ శక్తికి దేవాసురులే గజగజలాడతారు. జయాపజయముల నిర్ణయించుకుని, తగు విధముగా యుద్ధతంత్రము నడిపింపగల సర్వసమర్థుడివి.

అసమానబలుడివి. బుద్ధిమంతుడివి. యుద్ధ, తపో బలాలలో తండ్రికి తగ్గ కుమారుడివి. నీవు సంకల్పిస్తే మనకు జయము, విజయము. ఆ సంగతి నాకు తెలుసు.

కింకరులు, జంబుమాలి, మంత్రి కుమారుడు, మన సేనను, అశోకవనాన్ని నేలమట్టం చేసేడంటే ఆ కోతి సామాన్యమైనది కాదు. నీ చతురితనుపయోగించి, శత్రునాశనం చెయ్యి.

ఇదం హి దృష్ట్వామతిమ న్మహద్బలం కపేః ప్రభావంచ పరాక్రమంచ।
త్వ మాత్మన శ్చా పి సమీక్ష్య సారం కురుష్వ వేగం స్వబలానురూపమ్॥ 10

బలావమర్ద స్త్వయి సన్నికృష్టే యథా గతే శామ్యతి శాన్తశత్రౌ।
తథా సమీ క్ష్యాత్మబలం పరం చ సమారభ స్వాస్త్రవిదాం వరిష్ఠ॥ 11

న వీర సేనాగణ శోచ్యవన్తి న వజ్ర మాదాయ విశాలసారమ్।
న మారుతస్యాస్య గతేః ప్రమాణం న చాగ్ని కల్పః కరణే నహన్తుమ్॥ 12

త మేవ మర్థం ప్రసమీక్ష్య సమ్యక్ స్వకర్మ సామ్యాద్ధి సమాహితాత్మా।
స్మరం శ్చ దివ్యం ధనుషోస్త్ర వీర్యం వ్రజా క్షతం కర్మ సమారభస్వ॥ 13

న ఖ ల్వియం మతిశ్శ్రేష్ఠా యత్త్వాం సంప్రేషయా మ్యహమ్।
ఇయం చ రాజధర్మాణాం క్షత్రస్య చ మతి ర్మతా॥ 14

నానాశస్త్రైశ్చ సంగ్రామే వై శారద్య మరిందమ।
అవశ్య మేవ యోద్ధవ్యం కామ్య శ్చ విజయో రణే॥ 15

తా. అక్షకుమారునితోపాటు, ఎందర్నో చంపిన ఆ కోతి క్షమార్హుడు కాడు. పట్టి బంధించు. కాదంటే వధించు. అది నీ సమయజ్ఞత, ఇతర పరిస్థితులను బట్టి ఆలోచించాలే తప్ప, ఇక్కడ కూర్చుని చేసే నిర్ణయాలు కావు.

అంతమందిని ఆయుధాలు లేక వధించాడంటే వాని దేహబల మపారమై వుంటుంది. నీవు బుద్ధిబలాన్ని బాగా వుపయోగించి, తెలివిగా వానిని బంధించు. కుదరకపోతే చంపెయ్యి. ఫర్వాలేదు. ఇప్పుడు కార్యసాధన ముఖ్యం. శత్రునాశనం పేరిట మనం నాశనం కాదు. కుమారునికి ఓ తండ్రిగా, మహారాజుగా సలహాలనిచ్చాడు.

మేఘనాధా! శత్రుంజయుడవు. అయినా ఇక్కడ అలసత్వం పనికి రాదు. ఆయుధాలకు వెరవనివాడు. భూమ్యాకాశాల నిరాటంకంగా సంచరించువాడు. వాయువేగుడు, మనోవేగుడైన ఆ వానరుని, సేనతోకన్నా, యుక్తితో నీవు బంధించాలే తప్ప బలపరాక్రమాలతో కాదు. జాగ్రత్త. కుమారా! నేను చెప్పింది మనసులో పెట్టుకో. జాగ్రత్తగా ప్రవర్తించు. ప్రాణనష్టం కాదు కావల్సింది. శౌర్య ప్రతాపాల ప్రదర్శనం, విజయావకాశాల మెరుగు.

నిన్ను పంపాలని లేదు. కానీ ధర్మం అనుశాసనం. కనుక నిన్ను పంపుతున్నాను. నిదానంగా వ్యవహరించు. గురిచేసి, అదనుచూసి మరీ వానిని నిగ్రహించు. సర్వశక్తి సంపన్నుడివి, మాయా విశారదుడివైన నీవు, మేధస్సుకు గూడా పని చెప్పాలి. అర్థం చేసుకో.

తతః పితు స్త ద్వచనం నిశ్యమ ప్రదక్షిణం దక్షసుతప్రభావః।
చకార భర్తార మదీనసత్వో రణాయ వీరః ప్రతిపన్నబుద్ధిః॥ 16

తత స్తై స్స్వగణై రిష్టై రిన్ద్రజి త్ప్రతిపూజితః।
యుద్ధోద్ధతః కృతో త్సాహ స్సంగ్రామం ప్రత్యపద్యత॥ 17

శ్రీమా న్పద్మపలాశాక్షో రాక్షసాధిపతే స్సుతః।
నిర్జగామ మహాతేజా స్సముద్ర ఇవ పర్వసు॥ 18

స పక్షిరాజోపమతుల్య వేగై ర్వ్యాళై శ్చతుర్భి స్సితతీక్ష్ణ దంష్ట్రైః।
రథం సమాయుక్త మసజ్జ వేగం నమారురో హేన్ద్రజి దిన్ద్రకల్పః॥ 19

స రథీ ధన్వినాం శ్రేష్ఠ శ్శస్త్రజ్ఞోఽ స్త్రవిదాం పరః।
రథేనాభియయౌ క్షిప్రం హనుమా న్యత్ర సోఽ భవత్॥ 20

స తస్య రథనిర్ఘోషం జ్యాస్వనం కార్ముకస్య చ।
నిశమ్య హరివీరోఽసౌ సంప్రహృష్టతరోఽ భవత్॥ 21

సు మహ చ్చాప మాదాయ శితశల్యాం శ్చ సాయకాన్।
హనుమన్త మభిప్రేత్య జగామ రణపణ్డితః॥ 22

తస్మిం స్తత స్సంయతి జాతహర్షే రిణాయ నిర్గచ్ఛతి బాణపాణౌ।
దిశశ్చ సర్వాః కలుషా బభూవు ర్మృగాశ్చ రౌద్రా బహుధావినేదుః॥ 23

సమాగతాస్తత్ర తు నాగయక్షా మహర్షయ శ్చక్ర చరాశ్చ సిద్ధాః।
నభ స్సమావృత్య చ పక్షిసఙ్ఘా వినేదు రుచ్చైః పరమప్రహృష్టాః॥ 24

తా. తండ్రి ఆదేశాలకు తలవంచిన ఇంద్రజిత్తు, ఆ తండ్రికి ప్రదక్షిణ నమస్కారం చేసి బయలుదేరాడు. తన కిష్టమైనవారు, తనను సదా పొగడుతూ యుద్ధానికి ప్రేరేపించువారిని తీసుకుని హనుమంతుని దగ్గరకు బయలుదేరాడు.

మహా పరాక్రముడు, తపోమూర్తియైన మేఘనాధుడు (ఇంద్రజిత్) పర్వకాలమందలి సముద్రుడు వుప్పొంగుతున్నట్లు, మరీ బయలుదేరాడు. ఇంద్రుని ఓడించి “ఇంద్రజిత్” అను పేరు పొందిన మేఘనాధుడు నాల్గు సింహాల రథంపై మహోత్సాహంతో, ఆ ధనుర్విద్యా పారంగతుడు, హనుమంతుని ఢీకొన బయలుదేరాడు.

రథచక్రాల ఘోష, ధనుష్టంకారమును విన్న హనుమ ఆ... వస్తున్నాడు, సరిజోడు అనుకున్నాడు. యుద్ధ చతురిత తెలిసిన అతడు అత్యుత్సాహంతో బయలుదేరుతుంటే, నలుప్రక్కల వుండే ప్రజలు భయపడ్డారు. మృగజాతులు వికృతంగా అరిచాయి. ఈ యుద్ధాన్ని చూడాలని, మహర్షి సిద్ధ సంఘాలు, దేవ యక్ష గంధర్వాదులు, గగన మండలంపై నిలిచారు.

ఆయాన్తం స రథం దృష్ట్వా తూర్ణ మిన్ద్రజితం కపిః।
విననాద మహానాదం వ్యవర్ధత చ వేగవాన్॥ 25

ఇన్ద్రజిత్తు రథం దివ్య మాస్థితశ్చి త్రకార్ముకః।
ధను ర్విష్ఫారయామాస తటిదూర్జిత నిస్స్వనమ్॥ 26

తత స్స మేతా వతి తీక్ష్ణ వేగా మహాబలౌ తౌ రణనిర్విశఙ్కౌ।
కపిశ్చ రక్షోధిపతేశ్చ పుత్ర స్సురాసురేన్ద్రావివ బద్ధవైరౌ॥ 27

న తస్య వీరస్య మహారథస్య ధనుష్మత స్సంయతి సమ్మతస్య।
శరప్రవేగం వ్యహనత్ప్రవృద్ధ శ్చచారమార్గే పితురప్రమేయః॥ 28

తత శ్శరా నాయత తీక్ష్ణ శల్యాన్ సుపత్రిణః కాఞ్చన చిత్రపుఙ్ఖాన్।
ముమోచ వీరః పరవీరా హన్తా సుసన్న తాన్ వజ్రనిపాతవేగాన్॥ 29

తత స్తు తత్స్యన్దన నిస్స్వనంచ మృదఙ్గ భేరీ పటహస్వనంచ।
వికృష్య మాణస్య చ కార్ముకస్య నిశమ్యఘోషంపునరుత్పపాత॥ 30

శరణా మ న్తరే ష్వాశు వ్యవర్తత మహాకపిః।
హరి స్తస్యాభిలక్ష్యస్య మోఘయ లక్ష్య సఙ్గ్రహమ్॥ 31

శరణా మగ్రత స్తస్య పున స్సమభి వర్తత।
ప్రసార్య హస్తౌ హనుమా నుత్పపాతానిలాత్మజః॥ 32

తావుభౌ వేగ సంపన్నౌ రణకర్మ విశారదౌ।
సర్వభూత మనోగ్రాహి చక్రతు ర్యుద్ధ ముత్తమమ్॥ 33

తా. వచ్చే ఇంద్రజిత్తును చూసిన హనుమ తాను ఆనంద పరవశుడై సరియైన విధంగా స్పందించ తలచి తన మహాకాయాన్ని పెంచాడు. అంత గట్టిగా భూమ్యాకాశాలు అదిరేటట్లు మహానాదం చేసాడు. అది ఇంద్రజిత్తుకు నచ్చినట్లు వచ్చినవాడు వస్తూనే ధనుష్టంకారం చేసాడు. ఆ నారి సారించిన ధ్వనికి భూమ్యాకాశాలు ఉరుము ఉరిమినట్లు పిడుగుపడ్డట్లు అయింది.

ఇద్దరు తమ తమ పద్ధతులలో యుద్ధానికి దిగారు. తన శరీరాన్ని విపరీతంగా పెంచిన హనుమకు, ఇంద్రజిత్తు విడిచిన బాణాలు, ఓ పుల్లల్లాగ వున్నాయే తప్ప, ఈ వరప్రసాదుని అటకాయించలేకపోయాయి.

ఇం(ద్రజిత్తు బంగారు తొడుగు గల, వ(జ్రాయుధ సమానమైన బాణాలను హనుమపై (ప్రయోగించాడు. అతి నేర్పుగా, అతని శర పరంపరను తప్పించుకుంటూ ఇం(ద్రజిత్తు రథ, మద్దెలభేరీ నినాదాలు, ధనుష్టంకారాన్ని విన్నవాడై, ఆ దిశగా సాగి హనుమ, అతన్ని ఎదుర్కొన్నాడు.

ఇం(ద్రజిత్తు, ఇటువంటి వానరుని చూడలేదనుకున్నాడు. అత్యంత శక్తివంతమైన బాణాలను హనుమపై వేస్తుంటే, అతి నేర్పుగా హనుమ తప్పుకుంటూ ఇం(ద్రజిత్తు అ(స్త్రాలను వ్యర్థం చెయ్యడమే కాకుండా విశ్వరూపం వంటి తన పర్వత సన్నిభ దేహంతో ఇం(ద్రజిత్తును ముప్పుతిప్పలు పెడుతున్నాడు. వీరి యుద్ధాన్ని (ప్రతి ఒక్కరు ఆశ్చర్యంగా చూసేవారే!

హనూమతో వేద న రాక్షసోఽ న్తరమ్ సమారుతి స్తస్య మహాత్మనోఽ న్తరమ్।
పరస్పరం నిర్విషహౌ బభూవతు స్సమేత్య తౌ దేవ సమాన వి(క్రమౌ॥ 34

తతస్తు లక్ష్యే సవిహన్యమానే శరే ష్వమోఘేషు చ సంపతత్సు।
జగామ చిన్తాం మహతీం మహాత్మా సమాధి సంయోగ సమాహితాత్మా॥ 35

తతో మతిం రాక్షస రాజసూను శ్చకార తస్మిన్ హరివీరముఖ్యే।
అవధ్యతాం తస్యకపే స్సమీక్ష్య కథం నిగచ్ఛేదితి ని(గ్రహార్థమ్॥ 36

తతః పై తామహం వీరస్సోఽ స్త్ర మస్త్రవిదాంపరః।
సందధే సుమహాతేజా స్తం హరి(ప్రవరం (ప్రతి॥ 37

అవధ్యోయ మితి జ్ఞాత్వా త మస్త్రేణాస్త్ర తత్త్వవిత్।
నిజ(గ్రాహ మహాబాహు ర్మారుతాత్మజ మి(న్ద్రజిత్॥ 38

తేన బద్ధ స్తతోఽ స్త్రేణ రాక్షసేన స వానరః।
అభవ న్నిర్విచేష్ట శ్చ పపాత చ మహీతలే॥ 39

తతోఽథ బుద్ధ్వా సతదాస్త్ర బన్ధం (ప్రభోః (ప్రభావా ద్విగతాత్మ వేగః।
పితామహానుగ్రహ మాత్మనశ్చ విచిన్తియామాస హరి(ప్రవీరః॥ 40

తత స్స్వాయంభు వైర్మన్త్రై ర్బహ్మాస్త్ర మభిమన్త్రితమ్।
హనుమాం శ్చిన్తయామాస వరదానం పితామహాత్॥ 41

తా. వారిరువురూ సమానంగానే యుద్ధం చేస్తున్నారు. జయమెవరికి అన్నది చెప్పడం, చూసేవారికి అసాధ్యంగా వుంది. తన బాణాలన్నీ వ్యర్థమవుతాయి. హనుమను దెబ్బ తీయలేకపోతున్నానని, ఇంద్రజిత్తు చాలా బాధ పడుతున్నాడు.

హనుమంతుని చూస్తే, నిరాయుధుడు. ఏది దొరికితే దానిని ఆయుధంగా తీసుకుంటున్నాడు. అతని కండబలం, ముష్టిఘాతాలు చాలు, అవతలివారు హతమవడానికని నిర్ణయించుకున్న ఇంద్రజిత్తు చివరకు బాగా ఆలోచించి బ్రహ్మాస్త్రాన్ని విడిచాడు.

అంతవరకు అస్త్రాలను అధిక్షేపించినట్లు ప్రవర్తించిన పావని బ్రహ్మాస్త్రానికి తలవంచాడు. అది ఆ పెద్దాయనకిచ్చే గౌరవంగా, హనుమ శిరసు వంచి నమస్కరించాడు. కదలకుండా నిల్చుండిపోయాడు. బ్రహ్మాస్త్రము హనుమంతుని బంధించందన్న విషయమెవరికి తెలియక పోవడంతో ఆ కట్టుబడిన, పట్టుబడిన వ్యక్తిని తాను బంధించినట్లు ఇంద్రజిత్తు తలిచాడు.

హనుమ మాత్రము, ఇన్నాళ్ళకు ఆ పెద్దాయనను గౌరవించే అదృష్టము కల్గినందులకు మనస్సులోనే సంతోషించి, ఆ అస్త్రానికి కట్టుబడినట్లు, అమాయకంగా కదలకుండా నిలబడటం, ఇంద్రజిత్తు విజయం లభించినంత గొప్పగా సంతోషించాడు.

సమేఽ స్త్ర బన్ధస్య చ శక్తిరస్తి విమోక్షణే లోకగురోః ప్రభావాత్।
ఇత్యేవ మత్వా విహితోఽ స్త్రబన్ధో మయాత్మయోనే రినువర్తితవ్యః॥ 42

స వీర్య మస్త్రస్య కపి ర్విచార్య। పితామహానుగ్రహ మాత్మనశ్చ
విమోక్షశక్తిం పరిచిన్తయిత్వా పితామహాజ్ఞా మనువర్తతేస్మ॥ 43

అస్త్రేణాపి హి బద్ధస్య భయం మమ న జాయతే।
పితామహ మహేన్ద్రాభ్యాం రక్షిత స్యానిలేన చ॥ 44

గ్రహణే చాపి రక్షోభి ర్మహా న్మే గుణదర్శనః।
రాక్షసేన్ద్రేణ సంవాద స్తస్మాద్గృహ్ణన్తు మాం పరే॥ 45

స నిశ్చితార్థః పరవీర హన్తా సమీక్ష్య కారీ వినివృత్తచేష్టః।
పరైః ప్రసహ్యాభిగతై ర్నిగృహ్య ననాద తై స్తైః పరిభర్త్స్యమానః॥ 46

తత స్త రాక్షసా దృష్ట్వా నిర్విచేష్ట మరిందమమ్।
బబన్ధు శ్శణ వల్కైశ్చ ద్రుమచీరై శ్చ సంహతైః। 47

న రోచయామాస పరైశ్చ బన్ధనం ప్రసహ్య వీరై రభినిగ్రహంచ।
కౌతూహలా న్మాం యది రాక్షసేన్ద్రో ద్రష్టుం వ్యవస్యే దితి నిశ్చితార్థః॥ 48

స బద్ధ స్తేన వల్కేన విముక్తోఽ స్త్రేణ వీర్యవాన్।
అస్త్రబన్ధ స్స చాన్యం హి న బన్ధ మనువర్తతే॥ 49

తా. బ్రహ్మదేవుడు అనుగ్రహించినట్లు ఒక ముహూర్త కాలం, ఆ అస్త్రానికి కట్టుబడినట్లు నటించదలచిన హనుమ, తాను పట్టుబడిన అనుభూతిని ఇంద్రజిత్తుకు ఇవ్వదలచి క్షణకాలం అలాగే వుండిపోయాడు.

ఏ అస్త్రముతో మరణములేని నాకు, ఈ పిచ్చివాడు తనను నిర్బంధించానని తలుస్తున్నాడు. ఇది చాలా మంచిది. ఇప్పుడు ఆ రావణుని, ఆతని సభను చూసి కొన్ని మంచి మాటలు చెప్పి, శత్రువుల శక్తి యుక్తులన్ని పరిశీలించవీలగునని, మారుతి మురిసాడు.

జితేంద్రియుడు, బుద్ధిమంతుడైన హనుమ చక్కని నిర్ణయం తీసుకున్నాడు. రావణుని చూసే వరకు ఎటువంటి పరిస్థితినైనా ఎదుర్కొనడానికి సిద్ధపడ్డాడు. "హమ్మయ్య!" ఈ కోతి పట్టుబడిందని సంతోషించిన, ఇంద్రజిత్తు సేన, ఈతనిని జనపనార, ఇతర చెట్ల పట్టాలను తాడువలె చేసి బంధించారు.

హనుమ మాట్లాడకుండా కట్టుపడ్డాడు. బ్రహ్మాస్త్రం బంధింతుని మరొక భౌతికబంధంతో కడితే ఆ బ్రహ్మాస్త్ర శక్తి తొలగిపోతుందన్న ఇంగితజ్ఞానం తన సేనకు లేకపోయినా, తనకైనా వుండవద్దా ? అని, హనుమంతుడు, ఇంద్రజిత్తును తలచుకుని, ఆశ్చర్యపోయాడు.

దొరికిందే సందని, హనుమను ఓ ఆట వస్తువుగా చేసుకుని, రాక్షసులు అరుస్తున్నారు, కొడుతున్నారు, హింసిస్తు లాక్కుపోతున్నారు. ఇదంతా సీత కోసం, తన ప్రభువు రాముని కోసం హనుమ భరిస్తున్నాడు.

అథేన్ద్రజిత్తు ద్రుమచీరబద్ధం విచార్య వీరః కపిస త్తమం తమ్।
విము క్తమస్త్రేణ జగామ చిన్తాం నాన్యేన బద్ధో హ్యానువర్తతే స్త్రమ్॥ 50

అహో మహత్కర్మ కృతం నిరర్థకం న రాక్షసై ర్మన్త్ర గతి ర్విమృష్టా।
పునశ్చ నాస్త్రే విహతేఽ స్త్ర మస్య త్ప్రవర్తతే సంశయితాః స్మ సర్వే॥ 51

అస్త్రేణ హనుమా న్ముక్తో నాత్మాన మవబుధ్యత।
కృష్యమాణ స్తు రక్షోభి స్తైశ్చ బన్ధైర్ని పీడితః॥ 52

హన్యమాన స్తతః క్రూరై రాక్షసైః కాష్టముష్టిభిః।
సమీపం రాక్షసేన్ద్రస్య ప్రాకృష్యత స వానరః॥ 53

అథేన్ద్రజిత్తం ప్రసమీక్ష్య ముక్త మస్త్రేణ బద్ధం ద్రుమచీరసూత్రైః।
వ్యదర్శయ త్తత్ర మహాబలం తం హరిప్రవీరం స గణాయరాజ్ఞే॥ 54

తం మత్త మివ మాతజ్గం బద్ధం కపివరోత్తమమ్।
రాక్షసా రాక్షసేన్ద్రాయ రావణాయ న్యవేదయన్॥ 55

కోఽయం కస్య కుతోవా త్ర కింకార్యం కో వ్యపాశ్రయః।
ఇతి రాక్షస వీరాణాం తత్ర సంజజ్ఞి రే కథాః॥ 56

హన్యతాం దహ్యతాం నాపి భక్ష్యాతా మితి చాపరే।
రాక్షస స్తత్ర సంక్రుద్ధాః పరస్పర మథాబ్రువన్॥ 57

అతీత్యమార్గం సహసా మహాత్మా స తత్ర రక్షోధిప పాదమూలే।
దదర్శరాజ్ఞఃపరిచారవృద్ధాన్ గృహం మహారత్న విభూషితం చ॥ 58

తా. బ్రహ్మాస్త్రం బంధం, ఈ చేతి కబంధంతో తెగిపోయిందన్న విషయం తెలుసుకున్న ఇంద్రజిత్తు కొన్ని క్షణాలు బాధపడ్డాడు. పోనీ మరల

ప్రయోగించమంటే ఒకసారి ప్రయోగించిన అస్త్రం మరొకసారి ప్రయోగించ రాదు. అది శాస్త్ర వచనం కాదు, అస్త్ర సిద్ధాంతం.

మరి హనుమ కట్టుబడి వున్నాడా ? లేక సమయం చూసుకుని రెచ్చిపోతాడా ? - ఇది ఇంద్రజిత్తులోని భయం.

హనుమంతుని తన వాళ్ళ రకరకాలుగా అవమానిస్తున్నారు. అయినా, అతడు భరిస్తున్నాడంటే, అస్త్రశక్తి తెలియకా, లేక. ఆలోచిస్తున్నాడా ?

మొత్తానికి హనుమను రావణుని ముందర నిలబెట్టారు. ఇక్కడ ఇదే విశేషం, పాఠకులు జాగ్రత్తగా గమనించాలి.

సభలో ప్రవేశపెట్టిన వానరుని, రావణుడు చూసాడు. "ఓ రాక్షసా, రాక్షసేన్ద్రాయ, రావణాయ అని స్తుతిస్తు" ఇదిగో, ఈ కోతి, పర్వతాకారి మన ఇంద్రజిత్తుకు కట్టుబడ్డవాడు. మాకు పట్టుబడినవాడు.. వూరికే వదరుతున్నారు, వాళ్ళు.

"సభలోని వారందరు, హనుమను చూసి "వీడెవడురా బాబూ, లంకను గందరగోళపరచి, రావణుని, గుండెలదరగొట్టా డనుకున్నారు. వీడెక్కడి నుండి వచ్చాడు, వీడికిక్కడేం పని ? ఇవి వారిలోని సందేహాలు. ఇందుకు అక్కడ కాస్సేపు గందరగోళం.

ఇంకొందరు రాక్షసులు "విడచిపెట్టండి. కాల్చుతాం, తింటా"మని మొదలుపెట్టారు.

బుద్ధిశాలియగు హనుమంతుడు, తనను పట్టి బంధించిన వారిని ప్రక్కకులాగి, రావణుని సదా సేవించి కీర్తించే ముఖ్యమంత్రులను, ఆతని భవనాన్ని చిత్రంగా చూసాడు. అప్పుడు - హనుమంతుని లాగలేక, లాగలేక, అతి బలవంతంగా తన చెంతకు తీసుకు వస్తున్న, హనుమని రావణుడు చూసాడు. అప్రయత్నంగా - అతని నోటి నుండి -

స దదర్శ మహాతేజా రావణః కపి సత్తమమ్।
రక్షోభి ర్వికృతాకారైః కృష్యమాణ మిత స్తతః॥ 59

రాక్షసాధిపతిం చాపి దదర్శ కపి సత్తమః।
తేజోబలసమాయుక్తం తప న్త మివ భాస్కరమ్॥ 60

సరోష సంవర్తిత తామ్రదృష్టి ర్దశానన స్తం కపి మన్వవేక్ష్య।
అథోపవిష్టాన్ కుల శీల వృద్ధాన్ సమాదిశ త్తం ప్రతి మన్త్రిముఖ్యాన్॥ 61

యథాక్రమం తై స్స కపి ర్విపృష్టః కార్యార్థ మర్థస్య చ మూలమాదౌ।
నివేదయామాస హరీశ్వరస్య దూత స్సకాశా దమ మాగతోఽస్మి॥ 62

తా. "సధర్శ మహా తేజాః రావణః కపిసత్తమ్" అటువంటి దివ్యతోజే విరాజితుడైన హనుమని చూసి రావణుడు ఆశ్చర్యపోయాడు.

హనుమంతుడు, రావణుని నలాగే చూసి ఇతడా రావణుడు ? సీత నెత్తుకు వచ్చిన వాడు ? నమ్మశక్యం కాదనుకుంటున్నాడు. ఇంతటి తేజస్సంపన్నుడెందుకిలా తెగించాడని ఆశ్చర్యపోయాడు.

అప్పుడే రావణుడు, తన మహామంత్రులకు, మనకు ప్రియమైన అశోకవనం ధ్వంసం చేసిన ఈ కోతి ఎక్కడిదో, ఎందుకో వచ్చింది. వన నాశనానికి కారణమేమిటో కనుక్కొని తగు శిక్షను విధించమని ఆదేశించాడు.

అదే అదనుగా "ఓ! వానరా, ఎవరు నీవు, ఎందుకు వచ్చావు, ఎందుకు వనం ధ్వంసం చేసావు ?" అని ఒకరి తర్వాత మరొకరు అడుగుతుంటే, హనుమ సభామర్యాదను పాటిస్తు "ఓ, మంత్రులారా! నేను దూతను. సుగ్రీవుని వద్ద నుండి వచ్చాను" అని వారితో చెబుతున్నాడు.

✿

ఇది వొరుగంటి వంశజనిత, శ్రీమతి సువర్చలాంబా, వెంకట సూర్యప్రసాదరావుల జేష్ఠ తనూజుడు "వర" రామకృష్ణప్రసాద్ - భక్తజనుల కందించిన, తేటతెలుగు వ్యాఖ్యాన శ్రీమత్ సుందరకాండలోని, అష్టచత్వారింశ సర్గ సమాప్తం.

- స్వస్తి-

- అస్తూ -

✦✦✦

ఏకోనపంచాశ స్సర్గః

తత స్స కర్మణా తస్య విస్మితో భీమవిక్రమః।
హనుమా న్రోషతామ్రాక్షో రక్షోధిప మవైక్షత॥ 1

తా. ఈ రావణుడు దుష్టుడు. ఎదుటివారి మనో క్షోభమెలాగ వుంటుందో తెలుపడానికే, ఇలాగ వన ధ్వంసం చేసాను. ఇందుకు ఆగ్రహించి, నా వద్దకు వస్తాడనుకున్నాను. కానీ రాక్షసరాజుగా తాను, తన వారినెందరినో కోల్పోయి నన్నిక్కడకు రప్పించుకున్నాడు.

భ్రాజమానం మహార్హేణ కాఞ్చనేన విరాజతా।
ముక్తాజాలా వృతే నాథ మకుటేన మహాద్యుతిమ్॥ 2

వజ్ర సంయోగ సంయుక్తై ర్మహార్హమణి విగ్రహైః।
హైమై రాభరణై శ్చిత్రై ర్మనసేవ ప్రకల్పితైః॥ 3

మహార్హ క్షౌమ సంవీతం రక్తచన్దన రూషితమ్।
స్వను లిప్తం విచిత్రాభి ర్వివిధాభిశ్చభక్తిభిః॥ 4

వివృతై ర్దర్శనీయైశ్చ రక్తాక్షై ర్భీమదర్శనైః।
దీప్త తీక్ష్ణ మహాదంష్ట్రైః ప్రలమ్బ దశనచ్ఛదైః॥ 5

శిరోభి ర్దశభి ర్వీరం భ్రాజమానం మహౌజసమ్।
నానా వ్యాళ సమాకీర్ణై శ్శిఖరై రివ మన్దరమ్॥ 6

నీలాఞ్జన చయ ప్రఖ్యం హారే ణోరసి రాజతా।
పూర్ణచన్ద్రాభ వక్త్రేణ స బలాక మిహామ్బుదమ్॥ 7

బాహుభి ర్బద్ధ కేయూరై శ్చన్దనోత్తమ రూషితైః।
భ్రాజమానాఙ్గదైః పీనైః పఞ్చశీర్షై రివోరగైః॥ 8

మహతి స్ఫాటికే చిత్రే రత్న సంయోగ సంస్కృతే।
ఉత్తమాస్తరణా స్తీర్ణే సూపవిష్టం వరాసనే॥ 9

అలఙ్కృతాభి రత్యర్థం ప్రమదాభి స్సమ న్తతః।
వాలవ్య జనహస్తాభి రారా త్సముపసేవితమ్॥ 10

దుర్ధ రేణ ప్రహస్తేన మహాపార్శ్వేన రక్షసా।
మన్త్రిభి ర్మన్త్రతత్వజ్ఞై ర్నికుమ్భేన చ మన్త్రిణా॥ 11

సుఖోపవిష్టం రక్షోభి శ్చతుర్భి ర్బలదర్పితైః।
కృత్స్నః పరివృతో లోక శ్చతుర్భి రివ సాగరైః॥ 12

మన్త్రిభి ర్మన్త్ర తత్త్వజ్ఞై రన్యై శ్చ శుభబుద్ధిభిః।
అన్వాస్యమానం రక్షోభి స్సురై రివ సురేశ్వరమ్॥ 13

అవశ్య ద్రాక్షసపతిం హనుమా నతి తేజసమ్।
విష్ఠితం మేరుశిఖరే సతోయ మివ తోయదమ్॥ 14

తా. అప్పుడు హనుమ, వజ్ర, మాణిక్య, బంగారం, ముత్యాలు పొదిగిన మహా కిరీటాన్ని, ఆభరణాలు, పట్టు వస్త్రాలు ధరించి, ఎర్రని కళ్ళతో, తీక్షణ దృష్టితో, చూపులతో సర్వులను శాసించు శక్తిగల, ఓ శక్తి సంపన్నుని చూసాడు. అతిరధ మహారధులైన రాక్షససేన ఇంద్రజిత్తు వంటి కుమారులు, సర్వసమర్థులైన మిత్రుల మంత్రాంగంతో మేరు శిఖరమున నల్లని మేఘము వలె ఉన్నత సింహాసనమున కూర్చున్న, రావణాసురుని చూసాడు.

చూడగానే నమస్కరించాలన్నట్లు వుండే శివభక్తుని చూసాడు. అటువంటి రావణుని చూసిన హనుమంతుడు దిగ్భ్రమ చెందాడు. సంభ్రమాశ్చర్యాల క్షణకాలం మున్గిపోయాడు. అప్పుడు హనుమ -

సతై స్సంపీడ్యమానోఽపి రక్షోభి ర్భీమవిక్రమైః।
విస్మయం పరమం గత్వా రక్షోధిప మవైక్షత॥ 15

భ్రాజమానం తతో దృష్ట్వా హనుమాన్ రాక్షసేశ్వరమ్।
మనసా చిన్తయామాస తేజసా తస్య మోహితః॥ 16

అహో రూప మహో ధైర్య మహోసత్వ మహోద్యుతిః।
అహో రాక్షస రాజస్య సర్వలక్షణ యుక్తతా॥ 17

యద్యధర్మో న బలవాన్ స్యాదయం రాక్షసేశ్వరః।
స్యాదయం సురలోకస్య సశక్రస్యాపి రక్షితా॥ 18

అస్యక్రూరై ర్నృశంసై శ్చ కర్మభి ర్లోకకుత్సితైః।
తేన బిభ్యతి ఖల్వస్మా ల్లోకా స్సామరదానవాః॥ 19

అయం హ్యుత్సహతే క్రుద్ధః కర్తు మేకార్ణవం జగత్।
ఇతి చిన్తాం బహువిధా మకరో న్మతిమాన్హరిః।
దృష్ట్వా రాక్షసరాజ్య ప్రబావ మమితౌజసః॥ 20

తా. అహోరూప, మహోతేజం... అనుకున్నాడు. ఇతనిలో ఏ అధర్మము లేదు, ఈరేడు పధ్నాలుగు లోకాలలోను రావణుని ప్రతిఘటించేవారు లేరనుకున్నాడు.

ఇతడు ధర్మమూర్తి అయితే, ఇతని కంటి తీక్షణతకు, లోకాలు అల్లకల్లోలమై పోయేవని భావించాడు. ఇంతటి ఉత్తమోత్తముడీ విధంగా ప్రవర్తిస్తున్నాడు. రామపత్నిని ఎందుకు తీసుకు వచ్చాడు.

సద్ధర్మమూర్తీ. శాస్త్రవాది, వేదాలకు స్వరమొనర్చిన వేదాంతమూర్తి, ఈ విధంగా ప్రవర్తించడానికి, ఆశ్చర్యపోతున్నాడు.

మధ్యలో, రావణభటులు తోసేతోపుళ్ళు హెచ్చరికలను ప్రక్కన పెట్టి రావణుని శక్తి స్థోమతలను, కారణమెరుగక చేసే అకృత్యాలకు అబ్బురపడుతున్నాడు.

✿

ఇది వోరుగంటి వంశజనిత, శ్రీమతి సువర్చలాంబా, వెంకట సూర్యప్రసాదరావుల జేష్ఠ తనూజుడు "వర" రామకృష్ణప్రసాద్ - భక్తజనుల కందించిన, తేటతెలుగు వ్యాఖ్యాన శ్రీమత్ సుందరకాండలోని, ఏకోనపంచాశ సర్గ సమాప్తం.

- స్వస్తి-

- అస్తూ -

✦✦✦

పంచాశస్సర్గః

త ముద్వీక్ష్య మహాబాహుః పిఙ్గాక్షం పురతః స్థితమ్।
కోపేన మహతాఽఽవిష్టో రావణో లోకరావణః॥ 1

శఙ్కా హృతాత్మా దధ్యౌ న కపీన్ద్రం తేజసా వృతమ్।
కిమేష భగవా న్నన్దీ భవే త్సాక్షా దిహాగతః॥ 2

యేన శప్తోఽస్మి కైలాసే మయా సంచాలితే పురా।
సోఽయం వానరమూర్తిస్స్యాత్కింస్విద్బాణోఽపివాఽసురః॥ 3

తా. మహా భయంకరుడు. ప్రతాపవంతుడు, త్రిభువన విజేతైన రావణుడు, హనుమంతుని చూస్తూనే ఉలిక్కిపడ్డాడు. ఇతని తేజస్సు సామాన్యం కాదు, అరివీర భయంకరుడు. అఖండ తేజోస్వరూపుడు. ఇతడు నిజమైన శివస్వరూపుడు. "అవును. ఆనాడు నాకు శాపమిచ్చి, నా నాశనాన్ని హెచ్చరించిన నందీశ్వరుడు కాడు కదా! చూడటానికి అలాగే వున్నాడు. ఆ అద్భుత తేజస్సు, శరీర బలం, ఆ అవక్ర పరాక్రమ స్వరూపం.... తప్పక నందో, బాణాసురుడో అయ్యుండాలి తప్ప - ఇతడు సామాన్యుడు కాదు. మామూలు కోతి అసలే కాడు.

స రాజా రోషతామ్రాక్షః ప్రహస్తం మన్త్రిసత్తమమ్।
కాలయుక్త మువాచేదం వచో విపుల మర్థవత్॥ 4

దురాత్మా పృచ్ఛ్యతా మేష కుతః కింఽవా స్య కారణమ్।
వనభంగే చ కోఽస్యార్థో రాక్షసీనాం చ తర్జనే॥ 5

మత్పురీ మప్రధృష్యాం వాఽఽగమనే కిం ప్రయోజనమ్।
అయోధనే వా కిం కార్యం పృచ్ఛ్యతా మేష దుర్మతిః॥ 6

రావణస్య వచ శ్శ్రుత్వా ప్రహస్తో వాక్య మబ్రవీత్।
సమాశ్వసి హి భద్రం తే న భీః కార్యా త్వయా కపే॥ 7

యది తావ త్త్వ మిన్ద్రేణ ప్రేషితో రావణాలయమ్।
తత్త్వ మాఖ్యాహి మాభూత్తే భయం వానర మోక్ష్యసే॥ 8

యది వై(శ్రవణస్య త్వం యమస్య వరుణస్య చ।
చారరూప మిదం కృత్వా ప్రవిష్టో నః పురీ మిమామ్॥ 9

తా. క్షణకాలమలాగ చిత్త(భమ పొందిన దశకంఠుడు, తీవ్రకోపంతో ఆ వానరుని చూస్తూ ప్రహస్తునుద్దేశించి, "ప్రహస్తా! ఇతనెక్కడి నుండి వచ్చాడు. ఎందుకు వచ్చాడు ? ఎవరు పంపారు ? ఎందుకు మా ప్రియమైన అశోకవనాన్ని నాశనం చేసి, అక్కడి రాక్షసులను భయపెట్టి, మనవీరులను చంపవలసిన అవసరమేమిటి ? ఏమిటి వీడి వుద్దేశం ?" అడగమన్నాడు.

అప్పుడు ప్రహస్తుడు ఎంతో మెల్లిగా "వానరా! భయము లేదు. మా వలన భయము రాదు. అడిగిన విషయాలకు మెల్లిగా సమాధానం చెప్పుము. నిజము చెబితే, నిర్భయముగా... చెప్పుము. నిన్ను పంపినది దిక్పాలకులా ? ఇంద్రాది దేవతలా లేక ఆ విష్ణువా... ?

విష్ణునా ప్రేషితో వా పి దూతో విజయకాంక్షిణా।
న హి తే వానరం తేజో రూపమాత్రం తు వానరమ్॥ 10

తత్త్వతం కథయస్వా ద్య తతో వానర మోక్ష్యసే।
అనృతం వదత శ్చాపి దుర్లభం తవ జీవితమ్॥ 11

అథ వా యన్నిమిత్తం తే ప్రవేశో రావణాలయే।
ఏవ ముక్తో హరిశ్రేష్ఠ స్తదా రక్షోగణేశ్వరమ్॥ 12

అబ్రవీ న్నాస్మి శక్రస్య యమస్య వరుణస్య వా।
ధనదేన న మే సఖ్యం విష్ణునా నాస్మి చోదితః॥ 13

జాతిరేవ మమ త్వేషా వానరోఽహ మిహాగతః
దర్శనే రాక్షసేన్ద్రస్య దుర్ల భే త దిదం మయా॥ 14

వనం రాక్షస రాజస్య దర్శనార్థే వినాశితమ్।
తతస్తే రాక్షసాః ప్రాప్తా బలినో యుద్ధ, కాఙ్క్షిణః॥ 15

రక్షణార్థంతు దేహస్య ప్రతియుద్ధా మయా రణే।
అస్త్రపాశై ర్నశక్యోఽహం బద్ధుం దేవాసురైరపి॥ 16

పితామహా దేవవరో మమా ప్యేషోఽభ్యుపాగతః।
రాజానం ద్రష్టుకామేన మయాస్త్ర మనువర్తితమ్॥ 17

విముక్తోఽహ్యహ మన్త్రేణ రాక్షసై స్త్వభి పీడితః।
కేనచి ద్రాజకార్యేణ సంప్రాప్తోఽస్మి తవాన్తికమ్॥ 18

దూతోఽహ మితివిజ్ఞేయో రాఘవ స్యామితౌజసః।
శ్రూయతాం చాపి వచనం మమ పథ్యమిదం ప్రభో॥ 19

తా. నీవు చూడు, సామాన్య వానరుడివి కావు. దేవాసుర యక్ష గంధర్వ కింపురాషుదులకు చెందినవాడివెవరివో! నిజం చెప్పు. కాదంటే ఇక్కడనుండి కదలలేవు. నీ ప్రాణాలు నిలువవు. "మంత్రి కదా, అంత గొప్పగా - ప్రశాంతత - కటువు - అధికారం - దర్పము ప్రకటించుకుంటూ అడుగుతున్నాడు.

ప్రహస్తుని ప్రశ్నలన్నీ విన్న ఆంజనేయుడు -

"రావణా! ఇందులో మరొకరి మధ్యవర్తిత్వ మనకనవసరం. నీ ప్రశ్నలకు సూటిగా నేనే సమాధానమిస్తాను. సావధానంగా విను. నేను దిక్పాలకుల దూతను కాను. ఇంద్ర కుబేరాదులు నన్ను పంపలేదు. విష్ణువుకు నాతో పనిలేదు. ఆతడే సర్వసమర్థుడు. నేను వానరాన్ని. నీతో పనిబడి వచ్చాను. నీ దగ్గరకు సరాసరి రాలేక, నీకిష్టమైన అశోకవనాన్ని ధ్వంసం చేసాను.

అందరు అయ్యాక, నీ కొడుకు - ఈ ప్రబుద్ధుడు మేఘనాధుడు వచ్చాడు. కాస్సేపు ఆతనితో ఆటాడినట్లు యుద్ధం చేసాను. కాలం విలంబనం సహించలేక, ఆతను మంత్రించి విడిచిన బ్రహ్మాస్త్రానికి లొంగినట్లు నటించాను. నిజానికీ - పధ్నాలుగు లోకాలలోని ఏ అస్త్రశస్త్రాలు నన్ను నిర్జించలేవు. అయినా, నీ కోసం, నిన్ను చూడటానికిలాగ బందీనై వచ్చాను. మీ వాడు ఇది ఘనతనుకున్నాడు. దీనికి, నీ మూర్ఖులైన సేవకులు త్రాటితో బంధించి, బ్రహ్మాస్త్రం పరువు దీసారు. మొత్తానికి నిన్ను చూసాను. ఇదీ సంగతి. నేను రామదూతను, బంటునై ఇక్కడికి వచ్చాను. ముందు నేను చెప్పేది విను... మన్నాడు.

✿

ఇది వొరుగంటి వంశజనిత, శ్రీమతి సువర్చలాంబా, వెంకట
సూర్యప్రసాదరావుల జేష్ఠ తనూజుడు "వర" రామకృష్ణప్రసాద్ -
భక్తజనుల కందించిన, తేటతెలుగు వ్యాఖ్యాన శ్రీమత్
సుందరకాండలోని, పఞ్చాశ సర్గ సమాప్తం.

- స్వస్తి-

- అస్తు -

✦✦✦

ఏకపంచాశ స్సర్గః

తం సమీక్ష్య మహాసత్త్వం సత్త్వవాన్ హరిసత్తమః।
వాక్య మర్థవ దవ్యగ్రస్త మువాచ దశాననమ్॥ 1

అహం సుగ్రీవ సందేశా దిహ ప్రాప్త స్తవాలయమ్।
రాక్షసేన్ద్ర హరీశ స్త్వాం భ్రాతా కుశల మబ్రవీత్॥ 2

తా. తనను చూసి కొంచెమైనా నదురు బెదురు లేక హనుమంతుడు చెప్పే మాటలను వింటున్న రావణుడు - "రావణా!" నీకొక హితవాక్యమనడం మరీ ఆశ్చర్యం వేసింది.

వానర, ఋక్షరాజు "సుగ్రీవుడు నీకొక విషయం చెప్పమన్నాడు. మా మహారాజు ముందు నీ క్షేమ సమాచారములను కనుక్కోమన్నాడు. వాలితో నీవు అన్న ప్రకారం సోదర ప్రేమను వ్యక్తంచేస్తూ - నీకో హిత వాక్యం చెప్పమన్నాడు. చెబుతున్నాను, విను.

భ్రాతు శ్శృణు సమాదేశం సుగ్రీవస్య మహాత్మనః।
ధర్మార్థోపహితం వాక్య మిహ చాముత్ర చ క్షమమ్॥ 3

రాజా దశరథో నామ రథకుఞ్జర వాజిమాన్।
పితేవ బన్ధు ర్లోకస్య సురేశ్వర సమద్యుతిః॥ 4

జ్యేష్ఠ స్తస్య మహాబాహుః పుత్రః ప్రియకరః ప్రభుః।
పితు ర్నిదేశా న్నిష్క్రాన్తః ప్రవిష్టో దండకావనమ్॥ 5

లక్ష్మణేన సహ భ్రాత్రా సీతయా చాపి భార్యయా।
రామో నామ మహాతేజా ధర్మ్యం పన్థాన మాశ్రితః॥ 6

తస్య భార్యా వనే నష్టా సీతా పతిమనువ్రతా।
వైదేహస్య సుతా రాజ్ఞో జనకస్య మహాత్మనః॥ 7

స మార్గమాణ స్తాం దేవీం రాజపుత్ర స్సహానుజః।
ఋశ్యమూక మను ప్రాప్త స్సుగ్రీవేణ సమాగతః॥ 8

తస్య తేన ప్రతిజ్ఞాతం సీతయాః పరిమార్గణమ్।
సుగ్రీవస్యాపి రామేణ హరిరాజ్యం నివేదితమ్॥ 9

తత స్తేన మృధే హత్వా రాజపుత్రేణ వాలినమ్।
సుగ్రీవః స్థాపితో రాజ్యే హర్యృక్షాణాం గణేశ్వరః॥ 10

త్వయా విజ్ఞాతపూర్వ శ్చ వాలీ వానరపుంగవః।
రామేణ నిహత స్సంఖ్యే శరేణై కేన వానర॥ 11

న సీతామార్గణే వ్యగ్ర సుగ్రీవ స్సత్యసజ్గరః।
హరీ స్సంప్రేషయామాస దిశ స్సర్వా హరీశ్వరః॥ 12

తాం హరీణాం సహస్రాణి శతాని నియుతాని చ।
దిక్షు సర్వాసు మార్గన్తే హ్యధశ్చోపరి చాంబరే॥ 13

తా. రావణా! ఇహపర సాధనమైన ఆప్త వాక్యాన్ని సుగ్రీవుడు, ఒక సోదరునిగా నీకు తెలుపమన్నాడు. రావణా "రాజా దశరథో నామ రధ కుంజరవాజినామ్" అన్న దశరథుడను రాజు ధర్మపరుడు, ఇక్ష్వాకు వంశీయుడు వున్నాడు. అతడు చక్రవర్తి. అతని కుమారుడే, సర్వులను ఆనందపరచగల, సమ్మోహ పరచగల "రామ" నాముడు. ఆజానుబాహుడు, అరవింద దళాయతాక్షుడు.

అశ్రిత వత్సలుడు, అనురాగశీలుడు. ఇతడు దశరథునికి పుత్ర కామేష్ఠిన జన్మించిన వరప్రసాది. జేష్ఠుడు. పితృవాక్య పరిపాలకుడైన రాముడు, వనాలకు వచ్చాడు. అతడు తన భార్య, సవత్తల్లి (దశరథుని రెండోభార్య, సుతుడైన సుమిత్రా సుతునితో దండకారణ్యాలకు వచ్చాడు.

లక్ష్మణుడు వరప్రసాదితుడే. సీత జనక రాజర్షి (పెంపుడు) కుమార్తె. అయోనిజ. నాగేటి చాలులో లభ్యమైన పిల్ల వైదేహి. ఆమెనే నీవు మాయోపాయంతో ఆ రామసోదరులను, మాయలేడి పేరున వంచింప చేసి ఎత్తుకు వచ్చావు. ఇంతవరకు నీకు తెలుసు. ఆ పైన వారు సీతాన్వేషణంలో సుగ్రీవుని కలిసారు. అగ్నిసాక్షిగా ఆ సూర్యపుత్రుడు, ఈ సూర్యవంశజులు మిత్రులయ్యారు. కష్టసుఖాలు సర్వం ఇరువురు

సమానంగా పంచుకోవాలని ప్రమాణం చేసుకున్నారు. అంటూ, విషయము చెప్పిన హనుమ, సుగ్రీవుని మాటలను, యధాతథంగా ఇప్పుడు, ఇక్కడ అందిస్తున్నాడు. సుగ్రీవుడు రామ మైత్రికి చిహ్నంగా “సీతను వెదకించి, ఆమె జాడ తెలిపి, నీకు శాయశక్తులా తోడునీడగా వుంటానని, రామునకు ప్రతిజ్ఞను చేసాడు.

“నీ రాజ్యము, నీ భార్యను నీకిప్పిస్తానని శతధా ప్రయత్నిస్తానని, రాముడు ప్రమాణం చేసాడు. వారిరువురు ప్రమాణాల ఫలితంగా రాముడు, వాలిని చంపి, వానర అఖండ సామ్రాజ్యానికి సుగ్రీవుని రాజుగా చేసాడు. వాలి చెరనుండి వాని భార్యను కూడా రక్షించి తన మిత్రునకందునట్లు చేసాడు’’ అన్న హనుమంతుడు, సుగ్రీవుని మాటగా - చివరిగా

“రావణా! నీవెరిగిన, వాలి బలమెరిగిన, ఆ వాలిని ఒకే ఒక్క బాణంతో రాముడు హతమార్చాడు. నాకు రాజ్యమిచ్చాడు. ఆతని ప్రతిజ్ఞ నెరవేరింది. ఇప్పుడు నా ప్రమాణమే మిగిలింది. అందుకు సర్వఋక్ష వానర సైన్యాలను రప్పించి, భూమి అంచులు చూపి నలుదిక్కులకు పంపాను. అని చెప్పి, ఆ సేనలో దక్షిణ దిక్కుకు వచ్చినవారలము మేము. అందులో నేనొకడిని’’ అని పూర్తి చేసాడు హనుమ.

వైనతేయసమాః కేచిత్ కేచి త్తత్రానిలోపమాః।
అసఙ్గ గతయ శ్శీఘ్రా హరివీరా మహాబలాః॥ 14

అహం తు హనుమా న్నామ మారుత స్యౌరసస్సుతః।
సీతాయా స్తు కృతే తూర్ణం శతయోజన మాయతమ్॥ 15

సముద్రం లఙ్ఘయిత్వైవ తాం దిదృక్షు రిహాగతః।
భ్రమతా చ మయా దృష్టా గృహే తే జనకాత్మజా॥ 16

త ద్భవా౯ దృష్ట ధర్మార్థ స్తపః కృత పరిగ్రహః।
పరదారా న్మహాప్రాజ్ఞ నోపరోద్ధుం త్వ మర్హసి॥ 17

న హి ధర్మవిరుద్ధేషు బహ్వపాయేషు కర్మసు।
మూలఘాతిషు సజ్జన్తే బుద్ధిమన్తో భవద్విధాః॥ 18

రశ్చ లక్ష్మణ ముక్తానాం రామకోపానువర్తినామ్।
శరాణా మగ్రత: స్థాతుం శక్తో దేవాసురే ష్వపి॥ 19

న చా పి త్రిషు లోకేషు రాజ న్విద్యేత కశ్చన।
రాగవస్య వ్యలీకం య: కృత్వాసుఖ మవాప్నుయాత్॥ 20

తత్త్రికాలహితం వాక్యం ధర్మ్య మర్థానుబన్ధి చ।
మన్యస్వ నర దేవాయ జానకీ ప్రతి దీయతామ్॥ 21

దృష్టా హీ యం మయాదేవీ లబ్ధం య దిహ దుర్లభమ్।
ఉత్తరం కర్మ య చ్ఛేషం నిమిత్తం తత్ర రాఘువ:॥ 22

తా. వాలి సుగ్రీవుల శక్తి సంగతి తెలుసు కాబట్టి, ఆతని పరివారము శక్తి యుక్తులు, లక్ష్య సాధనా వివరాలు ప్రత్యేకించి నీకు చెప్పవలసిన పని లేదు. ఇక నా గురించి నన్ను నీ వాళ్ళు "కోతి" అన్నారు. వానరుడిని కోతి అనక, మరే మంటారు ? అయినా నా గురించి పరిచయంగా చెప్పుకుంటున్నాను. విను.

రావణా! నా పేరు హనుమంతుడు. హనువు చిట్లినందువలన ఆ పేరు వచ్చింది. చిన్నప్పుడు పుడుతూనే ఆకలి వేసి ఉదయ సూర్యుని ఓ పండుగా తలచి ఆకాసాని కెగిరాను. ఆ సమయంలో, సూర్యునికి తోడుగా వచ్చిన, ఇంద్రుని వజ్రాయుధాఘాతంతో, హనువు చిట్లింది. అదీ కథ. మిగిలింది తర్వాత చూడమంటు కొంత కథను చెప్పిన హనుమ వాయు వరప్రాదుడను. నీ కోసం సుగ్రీవాజ్ఞతో నూరామడల సముద్రాన్ని అవలీలగా దాటి వచ్చాను. సీతను చూసాను. సుగ్రీవుని తరుపున నిన్ను చూడాలను కున్నాను, చూసాను. చెప్పాలనుకున్నవి, చెప్పమన్నవి చెప్పాను.

నేను వరప్రసాదుడను. అస్త్రశస్త్రాల భయం నాకు లేదు. నేను అన్నింటికి అవధ్యుడను. అందుకే బరి తెగించి నిన్ను హెచ్చరిస్తూ నీకు తెలిసిన ధర్మ, నీతి శాస్త్రాలను చెప్పదలచుకున్నాను. రావణా! నిన్ను చూస్తే ధర్మజ్ఞుడవు. శాస్త్రజ్ఞుడవు. రాజనీతిజ్ఞుడవని చెప్పకనే తెలుస్తుంది. అటువంటి నీవు, ఇతరుల భార్యలకోసం చేసిన ప్రయత్నం ప్రశంసనీయం కాదు. నిందాతుల్యాము. ధర్మవిరుద్ధములైన పనులకు నీవంటివారు నడుం కట్టకూడదు.

రాముడే నీతో యుద్ధం చెయ్యవలసిన పని లేదు. "తమ్ముడూ!" అంటే ఆతడొక్కడు చాలు రాక్షస విధ్వంసానికి, నీ వినాశనానికి! ధర్మాత్ముడు, మహామానవోత్తముడైన రామునికి, అధర్మం సల్పిన వారెవరు బ్రతికి బట్టకట్టలేరు. ఈ సంగతి విశ్వామిత్ర మహర్షికి బాగా తెలుసు. నిగ్రహించ వచ్చిన పరశురాముల వారికి ఇంకా బాగా తెలుసును. కనుక, "నా మాట విని"..... ఇది సుగ్రీవుని మాట. క్షమా హృదయుడు, శరణాగతవత్సలుడైన రాముడు నిన్ను తప్పక క్షమిస్తాడు. అనవసర యుద్ధ వాతావరణం, రాక్షస నాశనం తప్పుతుంది. కాదంటావా నీ ఇష్టం.

కాబట్టి ఓ రాక్షస సార్వభౌమా! సుగ్రీవుని మాట మన్నించుము. అందరు సుఖంగా వుండమని హనుమంతుడు కోరాడు.

లక్ష్మీతేయం మయాసీతా తథా శోకపరాయణా।
గృహ్య యాం నాభిజానాసి పఞ్చాస్యా మివ పన్నగీమ్॥ 23

నే యం జరయితుం శక్యా సా సురై రమరై రపి।
విషసంసృష్ట మత్యర్థం భుక్త మన్న మినౌజసా॥ 24

తపస్సంతాపలబ్ధస్తే యోఽయం ధర్మపరిగ్రహః।
న స నాశయితుం న్యాయ్య ఆత్మప్రాణపరిగ్రహః॥ 25

అవధ్యతాం తపోభి ర్యాం భవాన్ సమనుపశ్యతి।
ఆత్మన స్సా సురైర్దేవై ర్హేతు స్తత్రాప్యయం మహాన్॥ 26

సుగ్రీవో న హి దేవో యం నా సురో న చ రాక్షసః।
న దానవో న గన్ధర్వో న యక్షోచ న చ పన్నగః॥ 27

తస్మా త్ప్రాణపరిత్రాణం కథం రాజ న్కరిష్యసి।
న తు ధర్మోపసంహార మధర్మఫలసంహితమ్॥ 28

త దేవ ఫల మన్వేతి ధర్మ శ్చాధర్మనాశనః।
ప్రాప్తం ధర్మఫలం తావ ద్భవతా నా త్ర సంశయః॥ 29

తా. పరిస్థితి అర్థం చేసుకో. సీతకు నీపై సదభిప్రాయం లేదు. ఆమె రాముని క్షేమము. నీ నాశనము కోరుతుంది. కోట్ల పరివారంతో సుగ్రీవుడు. రామునికి అండగా వుంటే, ఆ హరబ్రహ్మలు, ముప్పయి మూడు కోట్లమందిదేవతలే కన్నెత్తి చూడలేరు. ఇదంతా ఎందుకు చెబుతున్నానంటే ధర్మానికి, రాజనీతికి మూర్తీభవించిన స్వరూపము దశకంఠుడని విన్నాను కాబట్టి.

ఇకనైనా పంతం మాను. పట్టు వీడు. నీ వరాలలోనివారే నిన్నిప్పుడు అధిక్షేపిస్తున్నారు. ఇక నీకు మిగిలింది, మరణమో, శరణమో! అది తేల్చుకోవడం నీ ఇష్టం.

సుగ్రీవుడు దేవుడు కాడు, అసురుడు కాదు, రాక్షసుడు కాడు. నాగ యక్ష గంధర్వులలో ఒకడు కాదు. కేవలం వానరుడు. ఆతడు నరుడైన రామునికి తోడు నరవానరులు విజృంభిస్తే - రావణా! నీవు కోరుకున్న వరం సార్థకమౌతుంది. నీకు మృత్యువు శాశ్వతమౌతుంది.

నీ అపార తపోబలంతో యజ్ఞయాగాదులతో ఇన్నాళ్ళు సుఖంగా వున్నావు. రాక్షసుడిగా మారి నీవు పీడించిన వారలందరి శాపం, నీకు పాపము మృత్యురూపమయింది. ఇక మరణం. ఇది ఆపుట అనివార్యము. నీవు చిరంజీవివి కావాలంటే, సీతను, నాకు కాదు, రామునికి అర్పించి, శరణాగతుడవు కావడమే తక్షణ కర్తవ్యం. కాదంటే కర్మ. అనివార్యమైన మృత్యువు రాక్షస నాశన రూపంలో, నీవారిని, సమూలంగా దహించివేస్తుంది.

ఫల మస్యా వ్యధర్మస్య క్షిప్ర మేవ ప్రపత్స్యసే।
జనస్థానవధం బుద్ధ్వా బుద్ధ్వా వాలివధం తథా॥ 30

రామసుగ్రీవ సఖ్యం చ బుధ్యస్వ హిత మాత్మనః।
కామం ఖ ల్వహ మ ప్యేక స్సవాజిరథకుఞ్జరామ్॥ 31

లఙ్కాం నాశయుతుం శక్త స్తస్యైషతు న నిశ్చయంః।
రామేణ హి ప్రతిజ్ఞాతం హర్యక్షగణసన్నిభౌ॥ 32

ఉత్సాదన మమిత్రాణాం సీతాయై స్తైప్రధర్షితా।
అపకుర్వన్హి రామస్య సాక్షా దపి పురందర॥ 33

న సుఖం ప్రాప్నుయా దన్యః కిం పున స్త్వద్విధో జనః।
యాం సీతే త్యభిజానాసి యే యం తిష్ఠతి తే న శే॥ 34

కాళరాత్రీతి తాం విద్ధి సర్వలంకావినాశినీమ్।
త దలం కాలపాశేన సీతావిగ్రహ రూపిణా॥ 35

స్వయం స్కన్ధావస క్తేన క్షమ మాత్మవిచిన్త్యతామ్।
సీతాయా స్తపనా దగ్ధాం రామకోపప్రపీడితామ్॥ 36

దహ్యమానా మిమాం పశ్య పురీం సాట్టప్రతోళికామ్।
స్వాని మిత్రాణిమన్త్రింశ్చ జ్ఞాతీ౯ భ్రాతౄన్ సుతా౯ హితా౯॥ 37

భోగా న్దారాం శ్చ లంకాం చ మా వినాశ ముపానయ।
సత్యం రాక్షసరాజేన్ద్ర శృణుష్వ వచనం మమ॥ 38

రామదాసస్య దూతస్య వానరస్య విశేషతః।
సర్వా౯ లోకా న్సుసంహృత్య సభూతాన్ స చరాచరాన్॥ 39

తా. ఖరదూషణాదులను వధించుట, నిన్ను సంకలో పెట్టుకుని, నాల్గు సముద్రాలలో ముంచి ఇరకాటంలో పెట్టిన వాలిని చంపుట, సామాన్య విషయం కాదు. కనుక బాగా ఆలోచించి, ఒక నిర్ణయాన్ని తీసుకో. నిన్ను నీ సామ్రాజ్యాన్ని రక్షించుకో! హనుమంతుడు చెబుతున్నాడు. రావణుడు కుపితుడై వింటున్నాడు.

నిన్ను, నీ లంకను సముద్రంలో కల్పడం నాకు అసాధ్యం కాదు. రామాజ్ఞ, వానర ప్రభువు సుగ్రీవుని ఆదేశం లేదు. అందుకే ఆగాను. సీతాపహరణం చేసిన వారెవరైనా సరే వధించి తీరుతానని రాముడు చేసిన ప్రతిజ్ఞకు భంగం రాకూడదనే తాత్పర్యం తప్ప నిన్ను నిగ్రహించలేకకాదు.

నువ్వు కోరి తెచ్చుకున్నది - జనక రాజర్షి కూతురు, అయోనిజ సీత కాదు. నీ పాలిట కుల, కరాళ మృత్యువు. నీ చావు ఆమె రామునికి దఖలు చేసింది. అందుకే ఆగింది. లేకపోతే ఈపాటి కేనాడో నీ దశ కర్మలు

నుగిసి మాసాలు, త్రైపక్షికహూణా దాటి, సంవత్సరీకాలకు చేరువవు తూండేవాడివి.

కనుక ఆలోచించు. కాలపాశానికి తగుల్కొనకుము. లంకను, నీ వంశాన్ని రక్షించుకో. యముడు నీ అధీనుడే కావచ్చును. కాలపాశం మాత్రము సదా అనుసరించి, సకాలంలో తన ధర్మం నిర్వర్తిస్తుంది. దానికి దయాదాక్షిణ్యాలు, మమతానురాగాలు, "నా-నీ"లు వుండవు.

రా! నాతో వచ్చి సీతను రామునకర్పించుము. నిన్ను క్షమిస్తాడు. సోదరుని వలె గౌరవిస్తాడు. అంతటి ప్రేమాభిమాని దశరథ రాముడు.

రావణా! ఒక్క విషయం. ఈనాడు సకల సృష్టి "రామా!" అనగానే పొంగి పులకరిస్తుంది. ఇది గ్రహించి, మరీ నిర్ణయం తీసుకో.

పున రేవ తథా స్రష్టుం శక్తో రామో మహాయశాః।
దేవాసుర నరేన్ద్రేషు యక్ష రక్షో గణేషు చ॥ 40

విద్యాధరేషు సర్వేషు గంధర్వే షూరగేషు చ।
సిద్ధేషు కిన్న రేన్ద్రేషు పతత్రిషు చ సర్వత్రః॥ 41

సర్వభూతేషు సర్వత్ర సర్వకాలేషు నాస్తి నః।
యో రామం ప్రతి యుధ్యేత విష్ణుతుల్య పరాక్రమమ్॥ 42

సర్వలోకేశ్వర స్యైవం కృత్వా విప్రియ ముత్తమమ్।
రామస్య రాజసింహస్య దుర్లభం తవ జీవితమ్॥ 43

దేవాశ్చ దైత్యాశ్చ నిశాచరేన్ద్ర గన్ధర్వ విద్యాధర నాగయక్షాః।
రామస్య లోకత్రయనాయకస్య స్థాతుం న శక్తా స్సమరేషు సర్వే॥ 44

బ్రహ్మా స్వయమ్భూ శ్చతురాననో వా రుద్ర స్త్రిణేత్ర స్త్రిపురా న్తకో వా।
ఇన్ద్రో మహేన్ద్ర స్సురనాయకో వా త్రాతుం నశక్తా యుధి రామపథ్యమ్॥ 45

ససౌష్ఠవోపేత మదీనవాదినః కపే ర్నిశమ్యా ప్రతిమోఽప్రియం వచః।
దశాననః కోపవివృత్తలోచన స్సమాదిశ త్తస్య వథం మహాకపేః॥ 46

తా. సకల లోకాలు రాముని శరణాగతి పొందినాయంటే, ఇక నీవే ఆలోచించు కోవాలి. అతనికి అపకారం చేయడమంటే మృత్యువును త్వరత్వరగా ఆహ్వానించుకోవడమే!

ఇన్నీ చెబుతున్నాను విను.

స్వయంభువుడైన బ్రహ్మ, త్రిపురాంతకుడైన మహేశ్వరుడు, సుర నాయకుడైన ఇంద్రుడు, మిగిలిన దేవతాదులు, ఎవ్వరు... ఎవ్వరు... ఎవ్వరు రాముని వధించలేరు. ఆ మాట తలపెట్ట ముందుకు రాలేరు. కనుక జాగ్రత్త.

హనుమద్వాక్యములు విని మహా క్రోధంతో, కాలనాగువలె బుసలు కొడుతూ, వీడిని వధించండి. ఎవరడ్డు వస్తారో... చూస్తానంటాడు.

✿

ఇది వొరుగంటి వంశజనిత, శ్రీమతి సువర్చలాంబా, వెంకట
సూర్యప్రసాదరావుల జేష్ఠ తనూజుడు "వర" రామకృష్ణప్రసాద్ -
భక్తజనుల కందించిన, తేటతెలుగు వ్యాఖ్యాన శ్రీమత్
సుందరకాండలోని, ఏకపంచాశ సర్గ సమాప్తం.

- స్వస్తి-

- అస్తు -

✦✦✦

ద్విపంచాశ స్సర్గః

తస్య త ద్వచనం శ్రుత్వా వానరస్య మహాత్మనః।
ఆజ్ఞాపయ ద్వధం తస్య రావణః క్రోధమూర్ఛితః॥ 1

వధే తస్య సమాజ్ఞప్తే రావణేన దురాత్మనా।
నివేదితవతో దౌత్యం నానుమేనే విభీషణః॥ 2

తం రక్షోధిపతిం క్రుద్ధం త చ్చ కార్య ముపస్థితమ్।
విదిత్వా చిన్తయామాస కార్యం కార్యవిధౌ స్థితః॥ 3

నిశ్చితార్థ స్తత స్సామ్నా పూజ్య శత్రుజి దగ్రజమ్।
ఉవాచ హిత మత్యర్థం వాక్యం వాక్యవిశారదః॥ 4

తా. హనుమద్వచనాలకు ఆగ్రహోపేతుడైన రావణుడు కస్సుమన్నాడు. అతనిని వధించమన్నాడు. అన్నతో పాటు హనుద్వాక్యములను విన్న విభీషణుడు అన్నగారి క్రోధాన్ని శాంతింపచెయ్యదలచి, మెల్లిగా లేచాడు.

"అన్నా! అతడు దూత. వందనీయుడే తప్ప వధ్యనీయుడు కాడు. నీవంటి రాజనీతిజ్ఞుడు, ధర్మపరుడు - ఆగ్రహించి, అలాగ పలుకరాదు. త్రిలోక విజేతవు. ఆ లోకాలలోని ఒక వానరుడు. తన అభిప్రాయం చెప్పాడు. చెప్పడం తప్పు కాదు.

ఆ తర్వాత మనం తీసుకోవలసిన నిర్ణయం మనది. అని నెమ్మదిగా, తనదైన పద్ధతిలో, ఆయనకు ప్రియముగా వుండేటట్లు మాట్లాడుతున్నాడు.

క్షమస్వ రోషం త్యజ రాక్షసేన్ద్ర ప్రసీద మద్వాక్య మిదం శృణుష్వ।
వధం న కుర్వన్తి పరావరజ్ఞః దూతస్య సన్తోత వసుధాధిపేన్ద్రాః॥ 5

రాజధర్మ విరుద్ధం చ లోకవృత్తై శ్చ గర్హితమ్।
తవ చాసదృశం వీర కపే రస్య ప్రమాపణమ్॥ 6

ధర్మజ్ఞ స్చ కృతజ్ఞ శ్చ రాజ ధర్మ విశారదః।
పరావరజ్ఞో భూతానాం త్వ మేవ పరమార్థవిత్॥ 7

గృహ్యన్తే యది రోషేణ త్వాదృశోపి విపశ్చితః।
తత శ్శాస్త్రవిపశ్చిత్త్వం శ్రమఏవ హి కేవలమ్॥ 8

తస్మా త్ప్రసీద శత్రుఘ్న రాక్షసేన్ద్ర దురాసద।
యుక్తాయుక్తం వినిశ్చిత్య దూతదణ్డో విధీయతామ్॥ 9

విభీషణ వచశ్శ్రుత్వా రావణో రాక్షసేశ్వరః।
రోషేణ మహతావిష్టో వాక్య ముత్తర మబ్రవీత్॥ 10

న పాపానాం వధే పాపం విద్యతే శత్రుసూదన।
తస్మా దేవం వధిష్యామి వానరం పాపచారణమ్॥ 11

అధర్మమూలం బహురోషయుక్త మనార్యజుష్టం వచనం నిశమ్య
ఉవాచ వాక్యం పరమార్థ తత్త్వం విభీషణో బుద్ధిమతాం వరిష్ఠః॥ 12

ప్రసీత లజ్కేశ్వర రాక్షసేన్ద్ర ధర్మార్థయుక్తం వచనం శృణుష్వ।
దూతా నవధ్యా న్సమయేషు రాజన్ సర్వేషు సర్వత్ర వదన్తి సన్తః॥ 13

తా. రాక్షసేశ్వరా, కోపము వీడి, నా మాట విను. ఇతడు దూత. ఇతనిని వధించ రాదన్నది రాజనీతి. దీనికి నువ్వే సర్వాధికారివి, న్యాయాధిపతివి. నీకు ధర్మా ధర్మములు, నీతి శాస్త్రము, రాజనీతి వివరించి చెప్పనవసరం లేదు. అందుకు నీవే ఆదర్శము.

ఇప్పుడు తను వచ్చిన పని, ఇమ్మన్న సందేశం మిచ్చాడు. అంతవరకే అతని పని. ఆ తర్వాత నీవు చెప్పింది, తన ప్రభువుకు చెబుతాడు. అలాగ కాక నీవు తొందరపడితే కార్యము నిష్ఫలమవుతుంది. నీ శక్తి లోకానికి తెలియదు. అది నీ మనుగడకే ముప్పు అవుతుంది. కనుక ఇతనిని వధించ తగదు.

కాకపోతే నీతిశాస్త్ర కోవిదులు, నేరస్థుడెవరైనా అతనికి కాళ్ళు, చేతులు వగైరా అవయవాలలో ఏదో ఒకటి తొలగించమంటారు. నీవే నీతిశాస్త్ర కోవిదుడవు" అన్నాడు.

ఆ మాటలకు రావణుడాగ్రహం చెందాడు. అతనితో "చూడు ఇతడు అవధ్యుడు కాడు, వధ్యుడే. ఇక్కడికి రావడమొక నేరం. ఆ తరువాత

అసంఖ్యాక సేనను, మన మహావీరులను చంపడమొక మహానేరం. నిజంగా దూతయితే, దూతగానే వ్యవహరించాలి తప్ప గూఢచారిత్వం పనికి రాదు. కనుక ఇతడు చంపదగిన వాడంటాడు.

అప్పుడు విభీషణుడు మరల శాంత మొందినట్లు గతంలో వలెనే "రాజేంద్రా! నీవు చెప్పినట్లే ఇతడు చంపదగినవాడంటే కారణము కనబడదు. మనకు దొరకకుండా, ఇతడు పారిపోయి శత్రుపక్షము వహించు సమయంలో మనం పట్టుకుంటే చంపదగినవాడు. అలాగ కాక మనకే చిక్కాడు. మన మధ్యనే నిలచి, ధర్మబద్ధంగా ప్రవర్తిస్తున్నాడు. కనుక.......! దానిని కొనసాగించక ఆగాడు.

అసంశయం శత్రు రయం ప్రవృద్ధః కృతం హ్యనేనా ప్రియ మప్రమేయమ్।
న దూతవధ్యాం ప్రవదన్తి సన్తో దూతస్యదృష్టా బహవో హి దండాః॥ 14

వైరూప్య మఙ్గేషు కశాభిఘాతో మౌణ్డ్యం తథా లక్షణసన్నిపాతః।
ఏతా న్హి దూతే ప్రవదన్తిదణ్డాన్ వధస్తు దూతస్య వ న శ్రుతోఽపి॥ 15

కథం చ ధర్మార్థ వినీతబుద్ధిః పరానరప్రత్యయ నిశ్చితార్థః।
భవద్విధః కోప న శే హి తిష్ఠే త్కోపం నియచ్ఛన్తి హి సత్త్వవన్తః॥ 16

న ధర్మవాదే న చ లోకవృత్తే న శాస్త్రబుద్ధి గ్రహణేషు చా పి।
విద్యేత కశ్చి త్తన వీర తుల్య స్త్వంహ్యుత్తమ స్సర్వసురాసురాణామ్॥ 17

న చాప్యస్య కపే ర్ఘాతే కంచి త్పశ్యా మ్యహం గుణమ్।
తే ష్వయం పాత్యతాం దణ్డో యై రయం ప్రేషితః కపిః॥ 18

సాధు ర్వా యదివాఽసాధుః పరై రేష సమర్పితః।
బ్రువ న్పరార్థం పరవాన్ న దూతో వధ మర్హతి॥ 19

అపి చాస్మిన్ హతే రాజ న్నాన్యం పశ్యామి ఖేచరమ్।
ఇహ యః పున రాగచ్ఛే త్పరం పారం మహోదధేః॥ 20

తస్మా న్నాస్య వధే యత్నః కార్యః పరపురంజయ।
భవా న్సేన్ద్రేషు దేవేషు యత్న మాస్థాతు మర్హతి॥ 21

అస్మి న్వినష్టే న హి దూత మన్యం పశ్యామి య స్తౌ వరరాజపుత్రౌ।
యుద్ధాయ యుద్ధప్రియ దుర్వినీతా వుద్యోజయే ద్దీర్ఘ పథావరుదౌ॥ 22

తా. అక్షకుమారాదులను చంపాడు కాబట్టి ఇతడు చంపదగినవాడు, అంటే... దూతను కట్టడి చెయ్యాలే కాని చంపకూడదు. మనవాళ్ళు పట్టుకోవాలనే ఉద్దేశంతో కాక, చంపాలనే వెళ్ళారు. అదే ఇంద్రజిత్తు పట్టుకు రావాలని వెళ్ళాడు తప్ప చంపాలని కాదు, కనుక... ఇతనిని చంపరాదు. ఇందులో నా సాహసం, సందేశం లేదు.

మా ప్రభువుగా నీకు విన్నవించాల్సిన మా ధర్మం నెరవేర్చామన్నాడు. కాబట్టి అంగవైకల్యంతో అతను జీవితాంతం మనల్ని మరువడు. అందుకు... ఆలోచించుకోమన్నట్లాగాడు.

రావణుడు ఆలోచనలో పడ్డాడు. అతను చెప్పింది నిజమే. అతని ఆలోచనను కనిపెట్టిన విభీషణుడు "రాజా! ఇతనికి అంగవైకల్యం చేసి, ఇతన్ని పంపిన వారిని హతమారిస్తే, నీ ప్రజ్ఞలోకానికి తెలుస్తుంది. నీ కోరికా నెరవేరుతుంది.

రామలక్ష్మణులు, ఆ సుగ్రీవాదులు ఇక్కడికి రావాలంటే, ఇతనిని త్రిప్పి పంపు, కోరిన కోర్కె కార్యం నెరవేరుతుంది.

పరాక్రమోత్సాహ మనస్వినాం చ సురాసురాణా మపి దుర్జయేన।
త్వయా మనోనన్దన నైర్ఋతానాం యుద్ధాయతి ర్నాశయితుం నయుక్తా॥ 23

హితా శ్చ శూరాశ్చ సమాహితాశ్చ కులేషు జాతా శ్చ మహాగుణేషు
మనస్విన శ్శస్త్రభృతాం వరిష్ఠాః కోట్యగ్రత స్తే సుభృతాశ్చ యోధాః॥ 24

తదేక దేశేన బలస్య తావ త్కే చిత్తవాఽ దేశ కృతోఽభియాన్తు।
తౌ రాజపుత్రౌ వినిగృహ్య మూఢౌ పరేషు తే భావయితుం ప్రభావమ్॥ 25

నిశాచరణా మధిపోఽనుజస్య విభీషణ స్యోత్తమవాక్య మిష్టమ్।
జగ్రాహబుద్ధ్యా సురలోకశత్రు ర్మహాబలో రాక్షసరాజముఖ్యః॥ 26

నీ పేరు చెబితే హడిలిపోయే దేవతలు, ఇతరులు నీ దగ్గరకు రారు. నీ ముందు నిలువరు. ఇప్పుడు నిలిచేది, ఈ నర-వానరులే. వీరికి భయపడినట్లుగా ఇతనిని చంపివేస్తే, వారి ప్రయత్నము నీ ఆశ, రెండూ నిష్ఫలమౌతాయి.

"హితాశ్చ శూరాశ్చ, సమాహితశ్చ... అని నిన్ను సేవించడానికి, తమ ధర్మం తాము నెరవేర్చడానికి, నిన్నాశ్రయించినవారలెందరో వున్నారు. వారు నీ ఆజ్ఞా పాలితులు. ఇప్పుడు నీవు ఇతన్ని విడిచి ఆ యోధానుయోధులైన యుద్ధవీరులను పంపి, రామలక్ష్మణుల అడ్డు తొలగించుకో!

అప్పుడా విషయం గురించి ఆలోచించే అవసరముండదన్న మాటలను రావణుడు చక్కగా విన్నాడు. సబబుగా వున్నాయనుకున్నాడు.

✿

ఇది పొరుగంటి వంశజనిత, శ్రీమతి సువర్చలాంబా, వెంకట సూర్యప్రసాదరావుల జేష్ఠ తనూజుడు "వర" రామకృష్ణప్రసాద్ - భక్తజనుల కందించిన, తేటతెలుగు వ్యాఖ్యాన శ్రీమత్ సుందరకాండలోని, ద్విపంచాశ సర్గ సమాప్తం.

- స్వస్తి-

- అస్తూ -

✦✦✦

త్రిపంచాశ స్సర్గః

తస్య త ద్వచనం శ్రుత్వా దశగ్రీవో మహాబలః।
దేశ కాలహితం వాక్యం భ్రాతు రుత్తర మబ్రవీత్॥ 1

తా. మహావీరుడు, ధర్మవేత్తయిన రావణుడు, తమ్ముడు విభీషణుని మాటలు విన్నాడు. ఆలోచించాడు. ప్రస్తుతానికవి పాటించవలసినవిగానే వున్నాయి.

సమ్య గుక్తం హి భవతా దూతవధ్యా విగర్హితా।
అవశ్యం తు వధా దన్యః క్రియతా మస్య నిగ్రహః॥ 2

కపీనాం కిల లాఙ్గూల మిష్టం భవతి భూషణమ్।
త దస్య దీప్యతాం శీఘ్రం తేన దగ్ధేన గచ్ఛతు॥ 3

తతః పశ్య న్త్విమం దీన మఙ్గవైరూప్య కర్శితమ్।
స మిత్ర జ్ఞాతయ స్సర్వే బాన్ధవా స్ససుహృజ్జనాః॥ 4

ఆజ్ఞాపయ ద్రాక్షసేన్ద్రః పురం సర్వం నచ త్వరమ్।
లాఙ్గూలేన ప్రదీప్తేన రక్షోభిః పరిణీయతామ్॥ 5

తస్య త ద్వచనం శ్రుత్వా రాక్షసాః కోపకర్శితాః।
వేష్టయన్తి స్మ లాఙ్గూలం జీర్ణైః కార్పాసకైః పటైః॥ 6

సంవేష్ట్యమానే లాఙ్గూలే వ్యవర్ధత మహాకపిః।
శుష్క మిన్ధన మాసాద్య వనే ష్వివ హుతాశనః॥ 7

తైలేన పరిషిచ్యాథ తేఽగ్నిం తత్రా భ్యపాతయన్।
లాఙ్గూలేన ప్రదీప్తేన రాక్షసాం స్తా న పాతయత్॥ 8

రోషామర్ష పరీతాత్మా బాలసూర్య సమాననః।
లాఙ్గూలం సంప్రదీప్తం తు ద్రష్టుం తస్య హనూమతః॥ 9

సహ స్త్రీ బాలవృద్ధా శ్చ జగ్ముః ప్రీతా నిశాచరాః।
న భూయ స్సంగతైః క్రూరై రాక్షసై ర్హరి సత్తమః॥ 10

విభీషణా! దూతను చంపవద్దన్నావు. మరేదైనా శిక్ష విధించమన్నావు. ఇతరుల విషయమెట్లాగ వున్నా, కోతులకు వారి తోకంటే చాలా ఇష్టం. దానిని కాలిస్తే, ఆ తోకలేని కోతి తన ప్రభువు వద్దకు వెడుతుంది. ఈ తోక లేని కోతి మనవాళ్ళకు వినోదం కూడా అవుతుంది. ఏమంటావని, తమ్ముని సూచనకు సంతోషించాడు.

వెళ్ళండి. దీని తోక కాల్చి, మన పురవీధులలో త్రిప్పి, సముద్రం వద్ద పాడెయ్యండన్నాడు. తక్షణం ప్రభువు ఆజ్ఞ ప్రకారం వానరుని తోకకు పాతగుడ్డలను చుట్టారు. నూనె పోసారు. నిప్పు పెట్టారు. భలే భలే అని ఆ రాక్షసులు ఎగరడం ప్రారంభించారు.

ఇది తనకొక అవకాశంగా ఆంజనేయుడు పెరిగాడు. అతనితో తోక, అగ్ని... అన్నీ పెరిగాయి. సంతోషంతో ఎగిరేవాళ్ళకు, హనుమంతుని భీకరాకారము దడ పుట్టించింది. గిర గిర తిరిగే, ఆ మండే తోక వీళ్ళకు ప్రాణాంతకమయింది. ఆంజనేయుడు బాగానే వున్నాడు. అతని తోక మంటలు మాత్రం రాక్షసులనిబ్బంది పెడుతున్నాయి. ఒక్కొక్కరే ఆ బాధలనుభవించక, మూకుమ్మడిగా అతనిని నిరోధించి బంధించారు.

నిబద్ధ కృతవా న్వీర స్తత్కాల సదృశీం మతిమ్।
కామం ఖలు నమే శక్తా నిబద్ధస్యాపి రాక్షసాః॥ 11

ఛిత్వా పా శా స్సముత్పత్య హన్యా మహ మిమాన్నవః।
యది భర్తుర్హి తార్థాయ చర న్తం భర్తృ శాసనాత్॥ 12

బధ్నన్త్యేతే దురాత్మానో నతు మే నిష్కృతిః కృతా।
సర్వేషా మేవ పర్యాప్తో రాక్షసానా మహం యుధి॥ 13

కింతు రామస్యప్రీత్యర్థం విషహిష్యేహ మీదృశమ్।
లఙ్కా చారయితావ్యా వై పునరేవ భవేదితి॥ 14

రాత్రౌ నహి సుదృష్టా మే దుర్గ కర్మ విధానతః।
అవశ్య మేవ ద్రష్టవ్యా మయా లఙ్కా నిశాక్షయే॥ 15

కామం బద్ధస్య మే భూయః పుచ్ఛస్యోద్దీపనేవచ।
పీడాం కుర్వన్తు రక్షాంసి న మేఽస్తి మనసశ్శ్రమః॥ 16

తత స్తే సంవృతాకారం సత్త్వవ న్తం మహాకపిమ్।
పరిగృహ్య యయు ర్హృష్టా రాక్షసాః కపికుఞ్జరమ్॥ 17

శఙ్ఖ భేరీ నినాదై స్తం ఘోషయన్త స్స్వకర్మభిః।
రాక్షసాః క్రూర కర్మాణ శ్చారయన్తి స్మ తాం పురీమ్॥ 18

అన్వీయమానో రక్షోభి ర్యయౌ సుఖ మరిందమః।
హనుమాం శ్చారయామాస రాక్షసానాం మహాపురీమ్॥ 19

అథా పశ్య ద్విమానాని విచిత్రాణి మహాకపిః।
సంవృతాన్ భూమిభాగాం శ్చ సువిభక్తాం శ్చ చత్వరాన్॥ 20

వీథీ శ్చ గృహసంబాధాః కపి శ్శృఙ్గాటకాని చ।
తథా రథ్యోపరథ్యా శ్చ తథైవ గృహకాన్తరాన్॥ 21

తా. ఒక మూల కోపము, మరొకమూల మంటలతో హనుమ వుంటే, ఆ కోతి వీరికి ఆట వస్తువయింది. దానిని గమనించిన, హనుమను ఇది చాలా మంచిది. రాత్రి నగరాన్ని చూసాను. పగలు మరేం కనిపిస్తాయో చూస్తాను. అంతవరకు వీరి ఆకతాయి పనులను సహిస్తున్నట్లు నటిస్తాను. ఆ తర్వాత సమయం రాగానే చావకొడతాననుకున్నాడు.

వాళ్ళిష్ట ప్రకారం నడువ సిద్ధమయ్యాడు. ఇదేనా అంతమందిని చంపింది. వీరాధివీరులను నేలపడగొట్టింది. మన దగ్గరిలాగ, ఇంత సౌమ్యంగా వుందేమిటి ? ఈ ఆలోచన రాగానే వారిలో భయం మొదలయింది. అంతమందిని చంపినవాడు సామాన్యుడు కాదు. ఏదో పథకం వేసి మన ప్రాణం తీస్తాడేమోనని భయపడుతున్నారు. ఇది కొందరి ఆలోచన.

అందరు హనుమను ఆట వస్తువుగా పట్టుకు పోయారు. ఎగురుతున్నారు. తూలుతున్నారు. దీనికి తగ్గట్లు సింహనాదాలు. భేరీ మృదంగాది ధ్వనులు, అరుపులు, కేకలు, కేరింతలు, తృళ్ళింతలు. ఆంజనేయుని నగరమంతా త్రిప్ప సిద్ధమౌతున్నారు.

వారితో బుద్ధిమంతునిలాగ, హనుమ మామూలుగానే నడుస్తు న్నాడు. నగరమంతా పగటి వెలుగులో చూస్తున్నాడు. ఇళ్ళు, వాకిళ్ళు బంగారు ముత్యాల మణిమయాదులతో నిర్మించిన తలుపులు, ద్వార బంధాలు, కిటికీలు, మెట్లు కూర్చునేందుకు కావలసిన తిన్నెలు... అన్నీ చిత్ర విచిత్ర విధాల నిర్మించిన నిర్మాణ శైలిని ఆశ్చర్యపోతూ చూసాడు.

గృహాం శ్చ మేఘ సంకాశాన్ దదర్శ పవనాత్మజః।
చత్వరేషు చతుష్కేషు రాజమార్గే తథైవ చ॥ 22

ఘోషయన్తి కపిం సర్వే చారీక ఇతి రాక్షసాః।
స్త్రీబాల వృద్ధా నిర్జగ్ము స్తత్ర తత్ర కుతూహలాత్॥ 23

తం ప్రదీపిత లాఙ్గూలం హనుమన్తం దిదృక్షవః।
దీప్యమానే తత స్తస్య లాఙ్గూలాగ్రే హనూమతః॥ 24

రాక్షస్య స్తా విరూపాక్ష్య శ్శంసు ర్దేవ్యా స్త దప్రియమ్।
య స్త్వయా కృతసంవాద స్సీతే తామ్రముఖః కపిః॥ 25

లాఙ్గూలేన ప్రదీప్తేన న ఏష పరిణీయతే।
శ్రుత్వా త ద్వచనం క్రూర మాత్మాపహరణోపమమ్॥ 26

వై దేహీ శోకసంతప్తా హుతాశన ముపాగమత్।
మఙ్గళాభిముఖీ తస్య నా తదాసీ న్మహాకపేః॥ 27

ఉపతస్థే విశాలాక్షీ ప్రయతా హవ్యవాహనమ్।
య ద్యస్తి పతిశుశ్రూషా య ద్యస్తి చరితం తపః॥ 28

యది చాస్త్యేక పత్నీత్వం శీతో భవ హనూమతః।
యది కశ్చి దనుక్రోశ స్తస్య మ య్యస్తి ధీమతః॥ 29

యదివా భాగ్య శేషో మే శీతో భవ హనూమతః।
యది మాం వృత్తసంపన్నాం తత్సమాగమ లాలసామ్॥ 30

న విజానాతి ధర్మాత్మా శీతోభవ హనూమతః।
యది మాం తారయే దార్య సుగ్రీ స్సత్యసంగరః॥ 31

అస్మా ద్దుఃఖాంబు సంరోధా చ్ఛీతో భవ హనూమతః।
తత స్తీక్ష్ణా ర్చి రవ్యగ్రః ప్రదక్షిణ శిఖో౽నలః॥ 32

తా. వూరంతా త్రిప్పుతూ "వీడు దొంగ, అశోకవనం పాడు చేసాడు మన ప్రభువు వీడి తోక కాల్చి వూరంతా తిప్పమన్నారు." అని గట్టిగా అరచి చెబుతున్నారు. అతన్ని చూసి ఆ మాటలు వింటున్నవారు. మండే తోకతో వున్న ఆంజనేయుని చూసిన అశోకవన రాక్షస స్త్రీలు, ఆ విషయాన్ని సీతకు చెప్పారు. "ఆ... అంది. క్షణకాలం బాధపడింది. వినదగని మాట విన్నందులకు, హనుమంతునికి చేస్తున్న పరాభవానికి ఎంతో బాధపడింది. అదో క్షణం సేపు. ఆ తర్వాత -

సీత తన కళ్ళు తుడుచుకుంది. కళ్ళు మూసుకుని "అగ్నిహోత్రా! నా సతీత్వశక్తి మచ్చలేనిదైనట్లయితే, నీవు పావని ఎడల శీతలుండవై ప్రకాశించెదవు గాక!" అని ప్రార్థించింది.

"అగ్నిదేవా! అతడు రామదూత. రామబంటు. శ్రీరామునికి నీవు సహకరించవలెనన్న హనుమంతునికి మేలు చెయ్యి. నీ వలన ఆతడు బాధపడకుండా చెయ్యి. మరీ, మరీ ప్రార్థించింది.

సుగ్రీవాదులు చేసిన ప్రతిజ్ఞ, ఆంజనేయుని రామభక్తి ఎరిగిన వాడవైన, హనుమంతునకు మేలు చెయ్యమని ప్రార్థించింది. దీనికి అగ్నిదేవుడు తలవంచాడు. హనుమ తోకయితే ప్రకాశవంతంగా మండుతుంది కాని, దానివల్ల హనుమకు ఏ విధమైన కష్టము, నష్టము బాధలేదు.

జజ్వాల మృగశాబాక్ష్యా శ్శంస న్నివ శివం కపేః।
హనుమజ్జనక శ్చాపి పుచ్ఛానలయుతో నిలః॥ 33

వనౌ సావస్థ్యకరో దేవ్యాః ప్రాలేయానిల శీతలః।
దహ్యమానే చ లాఙ్గూలే చిన్తయామాస వానరః॥ 34

ప్రదీప్తోఽగ్ని రయుం కస్మా న్న మాం దహతి పర్వతః।
దృశ్యతే చ మహాజ్వాలః కరోతి న చ మే రుజమ్।
శశిరస్యేన సంపాతో లాంగూలాగ్రే ప్రతిష్ఠితః॥ 35

అథవా తదిదం వ్యక్తం యద్దృష్టం ప్లవతా మయా।
రామప్రభావా దాశ్చర్యం పర్వత స్సరితాం పతౌ। 36

యది తావ త్సముద్రస్య మైనాకస్య చ ధీమతః।
రామార్థం సంభ్రమ స్తాదృ క్కి మగ్ని ర్న కరిష్యతి॥ 37

సీతాయా శ్చా నృశంస్యేన తేజసా రాఘవస్య చ।
పితు శ్చ మమ సఖ్యేన న మాం దహతి పావకః॥ 38

భూయ స్స చిన్తయామాస ముహూర్తం కపికుఞ్జరః।
ఉత్పపాతాథ వేగేన ననాద చ మహాకపిః॥ 39

పురద్వారం తత శ్శ్రీమాన్ శైలశృఙ్గ మివోన్నతమ్।
విభక్తరక్ష స్సంబాధ మాససా దానిలాత్మజః॥ 40

స భూత్వా శైలసంకాశః క్షణేన పున రాత్మవాన్।
హ్రస్వతాం పరమాం ప్రాపోత బన్ధనా న్యవశాతయత్॥ 41

విముక్త శ్చాభవ చ్ఛ్రీమా న్పునః పర్వత సన్నిభః।
వీక్షమాణ శ్చ దదృశే పరిఘం తోరణాశ్రితమ్॥ 42

స తం గృహ్య మహాబాహుః కాలాయస పరిష్కృతమ్।
రక్షిణ స్తా న్పున స్సర్వాన్ సూదయామాస మారుతిః॥ 43

స తా న్నిహత్వా రణచణ్డవిక్రమ
స్సమీక్షమాణః పునరేవ లఙ్కామ్।
ప్రదీప్తలాఙ్గూలకృతార్చిమాలీ
ప్రకాశ తాదిత్య ఇవార్చిమాలీ॥ 44

తా. ఇంతవరకు మంట వేడి అనుభవించకపోయినా హనుమంతునికి వళ్ళంతా చల్లదనం, తెలియని పారవశ్యం కల్గింది. పరిస్థితిని గమనించిన హనుమ ఆశ్చర్యపోయాడు. ఇదంతా రామ కార్యమహిమ. సీతాదేవి సతీత్వశక్తి అయి వుంటుంది. అందుకే నాకీ శీతల వాతావరణం. తెలియని పారవశ్య మనుకున్నాడు.

అగ్ని వాయువులు సహజ మిత్రులు. ఒకరికొకరు తోడైతే ఆ ప్రాంతము లేదా, ఆ నగరం, అడవి, సర్వం... పరమేశ్వరార్పణమే. ఇప్పుడు కూడా నేను తన మిత్రుడైన వాయుపుత్రుడను కాబట్టి, నా కపకారం కలుగకుండా, అగ్నిదేవుడు వ్యవహరిస్తున్నాడని తలచి నమస్కారం చేసాడు.

అలాగే సీతామహాసాధ్వికి నాపైన అపారమైన పుత్రప్రేమ. ఆ తల్లి ఆశీస్సుల ఫలితమే నాకీ అగ్ని కరుణ - అని తల్లికి వందనం చేసాడు. ఇలాగ ఆలోచించినవాడు, ఇంతరకు వాళ్ళకు కట్టుబడినట్లు నటించిన మారుతి, చూస్తూండగా, అందర్ని ఆశ్చర్యబరుస్తూ ఆకాశానికెగిరాడు

పురద్వారము వద్దకు వెళ్ళి తన శరీరాన్ని పెంచి కొన్ని త్రాళ్ళను, మరల సూక్ష్మరూపమొంది కొన్ని త్రాళ్ళను తెంపాడు. మరల శరీరాన్ని విపరీతంగా పెంచాడు. పరిఘ వంటి ఆయుధాన్నందుకున్నాడు. అక్కడున్న వారందరిని నోరెత్తకుండా చావగొట్టాడు.

అడ్డమొచ్చిన వారిని బాధిస్తూ, లంకంతా కలయ తిరిగే హనుమ, ప్రకాశించే తోకతో, మధ్యాహ్న సూర్యునివలె వెలుగొందుతున్నాడు.

✿

ఇది వొరుగంటి వంశజనిత, శ్రీమతి సువర్చలాంబా, వెంకట
సూర్యప్రసాదరావుల జేష్ఠ తనూజుడు "వర" రామకృష్ణప్రసాద్ -
భక్తజనుల కందించిన, తేటతెలుగు వ్యాఖ్యాన శ్రీమత్
సుందరకాండలోని, త్రిపంచాశ సర్గ సమాప్తం.

- స్వస్తి-

- అస్తు -

✦✦✦

చతుః పంచాశ స్సర్గః

వీక్షమాణ స్తతో లఙ్కాం కపిః కృతమనోరథః।
వర్ధమాన సముత్సాహః కార్య శేష మచి న్తయత్॥ 1

తాననుకున్న ప్రకారం, అడ్డమొచ్చిన వారిని అడ్డగిస్తు లంకంతా మరల మరల చూసిన మారుతి, రాక్షసులకే విధంగా బాధ కల్గుతుందో, ఆ విధంగా ప్రవర్తిస్తు తను వచ్చిన కార్యం సఫలమయిందని సంతోషిస్తున్నాడు.

కిం ను ఖల్వవశిష్టం మే కర్తవ్య మిహ సాంప్రతమ్।
యదేషాం రక్షసాం భూయ స్సంతాప జననం భవేత్॥ 2

వనం తావ త్ప్రమథితం ప్రకృష్టా రాక్షసాహతాః।
బలైకదేశః క్షపిత శ్శేషం దుర్గ వినాశనమ్॥ 3

దుర్గే వినాశితే కర్మ భవేత్సుఖ పరిశ్రమమ్।
అల్పయత్నేన కార్యేఽస్మి న్మమ స్యా త్సఫల శ్శ్రమః॥ 4

యో హ్యయం మమ లాఙ్గూలే దీప్యతే హవ్యవాహనః।
అస్య సంతర్పణం న్యాయం కర్తు మేభి ర్గృహోత్తమైః॥ 5

తతః ప్రదీప్త లాఙ్గూల స్సవిద్యు దివ తోయదః।
భవనాగ్రేషు లఙ్కాయా విచచార మహాకపిః॥ 6

గృహా ద్గృహం రాక్షసానా ముద్యానాని చ వానరః।
వీక్షమాణో హ్యసంత్రస్తః ప్రాసాదం శ్చ చచార సః॥ 7

అవప్లుత్య మహావేగః ప్రహస్తస్య నివేశనమ్।
అగ్నిం తత్ర స నిక్షిప్య శ్వసనేన సమో బలీ॥ 8

తతోఽస్య త్పుప్లువే వేశ్మ మహా పార్శ్వస్య వీర్యవాన్।
ముమోచ హనుమా నగ్నిం కాలానల శిఖోపమమ్॥ 9

తా. ఇంక చేయవలసిన కార్యక్రమము, రాక్షసులకు బాధాకరమైనదే తప్ప మరేమి లేదని నిశ్చయించుకున్న హనుమంతుడు -

అశోకవన ధ్వంసం. రావణుని చూడటం.

మహావీరులను రాక్షసులను చంపడం రావణునికి చెప్పవలసిన మాటలు చెప్పడం జరిగింది. ఇక మిగిలింది.

లంకా నాశనం. దీంతో ప్రస్తుతానికి మరో ఆలోచన లేక దీని పునర్నిర్మాణంపై దృష్టి పెడతారు. ఈలోగా మనం యుద్ధబేరి మ్రోగించ వచ్చని లంకా నాశనం జరిగితే, నాకు ఆనందమేనని, అందుకు సిద్ధమయ్యాడు.

తన మండుచున్న తోకతో ఇండ్లపై తిరుగుతూ ఒక్కొక్క ఇంటినీ అంటిస్తున్నాడు. ఆ దహన కార్యక్రమంలో భాగంగా రావణ ప్రధానమంత్రి అయిన ప్రహస్తుని గృహంతో అగ్నికార్యం ప్రారంభించాడు.

వజ్ర దంష్ట్రస్య చ తదా పుప్లువే న మహాకపిః।
శుకస్య చ మహాతేజా స్సారణస్య చ ధీమతః॥ 10

తథా చేన్ద్రజితో వేశ్మ దదాహ హరియూథపః।
జమ్బుమాలే స్సుమాలే శ్చ దదాహ భవనం తతః॥ 11

రశ్మికేతో శ్చ భవనం సూర్యశత్రో స్తథైవచ।
హ్రస్వకర్ణస్య దంష్ట్రస్య రోమశస్య చ రక్షసః॥ 12

యుద్ధోన్మత్తస్య మత్తస్య ధ్వజగ్రీవస్య రక్షసః।
విద్యుజ్జిహ్వస్య ఘోరస్య తథా హస్తిముఖస్యచ॥ 13

కరాళస్య పిశాచస్య శోణితాక్షస్య చైవహి।
కుమ్భకర్ణస్య భవనం మకరాక్షస్య చైవహి॥ 14

యజ్ఞశత్రో శ్చ భవనం బ్రహ్మశత్రో స్తథైవచ।
నరా న్తకస్య కుమ్భస్య నికుమ్భస్య దురాత్మనః॥ 15

వర్జయిత్వా మహాతేజా విభీషణ గృహం ప్రతి।
క్రమమాణః క్రమేణైవ దదాహ హరిపుఙ్గవః॥ 16

తేషు తేషు మహార్హేషు భవనేషు మహాయశాః।
గృహే ష్వృద్ధిమతామృద్ధిం దదాహ స మహాకపిః॥ 17

సర్వేషాం సమతిక్రమ్య రాక్షసేన్ద్రస్య వీర్యవాన్।
ఆససాదాథ లక్ష్మీవాన్ రావణస్య నివేశనమ్॥ 18

తత స్తస్మి న్గృహే ముఖ్యే నానారత్న విభూషితే।
మేరుమన్దర సఙ్కాశే సర్వమఙ్గళ శోభితే॥ 19

ప్రదీప్త మగ్ని ముత్సృజ్య లాఙ్గూలాగ్రే ప్రతిష్ఠితమ్।
ననాద హనుమా న్వీరో యుగాన్త జలదో యథా॥ 20

శ్వసనేన చ సంయోగా దతివేగో మహాబలః।
కాలాగ్ని రివ జజ్వాల ప్రావర్థత హుతాశనః॥ 21

ప్రదీప్త మగ్నిం పవన స్తేషు వేశ్మ స్వచారయత్।
అభూ చ్ఛ్వసన సంయోగా దతివేగో హుతాశనః॥ 22

తాని కాఞ్చన జాలాని ముక్తామణి మయాని చ।
భవనా న్యవశీర్యన్త రత్నవన్తి మహాన్తి చ॥ 23

తా. అక్కడ నుండి వరుసగా వజ్రదంష్ట్ర, శుక, సారణ, ఇంద్రజిత్తు, జంబుమాలి, సుమాలి... అనేవాళ్ళ ఇళ్ళను కాలుస్తు ముందుకు సాగుతున్నాడు. ఇంకా రశ్మికేతు, సూర్యశత్రు హ్రస్వ కర్ణా, హస్తిముఖ కరాళ, అశాచ, శోణితాక్ష, కుంభకర్ణ, మకరాక్ష, యజ్ఞ శత్రు, నరాంతక, కుంభ.... నికుంభ.... ఇలాగ చెప్పుకోదగ్గ వారిళ్ళ నన్నింటిని అంటించేసాడు.

మహాభక్తుడు, ధర్మాత్ముడైన విభీషణుని ఇంటిని మాత్రం మారుతి కాల్చకుండా విడిచిపెట్టాడు. అందరి ఇళ్ళు అలాగ కాలుస్తు, కాలుస్తూ రావణుని ఇంటిని కూడా సమీపించాడు. తన పట్టుదలను నెగ్గించుకున్న రావణుని మూర్ఖత్వానికి చిహ్నంగా ఆతనింటిని అగ్నికి సమర్పించి, ఆనందంగా గట్టిగా అరిచాడు. తన మిత్రునికి తోడుగా వాయువు సహకరించడంతో, హనుమంతుని కార్యం చాలా తేలిక అయింది.

రత్న వజ్ర మాణిక్యాలతో నిర్మింపబడిన ఆ ఇళ్ళు ఒక మూల బంగారం కరుగుతూ, మరొక ప్రక్కన చిటపటార్భాటాలు చేస్తుంటే, పౌరులు, గృహస్థులు భయపడిపోతున్నారు. హనుమ ఆనందంలో లంకానగర గగనంపై అటు ఇటు చిద్విలాసంగా తిరుగుతున్నాడు.

తాని భగ్న విమానాని నిపేతు ర్వసుధాతలే।
భవనానీవ సిద్ధానా మమ్బరా త్పుణ్యసంక్షయే॥ 24

సంజజ్ఞే తుముల శ్శబ్దో రాక్షసానాం ప్రథావతామ్।
స్వగృహస్య పరిత్రాణే భగ్నోత్సా హోర్జిత శ్రియామ్॥ 25

నూన మేషోఽగ్ని రాయాతః కపిరూపేణ హా ఇతి।
క్రన్దన్త్య స్సహసా పేతు స్స్తనంధయధరాః స్త్రియః॥ 26

కాశ్చి దగ్ని పరీతేభ్యో హర్మ్యేభ్యో ముక్తమూర్ధజాః।
పతన్త్యో రేజిరేఽ భ్రేభ్యస్సౌదామిన్యా ఇవామ్బరాత్॥ 27

వజ్ర విద్రుమ వైడూర్య ముక్తా రజత సంహితాత్।
విచిత్రా న్భవనా ద్ధాతూ స్స్యన్దమానా న్దదర్శ సః॥ 28

నాగ్ని స్తృప్యతి కాష్ఠానాం తృణానామ్ హరియూథపః।
నాగ్నే ర్నాపి విశస్తానాం రాక్షసానాం వసుంధరా॥ 29

క్వచి త్కింశుక సంకాశాః క్వచి చ్ఛాల్మలి సన్నిభాః।
క్వచి త్కుఙ్కు మసంకాశా శ్శిఖా వహ్నే శ్చకాశిరే॥ 30

హనూమతా వేగవతా వానరేణ మహాత్మనా।
లఙ్కాపురం ప్రదగ్ధం త ద్రుద్రేణ త్రిపురం యథా॥ 31

తా. ఈ గందరగోళంలో అగ్నిజ్వాలలకు గురయిన విమానాలు క్రిందపడటం చూస్తే, సిద్ధపురుషులు పుణ్యలోకాలనొంది, అక్కడనుభవించవలసిన సుఖసంతోషాలనొంది, పుణ్యం క్షీణం కాగానే భూమి మీద పడుతున్నట్లు అనేక రావణ విమానాలు నేల కూలుతున్నాయి.

మంటలు, మంటలనే అరుపులు, కేకలతో నగరమంతా ప్రతిధ్వ నిస్తుంది. ఇంట్లోని వాళ్ళంతా బయటికి పరుగులు తీస్తూ ప్రాణాలు దక్కించుకుంటున్నారు కొందరి మేడలు విరుగుతున్నయి. మిద్దెలు కరుగు తున్నయి. అలా క్రింద పడేవారు ఆకాశంలోని మెరుపులవలె ప్రకాశిస్తున్నారు.

హనుమంతుడు కరగిపోయే వెండి, బంగారం, పగలిపోయే వజ్రవైడూర్యాది మణులను చూస్తున్నాడు. అగ్నికి ఆనందంగా వుండి వుంటుందని, హనుమ తలిచాడు. మహావీరులను నశింపచేస్తే నాకు ఆనందం. తినడానికేమి లభించినా అగ్నికి ఆనందమనుకున్నాడు.

అగ్నిజ్వాలలతో ఆ ప్రాంతమంతా ప్రకాశింప చేస్తుంది. లంకను కాల్చిన హనుమతుడు త్రిపురాసుర సంహారం గావించింన పరమశివునిలా ప్రకాశిస్తున్నాడు.

తత స్తు లఙ్కాపుర పర్వతాగ్రే సముత్థితో భీమ పరాక్రమోఽగ్నిః।
ప్రసాధ్య చూడావలయం ప్రదీప్తో హనూమతా వేగవతా విసృష్టః॥ 32

యుగా న&ఽత కాలానల తుల్యవేగ స్సమారుతో ఽగ్ని ర్వవృధే దివిస్పృక్।
విధూమరశ్మి ర్భవనేషు సక్తో రక్ష శ్శరీరాజ్య సమర్పితార్చిః॥ 33

ఆదిత్యకోటీ సదృశ స్సుతేజా లఙ్కాం సమాప్తాం పరివార్య తిష్ఠన్।
శబ్దై రనేకై రశనిప్రరూఢై ర్భిన్ద న్ని వాణ్డం ప్రబభౌ మహాగ్నిః॥ 34

తత్రామ్బరా దగ్ని రతిప్రవృద్ధో రూక్షప్రభః కింశుక పుష్పచూడః।
నిర్వాణ ధూమాకూల రాజయ శ్చ నీలోత్పలాభాః ప్రచకాశిరేఽభ్రాః॥ 35

వజ్రీ మహేన్ద్ర స్త్రిద శేశ్వరో వా సాక్షా ద్యమోవా వరుణోఽనిలోవా।
రుద్రోఽగ్ని రర్కో ధనదశ్చ సోమో న వానరోఽయం స్వయమేవ కాలః॥ 36

కిం బ్రహ్మణ స్సర్వ పితామహస్య సర్వస్యధాతు శ్చతురాననస్య।
ఇహాఽగతో వానర రూపధారీ రక్షోపసంహారకరః ప్రకోపః॥ 37

కిం వైష్ణవం వా కపి రూపమేత్య రక్షో వినాశాయ పరం సుతేజః।
అన న్త మనవ్యక్త్య మచిన్త్య మేకం స్వ మాయయా సాంప్రత మాగతం వా॥ 38

ఇత్యేన మూచు ర్బహనోవిశిష్టా రక్షోగణా స్తత్ర సమేత్య సర్వే।
స ప్రాణి సంఘాం స గృహాం స వృక్షాం దగ్ధాం పురీం తాంసహసా సమీక్ష్య॥ 39

తా. ఈ లంకా గృహంలో మండేమంటలు త్రికూట పర్వతం వరకు పాకాయి. అక్కడున్న గృహాలు అగ్నికి ఆహుతవడం మొదలుపెట్టాయి. ఆ రకంగా అగ్నిదేవుడు జ్వలించడం వారెప్పుడు చూడలేదు. అగ్ని తన ఏడు నాలుకలు సాచి మరీ దహనానికి ముఖ్య మూర్తి అయాడు.

ఆ పొగలేనిమంటలకు, వినిపించే చిటపట ధ్వనులు, ప్రజల హాహాకారాలు, మహాభయంకరంగా వుందక్కడ పరిస్థితి. ఉవ్వెత్తున లేచే జ్వాలలతో అగ్నినార్పడం కూడా చేతకానిదయింది. చూస్తుండగా లంక మొత్తం దహనమై పోయింది. ఇక మిగిలింది కాలుతున్న వాసన. అందులో కాలినదెవరో కాలినదేవిటో చూసుకోవల్సిన పరిస్థితి.

ఇతడు వానరుడా, కాడు, కాడు. మహారుద్రుడు ప్రలయకాల ప్రభంజనుడు. విలయుడు. ఎందరో... దేవతలో, దేవతోత్తములో రావణుని మించినవారో, ఇతన్ని వంచించినవారో అయివుండాలి. లేకపోతే.... అమ్మో ఈ దహన మసాధ్యమని, మాటలు చెప్పుకునే వాళ్ళకు, ప్రక్కవాళ్ళకు గూడా స్పష్టంగా వినిపిస్తున్నాయి.

ఆ బ్రహ్మగారో, విష్ణువో, ఎవరో తప్ప సామాన్యులు ఈ పని చెయ్యలేరు.

తత స్తు లఙ్కా సహసా ప్రదగ్ధా స రాక్షసా సాశ్వరథా సనాగా।
సపక్షి సంఘా సమృగా సవృక్షా రురోద దీనా తుములం సశబ్దమ్॥ 40

హాతాత హాపుత్రక కాంత మిత్ర హా జీవితం భోగయుతం సుపుణ్యమ్।
రక్షోభి రేవం బహుధా బ్రువద్భి శ్శబ్దః కృతో ఘోరతర స్సుభీమః॥ 41

హుతాశనజ్వాల సమావృతా సా హతప్రవీరా పరివృత్తయోధా।
హనూమతః క్రోధ బలాభిభూతా బభూవ శాపోపహతేవ లఙ్కా॥ 42

స సంభ్రమ త్రస్త విషణ్ణ రాక్షసాం సముజ్జ్వల జ్వాల హుతాశ నాఙ్కితాం।
దదర్శ లఙ్కాం హనుమా న్మహా మనా స్స్వయంభు కోపోపహతా మివా వనీమ్॥ 43

భఙ్క్త్వా వనం పాదప రత్న సఙ్కులం హత్వా తు రక్షాంసి మహాన్తి సంయుగే।
దగ్ధ్వా పురీం తాం గృహరత్న మాలినీం తస్థౌ హనూమాన్ పవనాత్మజః కపిః॥ 44

త్రికూట శృఙ్గాగ్రతలే విచిత్రే ప్రతిష్ఠితో వానరరాజ సింహః।
ప్రదీప్త లాఙ్గూలకృతార్చి మాలీ వ్యరాజఉ ఉ తాదిత్య ఇవాంశుమాలీ॥ 45

తా. హనుమంతుని దహన ప్రభావము అందరికి భయాన్ని రేపింది. చావగా మిగిలినవారు సంతాపసభలకన్న తాము సురక్షితంగా వుండే మార్గం కోసం వెదుక్కుంటున్నారు. ఇదే లంకా నాశనానికి ప్రధమ మెట్టు అని కొందరు మూల్గారు.

ఇంకొందరు కనుపించని వారి గురించి ఘొల్లుమంటున్నారు. ఈ లంకా దహనం మొత్తం హనుమంతుని కోపజ్వాలలకు ప్రతిరూపంగా వుంది. ఆంజనేయుని కళ్ళలో హనుమత్ప్రభావానికి బలయినవారు పడే రోదన కనపడింది. వారిప్పుడు ప్రళయానంతర స్థితిని దర్శిస్తున్నట్లున్నారు.

మొత్తానికి లంక చూసాడు. సీతను చూసాడు. అగ్నికి అర్పణం చేసాడు. తన కోపం, వానరబలం వారు చేసుకున్న కర్మగా వారికే అర్పించాడు. ఇప్పుడు ఆంజనేయునిలో ఆవేదన లేదు. ఇకపైన ఈ లంకేయులు, ముందు తమను తాము రక్షించుకోవడానికి, ఆపై ఇతరులతో పోరాడటానికి ప్రాముఖ్యతనిస్తారని తలిచాడు.

సరాక్షసాం స్తాన్ సుబహూంశ్చ హత్వా వనం చ భఙ్క్వా బహుపాదపం తత్।
విసృజ్య రక్షోభవనేషు చాగ్నిం జగామ రామం మనసా మహాత్మా॥ 46

తత స్తు తం వానర వీర ముఖ్యం మహాబలం మారుతతుల్య వేగమ్।
మహామతిం వాయుసుతం వరిష్ఠం ప్రతుష్టువు ర్దేవగణా శ్చ సర్వే॥ 47

భఙ్క్వా వనం మహాతేజా హత్వా రక్షాంసి సంయుగే।
దగ్ధ్వా లఙ్కాపురీం రమ్యాం రరాజ స మహాకపిః॥ 48

తత్ర దేవా స్స గన్ధర్వా స్సిద్ధా శ్చ పరమర్షయః।
దృష్ట్వా లఙ్కాం ప్రదగ్ధం తాం విస్మయం పరమంగతాః॥ 49

తం దృష్ట్వా వానర శ్రేష్ఠం హనుమన్తం మహాకపిమ్।
కాలాగ్ని రితి సంచి న్త్య సర్వభూతాని తత్రసుః॥ 50

దేవా శ్చ సర్వే మునిపుఙ్గవాశ్చ గన్ధర్వ విద్యాధర నాగయక్షాః।
భూతాని సర్వాణి మహాన్తి తత్ర జగ్ముం పరాంప్రీతి మతుల్య రూపామ్॥ 51

తా. త్రికూట పర్వత శిఖరానికి వెళ్ళిన హనుమ తన వాలాగ్నితో మధ్యాహ్న మార్తాండుని వలె నున్నాడు. వచ్చిన పని పూర్తయినట్లు, రామదర్శనానికి ఆలసించకుండా వెళ్ళాలని తలిచాడు.

అప్పుడు గగనవీధిలో నిలచిన దేవతలు, ఆంజనేయుని చూసి ముందు "అహ!" అన్నారు. ఆ వెంటనే "మహాబలం, మారుతతుల్యవేగం" అన్నారు. "మహామతిం వాయుసుతం వరిష్ట"మన్నారు. ఇతడు బుద్ధిలో, గమనంలో, శరీర దారుఢ్యంలో, కార్యసాధనంలో, మహాఘనుడు, ప్రశంసించ దగ్గవాడని ప్రశంసించారు.

సిద్ధ సాధ్యాది మహర్షి సంఘాలు, ఇతర ప్రముఖులు, మహా తేజస్సుతో, ఆనందంతో వెలిగేపోయే ఆంజనేయుని, ఇటు కాలిపోయి, పోతున్న లంకను ఆశ్చర్యంగా చూసారు.

దేవతలు, సర్వ మునిపుంగవులు, గంధర్వ, విద్యాధర, నాగ యక్షాదులు హనుమంతుడొనరించిన అపురూప సాహసానికి, అత్యంత శ్లాఘనీయంగా సంతోషాన్ని, కల్గి ఆనందమూర్తులయ్యారు.

✿

ఇది వొరుగంటి వంశజనిత, శ్రీమతి సువర్చలాంబా, వెంకట
సూర్యప్రసాదరావుల జేష్ఠ తనూజుడు "వర" రామకృష్ణప్రసాద్ -
భక్తజనుల కందించిన, తేటతెలుగు వ్యాఖ్యాన శ్రీమత్
సుందరకాండలోని, చతుఃపంచాశ సర్గ సమాప్తం.

- స్వస్తి-

- అస్తూ -

✦✦✦

పంచపంచాశ స్సర్గః

లఙ్కాం సమస్తాం సందీప్య లాఙ్గూలాగ్నిం మహాబలః।
నిర్వాపయామాస తదా సముద్రే హరిసత్తమః॥ 1

తా. మహాశూరుడు, ప్రతాపవంతుడు, కార్యసాధకుడు, రామకార్య దురంధరుడైన హనుమ, ఆ మండే తోకను, సముద్రంలో ముంచి చల్లార్చాడు.

సందీప్యమానాం విధ్వస్తాం త్రస్త రక్షోగణాం పురీమ్।
అవేక్ష్య హనుమాన్ లఙ్కాం చిన్తయామాస వానరః। 2

తస్యాభూ త్సుమహాం స్త్రాసః కుత్సా చాఽఽత్మన్యజాయత।
లఙ్కాం ప్రదహతా కర్మ కిం స్వి త్కృత మిదం మయా॥ 3

ధన్యా స్తే పురుష శ్రేష్ఠా యే బుద్ధ్యా కోప ముత్థితమ్।
నిరున్ధన్తి మహాత్మానో దీప్త మగ్ని మివామ్భసా॥ 4

క్రుద్ధః పాపం న కుర్యా త్కః క్రుద్ధో హన్యా ద్గురూ నపి।
క్రుద్ధః పరుషయా వాచా నర స్సాధూ నధిక్షిపేత్॥ 5

వాచ్యావాచ్యం ప్రకుపితో న విజానాతి కర్హి చిత్।
నా కార్య మస్తి క్రుద్ధస్య నావాచ్యం విద్యతే క్వచిత్॥ 6

య స్సముత్పతితం క్రోధం క్షమ యైవ నిరస్యతి।
యథోరగ స్త్వచం జీర్ణాం సవై పురుష ఉచ్యతే॥ 7

ధి గస్తు మాం సుదుర్బుద్ధిం నిర్లజ్జం పాపకృత్తమమ్।
అచిన్తయిత్వా తాం సీతా మగ్నిదం స్వామి ఘాతుకమ్॥ 8

యది దగ్ధా త్వియం లఙ్కా నూన మార్యాఽపి జానకీ।
దగ్ధా తేన మయా భర్తుర్హతం కార్య మజానతా॥ 9

య దర్థ మయ మారమ్భ స్త త్కార్య మవసాదితమ్।
మయా హి దహతా లఙ్కాం న సీతా పరిరక్షితా॥ 10

తా. మండుచున్న లంకా పట్టణాన్ని, భయపడి పారిపోతున్న పౌరులను చూసి కొంత బాధపడ్డాడు. ఒక్కని కోసం ఇంత దారుణం చేసాను. ఇది నేను చెయ్య తగ్గ పనేనా ? శ్రీరామ, సుగ్రీవులీ విషయం చెబితే క్షమిస్తారా ? ఎంత పొరపాటు చేసానని బాధపడ్డాడు.

అగ్నివలన జరిగే నాశనమే కోపం వలన జరుగుతుంది. అందుకు మన పెద్దలు కోపం అనర్థ హేతువన్నారు. సర్వనాశనానికి కారణమన్నారు. ఆ కోప కారణమే కదా "శ్రీరామ వనవాసము, సీతాపహరణ కృత్యాలకు మూలం. నా కోపం లంకా నాశనానికి కారణమైనదని" చాలా బాధపడ్డాడు.

ఆ వచ్చే కోపానికి తల్లి, తండ్రీ గురువు, దైవమన్నది వుండదు. జరిగే నష్టం, కష్టాల గురించి ఆలోచించదు. ఏం చేస్తాడో, చేసేవాడికి తెలియదు. చేయించే కోపానికి తెలియదు. అందుకు బుద్ధిమంతులు "న క్రోధో!" అన్నారు. కనుక, అన్నింటికన్న ముందు దీనిని విడిచిపెట్టాలి. ఈ సుగుణం రాముని యందున్నది.

శరణాగతులకు రక్షకుడన్నమాట శ్రీరామునికి కోపంలేని పరమ శాంతమూర్తియని తెలియచేస్తుంది. వాళ్ళు చేసిన తప్పుకు తగ్గ శాస్తి అనుకున్నాను కాని, ఒక్కడి వలన ఇంతమంది బాధలకు గురవుతారని గ్రహించలేకపోయాను.

ఈష త్కార్య మిదం కార్యం కృత మాసీ న్న సంశయః।
తస్య క్రోధాభిభూతేన మయా మూలక్షయః కృతః॥ 11

వినష్టా జానకీ నూనం న హ్యదగ్ధః ప్రదృశ్యత।
లఙ్కాయాం కశ్చి దుద్దేశ స్సర్వా భస్మీకృతా పురీ॥ 12

యది త ద్విహతం కార్యం మమ ప్రజ్ఞావిపర్యయాత్।
ఇహైవ ప్రాణ సన్న్యాసో మమాపి హ్యద్య రోచతే॥ 13

కి మగ్నౌ నిపతా మ్యద్య ఆహోస్వి ద్బడబాముఖే।
శరీర మాహో సత్త్వానాం దద్మి సాగర వాసినామ్॥ 14

కథం హి జీవతా శక్యో మయా ద్రష్టుం హరీశ్వరః।
తౌ వా పురుష శార్దూలౌ కార్య సర్వస్వ ఘాతినా॥ 15

మయా ఖలు తదేవేదం రోషదోషా త్ప్రదర్శితమ్।
ప్రథితం త్రిషు లోకేషు కపిత్వ మనవస్థితమ్॥ 16

ధి గ స్తు రాజసం భావ మనీశ మనవస్థితమ్।
ఈశ్వరేణాపి యద్రాగా న్మయాసీతా న రక్షితా॥ 17

వినష్టాయాం తు సీతాయాం తావుభౌ వినశిష్యతః।
తయోర్వినాశే సుగ్రీవ స్సబన్ధు ర్వినశిష్యతి॥ 18

ఏతదేవ వచశ్శృత్వా భరతో భ్రాతృవత్సలః।
ధర్మాత్మా సహశత్రుఘ్నః కథం శక్ష్యతి జీవితుమ్॥ 19

ఇక్ష్వాకువంశే ధర్మిష్ఠే గతే నాశ మసంశయమ్।
భవిష్యన్తి ప్రజాస్సర్వా శ్శోక సంతాప పీడితాః॥ 20

తా. అవును. ఈ హడావుడిలో పూజ్య జానకి ఎలాగ వుందో! ఇంతవరకు ఆ భావనే రాలేదు. ఎంత పొరపాటు చేసాను. ఆమె చల్లగా వుంటే సరేసరి. లేదంటే, ఈ కాలే లంకకు నేను ఆహుతవ్వాలని విపరీతంగా భయపడ్డాడు.

ఏదో ఘనకార్యం చేసానని మురిసిపోయాను కాని ఘోరకార్యం చేసానని ఇప్పటికి గాని తెలియలేదు. అందుకే ఏదైనా చేసే ముందు, ముందు వెనుకలు ఆలోచించాలని మన పెద్దలు చెప్పింది. ఎటు చూసినా మంటల మయమే. అటువంటప్పుడు సీత... అమ్మో! అనుకున్నాడు.

ఇదంతా ఎవరైన వింటే "బుద్ధివాన్, బలవాన్... అన్నవారు మూర్ఖుడు, మందమతి, కుమతి'' అను కుంటారే తప్ప నన్ను అనుగ్రహించరు. క్షమించరు. కనుక చచ్చిపోతాను. ఇలాగనుకున్నవాడు, ఆ వెంటనే ఎలాగ చావను. సముద్రంలో పడా ? మంటల్లో కాలా ? కొండపై నుండి దూకా...?! ఇలాగ సాగుతున్నయి, హనుమ ఆలోచనలు.

ఈ కార్యం పూర్తయ్యి సంతోషంతో ఆవలి తీరం చేరి రామసుగ్రీవులను చూడాలనుకున్నాను. ఇప్పుడా విషయాన్ని మరచి, ప్రాయోపవేశం చెయ్యాలి. ఈ వానరబుద్ధి ప్రళయాంతకమన్నట్లు, నా ప్రవర్తనముంది. అందుకే మార్గదర్శకం కావాలనేది. అది లోపించినందువల్ల, నా ఈ విపరీత ఆలోచనలు, ప్రవర్తనతో, పరిస్థితి తలక్రిందులయింది ? అంతర్మధనంతో కుతకుత వుడుకుతున్నాడు.

తదహం భాగ్య రహితో లుప్త ధర్మార్థసఙ్గ్రహః।
రోషదోష పరీతాత్మా వ్యక్తం లోకవినాశనః॥ 21

ఇతి చిన్తయత స్తస్య నిమిత్తా న్యుపపేదిరే।
పూర్వ మప్యుపలబ్ధాని సాక్షా త్పున రచిన్తయత్॥ 22

అథవా చారు సర్వాఙ్గీ రక్షితా స్వేన తేజసా।
న నశిష్యతి కల్యాణీ నాగ్ని రగ్నౌ ప్రవర్తతే॥ 23

న హి ధర్మాత్మన స్తస్య భార్యా మమిత తేజసః।
స్వ చారిత్రాభిగుప్తాం తాం స్ప్రష్టు మర్హతి పావకః॥ 24

నూనం రామప్రభావేన వై దేహ్యా స్సుకృతేన చ।
య న్మాం దహనకర్మాయం నా దహ ద్ధవ్యవాహనః॥ 25

త్రయాణాం భరతాదీనాం భ్రాతౄణాం దేవతా చ యా।
రామస్య చ మనః కాన్తా సా కథం వినశిష్యతి॥ 26

యద్వా దహనకర్మాయం సర్వత్ర ప్రభు రవ్యయః।
న మే దహతి లాఙ్గూలం కథ మార్యాం ప్రధక్ష్యతి॥ 27

పున శ్చా చిన్తయత్తత్ర హనుమా న్విస్మిత స్తదా।
హిరణ్యానాభస్య గిరేర్జల మధ్యే ప్రదర్శనమ్॥ 28

తపసా సత్యవాక్యేన అనన్యత్వా చ్చ భర్తరి।
అపి సా నిర్దహే దగ్నిం న తా మగ్నిః ప్రధక్ష్యతి॥ 29

తా. సీతకపచారం జరిగితే, ఆమె మంటలోపడి మసయిపోతే, ఆ దృశ్యాన్నెలాగ చూడాలి. ఈ వార్తను రామలక్ష్మణులకెలాగ తెలపాలి. ఇంతటి అవివేకంతో ఎలాగ ప్రవర్తించాను ? విపరీతంగా చింతిస్తున్నాడు. దీనివలన ఎంతో కీడు జరుగుతుంది ?! అయ్యో...! అని విలపిస్తున్నాడు.

ఇంతా జరిగాక, హనుమంతుని కుడికన్ను అదిరింది. కుడి భుజము అదిరింది. అయితే... పునరాలోచనలో పడ్డాడు. అయితే నా ఆలోచన తప్పు. సీతకేమీ కాలేదన్నమాట. అందుకే ఈ శుభ సంకేతాలనుకున్నాడు.

ఆమే అగ్ని. పావనాగ్ని. ఆమె చెంత చేరడానికి ఈ పావకాగ్ని సిద్ధపడతాడా ? సిద్ధపడడు. నా తండ్రి అగ్నిని ఆమె చెంతకు వెళ్ళనిస్తాడా, వెళ్ళనివ్వడు. మళ్ళీ హనుమ ఆలోచనలు ఈ విధంగా ప్రారంభమయ్యాయి.

రామబంటునని, మండే నా తోకను శీతల మొనర్చిన అగ్ని, సీతమ్మను తాకుతాడా ? అది అసంభవం. నా ఆలోచన మూర్ఖత్వమను కున్నాడు. సీతారాముల శక్తి తెల్సిన అగ్ని భక్తితో వందనం చేసి, వారికి కార్య సాఫల్యం చేస్తాడే తప్ప, వారికే విధంగాను, అపకారం, తన వల్లనే కాదు. ఎవరి వల్లను జరుగనివ్వడు.

స తథా చి న్తయం స్త్రత దేవ్యా ధర్మపరిగ్రహమ్।
శుశ్రావ హనుమా న్వాక్యం చారణానాం మహాత్మనః॥ 30

అహో ఖలు కృతం కర్మ దుష్కరం హి హనూమతా।
అగ్నిం విసృజతాఽభీక్ష్ణం భీమం రాక్షస వేశ్మని॥ 31

ప్రపలాయిత రక్షఃస్త్రీ బాలవృద్ధ సమాకులా।
జనకోలాహలాధ్మాతా క్రన్దన్తీ వాద్రికన్దరే॥ 32

దగ్ధేయం నగరీ సర్వా సాట్టప్రాకారతోరణా
జానకీ న చ దగ్ధేతి విస్మయోఽద్భుత ఏవ నః॥ 33

స నిమిత్తై శ్చ దృష్టార్థైః కారణైశ్చ మహాగుణైః।
ఋషి వాక్యై శ్చ హనుమా నభవ త్ప్రీతమానసః॥ 34

తతః కపి ప్రాప్త మనోరథార్థ
స్తా మక్షతాం రాజపుతాం విదిత్వా।
ప్రత్యక్షత స్తాం పునరేవ దృష్ట్వా
ప్రతిప్రయాణాయ మతిం చకార॥ 35

తా. హనుమంతుని ఆలోచనలిలాగ సాగుతుంటే, ఆకాశం నుండి సిద్ధ చారణ సంఘాలు "ఈ హనుమంతుడు అసాధ్యుడే. సీతమ్మ వున్న అశోకవన ప్రాంతాన్ని విడిచిపెట్టి మొత్తం లంకను బుగ్గిచేసాడు. రావణుని గుండెలు

బ్రద్దలు చేసాడు అసాధ్యుడు. అమోఘ శక్తి సంపన్నుడు. కార్యసాధకుడని ప్రశంసిస్తూ మాటలాడుకోవడం విన్నాడు.

క్రిందనున్న హనుమను చూస్తూ పైనున్న చారణాదులు" ఇటువంటి కార్యసాధకుని గతంలో మనం చూడలేదు. ఈ రామబంటు నిజమైన బంటు కార్యాసాధనామూర్తి. అందుకే ప్రకృతి మొత్తం హనుమకు అన్నివిధాలా సహకరిస్తుంది.

లంకలోని ఆ గోల, అరుపులు, ఆక్రందనలు, భయోత్పాతము, విన భయంకరంగా వున్నాయి. ఏది ఏమైనా హనుమ, సీతమ్మకు అపకారం జరుగని విధంగా, లంకా వాసులకు, లంకాధిపతికి భయకారకుడిగా, ప్రళయమూర్తిగా నిలిచాడని చెప్పుకుంటున్నారు.

ఆ మాటలన్నీ విన్న పావని శ్రీరామునకు, సీతామాతకు, తన తల్లిదండ్రులకు, కులదేవతకు, గురువులు, హితులకు, శ్రేయోభిలాషులకు పేరు పేరున వందనం చేసాడు. తన కృతజ్ఞతలు చెప్పుకున్నాడు.

ఆ వెంటనే సీతాదేవి దగ్గరకు వెళ్ళాడు. "అమ్మా! అని సాగిల పడ్డాడు. ఆమెకు నమస్కరించి, ఆమె అనుమతితో, అవతలి తీరం చేరి తనవారితో రామసన్నిధానానికి వెళ్ళ కృత నిశ్చయుడయ్యాడు.

✿

ఇది వ్యోరుగంటి వంశజనిత, శ్రీమతి సువర్చలాంబా, వెంకట
సూర్యప్రసాదరావుల జేష్ఠ తనూజుడు "వర" రామకృష్ణప్రసాద్ -
భక్తజనుల కందించిన, తేటతెలుగు వ్యాఖ్యాన శ్రీమత్
సుందరకాండలోని, పంచపంచాశ సర్గ సమాప్తం.

- స్వస్తి -

- అస్తు -

✦✦✦

షట్పంచాశ స్సర్గః

తత స్తు శింశుపామూలే జానకీం పర్యుపస్థితామ్।
అభివా ద్యాబ్రవీ ద్దిష్ట్యా పశ్యామి త్వా మిహాక్షతామ్॥ 1

తా. శింశుపా వృక్షము వద్ద జానకిని చూసాడు. కళ్ళు మిలమిల మెరిసాయి. ఆనందబాష్పాలు రాల్చాయి. "అమ్మా! క్షమించు తొందరపడ్డాను. నా తొందరపాటు మీకు కూడ అపకారం చేసిందేమోనని భయపడ్డాను. నేను అదృష్టవంతుడనని ఆమె పాదాలకు నమస్కరించాడు.

తత స్తం ప్రస్థితం సీతా వీక్షమాణా పునః పునః।
భర్తృ స్నేహాన్వితం వాక్యం హనుమన్త మభాషత॥ 2

కామ మస్య త్వ మే వైకః కార్యస్య పరిసాధనే।
పర్యాప్తః పరవీరఘ్న యశస్య స్తే బలోదయః॥ 3

శరై స్తు సంకులాం కృత్వా లఙ్కాం పరబలార్దనః।
మాం నయే ద్యది కాకుత్స్థ స్త త్తస్య సదృశం భవేత్॥ 4

త ద్యథా తస్య విక్రా న్త మనురూపం మహాత్మనః।
భవ త్యాహవశూరస్య తా త్వ ముపపాదయ॥ 5

త దర్థోపహితం వాక్యం ప్రశ్రితం హేతు సంహితమ్।
నిశమ్య హనుమాం స్తస్యా వాక్య ముత్తర మబ్రవీత్॥ 6

క్షిప్ర మేష్యతి కాకుత్స్థో హర్యృక్షప్రవరై ర్వృతః।
యస్తే యుధి విజిత్యారీన్ శోకం వ్యపనయిష్యతి॥ 7

ఏవ మాశ్వాస్య వై దేహీం హనుమా న్మారుతాత్మజః।
గమనాయ మతిం కృత్వా వై దేహీ మభ్యవాదయత్॥ 8

తత స్స కపిశార్దూల స్స్వామి సందర్శనోత్సుకః।
ఆరురోహ గిరిశ్రేష్ఠ మరిష్ట మరి మర్దనః॥ 9

తా. తల్లికి నమస్కరించి ఆమె అనుమతిని కోరాడు. అప్పుడు జానకి "ఓ మహావీరా! ఇప్పుడు నీ శక్తి నాకు పూర్తిగా అర్థమయింది. అయినా తొందరగా రామలక్ష్మణులను, సుగ్రీవ సైన్యంతో తీసుకు, రా. నన్ను రక్షించమంది.

ఈ రాక్షస సంహారం నీకొక విషయం కాదు. అయినా భార్యను భర్త రక్షించుకోవడంలోని గొప్పతనం. ఆనందం వేరు. ప్రేమించే పిల్లలు రక్షించినా, సర్వభోగాలు సంప్రాప్తింప చెయ్యడంలో ఆనందం వుండదు. కనుక, అర్థం చేసుకుని, ఆ విధంగా సత్వర నిర్ణయం చెయ్యమంది.

అందుకు సమాధానంగా హనుమ "అమ్మా! నీ కోరిక తప్పక నెరవేరుతుంది. నువ్వు జాగ్రత్త అన్నాడు. ఆమె ఆశీస్సులనందుకున్నాడు. దాసోహం కోసలేంద్రస్య... అన్నాడు.

జయోత్పతి మహాబలో... అని కూడా అన్నాడు.

అరిష్ట పర్వతమెక్కాడు.

తుఙ్గ పద్మకజుష్టాభి ర్నీలాభి ర్వనరాజిభిః।
సోత్తరీయ మివామ్భోదై శ్శృఙ్గాన్తర విలమ్బిభిః॥ 10

బోధ్యమాన మివ ప్రీత్యా దివాకర కరై శ్శుభైః।
ఉన్మిష న్తత మివోద్భూతై ర్లోచనై రివ ధాతుభిః॥ 11

తోయౌఘ నిస్స్వనై ర్మన్ద్రైః ప్రాధీత మివ పర్వతమ్।
ప్రగీత మివ విస్పష్టై ర్నానా ప్రశ్రవణస్వనైః॥ 12

దేవదారుభి రత్యుచ్చై రూర్ధ్వ బాహు మివ స్థితమ్।
ప్రపాత జల నిర్ఘోషైః ప్రాకృష్టమివ సర్వతః॥ 13

వేపమాన మివశ్యామైః కమ్పమానై శ్శరద్ఘనైః।
వేణుభి ర్మారుతోద్ధూతైః కూజ న్తమివ కీచకైః॥ 14

నిశ్వసన్త మివామర్షా ద్ఘోరై రాశీ విషోత్తమైః।
నీహారకృత గమ్భీరై ర్ధ్యాయన్త మివ గహ్వరైః॥ 15

మేఘపాదనిభైః పాదైః ప్రక్రాన్తమివ పర్వతః।
జృమ్భమాణమివాఽ కాశే శిఖరై రభ్రమాలిభిః॥ 16

కూటైశ్చ బహుధాకీర్ణై శ్శోభితం బహులకన్దరైః।
సాల తాలాశ్వ కర్ణైశ్చ సంశైశ్చ బహుభి ర్వృతమ్॥ 17

లతా వితానై ర్వితతైః పుష్పవద్భి రలఙ్కృతం।
నానామృగగణాకీర్ణం ధాతు నిష్యన్ద భూషితమ్॥ 18

బహు ప్రసవణోపేతం శిలా సఞ్చ ప్చాయ సఙ్కటమ్।
మహర్షి యక్షగన్ధర్వ కిన్నరోరగ సేవితమ్॥ 19

లతాపాదప సఙ్ఘాతం సింహా ధ్యుషిత కన్దరమ్।
వ్యాఘ్ర సఙ్ఘ సమాకీర్ణం స్వాదుమూల ఫలద్రుమమ్॥ 20

త మారురోహ హనుమాన్ పర్వతం పవనాత్మజః।
రామదర్శన శీఘ్రేణ ప్రహర్షేణాభిచోదితః॥ 21

తేన పాదతలాక్రాన్తా రమ్యేషు గిరి సానుషు।
నఘోషా స్సమశీర్యన్త శిరా శ్చూర్ణీకృతా స్తతః॥ 22

తా. హనుమంతుడు అరిష్ట పర్వతంపై అడుగుపెట్టాడు. మహేంద్రగిరి వలె, సర్వతోభద్రము. సర్వజీవ, కారుణ్యరూపముగా దానిని తలిచాడు. తాకే మేఘాలతో, కదిలే మేఘమండలంలా వుందా అరిష్ట పర్వతము. దాని బాలార్క దృశ్యము వర్ణనాతీతం. అక్కడ ఎన్ని రకాల వృక్షాలున్నాయో ఆ పర్వతానికే తెలియదు. ఆ పర్వతంపై ఏముందో, ఆ లంకావాసులకే కాదు, లంకేశ్వరునికి కూడా పూర్తిగా తెలియదు.

అటువంటి పర్వతము నుండి హనుమ, అవతలి తీరం చేరడానికి గబగబ అధిష్ఠిస్తున్నాడు. ఆతని పర్వతాకార పాదతాడనానికి, పర్వతంపై గల గండశిలలు నజ్జునజ్జవుతున్నాయి. పర్వతమెక్కాడు. తన శరీరాన్ని విపరీతంగా పెంచాడు. ఆ సంతోషచిత్తుని శరీరం మేరు పర్వతాన్ని మించి పెరిగింది.

అక్కడనుండి మహా మకరాలయమనే సముద్రుడిని చూసాడు. మహావేగుడై హనుమ, దక్షిణాన్నుండి ఉత్తరదిశకు బయలుదేరాడు.

స త మారుహ్య శైలేన్ద్రం వ్యవర్ధత మహాకపిః।
దక్షిణా దుత్తరం పారం ప్రార్థయన్ లవణామ్భసః॥ 23

అధిరుహ్య తతో వీరః పర్వతం పవనాత్మజః।
దదర్శ సాగరం భీమం మీనోరగ నిషేవితమ్॥ 24

స మారుత ఇవాఽఽకాశం మారుతస్యాఽఽత్మ సంభవః।
ప్రపేదే హరిశార్దూలో దక్షిణా దుత్తరాం దిశమ్॥ 25

స తదా పీడిత స్తేన కపినా పర్వతోత్తమః।
రరాస సహ తై ర్భూతైః ప్రవిశ న్వసుధాతలమ్॥ 26

కమ్పమానై శ్చ శిఖరైః పతదిః రపి చ ద్రుమైః।
తస్యోరు వేగోన్మథితాః పాదపాః పుష్పశాలినః।
నిపేతు ర్భూతలే రుగ్ణా శ్శక్రాయుధ హతా ఇవ॥ 27

కన్ద రా న్తర సంస్థానాం పీడితానాం మహౌజనామ్।
సింహానాం నినదో భీమో నభో భిన్దన్ స శుశ్రువే॥ 28

స్ర స్తవ్యావ్ద త్తవసనా వ్యాకులీకృత భూషణాః।
విద్యాధర్య స్సముత్పేతు స్సహసా ధరణీతలాత్॥ 29

అతి ప్రమాణా బలినో దీప్త జిహ్వా మహావిషాః।
నిపీఇత శిరోగ్రీవా వ్యవేష్టన్త మహాహయః॥ 30

కిన్నరోరగ గన్ధర్వ యక్ష విద్యాధరా స్తదా।
పీడితం తం నగవరం త్యక్త్వా గగన మాస్థితాః॥ 31

స చ భూమిధర శ్శ్రీమా న్బలినా తేన పీడతః।
స వృక్ష శిఖరోదగ్రః ప్రవివేశ రసాతలమ్॥ 32

దశయోజన విస్తార స్త్రింశద్యోజన ముచ్ఛ్రితః।
ధరణ్యాం సమతాం యాత స్స బభూవ ధరాధరః॥ 33

సలిలజ్ఞ్యయుషు ర్భీమం సలీలం లవణార్ణవమ్।
కల్లోలాస్ఫాల వేలా న్త ముత్పపాత నభో హరిః॥ **34**

తా. ఆ మేరు నగధీరుని దివ్యాకారానికి, అతని పాదతాడనానికి, అరిష్ట పర్వత మణగ ద్రొక్కబడి, భూమిలోకి క్రుంగింది. ఈ హఠాత్పరిణామానికి, ఆ పర్వతాన్నాశ్రయించుకున్న సర్వజీవులు, నదులు స్థావరజంగమాదులు అదిరాయి.

పూవులు రాలాయి. పెద్ద పెద్ద శబ్దాలయ్యాయి. దానికి, అందులో వున్న సింహాది మృగాలు, సర్పాలు ఇతర ప్రాణకోటి భయంతో వణికాయి. మహాభయంకరంగా వికృతంగా అరిచాయి.

మహేంద్రగిరిపై వలెనే విద్యాధర స్త్రీలు పానపాత్రలు జార, చీరముడులు వూడ, శిఖలు విడివడ, ఆభరణాలు తొలగి, జారి-విపత్కర స్థితిని, భీతిని కలిగింప, ఆకాసానికెగిరి ఆశ్చర్యంగా చూడసాగారు.

హనుమంతుడా విధంగా కొండను కదిలించి, సర్వప్రాణులకు భయము కొల్పి, బీభత్సము సృష్టించాడు. ప్రతి జీవి తమ ప్రాణాలు దక్కించుకునే మార్గానికై తహతహలాడింది.

ఆంజనేయుని పాదపీడనానికి, మహావృక్షాలతో కూడిన పర్వతం రసాతలానికి కృంగిపోతున్నట్లనిపించింది. పది ఆమడల వెడల్పు ముప్పై ఆమడల పొడవు గల ఆ అరిష్టపర్వతం భూమికి సమానంగా వున్నట్లని పించింది.

ఉవ్వెత్తునలేచే అలలతో మహా కోపంతో రెచ్చిపోయే ప్రళయకాల రుద్రునివలె పోటెత్తగా, తన కర్తవ్య నిర్వహణలో భాగంగా, హనుమ తన ప్రయాణం ప్రారంభించాడు.

✿

ఇది వొరుగంటి వంశజనిత, శ్రీమతి సువర్చలాంబా, వెంకట
సూర్యప్రసాదరావుల జేష్ఠ తనూజుడు "వర" రామకృష్ణప్రసాద్ -
భక్తజనుల కందించిన, తేటతెలుగు వ్యాఖ్యాన శ్రీమత్
సుందరకాండలోని, షట్పంచాశ సర్గ సమాప్తం.

- స్వస్తి-

- అస్తూ -

✦✦✦

సప్త పంచాశ స్సర్గః

సచన్ద్ర కుముదం రమ్యం సార్క కారణ్డవం శుభమ్।
తిష్య శ్రవణకాదమ్మ మభ్రశైవాల శాద్వలమ్॥ 1

పునర్వసు మహామీనం లోహితాజ్గ మహాగ్రహమ్।
ఐరావత మహాద్వీపం స్వాతీహంస విలోలితమ్॥ 2

వాత సంఘాత జాతోర్మి చన్ద్రాంశు శిశిరామ్బుమత్।
భుజజ్గ యక్ష గన్ధర్వ ప్రబుద్ధ కమలోత్పలమ్॥ 3

హనుమా న్మారుతగతి ర్మహానౌ రివ సాగరమ్।
అపార మపరిశ్రాన్తః పుప్లువే గగనార్ణవమ్॥ 4

తా. వాల్మీకి మహర్షి కవితాశక్తి అమోఘం. అందుకనే దార్శనికులు, రవిగాంచని చోటు, కవిగాంచునని చెప్పింది. ఇక్కడ వాల్మీకి మహర్షి ఆకాసాన్ని సముద్రంతో పోలుస్తున్నాడు.

చంద్రుని తెల్లకలువగాను, సూర్యునికారండవముగా, పుష్య శ్రవణ నక్షత్రాలు హంసలుగాను, మేఘాలుగాను, పచ్చికలుగాను, పునర్వసు మహామీనంగా, అంగారకుడు, మొసలి, ఐరావతం దీవి, స్వాతి నక్షత్రం హంస, వాయు సమూహాలు అలలు, చంద్రకిరణాలు జలము, భుజంగ యక్ష గంధర్వాలను వికసించిన పద్మాలు, కలువలుగా వర్ణించి, తన కవితా గానానికి పారవశ్యాన్ని, పారమార్థాన్ని అద్దాడు. అట్టి ఆకాశాన్న పెద్ద ఓడ సముద్రాన్ని దాటుతున్నట్లు హనుమ అనాయాసంగా దాటుతున్నాడు.

గ్రసమాన ఇవాకాశం తారాధిప మివోల్లిఖన్।
హరన్నివ సనక్షత్రం గగనం సార్కమణ్డలమ్॥ 5

మారుత స్యాత్మజ శ్శ్రీమా న్కపి ర్వ్యోమచరో మహాన్।
హనుమా న్మేఘజాలాని వికర్ష న్నివ గచ్ఛతి॥ 6

పాణ్డురారుణవర్ణాని నీలమాఞ్జిష్ఠకాని చ।
హరి తారుణవర్ణాని మహాభ్రాణి చకాశిరే॥ 7

ప్రవిశ న్నభ్రజాలాని నిష్పతం శ్చ పునః పునః।
ప్రచ్ఛన్న శ్చ ప్రకాశ శ్చ చన్ద్రమా ఇవ లక్ష్యతే॥ 8

వివిధాభ్ర ఘనాపన్న గోచరో ధవళామ్బరః।
దృశ్యా దృశ్య తను ర్వీర స్తతదా చన్ద్రాయతేఽ మ్బరే॥ 9

తార్క్ష్యాయమాణో గగనే బభాసే వాయునన్దనః।
దాయ న్మేఘబృన్దాని నిష్పతం శ్చ పునః పునః॥ 10

నద న్నాదేన మహతా మేఘస్వనమహాస్వనః।
ప్రవరా న్రాక్షసాన్ హత్వా నామవిశ్రావ్య చాత్మనః॥ 11

ఆకులాం నగరీం కృత్వా వ్యథయిత్వా చ రావణమ్।
అర్దయిత్వా బలం ఘోరం వైదేహీ మభివాద్య చ॥ 12

తా. హనుమంతుడు గగనాన్ని దాటే దృశ్యం కనువిందు చేస్తుంది. పుట్టగానే సూర్యుని పండనుకున్న పావని ఆకాశాన్ని మ్రింగుతున్నట్లు, చంద్రుని చీల్చుతున్నట్లు తారా నక్షత్రయుక్త అంతరిక్షాన్ని అరచేత పట్టుకున్నట్లు కనబడుతున్నాడు.

నల్లని, తెల్లని మేఘాలతో హనుమంతుడు ఆడుకుంటున్నట్లు, వాటిని చెల్లాచెదరు చేస్తూ సాగుతున్నాడు. మబ్బులచాటున సూర్యచంద్రుల వలె ఈ మహావేగి దాగుడుమూతలు ఆడుతున్నట్లు కనబడుతున్నాడు.

తన గురించి వివరంగా చెబుతూ, హనుమంతుడు సముద్ర లంఘనం చేస్తున్నాడు.

ఆజగామ మహాతేజా పున ర్మధ్యేన సాగరమ్।
పర్వతేన్ద్రం సునాభం చ సముపస్పృశ్య వీర్యవాన్॥ 13

జ్యాముక్త ఇవ నారాచో మహావేగోభ్యుపాగతః।
స కించి దనుసంప్రాప్త స్సమాలోక్య మహాగిరిమ్॥ 14

మహేన్ద్రం మేఘసఙ్కాశం ననాద హరిపుఙ్గవః॥
స పూరయామాస కపిర్దిశో దశవ సమస్తతః॥ 15

నద న్నాదేన మహతా మేఘస్వన మహాస్వనః।
స తం దేశ మనుప్రాప్త స్సుహృద్దర్శనలాలసః॥ 16

ననాద హరి శార్దూలో లాఙ్గూలం చా ప్యకమ్పయత్।
తస్య నానద్యమానస్య సువర్ణ చరితే పథి॥ 17

ఫలతీవా స్య ఘోషేణ గగనం సార్కమణ్డలమ్।
యే తు తత్రో త్తరే తీరే సముద్రస్య మహాబలాః॥ 18

పూర్వం సంవిష్టితా శ్శూరా వాయుపుత్రదిదృక్షవః।
మహతో వాతనున్నస్య తోయదస్యేవ గర్జితమ్॥ 19

శుశ్రువు స్తే తదా ఘోష మూరువేగం హనూమతః।
తే దీనమనస స్సర్వే శుశ్రువుః కాననౌకసః॥ 20

వానరేన్ద్రస్య నిర్ఘోషం పర్జన్యనినదోపమమ్।
నిశమ్య నదతో నాదం వానరాస్తే సమ న్తతః॥ 21

తా. మధ్యలో మైనాకునితో కాస్సేపు ముచ్చటించి ధనుర్విముక్త రామబాణమై నాడు. అతని సంతోషం, గమన ధ్వని, ఆ వేగ ధ్వని... అతని విజయాన్ని సూచిస్తూ, గతంలో హనుమంతుని గమనించిన వారందరికి, ఆనంద మందిరంలో విహరిస్తున్నట్లనిపించింది. ఆంజనేయుడు, అంతే ఉత్సాహంతో సముద్రాన్ని దాటుతున్నాడు.

కనుచూపు మేరలో మహేంద్రగిరిని చూసిన హనుమ ఆనందంగా అరిచాడు. ఆ మహానాదం ఆ ప్రాంతమంతా ప్రతిధ్వనించింది. ఇతని కోసం ఎదురుచూసే వానర వీరులకు మహదానందకరమైంది. "అదిగో వస్తున్నాడు." హనుమ, ఆ వచ్చేవానికై ఎగిరెగిరి, ఆకాశం వైపు చూస్తున్నారు.

హనుమంతుని విజయాట్టహాసము, గాలిని చీల్చుకు వచ్చే ధ్వనికి, ఇతనికన్న ఆత్రంగా, జాంబవతాదులు తలలు పైకెత్తి చూస్తున్నారు. కపిశ్రేష్టుని ఆనందాట్టహాసంతో ఆకాశం ప్రతిధ్వనిస్తూ - పరిసరాలను గింగురుమనిపిస్తుంది.

ఇగంతా జాంబవంతాదులు వింటున్నారు. చతికిలబడి నిరాశా నిస్పృహలో వున్నవారు ఆశగా లేచారు. హనుమకై ఎదురుచూస్తుంటే, అందరిలోకి పెద్దవాడయిన జాంబవంతుడు, ఆ ధ్వనికి సంతోషిస్తు విజయుడై వస్తున్నాడు ఆంజనేయుడని, అతని రాకను స్పష్టంగా ప్రకటించాడు.

ఆప్పటినుండి హనుమంతునికై ఎదురుచూపు. అతని మాట వినడానికి ఆసక్తి. అతను చేసే ఆ మహాధ్వనికి అంబరాన్నంటిన సంతోషంలో వానరశ్రేష్ఠులందరు ఎగురుతూ గంతులు వేస్తున్నారు.

బభూవు రుత్సుకా స్సర్వే సుహృద్దర్శన కాఙ్క్షిణః।
జామ్బవా న్స హరిశ్రేష్ఠః ప్రీతి సంహృష్ట మానసః॥ 22

ఉపామన్త్ర్య హరీ న్సర్వా నిదం వచన మబ్రవీత్।
సర్వథా కృతకార్యోఽసౌ హనుమాన్నాత్ర సంశయః॥ 23

నహ్య స్యాకృత కార్యస్య నాద ఏవం విధో భవేత్।
తస్య బాహూరువేగం చ నినాదం చ మహాత్మనః॥ 24

నిశమ్య హరయో హృష్టా స్సముత్పేతు స్తత స్తతః।
తే నగాగ్రా న్నగాగ్రాని శిఖరా చ్ఛిఖరాణి చ॥ 25

ప్రహృష్టా స్సమపద్యన్త హనూమన్తం దిదృక్షవః।
తే ప్రీతాః పాదపాగ్రేషు గృహ్యశాఖాసు విష్ఠితా॥ 26

వాసాంసీవ ప్రశాఖా శ్చ సమావిధ్యన్త వానరాః।
గిరి గహ్వరసంలీనో యథా గర్జతి మారుతః॥ 27

ఏవం జగర్జ బలవాన్ హనుమా న్మారుతాత్మజః।
త మభ్రఘనసఙ్కాశ మాపత న్తం మహాకపిమ్॥ 28

దృష్ట్వా తే వానర స్సర్వే తస్థుః ప్రాఞ్జలయ స్తదా।
తత స్తు వేగవాం స్తస్య గిరే ర్గిరినిభః కపిః॥ 29

నిపపాత మహేన్ద్రస్య శిఖరే పాదపాకులే।
హర్షేణాపూర్యమాణోఽసౌ రమ్యే పర్వత నిర్ఝరే॥ 30

ఛిన్న పక్ష ఇవాఽఽకాశా త్పపాత ధరణీధరః।
తతస్తే ప్రీతమనస స్స ర్వే వానర పుఙ్గవాః॥ 31

హనుమన్తం మహాత్మానం పరివార్యోపతస్థిరే।
పరివార్య చ తే సర్వే పరాం ప్రీతి ముపాగతాః॥ 32

తా. అప్పుడు అందరిలోకి పెద్దవాడయిన జాంబవంతుడు, అందరిని ఒకసారి చూసి "నాయనలారా! ఆంజనేయుని విజయాట్టహాసం లాగ వుంది, అతను చేసే మహాధ్వని. అంటే అతడు సీతను చూసి, కావలిసింది తెలుసుకుని విజయుడై వస్తున్నాడన్నమాట.

అతడు విజయుడు కాకబోతే, ఈ అట్టహాసం కాదు, అసలిటువైపు రాడు." అనగానే, తమ మిత్రుని చూడాలనే తహతహతో, తామున్నచోటు కన్న మరింత ఎత్తైన ప్రదేశమెక్కి హనుమను చూడాలని ఆరాటపడుతున్నారు.

ఆ వచ్చేవానికి స్వాగతమివ్వడానికి, దొరికిన పళ్ళు, పూలు గల కొమ్మలను తలా ఒకటి పట్టుకుని, వాటినిచ్చి అభినందించాలని, తమ ప్రాణాలు నిలిపినందులకు ఆలింగనం చేసుకుని తమ కృతజ్ఞలు చెప్పాలని ఉత్కంఠంతో "హనుమ, హనుమ" అంటూ వూగిపోతున్నారు.

దగ్గరవుతున్న కొద్ది హనుమ, మహానాదం చేస్తూ వారినందరిని పలుకరిస్తున్నాడు. ఆ కనబడ్డాడు. పోయిన ప్రాణాలు తిరిగి వచ్చినట్లు ఎవరి శక్తి కొలది వాళ్ళు ఎగురుతున్నారు. "హనుమ, హనుమ ఆ... హనుమ, హనుమ, హనుమ" అంటూ నాట్యం చేస్తూ స్వాగతిస్తున్నారు.

మహేంద్రగిరిపై నుండి బయలుదేరినవాడు ఆ కొండపైకి దుమికినట్లు దిగాడు. అతను దిగడం, ఈ వానరశ్రేష్ఠులు మారుతిని చుట్టుముట్టడం, అభినందనలు చెప్పడం, ఆలింగనం చేసుకోవడం, మహోత్సాహంతో జరుగుతుంది.

ప్రహృష్టావదనా స్సర్వే త మరోగ ముపాగతమ్।
ఉపాయనాని చాదాయ మూలాని చ ఫలాని చ॥ 33

ప్రత్యర్చ్య య స్హరి శ్రేష్ఠం హరయో మారుతాత్మజమ్।
హనుమాంస్తు గురూ న్వృద్ధా న్జామ్బవత్ప్రముఖాం స్తదా॥ 34

కుమార మఙ్గదం చైవ సోఽ_వన్దత మహాకపిః।
స తాభ్యాం పూజితః పూజ్యః కపిభి శ్చ ప్రసాదితః॥ 35

'దృష్టా సీ' తేతి విక్రాన్త స్సఙ్క్షేపేణ న్యవేదయత్।
నిషసాదచ హస్తేన గృహీత్వా వాలిన స్సుతమ్॥ 36

రమణీయే వనోద్దేశే మహేన్ద్రస్య గిరే స్తదా।
హనుమా నబ్రవీ ద్పృష్ట స్తతదా తా న్వానరర్షభాన్॥ 37

అశోకవనికాసంస్థా దృష్టా నా జనకాత్మజా।
రక్ష్యమాణా సుఘోరాభీ రాక్షసీభి రనిన్ది తా॥ 38

ఏక వేణీధరా బాలా రామదర్శన లాలసా।
ఉపవాస పరిశ్రాన్తా జటిలా మలినా కృశా॥ 39

తతో దృష్టేతి వచనం మహార్థ మమృతోపమమ్।
నిశమ్య మారుతే స్సర్వే ముదితా వానరాభవ౯॥ 40

క్ష్వేళ న్త్యన్యే నద న్త్యన్యే గర్జ న్త్యన్యే మహాబలాః।
చక్రుః కిలకిలా మన్యే ప్రతిగర్జన్తి చా పరే॥ 41

కేచి దుచ్ఛ్రిత లాంగూలాః ప్రహృష్టాః కపికుఞ్జరాః।
అఞ్చి తాయత దీర్ఘాణి లాంగూలాని ప్రవివ్యధుః॥ 42

తా. కందమూలాదులును కానుకగా ఇచ్చి వానరులందరు, పావనిని చుట్టు ముట్టారు. హనుమంతుడు అందరికంటే పెద్దవాడు, పరమపూజ్యుడైన జాంబవంతునికి నమస్కరించాడు. తమకు అధినాయకుడైన అంగదునికి అభివాదములర్పించాడు.

వాళ్ళు కూడా ఇంతమంది ప్రాణాలను నిలబెట్టి భార్యాపిల్లలను చూసుకునే ఆంజనేయుని తగు విధంగా గౌరవించారు. ఇక అందరిలోను

గల ఉత్కంఠతను గమనించిన హనుమ, వారందరికి మరింత ఉత్తేజ మివ్వడానికి గాను "దృష్టా సీతా" అన్నాడు. వారందరికి ఆనందాన్ని కల్గించాడు. "హమ్మయ్య" అని అందరు ఒక్కసారి తృప్తిగా, గుండెనిండుగా వూపిరి పీల్చుకున్నారు.

అప్పుడు హనుమంతుడు, వానర సామ్రాజ్య యువరాజు, తమకు ఏలికయైన అంగదుని చెయ్యి పట్టుకుని ఒక ప్రశాంత ఆనందకర వాతావరణంలో ఇరువురు కూర్చున్నారు. వానర వీరులందరు వీరిని చుట్టుముట్టారు. హనుమంతుడు గొంతు సవరించుకుని "వానరవీరులారా! అంటూ సీత వృత్తాంతము మొదలుపెట్టాడు.

ఆమె సంపాతి చెప్పినట్లు లంకలో, అశోకవనంలో వుంది. అది పేరుకే అశోకవనం. ఆమె మాత్రం శోక దేవతలాగ వుంది. అనుక్షణం రాముని తలచుకుంటూ అన్నపానాదులు లేక, ఆ రాక్షసుల మాటల బాధను పడలేక, ఆత్మహత్య చేసుకునే స్థితిలో వుండగా, నేనామెను చూసాను.

అప్పుడు వచ్చిన రావణుడు రెండు మాసాలు గడువులోగా నన్ను చేరితే సరి. లేదంటే గడువు ముగిసిన మరుక్షణం ఉదయపుపూట ఆహార మవుతావని బెదరించాడు. ఇది నేనూ విన్నాను. ఆమె భయ కంపితురాలై బ్రతుకలేక చావును స్వీకరించే తరుణంలో ఆ తల్లిని కలిసి, ఆమెను వూరడించాను. రామలక్ష్మణుల వృత్తాంతము విన్నామె కాస్త కుదుటపడింది!

అపరే చ హనూమన్తం వానరా వారణోపమమ్।
అప్లుత్య గిరిశృఙ్గేభ్య స్సంస్పృశన్తి స్మ హర్షితాః॥ 43

ఉక్త వాక్యం హనూమన్త మఙ్గద స్త మథాబ్రవీత్।
సర్వేషాం హరి వీరాణాంమధ్యే వచన ముత్తమమ్॥ 44

సత్త్వే వీర్యే న తే కశ్చిత్సమో వానర విద్యతే।
య దవప్లుత్య విస్తీర్ణం సాగరం పున రాగతః॥ 45

అహో స్వామిని తే భక్తిరహో వీర్య మహో ధృతిః।
దిష్ట్యా దృష్టా త్వయా దేవీ రామపత్నీ యశస్వినీ॥ 46

దిష్ట్యా త్యక్ష్యతి కాకుత్థ్స శ్శోకం సీతావియోగజమ్।
తతో౽ఙ్గదం హనూమన్తం జామ్బవన్తం చ వానరాః॥ 47

పరివార్య ప్రముదితా భేజిరే విపులా శ్శిలాః।
శ్రోతుకామా స్సముద్రస్య లఙ్ఘనం వానరోత్తమాః॥ 48

దర్శనం చా పి లఙ్కాయా స్సీతాయా రావణస్య చ।
తస్థుః ప్రాఞ్జలయ స్సర్వే హనుమద్వదనోన్ముఖాః॥ 49

తస్థౌ తత్రా ఙ్గద శ్శ్రీమా న్వానరై ర్బహుభి ర్వృతః।
ఉపాస్యమానో విబుధై ర్దివి దేవపతి ర్యథా॥ 50

హనూమతా కీర్తిమతా యశస్వినా
తా ఙ్గదే నాఙ్గదబద్ధ బాహునా।
ముదా తదా౽ధ్యాసిత మున్నతమ్మహ
న్మహీధరాగ్రం జ్వలితం శ్రియా౽భవత్॥ 51

తా. హనుమంతుడు చెప్పిన విషయం విన్న వారందరిలో ఉత్సాహం పుంజుకుంది. ఉద్రేకం పొంగుతుంది. రంకెలు, గర్జనలు, ఛీంకరింపులు, కిచకిచలు, తాము యుద్ధానికి, రావణుని జయించడానికి సిద్ధమన్నట్లు ఆనందాన్ని ప్రకటిస్తున్నారు.

అంగదాదులు హనుమ చెప్పిన శుభవార్తకు ఆనందించారు. తమ బ్రతుకులు పండినట్లు సంతోషించారు. అపుడు అంగదుడు, ఏలికగా, తన నాయకుని ప్రస్తుతించవలసిన రీతిలో-

"హనుమా! ఇది నీకే సాధ్యమైన విషయం. నూరామడల సముద్రాన్ని, మధ్య మధ్యలో ఎదురైన అడ్డంకులను దాటుకుంటూ, దాటడం సాధ్యం కాదు. అయినా శ్రీరామ, లక్ష్మణ సుగ్రీవులపైగల భక్తి, నీ దీక్ష, నువ్వు నమ్మిన దేవతల ఆశీస్సులు పుష్కలంగా లభించి, ధన్యుడవయ్యావు.

శ్రీ రామపత్నిని చూడగలిగావు. సంభాషించి ఓదార్చావు. అసాధ్య మైన పనికి శ్రీకారం చుట్టి కార్యసాధకుడైన రామబంటుగా నిరూపించు కున్నావు" అన్నాడు.

ఆ తర్వాత వానరశ్రేష్ఠులు జరిగింది వివరంగా చెప్పమన్నారు. అప్పుడు ఇక్కడ నుండి ప్రారంభించిన మొదలు, జరిగింది మొత్తం వారి ఆసక్తికి వివరించి, వివరించి సీతామాత మాటలతో కలిపి మరీ మరీ చెప్పాడు. వారు కూడా అడిగి, అడిగి, మరీ తెలుసుకున్నారు.

ఆ మహేంద్రగిరి హనుమ, అంగద, జాంబవంతాది మహావీరులతో కూడిన ఆ పర్వతరాజము "మహాలక్ష్మి"వలె అప్పుడు ప్రకాశించసాగింది.

✿

ఇది పొరుగంటి వంశజనిత, శ్రీమతి సువర్చలాంబా, వెంకట
సూర్యప్రసాదరావుల జేష్ఠ తనూజుడు "వర" రామకృష్ణప్రసాద్ -
భక్తజనుల కందించిన, తేటతెలుగు వ్యాఖ్యాన శ్రీమత్
సుందరకాండలోని, సప్తపంచాశ సర్గ సమాప్తం.

- స్వస్తి-

- అస్తు -

✦✦✦

అష్టపంచాశ స్సర్గః

తత స్తస్య గిరేశ్శృఙ్గే మహేన్ద్రస్య మహాబలాః।
హనుమత్ప్రముఖాః ప్రీతిం హరయో జగ్ము రుత్తమామ్॥ 1

తా. ఆ రకంగా వానరులందరు, మహేంద్రపర్వతమై ప్రకాశిస్తు - సీతాన్వేషణా కథనాన్ని వింటూ ఆనందపరవశులౌతున్నారు.

తం తతః ప్రీతిసంహృష్టః ప్రీతిమన్తం మహాకపిమ్।
జామ్బవాన్ కార్య వృత్తాన్త మపృచ్ఛ దనిలాత్మజమ్॥ 2

కథం దృష్టా త్వయా దేవీ కథం వా తత్ర వర్తతే।
తస్యాం వాసః కథం వృత్తః క్రూరకర్మాదశాననః॥ 3

తత్త్వత స్సర్వ మేత న్నః ప్రబ్రూహి త్వం మహాకపే।
శ్రుతార్థా శ్చిన్తయిష్యామో భూయః కార్యవినిశ్చయమ్॥ 4

య శ్చార్థ స్తత్ర వక్తవ్యో గతై రస్మాభి రాత్మవాన్।
రక్షితవ్యం చ యత్తత్ర తద్భవా న్వ్యాకరోతు నః॥ 5

తా. ఇప్పుడు జాంబవంతుడు, హనుమ సాహసానికి సంతోషించి, సీతా దర్శన వృత్తాంతం వివరంగా చెప్పమని కోరాడు. సంక్షిప్తంగా కాదు, వివరంగా వివరించమని జాంబవంతుడడిగాడు. ఇదంతా దేనికని అనకు. అంతా విన్నాక, రామునితో చెప్పవలసినవి అవసరం లేనివి ఆలోచించి, ముందస్తు పథకం వేసుకుందామనే వుద్దేశంతో అడుగుతున్నానని ఆ పెద్దాయన జాంబవంతుడు, తానడిగిన వివర కారణం చెప్పాడు.

స నియుక్త స్తత స్తేన సంప్రహృష్ట తనూరుహః।
ప్రణమ్య శిరసా దేవ్యై సీతాయై ప్రత్యభాషత॥ 6

ప్రత్యక్షమేవ భవతాం మహేన్ద్రాగ్రా త్ఖ మాప్లుతః।
ఉదధే ర్దక్షిణం పారం కాఙ్క్ష మాణ స్సమాహితః॥ 7

గచ్ఛత శ్చ హి మే ఘోరం శీఘ్ను రూప మివా భవత్।
కాఞ్చనం శిఖరం దివ్యం పశ్యామి సుమనోహరమ్॥ 8

స్థితం పస్థాన మావృత్య మేనే విఘ్నుం చ తం నగమ్।
ఉపసఙ్గమ్య తం దివ్యం కాఞ్చనం నగసత్తమమ్॥ 9

కృతామే మనసా బుద్ధి ర్భేత్తవ్యోఽయం మయేతి చ।
ప్రహతం చ మయా తస్య లాఙ్గూలేన మహాగిరేః॥ 10

శిఖరం సూర్యసంకాశం వ్యశీర్యత సహస్రధా।
వ్యవసాయం చ తం బుద్ధ్వా స హోవా చ మహాగిరిః॥ 11

పుత్రేతి మధురాం వాణీం మనః ప్రహ్లాదయ న్నివ।
పితృవ్యం చా పి మాం విద్ధి సఖాయం మాతరిశ్వనః॥ 12

మైనాక మితి విఖ్యాతం నివస న్తం మహోదధౌ।
పక్షవ న్తః పురా పుత్ర బభూవుః పర్వతోత్తమాః॥ 13

తా. హనుమంతునికి వారికి పూసగుచ్చినట్లు వివరంగా చెప్పాలని వుంది. ఇక జాంబవంతుడు అడగడంతో, “అలాగే తాతా!” అంటూ ఆ పెద్దాయన కోరినట్లు విషయం చెప్ప మొదలుపెట్టాడు.

ఇచ్చటనుండి బయలుదేరాను. మీరందరు చూచారన్నాడు... అక్కడనుండి సముద్రంలో ఎదురైన అడ్డంకులు - మైనాక, సురసు, సింహికల వృత్తాంతం చెప్పాడు. మైనాకుడు నాకడ్డం రావడం. కార్య ప్రారంభమేమో.... నాకు బాగా కోపం వచ్చింది. అప్పుడు మైనాకుడు తన కథను చెప్పి, నేను, నీ తండ్రి వాయువు మంచి మిత్రులం. మిత్రుని కొడుకు, నాకు కొడుకే. కోపగించక కాస్సేపు విశ్రాంతి తీసుకుని నా ఆతిధ్యం తీసుకుని వెళ్ళమన్నాడు.

ఛన్దతః పృథివీం చేరు ర్బాధమానా స్సమ న్తతః।
శ్రుత్వా నగానాం చరితం మహేన్ద్రం పాక శాసనః॥ 14

చిచ్ఛేద భగవా న్పక్షా న్వజ్రేణైషాం సహస్రశః।
అహం తుం మోక్షిత స్తస్మా త్తవ పిత్రా మహాత్మనా॥ 15

మారుతేన తదా వత్స ప్రక్షిప్తోఽస్మి మహార్ణవే।
రామస్య చ మయా సాహ్యే వర్తితవ్య మరిందమ॥ 16

రామో ధర్మభృతాం శ్రేష్ఠో మహేన్ద్రసమవిక్రమః।
ఏత చ్ఛ్రుత్వా వచ స్తస్య మైనాకస్య మహాత్మనః॥ 17

కార్య మావేద్య తు గిరే రుద్యతం చ మనో మమ।
తేన చా హ మనుజ్ఞాతో మైనా కేన మహాత్మనా॥ 18

న చా ప్యన్తర్హిత శ్శైలో మానుషేణ వ పుష్మతా।
శరీరేణ మహాశైల శ్శైలేన చ మహోదధౌ॥ 19

ఉత్తమం జవ మాస్థాయ శేషం పన్థాన మాస్థితః।
తతోఽహం సుచిరం కాలం వేగేనా భ్యగమం పథి॥ 20

తతః పశ్యా మ్యహం దేవీం సురసాం నాగమాతరమ్।
సముద్ర మధ్యే సా దేవీ వచనం మాభాషత॥ 21

మమ భక్షః ప్రదిష్ట స్త్వ మమరై ర్హరి సత్తమ।
అత స్త్వాం భక్షయిష్యామి నిహిత స్త్వం చిరస్య మే॥ 22

ఏవ ముక్త స్సురసయా ప్రాఞ్జలిః ప్రణతః స్థితః।
వివర్ణ వదనో భూత్వా వాక్యం చేత ముదీరయమ్॥ 23

రామో దాశరథి శ్శ్రీమా న్ప్రవిష్టో దణ్డకావనమ్।
లక్ష్మణేన సహ భ్రాత్రా సీతయా చ పరంతపః॥ 24

తా. అంతటితో వూరుకున్నాడా ? లేదు. పూర్వము పర్వతము రెక్కలుండే వంటూ తన కథ మొదలుపెట్టాడు. వీరి స్వైరవిహారాన్ని భరించలేని ఇంద్రుడు వజ్రాయుధంతో పర్వతపు రెక్కలు నరుకుతుంటే నా తండ్రి వాయుదేవుడు, ఇతనిని తన అమితవేగంతో, సముద్రంలో ఎగిరిపడేటట్లు చేసాడుట. అప్పటినుండి ఇంద్ర భయంతో సముద్రంలో దాక్కున్న వాడు, నాకిచ్చిన ఆతిధ్య ప్రభావాన ఇంద్రుని కరుణను పొందాడు.

నువ్వు శ్రీరామదూతవు. నేను ఇక్ష్వాకు వంశీయులైన సగర చక్రవర్తులచే సంరక్షించబడిన సముద్రునికి మిత్రుడను. ఈ రకంగా కూడా నేను నీకు (రామదూతకు) సహాయపడాలి. అది నా ధర్మమన్నాడు.

ఆ రకంగా ఆతని మాటలకు ఆనందించి, కార్య వివరం చెప్పి, అతి ఆతిథ్యమందినట్లేనని నా చేతితో స్పృశించి కొంతదూరం వెళ్ళానో, లేదో...

"వానరా!" అంటూ ఓ భయంకర వదనం ఎదురయింది. ఆమె నాగమాత సురసట. దేవతలు నన్ను ఆమెకు ఆహారంగా ఇచ్చారుట. ఇదొక విడ్డూరం. నన్నివ్వడానికి వాళ్ళెవరో, వారికున్న హక్కేమిటో నాకర్థం కాలేదు.

అయినా, నేను రామకార్యార్థం వెడుతున్నానని, నా విషయం చెప్పి విడువ మన్నాను. తరువాత తీరికగా వచ్చి ఆహారమౌతుంటానంటే ఆమె వినలేదు. ఇప్పుడే మింగుతానని కూర్చుంది.

తస్య సీతా హృతా భార్యా రావణేన దురాత్మనా।
తస్యా స్సకాశం దూతోఽహం గమిష్యే రామశాసనాత్॥ 25

కర్తు మర్హసి రామస్య సాహాయ్యం విషయే సతీ।
అథవా మైథిలీం దృష్ట్వా రామ చాక్లిష్ట కారణమ్॥ 26

ఆగమిష్యామి తే వక్త్రం సత్యం ప్రతిశృణోమి తే।
ఏవ ముక్తా మయా సా తు సురసా కామరూపిణీ॥ 27

బ్రవీ న్నాతివర్తేత కశ్చిదేష వరో మమ।
ఏవ ముక్త స్సురసయా దశ యోజన మాయతః॥ 28

తతోఽర్ధ గుణ విస్తారో బభూవాహం క్షణేన తు।
మత్ప్రమాణాను రూపం చ వ్యాదితం తు ముఖం తయా॥ 29

త ద్దృష్ట్వా వ్యాదితం చాస్యం హ్రస్వం హ్యకరవం వపుః।
తస్మి న్ముహూర్తే చ పున ర్బభూ వాఙ్గుష్ఠ మాత్రకః॥ 30

అభిపత్యాశు తద్వక్త్రా న్నిర్గతోఽహం తతః క్షణాత్।
అబ్రవీ త్సురసా దేవీ స్వేన రూపేణ మాం పునః॥ 31

అర్థసిద్ధ్యై హరిశ్రేష్ఠ గచ్ఛ సౌమ్య యథాసుఖమ్।
సమానయ చ వై దేహీం రాఘవేణ మహాత్మనా॥ 32

సుఖీ భవ మహాబాహో ప్రీతాఽస్మి తవ వానర।
తతోఽహం సాధు సాధ్వీతి సర్వభూతైః ప్రశంసితః॥ 33

తతో న్తరిక్షం విపులం ప్లుతోఽహం గరుడో యథా।
ఛాయా మే నిగృహీతా చ న చ పశ్యామి కించన॥ 34

సోఽహం విగత వేగస్తు దిశో దశ విలోకయన్।
న కిఞ్చిత్త త్ర పశ్యామి యేన మేఽపహృతా గతిః॥ 35

తా. అయినా మళ్ళీ మళ్ళీ జరగవలసింది చెప్పాను. ఆమె వినలేదు. విసుగెత్తి అయితే నోరు తెరవమన్నాను. ఆమె నోరు తెరుస్తుంది. నేను శరీరం పెంచుతున్నాను. ఆ నోటిని అలాగ పెరగదీసి, పెరగ చూసి, చివరకు సూక్ష్మరూపంలో ఆమె నోట్లో దూరి ఆమె నోరు మూసేలోగా బయటికి వచ్చాను. నన్ను తినలేకపోయావు, నీ కర్మమని ముందుకు సాగాను.

తతో మే బుద్ధి రుత్పన్నా కి న్నామ గగనే మమ।
ఈదృశో విఘ్న ఉత్పన్నో రూపం యత్ర న దృశ్యతే॥ 36

అథోభాగేన మే దృష్టి శ్శోచతా పాతితా మమ।
తతోఽద్రాక్ష మహం భీమాం రాక్షసీం సలిలే శయామ్॥ 37

ప్రహస్య చ మహానాద ముక్తోహం భీమయా తయా।
అవస్థిత మసంభ్రాన్త మిదం వాక్య మశోభనమ్॥ 38

క్వాసి గన్తా మహాకాయ క్షుధితాయా మమేప్సితః।
భక్షః ప్రీణయ మే దేహం చిర మాహార వర్జితమ్॥ 39

బాధ మిత్యేన తాం వాణీం ప్రత్యగృహ్ణామహం తతః।
ఆస్యప్రమాణా దధికం తస్యాః కాయ మపూరయమ్॥ 40

తస్యా శ్చా స్యం మహ ద్భీమం వర్ధతే మమ భక్షణే।
న చ మాం సాధు బుబుధే మమ వా నికృతం కృతమ్॥ 41

తతోఽహం విపులం రూపం సంక్షిప్య నిమిషా న్తరాత్।
తస్యా హృదయ మాదాయ ప్రపతామి నభస్థలమ్॥ 42

సా విసృష్టభుజా భీమా పపాత లవణామ్భసి।
మయా పర్వతసంకాశా నికృత్తహృదయా సతీ॥ 43

శృణోమి ఖగతానాం చ సిద్ధానాం చారణై స్సహ।
రాక్షసీ సింహికా భీమా క్షిప్రం హనుమతా హతా॥ 44

తాం హత్వా పున రేవాహం కృత్య మాత్యయికం స్మరన్।
గత్వా చా హం మహాధ్వానం పశ్యామి నగమణ్డితమ్॥ 45

తా. కొంతదూరం వెళ్ళేసరికి నా గమన మాగిపోయింది. ఏవిట్రా... అని చూస్తే క్రింద ఛాయాగ్రాహిక సింహిక, నీడ పట్టిన నన్ను ఆపుతుంది. క్రిందకు చూస్తే ఆకారం కనడదు. ఇది ఏమిటి ? అని ఆలోచిస్తు కళ్ళు చిట్లించి మరీ నిశితంగా చూసాను. అప్పుడు సముద్రంపై ఒక రాక్షసి కనుపించింది. అదే నా గమనమాపేదని తెలుసుకున్నాను.

క్రిందికి దిగి "రా!రమ్మని, మ్రింగుతాననే దాని మర్మస్థానాలను చూడ, దానినే నోటిని తెరువమన్నాను. మర్మస్థానాలు పూర్తిగా నాకు కనుపించే వరకు అది నోటిని పెంచింది. ఇక్కడ సూక్ష్మరూపంలో దాని నోట్లో ప్రవేశించి, వాడి గోళ్ళతో దాని మర్మస్థానాల్ని చీల్చి చంపాను. అది నోరు మూసేలోగా బయటపడ్డాను.

దక్షిణం తీర ముదధే ర్లఙ్కా యత్ర చ నా పురీ।
అస్తం దినకరే యాతే రక్షసాం నిలయం పురమ్॥ 46

ప్రవిష్టోఽహ మవిజ్ఞాతో రక్షోభి ర్భీమవిక్రమైః।
తత్ర ప్రవిశత శ్చాపి కల్పాన్త ఘనసన్నిభా॥ 47

అట్టహాసం విముఞ్చన్తీ నారీ కాప్యుత్థితా పురః।
జిఘాంసన్తీం తత స్తాం తు జ్వలదగ్ని శిరోరుహామ్॥ 48

సవ్యముష్టిప్రహారేణ పరాజిత్య సుభైరవామ్।
ప్రదోషకాలే ప్రవిశం భీతయాఽహం తయోదితః॥ 49

అహం లఙ్కాపురీ వీర నిర్జితా విక్రమేణ తే।
యస్మా త్తస్మా ద్విజేతాసి సర్వరక్షాం స్య శేషతః॥ 50

తత్రాహం సర్వరాత్రం తు విచిన్వ న్జనకాత్మజామ్।
రావణాన్తః పురగతో న చాపశ్యం సుమధ్యమామ్॥ 51

తత స్సీతా మపశ్యం స్తు రావణస్య నివేశనే।
శోకసాగర మాసాద్య నపార ముపలక్షయే॥ 52

శోచతా చ మయా దృష్టం ప్రాకారేణ సమావృతమ్।
కాఞ్చనేన వికృష్టేన గృహోపవన ముత్తమమ్॥ 53

స ప్రాకార మవప్లుత్య పశ్యామి బహుపాదపమ్।
అశోకవనికామధ్యే శింశుపా పాదపో మహాన్॥ 54

త మారుహ్య చ పశ్యామి కాఞ్చనం కదలీవనమ్।
అదూరే శింశుపా వృక్షా త్పశ్యామి వరవర్ణినీమ్॥ 55

శ్యామాం కమలపత్రాక్షీ ముపవాస కృశాననామ్।
తదేకవాస స్సంవీతాం రజోధ్వస్త శిరోరుహామ్॥ 56

తా. ఇక అక్కడనుండి వడివడిగా ఆకాశానికెగిరి, నా ప్రయాణం ప్రారంభించాను. సూర్యాస్తమయానికి దక్షిణగట్టు చేరి లంకను చూసాను. సూర్యకాంతిలో ఆ నగరం చూడటం చాలా ప్రమాదకరమనిపించింది. ఎంత చిన్న రూపమైనా ఎవరి కంటయినా పడితే, వచ్చిన కార్యం విఫలమవుతుంది. చీకటి పడేవరకు ఆగాను. ఎందుకంటే చెప్పాను కదా. ఆ... అందుకు, ఇక ఆ సూర్యాస్తమయ సమయంలో ముందుకు వెళ్ళడం ప్రమాదమని తలచి చీకటి పడే వరకు ఆగాను. అక్కడ మళ్ళీ ఓ ఆటంకం.

లంకా నగర రక్షకి "లంఖిణి" ఏయ్! అంటు ఆపింది. ఆగాను. చూసాను కదా, అది నన్ను కదలనిచ్చేటట్లు లేదు. పైగా నన్ను "కోతీ"

అంటూ ఒకటిచ్చింది. చెప్పొద్దు. నాకు భలే కోపం వచ్చింది. నేను ఎడంచేత్తో ఒక్కటిచ్చాను. ఆ దెబ్బకు అంత పెద్ద పర్వతాకారం క్రింద పడిపోయింది. నన్ను చంపకమని ప్రాధేయపడసాగింది.

అప్పుడది దాని కథంతా చెప్పి, ఎప్పుడైతే నీకు ఓ వానరుని చేతిలో చావు తప్పుతుందో, అప్పుడు నీకు, లంకకు ముక్తి. ఇంక ఆ లంక, రాక్షసుల బ్రతుకు అధో బ్రతుకు. వారి నాశనానికి, నీకు విముక్తికి ఆ వానరుడే సాక్ష్యమని బ్రహ్మగారు చెప్పారుట. అందుకు అది నన్ను శరణుపొంది, నీ ఇష్టం. ఎక్కడికైనా స్వేచ్ఛగా వెళ్ళు. నీ ఇష్టమొచ్చినట్లు ప్రవర్తించమంది.

దాంతో ఎడంకాలు లోపలపెట్టి కోట ప్రాకారం దాటి లంకలో అడుగు పెట్టాను. అంగుళం అంగుళం ఆ లంకలోని చిన్నాపెద్దా చెప్పుకోదగ్గ వారందరి భవనాలు ఇతరులవి కూడా గాలించాను. జానకమ్మ దొరకలేదు. మళ్ళీ రెండోసారి ప్రయత్నించాను.

చివరకు రావణుని మందిరాన్ని, అందులోని పుష్పక విమానాన్ని, పానశాలలు, గానశాలలు... ఒక్కటేమిటి అన్నీ, నిశితంగా గమనించాను. ఈ ప్రయత్నంలో ఒక తప్పు జరిగింది. ఇక్కడ సీతను వెదకడంలో రావణుని మందిరంలో ముందు రావణుని చూసాను. ఆ తర్వాత కొద్ది దూరంలో రావణుని ప్రక్కనే గల మంచంపై పడుకున్న ఒకామెను చూసి, "సీత" అని భ్రమించి, సహజకోతి చేష్టలు, ఎగరడం, స్తంభాలెక్కడం దిగడం, తోక ముద్దుపెట్టుకోవడం అన్నీ చేసేశాను.

ఆ తర్వాత... అనిపించింది. రామ వియోగంలో బాధపడే సీత, ఇలాగ వుండదని, ఈమె సీత కాదని తీర్మానించుకుని, నా ప్రవర్తనకు నేనే సిగ్గు పడ్డాను. ఆ తర్వాత నిరాశ. అప్పుడు జయోస్తు మహాబలాః అనుకున్నాను. దాసోహం కోసలేంద్రస్య... అని రాములవార్ని కులపెద్దలను, బ్రహ్మాదులను తలచుకున్నాను. కొద్ది క్షణాలాగి అటు ఇటు చూస్తే ఓ బంగారు ప్రాకారం కనబడింది. దాన్నెగిరి చూసాను. అది అశోకవనం. దానిని విశ్వకర్మ ఎంత చాతుర్యంగా నిర్మించారో వర్ణించి చెప్పలేను. కళ్ళతో చూడాల్సిందే!

శోకసంతాపదీనాఙ్గీం సీతాం భర్తృహితే స్థితామ్।
రాక్షసీభి ర్విరూపాభిః క్రూరాభి రభిసంవృతామ్॥ 57

మాంస శోణిత దిగ్ధాభి ర్వ్యాఘ్రీభిర్మ్ రిణీ మివ।
సా మయా రాక్షసీమధ్యే తర్జ్యమానా ముహుర్ముహుః॥ 58

ఏకవేణీ ధరా దీనా భర్తృచిన్తాతపరాయణా।
భూమిశయ్యా వివర్ణాంగీ పద్మినీవ హిమాగమే॥ 59

రావణా ద్వినివృత్తార్థా మర్తవ్య కృతనిశ్చయా।
కథంచి న్మృగశాబాక్షీ తర్ణ మాసాదితా మయా॥ 60

తాం దృష్ట్వా తాదృశీం నారీం రామపత్నీం యశస్వినీమ్।
తత్రైవ శింశుపావృక్షే పశ్య న్నహ మవస్థితః॥ 61

తతో హలహలాశబ్దం కాఞ్చీనూపురమిశ్రితమ్।
శృణో మ్యధిక గమ్భీరం రావణస్య నివేశనే॥ 62

తతోఽహం పరమోద్విగ్న స్స్వం రూపం ప్రతిసంహరన్।
అహం తు శింశుపావృక్షే పక్షీవ గహనే స్థితః॥ 63

తతో రావణదారా శ్చ రావణశ్చ మహాబలః।
తం దేశం సమనుప్రాప్తా యత్ర సీతాఽభవత్ స్థితా॥ 64

తం దృష్ట్వా థ వరారోహా సీతా రక్షో మహాబలమ్।
సఙ్కు చ్యోరూ స్తనౌ పీనౌ బాహుభ్యాం పరిరభ్య చ॥ 65

విత్రస్తాం పరమోద్విగ్నాం వీక్షమాణాం తత స్తతః।
త్రాణం కించి దపశ్యన్తీం వేపమానాం తపస్వినీమ్॥ 66

తా మువాచ దశగ్రీవ స్సీతాం పరమ దుఃఖితామ్।
అవాక్ఛిరాః ప్రపతితో బహుమన్యస్వ మా మితి॥ 67

యది చేత్త్వం తు దర్పా న్మాం నాభినన్దసి గర్వితే।
ద్వౌ మాసా వ న్తరం సీతే పాస్యామి రుధిరం తవ॥ 68

ఏత చ్ఛ్రుత్వా వచ స్తస్య రావణస్య దురాత్మనః।
ఉవాచ పరమక్రుద్ధా సీతా వచన ముత్తమమ్॥ 69

తా. ఆ తర్వాత శింశుపా వృక్షము చేరాను. దానిక్రిందే జానకి, మాసిపోయిన వస్త్రంలాగ, దిగులుతో విలపిస్తుండడం చూసాను. ఆ సమయానికి, ఒక ప్రక్క వేదఘోషలు, స్వస్తివాచకాలు, మంగళ వాయిద్యాలు వందిమాగధుల స్తోత్రాలు, జయ గీతికల మధ్య, నిద్ర లేస్తూనే "శివా" అనేవాడు, "సీతా" అంటూ రావణుడు వచ్చేసాడు.

ఇంక వాడి గొడవ, వాడిది. తనను ప్రేమించమంటాడు. ఈ లంకయే నీ కాళ్ళకు మ్రొక్కుతుందంటాడు. దానికి సీత సమాధానమెలాగ ఇచ్చిందో తెలుసా ? రావణుని ఓ గడ్డిపరకగా చేసి, దానిని రావణునిగా చూసి, ఇటువంటి ఆలోచనలు కొంపలు ముంచడం కాదు, సబాంధవముగా నిన్ను ఈ లంకను ఆనవాళ్ళు లేకుండా చేస్తాయి.

ఇటువంటి దురాలోచనలు విడిచిపెట్టు. నర"సింహు"డైన రాముడు, తన సోదరుడు లక్ష్మణునితో రావడమే తరువాయి. మీకందరికి యమపురి స్వాగతం పలుకుతుంది. నేను ముందంటే నేను ముందని పరుగులు తీస్తారు. జాగ్రత్త.

ఈనాడు ఇంత సుందరంగా సర్వమంగళగా వున్న లంక, ఆ రఘువీరులు అడుగుపెట్టిన మరుక్షణం, తన నాధుడీని సర్వ సౌభాగ్యాలను కోల్పోయిన దీనరాలై అవుతుంది. ఆ స్థితి రానివ్వకు. నేను దక్కను. జాగ్రత్త. వినాశకాలం తెచ్చుకోక. లంకను, లంకీయులను, లంకేశ్వరా, సుఖంగా బ్రతుకు నివ్వమని హెచ్చరించింది.

రాక్షసాధమ రామస్య భార్యా మమిత తేజసః।
ఇక్ష్వాకుకులనాథస్య స్నుషాం దశరథస్య చ॥ 70

అవాచ్యం వదతో జిహ్వా కథం న పతితా తవ।
కించిద్వీర్యం తవా నార్య యో మాం భర్తు రసన్నిధౌ॥ 71

అపహృత్యాఽఽ గతః పాప తేనా దృష్టో మహాత్మనా।
న త్వం రామస్య సదృశో దాస్యేఽప్యస్య న యుజ్యసే॥ 72

యజ్ఞీయ స్సత్యవాద చ రణశ్లాఘీం చ రాఘవః।
జానక్యా పరుషం వాక్య మేవ ముక్తో దశాననః॥ 73

జజ్వాల సహసా కోపా చ్చితాగ్న ఇవ పావకః।
వివృత్య నయనే క్రూరే ముష్టి ముద్యమ్య దక్షిణమ్॥ 74

మైథిలీం హన్తు మారబ్ద స్త్రీభిర్హాహా కృతం తదా।
స్త్రీణాం మధ్యా త్సముత్పత్య తస్య భార్యా దురాత్మనః॥ 75

వరా మణ్డోదరీ నామ తయా స(చ) ప్రతిషేధితః।
ఉక్తశ్చ మధురాం వాణీం తయా స మదనార్దితః॥ 76

సీతయా తవ కిం కార్యం మహేన్ద్రసమవిక్రమ।
దేవగన్ధర్వకన్యాభి ర్యక్షకన్యాభి రేవ చ॥ 77

సార్థం ప్రభో రమస్వే హ సీతాయా కిం కరిష్యసి।
తత స్తాభి స్సమేతాభి ర్నారీభి స్స మహాబలః॥ 78

ప్రసాద్య సహసా నీతో భవనం స్వం నిశాచరః।
యాతే తస్మి న్దశగ్రీవే రాక్షస్యో వికృతాననాః॥ 79

సీతాం నిర్భర్త్సయామాసు ర్వాక్యైః క్రూరై స్సుదారుణైః।
తృణవ ద్భాషితం తాసాం గణయామాస జానకీ॥ 80

గర్జితం చ తదా తాసాం సీతాం ప్రాప్య నిరర్థకమ్।
వృథాగర్జిత నిశ్చేష్టా రాక్షస్యః పిశితాశనాః॥ 81

రావణాయ శశంసు స్తాస్సీతాధ్యవసితం మహత్।
తత స్తా స్సహితా స్సర్వా విహతాశా నిరుద్యమాః॥ 82

పరిక్షిప్య సమస్తా స్తాం నిద్రావశ ముపాగతాః।
తాసు చైవ ప్రసుప్తాసు సీతా భర్తృహితే రతా॥ 83

విలప్య కరుణం దీనా ప్రశుశోచ సు దుఃఖితా।
తాసాం మధ్యా త్సముత్థాయ త్రిజటా వాక్యమబ్రవీత్॥ 84

ఆత్మానం ఖాదత క్షిప్రం న సీతా వినశిష్యతి।
జనకస్యాత్మజా సాధ్వీ స్నుషా దశరథస్యచ॥ 85

స్వప్నో హ్యద్య మయా దృష్టో దారుణో రోమహర్షణః।
రక్షసాం చ వినాశాయ భర్తు రస్యా జయాయ చ॥ 86

అల మస్మా త్పరిత్రాతుం రాఘవా ద్రాక్షసీగణమ్।
అభియాచామ వై దేహీ మేతద్ధి మను రోచతే॥ 87

యస్యా హ్యేవం విధ స్స్వప్నో దుఃఖితాయాః ప్రదృశ్యతే।
సా దుఃఖై ర్వివిధై ర్ముక్తా సుఖ మాప్నో త్యనుత్తమమ్॥ 88

ప్రాణిపాత ప్రసన్నా హి మైథిలీ జనకాత్మజా।
తత స్సా హ్రీమతీ బాలా భ ర్తు ర్విజయ హర్షితా॥ 89

అవోచ ద్యది తత్తథ్యం భవేయం శరణం హి వః।
తాం చాహం తాదృశీం దృష్ట్వా సీతాయాదారుణాందశామ్॥ 90

తా. ఆ మాటలకు రావణుడు అగ్నిహోత్రమయ్యాడు. కానీ తెచ్చుకున్న ప్రేమ, అతన్ని కట్టడి చేసింది. కోపంతో రెచ్చిపోతూ ఇప్పుడు పదినెలలు అయింది. ఇంకో రెండు నెలలు గడువు. మనసు మార్చుకుని మంగళరూపిణివై నా చెంతకు చేరు. లేదో, గడువు ముగిసిన మరుక్షణం నీవు ఉదయపు పలహారమైపోతావని ఆమెను హెచ్చరించాడు.

ఆ తదుపరి తన పరివారాన్ని "జాగ్రత్త. దీనిని ఏ విధంగా నా చెంతకు చేరుస్తారో అది మీ ఇష్టమని" ఆజ్ఞ చేసి, తనను ప్రేమించి లతలాగ చుట్టుకున్న భార్యలతో వెళ్ళిపోయాడు. ఇప్పుడు ఆ జానకమ్మను ఆ వికృత రాక్షస స్త్రీలు పీక్కుతింటున్నట్లు నోటి మాటలతో బాధపెడుతుంటే, ఆమె శింశుపావృక్ష కొమ్మకు ఉరివేసుకోవాలని ప్రయత్నిస్తుంటే -

ఈ సమయంలో త్రిజట అను రాక్షసి నిద్ర నుండి మేలుకొని "ఆగండర్రా!" అంటూ, ఈ తల్లికి శుభము, మన ప్రభువుకు దుఃఖము. కనుక, జాగ్రత్తగా వుండండి. ఈమె భర్త రాముడిక్కడికి వస్తాడు. ఈమెతో మర్యాదగా మసలితే ఆయన చేతులలో చావము. లేదంటే ఆ "శ్రీరామ" బాణానికి ఆహుతవుతామని చెప్పింది.

చిన్తయామాస విక్రాన్తో న చ మే నిర్వృతం మనః।
సంభాషణార్థం చ మయా జానక్యా శ్చిన్తితో విధిః॥ 91

ఇక్ష్వాకూణాం హి వంశస్తు తతో మమ పురస్కృతః।
శ్రుత్వా తు గదితాం వాచం రాజర్షి గణపూజితామ్॥ 92

ప్రత్యభాషత మాం దేవీ బాష్పైః విహితలోచనా।
క స్త్వం కేన కథం చేహ ప్రాప్తో వానర పుజ్గవ॥ 93

కా చ రామేణ తే ప్రీతి స్తన్మే శంసితు మర్హసి।
తస్యా స్త ద్వచనం శ్రుత్వా హ్యహ మ ప్యబ్రవం వచః॥ 94

దేవి రామస్య భర్తు స్తే సహాయో భీమవిక్రమః।
సుగ్రీవో నామ విక్రాన్తో వానరేన్ద్రో మహాబలః॥ 95

తస్య మాం విద్ధి భృత్యం త్వం హనుమన్త మిహాగతమ్।
భర్త్రాహం ప్రేషిత స్తుభ్యం రామేణాక్లిష్టకర్మణా॥ 96

ఇదం చ పురుషవ్యాఘ్ర శ్శ్రీమాన్ దాశరథి స్స్వయమ్।
అఙ్గుళీయ మభిజ్ఞాన మదా త్తుభ్యం యశస్విని॥ 97

త దిచ్ఛామి త్వయాऽऽజ్ఞప్తం దేవి కిం కరవా ణ్యహమ్।
రామలక్ష్మణయోః పార్శ్వం నయామి త్వాం కి ముత్తరమ్॥ 98

ఏత చ్ఛ్రుత్వా విదిత్వా చ సీతా జనక నన్దినీ।
ఆహ రావణ ముత్సాద్య రాఘవో మాం నయ త్వితి॥ 99

ప్రణమ్య శిరసా దేవీ మహ మార్యా మనిన్దితామ్।
రాఘవస్య మనోహ్లాద మభిజ్ఞాన మయాచిషమ్॥ 100

అథ మా మబ్రవీ త్సీతా గృహ్యతా మయ ముత్తమః।
మణి ర్యేన మహాబాహూ రామస్త్వాం బహుమన్య తే॥ 101

ఇత్యుక్త్వా తు వరారోహా మణిప్రవర మద్భుతమ్।
ప్రాయచ్ఛ త్వర మోద్విగ్నా వాచా మాం సందిదేశ హ॥ 102

తత స్తస్యై ప్రణమ్యాహ రాజపుత్ర్యై సమాహితః।
ప్రదక్షిణం పరిక్రామ మిహాభ్యుద్గత మానస॥ 103

ఉత్తరం పున రేవేదం నిశ్చిత్య మనసా తయా।
హనుమ న్మమ వృత్తాన్తం వక్తు మర్హసి రాఘవే॥ 104

యథా శ్రుత్వైవ న చిరా త్తావుభౌ రామలక్ష్మణౌ।
సుగ్రీవ సహితౌ వీరా వుపేయాతాం తథా కురు॥ 105

య ద్యన్యథా భవే దేత ద్ద్వౌ మాసౌ జీవితం మమ।
న మాం ద్రక్ష్యతి కాకుత్స్థో మ్రియే సాహ మనాథవత్॥ 106

త చ్ఛ్రుత్వా కరుణం వాక్యం క్రోధో మా మభ్యవర్తత।
ఉత్తరం చ మయా దృష్టం కార్య శేష మన న్తరమ్॥ 107

తతోఽవర్ధత మే కాయ స్తదా పర్వత సన్నిభః।
యుద్ధకాఙ్క్షీ వనం తచ్చ వినాశయితు మారభే॥ 108

త ద్భగ్నం వనషణ్డం తు భ్రాన్త త్రస్త మృగ ద్విజమ్।
ప్రతిబుద్ధా నిరీక్షన్తే రాక్షస్యో వికృతాననాః॥ 109

మాం చ దృష్ట్వా వనే తస్మిన్ సమాగమ్య తత స్తతః।
తాస్సమభ్యాగతాః క్షిప్రం రావణాయాచచక్షిరే॥ 110

రాజన్వనమిదం దుర్గం తవ భగ్నం దురాత్మనా।
వానరేణ హ్యవిజ్ఞాయ తవ వీర్యం మహాబల॥ 111

తా. సమయం నాకు అనువైనదిగా తలచి, రామకథతో ఆమెను ఆకట్టుకున్నాను. అంతకుమించి నాకు మరొక మార్గం దొరకలేదు. దాంతో ఆమె కొంత కుదుటపడినట్లు కనిపించింది. మెల్లిగా దిగి ఆమె వివరాలు తెలిసినప్పటికి తెలియనట్లు అడిగాను. సందేహం తీర్చుకున్నాను. ముందడుగు వేసాను. అది ఆమెకు భయ కారకమైంది. "నువ్వు మాయావి"వని దూషించింది. ఆమె భయాన్ని గమనించిన నేను ముందు రాముడిచ్చిన ఉంగరాన్ని చూపి ఆమెను ఓదార్చాను. ఆ తరువాత మన వివరాలన్నీ చెప్పాను.

ఆనవాలుగా ఏదైనా ఇవ్వమని కోరాను. ఆ యమ్మ తన సిగలోని చూడామణిని ఇచ్చింది. రామునికీ చెప్పవలసిన కొన్ని విషయాలను చెప్పింది. మొత్తం నన్ను నమ్మింది. అప్పుడు -

"అమ్మా! తప్పక రాముడు తన సోదరునితో వానరరాజు సుగ్రీవుని అపారసేనతో వస్తారు. నిన్ను రక్షించుకుంటారు. నీవు తలచినట్లు ఈ లంకా నగర సామ్రాజ్య లక్ష్మి సర్వ వైభవములు కోల్పోయి "దీన" అవుతుందని వూరడించాను అని మనవాళ్ళందరి వాయువేగ గమనాలను బలశక్తులను తెలిపి - చివరిగా -

"అమ్మా! నాకంటే మహామహులున్నారు. అందరు నిన్ను రక్షించు కుంటారంటే, అందరు నూరామడల సముద్రం దాటి రాగల్గుతారా ?" అని అడిగింది. అమ్మా! రాముడు, నీవు, సంకల్పిస్తే, కుల పర్వతాలు కూలి దారులిస్తాయన్నాను. ఆ తర్వాత వచ్చిన పని చూడటం అయింది. వీళ్ళ వ్యవహారం చూడాలనిపించింది. శత్రుబలం, అనుపాన్లు తెలుసు కోకుండా ఒట్టి దూతగా తిరిగి రావాలనిపించలేదు.

దుర్బుద్దే స్తస్య రాజేన్ద్ర తవ విప్రియకారిణః।
వధ మాజ్ఞాపయ క్షిప్రం యథాసౌ నిలయం వ్రజేత్॥ 112

త చ్ఛ్రుత్వా రాక్షసేన్ద్రేణ విసృష్టా భృశదుర్జయాః।
రాక్షసాం కింకరా నామ రావణస్య మనోనుగాః॥ 113

తేషా మశీతిసాహస్రం శూల ముద్గర పాణినామ్।
మయా తస్మి న్వనోద్దేశే పరిఘేణ నిషూదితమ్॥ 114

తేషాం తు హత శేషా యే తే గత్వా లఘువిక్రమాః।
నిహతం చ మహ త్సైన్యం రావణాయ చచక్షిరే॥ 115

తతో మే బుద్ధి రుత్పన్నా చైత్యప్రాసాద మాక్రమమ్।
తత్రస్థా న్రాక్షసాన్హ త్వా శతం స్తమ్భేన వైపునః॥ 116

లలామభూతో లఙ్కాయా స్సవై విధ్వంసితో మయా।
తతః ప్రహస్తస్య సుతం జమ్బుమాలిన మాదిశత్॥ 117

రాక్షసై ర్బహుభి స్సార్థం ఘోరరూపై ర్భయానకైః।
త మహం బలసంపన్నం రాక్షసం రణకోవిదమ్॥ 118

పరిఘే ణాఘోరేణ మాదయామి సహానుగమ్।
త చ్ఛ్రుత్వా రాక్షసేన్ద్ర స్తు మన్త్రిపుత్రా న్మహాబలాన్॥ 119

పదాతి బల సంపన్నాన్ ప్రేషయామాస రావణః।
పరిఘే ద్దైవ తా స్సర్వా న్నయామి యమ సాదనమ్॥ 120

మన్త్రి పుత్రాన్ హాతా చ్ఛ్రుత్వాసమరేఽ లఘువిక్రమాన్।
పఞ్చ సేనాగ్రగా ఞ్ఛూరాన్ ప్రేషయామాస రావణః॥ 121
తా నహం సహాసైన్యా న్వై సర్వా నేనా భ్యసూదయమ్।
తతః పున ర్దశగ్రీవః పురత మక్షం మహాబలమ్॥ 122

బహుభి రాక్షసై స్సార్థం ప్రేషయామాస రావణః।
తం తు మన్దోదరీ పుత్రం కుమారం రణపడ్డితమ్॥ 123

సహసా ఖం సముత్క్రా న్తం పాదయో శ్చ గృహీతవాన్।
చర్మాసినం శతగుణం భ్రామయిత్వా వ్యపేషయమ్॥ 124

త మక్ష మాగతం భగ్నం నిశమ్య స దశాననః।
తత ఇన్ద్రజితం నామ ద్వితీయం రావణ స్సుతమ్। 125

వ్యాదిదేశ మసంక్రుద్ధో బలీనం యుద్ధ దుర్మరమ్।
త చ్చా ప్యహం బలం సర్వం తం చ రాక్షసపుజ్గవమ్॥ 126

నష్టౌజనం రణే కృత్వా పరంహర్ష ముపాగమమ్।
మహతా పి మహాబాహుః ప్రత్యయేన మహాబలః॥ 127

ప్రేషితో రావణే నైవ సహవీరై ర్మదోత్క టైః।
సోఽ విషహ్యం హిమాం బుధ్వా స్వబలంచావమర్దితమ్॥ 128

బ్రాహ్మేణాస్త్రేణ సతు మాం ప్రాబధ్నా చ్చాతివేగితః।
రజ్జుభి శ్చాభి బధ్నన్తి తతో మాం తత్ర రాక్షసాః॥ 129

తా. రావణుడికిష్టమైన అశోకవన ధ్వంసం మొదలుపెట్టాను. అప్పుడు వచ్చిన స్థితిని బట్టి పరిస్థితి వుంటుందనుకున్నాను. రావణుడే వస్తాడో, అతని పరివారమే వస్తారోనని మొత్తానికి ప్రారంభించిన అల్లరి రావణునికి తెలిసింది. తన కింకరులను నా మీదకు పంపించాడు. అట్టహాసంగా - వచ్చిన వాని కింకరులు, ప్రధానమంత్రి కుమారులు, రావణుని ముద్దుల కొడుకు వీరుడు, అక్ష కుమారుడు తమ తమ వేల బలగాలతో చచ్చిపోయారు.

చివరగా తండ్రి ఆదేశంతో పెద్దకుమారుడు ఇంద్రజిత్తు వచ్చాడు. వాడి పేరు మేఘనాథుడు. ఇంద్రుని జయించినందువల్న వాడికి ఇంద్రజిత్తు అనిపేరు వచ్చింది. వాడితో కాస్సేపు యుద్ధం చేసాను. ఈలోగా వాడూ కార్యసాధకుడే. బ్రహ్మాస్త్రం ప్రయోగించాడు. ఆ ముసిలాయనకు గౌరవమిచ్చి పట్టుబడ్డాను. ఇంద్రజిత్తు విజయం సాధించినట్లు సంతోష పడ్డాడు. ఇక్కడ జరిగిన పొరపాటేమిటంటే బ్రహ్మాస్త్ర బంధాన్ని మరో అస్త్రంతో కట్టకూడదు. అలాగ కడితే అస్త్ర ప్రభావం పోతుంది. ఇది మూర్ఖ రాక్షసులకు తెలియదు. పాపం. తెలిసిన ఇంద్రజిత్తు చాలా బాధపడ్డాడు.

రావణస్య సమీపం చ గృహీత్వా మా ముపానయన్।
దృష్ట్వా సంభాషిత శ్చా హం రావణేన దురాత్మనా॥ 130

పృష్ట శ్చ లంకాగమనం రాక్షసానాం చ తం వదమ్।
త త్సర్వం చ మయా తత్ర సీతార్థ మితి జల్పితమ్॥ 131

అన్యాహం దర్శనాకాఙ్క్షీ ప్రాప్త స్త్వద్భవనం విభో।
మారుత స్యౌరసఃపుత్రో వానరో హనుమా నహమ్॥ 132

రామదూతం చ మాం విద్ధి సుగ్రీవసచివం కపిమ్।
సో ఽహం దూత్యేన రామస్య త్వత్సకాశ మిహాగతః॥ 133

సుగ్రీవశ్చ మహాతేజా స్స త్వాం కుశల మబ్రవీత్।
ధర్మార్థ కామ సహితం హితం పథ్య మువాచ చ॥ 134

వసతో ఋశ్యమూకే మే పర్వతే విపులద్రుమే।
రాఘవో రణవిక్రాన్తో మిత్రత్వం సముపాగతః॥ 135

తేన మే కథితం రాజ్ఞా భార్యా మే రక్షసా హృతా।
తత్ర సాహాయ్య మస్మాకం కార్యం సర్వాత్మనా త్వయా॥ 136

మయా చ కథితం తస్మై వాలిన శ్చ వధం ప్రతి।
తత్ర సాహాయ్య హేతో ర్మే సమయం కర్తు మర్హసి॥ 137

వాలినా హృత రాజ్యేన సుగ్రీవేణ మహాప్రభుః।
చక్రేఽగ్నిసాక్షికం సఖ్యం రాఘవ స్సహ లక్ష్మణః॥ 138

తేన వాలిన ముత్పాట్య శరే ణై కేన సంయుగే।
వానరాణాం మహారాజః కృత స్స ప్లవతాం ప్రభుః॥ 139

తస్య సాహాయ్య మస్మాభిః కార్యం సర్వాత్మనా త్విహ।
తేన ప్రస్థాపిత స్తుభ్యం సమీప మిహ ధర్మతః॥ 140

క్షిప్ర మానీయతాం సీతా దీయతాం రాఘవాయ చ।
యాప న్న హరయో వీరా విధమన్తి బలం తవ॥ 141

వానరాణాం ప్రభావో హి న కేన విదితః పురా।
దేవతానాం సకాశం చ యే గచ్ఛన్తి నిమన్త్రితాః॥ 142

ఇతి వానర రాజ స్త్వా మాహే త్యభిహితో మయా।
మా మైక్షత తతః క్రుద్ధ శ్చక్షుపా ప్రదహ న్నివ॥ 143

తేన వధ్యోఽహ మాజ్ఞప్తో రక్షసా రౌద్రకర్మణా।
మత్ప్రభావ మవిజ్ఞాయ రావణేన దురాత్మనా॥ 144

తతో విభీషణో నామ తస్య భ్రాతా మహామతిః।
తేన రాక్షసరాజోఽసౌ యాచితో మమ కారణాత్॥ 145

నైవ రాక్షస శార్దూల త్యజ్యతా మేష నిశ్చయః।
రాజశాస్త్ర వ్యపేతో హి మార్గ స్సంసేవ్యతే త్వయా॥ 146

దూత వధ్యా న దృష్టా హి రాజశాస్త్రేషు రాక్షస।
దూతేన వేదితవ్యం చ యథార్థం హితవాదినా॥ 147

సుమహ త్యపరాధేఽ పి దూత స్యాతులవిక్రమ।
విరూప కరణం దృష్టం న వధోఽ స్తీతి శాస్త్రతః॥ 148

విభీషణే నైవ ముక్తో రావణ స్సందిదేశ తాన్।
రాక్షసా నేత దేవా స్య లఙ్గూలం దహ్యతా మితి॥ 149

తా. అయినా వారికెవరికి అనుమానం రాకుండా బంధమూర్తిగానే రావణ సభలో అడుగు పెట్టాను. అనకూడదు కాని, రావణుడు, అమిత తేజోవిరాజితుడు. ఈ సీతమ్మను తెచ్చాడన్న పాపం వాడిని చుట్టుకొనకపోతే త్రిభువనాలలో వాడిని నిర్జించేవారు లేరు. నేను "దాసోహం కోసలేంద్రస్య..." అన్నట్లు సర్వలోకాలవారు-

"దాసోహం రావణేశ్వరస్య" అని అనాల్సి వుండేది.

రావణుని పలుకరించాను. సుగ్రీవుడు చెప్పమన్నది అక్షరం పోకుండా చెప్పాను. అందులోని రామచరిత్ర-సుగ్రీవునితో మైత్రి వాలి సంహరణ, మన వారందరి అన్వేషణ ఇక్కడికి వచ్చిన కారణం... అన్నీ... వివరంగా చెప్పాను. అంతే తోక తొక్కిన త్రాచయాడు. అయినా రావణుడు మూర్ఖుడై నన్ను చంపమన్నాడు. వాడి చిన్న తమ్ముడు విభీషణుడు పరమభక్తుడు. శాస్త్రజ్ఞానమున్నవాడు అతను కల్పించుకుని, అతడు దూత. ఇక్కడ చంపేస్తే నీ ప్రతాపం అవతలి వారికి తెలియదు. ఇది తెలియకుంటే నీ శక్తి లోకానికి తెలియదు. ఇక, ఇతడు మృగజాతికి సంబంధించిన వాడు కాబట్టి ఏదో కొద్ది ఇబ్బంది పెట్టు. చాతనైతే తిప్పుకుంటాడు. కాదంటే నీ పేరు చెప్పుకుని ఏడుస్తాడన్నాడు. అది రావణునికి నచ్చింది. కోతులకు తోక ముద్దు కాబట్టి, దాని నంటించమన్నాడు.

తత స్తస్య వచ శ్శ్రుత్వా మమ పుచ్ఛం సమ న్తతః।
వేష్టితం శణవల్కైశ్చ జీర్ణైః కార్పాసజైః పటైః॥ 150

రాక్షసా స్సిద్ధసన్నాహా స్తత స్తే చణ్డవిక్రమాః।
తదా దహ న్త మే పుచ్ఛం నిఘ్నన్తః కాష్ఠముష్టిభిః॥ 151

బద్ధస్య బహుభిః పాశై ర్యన్త్రితస్య చ రాక్షసైః।
తత స్తే రాక్షసా శ్శూరా బద్ధం మా మగ్నిసంవృతమ్॥ 152

అఘోషయ న్రాజమార్గే నగర ద్వార మాగతాః।
తతోఽహం సుమహద్రూపం సజ్క్షి ప్య పున రాత్మనః॥ 153

విమోచయిత్వా తం బన్దం ప్రకృతిస్థః స్థితః పునః।
ఆయసం పరఘం గృహ్య తాని రక్షాం స్యసూదయమ్॥ 154

తత స్త న్నగరద్వారం వేగే నాప్లుతవా వహమ్।
పుచ్ఛేన చ ప్రదీప్తేన తాం పురీం సాట్టగోపురామ్॥ 155

దహామ్యహ మసంభ్రాన్తో యుగాన్తాగ్ని రివ ప్రజాః।
వినష్టా జానకీ వ్యక్తం న హ్యదగ్ధః ప్రదృశ్యతే॥ 156

లఙ్కాయాం క శ్చిదుద్దేశ స్సర్వా భస్మీకృతా పురీ।
దహతా చ మయా లఙ్కాం దగ్ధా సీతా న సంశయః॥ 157

రామస్య హి మహత్కార్యం మయే దం వితథీకృతమ్।
ఇతి శోకసమావిష్ట శ్చిన్తా మహా ముపాగతః॥ 158

అథా హం నాచ మశ్రౌషం చారణానాం శుభాక్షరామ్।
జానకీ న చ దగ్ధేతి విస్మయోద న్త భాషిణామ్॥ 159

తతో మే బుద్ధి రుత్పన్నా శ్రుత్వా తా మద్భుతాం గిరమ్।
అదగ్ధా జానకీ త్యేనం నిమిత్తై శ్చోపలక్షితా॥ 160

దీప్యమానే తు లాంగూలే న మాం దహతి పావకః।
హృదయం చ ప్రహృష్టం మే వాతా స్సురభి గన్ధినః॥ 161

తై ర్నిమిత్తైశ్చ దృష్టార్థై కారణైశ్చ మహాగుణైః।
ఋషివాక్యైశ్చ సిద్ధార్థై రభవం హృష్ట మానసః॥ 162

పున ర్దృష్ట్వా చ వైదేహీం విసృష్ట శ్చ తయా పునః।
తతః పర్వత మానాద్య తత్రారిష్ట మహం పునః॥ 163

ప్రతి ప్లవన మారేభే యుష్మద్దర్శన కాంక్షయా।
తతః పవన చన్ద్రార్క సిద్ధగన్ధర్వ సేవితమ్॥ 164

పన్థాన మహ మాక్రమ్య భవతో దృష్టవా నిహ।
రాఘవస్య ప్రభావేన భవతాం చైవ తేజసా॥ 165

సుగ్రీవస్య చ కార్యార్థం మయా సర్వ మనుష్ఠితమ్।
ఏత త్సర్వం మయా తత్ర యథావ దుపపాదితమ్॥ 166

అత్ర య న్న కృతం శేషం త త్సర్వం క్రియతా మితి।

తా. అంతే రాజాజ్ఞ. క్షణాలలో నిర్వర్తించారు. ఇక నన్ను ఒక దేశద్రోహిగా, వీధి వీధి త్రిప్పుతూ, కొడుతూంటే ఆగ్రహం పట్టలేక -"జయోత్వాతి మహాబలో... అన్నాను. ఆకాశానికెగిరాను. లంకంతా అటూ ఇటు, ఇటు-అటు, ఇష్టమొచ్చినట్లు తిరిగాను. అగ్నిహోత్రుని ఆకలిని తీర్చుకోమన్నాను.

అప్పుడు ఆ అరుపులు, కేకలు, ఆక్రందనలు, ప్రాణభయ గోలలు... అంతా అయిపోయిందనుకుని తోక చల్లార్చుకుందామని సముద్రపు ఒడ్డుకు వెళ్ళాను. ఇక్కడ చిత్రమేమిటంటే తోకకు గుడ్డలు చుట్టి, నిప్పంటించారు. అది మండుతుంది. దాని మంటల ప్రభావం నన్ను దహించడం లేదు.

ముందు ఆశ్చర్యపోయాను. ఆ తోక చల్లార్చుకుంటూ, అవును... సీతాదేవిఅనుకున్నాను. నా గుండాగిపోయినంత పనయింది. ఎంత పాపానికి ఒడిగట్టానని తీవ్ర క్షోభకు గురయ్యాను.

అప్పుడు సిద్ధ-విద్యాధర-మహర్షి సంఘాల మాటలు అనుకోకుండా నా చెవుల పడ్డాయి. దేవతలకు, కులపెద్దలకు, ముందుగా రామ లక్ష్మణులకు, సీతామాతకు పేరు పేరున నమస్కారం చేసాను. వెంటనే అమ్మ దగ్గరకు వెళ్ళాను. క్షమించమన్నాను. కుశలమడిగాను. ఆనతిమ్మన్నాను.

ఆ తల్లి ఒకటే చెప్పింది. "తొందరగా రండి. నా ప్రాణాలు నిలపండి" ఇదే. ఆమె అశ్రుధారల కళ్ళతో మనకిచ్చిన ఆదేశం. శిరసావహించాను. తొందరగా వస్తామన్నాను. లేవండి. ఇక క్షణం కూడ ఆలస్యం చెయ్యకుండా, రాముని చేరి, యుద్ధసన్నద్ధం చేద్దామన్నాడు.

అందరు సంతోషించారు. హనుమ వలెనే - జై శ్రీరామ, జై సీతామాత, జై సుగ్రీవరాజా! అని జయ జయ ధ్వనులు చేస్తూ - పదండి. పదండి. పదండి అని ఆనందంతో కదం తొక్కుతూ వడివడిగా అడుగులు వేసారు.

✿

ఇది వొరుగంటి వంశజనిత, శ్రీమతి సువర్చలాంబా, వెంకట సూర్యప్రసాదరావుల జేష్ఠ తనూజుడు "వర" రామకృష్ణప్రసాద్ - భక్తజనుల కందించిన, తేటతెలుగు వ్యాఖ్యాన శ్రీమత్ సుందరకాండలోని, అష్టపంచాశ సర్గ సమాప్తం.

- స్వస్తి-

- అస్తు -

✦✦✦

ఏకోనషష్టితమ స్సర్గః

ఏత దాఖ్యాయ త్స తర్వం హనుమా న్మారుతాత్మజః।
భూయ స్సముపచక్రామ వచనం వక్తు ముత్తరమ్॥ 1

తా. హనుమ చెప్పిన ప్రతి సంఘటనకు స్పందిస్తూ "జై శ్రీరామా! జై సీతామాత! జయోస్తు" అన్నారు. అప్పుడు "ఒకమాటంటూ... హనుమ

సఫలో రాఘవోద్యోగ స్సుగ్రీవస్య చ సంభ్రమః।
శీల మాసాద్య సీతాయా మమ చ ప్రవణం మనః॥ 2

తపసా ధారయే ల్లోకాన్ క్రుద్ధో వా నిర్దహే దపి।
సర్వథాతిప్రవృద్ధోఽసౌ రావణో రాక్షసాధిపః॥ 3

తస్య తాం స్పృశతో గ్రాతం తపసా న వినాశితమ్।
న త దగ్నిశిఖా కుర్యా త్సంస్పృష్టా పాణినా సతీ॥ 4

జనక స్యాత్మజా కుర్యా ద్య త్క్రోధ కలుషీకృతా।
జాంబవ త్ప్రముఖాన్ సర్వా ననుజ్ఞాప్య మహాహరీన్॥ 5

అస్మి న్నేవం గతే కార్యే భవతాం చ నివేదితే।
న్యాయం స్మ సహ వైదేహ్యా ద్రష్టుం తౌ పార్థివాత్మజౌ॥ 6

అహ మేకోఽపి పర్యాప్త స్సరాక్షస గణాం పురీమ్।
తాం లఙ్కాం తరసా హన్తుం రావణం చ మహాబలమ్॥ 7

కింపున స్సహితో వీరై ర్బలవద్భిః కృతాత్మభిః।
కృతాస్త్రైః ప్లవగై శ్శూరై ర్భవద్భి ర్విజయైషిభిః॥ 8

అహం తు రావణం యుద్ధే ససైన్యం సపురస్సరమ్।
సహ పుత్త్రం వధిష్యామి సహోదర యుతం యుధి॥ 9

తా. ఓ మహావీరులారా! ప్రస్తుత పరిస్థితిని గమనిస్తే "సీతా" సాధ్వి సర్వశక్తి వంతురాలు. ఆ తల్లి తలచుకుంటే అసాధ్యమన్నది వుండదనిపించింది.

ఎందుకంటే, తన పాతివ్రత్యంతో రావణుని సర్వనాశనం చేయగల్గి వుండి కూడా, శ్రీరాముని ఘనత లోకానికి తెలియచెయ్యాలనే తాపత్రయంతో, తాను బాధపడుతూ కూర్చుంది. సత్యం చెప్పినట్లు ఒక పరమ రహస్యం హనుమ చెప్పాడు. ఇక నా విషయానికొస్తే - శ్రీరామ సీతా సాధ్వి కరుణ, మీ అందరి అభిమానం, పెద్దల ఆశీస్సులతో, ఈ కార్యక్రమమింత వరకు నిర్వహించగలిగాను.

ఇక నుంచి ఇది మన సమిష్టి బాధ్యత.

చెప్పండి. సరాసరి లంకకు వెళ్ళి రావణుని మర్దించి లంకా నాశనం పూర్తిచేసి సీతమ్మను తెద్దామా ? చెప్పండి. నాకు ఆ లంకన్నా, అక్కడి వీరులన్నా భయం లేదు. మనది ధర్మ కార్యం. మన ప్రభువు ధర్మ ప్రభువు. ఆ రావణుని వైపున్నది అధర్మం. వాడు ధర్మనాశకుడయ్యాడు. నేనొక్కడనే చాలంటే... అది వానరజాతికే అవమానం. అందుకునే ప్రస్తుతం మన అందరిది సమిష్టి బాధ్యతన్నాను. ఆలోచించండి.

బ్రాహ్మ మైన్ద్రం చ రౌద్రం చ వాయవ్యం వారుణం తథా।
యది శక్రజితోఽస్త్రాణి దుర్నిరీక్షాణి సంయుగే॥ 10

తా వ్యహం విధమిష్యామి నిహనిష్యామి రాక్షసాన్।
భవతా మభ్యనుజ్ఞాతో విక్రమో మే రుణద్ధి తమ్॥ 11

మయాతులా విస్పృష్టా హి శైలవృష్టి ర్నిర న్తరా।
దేవా నపి రణే హన్యా త్కింపున స్తా న్ని శాచరాన్॥ 12

సాగరోఽప్యతియా ద్వేలాం మన్దరః ప్రచలే దపి।
న జాంబవన్తం సమరే కమ్పయే దరివాహినీ॥ 13

సర్వరాక్షస సంఘానాం రాక్షసా యే చ పూర్వకాః।
అల మేకో వినాశాయ వీరో వాలిసుతః కపిః॥ 14

పనసస్యోరువేగేన నీలస్య చ మహాత్మనః।
మన్దరోఽప్యవశీర్యేత కింపున ర్యుధి రాక్షసాః॥ 15

స దేవాసురయక్షేషు గన్ధర్వోరగపక్షిషు।
మైందస్య ప్రతియోద్ధారం శంసత ద్వివిదస్య వా॥ 16

అశ్విపుత్రౌ మహాభాగా వేతౌ ప్లవగసత్తమౌ।
ఏతయోః ప్రతియోద్ధారం న పశ్యామి రణాజిరే॥ 17

పితామహవరోత్సేకా త్పరమం దర్ప మాస్థితౌ।
అమృతప్రాశినా వేతౌ సర్వవానరసత్తమౌ॥ 18

అశ్వినో ర్మాననార్థం హి సర్వలోకపితామహః।
సర్వావధ్యత్వ మతుల మనయో ర్దత్తవా న్పురా॥ 19

తా. రావణు కుమారుడు మేఘనాధుడు మహా తంత్రమూర్తి. మాయావి. నాకు వీడొక లెక్క కాదు. నాక్కావాల్సింది మీ సంఘటిత శక్తి. అందరు కలిస్తే అద్భుతం అని వివరించబడుతుంది. ఎవరో ఎందుకు, మన అంగదులవారు చాలు, వారి అప్రతిహతమాన బలశౌర్యాల దర్పమణచడానికి.

ఇక నలుడు, నీలుడు, మైందుడు, ద్వివిదుడు, వరప్రభావులు. ఎందరినైనా, ఎవ్వరినైనా పరాజితులను చేయగల సర్వసమర్థులు. ఒక్క మైంద ద్వివిదులు చాలు. రామకార్యాన్ని చక్కబెట్టడానికి, సీతా మహాదేవిని తీసుకు రావడానికి ఉత్సాహపరుస్తున్నట్లు ఉద్వేగంతో చెబుతున్నాడు.

వరోత్సేకేన మత్తౌ చ ప్రమథ్య మహతీం చమూమ్।
సురాణా మమృతం వీరౌ పీతవన్తౌ ప్లవజ్గమౌ॥ 20

ఏతానేవహి సంక్రుద్ధౌ సవాజిరథకుఞ్జరామ్।
లఙ్కాం నాశయితుం శక్తౌ సర్వే తిష్ఠన్తు వానరాః॥ 21

మయౌ న నిహతా లఙ్కా దగ్ధా భస్మీకృతా పునః।
రాజమార్గేషు సర్వత్ర నామ విశ్రావితం మయా॥ 22

జయ త్యతిబలో రామో లక్ష్మణ శ్చ మహాబలః।
రాజా జయతి సుగ్రీవో రాఘవేణాభిపాలితః॥ 23

అహం కోసలరాజస్య దాసః పవనసంభవః।
హనుమా నితి సర్వత్ర నామ విశ్రావితం మయా॥ 24

అశోకవనికామధ్యే రావణస్య దురాత్మనః।
అధస్తా చ్ఛింశుపావృక్షే సాధ్వీ కరుణ మాస్థితా॥ 25

రాక్షసీభిః పరివృతా శోకసంతాపకర్శితా।
మేఘలేఖా పరివృతా చన్ద్రలేఖేవ నిష్ప్రభా॥ 26

అచిన్తయ న్తీ వైదేహీ రావణం బలదర్పితమ్।
పతివ్రతా చ సుశ్రోణీ అవష్టబ్ధా చ జానకీ॥ 27

అనురక్తా హి వైదేహీ రామం సర్వాత్మనా శుభా।
అనన్యచిత్తా రామే చ పౌలోమీవ పురందరే॥ 28

తదేక వాసస్సంవీతా రజోధ్వస్తా తథైవ చ।
శోకసంతాపదీనాఙ్గీ సీతా భర్తృహితే రతా॥ 29

తా. నన్ను వీధులలో త్రిప్పుతూ అవమానం చేస్తుంటే బాధపడలేదు. లంక రహస్యాలు తెలుస్తాయని వాళ్ళతో వీధి వీధి తిరిగాను. అప్పుడు నా పేరు, రామలక్ష్మణుల పేరు. ఈవల ఒడ్డుననున్న మీ పేర్లు చెప్పి, మీ అందరిలో అతి చిన్నవాడైన హనుమంతుని చూసారు కాబట్టి, "జాగ్రత్త" అని వారల హెచ్చరించానన్నాడు. అశోకవనంలోని ఇరుగుడు చెట్టు క్రింద ఆ తల్లి పడే వేదనే నా కళ్ళలో, మనస్సులో నిండి వుంది. త్వరగా కార్యం సాధించుకోవాలి. ఆలస్యం వద్దని హనుమ హెచ్చరిస్తున్నాడు.

సా మయా రాక్షసీమధ్యే తర్జ్యమానా ముహుర్ముహుః।
రాక్షసీభి ర్విరూపాభి ర్దృష్టాహి ప్రమదావనే॥ 30

ఏక వేణీధరా దినా భర్తృచిన్తాపరాయణా।
అధశ్శయ్యా వివర్ణాంగీ పద్మినీవ హిమాగమే॥ 31

రావణా ద్వినివృత్తార్థా మర్తవ్య కృతనిశ్చయా।
కథంచి న్మృగశాబాక్షీ విశ్వాస ముపపాదితా॥ 32

తత స్సంభాషితా చైవ సర్వమర్థం చ దర్శితా।
రామసుగ్రీవసఖ్యం చ శ్రుత్వా ప్రీతి ముపాగతా॥ 33

నియత స్సముదాచారో భక్తి ర్భర్తరి చోత్తమా।
య న్నహన్తి దశగ్రీవం స మహాత్మా కృతాగసమ్॥ 34

నిమిత్తమాత్రం రామస్తు వధే తస్య భవిష్యతి।
సా ప్రకృత్యైవ తన్వంగీ తద్వియోగా చ్చ కర్శితా॥ 35

ప్రతిపత్పాఠశీలస్య విద్యేన తమతాం గతా।
ఏవమాస్తే మహాభాగా సీతా శోక పరాయణా॥ 36

య దత్ర ప్రతి కర్తవ్యం త త్సర్వ ముపపాద్యతామ్॥

తా. శ్రీరామస్మరణంతో అనుక్షణం గడిపే ఆమె "హనుమా! అన్ని తెలిసిన నీవు ఆలస్యం చేయక" మంది. ఇదే నన్ను హెచ్చరిస్తుంది. వానరులకు, మనుషులకు స్నేహమా ? అంది. వివరం చెప్పాను. సుగ్రీవుని శక్తితో పాటు మీకు రామునిపైగల భక్తిని తెలిపాను. ఆ తల్లి ఎంతో ఆనందించింది. త్వరగా వచ్చి నన్నీ చెరనుండి విడిపించమని రామునితో చెప్పమంది.

ఆర్యపుత్రులకు మచ్చరాని విధంగా ప్రవర్తించమని కోరింది.

కనుక, ఓ మహావీరులారా!

"సీతాదేవి దుఃఖమును మీరు విన్నారు. నేను కళ్ళారా చూసాను. కాబట్టి ఆమె దుఃఖం తీరు మార్గం చెప్పండి" అని అది తన సహజ వినయ సంపదగా, సర్వ సమర్థుడైన హనుమంతుడు. చేతులు జోడించాడు-

✿

ఇది వొరుగంటి వంశజనిత, శ్రీమతి సువర్చలాంబా, వెంకట
సూర్యప్రసాదరావుల జేష్ఠ తనూజుడు "వర" రామకృష్ణప్రసాద్ -
భక్తజనుల కందించిన, తేటతెలుగు వ్యాఖ్యాన శ్రీమత్
సుందరకాండలోని, ఏకోనషష్టి సర్గ సమాప్తం.

- స్వస్తి-

- అస్తు -

✦✦✦

షష్ఠితమ స్సర్గః

తస్య త ద్వచనం శ్రుత్వా వాలిసూను రభాషత।
అయుక్తం తు వినా దేవీం దృష్టవద్భి శ్చ వానరాః।
సమీపం గన్తు మస్మాభీ రాఘవస్య మహాత్మనః। 1

దృష్టా దేవి న చాఽఽనీతా ఇతి తత్ర నివేదనమ్।
అయుక్త మివ పశ్యామి భవద్భిః ఖ్యాతవిక్రమైః॥ 2

న హి నః ప్లవనే కశ్చి న్నాపి కశ్చి త్పరాక్రమే।
తుల్యస్సామర దైత్యేషు లోకేషు హరిసత్తమాః॥ 3

తే ష్వేవం హతవీరేషు రాక్షసేషు హనూమతా।
కి మన్య దత్ర కర్తవ్యం గృహీత్వా యామ జానకీమ్॥ 4

తా. హనుమంతుని మాటల్ని విన్న అంగదుడు - "మహావీరులారా! హనుమ చెప్పింది విన్నారు. సీతాదేవి మనసు తెలుసుకున్నారు. రాముడు లేకుండా మనం వెడితే అది ఆమె సహించలేదు.

కనుక వెంటనే శ్రీరాముని సన్నిధికి వెళ్ళి అంతా చెప్పి, వారి అనుమతితో ముందుకు సాగుదాం. బయలుదేరండి" అన్నాడు. ఆ వెంటనే, పెద్దవాడు, సునిశితదృష్టి - ముందుచూపుగల జాంబవంతుడు-

త మేవం కృతసంకల్పం జామ్బవాన్ హరిసత్తమః।
ఉవాచ పరమప్రీతో వాక్య మర్థవ దర్థవిత్॥ 5

తా. అంగదుని మాటలను, యువరాజుగా అంగీకరించాడు. యుక్తిపరునిగా సమర్థించాడు. మనం మన యువరాజు ఆలోచన మేరకే నడుద్దామని, అందరి తరపున ఆలస్యం చెయ్యకుండా ప్రకటించాడు. అయినా - అంగదుని మనసు తెలుసుకోవడానికి -

సతావ దేషా మతి రక్షమానో
యథా భవాన్ పశ్యతి రాజపుత్ర।
యథాతు రామస్య మతి ర్నివిష్టా
తథాభవాన్ పశ్యతు కార్యసిద్ధిమ్॥ 6

తా. ఓ! యువరాజా! నీ అభీష్టమేదైనా సరే, అది మాకంగీకారం. నీవేం చెప్పినా కాదనము. నీ ఆజ్ఞ ప్రకారం నడువగలమని హామీ ఇచ్చాడు. సర్వవిధాల నిన్ను సమర్థించెదమని ప్రతిజ్ఞ చేసినట్లు జాంబవంతుడు పలికాడు.

✿

ఇది వొరుగంటి వంశజనిత, శ్రీమతి సువర్చలాంబా, వెంకట
సూర్యప్రసాదరావుల జేష్ఠ తనూజుడు "వర" రామకృష్ణప్రసాద్ -
భక్తజనుల కందించిన, తేటతెలుగు వ్యాఖ్యాన శ్రీమత్
సుందరకాండలోని, షష్ఠితమ సర్గ సమాప్తం.

- స్వస్తి-

- అస్తు -

✦✦✦

ఏకషష్టితమ స్సర్గః

తతో జామ్బవతో వాక్య మగృహ్ణన్త వనౌకసః।
అఙ్గదప్రముఖా వీరా హనుమాం శ్చ మహాకపిః॥ 1

తా. జాంబవంతుడు చెప్పిన మాటకు, అంగదునితో సహా అందరు ఆమోదించారు.

ప్రీతిమ న్త స్తత స్సర్వే వాయుపుత్రపురస్సరాః।
మహేన్ద్రాద్రిం పరిత్యజ్య పుప్లువుః ప్లవగర్ష భాః॥ 2

మేరుమన్దరసఙ్కాశా మత్తా ఇవ మహాగజాః।
ఛాదయన్త ఇవా కాశం మహాకాయా మహాబలాః॥ 3

సభాజ్యమానం భూతై స్త మాత్మవన్తం మహాబలమ్।
హనుమన్తం మహావేగం వహన్త ఇవ దృష్టిభిః॥ 4

రాఘవే చార్థ నిర్వృత్తిం కర్తుం చ పరమం యశః।
సమాధాయ సమృద్ధార్థాః కర్మ సిద్ధిభి రున్నతాః॥ 5

ప్రియాఖ్యా నోన్ముఖా స్సర్వే సర్వే యుద్ధాభినన్దినః।
సర్వే రామప్రతీకారే నిశ్చితార్థా మనస్వినః॥ 6

ప్లవమానాః ఖ మాప్లుత్య తతస్తే కాననౌకసః।
నన్దనోపమ మాసేదు ర్వనం ద్రుమలతాయుతమ్॥ 7

యత్త న్మధువనం నామ సుగ్రీవస్యాభిరక్షితమ్।
అధృష్యం సర్వభూతానాం సర్వభూతమనోహరమ్॥ 8

య ద్రక్షతి మహావీర్య స్సదా దధిముఖం కపిః।
మాతులః కపిముఖ్యస్య సుగ్రీవస్య మహాత్మనః॥ 9

తే త ద్వన ముపాగమ్య బభూవుః పరమోత్కటాః।
వానరా వానరేన్ద్రస్య మనఃకా న్తతమం మహత్॥ 10

తా. హనుమంతుడు, అంగదుడు, జాంబవంతుడు ముందు నడుస్తున్నారు. వానర వీరులందరు వార్ని అనుసరిస్తున్నారు. ఆ వానరదండు వారి మహాకాయాలు, నడకలను చూస్తే, వారి ప్రయాణమెక్కడికో తెలియక, సామాన్యులు, ఇతర మృగ సంతతులు కూడా భయపడతారు. అందరిలో ఏదో సాధించామని తృప్తి. ఇంకా సాధించాలనే పట్టుదల వున్నట్లు కనబడుతుంది.

అందరిలో ధైర్యం. రాముని కరుణ, సుగ్రీవుని ప్రేమను పొందుతామని తృప్తి, ఇతరులకన్న, కార్యసాధకులమనే కీర్తిని గడిస్తామని ఆశ బాగా కనబడుతుంది. అందరు మహేంద్ర పర్వతాన్ని దిగారు. రామ సుగ్రీవుల సన్నిధికి బయలుదేరారు.

గగన వీధిలో సాగే వారు గబుక్కున క్రింద కనబడిన ఇంద్రుని వుద్యానవనంతో సమానంగానున్న సుగ్రీవుని ఉద్యానవనం, అదే "మధు వనా"న్ని చూసారు. ఇది సుగ్రీవునికి ప్రియమైనది. ఇతరులెవ్వరు ప్రవేశింప వీలులేనిది. ఇటువంటి వనాన్ని చూసి వారంతా గట్టిగా అరిచారు. దీనికి సుగ్రీవుని మేనమామ దధిముఖుడు సర్వరక్షకుడు.

ఈ దధిముఖుడు వానరవీరుల అరుపుల్ని విన్నాడు. అప్పటికే వారందరు క్రిందకు దిగి మధువనంలో ప్రవేశించారు. ఇందులో హనుమంతుడు కూడా వున్నాడు. వారందరు ఎంతో సంతోషంగా వున్నారు.

తతస్తే వానరా హృష్టా దృష్ట్వా మధువనం మహత్।
కుమార మభ్యయాచ న్త మధూని మధుపిఙ్గళాః॥ 11

తతః కుమార స్తా న్వృద్ధా న్జామ్బవత్ప్రముఖా న్కపీన్।
అనుమాన్య దదౌ తేషాం విసర్గం మధుభక్షణే॥ 12

అత శ్చానుమతా స్సర్వే సంప్రహృష్టా వనౌకసః।
ముదితాః ప్రేరితా శ్చాపి ప్రనృత్యన్తోఽభవం స్తతః॥ 13

గాన్తి కేచి త్ప్రణమన్తి కేచిత్ న్నృత్యన్తి కేచిత్ప్రహసన్తి కేచిత్।
పతన్తి కేచి ద్విచరన్తి కేచిత్ ప్లవన్తికేచి త్ప్రలపన్తి కేచిత్॥ 14

పరస్పరం కేచి దుపాశ్రయన్తే పరస్పరం కేచి దుపాక్రమన్తే।
పరస్పరం కేచి దుపబ్రువన్తే పరస్పరం కేచి దుపారమన్తే॥ 15

ద్రుమా ద్ద్రుమం కేచి దభిద్రవన్తే క్షితౌ నగాగ్రా న్నిపతన్తి కేచిత్।
మహీతలా త్కేచి దుదీర్ణవేగా మహాద్రుమాగ్రా ణ్యభిసంపతన్తి॥ 16

గాయన్త మన్యః ప్రహస న్నుపైతి హసన్త మన్యః ప్రరుద న్నుపైతి।
రుదన్త మన్యః ప్రణుద న్నుపైతి నుదన్త మన్యః ప్రణద న్ను పైతి॥ 17

సమాకులం త త్కపి సైన్య మాసీ న్మధుప్రపా నోత్కటసత్వచేష్టమ్।
న చాత్ర కశ్చి న్న బభూవ మత్తో న చాత్ర కశ్చి న్న బభూవ తృప్తః॥ 18

తతో వనం త త్పరిభక్ష్యమాణం ద్రుమాం శ్చ విధ్వంసిత పత్ర పుష్పాన్।
సమీక్ష్య కోపోద్దధివక్త్ర నామా నివారయామాస కపిః కపీం స్తాన్॥ 19

సతైః ప్రవృద్ధైః పరిభర్త్స్యమానో వనస్య గోప్తా హరి వీరవృద్ధః।
చకార భూయో మతి ముగ్ర తేజా వనస్య రక్షాం ప్రతి వానరేభ్యః॥ 20

ఉవాచ కాంశ్చి త్పరుషాణి ధృష్ట మసక్త మన్యాం శ్చ తలై ర్జఘాన।
సమేత్య కైశ్చి త్కలహం చకార తథైవ సామ్నోపజగామ కాంశ్చిత్॥ 21

తా. అంగదుని చూసివారు "యువరాజా!" అన్నారు. ప్రస్తుత పరిస్థితులలో, కాదనలేని స్థితిలో వున్న అంగదుడు, జాంబవత, హనుమలను చూసాడు. వారు కళ్ళతో సైగలిచ్చారు. అది గ్రహించిన అంగదుడు మీ ఇష్టం. జాగ్రత్త. మన మహారాజు మర్యాదకు భంగం రాకుండా ప్రవర్తించమన్నాడు.

ఇంక వాళ్ళను పట్టేవారు లేరు. మహదానందంతో వున్నవారు మధువును గ్రోల ఎగురుతున్నారు. ఎవరిష్టం వారిది. ఆటలు, పాటలు, నాట్యాలు, రకరకలా విన్యాసాలు చేస్తూ, సుగ్రీవుడు ఎంతో ప్రేమగా చూసుకునే దధిముఖుడు ప్రాణ సమానంగా పెంచే అందులో, ఈ వానరులు చేసే అల్లరి, వనరక్షకులకు, రక్షణాధికారికి అర్థం కాలేదు. గుంపుగా వచ్చినవారు, గుంపులుగా మారిపోయారు. ఆ ఆటలు, పాటలు, నాట్యాలు, ఎగురుళ్ళు, తుళ్ళింతలు, తైతక్కలకు, అడ్డు ఆపులేదు.

వానరులు కదా, వారి సహజ చేష్టలను ప్రకటిస్తున్నారు. అవి చూసేవారికి వెక్కిరింతలు, వేళాకోళాలుగా కనుపిస్తాయి. అలాగ వుంది వారల్లరి. దొరికినంత, త్రాగినంత, మధువును త్రాగుతున్నారు. అంతటితో

ఆగకుండా, చెట్లెక్కడం కొమ్మలు విరగడం, ఎగరడం. ఒకరిని చూసి మరొకరు రెచ్చిపోవడం -

ఇదంతా చూసిన రక్షకులు "ప్రభో" అంటే దధిముఖుడు "వద్దోయ"ని అంటూ అడ్డుపడబోతే, అతనిని కాదని వీరందరు రెచ్చి పోతూంటే, ఏం చెయ్యాలో తోచక, దధిముఖుడు ఆలోచనలో పడ్డాడు. కాని తమాయించు కోలేక, వారందర్ని తిడుతూ, కొడుతూ, ఇంకొందర్ని గెంటుతూ, ఆ గెంతే వారిని, శతవిధాల శిక్షించ, వనమును రక్షించ తాపత్రయపడుతున్నాడు.

సతై ర్మదా త్సం పరివార్య వాక్యై। బలా చ్చ తేన ప్రతివార్యమాణైః।
ప్రధర్షిత స్త్యక్తభయై స్స మేత్య ప్రకృష్యతే చా ప్యనవేక్ష దోషమ్॥ 22

నఖై స్తుదన్తో దశనై ర్దశన్త స్తలై శ్చ పాదైశ్చ సమాపయ న్తః।
మదా త్కపిం తం కపయ స్సమగ్రా మహావనం నిర్విషయం చ చక్రుః॥ 23

తా. అయితే, అతనికంటే బలవంతులైన ఈ వానరవీరులు, తాగి వుండటంతో రెచ్చిపోయారు. దధిముఖుడు, వనరక్షకుడు, సుగ్రీవునికి మేనమామ. ఈ వనం సుగ్రీవునికి ప్రియమైనదని మరచి ఆ మత్తులో, కొడుతున్నారు. తిడుతున్నారు.

మధువనము, దాన్ని చూసిన మత్తు, మధువు సేవించిన మత్తు, వారలను యదార్థాన్ని మరపింప చేసింది. ఏం చేస్తున్నారో తెలియనట్లు కొడుతున్నారు. తిడుతున్నారు. రక్కుతున్నారు. కొరుకుతున్నారు. వారేమిటో వారు మరచి మరీ ప్రవర్తిస్తున్నారు.

✿

ఇది వొరుగంటి వంశజనిత, శ్రీమతి సువర్చలాంబా, వెంకట
సూర్యప్రసాదరావుల జేష్ఠ తనూజుడు "వర" రామకృష్ణప్రసాద్ -
భక్తజనుల కందించిన, తేటతెలుగు వ్యాఖ్యాన శ్రీమత్
సుందరకాండలోని, ఏకషష్టితమ సర్గ సమాప్తం.

- స్వస్తి-

- అస్తు -

✦✦✦

ద్విషష్టితమ స్సర్గః

తా మువాచ హరిశ్రేష్ఠో హనుమా న్వానరర్ష భః।
అవ్యగ్ర మనసో యూయం మధు సేవత వానరాః॥ 1

తా. దీనికి తగ్గట్లు మధువనం ప్రవేశించి, అంగదుని అనుమతి పొంది, మధువును గ్రోలే వానర వీరులకు, అగ్నికి - వాయువు తోడైనట్లు, హనుమంతుడు "మహావీరులారా! మీ ఇష్టం. కావల్సినంత త్రాగండి. సంతోషించండి. మీకెవరు అడ్డురారు. వస్తే. నేను చూసుకుంటా" నన్నాడు.

అహ మావార యిష్యామి యుష్మాకం పరివన్థినః।
శ్రుత్వా హనుమతో వాక్యం హరీణాం ప్రవరోఽజ్గదః॥ 2

ప్రత్యువాచ ప్రసన్నాత్మా పిబన్తు హరయో మధు।
అవశ్యం కృతకార్యస్య వాక్యం హనుమతో మయా॥ 3

అకార్య మసి కర్తవ్యం కి మజ్గ పున రీదృశమ్।
అజ్గదస్య ముఖా చ్ఛ్రుత్వా వచనం వానరర్షభాః॥ 4

సాధు సా ధ్వితి సంహృష్టా వానరాః ప్రత్యపూజయన్।
పూజయిత్వా జ్గదం సర్వే వానరా వానరర్షభమ్॥ 5

జగ్ము ర్మధువనం యత్ర నదీవేగ ఇవ ద్రుతమ్।
తే ప్రవిష్టా మధువనం వాలా నాక్రమ్య వీర్యతః॥ 6

అతిసర్గా చ్చ పటవో దృష్ట్వా శ్రుత్వా చ మైథిలీమ్।
వపు స్సర్వే మధు తదా రసవ త్ఫల మాదదుః॥ 7

ఉత్పత్య చ తత స్సర్వే వనపాలాన్ సమాగతాన్।
తాదయన్తి స్మ శతక స్సక్తా న్మధువనే తదా॥ 8

మధూని ద్రోణమాత్రాణి బాహుభిః పరిగృహ్యతే।
పిబన్తి సహితా స్సర్వే నిఘ్న న్తి స్మ తథాఽపరే॥ 9

కేచి త్పీత్వాఽపవిధ్యన్తి మధూని మధుపిఙ్గళాః।
మధూచ్ఛిష్టేన కేచి చ్ఛ జఘ్ను రన్యోన్య ముత్కటాః॥ 10

అపరే వృక్ష మూలే తు శాఖాం గృహ్య వ్యవస్థితాః।
అత్యర్థం చ మదగ్లానాః పర్ణా న్యాస్తీర్య శేరతే॥ 11

ఉన్మత్తభూతాః ప్లవగా మధుమత్తా శ్చ హృష్టవత్।
క్షిపన్తి చ తదా న్యోన్యం స్ఖలన్తి చ కథాఽపరే॥ 12

కేచిత్ క్ష్వేళాం ప్రకుర్వన్తి కేచి త్కూ జన్తి హృష్టవత్।
హరయో మధునా మత్తాః కేచి త్సుప్తా మహీతలే॥ 13

కృత్వా కేచి ద్ధస న్త్యన్యే కేచి త్కుర్వన్తి చే తరత్।
కృత్వా కేచి ద్వదన్త్యన్యే కేచి ద్బుధ్యన్తి చే తరత్॥ 14

తా. పవనపుత్రుని, విజయవీరుని అభయంతో ప్రతి ఒక్కరు పొంగిపోయారు. అంగదుడు కూడా, హనుమంతుని వత్తాసుతో మీ ఇష్టమన్నాడు. ఇంకేముంది... ?! అందరు రెచ్చిపోయారు. ఆనందానికి హద్దు లేకుండా పోయింది. ఒక మూల యువరాజును, ఆంజనేయుని పొగుడుతున్నారు. తమ పని తాము చేసుకుంటున్నారు. మధువు తాగుతున్నారు. దొరికిన పళ్ళను తింటున్నా. ఒళ్ళెరుగక ప్రవర్తిస్తున్నారు. ఆ ఆటలకు అంతులేదు. అడ్డు లేదు.

చివరకు వారిలో వారు కొట్టుకుంటారేమోనన్న స్థితి, అక్కడ ఏర్పడింది. "వీళ్ళు వీరులు మధువు (తేనెను) గ్రోలురు." ఆ మాట ఆటపాటలకు, ఆనందానికి అక్కడ పెద్ద పీట కనబడింది. అంటే అత్యుత్సాహంగా వాళ్ళు ఆటపాటలలో మున్గిపోయారు.

యేఽప్యత్ర మధువాలా సుస్యః ప్రేష్యా దధిముఖస్య తు।
తేఽపి తై ర్వానరై ర్భీమైః ప్రతిషిద్ధా దిశో గతాః॥ 15

జానుభిస్తు ప్రకృష్టా శ్చ దేవమార్గం ప్రదర్శితాః।
అబ్రువ న్పరమోద్విగ్నా గత్వా దధిముఖం వ చః॥ 16

హనూమతా దత్తవరైర్హతం మధువనం బలాత్।
వయం చ జానుభిః కృష్టా దేవమార్గం చ దర్శితాః॥ 17

తతో దధిముఖం క్రుద్ధో వనప స్తత్ర వానరః।
హతం మధువనం శ్రుత్వా సాన్త్వయామాస తా౯ హరీన్॥ 18

ఇహా గచ్ఛత గచ్ఛామో వానరాన్ బలదర్పితాన్।
బలేన వారయిష్యామో మధు భక్షయతో వయమ్॥ 19

శ్రుత్వా దధిముఖ స్యేదం వచనం వానరర్షభాః।
పున ర్వీరా మధువనం తేనైవ సహసా యయుః॥ 20

మధ్యే చైషాం దధిముఖః ప్రగృహ్యా తరసా తరుమ్।
సమభ్యధాన ద్వేగేన తే చ సర్వే ప్లవఙ్గమాః॥ 21

తే శిలాః పాదసాం శ్చాపి పర్వతాం శ్చాపి వానరాః।
గృహీత్వా భ్యగమ న్క్రుద్ధా యత్ర తే కపి కుఞ్జరాః॥ 22

తే స్వామివచనం వీరా హృదయే ష్వవసజ్య తత్।
త్వరయా హ్యభ్యధావన్త సాల తాం శిలాయుధాః॥ 23

వృక్షస్థాం శ్చ తలస్థాం శ్చ వానరా న్బలదర్పితా౯।
అభ్యక్రామం స్తతో వీరాః వాలా స్తత్ర సహస్రశః॥ 24

తా. ఈ మత్తులో, వన కాపలాదారులను, అడ్డమొచ్చినందుకు కొట్టడం ప్రారంభిస్తే "మహాప్రభో" అని వాళ్ళు పారిపోయారు. ఇక వీరి అల్లరికి హద్దు అడ్డు లేకుండా పోయింది. జరిగిందంతా ఆ వన కావలివారు దధిముఖునికి చెప్పారు. ఆవేశంతో వనరక్షకుడు, సుగ్రీవుడు మేనమామ యైన దధిముఖుడు తన వాళ్ళతో కలిసి వచ్చాడు. నయాన భయాన చెప్పాడు.

ఏ ఒక్కరు అతన్ని, అతన్ని, పరివారాన్ని లక్ష్యపెట్టలేదు. దాంతో దధిముఖుడు ఒక పెద్ద చెట్టును తీసుకుని, మధువనం పాడుచేసే వారిపైకి వెళ్ళాడు. ఇతని పరివారం కూడా తలోచెట్టు, రాళ్ళు పట్టుకుని పరుగెత్తారు. దాంతో ప్రశాంతంగా వుండే వనంలో ఇరువురికి మధ్య యుద్ధం మొదలయింది.

అథ దృష్ట్వా దధిముఖం క్రుద్ధం వానరపుంగవాః।
అభ్యధావన్త వేగేన హనుమత్ప్రముఖా స్తదా॥ 25

తం సవృక్షం మహాబాహు మాపత న్తం మహాబలమ్।
ఆర్యకం ప్రాహర త్తత్ర బాహుభ్యాం కుపితోఽంగదః॥ 26

మదాన్ధ శ్చ న వే దైన మార్యకోఽయం మమేతి నః।
అథై నం నిష్పి పేషాశు వేగేన ద్వసుధాతలే॥ 27

స భగ్న బాహూరు భుజో విహ్వాల శ్శోణితోక్షితః।
ముమోహ సహసా వీరో ముహూర్తం కపికుఞ్జరః॥ 28

స సమాశ్వాస్య సహసా సంక్రుద్ధో రాజమాతులః।
వానరా న్వారయామాస దండేన మధుమోహితాన్॥ 29

న కథం చి ద్విముక్త స్తై ర్వానరై ర్వానరర్షభ।
ఉవా చైకాన్త మాశ్రిత్య భృత్యాన్ స్వాన్ సముపాగతాన్॥ 30

ఏతే తిష్ఠన్తు గచ్ఛామో భర్తానో యత్ర వానరాః।
సుగ్రీవో విపులగ్రీవ స్సహ రామేణ తిష్ఠతి॥ 31

సర్వం చై వాంగదే దోషం శ్రావయిష్యామి పార్థి వే।
అమర్షీ వచనం శ్రుత్వా ఘాతయిష్యతి వానరాన్॥ 32

ఇష్టం మధువనం హ్యేత త్సుగ్రీవస్య మహాత్మనః।
పితృ పై తామహం దివ్యం దేవైరపి దురాసదమ్॥ 33

స వానరా నిమాం త్సర్వా న్మధులుబ్ధా న్గతాయుషః।
ఘాతయిష్యతి దణ్డేన సుగ్రీవ స్స సుహృజ్జనాన్॥ 34

వధ్యా హ్యేతే దురాత్మానో నృపాజ్ఞాపరిభానిసః।
అమర్ష ప్రభవో రోష స్సఫలో నో భవిష్యతి॥ 35

ఏవ ముక్త్వా దధిముఖో వనపాలా న్మహాబలః।
జగామ సహసో త్పత్య వనపాలై స్సమన్వితః॥ 36

నిమేషా న్తరమాత్రేణ న హి ప్రాప్తో వనాలయః।
సహస్రాంశు సుతో ధీమాన్ సుగ్రీవో యత్ర వానరాః॥ 37

రామం చ లక్ష్మణం చైవ దృష్ట్వా సుగ్రీవ మేవచ।
సముప్రతిష్ఠాం జగతీ మాకాశా న్నిపపాత హ॥ 38

సన్నిపత్య మహావీర్య స్సర్వై సైః పరివారితః।
హరి ర్దధిముఖః పాలైః పాలానాం పరమేశ్వరః॥ 39

స దీనవదనో భూత్వా కృత్వా శిరసి చా ఞ్జలిమ్।
సుగ్రీవస్య శుభౌ మూర్ధ్నా చరణౌ ప్రత్యపీడయత్॥ 40

తా. ఈ సమయంలో అంగదునికి బాగా కోపం వచ్చింది. వాళ్ళ మీదకు విసురుగా వచ్చే దధిముఖుని, తాత, పూజించవలసిన పెద్దవాడని కూడా ఆలోచించకుండా, చేతులతో మర్దించాడు. ఆ కొట్టుకోవడంలో, మత్తు బాగా పెరిగి అంగదుడు, ఉచ్ఛనీచాలు మరచినట్లు, వెనుకముందు ఆలోచించకుండా ఆ తాతను తన్నాడు. కొట్టాడు. ఇంకెవరైనా అయితే ప్రతీకారం తీసుకునే దధిముఖుడు, అంగదుడు యువరాజు, తనకు మనుమడు కాబట్టి కొద్దిగా వెనుకంజ వేసాడు. అందులో అతను బాగా అలిసిపోవడం కూడా కొంత అలుసయింది.

ఆ తదుపరి, కొద్దిసేపటికి, దధిముఖుడు పెద్దకర్రను తీసుకుని, మత్తులో వున్నవారిని చిత్తుగా కొట్టాడు. మళ్ళీ ఇరువురి మధ్య చిన్న యుద్ధంలాగ, ఒకరినొకరు కొట్టుకోవడం జరుగుతుంది.

ఇంకా, ఈ వానరవీరుల తాకిడిని తట్టుకోలేని దధిముఖుడు, గగన మార్గాన సుగ్రీవుని చేరి జరిగింది చెప్పాడు. ఇదంతా అంగద, జాంబవంత,

హనుమంతుల సమక్షంలో జరుగుతున్న ఘోరమని, "హనుమంతుడు" అన్నచోట నొక్కి నొక్కి చెప్పి, చెప్పవలసినదంతా వివరంగా చెప్పాడు. జరిగినదంతా కళ్ళకు కట్టినట్లు దధిముఖుడు చెప్పాడు. ఇక - చివరకు -

ఇది జరిగింది "మహాప్రభో" అని వానరరాజుకు, దధిముఖుడు, మొత్తుకుని మరీ చెప్పాడు. ఏమీ చెయ్యలేనని చేతులు పైకి ఎత్తేశాడు.

✿

ఇది పొరుగంటి వంశజనిత, శ్రీమతి సువర్చలాంబా, వెంకట
సూర్యప్రసాదరావుల జేష్ఠ తనూజుడు "వర" రామకృష్ణప్రసాద్ -
భక్తజనుల కందించిన, తేటతెలుగు వ్యాఖ్యాన శ్రీమత్
సుందరకాండలోని, ద్విషష్టితమ సర్గ సమాప్తం.

- స్వస్తి-

- అస్తూ -

✦✦✦

త్రిషష్టితమ స్సర్గః

తతో మూర్ధ్నా నిపతితం వానరం వానరర్షభః।
దృష్ట్వై వోద్విగ్నహృదయో వాక్య మేత దువాచ హ॥ 1

తా. సుగ్రీవుడు, దధిముఖుని చూసి ఆశ్చర్యపోతుంటే రక్తసిక్తమై వున్న తన మేనమామ, మధువన రక్షకుని శిక్షించిన వారెవరో తెలియక, కాస్సేపు కళవళపడ్డా, దధిముఖుని మాటలతో ఆలోచనలో పడ్డాడు.

ఉత్తిష్ఠోత్తిష్ఠ కస్మా త్త్వం పాదయోః పతితో మమ।
అభయం తే భవే ద్వీర సర్వ మేవాభిధీయ తామ్॥ 2

న తు విశ్వాసిత స్తేన సుగ్రీవేణ మహాత్మనా।
ఉత్థాయ సుమహాప్రాజ్ఞో వాక్యం దధిముఖోఽబ్రవీత్॥ 3

నై వర్ష రజసా రాజ న్న త్వయా నా పి వాలినా।
వనం విసృష్టపూర్వం హి భక్షితం తచ్చ వానరైః॥ 4

ఏభిః ప్రదర్షి తాశ్చైవ వానరా వనరక్షిభిః।
మధూ న్యచి న్యఇత్వేమా న్భక్షయన్తి పిబన్తి చ॥ 5

శిష్ట మత్రాపవిధ్యన్తి భక్షయన్తి తథా పరే।
నివార్యమాణాస్తే సర్వే భ్రువౌ వై దర్శయన్తిహి॥ 6

ఇమే హి సంరబ్ధతరా సతథా తై స్సంప్రధర్షితాః।
వార యన్తో వనా త్తస్మా త్క్రుద్ధై ర్వానరపుజ్గవైః॥ 7

తత స్తై ర్బహుభి ర్వీరై ర్వానరై ర్వానరర్షభ।
సంరక్త నయనైః క్రోధా ద్ధరయః ప్రవిచాలితాః॥ 8

పాణిభి ర్నిహతాః కేచి త్కేచి జ్జానుభి రాహతాః।
ప్రకృష్టా శ్చ యథాకామం దేవమార్గం చ దర్శితాః॥ 9

తా. మహావీరా! అసలేం జరిగింది ? అభయ మిస్తున్నట్లు మహారాజులాగే, సుగ్రీవుడడిగాడు. అందుకు సమాధానంగా, ఆవేదనతో "మహారాజా! మీ తండ్రి ఋక్షరజసులవారు, మీ అన్నగారు వాలిగాని, మీరు గాని, అందరి కోసం, పెంచి వుంచిన "మధువన" మీనాడు అంగదుని నేతృత్వంలో, హనుమంతుని సారథ్యంలో సంపూర్ణంగా నాశనమయింది.

అదేమని ? అడిగానని నన్ను చావ కొట్టారు. ఇక ఆ వనరక్షణ నా చేతిలో లేదని, కన్నీరు పెట్టుకున్నాడు. విన్న సుగ్రీవుడు వులిక్కిపడ్డాడు. ఏమిటీ విచిత్రమనుకుంటూంటే, మరల దధిముఖుడే "రాజా! ఆ వీరులు త్రాగినంత తాగి పారబోస్తున్నారు. పరిస్థితి చెయ్యి దాటిపోయింది." అడిగే నాధుడు లేడు. అడ్డమొస్తే చితక తన్నుతున్నారన్నాడు.

ఏవ మేతే హతా శ్శూరా స్త్వయి తిష్ఠతి భర్తరి।
కృత్స్నం మధువనం చైవ ప్రకామం తైః ప్రభక్ష్యతే॥ 10

ఏవం విజ్ఞాప్యమానం తం సుగ్రీవం వానరర్ష భమ్।
అపృచ్ఛ త్త న్మహాప్రాజ్ఞో లక్ష్మణః పరవీరహా॥ 11

కి మయం వానరో రాజ౯ వనపః ప్రత్యుపస్థితః।
కంచా ర్థ మధినిర్దిశ్య దుఃఖితో వాక్య మబ్రవీత్॥ 12

ఏవ ముక్త స్తు సుగ్రీవో లక్ష్మణేన మహాత్మనా।
లక్ష్మణం ప్రత్యువా చేదం వాక్యం వాక్యవిశారదః॥ 13

ఆర్య లక్ష్మణ సంప్రాహ వీరో దధిముఖః కపిః।
అఙ్గదప్రముఖై ర్వీరై ర్భక్షితం మధు వానరైః॥ 14

విచిత్య దక్షిణా మాశా మాగతై ర్హరిపుఙ్గవైః।
నైషా మకృత కృత్యానా మీదృశ స్స్యా దుపక్రమః॥ 15

ఆగతైశ్చ ప్రమథితం యథా మధువనం హి తైః।
దర్షితం చ వనం కృత్స్న ముపయుక్తంచ వానరైః॥ 16

వనం యదాభిపన్నాస్తే సాధితం కర్మ వానరైః।
దృష్టా దేవీ న సందేహో న చా న్యేన హనూమతా॥ 17

న హ్యాన్య స్సాధనే హేతుః కర్మణోఽ స్య హనూమాతాః।
కార్యసిద్ధి ర్మతి శ్చైవ తస్మి న్వానరపుఙ్గవే॥ 18

వ్యవసాయ శ్చ వీర్యం చ శ్రుతం చాపి ప్రతిష్ఠితమ్।
జాంబవా న్యత్ర నేతా సాన్యాదఙ్గదశ్చ మహాబలః॥ 19

హనుమాంశ్చాప్యధిష్ఠాతా న తస్య గతి రన్యథా।
అఙ్గదప్రముఖ ర్వీరై ర్హతం మధువనం కిల॥ 20

వారయన్తశ్చ సహితా స్తథా జానుభి రాహతాః।
ఏత దర్థ మయం ప్రాప్తో వక్తుం మధుర వా గిహ॥ 21

తా. తన ఆజ్ఞ లేకుండా, తన ఆజ్ఞగా, అంగద-హనుమంత జాంబవతుల కళ్ళముందు, ఈ కార్యక్రమం జరుగుతూందంటే, ఏదో చెప్పబోయిన దధిముఖుని చేత్తో వారించి సుగ్రీవుడు ఆలోచనలో పడ్డాడు. ఇదే విషయాన్ని లక్ష్మణుడు "ఏమిటని ?" సుగ్రీవుని అడిగాడు.

"లక్ష్మణా! ఇది చిత్రమే. ఈ దధిముఖుడిక్కడికి రావడంలో చాలా విశేషం వుంది. మా పెద్దల నాటినుండి ఎవరు ముట్టని మధువనాన్ని దక్షిణ దిశకు అంగద, జాంబవంత, హనుమలతో వెళ్ళిన వానరసేన ఛిన్నాభిన్నం చేస్తూందిట. త్రాగినంత తాగి, తిన్నంత తిని మధువనం నాశనం చేస్తూ, అడ్డమొచ్చిన ఈ మహావీరుని, ఈతని కావలి వీరులను వళ్ళు చితగ్గొట్టి పంపారుట. ఇదే ఆలోచనా విషయ"మన్నాడు.

దీనినిబట్టి ఆ వానరసేన సీతామహాసాధ్విని చూసి వుంటారని పిస్తుంది. ఇక్కడ గమనించవలసినవి రెండు విషయాలున్నాయి. మొదటిది గడువు తీరాక రావడం. రెండవది మధువనం ప్రవేశించి ఆగడాలు చేయడం. ఈ రెండు శిక్షార్హాలే. మొదటిదైతే, దానికి శిక్ష "శిరచ్ఛేదం" అయినా తెగించారంటే, శుభవార్త, శుభ్రమనస్కులై వచ్చారు కాబట్టి,

వారిని క్షమించి, తొందరగా రమ్మనమని కబురు పంపడం. ఇది నా వుద్దేశమన్నాడు, సుగ్రీవుడు.

నామ్నా దధిముఖో నామ హరిః ప్రఖ్యావిక్రమః।
దృష్టా సీతా మహాబాహో సౌమిత్రే పశ్య తత్త్వతః॥ 22

అభిగమ్య తథా సర్వే పిబన్తి మధు వానరాః।
న చా ప్యదృష్ట్వా వైదేహీం విశ్రుతాః పురుషర్షభ॥ 23

వనం దత్తవరం దివ్యం ధర్ష యేయు ర్వనౌకసః।
తతః ప్రహృష్టో ధర్మాత్మా లక్ష్మణ స్సహ రాఘవః॥ 24

శ్రుత్వా కర్ణసుఖాం వాణీం సుగ్రీవ వదనా చ్చ్యుతామ్।
ప్రాహృష్యత భృశం రామో లక్ష్మణశ్చ మహాబలః॥ 25

శ్రుత్వా దధిముఖ స్యేదం సుగ్రీవస్తు ప్రహృష్య చ।
వనపాలం పున ర్వాక్యం సుగ్రీవః ప్రత్యభాషత॥ 26

ప్రీతోఽస్మి సోఽహం య ద్భుక్తం వనం తైః కృతకర్మభిః।
మర్షితం మర్షణీయం చ చేష్టితం కృతకర్మణామ్॥ 27

ఇచ్ఛామి శీఘ్రం హనుమత్ప్రధానాం
చ్ఛాఖామృగాం స్తా న్మృగరాజదర్పాన్।
ద్రష్టుం కృతార్థాఽసహ రాఘవాభ్యాం
శ్రోతుం చ సీతాధిగ మే ప్రయత్నమ్॥ 28

ప్రీతిస్ఫీతాక్షౌ సంప్రహృష్టౌ కుమారౌ
దృష్ట్వా సిద్ధార్థౌ వానరాణాంచ రాజా।
అఙ్గై స్సంహృష్టైః కర్మసిద్ధిం విదిత్వా।
బాహ్వో రాసన్నాంసోఽతిమాత్రం ననన్ద॥ 29

తా. వీళ్ళు సీతను చూసే వచ్చారు కాబట్టే ఈ ఆగడం. ఈ వనం చాలా విశిష్ట చరిత్ర గలది. ఈ మధువనం మా తండ్రి ఋక్షరజసునికి, బ్రహ్మావరంగా ప్రసాదించింది. దీనినాక్రమించడమంటే... ఎంత పెద్ద శిక్షో వారందరికి తెలిసిందే. అందుకు, సంతోషించాలి. అనగా, రామలక్ష్మణులు నిజమన్నట్లు తలలూపారు. ఆ వెంటనే సుగ్రీవుడు, దధిముఖుని చూసి "వెళ్ళండి. వెళ్ళి. వెంటనే వాళ్ళను నేను రమ్మన్నానని చెప్పండి. ముఖ్యంగా రాములవారు మీ కోసం ఎదురు చూస్తున్నారని చెప్పమన్నాడు.

ఆ మాటకు దధిముఖునితో సహ అందరు సంతోషించారు. ఈ ఆలోచన తనకు రానందులకు వనరక్షకుడైన దధిముఖుడు కొద్దిగా సిగ్గుపడ్డాడు.

మహారాజు ఆజ్ఞను వారికందించడానికి శీఘ్రంగా మధువనం చేరాడు.

✿

ఇది వోరుగంటి వంశజనిత, శ్రీమతి సువర్చలాంబా, వెంకట సూర్యప్రసాదరావుల జేష్ఠ తనూజుడు "వర" రామకృష్ణప్రసాద్ - భక్తజనుల కందించిన, తేటతెలుగు వ్యాఖ్యాన శ్రీమత్ సుందరకాండలోని, త్రిషష్టితమ సర్గ సమాప్తం.

- స్వస్తి-

- అస్తు -

✦✦✦

చతుష్షష్టితమ స్సర్గః

సుగ్రీవేణైవ ముక్త స్తు హృష్టో దధిముఖః కపిః।
రాఘవం లక్ష్మణం చైవ సుగ్రీవం చా భ్యవాదయత్॥ 1

స ప్రణమ్య చ సుగ్రీవం రాఘవౌ చ మహాబలౌ।
వానరై స్సహితై శ్శూరై ర్దివ మే వోత్పపాత హ॥ 2

తా. సుగ్రీవుని హెచ్చరికతో, ఆ శుభవార్తకు తాను సంతోషించిన దధిముఖుడు, రామలక్ష్మణులకు, మహారాజుకు నమస్కరించి బయలుదేరాడు.

స యథై నాఽఽగతః పూర్వం తథైవ త్వరితం గతః।
నిపత్య గగనా ద్భూమౌ త ద్వనం ప్రవివేశ హ॥ 3

స ప్రవిష్టో మధువనం దదర్శ హరియూథపాన్।
విముదా నుత్థితాం త్సర్వా న్మేహమానా న్మధూదకమ్॥ 4

స తా నుపాగమ ద్వీరో బధ్వా కరపుటాఞ్జలిమ్।
ఉవాచ వచనం శ్లక్ష్ణ మిదం హృష్టవ దంగదమ్॥ 5

సౌమ్య రోషో న కర్తవ్య యదేభి రభివారితః।
అజ్ఞానా ద్రక్షిభిః క్రోధా ద్భవన్తః ప్రతిషేధితాః॥ 6

యువరాజ స్త్వ మీశ శ్చ వనస్యా స్య మహాబల।
మౌర్ఖ్యా త్పూర్వం కృతో దోష స్తం భవాన్ క్షన్తు మర్హతి॥ 7

ఆఖ్యాతం హి మయా గత్వా పితృవ్యస్య తవానఘ।
ఇహోపయాతం సర్వేషా మేతేషాం వనచారిణామ్॥ 8

స త్వ దాగమనం శ్రుత్వా సహైభి ర్హరియూథపైః।
ప్రహృష్టో న తు రుష్టోఽసౌ వనం శ్రుత్వా ప్రధర్షితమ్॥ 9

ప్రహృష్టో మాం పితృవ్యస్తే సుగ్రీవో వానరేశ్వరః।
శీఘ్రం ప్రేషయ సర్వాం స్తా నితి హోవాచ పార్థివః॥ 10

శ్రుత్వా దధిముఖస్యేదం వచనం శ్లక్ష్ణ మఙ్గదః।
అబ్రవీ త్తాన్ హరిశ్రేష్ఠో వాక్యం వాక్యవిశారదః॥ 11

తా. వెంటనే మధువనాన్ని ప్రవేశించిన దధిముఖుడు ప్రశాంత వదనంతో అంగదాదులను చేరి, యువరాజుగా ఆతనికి వందనం చేసాడు. మెల్లిగా "యువరాజా!" జరిగింది మరచిపొండి. ఈ వనరక్షకుల మూర్ఖత్వంతో నేను తొందరపడవలసి వచ్చింది. కనుక మమ్ము క్షమింపుము.

శఙ్కే శ్రుతోఽయం వృత్తాన్తో రామేణ హరియూథపాః।
తత్ క్షమం నే హ న స్థాతుం కృతే కార్యే పరంతపాః॥ 12

పీత్వా మధు యథాకామం విశ్రాన్తా వనచారిణః।
కిం శేష గమనం తత్ర సుగ్రీవో యత్ర మే గురుః॥ 13

సర్వే యథా మాం వక్ష్యన్తి సమేత్య హరియూథపాః।
తథాఽస్మి కర్తా కర్తవ్యే భవద్భిః పరవా నహమ్॥ 14

నా జ్ఞాపయితు మీశోఽహం యువరాజోఽస్మి యద్యపి।
అయుక్తం కృతకర్మాణో యూయం ధర్షయితుం మయా॥ 15

బ్రువత శ్చాఙ్గదస్యైవ శ్రుత్వా వచన మవ్యయమ్।
ప్రహృష్టమనసో వాక్య మిద మూచు ర్వనౌకసః॥ 16

ఏవం వక్ష్యతి కో రాజన్ ప్రభు స్సన్ వానరర్షభ।
ఐశ్వర్యమదమత్తో హి సర్వోఽహ మతి మన్యతే॥ 17

తవ చే దం ను సదృశం వాక్యం నా న్యస్య కస్యచిత్।
సన్నతిర్హిత వా ఖ్యాతి భవిష్యచ్ఛుభయోగ్యతామ్॥ 18

సర్వే వయ మపి ప్రాప్తా స్తత్ర గ న్తుం కృతక్షణాః।
స యత్ర హరివీరాణాం సుగ్రీవః పతి రవ్యయః॥ 19

త్వయా హ్యనుక్తై ర్హరిభి ర్నైవ శక్యం పదా త్పదమ్।
క్వచి ద్గన్తుం హరిశ్రేష్ఠ బ్రూమ స్సత్య మిదం తు తే॥ 20

ఏవం తు వదతాం తేషాం మఙ్గదః ప్రత్యభాషత।
బాఢం గచ్ఛామ ఇత్యుక్త్వా ఖ ముత్పేతు ర్మహాబలాః॥ 21

తా. వానరవీరులను చూసి "మహావీరులారా! ఇక బయలుదేరండి. ఈ దధిముఖుల వారిద్వారా వానరరాజుకు మన విషయం తెలిసింది. ప్రక్కనే రామ లక్ష్మణులు వున్నారుట. ఇక మనం ఆలస్యం చేస్తే వాళ్ళుపేక్షించరు. బయలుదేరుదాం. పదండ"ని హెచ్చరించాడు.

ఇక ఆలస్యం మంచిదికాదన్న అంగదుడు, మరల ఈ త్రాగిన వారి పరిస్థితిని మనసులో వుంచుకుని కాస్సేపు ఆగి వెడదామంటే, అలాగే వెడదాం. హనుమ చెప్పినట్లు ఇప్పుడు మనందరిది సమిష్టి బాధ్యత. రామునిదొకే బాణమన్నటుల, మనదొకే మాట, బాట" అని ముగించాడు.

"ఆ మాట విని, అంగదుని తెలివితేటలకు సంతోషించిన వానర వీరులు" యువరాజా! మీ మాట శిరోధార్యము. ఆలసించి అనవసరంగా ప్రభువును అసహనానికి గురి చెయ్యకుండా, తొందరగా వెళ్ళి రామ లక్ష్మణులకు ప్రీతి కలుగ చేద్దా"మన్నారు.

అయితే బయలుదేరుదామన్నాడు, అంగదుడు.

ఉత్పత న్త మమాత్పేతు స్సర్వే తే హరియూథపాః।
కృత్వాకాశం నిరాకాశం యన్త్రోత్క్షిప్తా ఇవాచలాః॥ 22

తేఽమ్బరం సహసో త్పత్య వేగవ న్తః ప్లవంగమాః।
వినదన్తో మహానాదం ఘనా వాతేరితా యథా॥ 23

అఙ్గదే హ్యననుప్రాప్తే సుగ్రీవో వానరాధిపః।
ఉవాచ శోకోపహతం రామం కమలలోచనమ్॥ 24

సమాశ్వసి హి భద్రం తే దృష్టా దేవీ న సంశయః।
నాగన్తు మిహ శక్యం తై రతీతే సమయే హి నః॥ 25

న మత్సకాశ మాగచ్ఛే త్కృత్యే హి వినిపాతితే।
యువరాజో మహాబాహుః ప్లవతాం ప్రవరోఽఙ్గదః॥ 26

యద్యస్య కృతకృత్యానా మీదృశ స్స్యా దుపక్రమః।
భవే త్స దీనవదనో భ్రాన్త విప్లుత మానసః॥ 27

పిత్రు పై తామహము చై త త్పూర్వకై రభిరక్షితమ్।
న మే మధువనం హన్యా దహృష్టః ప్లవగేశ్వరః॥ 28

కౌసల్యా సుప్రజా రామ సమాశ్వసి హి సువ్రత।
దృష్టా దేవీ న సందేహో న చా న్యేన హనూమతా॥ 29

న హ్యా న్యః కర్మణో హేతు స్సాధ నే౽స్య హనూమతః।
హనూమతి హి సిద్ధి శ్చ మతి శ్చ మతిసత్తమ॥ 30

తా. అంగదుడు ఆకాశానికెగిరాడు. మిగిలినవారతనిని అనుసరించారు. ఈ వానరవీరులతో ఆకాశం మూసుకుపోయిందనడంలో అతిశయోక్తి లేదంటాడు, వాల్మీకి మహర్షి, తాను మహదానందపడుతూ! దధిముఖుని మాటలు సుగ్రీవుని ఆజ్ఞ రామలక్ష్మణులలో ఆశను రేపింది. ముఖ్యంగా రాముడు, ఆ వచ్చే కపిశ్రేష్టులలోని హనుమ రాకకు, ఆతని వచనానికి ఉత్కంఠతో ఎదురు చూస్తున్నాడు.

అపుడు సుగ్రీవుడు "రామా! మనకిక అన్ని మంచిరోజులే. ఎందుకంటే గడువు దాటిన తదుపరి నన్ను చూడటానికెవరు రారు, ఇది మొదటి విషయం. ఇక - రెండవది, మధువనంలో ప్రవేశించరు. కనుక వారు సీతా సాధ్విని చూసే వుంటారు.

ఇంకో విషయం. కార్యసాఫల్యం కాకపోతే అంగదుడు అసలు రాడు. నేనేదైనా అపకారం చేస్తానేమోనని అతనికి భయం. అతడు నా ఎదుట పడుతున్నాడంటే, తప్పక కార్యం సానుకూలం చేసుకుని వస్తున్నారన్నది నిజం! అన్నవాడు -

"రామా! నీకొక పరమ రహస్యం చెబుతున్నాను. కార్యశూరుడు, మతిమంతుడు, మహావేగుడు, అంజనీసుతుడు, ప్రశాంతంగ వున్నాడంటే, తప్పక అతనీ కార్యక్రమాన్ని సఫలం చేసుకుని వచ్చే వుంటాడు. అతనికి తప్ప, ఆ నూరు యోజనాల సముద్రాన్ని దాటే శక్తి కాని, కార్యం సానుకూలం చేసుకునే బుద్ధికాని మరెవ్వరికి లేదు. ఇది నా నిశ్చితాభిప్రాయ" మన్నాడు.

వ్యవసాయశ్చ వీర్యం, చ సూర్యే తేజ ఇవ ధ్రువం।
జామ్బవా న్యత్ర నేతా స్యా దంగద శ్చ బలేశ్వరః॥ 31

హనుమాం శ్చా ప్యధిష్ఠాతా న తస్య గతి రన్యథా।
మా భూ శ్చిన్తా సమాయుక్త స్సంప్ర త్యమిత విక్రమః॥ 32

తతః కిలకిలాశబ్ద శుశ్రా వాసన్న మమ్బరే।
హనుమ త్కర్మ దృప్తానాం నర్దతాం కాననౌకసామ్।
కిష్కిన్దా ముపయాతానాం సిద్ధిం కథయా మివ॥ 33

తత శ్శృత్వా నినాదం తం కపినాం కపిసత్తమః।
అయ తాశ్చితలాజ్గూల స్సోభవ ద్ధృష్టమానసః॥ 34

అజగ్ముస్తే ఉసిపి హరయో రామదర్శనకాజ్క్షిణః।
అంగదం పురతః కృత్వా హనూమన్తం చ వానరమ్॥ 35

తేజ్గద ప్రముఖా వీరాః ప్రహృష్టా శ్చ ముదాన్వితా।
నిపేతు ర్హరిరాజస్య సమీపే రాఘవస్య చ॥ 36

హనూం శ్చ మహాబాహుః ప్రణమ్య శిరసాతతః।
నియతా మక్షతాం దేవీం రాఘవాయ న్యవేదయత్॥ 37

నిశ్చితార్థ స్తత స్తస్మిన్ సుగ్రీవః పవనాత్మజే।
లక్ష్మణః ప్రీతిమాన్ ప్రీతిం బహుమానా దవైక్షత॥ 38

ప్రీత్యా చ రమమాణోథ రాఘవః పరవీరహా।
బహుమానేన మహతా హనుమన్త మవైక్షత॥ 39

తా. నా వుద్దేశంలో జాంబవంతుడు మంత్రిగా అంగదుడు యువరాజుగా, అంజనీ పుత్రుడు కార్యపరిరక్షకునిగా వున్నప్పుడు "దుర్గమ కార్యము జగతిన కలదే, సుగమము చేయ హనుమత్ప్రభువే" అన్నది, కార్యసాఫల్యతకు నిదర్శనం.

ఇదే సమయంలో ఆకాశయానం చేసే వానరవీరులలో నిర్భీతి. ఆనందం. కలకలం.

దీంతో సుగ్రీవునిపైకి తోక లేచింది. అంటే అతనికి మహదానందం కల్గింది. అందరు క్రిందకు దిగారు. అంగద, హనుమ, జాంబవంతాదులు ముందు నడువ, మిగిలినవారు వారలననుసరించారు. అందరి ముఖంలో ఆనందం. అది చూసిన రామునికి, లక్ష్మణునికి, సుగ్రీవునికి, మహదానందం. అప్పుడు-

హనుమంతుడు ముందుకు వచ్చాడు. "సీతను చూశా"నని నమస్కరించాడు. ఆ తల్లి మిమ్మే స్మరిస్తు మీకై తపిస్తుంది. మీవలె వుందన్నాడు. ఇది విన్న సుగ్రీవుడు కార్యసాధకుడు హనుమంతుడేనని తలిచాడు. తన వూహ నిజమయిందని సంతోషించాడు.

"సీతమ్మను చూసా... నన్న మాటతో రామునికి భద్రగజమెక్కినంత ఆనందమయింది. ఆనంద బాష్పాలు రాలుస్తూ ఆతనిని గట్టిగా, రాముడు గుండెకు హత్తుకున్నాడు.

✿

ఇది వొరుగంటి వంశజనిత, శ్రీమతి సువర్చలాంబా, వెంకట
సూర్యప్రసాదరావుల జేష్ఠ తనూజుడు "వర" రామకృష్ణప్రసాద్ -
భక్తజనుల కందించిన, తేటతెలుగు వ్యాఖ్యాన శ్రీమత్
సుందరకాండలోని, చతుష్షష్టితయ సర్గ సమాప్తం.

- స్వస్తి-

- అస్తూ -

✦✦✦

పఞ్చషష్టితమ స్సర్గః

తతః ప్రస్రవణం శైలం తే గత్వా చిత్రకాననమ్।
ప్రణమ్య శిరసా రామం లక్ష్మణం చ మహాబలమ్॥ 1

యువరాజం పురస్కృత్య సుగ్రీవ మభివాద్య చ।
ప్రవృత్తి మథ సీతాయాః ప్రవక్తు ముపచక్రముః॥ 2

తా. వానరులందరు ప్రస్రవణ పర్వతానికి వెళ్ళారు. సుగ్రీవుని, రామలక్ష్మణులను కలిసారు. అందరిలోకి ముందుకు వచ్చిన హనుమ, చూసా సీతమ్మనని రామునికి నమస్కరించాడు. ఆ మాటతో రాముని కళ్ళలోని వెలుగును చూసిన హనుమ, తన మనసులోని ఆనందాన్ని "అమ్మ! నీవలెనుంది" అని సీతా కథనం చెప్పడం మొదలుపెట్టాడు.

రావణాన్తఃపురే రోధం రాక్షసీభి శ్చ తర్జనమ్।
రామే సమనురాగం చ యశ్చాయం సమయః కృతః॥ 3

ఏత దాఖ్యాన్తి తే సర్వే హరయో రామసన్నిధౌ।
వైదేహీ మక్షతాం శ్రుత్వా రామ స్తూత్తర మబ్రవీత్॥ 4

క్వ సీతా వర్తతే దేవీ కథం చ మయి వర్తతే।
ఏత న్మే సర్వ మాఖ్యాత వైదేహీం ప్రతి వానరాః॥ 5

రామస్య గదితం శ్రుత్వా హరయో రామసన్నిధౌ।
చోదయన్తి హనూమన్తం సీతావృత్తాన కోవిదమ్॥ 6

శ్రుత్వా తు వచనం తేషాం హనుమా న్మారుతాత్మజః।
ప్రణమ్య శిరసా దేవ్యై సీతాయై తాం దిశం ప్రతి॥ 7

ఉవాచ వాక్యం వాక్యజ్ఞ స్సీతాయా దర్శనం యథా।
సముద్రం లఙ్ఘయిత్వా హం శతయోజన మాయతమ్॥ 8

అగచ్ఛం జానకీం సీతాం మార్గమాణో దిదృక్షయా।
తత్ర లఙ్కే తి నగరీ రావణస్య దురాత్మనః॥ 9

దక్షిణస్య సముద్రస్య తీరే వసతి దక్షిణే।
తత్ర దృష్టా మయా సీతా రావణాన్తఃపురే సతీ॥ 10

సన్న్యస్య త్వయి జీవన్తీ రామా రామ మనోరథమ్।
దృష్టా మే రాక్షసీమధ్యే తర్జ్యమానా ముహుర్ముహుః॥ 11

తా. సీతమ్మను చూసిన, ఆమె పరిస్థితి, మనఃస్థితిని సంక్షిప్తంగా కావలసినంత మేరకు చెప్పగా, మిగిలిన ప్రముఖులు గూడా రామునికి నమస్కరించి "రామప్రభో! హనుమ అమ్మను చూసి, అచ్చటి పరిస్థితిని గమనించి ఆమెకు "మీరు వస్తారనే" అమృతపు పలుకులు చెప్పి ఈ విషయం మీకు చెబుదామని, ఇంత ఆత్రంగా వచ్చాడని చెప్పారు.

ముఖం సంతోషంతో విప్పారిన రాముడు "నా సీత ఎలాగ వుంది ? నా గురించేమనుకుంటుందని అడుగ ఆ వివరాలన్నీ పూర్తిగా తెలిసిన హనుమను, ఈ వానరవీరులు, త్వరగా, వివరంగా చెప్పమని భుజం పొడిచారు.

హనుమ ముందుగా సీత వున్న దక్షిణ దిక్కుకు తిరిగి, ఆమెకు నమస్కరించి, అప్పుడు రామా! అందరం దక్షిణదిక్కుకు వెళ్ళాం. అందరు కలిసి, జాంబవంతుని ప్రేరణతో నన్ను ముందుకు తోసారు. మీ అందరి ఆశీస్సులు, వారభిమానంతో నూరామడల సముద్రం దాటాను. అక్కడ త్రిలోక విజేతనని చెప్పుకునే పరమ దుర్మార్గుని లంక వుంది.

రాక్షసీభి ర్విరూపాభీ రక్షితా ప్రమదావనే।
దుఃఖ మాపాద్యతే దేవీ తథాఽదుఃఖోచితా సతీ॥ 12

రావణా న్తఃపురే రుద్ధా రాక్షసీభి స్సురక్షితా।
ఏక వేణీధరా దీనా త్వయి చిన్తాపరాయణా॥ 13

అధశ్శయ్యా వివర్ణాఙ్గీ పద్మినీవ హిమాగమే।
రావణా ద్వినివృత్తార్థా మర్తవ్య కృతనిశ్చయా॥ 14

దేవీ కథంచి త్కాకుత్ స్థ త్వన్మనా మార్గితా మయా।
ఇక్ష్వాకువంశ విఖ్యాతిం శనైః కీర్తయ తానఘ। 15

నా మయా నరశార్దూల విశ్వాస ముపపాదితా।
తత స్సంభాషితా దేవీ సర్వమర్థంచ దర్శితా॥ 16

రామ సుగ్రీవసఖ్యం చ శ్రుత్వా ప్రీతి ముపాగతా।
నియత స్సముదాచారో భక్తి శ్చాస్యా స్తథా త్వయి॥ 17

ఏవం మయా మహాభాగా దృష్టా జనక నన్దినీ।
ఉగ్రేణ తపసా యుక్తా త్వద్భక్త్యా పురుషర్షభ॥ 18

అభిజ్ఞానం చ మే దత్తం యథా వృత్తం తవాన్తికే।
చిత్రకూటే మహాప్రాజ్ఞ వాయసం ప్రతి రాఘవ॥ 19

విజ్ఞాప్య శ్చ నరవ్యాఘ్రో రామో వాయుసుత త్వయా।
అఖిలే నేహ యద్దృష్ట మితి మా మాహ జానకీ॥ 20

తా. అందులోని అశోకవనంలో, రావణుని విహార భూమిలో, భీతహరిణిగా, నిరంతర దుఃఖంతో అనుక్షణ నీ నామంతో, ఉచ్ఛ్వాసా నిశ్వాసలే నీ రూపుగా, పేరుగా తలుస్తూ, ఆ వికృత రాక్షసుల చెరలో మగ్గుతున్న ఆ దీనవదనను, ఏడుస్తూ చూసానన్నాడు.

అలంకారం లేదు. స్నానాదులు లేవు. శిరోజాలు మట్టి పట్టి, పేనిన త్రాడులాగా వున్నాయి. ఆమెకు నీ ధ్యాస తప్ప మరొకటి లేదు. అన్నపానాలు లేవు. ఆకలిదప్పులు తెలియవు. అది నేను చూసిన సీత పరిస్థితి. "హనుమ" చెబుతున్నాడు.

ఆ స్థితిలో రావణుడు తన పరివారంతో వచ్చాడు. లేస్తూనే "శివా" అనేవాడు, "సీతా" అంటూ అశోకవనానికి వచ్చాడు. వస్తూనే "సీతా" నా మాట విను. మూర్ఖత్వం విడు. ఆ రాముడు అనామకుడై, ఈ పాటికి ఏ అడవి మృగానికో ఆహారమై వుంటాడు. ఇక వాడి గురించి ఆలోచించకు. వాడు బ్రతికి వున్నా ఇక్కడకు రాలేదు. కనుక, నా మాట విని, నన్ను చేరు. అనంత సుఖాలు, సంపదలు, సౌభాగ్యం నీదవుతుందంటే -

వాడిని గడ్డిపరకను చేసి, రాముడనే పురుషసింహం, తన బాణం వదలనంతవరకే నీ ప్రాణానికి భద్రం. ధనుర్విముక్త రామబాణం

వచ్చిందంటే నువ్వు, నీ లంక, నీ పరిజనం, మొత్తం.. మొత్తం నాశనం. ఈ లంక స్మశానమవడం ఖాయమంది.

వాడు రెండు మాసాలు గడువిచ్చి వెళ్ళాడు. అప్పుడామె సీతయని నిర్ధారణ చేసుకుని, నీ గురించి చెప్పాను. అమ్మా! తప్పక రాముడు వస్తాడు. నిన్ను రక్షించుకుంటాడన్నాను. అంతవరకు వుండలేకపోతే-

అన్యధా భావించక, నా వీపు ఎక్కి రమ్మంటే, ఆ మాట తప్పని, వెంటనే వెళ్ళి నా స్వామిని తీసుకు రమ్మనమని, వారే తనను రక్షించాలని, అపుడే వుభయులకు గౌరవమని చెప్పింది. అంతేకాదు వాయస వృత్తాంతం, మణిశిల దిద్దడం వంటివి లక్ష్మణునికి కూడా తెలియనివి, మాకిరువురికే తెలిసినవి" అని- తెలిపిన తల్లి....

అటువంటి రఘుకులోత్తముడు "పాపి"నని ఏమో నన్నుపేక్షిస్తు న్నారని, క్షణక్షణానికి ఎంతో బాధపడింది.... రామా! ఆ తల్లి దుఃఖం నేను చూడలేనిది. నువ్వు భరించరానిదని" చెప్పి తలవంచుకున్నాడు.

అయం చా స్మై ప్రదాతవ్యో యత్నా త్సుపరక్షిత।
బ్రువతా వచనా న్యేవం సుగ్రీవ స్యోపశృణ్వతః॥ 21

ఏష చూడామణి శ్శ్రీమా న్మయా సుపరిరక్షితః।
మన శ్శిలాయా స్తిలకో గండపార్శ్వే నివేశితః॥ 22

త్వయా ప్రణష్టే తిలకే తం కిల స్మర్తు మర్హసి।
ఏష నిర్యాతిత శ్శ్రీమా న్మయా తే వారిసంభవః॥ 23

ఏతం దృష్ట్వా ప్రమోదిష్యే వ్యసనే త్వా మివానఘ।
జీవితం ధార యిష్యామి మాసం దశరథాత్మజ॥ 24

ఊర్ధ్వం మాసా న్నజీవేయం రక్షసాం దశ మాగతా।
ఇతి మా మబ్రవీ త్సీతా కృశాఙ్గీ ధర్మచారిణీ।
రావణా న్తఃపురే రుద్ధా మృగీ వోత్ఫుల్ల లోచనా॥ 25

ఏత దేవ మయా ఖ్యాతం సర్వం రాఘవ యద్యథా।
సర్వథా సాగరజలే సంతారః ప్రవిధీయ తామ్॥ 26

జాతాశ్వాసౌ రాజపుత్రౌ విదిత్వా
తచ్చాభిజ్ఞానం రాఘవాయ ప్రదాయ।
దేవ్యా చా ఖ్యాతం సర్వ మే వానుపూర్వా
ద్వారా సంపూర్ణం వాయుపుత్ర శ్శశంస॥ 27

తా. అప్పుడు మీ ఆనవాలు ఉంగరం ఇచ్చాను. అది చూసి మరీ దుఃఖించిందా తల్లి. హనుమంతుడు కూడా ఏడుస్తూనే చెప్పాడు. ఆ వెంటనే చూడామణిని రామునికిచ్చి "ఇది తీసుకుని, చూపి, వెంటనే, వున్నవాళ్ళను వున్నట్లు వచ్చి తనను రక్షించమంది.

రావణుడిచ్చిన రెండునెలల గడువు దాటి బ్రతుకలేనంది. మాసమంటే... చాలా గొప్పంది. అన్నీ తెలిసినవాడివి "నన్ను రాముడు వచ్చి రక్షించునట్లు చేయమంది. ఇదీ కథ. ఇంకు మించి చెప్పలేనట్లు కళ్ళు తుడుచుకున్నాడు.

దాంతో రాముడు, లక్ష్మణుని చూసాడు. లక్ష్మణుడు సుగ్రీవుని చూసాడు. అందరు యుద్ధానికి కృతనిశ్చయులయ్యారు. సమర భేరీ మ్రోగించ సిద్ధమయ్యారు.

✿

ఇది వొరుగంటి వంశజనిత, శ్రీమతి సువర్చలాంబా, వెంకట సూర్యప్రసాదరావుల జేష్ఠ తనూజుడు "వర" రామకృష్ణప్రసాద్ - భక్తజనుల కందించిన, తేటతెలుగు వ్యాఖ్యాన శ్రీమత్ సుందరకాండలోని, పఞ్చషష్టితమ సర్గ సమాప్తం.

- స్వస్తి-

- అస్తూ -

✦✦✦

షట్షష్టితమ స్సర్గః

ఏవ ముక్తో హనుమతా రామా దశరథాత్మజః।
తం మణిం హృదయే కృత్వా ప్రరురోద సలక్ష్మణః॥ 1

తం తు దృష్ట్వా మణిశ్రేష్ఠం రాఘవ శ్శోకకర్శితః।
నేత్రాభ్యా మశ్రుపూర్ణాభ్యాం సుగ్రీవ మిద మబ్రవీత్॥ 2

యథైవ ధేను స్స్రవతి స్నేహా ద్వత్సస్య వత్సలా।
తథామమాపి హృదయం మణిరత్నస్య దర్శనాత్॥ 3

మణిరత్న మిదం దత్తం వేదైహ్యా శ్శశురేణ మే।
వధూకాలే యథా బద్ధ మధికం మూర్ధ్ని శోభతే॥ 4

అయం హి జలసంభూతో మణి స్సజ్జనపూజితః।
యజ్ఞే పరమతుష్టేన దత్త శ్శక్రేణ ధీమతా॥ 5

ఇమం దృష్ట్వా మణిశ్రేష్ఠం యథా తాతస్య దర్శనమ్।
అద్యా స్మ్యవగత స్సౌమ్య వై దేహస్య తథా విభోః॥ 6

అయం హి శోభతే తస్యాః ప్రియాయా మూర్ధ్న మే మణిః।
అస్యాద్య దర్శనేనాహం ప్రాప్తాం తా మివ చిన్తయే॥ 7

కి మాహ సీతా వైదేహీ బ్రూహి సౌమ్య పునః పునః।
పిపాసు మివ తోయేన సిఞ్చన్తీ వాక్యవారిణా॥ 8

ఇత స్తు కిం దుఃఖతరం య దిమం వారిసంభవమ్।
మణిం పశ్యామి సౌమిత్రే వైదేహీ మాగతం వినా॥ 9

తా. హనుమంతుని మాటలు, అతడిచ్చిన సీత చూడామణి, రాముని గతంలోకి తీసుకు వెళ్ళింది. క్షణకాలమిలాగ వుండిన రాముడు, ప్రస్తుత పరిస్థితికి తల్లడిల్లి దుఃఖితుయ్యాడు. అది చూసి లక్ష్మణుడు కూడా ఖిన్నుడయ్యాడు.

అందరకి దుఃఖం వచ్చింది. కన్నీళ్ళు తుడుచుకున్నారు. అప్పుడు, రాముడు "సుగ్రీవా! నేనెంత దురదృష్టవంతుడినో చూసావా ? కట్టుకున్న భార్యను కాపాడుకోలేని..." మాటలు పెగలక కళ్ళనీళ్ళ పర్యంతమయ్యాడు. ఇది నా మామగారు వివాహ సమయంలో ఇచ్చింది. తలుచుకుని, తలుచుకుని రాముడు బాధపడుతున్నాడు. మరల, రాముడే -

"సుగ్రీవా! ఇది మా మామగారికెలాగ వచ్చిందో తెలుసా ? జనకుని ప్రవర్తనకు మెచ్చి ఇంద్రుడిచ్చాడు. వారి నుండి మా దగ్గరకు వచ్చింది. ఇది ఇప్పుడు నా తండ్రిని, మామగారిని, సీతను గుర్తు చేసింది.

హనుమంతుడు ధన్యుడు. సీతను చూసాడు. తాను చూసింది నాకు చెప్పాడు. ఈ చూడామణినిచ్చి నన్ను బ్రతికించాడు. ధైర్యం కోల్పోయినట్లు చింతిస్తున్నాడు.

చిరం జీవతి వైదేహీ యది మాసం ధరిష్యతి।
క్షణం సౌమ్య నజీవేయం వినా తా మసితేక్షణామ్॥ 10

నయ మా మపి తం దేశం యత్ర దృష్టా మమ ప్రియా।
న తిష్ఠేయం క్షణ మపి ప్రవృత్తి ముపలభ్య చ॥ 11

కథం నా మమ సుశ్రోణి భీరు భీరు స్సతీ సదా।
భయాపహానాం ఘోరాణాం మధ్యే తిష్ఠతి రక్షసామ్॥ 12

శారద స్తిమిరో న్ముక్తో మానం చన్ద్ర ఇవామ్బుదైః।
అవృతం వదనం తస్యా న విరాజతి రాక్షసైః॥ 13

కి మాహ సీతా హనుమం స్తత్త్వతః కథయా ద్యమే।
ఏతేన ఖలు జీవిష్యే భేసజే నాతురో యథా॥ 14

మధురా మధురాలాపా కి మాహ మమ భామినీ।
మద్విహీనా వరారోహా హనుమ న్కథయస్వమే॥ 15

తా. "లక్ష్మణా! సీత ఒక నెలరోజులే బ్రతికి వుంటుందట" బావురుమన్నాడు రాముడు. అలోగా మనం ఆమెను రక్షించుకోవాలి." అని హనుమ వైపు తిరిగి - "హనుమా, నన్ను తొందరగా సీత దగ్గరకు తీసుకువెళ్ళు. త్వరగా చూడాలి. ఆ వికృతరూపుల మధ్య సీత ఏం బాధపడుతుందో! ఇంతవరకు విషయం తెలియక ఏడుస్తు కూర్చున్నాను. ఇక ఆగలేనన్నాడు.

శరత్కాల చంద్రుని, మబ్బులు మూసేస్తే ఎలాగ వుంటుందో అలాగునా సీత ఆ రాక్షసుల మధ్య బిక్కు బిక్కుమంటూ వుంటుంది అని, "హనుమా! నిజం చెప్పు. రోగిని వైద్యుడు నువ్వు బ్రతుకుతావని ఆశ చూపుతాడు. వైద్య ప్రారంభిస్తాడు. ఆ తర్వాత రోగి అదృష్టం. బ్రతకవచ్చు లేదా పరలోక మొందవచ్చును. అలాగ, నా సీత గురించి నిజం చెప్పు. ఫర్వాలేదు" ధైర్యం చేసుకుంటున్నట్లడిగాడు.

ఆమె చెప్పింది, అక్షరాలా ఆమె మాటల్లోనే చెప్పి నన్ను బ్రతికింపుమని కోరాడు.

✿

ఇది వొరుగంటి వంశజనిత, శ్రీమతి సువర్చలాంబా, వెంకట
సూర్యప్రసాదరావుల జేష్ఠ తనూజుడు "వర" రామకృష్ణప్రసాద్ -
భక్తజనుల కందించిన, తేటతెలుగు వ్యాఖ్యాన శ్రీమత్
సుందరకాండలోని, షట్షష్టితమ సర్గ సమాప్తం.

- స్వస్తి-

- అస్తు -

✦✦✦

సప్తషష్టితమ స్సర్గః

ఏవ ముక్త స్తు హనుమా న్రాఘవేణ మహాత్మనా।
సీతాయా భాషితం సర్వం న్యవేదయత రాఘవే॥ 1

తా. లంకలోని సీతా వృత్తాంతాన్ని రాముడడుగుతున్నాడు. సీత చెప్పిన ప్రతి ఒక్క విషయాన్ని వివరంగా హనుమ చెబుతున్నాడు.

ఇద ముక్తవతీ దేవీ జానకీ పురుషర్షభ।
పూర్వవృత్త మభిజ్ఞానం చిత్రకూటే యథాతథమ్॥ 2

సుఖసుప్తా త్వయా సార్థం జానకీ పూర్వ ముత్థితా।
వాయస స్సహ సోత్పత్య విదదార స్తనా న్తరే॥ 3

పర్యాయేణ చ సుప్త స్త్వం దేవ్యఙ్కే భరతాగ్రజ।
పున శ్చ కిల పక్షీ న దేవ్యా జనయతి వ్యథామ్॥ 4

పునః పున రుపాగమ్య విదదార భృశం కిల।
తత స్త్వం భోధిత న్తస్యా శ్శోణితేన సముక్షితః॥ 5

వాయసేన చ తేనైన సతతం భాధ్యమానయా।
బోధితః కిల దేవ్యా త్వం సుఖ సుప్తః పరంతప॥ 6

తాం తు దృష్ట్వా మహాబాహో దారితాం చ స్తవాన్తరే।
ఆశీవిష ఇవ క్రుద్ధో నిశ్శ్వస న్నభ్యభాషథాః॥ 7

నఖాగ్రైః కేన తే భీరు దారితం తు స్తనా న్తరమ్।
కః క్రీడతి సరోషేణ పఞ్చవక్త్రేణ భోగినా॥ 8

నిరీక్షమాణ స్సహసా వాయసం సమవైక్షథాః।
నఖై స్సరుధిరై స్తీక్ష్ణై స్తా మేవాభిముఖం స్థితమ్॥ 9

సుతః కిల స శక్రస్య వాయసః సతతాం వరః।
ధరా న్తరచ శ్శీఘ్రం పవనస్య గతౌ సమః॥ 10

తత స్తస్మి న్మహాబాహో కోపసంవర్తి తేక్షణః।
వాయసే త్వం కృథాః క్రూరాం మతిం మతిమతాంవర॥ 11

స దర్భం సం స్తరా ద్గృహ్య బ్రహ్మాస్త్రేణ హ్యయోజయః।
ప్రదీప్త ఇవ కాలాగ్ని ర్జజ్వాలాభిముఖః ఖగమ్॥ 12

తా. ఓ పురుషోత్తమా 'ముందు చిత్రకూటంలోని కాకాసుర వృత్తాంతాన్ని (మీ ఇరువురికీ), తెలిసిన దానినితనపైన నమ్మకం కల్గడానికి, రాక్షస మాయ కాదని, తాను సీతనేనని తెలుపడానికి, ఆ తల్లి వివరంగా తెలిపింది.

ఆ కాకాసుర వృత్తాంతమంటూ, ఇది చిత్రకూటంలో వున్నప్పుడు జరిగిన కథంటూ, మీరిరువురు నిద్రపోతున్నారుట. ముందుగా ఆమె లేచి బద్ధకంగా కూర్చుంటే ఒక కాకి ఆమె వక్షభాగంపై పొడిచిందిట. దాన్ని అదిలించి కొంతసేపు నిద్రబోయి, లేచాక, నీవు ఆమె తొడమీద పడుకున్న తరుణంలో ఆ కాకి వచ్చి మళ్ళీ పొడిచిందట. ఈమె అదిలించడం, అది ఎగిరి మళ్ళీ మళ్ళీ రావడమొక ఆటయిందట.

ఇంకా దాంతో ఆమె నిన్ను లేపడం, ఆమెను చూసి జరిగినదానికి బాధపడి, ఎవరురా ఈ పాపి ? అని నలుప్రక్కల చూస్తే ఒక కాకి కనబడిందట. దానిని ఇంద్ర పుత్రునిగా తలచి, కోపంతో ఒక దర్భను తీసుకుని మంత్రించి విడిచితే అది బ్రహ్మాస్త్రమై దానిని వెంబడించిందిట.

క్షిప్తవాం స్త్వం ప్రదీప్తం హి దర్భం తం వాయసం ప్రతి।
తత స్తు వాయసం దీ ప్త స్స దర్భో౽నుజగామహ॥ 13

న పిత్రా చ పరిత్యక్త స్సురై శ్చ స మహర్షి భిః।
త్రీన్లోకాన్ సంపరిక్రమ్య త్రాతారం నాధిగచ్ఛతి।
పున రేవాగతః త్రస్తః త్వత్సకాశ మరిందమ॥ 14

స తం నిపతితం భూమౌ శరణ్య శ్శరణాగతమ్।
వధార్హ మపి కాకుత్స్థ కృపయా పర్యపాలయః॥ 15

మోఘ మస్త్రం నశక్యం తు కర్తు మిత్యేవ రాఘవ।
భవాం స్తస్యాక్షి కాకస్య హిన స్తిస్మ స దక్షిణమ్॥ 16

రామ త్వాం స నమస్కృత్య రాజ్ఞే దశరథాయ చ।
విసృష్ట స్తు తదా కాకః ప్రతిపేదే స్వ మాలయమ్॥ 17

ఏవ మస్త్రవిదాం శ్రేష్ఠ స్సత్త్వవాం శ్శీలనా నపి।
కిమర్థ మస్త్రం రక్షస్సు న యోజయతి రాఘవః॥ 18

న నాగా వా పి గన్ధర్వా నా సురా న మరుద్గణాః।
న చ సర్వే రణే శక్తా రామం ప్రతిసమాపితుమ్॥ 19

తస్య వీర్యవతః కశ్చి ద్య దస్తి మయి సంభ్రమః।
క్షిప్రం సునిశితై ర్బాణై ర్హన్యతాం యుధి రావణః॥ 20

భ్రాతు రాదేశ మాజ్ఞాయ లక్ష్మణో నా పరంతపః।
స కి మర్థం నరవరో న మాం రక్షతి రాఘవః॥ 21

శక్తౌ తౌ పురుషవ్యాఘ్రౌ వాయ్వగ్ని సమతేజసౌ।
సురాణా మపి దుర్ధర్షౌ కిమర్థం మా ముపేక్షతః॥ 22

మమైవ దుష్కృతం కిం చి న్మహ దస్తి న సంశయః।
సమర్థౌ సహితౌ య న్మాం నా వేక్షే తే పరంతపౌ॥ 23

వై దేహ్యా వచనం శ్రుత్వా కరుణం సాశ్రుభాషితమ్।
పున రప్యహ మార్యాం తా మిదం వచన మబ్రువమ్॥ 24

త్వ చ్ఛోక విముఖో రామో దేవి సత్యేన తే శపే।
రామే దుఃఖాభిభూతే తు లక్ష్మణః పరితప్యతే॥ 25

కథంచి ద్భవతీ దృష్టా న కాలః పరిశోచితుమ్।
అస్మి న్ముహూర్తే దుఃఖానా మన్తం ద్రక్ష్యసి భామిని॥ 26

తా వుభౌ పద శార్దూలౌ రాజపుత్రౌ వనిన్దితౌ।
త్వద్దర్శన కృతోత్సాహౌ లఙ్కాం భస్మీకరిష్యతః॥ 27

తా. ఆ బ్రహ్మాస్త్ర ప్రభావానికి, ఆ కాకి త్రిలోకాలకు వెళ్ళి, బ్రహ్మ, విష్ణు, శివ, ఇంద్రాదులనెందరినో రక్షించమని ప్రార్థించి, కుదరక చివరకు నిన్నే శరణు వేడితే, నీ వొక అంగ భాగమిస్తే, బ్రహ్మాస్త్రం శాంతించుతుందని కరుణించావుట. శత్రువునైన కరుణించగల క్షమా హృదయుడైన రాముడు, అపకారికి ఉపకారం చేయగల లోకాభిరాముడు, నా సీతారాముడు నన్నెందులకుపేక్షిస్తున్నాడని ఆమె బాధపడిందని, కాకి కధ - సీత బాధ హనుమ సవివరంగా తెలిపాడు.

అప్పుడా తల్లిని నేను వూరడించాను. "అమ్మా! అహోరాత్రాలు రాముడు తపిస్తుంటే, ఎక్కడికి వెళ్ళాలో తెలియక వెదికే దారిలేక విచారిస్తు కూర్చున్నాము. తప్పు చాతకాక, చేవలేక కాదని వూరడించాను. అప్పుడామె

రామలక్ష్మణులు, సర్వ శక్తిమంతులు. ఒక్క రాముని విషయమే గమనిస్తే జన స్థానంలో ఖర, దూషణ, త్రిశిరలతో, 14 వేలమందిని ఒంటి చేత్తో ప్రతిఘటించి, చంపిన పరమ పురుషులే, అటువంటి రాముడు-

హత్వా చ సమరే రౌద్రం రావణం సహబాన్ధవమ్।
రాఘవ స్త్వాం వరారోహే స్వాం పురీం నయతే ధ్రువమ్॥ 28

యత్తు రామో విజానీయా దభిజ్ఞాన మనిన్దితే।
ప్రీతిస జననం తస్య ప్రదాతుం త్వ మిహార్హసి॥ 29

నా భి వీక్ష్య దిశ స్సర్వా వేణ్యుద్గ్రథన ముత్తమమ్।
ముక్త్వా వస్త్రా ద్దదౌ మహ్యం మణిమేతం మహాబల॥ 30

ప్రతిగృహ్య మణిం దివ్యం తవ హేతో రఘూద్వహ।
శిరసా తాం ప్రణమ్యార్యామహ మాగమనే త్వరే॥ 31

గమనే చ కృతో త్సాహ మవేక్ష్య వరవర్ణినీ।
వివర్ధమానం చ హి మా మువాచ జన కాత్మజా॥ 32

అశ్రుపూర్ణముఖీ దీనా బాష్పసందిగ్ధభాషిణీ।
మమోత్పతన సంభ్రాన్తా శోకవేగ సమాహతా॥ 33

యథా చ న మహాబాహు ర్మాం తారయతి రాఘవః।
అస్మా దుఃఖాంబుసంరోధా త్త్వం సమాధాతు మర్హసి॥ 35

ఇయం చ తీవ్రం మనుశోక వేగం రక్షోభి రేభిః పరిభర్త్సనంచ।
బ్రూయాస్తు రామస్య గత స్సమీపం శివచ్చ తేఽ ద్యాన్తు హరిప్రవీర॥ 36

ఏత త్త వార్యా నృపరాజసింహ సీతా వచః ప్రాహ విషాదపూర్వమ్।
ఏత చ్చ బుద్ధ్వా గదితం మయా త్వం శ్రద్ధత్స్వ సీతాం కుశలాం సమగ్రమ్॥ 37

తా. ఈ మాటలు అంటూ ఆ తల్లి కార్చిన కన్నీటిని చూడలేకపోయాను. అప్పుడు శక్తి కొలది ఆమెను ఓదార్చాను. తల్లీ! ఇప్పటికి నిన్ను చూడగలిగాం. ఇక మా ప్రయత్నం మేము ప్రారంభిస్తాం. ఈ విషయం తెలిసిన మరుక్షణం రామ ధనుష్టంకారం "సీతా" అని మ్రోగుతుంది. రావణుని గుండెలదర గొడుతుందని చెప్పాను.

రామలక్ష్మణుల బాధ చూడలేనమ్మా. నీకు చెప్పలేనమ్మా. మీకు తీరని బాధ. అన్నగారి బాధను చూడలేక అతనికి బాధ. రామునికి మీ గురించే ఆలోచన. లక్ష్మణునికో... మీ ఇరువురి గురించి. ఆ తల్లి వేదన మీకు వివరిస్తున్నట్లే మీ వేదనను, ఆ తల్లికి వివరించి చెప్పాను ? అన్నాడు.

అప్పుడే ఆనవాలుగా ఏదైనా ఇమ్మంటే పై కథలతోపాటు చూడామణిని "మీ" తీపి గుర్తుగా ఇచ్చింది. బయలుదేరుతున్న కళ్ళల్లో తెరలు, పొరలుగా కన్నీళ్ళు. "హనుమా! సుగ్రీవాదుల నడిగానని చెప్పు. రామునితో కలిసి, ఆలసించక త్వరత్వరగా రమ్మనమను. రామ కార్యానికి సీతా రక్షణమునకు, ప్రభువుకు అండగా వుండమని కోరింది.

తొందరగా, ఏ విధమైన అడ్డంకులు లేక, వెళ్ళి, రమ్మని నన్ను దీవించింది. అంటూ సీత నా మాట, నీ విచారము వలె, ఆమె విచారము సత్యమని చెప్పాడు.

✿

ఇది వోరుగంటి వంశజనిత, శ్రీమతి సువర్చలాంబా, వెంకట సూర్యప్రసాదరావుల జేష్ఠ తనూజుడు "వర" రామకృష్ణప్రసాద్ - భక్తజనుల కందించిన, తేటతెలుగు వ్యాఖ్యాన శ్రీమత్ సుందరకాండలోని, సప్తషష్టితమ సర్గ సమాప్తం.

- స్వస్తి-

- అస్తు -

✦✦✦

అష్టషష్టితమ స్సర్గః

అథాహ ముత్తరం దేవ్యా పునరుక్త స్ససంభ్రమః।
తవ స్నేహా న్నరవ్యాఘ్ర సౌహార్దా దనుమాన్య వై॥ 1

ఏవం బహువిధం వాచ్యో రామో దాశరథి స్త్వయా।
యథా మా మాప్నుయా చ్ఛీఘ్రం హత్వా రావణమాహవే॥ 2

యది వా మన్యసే వీర వసై కాహ మరిందమ।
కస్మిం శ్చి త్సంవృతే దేశే విశ్రాన్త శ్శ్వో గమిష్యసి॥ 3

మమ చా ప్యల్పభాగ్యాయా స్సాన్నిధ్యాత్తవ వీర్యవన్।
అస్య శోకవిపాకస్య ముహూర్తం స్యా ద్విమోక్షణమ్॥ 4

గతే హి త్వయి విక్రాన్తే పున రాగమనాయ వై।
ప్రాణానా మపి సందేహో మనుష్యా న్నాత్ర సంశయః॥ 5

తా. రామా! బయలుదేరుతానని, ఆమె ఆశీర్వచనమడిగాను. తన ఆశీస్సుల నందిస్తూ, ఆ తల్లి మళ్ళీ చెబుతున్నానుకోకు. శ్రీరాముడు తొందరగా రావాలి. రావణుని చంపాలి. నన్ను వెంటనే తీసుకు వెళ్ళాలి. ఇది త్వరగా జరిగేటట్టు చూడాలన్న అమ్మ "అమ్మ"గా నాకు మరోమాట చెప్పింది.

అలసిపోయి వుంటావు. ఈ పూట విశ్రాంతి తీసుకుని రేపు బయలు దేరి వెళ్ళమంది. ఇది కేవలం తల్లే చెప్పే మాట. ఆ తల్లి చెప్పిందని ఆనందా శ్రువులను వర్షించాడు.

తవా దర్శ నజ శ్శోకో భూయో మాం పరితాపయేత్।
దుఃఖా ద్దుఃఖపరాభూతాం దుర్గతాం దుఃఖభాగినీమ్॥ 6

అయం చ వీర సన్దేహ స్తిష్ఠతీవ మమాగ్రతః।
సుమహాం స్త్వ త్సహాయేషు హర్యక్షేషు హరీశ్వర॥ 7

కథం ను ఖలు దుష్పారం తరిష్యన్తి మహోదధిమ్।
తాని హర్యక్ష సైన్యాది తౌ వా నరవరాత్మజౌ॥ 8

త్రయాణా మేన భూతానాం సాగరస్యాస్య లఙ్ఘనే।
శక్తి స్స్యాద్వైన తేయస్య తవ వా మారుతస్య వా॥ 9

త దస్మిన్ కార్యనిర్యోగే వీరైవం దురతిక్రమే।
కిం పశ్యసి సమాధానం బ్రూహి కార్యవిదాం వర॥ 10

కామ మస్య త్వ మేవైక: కార్యస్య పరిసాధనే।
పర్యాప్త: పరవీరఘ్న యశస్యస్తే బలోదయ:॥ 11

బలై స్సమగ్రై ర్యది మాం హత్వా రావణ మాహవే।
విజయీ స్వాం పురీం రామో నయే త్తత్స్యా ద్యశస్కరమ్॥ 12

యథాఽహం తస్య వీరస్య వనాదుపధినా హృతా।
రక్షసా తద్భయా దేవ; తథా నార్హతి రాఘవ:॥ 13

బలైస్తు సంకులాం కృత్వా లఙ్కాం పరబలార్దన:।
మా నయే ద్యది కాకుత్స్థ స్త త్తస్య సదృశం భవేత్॥ 14

తా. మరల ఎప్పుడు వస్తావో... నీ కోసం... ఇక్కడ ఎదురు చూస్తూ వుంటానంది. అంతటితో వూరుకోకుండా నీవేదో శక్తిమంతుడివి కాబట్టి నూరామడల సముద్రాన్ని దాటి వచ్చావు. నీవంటి వ్వారు, చాలా అరుదుగా వుంటారు. మీరందరు ఎలాగ, ఈ సముద్రాన్ని దాటి వస్తారు. రావణుని చంపుతారు ? రామలక్ష్మణులెలాగ వస్తారు. నన్ను కాపాడతారు ? అని సందేహం తెలిపిందన్నాడు.

మళ్ళీ మధ్య మధ్యలో 'నేనే చాలు వారందరు అనవసరమంటావు నీవు. ఇది నీ కీర్తిని పెంచుతుంది తప్ప, దీనివలన, రామలక్ష్మణులకు, సుగ్రీవాదులకు ప్రతిష్ఠ పెరగదు. వాళ్ళను తీసుకురావాలి. రావణుడు మంచివాడా ? చెడ్డవాడా ? కాదు. వాడు చేసిన పని క్షమార్హం కాదు.

దర్భను బ్రహ్మాస్త్రం చేసి కాకిని చంపబోయిన ప్రభువు తన మనసు, ఆలోచనలలో నన్ను మరిచారా ? ఇంకా పాప, కర్మ విముక్తి జరగలేదా ? ఏదైనా రాముడు రావాలి. తన అనంతశక్తిని ధనుష్టకారంతో, లోకానికి

తెలియ పరచాలి. అయోధ్యకు తీసుకువెళ్ళాలి. ఇది రామపత్నీగా నాకు, సీతారామునిగా, ఆర్యపుత్రులకు ఘనతని పదే పదే చెప్పింది.

సైన్య సమేతంగా వచ్చేటట్లు చూడమని కోరింది. చెప్పిందే చెప్పినట్లు హనుమ చెబుతున్నాడు. ఆమె మనసు రామునకు వినిపిస్తున్నాడు.

త ద్యథా తస్య విక్రాన్త మనురూపం మహాత్మనః।
భవ త్యా హవశూరస్య తథా త్వముపపాదయ॥ 15

తదర్థోపహితం వాక్యం ప్రశ్రితం హేతుసంహితమ్।
నిశమ్యాహం తత శ్శేషం వాక్య ముత్తర మబ్రువమ్॥ 16

దేవి హర్యక్షసైన్యానా మీశ్వరః ప్లవతాం వరః।
సుగ్రీవ స్సత్యసంపన్న స్తవార్థే కృతనిశ్చయః॥ 17

తస్య విక్రమసంపన్నా స్సత్త్వవన్త మహాబలాః।
మనస్సంకల్పసంతాపా న దేశే హరియః స్థితాః॥ 18

ఏషాం నోపరి నాథస్తా న్న తిర్య క్సజ్జతే గతిః।
న చ కర్మను సీదన్తి మహ త్స్వమిత తేజసః॥ 19

అసకృత్తై ర్మహోత్సాహై ర్వానరై ర్బల దర్పితైః।
ప్రదక్షిణీకృతా భూమి ర్వాయుమార్గానునారిభిః॥ 20

మద్విశిష్టా శ్చ తుల్యా శ్చ సన్తి తత్ర వనౌకసః।
మత్తః ప్రత్యవరః కశ్చి న్నాస్తి సుగ్రీవ సన్నిధౌ॥ 21

అహం తావ దిహ ప్రాప్తః కిం పునస్తే మహాబలాః।
న హి ప్రకృష్టాః ప్రేష్యన్తే, ప్రేష్యన్తే హీతరే జనాః॥ 22

త దలం పరితాపేన దేవి మన్యు ర్వ్యపైతు తే।
ఏకోత్పాతేన తే లఙ్కా, మేష్యన్తి హరియూథపాః॥ 23

మమ పృష్ఠ గతౌ తౌ చ చన్ద్రసూర్యా వివోదితౌ।
త్వత్సకాశం మహాభాగే నృసింహా వాగమిష్యతః॥ 24

తా. "అమ్మా! సమస్త ఋక్ష, వానరాధిపతియైన సుగ్రీవుని వద్ద ఎందరో మహావీరులున్నారు. వారందరు భూమ్యాకాశాల సమానంగా సంచరించగల్గిన వారలు. వారందరితో కలిసి నీకోసం రావణ వధకు, రామలక్ష్మణుల సారథ్యంలో ఇక్కడికి వస్తారు

రామలక్ష్మణులను నా భుజాలపై తీసుకు వస్తాను. భయపడకు. రావణ సంహారం జరుగుతుంది. తన ప్రతాపాన్ని ప్రకటించే రాముడు ఈ రామబంటు మాట నిలుపుతాడు. రాముని ప్రేరణ లేనిదే, విశాల విశ్వంలో ఏదీ జరగదు. ఆయన అద్భుతశక్తితోనే ధనుర్విముక్త రామబాణమై ఇక్కడికి వచ్చానని, అలాగే చెప్పానని హనుమ చెబుతాడు. ఇంకా

అందరిలోకి చిన్నవాడిని నేనేనమ్మా. త్రివిక్రమావతార సమయంలో ఆ దేవదేవుని ఆనాడు ముమ్మారు ప్రదక్షిణం చేసిన తాత జాంబవంతుడు మాతో వున్నాడమ్మా, భయం వలదనన్నాను." అంటాడు.

అరిఘ్నం సింహసఙ్కా శం క్షిప్రం ద్రక్ష్యపి రాఘవమ్।
లక్ష్మణం చ ధనుష్పాణిం లంకాద్వార ముపస్థితమ్॥ 25

నఖదంష్ట్రా యుధా న్వీరాన్ సింహ శార్దూల విక్రమాన్।
వానరా న్వారదేన్ద్రాభాన్ క్షిప్రం ద్రక్ష్యసి సంగతాన్॥ 26

శైలాంబుద నికాశానాం లఙ్కా మలయసానుషు।
నర్దతాం కపి ముఖ్యానా మచిరా చ్ఛ్రోష్యసి స్వనమ్॥ 27

నివృత్త వనవాసం చ త్వయా సార్థ మరిందమమ్।
అభిషిక్త మయోధ్యాయాం క్షిప్రం ద్రక్ష్యసి రాఘవమ్॥ 28

తతో మయా వాగ్భిరదీనభాషిణా శివాభి రిష్టాభి రభిప్రసాదితా।
జగామ శాన్తిం మమ మైథిలాత్మజా తవా పి శోకేన సదాభిపీడితా॥ 29

తా. "అమ్మా! నీ ఆశ నెరవేరుతుంది. ఆర్యపుత్రులు వస్తారు. నీవు కోరుకున్నట్లే రావణుడు సంబాధవంగా నశిస్తాడు. నీ మాట పొల్లు పోదు. అలాగే సుగ్రీవాదులు నీకై చేసిన ప్రతిజ్ఞలు కల్లలు కావు. ఇవన్నీ మనం మన కళ్ళతోనే చూస్తామని వూరడించాను.

వానర వీరుల కలకలం, కిలలు, వారి విజయధ్వనులు, రామలక్ష్మణ సుగ్రీవాదుల రాక, వారి విజయ విహారం, విజయగీతికలు నీవు వినగలవని చెప్పి మరీ వచ్చాను.

నీ వనవాస వ్రతం ముగుస్తుంది. ఆనందంగా మీరు అయోధ్యకు వెడతారు. సీతారాముల పట్టాభిషేకాన్ని మేము చూస్తామని ఆశ్వాసించి, నా ధర్మం నేను నెరవేర్చానని, ఆంజనేయుడు వినయంగా నమస్కరించాడు.

✿

ఇది వొరుగంటి వంశజనిత, శ్రీమతి సువర్చలాంబా, వెంకట
సూర్యప్రసాదరావుల జేష్ఠ తనూజుడు "వర" రామకృష్ణప్రసాద్ -
భక్తజనుల కందించిన, తేటతెలుగు వ్యాఖ్యాన శ్రీమత్
సుందరకాండలోని, అష్టషష్టితమ సర్గ సమాప్తం.

ఇది జ్ఞానప్రకాశికావిధాన, శ్రీరామా యణాంధ్ర వ్యాఖ్యానమున
సుందరకాండమునం దరువది యెనిమిదవ సర్గము.
సుందరకాండంబును ముగిసెను.

✦✦✦

శ్రీరామ పట్టాభిషేక ఘట్టః

శ్రీరామపట్టాభిషేక ఘట్టః

తత స్స ప్రయతో వృద్ధో వసిష్ఠో బ్రాహ్మణై స్సహ।
రామం రత్నమయే పీఠే సహసీతం న్యవేశయత్॥ 1

తా. ఆనాడు - సర్వలోకాలవారు, శ్రీ సీతారాముల పట్టాభిషేకమంటే పరవశించారు. బ్రహ్మర్షి, సూర్యవంశ కులగురువులు, సర్వశక్తిమంతులైన శ్రీ వశిష్టులవారు, పురోహితులతో కలిసి శ్రీ సీతారాములను, రత్నదీప్తులు వెదజల్లే సింహాసనంపై కూర్చుండబెట్టారు.

వసిష్ఠో వామదేవ శ్చ జాబాలి రథ కాశ్యపః।
కాత్యాయన స్సుయజ్ఞ శ్చ గౌతమో విజయ స్తథా॥ 2

అభ్యషిఞ్చ న్నరవ్యాఘ్రం ప్రసన్నేన సుగన్ధినా।
సలిలేన సహస్రాక్షం వసవో వాసవం యథా॥ 3

ఋత్విగ్భి ర్బ్రాహ్మణైః పూర్వం కన్యాభి ర్మన్త్రిభి స్తథా।
యోధై శ్చైవా భ్యషిఞ్చం స్తే సంప్రహృష్టా స్సనైగమైః॥ 4

సర్వౌషధిరసై ర్దివ్యై ర్దైవతై ర్నభసి స్థితైః।
చతుర్భి ర్లోకపాలై శ్చ సర్వై ర్దేవై శ్చ సఙ్గతైః॥ 5

తా. ఈ శుభ కార్యక్రమానికి, లోకాల సంతోషంతోపాటు మహర్షి ప్రముఖులు, ముని బృందాలు, తపోమూర్తులు ఎందరెందరో వచ్చారు. అలాగ వచ్చిన వారిలో-

"వామదేవ, జాబాలి, కాశ్యప, కాత్యాయన, సుయజ్ఞ, గౌతమ, విజయుడను, ఎనిమిదిమంది మహర్షులు పవిత్ర సుగంధ భరిత జలాలతో దేవేంద్రుని అష్టవశువులు అభిషేకించి, అర్చించినట్లు -

సకలజన మనోభిరాముడైన, సీతారాముని మొత్తానికి 500 నదీ జలాలతో అభిషేకించారు. ఆ మహర్షులందరితో, ముందు ఋత్విక్కులు బ్రాహ్మణులు సువాసినులు, మాతృమూర్తులు, కన్యలు, మంత్రులు, వర్తకులు, నర్తకులు, సర్వులు, భటులతో కలిసి ఆనందంగా అభిషేకించారు.

వశిష్టాది బృందం భువిన, దేవాసుర గంధర్వ నాగ యక్ష కిన్నెర కింపురుషాదులు, మహర్షులు, ఋక్షులు... ఎందరెందరో గగనవీధిని నిల్చి తమ ఆనందపరంగా అభిషేకించారు. పుష్పాలతో అర్చించారు.

బ్రహ్మచే నిర్మించబడినది, సూర్య వంశీయులచే ధరించబడినది, సూర్యవంశకీర్తి దశదిశలా వెదజల్లబడినది, ఇక్ష్వాకుల కీర్తి, రఘుకుల దీప్తి, కకుత్థ్స శక్తులు - సర్వలోక విదితం చేసిన ఆ దివ్య సింహాసనాన్ని, కిరీటాన్ని ఆ బ్రహ్మర్షి వశిష్ఠులే ఈనాడు ఆనందంగా అర్చించి, అభిషేకించి సీతారాములకు అలంకరింప చేస్తున్నారు. ఇక -

(బ్రహ్మణా నిర్మితం పూర్వం కిరీటం రత్నశోభితమ్।
అభిషిక్తః పురా యేన మను స్తం దీప్తతేజసమ్॥

తస్యాన్వవాయే రాజానః క్రమా ద్యేనాభిషేచితాః।
సభాయాం హేమక్లిప్తాయాం శోభితాయం మహాజనైః॥

రత్నై ర్నానావిధై శ్చైవ చిత్రితాయాం సుశోభనైః।
నానారత్నమయే పీఠే కల్పయిత్వా యథావిధి॥

కిరీటేన తతః పశ్చా ద్వసిష్ఠేన మహాత్మనా।
ఋత్విగ్భి ర్భూషణై శ్చైవ సమయోక్ష్యత రాఘవః॥)

ఛత్రం తు తస్య జగ్రాహ శత్రుఘ్నః పాణ్డురం శుభం।
శ్వేతం చ వాలవ్యజనం సుగ్రీవో వానరేశ్వరః॥ 6

అపరం చన్ద్రసఙ్కాశం (వాలవ్యజన ముత్తమమ్।
హృష్టో రామస్య జగ్రాహ) రాక్షసేన్ద్రో విభీషణం॥ 7

తా. శత్రుఘ్నుడు తెల్ల గొడుగు పట్టాడు. వానరాధిపతి సుగ్రీవుడు తెల్లని చామరం, లంకేశ్వరుడు (ప్రస్తుత) విభీషణుడు మరొక చామరాన్ని సీతారాములకు పట్టారు.

మాలాం జ్వలన్తీం వపుషా కాఞ్చనీం శతపుష్కరామ్।
రాఘవాయ దదౌ వాయు ర్వాసవేన ప్రచోదితః॥ 8

సర్వరత్నసమాయుక్తం మణిరత్న విభూషితమ్।
ముక్తాహారం నరేన్ద్రాయ దదౌ శక్రప్రచోదితః॥ 9

ప్రజగు ర్దేవగన్ధర్వా ననృతు శ్చాప్సరోగణాః।
అభిషేకే తదర్హస్య తదా రామస్య ధీమతః॥ 10

భూమి స్సస్యవతీ చైవ ఫలవన్త శ్చ పాదపాః।
గన్ధవ న్తి చ పుష్పాణి బభూవుః రాగవోత్సవే॥ 11

సహస్రశత మశ్వానాం ధేనూనాం చ గవాం తథా।
దదౌ శతం వృషా౯ పూర్వం ద్విజేభ్యో మనుజర్షభః॥ 12

త్రింశత్కోటీర్హిరణ్యస్య బ్రామ్మణేభ్యో దదౌ పునః।
నానాభరణవస్త్రాణి మహార్హాణి చ రాఘవః॥ 13

అర్కరశ్మి ప్రతీకాశాం కాఞ్చనం మణివిగ్రహామ్।
సుగ్రీవాయ స్రజం దివ్యాం ప్రాయచ్ఛ న్మనుజర్షభః॥ 14

వైడూర్యమణిచిత్రే చ వజ్రరత్నవిభూషితే।
వాలిపుత్త్రాయ ధృతిమా నఙ్గదా యాఙ్గదే దదౌ॥ 15

మనిప్రవరజుష్టం చ ముక్తాహార మనుత్తమమ్।
సీతాయై ప్రదదౌ రామ శ్చన్ద్రరశ్మిసమప్రభమ్॥ 16

అరజే వాససీ దివ్యే శుభా న్యాభరణాని చ।
అవేక్షమాణా వైదేహీ ప్రదదౌ వాయుసూనవే॥ 17

అవముచ్యాత్మనః కణ్ఠా ద్ధారం జనక నన్దినీ।
అవైక్షత హరీన్ సర్వా న్భర్తారం చ ముహుర్ముహుః॥ 18

తా. దేవేంద్రుడు, నూరు పుష్పాలు గల పద్మహారాన్ని శ్రేష్ఠమైన ముత్యాలహారాన్ని వాయుదేవుని ద్వారా పంపాడు. గంధర్వులు పాడారు. అప్సరలు ఆడారు. శ్రీరామపట్టాభిషేకమనేసరికి ప్రకృతిలోని ప్రతి అణువు పులకరించినట్లుంది. ఆనందం తాండవిస్తుంది.

పట్టాభిషిక్తుడైన శ్రీరాముడు, బ్రాహ్మణులకు లక్ష గుర్రాలు, అప్పుడే ఈనిన లక్ష గోవులను, నూరు ఎడ్లను కానుకగా సమర్పించాడు. వాటితో పాటు ముప్పై కోట్ల బంగారు నాణాలను, వజ్రభూషణాలను కూడా సభక్తికంగా ఇచ్చాడు.

సూర్యతేజోమయమైన సువర్ణ రత్నాల హారాన్ని సుగ్రీవునికి, వైఢూర్య మణి వజ్ర రత్నాలతో ప్రకాశించే కంకణాలను అంగదునికి ఇచ్చి, చంద్ర కాంతి శోభితమైన రత్నాల హారాన్ని, రాముడు సీతకిచ్చాడు. అప్పుడు

సీతాదేవి రాముని అనుజ్ఞతో, పట్టువస్త్రాలు మేలైన ఆభరణాలను, తన ప్రాణం నిల్పిన హనుమకు ఇచ్చింది.

అలాగే సీత, రాముడు తనకిచ్చిన ముత్యాలహారం తన కోసం కాదని, ఎవరికో ఇవ్వాలనే సంకేతమని, దానినెవరికివ్వాలని ఆలోచిస్తుంది.

తా మిఙ్గితజ్ఞ స్సంప్రేక్ష్య బభాషే జనకాత్మజామ్।
ప్రదేహి సుభ గే! హారం యస్య తుష్టాసి భామిని॥ 19

పౌరుషం విక్రమో బుద్ధి ర్యస్మి న్నేతాని సర్వశః।
దదౌ సా వాయుపుత్రాయ తం హార మసితేక్షనా॥ 20

హనుమాం స్తేన హారేణ శుశుభే వానరర్షభః।
చన్ద్రాంశు చయ గౌరేణ శ్వేతాభ్రేణ యథాఽచలః॥ 21

తతో ద్వివిదమైన్దాభ్యాం నీలాయ చ పరంతపః।
సర్వా న్కామగుణా న్వీక్ష్య ప్రదదౌ వసుధాధిపః॥ 22

సర్వ వానరవృద్ధాశ్చ యే చాన్యే వానరేశ్వరాః।
వాసోభి ర్భూషణై శ్చైవ యథార్హం ప్రతిపూజితాః॥ 23

విభీషణోఽథ సుగ్రీవో హనుమా జ్జామ్బవాం స్తథా।
సర్వవానరముఖ్యాశ్చ రామేణాక్లిష్టకర్మణాః॥ 24

యథార్హం పూజితా స్సర్వైః కామై రత్నైశ్చ పుష్కలైః।
ప్రహృష్టమనస స్సర్వే జగ్మురేవ యథాగతమ్॥ 25

నత్వా సర్వే మహాత్మానం తతస్తే ప్లవగర్షభాః।
విసృష్టాః పార్థివేన్ద్రేణ కిష్కిన్ధా మధ్యుపాగమన్॥ 26

సుగ్రీవో వానరశ్రేష్ఠో దృష్ట్వా రామాభిషేచనమ్।
పూజితశ్చైవ రామేణ కిష్కింధాం ప్రావిశత్పురీమ్॥ 27

రామేణ సర్వకామైశ్చ యథార్హం ప్రతిపూజితః।
లబ్ధ్వా కులధనం రాజా లఙ్కాం ప్రాయా ద్విభీషణః॥ 28

న రాజ్యమఖిలం శాస న్నిహతారి ర్మహాయశాః।
రాఘవః పరమాదార శ్మశాన పరయా ముదా।
ఉవాచ లక్ష్మణం రామో ధర్మజ్ఞం ధర్మవత్సలః॥ 29

తా. ఆమె అభిప్రాయాన్ని గమనించిన శ్రీరాముడు "సుదతీ! అపురూప వస్తువులను ప్రాణరక్షకులకు ఇస్తారు. కేవలం ప్రాణం నిలిపావంటే... అర్థం చేసుకున్న సీత ఆంజనేయుని పిలిచింది. పుత్ర సమానుడైన అతనికి, తల్లిగా, తల్లడిల్లే స్థితిలో, శాంతింపచేసిన వానిగా తలచి, ఆ హారాన్నిచ్చింది. అది ధరించిన హనుమ మహా తేజస్సుతో ప్రకాశించడం అందరు చూసారు. అభినందించారు.

ఆ వెంటనే రాముడు, ద్వివిదుని, మైందుని, నీలుని వగైరా శ్రేష్ఠ వానరవీరులను, వారి వారి స్థాయిని బట్టి సన్మానించాడు.

వారు, వీరను భేదం లేకుండా, పెద్దలను, వానర వృద్ధులను, ఇతర సేనాధిపతులను సన్మానించాడు. విభీషణ, సుగ్రీవ, జాంవంతాదుల సేవలను మరువలేనట్లు, వారికి ప్రేమను వెలకట్టలేక, తగు విధంగా గౌరవించాడు.

పట్టాభిషేకం పూర్తయింది. అందరు సంతోషించారు. వున్నన్నాళ్ళు బంధువులవలె వుండి ఎవరిదారిన వారు తమ తమ ప్రాంతాలకు, రాజ్యాలకు తరలి వెళ్ళారు.

వానరరాజు సుగ్రీవుడు కిష్కింధకు, లంకేశ్వరుడు విభీషణుడు తన లంకా నగరానికి బయలుదేరారు. విభీషణుడు శ్రీరాముడు ఎంతో ప్రేమతో తనకిచ్చిన ఇక్ష్వాకుల పారంపర్య చిహ్నమైన "శ్రీరంగ" విమానాన్ని అందుకుని తన నగరానికి వెళ్ళాడు. ఆ తదుపరి - రాముడు లక్ష్మణునితో ఇలాగ అంటున్నాడు.

అతిష్ఠ ధర్మజ్ఞ! మయా స హేమాం గాం పూర్వరాజాధ్యుషితాం బలేన।
తుల్యం మయా త్వం పితృభి ర్ధృతా యా తాం యౌవరాజ్యే ధుర ముద్వహస్వ॥ 30

సర్వాత్మనా పర్యనునీయమానో యదా న సౌమిత్రి రుపైత యోగమ్।
నియుజ్యమానోఽపిచ యౌవరాజ్యే తతోఽభ్యషిఞ్చ ద్భరతం మహాత్మా॥ 31

పౌణ్డరీకాశ్వమేధాభ్యాం వాజపేయేన చాపకృత్।
అన్యైశ్చ వివిధైర్యజ్ఞై రయజ త్పార్థివర్షభః॥ 32

రాజ్యం దశసహస్రాణి ప్రాప్య వర్షాణి రాఘవః।
శతాశ్వమేధా నాజహ్రే సదశ్వా న్భూరిదక్షిణాన్॥ 33

ఆజానులమ్బబాహు స్స మహాస్కన్ధః ప్రతాపవాన్।
లక్ష్మణానుచరో రామః పృథివీ మన్వపాలయత్॥ 34

రాఘవశ్చాపి ధర్మాత్మా ప్రాప్య రాజ్య మనుత్తమమ్।
ఈజే బహువిధై ర్యజ్ఞై స్ససుహృద్భ్రాతబాన్ధవః॥ 35

న పర్యదేవ న్విధవా న చ వ్యాళకృతం భయం।
న వ్యాధిజం భయం వాది రామో రాజ్యం ప్రశాపతి॥ 36

నిర్దస్యు రభవ ల్లోకో నానర్థః కించి దస్పృశత్।
న చ స్మ వృద్ధా బాలానాం ప్రేతకార్యాణి కుర్వతే॥ 37

సర్వం ముదితమేవాసీ త్సర్వో ధర్మపరోఽభవత్।
రామమేవానుపశ్యన్తో నాభ్యహింస న్పరస్పరమ్॥ 38

ఆస న్వర్ష సహస్రాణి తథా పుత్త్రసహస్రిణః।
నిరామయా విశోకాశ్చ రామే రాజ్యం ప్రశాసతి॥ 39

రామో రామో రామ ఇతి ప్రజానా మభవన్ కథాః।
రామభూతం జగదభూ ద్రామో రాజ్యం ప్రశానతి॥ 40

నిత్యపుష్పా నిత్యఫలా స్తరవ స్స్కన్ధవి స్తృతాః।
కాలే వర్షీ చ పర్జన్య స్సుఖస్పర్శశ్చ మారుతః॥ 41

బ్రాహ్మణాః క్షత్త్రియా వైశ్యాశ్శూద్రా లోభవివర్జితాః।
స్వ కర్మను ప్రవర్తన్తే తుష్టా స్త్వైరేవ కర్మభిః॥ 42

ఆస న్ప్రజా ధర్మరతా రామే శాసతి నానృతాః।
సర్వే లక్షణసంపన్నా సర్వే ధర్మపరాయణాః॥ 43

దశవర్ష సహస్రాణి దశవర్ష శతాని చ।
భ్రాతృభి స్సహితః శ్రీమా న్రామో రాజ్య మకారయత్॥ 44

తా. "లక్ష్మణా! ఇది మనది. ఈ రాజ్యాన్ని నాతో కలిసి సమానంగా పరిపాలించు. ఇక్ష్వాకుల-కులదీప్తులు ప్రకాశింప చేద్దామంటాడు. యువరాజ్య పట్టాభిషేక మొందమని రాముడు కోరతాడు.

"తనకు వలదని, తనకా అర్హత లేదని వినయంగా అతడు తిరస్కరిస్తాడు. సేవకునిగానే నన్ననుగ్రహించమంటాడు.

అప్పుడు - తానే ప్రాణంగా భావించే భరతునికి యువరాజ పట్టాభిషేకం చేస్తాడు. ఆ తర్వాత -

రాజ్యాభిషిక్తుడైన రాముడు, ప్రజాసంక్షేమం, ఇక్ష్వాకు కులదీప్తులు ప్రకాశించడానికి వీలుగా పౌండర్యీకం, అశ్వమేధం, రాజసూయాది యజ్ఞాలు నిర్వహిస్తాడు.

పదివేల సం॥లు ప్రజాపాలనం చేస్తాడు. నూరు అశ్వమేధ యాగాలు చేస్తాడు. "రామరాజ్యం"గా, శ్రీరాముని రాజ్యం ప్రసిద్ధ మౌతుంది. శ్రీరాముని రాజ్యపాలన సమయంలో -

అందరు సంతోషించేవారే, స్త్రీలకు వైధవ్యం తెలియదు. భయరోగాలు లేవు. చోరబాధ, అకాలమృత్యు బాధ తెలియదు. పెద్దలుండగా వారి కళ్ళ ముందర పిల్లల మరణం ఎవరూ చూడలేదు.

పరస్పర విరోధాలు లేక సర్వులు శాంతిమూర్తులై ప్రశాంత జీవనం గడిపారు. వర్ణాశ్రమధర్మాలు నిలిచాయి. సకాల పంటలు, వానలు, ఆనందాలు, ఆరోగ్యాలు. అంతా ఆనందం. సంతోషం. ఈ రకంగా రాముడు- తన రాజ్యాన్ని సర్వ సుఖ-శుభ - సంతోషమయ "రామరాజ్యం" చేసి అందరికి సుఖసంతోషాలను ప్రసాదించాడు.

- స్వస్తి-

ఇది పొరుగంటి వంశజనిత, శ్రీమతి సువర్చలాంబా, వెంకట
సూర్యప్రసాదరావుల జేష్ఠ తనూజుడు "వర" రామకృష్ణప్రసాద్ -
భక్తజనుల కందించిన, తేటతెలుగు వ్యాఖ్యాన శ్రీమత్
సుందరకాండానంతర, పట్టాభిషేక సర్గ సమాప్తం.

- అస్తు -

✦✦✦

శ్రీమద్రామాయణ ఫలశ్రుతి

ధనం యశస్య మాయుష్యం రాజ్ఞాం చ విజయావహమ్।
అదికావ్య మిదం త్వార్షం పురా వాల్మీకినా కృతమ్॥ 45

తా. ధనం, పేరు ప్రతిష్ఠలు, ఆయుష్షు, పుణ్యము, సర్వము నొసగేది వాల్మీకి మహర్షి విరచితమైన ఆదికావ్యంగా ప్రసిద్ధికెక్కిన "శ్రీ సీతాచరిత"మనే శ్రీమద్రామయణం. లోకంలో ఇది ఎక్కువగా "రామకథ"గా ప్రశస్తి నొందింది.

యః పఠే చ్ఛృణుయా ల్లోకే నరః పాపా ద్విముచ్యతే।
పుత్త్రకామస్తు పుత్త్రాన్వై ధనకామో ధనాని చ॥ 46

లభతే మనుజో లోకే శ్రుత్వా రామాభిషేచనమ్।
మహీం విజయతే రాజా రిపూంశ్చా ప్యధితిష్ఠతి॥ 47

రాఘవేణ యథా మాతా సుమిత్రా లక్ష్మణేన చ।
భరతేనేవ కైకేయీ జీవ పుత్త్రాస్తథా స్త్రియః॥ 48
(భవిష్యన్తి సదానన్దాః పుత్త్రపౌత్త్ర సమన్వితాః)

తా. ఎవరి కోర్కెలను వారికి తీర్చే "కల్పవృక్ష"మిది. పుత్రార్థులకు పుత్రులను ప్రసాదించే ఈ మహాచరిత్రను శ్రీరామ పట్టాభిషేకం వరకు వింటే పుత్రులు కల్గుతారు. ధనం కోరువారు ధనాన్ని, విజయం కోరువారు విజయాన్ని పొందుతారు. శత్రుంజయులై ప్రకాశిస్తారు. జీవపుత్రులుగా ప్రసిద్ధి కెక్కుతారు.

శ్రుత్వా రామాయణ మిదం దీర్ఘమాయుశ్చ విన్దతి।
రామస్య విజయం చైవ సర్వ మక్లిష్టకర్మణః॥ 49

శృణోతి య ఇదం కావ్య మార్షం వాల్మీకినా కృతమ్।
శ్రద్దధానో జితక్రోధో దుర్గా ణ్యతితర త్యసౌ॥ 50

తా. రామాయణం వింటే, దీర్ఘాయుష్షు, రామవిజయం చదివితే ఎటువంటి కష్టాలైనా తొలగిపోతాయి. శ్రద్ధాభక్తులతో వాల్మీకి మహర్షి రచించిన రామాయణం చదివేవారు దరిద్రం తొలగి సుఖసంపదల నొందుతారు. బంధువులను కలుసుకుంటారు. ఇహలోకమందలి కోర్కెలన్నీ తీరి, పరమందు సుఖమొందుతారు. సర్వ విఘ్నాలు, ఆపదలు తొలగిపోతాయి.

సమాగమం ప్రవాసాన్తే లభతే చాపి బాన్ధవైః।
ప్రార్థితాంశ్చ నరా సర్వా న్ప్రాప్నుయా దిహ రాఘవాత్॥ 51

శ్రవణేన సురా స్సర్వే ప్రీయన్తే సంప్రశృణ్వతాం।
వినాయకాశ్చ శామ్యన్తి గృహే తిష్ఠన్తి యస్య వై॥ 52

విజయేత మహీం రాజా ప్రవాసీ స్వస్తిమా న్వ్రజేత్।
స్త్రియో రజస్వలాః శుత్వా పుత్రాన్సూయు రనుత్తమాన్॥ 53

తా. పారాయణ లేదా శ్రవణం చేసిన వారు రాజు అయితే, రాజ్యవిజయం కల్గుతుంది. శత్రుంజయుడౌతాడు. స్త్రీలు ఉత్తమ పుత్రులను పొందుతారు. దూర దేశస్థులు తిరిగి వస్తారు.

పూజయంశ్చ పఠం శ్చేను మితిహాసం పురాతనం।
సర్వపాపా త్ప్రముచ్యేత దీర్ఘమాయూ రవాప్నుయాత్॥ 54

తా. ఈ పురాణాన్ని పూజించువారు, పఠించినవారు, సర్వపాపాలనుండి విముక్తులౌతారు. సుఖశాంతులను పొందుతారు. దీర్ఘాయుష్షును కూడా పొందుతారు.

ప్రణమ్య శిరసా నిత్యం శ్రోతవ్యం క్షత్రియై ర్ద్విజాత్।
ఐశ్వర్యం పుత్రలాభశ్చ భవిష్యతి న సంశయః॥ 55

తా. క్షత్రియులు, నిత్యము బ్రాహ్మణునకు శిరసువంచి నమస్కరించాలి. దీనిని శ్రవణం చెయ్యాలి. అట్టివారికి రాజ్యప్రాప్తి, పుత్రలాభము, కల్గుతుంది. వైశ్యాదులు కూడా తాము స్వయంగా కాక, ఉత్తమ బ్రాహ్మణుల ద్వారా శ్రీమద్రామయణమును విని, తరించాలి.

రామాయణ మిదం కృత్స్నం శృణ్వతః పఠత స్సదా।
ప్రీయతే సతతం రామ స్సహి విష్ణు స్సనాతనః॥ 56

ఆదిదేవో మహాబాహుర్హరి ర్నారాయణః ప్రభుః।
సాక్షా ద్రామో రఘుశ్రేష్ఠ శ్శేషో లక్ష్మణ ఉచ్యతే॥ 57

తా. శ్రీమద్రామాయణాన్ని నిత్యం పఠించువారు, వినువారు రామానుగ్రహం పొందుతారు. శాశ్వత విష్ణులోకవాసులౌతారు. అతడు ఆదిదేవుడైన శ్రీమన్నారాయణుడే సాక్షాత్తు శ్రీరామునిగా రామకరుణకు పాత్రుడౌతాడు.

కుటుమ్బవృద్ధిం ధనధాన్యవృద్ధిం స్త్రియశ్చ ముఖ్యా స్సుఖ ముత్తమం చ।
శ్రుత్వా శుభం కావ్యమ మిదం మహార్థం। ప్రాప్నోతి సర్వాం భువి చార్థసిద్ధిః॥ 58

తా. కుటుంబవృద్ధి జరుగుతుంది. ధనధాన్య సమృద్ధి కల్గుతుంది. సమస్త సుఖములు పొంది యశోవంతుడు, పుణ్యామూర్తిగా ప్రకాశిస్తాడు.

ఆయుష్య మారోగ్యకరం యశస్యః సౌభ్రాతృకం బుద్ధికరం సుఖం చ।
శ్రోతవ్య మేత న్నియ ఏవ సద్భి రాఖ్యాత మాజస్కర మృద్ధికామైః॥ 59

తా. జీవితంలో పొందవలసినవన్ని పొందుతారు. ఉత్తమ కుటుంబం, ఉన్నత స్థానం, సంపద వృద్ధి... ఆయువు, ఆరోగ్యం ఒక్కటేమిటి.. ఇహపరాలు రెండు పుష్కలంగా పొందగల్గుతారు.

ఏవ మేత త్పురా వృత్తా మాఖ్యానం భద్రమస్తు వః।
ప్రవ్యాహరత విస్రబ్ధః బలం విష్ణోః ప్రవర్ధతామ్॥ 60

తా. ఇది సత్యం. దీనిని విశ్వాసంతో పఠించి, శాశ్వత కీర్తిప్రతిష్ఠలు పొందెదరు గాక.

దేవాశ్చ సర్వే తుష్యన్తి శ్రవణా ద్గ్రహణా త్తథా।
రామాయణస్య శ్రవణా తుత్వ న్తిపితర స్తథా॥ 61

తా. శ్రీమద్రాయణ పఠన, స్మరణముల వల్న సమస్త దేవతాసిద్ధి, పిత్ర దేవతలకు స్వర్గప్రాప్తి కల్గుతుంది. వారి ఆశీస్సులను పొంది పతితలు తరిస్తారు.

భక్త్యా రామస్య యే చేమాం సంహితా మృషిణా కృతామ్।
లేఖయ న్తి హ చ నరా స్తేషాం వాద స్త్రివిష్టవే॥ 62

తా. శ్రీ వాల్మీకి మహర్షి రచించిన, గాయత్రీ మంత్రార్థసారము, వేదమయమైన "సంహిత"గా చెప్పబడిన అద్భుత కావ్యము "శ్రీమద్రామాయణం! ఈ శ్రీరామ కథను భక్తితో వ్రాసినవారు, ఇందుకు సహకరించినవారు, ప్రోత్సహించినవారు, శ్రవణ మననాదుల స్మరించువారు, పఠించువారు కూడా శాశ్వత పుణ్యాలోకాదులను పొందుతారు.

ఇది సత్యం - నిజం.

- స్వస్తి-

✿

ఇది వొరుగంటి వంశజనిత, శ్రీమతి సువర్చలాంబా, వెంకట సూర్యప్రసాదరావుల జేష్ఠ తనూజుడు "వర" రామకృష్ణప్రసాద్ - భక్తజనుల కందించిన, తేటతెలుగు వ్యాఖ్యాన శ్రీమత్ సుందరకాండానంతర, శ్రీమద్రామాయణ ఫలశృతి సమాప్తం.

- అస్తు -

✦✦✦

చివరిగా...

బాధపడే శ్రీరాముడిచ్చిన ఆనవాలుతో అష్టకష్టాలుపడి సముద్రం ఒడ్డున నిలచి, అతికష్టం మీద లంకను చేరడమొక ఎత్తు. అక్కడ అంగుళం అంగుళం వెదకుతూ, ఎక్కడుంటుందో తెలియని సీతను, ఎక్కడుందో తెలుసుకోవడం మరొక ఎత్తు.

తెలియని అయినింటి (పెద్దింటి) స్త్రీలతో ఎలాగ మాట్లాడాలనేది బెరుకు. కొందరు ఆడవాళ్ళు ఈ రామాయణంలోని "తార" ల వలె తళుకుమంటూ పలుకరిస్తారు. పళ్ళికిలిస్తారు. అందరు అలాగ వుండరు. కొందరైతే తమకేమీ సంబంధం లేనట్లు, అవసరమైతేనే తప్ప ఏ పరిస్థితులలో అసలు మాట్లాడరు.

అందుకనే ఆంజనేయుడు "సీత"తో మాట్లాడాలనుకుని ఎలాగ అని ఆలోచించడం కాదు, మాట్లాడి, రాముని సంగతి చెప్పి, ఈమె విషయాన్ని రామునికి తెలుపాలి. ఇది ఆ రామబంటు ఆలోచన.

ఇక సీతకైతే, మాయల "మాయ" రాక్షస ప్రపంచంలో వుంది. కనుపించిన వాళ్ళతో మాట్లాడాలంటే కంపిస్తుంది. ఇటువంటి దుస్థితిలో సమయాన్ని కనిబెట్టి (ఇది సరయిన దూత లక్షణం) అవతలివారి మనస్థితిని బట్టి, మనసుకు తగ్గట్లు ప్రవర్తించాలి. అప్పుడే ప్రయత్నం సానుకూలమౌతుంది. ఫలితం లభించవచ్చును.

అదే చేస్తాడు. ఆమెకిష్టమైన "రామ"నామ ప్రభావం తెలిపే రామకథను "రామకథ-శ్రీరామకథా, రసమయ సుందర జీవకథా, సీతారాముల దివ్యకథా. అని, వాల్మీకి మహర్షి ఏ ఉద్దేశంతోనైతే, లోకంలో విఖ్యాతం కావాలని, లవకుశులతో గానం చేయించబోయాడో... ఆ లక్ష్యాన్ని ముందుగా సాధించినట్లు హనుమ, శ్రీ"రామ" కథా గానం చేసాడు. అది ఆమె మనుసును వికసింప చేసింది. రామనామామృతంలోని మధురిమను సీత ఆస్వాదించింది. ఆనందించింది.

ఇప్పుడు ఆమె ముఖం కూడా వికసించింది. అడగవలసినవి అడిగాడు. చెప్పవలసినది చెప్పాడు. వచ్చిన కార్యం అయిందని సంతోషించాడు. ఇంతవరకు శ్రీరామబంటుగా అన్వేషణ ప్రారంభించిన హనుమ మొదటి ఘట్టం పూర్తి

చేసుకున్న పరమ సంతోషంతో తరువాత చేయవలసిన కార్యం గురించి ఆలోచిస్తున్న తరుణంలో-

పాత్రలను పలికించడంలో నేర్పరియైన వాల్మీకి, సీతచేత "నాయనా! అలసిపోయి వున్నావు. ఈ పూట వుండి రేపు వెళ్ళాలి. నాకు మనశ్శాంతిగా వుంటుందని చెప్పించాడు. అదే కావలసిన హనుమ అసలైన "అమ్మ" మాటగా తలిచాడు. "అమ్మ" మాట్లాడే విధంగా మాట్లాడినందులకానందించాడు.

సమర్థులు కాళ్ళుచేతులు కట్టుకుని కూర్చోలేరు. వారి చేతికేదో పని వుండాలి. లేకపోతే పిచ్చెక్కినట్లవుతుంది, రావణుని చూస్తే విషయం తెలుస్తుందనే వుద్దేశం, అతనికిష్టమైన (కోపం రప్పించాలంటే చెయ్యవలసిన మొదటి వారిష్టాన్ని కాదనడం, దానికి అడ్డుపడటం) అశోకవన ధ్వంసం మొదలుపెట్టాడు.

దీంతో రావణుడు ఆవేశపడతాడు. తనను శిక్షించ వస్తాడు. అప్పుడతని సంగతి చూద్దామనుకున్నాడు, ఆగడం ప్రారంభించాడు. విషయం రావణుని వద్దకు వెళ్ళింది నరమేధం (బలిపశువులను) ప్రారంభమయింది. కింకరులు, జంబుమాలి, మంత్రి కుమారులు, ఆఖరికి రావణుని ముద్దుల "అక్ష" కుమారుడు, వేల సైన్యంతో మరణించారు.

అది త్రిలోక విజేతకు అవమానంగా తలిచాడు. కుమారుడు మేఘనాధుని పంపించాడు. బ్రహ్మగారి మీద గౌరవంతో, తనమీద ఫలించని ఆ బ్రహ్మాస్త్రానికి క్షణకాలం బందీ అయ్యాడు. రావణుని వద్దకు వెళ్ళాడు. అతన్ని చూస్తూనే-

"వీడికెందుకింత పోయేగాలం వచ్చిందనుకున్నాడు. "సీతాపహరణ"మనే దురుద్దేశమే కనుక లేకపోతే, ఇతడు నిజంగా ఎప్పటికి త్రిలోక సార్వభౌముడు, విజేతేననుకున్నాడు.

ఆ రకంగా ఒకరినొకరు చూసుకుని దిగ్భ్రమ సంభ్రమాశ్చర్యాలలో మునగడం బాగానే వుంది. బాగా లేనిది, గొప్ప రాజనీతిజ్ఞుడని ప్రశంసించబడే రావణుడు, దూత కివ్వాల్సిన మర్యాదనివ్వకపోవడం, కోతి కదా, దానికి తోకంటే ఇష్టం. దానిని కాల్చమని "ఆజ్ఞలొసగడమే మానవత్వానికి మచ్చ, "రాజనీతికి "రచ్చ" అయింది. ఇంత చర్చ కావాల్సిన అవసరం లేదు. చర్చించాల్సిన పనిలేదు.

దాంతో లంకను తగులబెట్టి, తోక-మనసు చల్లబరచుకుని, అవలి ఒడ్డున చేరాడు. ఆ చేరడంలో, ఫలితం "విజయ"మని సంకేతమిచ్చాడే కాని, తానే అధినాయకుడిలాగ ప్రవర్తించలేదు. దొరికింది సందు కదా! అని, ఇప్పటి పెద్దల వలె ప్రగల్భాలకు పోలేదు.

కార్యసాధకునికి కావలసిన తెలివితేటలు, బుద్ధి, జ్ఞానం, వుండవలసిన వినయ విధేయతలు, పెద్దల ఎడ గౌరవం, ముందుచూపు. అన్ని మహర్షి వాల్మీకి హనుమంతుడి ద్వారా మనకు అందిస్తాడు. అర్థం చేసుకుని బుద్ధిగా బ్రతుకమనే ఇంగిత జ్ఞానాన్ని, సంకేతాన్ని కూడా మనకు తెలియబరుస్తాడు.

ఎక్కడికక్కడ సత్సంబంధాలు, మానవత్వం, పెద్దల ఎడ గౌరవ మర్యాదలు, వినయ విధేయతలు, శ్రద్ధాభక్తుల విశ్వాసము, వీటి లక్షణాలను వివరించి చెప్పి, మనకు వివేకోదయం కల్గించే అద్భుత గాధ- ఇది.

జరిగిందా, లేదా ? అన్న ప్రశ్నలకు దారి చెయ్యకుండా, అనవసరాలోచనల చెదపురుగులు బుర్రలను తొలిచెయ్యకుండా, బుద్ధిని ప్రదర్శించి, విజ్ఞులుగా మెలుగుదాం, రండి.

ఏ వుద్దేశంతోనైతే, ఈ దేశానికి వాల్మీకి మహర్షి ఆదికావ్యంగా శ్రీమద్రామాయణాన్ని ప్రసాదించాడో, ఆ వుద్దేశాన్ని సదుద్దేశంతో స్వీకరించి "మానవత్వా"న్ని నిల్పుకుని, "సర్వ" మానవాళి సౌభాగ్యానికి సర్వదా, సదా ప్రయత్నిస్తామని చెప్పడం కాదు. చేసి చూపిద్దాం.

ఇటువంటి గ్రంథాలను భక్తజనులకందించే సావకాశాన్ని కల్గించిన ప్రచురణకర్తకు మరొక్కసారి శుభాశీస్సులనందిస్తూ -

- మీ వొరుగంటి రామకృష్ణ ప్రసాద్.